సేపియన్స్

మానవజాతి పరిణామక్రమం
సంక్షిప్త చరిత్ర

యువల్ నోఆ హరారీ

D9900524

అనువాదం : ఆర్. శాంతసుందరి

MANJUL

మంజుల్ పబ్లిషింగ్ హౌస్

First published in India by

Manjul Publishing House

Corporate and Editorial Office
• 2 Floor, Usha Preet Complex, 42 Malviya Nagar, Bhopal 462 003 - India

Sales and Marketing Office
• C-16, Sector 3, Noida, Uttar Pradesh 201301, India
Website: www.manjulindia.com

Distribution Centres
Ahmedabad, Bengaluru, Bhopal, Kolkata, Chennai,
Hyderabad, Mumbai, New Delhi, Pune

Original English Edition first published by Harvill Secker in 2014
First publised in Hebrew in Israel in 2011
by Kinneret, Zmora-Bitan, Dvir

Copyright © Yuval Noah Harari 2011

Telugu translation of
Sapiens - A Brief History of Humankind by *Yuval Noah Harari*

This edition first published in India in 2019
Fourth impression 2022

ISBN 978-93-89143-31-7

Translation by R. Santha Sundari

Picture Research by Caroline Wood
Maps by Neil Gower

ప్రేమతో మా నాన్న
ష్లోమో హరారీని స్మరించుకుంటూ...

చరిత్ర తాలూకు కాలక్రమం

వర్తమానానికి ముందు గడిచిన సంవత్సరాలు

1380 కోట్లు	పదార్థం, శక్తి వెలువడ్డాయి. భౌతికశాస్త్రం ప్రారంభం. పరమాణువులు, అణువులు వెలువడ్డాయి. రసాయనశాస్త్రం ప్రారంభం.
450 కోట్లు	భూగోళం రూపుదిద్దుకుంది.
380 కోట్లు	జీవం ఆవిర్భవించింది. జీవశాస్త్రం ప్రారంభం.
60 లక్షలు	మానవులకీ, చింపాంజీలకీ చెందిన చివరి అమ్మమ్మ.
25 లక్షలు	ఆఫ్రికాలో మానవుల పరిణామం.
	మొదటి రాతి పనిముట్లు.
20 లక్షలు	మానవులు ఆఫ్రికా నుంచి యూరేషియాకి విస్తరించారు. భిన్న మానవ జాతులు పరిణామం చెందాయి.
5,00,000	యూరప్, మధ్యప్రాచ్యంలో నియాండర్తాల్లు పరిణామం సాధించారు.
3,00,000	నిప్పుని రోజూ ఉపయోగించటం.
2,00,000	తూర్పు ఆసియాలో హోమో సేపియన్లు పరిణామం సాధించారు.
70,000	జ్ఞాన విప్లవం. కల్పనాసాహిత్యానికి అవసరమైన భాష పుట్టుక. చరిత్ర ప్రారంభం. సేపియన్లు ఆఫ్రికా వదిలి మిగిలిన ప్రాంతాలకి విస్తరించారు.
45,000	సేపియన్లు ఆస్ట్రేలియాలో స్థిరనివాసం ఏర్పరచుకున్నారు. ఆస్ట్రేలియాలోని పెద్ద జంతువులు అంతరించిపోయాయి.
30,000	నియాండర్తాల్ జాతి అంతరించిపోయింది.
16,000	సేపియన్లు అమెరికాలో స్థిరపడ్డారు. అమెరికాలోని పెద్ద పెద్ద జంతువులు అంతరించిపోయాయి.

13,000	హోమో ఫ్లోరసియెన్సిస్ జాతి అంతరించింది. మానవ జాతుల్లో హోమో సేపియన్లు మాత్రమే మిగిలారు.
12,000	వ్యవసాయ విప్లవం. మొక్కలనీ, జంతువులనీ పెంచటం. స్థిరనివాసాలు.
5,000	రాజ్యాలు, లిపి, డబ్బు మొట్టమొదటిసారి కనిపించాయి. బహుదేవతారాధనని అనుసరించే మతాలు.
4,250	మొదటి సామ్రాజ్యం – సరగోన్‌లోని అక్కాడియన్ సామ్రాజ్యం.
2,500	నాణేల ఆవిష్కరణ – సార్వత్రిక ధనం. పర్షియన్ సామ్రాజ్యం – 'మానవులందరికీ లాభాన్ని చేకూర్చే' సార్వత్రిక రాజకీయ వ్యవస్థ. భారతదేశంలో బౌద్ధమతం – 'అన్ని ప్రాణులకీ బాధలనుంచి విముక్తి కలిగించే సార్వత్రిక సత్యం.
2,000	చైనాలో హన్ సామ్రాజ్యం. మధ్యధరా ప్రాంతంలో రోమన్ సామ్రాజ్యం. క్రైస్తవమతం.
1,400	ఇస్లామ్.
500	శాస్త్రీయ విప్లవం. మానవులు తమ అజ్ఞానాన్ని అంగీకరించి ఎన్నడూ కనీవినీ ఎరుగనంత అధికారాన్ని సంపాదించుకోవటం ప్రారంభించారు. యూరోపియన్లు అమెరికానీ, సముద్రాలనీ ఆక్రమించుకోసాగారు. భూమండలం మొత్తం ఏకైక చారిత్రిక రంగస్థలంగా మారిపోయింది. పెట్టుబడిదారీ వ్యవస్థ తలెత్తింది.
200	పారిశ్రామిక విప్లవం. కుటుంబం, సముదాయం స్థానాన్ని రాజ్యం, వ్యాపారం ఆక్రమించాయి. పెద్దెత్తున మొక్కలనీ, జంతువులనీ నాశనం చెయ్యడం మొదలైంది.
వర్తమానం	మానవులు భూమండలం సరిహద్దులని దాటారు. అణ్వాయుధాలు మానవజాతి మనుగడకి ప్రమాదాన్ని సూచిస్తున్నాయి. సహజ ఎంపికకి బదులు జీవాలని తెలివైన నిర్మాణం ద్వారా రూపొందించడం పెరిగింది.
భవిష్యత్తు	జీవానికి తెలివైన రూపనిర్మాణమే మూలాధార సిద్ధాంతం అవుతుందా? మొట్టమొదటి అసేంద్రీయ జీవాలు రూపొందుతాయా? మానవులకి దేవతల ఉన్నత స్థానం లభిస్తుందా?

విషయసూచిక

మొదటి భాగం

జ్ఞాన విప్లవం

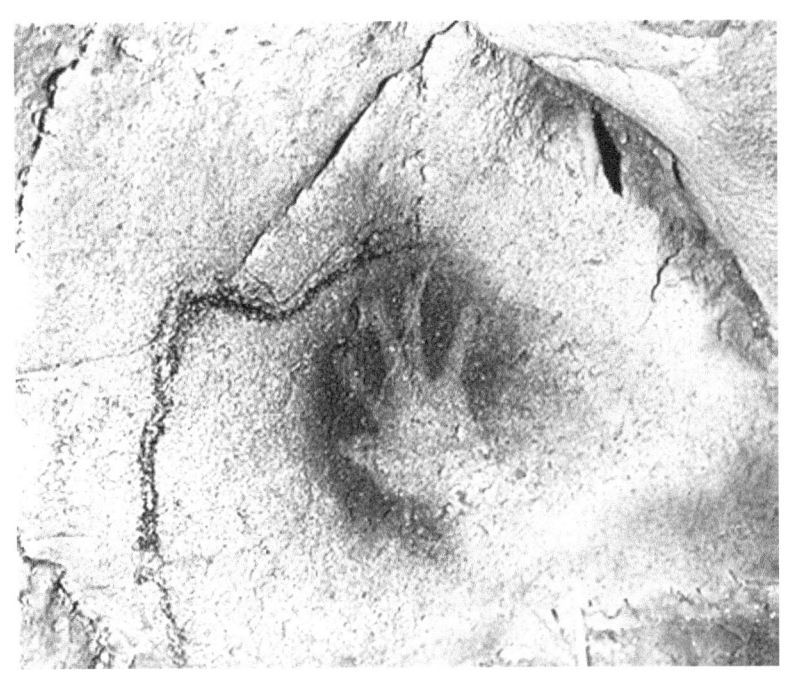

1. 30,000 యేళ్ళ క్రిందటి మనిషి చేతి గుర్తు. దక్షిణ ఫ్రాన్స్‌లోని షావె-పోన్ట్-డి ఆర్క్ గుహల్లో కనిపిస్తుంది. 'నేనిక్కడికి వచ్చాను!' అని ఎవరో చెప్పేందుకు ప్రయత్నించారు.

అధ్యాయం 1

ఏ ప్రత్యేకతా లేని ఒక జంతువు

దాదాపు 1400 కోట్ల సంవత్సరాలకు పూర్వం, పదార్థం, శక్తి, కాలం, అంతరిక్షం 'బిగ్ బాంగ్' అని మనం చెప్పుకునే సంఘటనతో ఏర్పడ్డాయి. మన విశ్వం తాలూకు ప్రాథమిక లక్షణాల కథే భౌతికశాస్త్రం.

ఉనికిలోకి వచ్చిన 300,000 సంవత్సరాల తరవాత పదార్థం, శక్తి పరస్పరం ఒకదానితో ఒకటి కలిసి సంక్లిష్టమైన నిర్మాణాలని సృష్టించాయి. వాటి పేరే పరమాణువులు, అణుసముదాయం. వాటి పరస్పర సంబంధమే రసాయనశాస్త్రం.

400 కోట్ల సంవత్సరాల క్రితం, భూమి అనే గ్రహం మీద, కొన్ని రకాల అణుసముదాయాలు కలిసి పెద్దవైన, క్లిష్టమైన నిర్మాణాలకి ఆకారం కల్పించాయి. వాటి పేరు జీవులు. జీవుల కథ జీవశాస్త్రం. దాదాపు 70,000 సంవత్సరాల క్రిందట మానవజాతికి సంబంధించిన జీవులు ఇంకా పెద్ద నిర్మాణాలు చెయ్యటం ప్రారంభించాయి. వాటి పేరు సంవర్ధనం. ఆ తరవాత ఈ మానవ సంవర్ధనం తాలూకు వికాసం పేరే చరిత్ర.

చరిత్ర గమనానికి మూడు ముఖ్యమైన విప్లవాలు ఆకారాన్నిచ్చాయి. అందరూ గుర్తించగల విప్లవం 70,000 సంవత్సరాలకు పూర్వం చరిత్రని ప్రారంభించింది. 12,000 సంవత్సరాల క్రితం వ్యవసాయ విప్లవం దాన్ని వేగవంతం చేసింది. కేవలం 500 సంపత్సరాల క్రితం ప్రారంభమైన శాస్త్రీయ విప్లవం బహుశా చరిత్రకి ముగింపు పలికి పూర్తిగా భిన్నమైన మరేదైనా సృష్టించే అవకాశం ఉంది. ఈ మూడు విప్లవాలూ మానవులనీ, అతని తోటి జీవులనీ ఎలా ప్రభావితం చేశాయనే కథని ఈ పుస్తకం చెపుతుంది.

చరిత్ర కన్నా ఎంతో ముందే మానవులు ఉండేవారు. ఆధునిక మానవుల్లాగే జంతువులు కూడా 25 లక్షల సంవత్సరాల క్రితం మొదటిసారి ఈ భూమి మీదికి వచ్చాయి. కానీ లెక్కలేనన్ని తరాలు గడిచిన తరవాత కూడా అవి భూమి మీద తాము కలిసి నివసిస్తున్న జీవులకన్నా భిన్నంగా కనిపించలేదు.

20 లక్షల సంవత్సరాల క్రితం తూర్పు ఆఫ్రికాలో కాలినడకన మీరు ప్రయాణం చేస్తూ ఉండినట్టయితే మీకు బాగా పరిచయమున్న మానవ స్వభావం మీకు ఎదురుపడి ఉండేది : తల్లులు కంగారుగా పసిపిల్లల్ని ఒళ్ళో పెట్టుకుని లాలించటం, చీకూ చింతా లేని చిన్నపిల్లలు జట్లు జట్లుగా మట్టిలో ఆడుకోవటం; నిలకడ లేని యుక్తవయస్కులు సమాజ నియమాలని ధిక్కరించటం, అలసిపోయిన వృద్ధులు తమని ఎవరూ ఇబ్బంది పెట్టకుండా ప్రశాంతంగా ఉండనిస్తే చాలని అనుకోవటం, ఛాతీ విరుచుకుని అందగత్తెలని ఆకట్టుకోవాలనుకునే మగరాయుళ్ళు, స్త్రీస్వామ్యం బలంగా ఉన్న రోజుల్లో ఇవన్నీ చూసిన వృద్ధురాళ్ళూ. ఆ ప్రాచీనకాలపు మనుషులు ప్రేమించారు, ఆడుకున్నారు, ప్రాణస్నేహితులని సంపాదించుకున్నారు, హోదా కోసం, అధికారం కోసం పోటీపడ్డారు – కానీ ఈ పనులన్నీ చింపాంజీలు, బబూన్ కోతులూ, ఏనుగులూ కూడా చేశాయి. అందుకని ఆ మనుషుల ప్రత్యేకత ఏమీ లేదు. ఏదో ఒకరోజు మనిషి చంద్రుడి మీద నడుస్తాడనీ, పరమాణువుని ఛేదిస్తాడనీ, జన్యు రహస్యాన్ని కనిపెడతాడనీ, చరిత్ర పుస్తకాలు రాస్తాడనీ ఎప్పుడూ, ఎవరూ – మనుషులైతే అసలు – బొత్తిగా ఊహించనే లేదు. చరిత్రకి పూర్వం జీవించిన మనుషుల గురించి మనం తెలుసుకోవలసిన ముఖ్యమైన విషయం – వాళ్ళు ఏ ప్రత్యేకతా లేని జంతువులు. గొరిల్లాలూ, మిణుగురు పురుగులూ, జెల్లీ చేపలూ తమ పరిసరాలని ఎంతగా ప్రభావితం చేయగలవో, ఆ ప్రాచీన మానవుడు కూడా అంతే చేయగలిగాడు.

జీవశాస్త్రజ్ఞులు జీవులను జాతులుగా వర్గీకరిస్తారు. మైథునం జరిపి, ఆరోగ్యవంతమైన సంతానాన్ని కనే జంతువులన్నీ వాళ్ళ లెక్కన ఒకే జాతికి చెందినవి. గుర్రాలూ, గాడిదలూ ఉద్భవించింది ఒకే ప్రాచీన జంతువునుంచి. శరీర నిర్మాణంలో రెండిటికీ చాలా పోలిక లున్నాయి. అయినా వాటికి పరస్పరం లైంగికంగా కలవాలన్న వాంఛ లేదు. బాహ్య ప్రేరణ వల్ల అవి కలవచ్చు. కానీ ఆ కలయిక వల్ల పుట్టే సంతానం కంచరగాడిద మాత్రం గొడ్డుమోతు. గాడిద కణంలోని అనువంశిక జన్యు పదార్థంలో శాశ్వతంగా జరిగే మార్పు గుర్రాలకి సంక్రమించదు, అదే విధంగా గుర్రాలనుంచి గాడిదలకి కూడా అందదు. ఆ రెండు రకాల జంతువులూ రెండు ప్రత్యేకమైన వర్గాలుగా పరిగణించబడతాయి. రెండూ రెండు వేర్వేరు వికాస మార్గాన ప్రయాణం చేస్తాయి. దీనికి వ్యతిరేకంగా ఒక బుల్ డాగ్, స్పేనియల్ జాతి బొచ్చుకుక్క చూసేందుకు చాలా భిన్నంగా ఉండచ్చు, కానీ అవి ఒకే వర్గానికి చెందినవి. వాటి అనువంశిక జన్యు పదార్థం ఒకటే. అవి ఆనందంగా మైథునం జరుపుతాయి. వాటి పిల్లలు పెరిగి పెద్దవయి వేరే కుక్కలతో జతగూడి మరిన్ని పిల్లలని కంటాయి.

ఒకే వంశానికి చెందిన పూర్వీకుల నుంచి వికాసం చెందిన వర్గాలని 'ప్రజాతి' అనే శీర్షిక కింద వర్గీకరిస్తారు. సింహాలూ, పులులూ, చిరుతపులులూ, 'పాన్ థెరా' అనే ప్రజాతికి చెందిన వేర్వేరు జంతువులు. జీవశాస్త్రజ్ఞులు జీవులకి రెండు లాటిన్ పేర్లని ఒకటిగా కలిపి పెడతారు, వర్గం పేరు, దాని తరవాత ప్రజాతి పేరు ఉంటుంది. ఉదాహరణకి సింహాలని లియో పాన్ థెరా, అంటే లియో వర్గానికి చెందిన పాన్ థెరా

ప్రజాతి. ఈ పుస్తకాన్ని చదివే ప్రతి ఒక్కరూ మానవజాతికి – వర్గం సేపియన్స్ (తెలివైన) ప్రజాతి హోమో (మానవుడు) – చెందినవారే.

ప్రజాతులు మళ్ళీ కుటుంబాల క్రింద వర్గీకరించబడ్డాయి. సింహాలూ, చిరతపులులూ, పిల్లులూ ఒక కుటుంబానికి చెందినవి. కుక్కలూ, తోడేళ్ళూ, నక్కలూ, గుంటనక్కలూ ఒక కుటుంబం. ఏనుగులూ, ప్రాచీనకాలపు మామత్ (అతిపెద్ద ఏనుగు)లూ, మాస్టడాన్‌లూ ఒక కుటుంబం. ఒక కుటుంబానికి చెందిన సభ్యుల పూర్వీకులు, ఏదో ఒక స్త్రీ వంశానికి గాని పురుషుడి వంశానికి గాని చెందినవారే. ఉదాహరణకి చిన్న పిల్లిపిల్ల దగ్గర్నుంచి, భయంకరమైన సింహం వరకూ 250 లక్షల సంవత్సరాల క్రితం జీవించిన పిల్లిజాతి జంతువు నుంచే ఉద్భవించాయి.

మానవజాతి కూడా ఒక కుటుంబానికి చెందినదే. చరిత్ర దాచిపెట్టిన ముఖ్యమైన రహస్యాలలో ఈ సామాన్యమైన వాస్తవం కూడా ఒకటి. చాలాకాలం క్రితం నుంచే మానవజాతి మిగిలిన జంతువులతో తను భిన్నమైనదని అనుకునేందుకే ఇష్టపడుతూ వచ్చింది. ఏ కుటుంబానికీ చెందని అనాథ అనీ, తనకి తోబుట్టువులూ, దాయాదులూ ఎవరూ లేరనీ, చివరికి తలిదండ్రులు కూడా లేరనీ అనుకుంది. కానీ అది నిజం కాదు. మనం ఇష్టపడినా పడకపోయినా మనం వచ్చింది ఒక అతిపెద్ద కుటుంబం నుంచి. ఆ కుటుంబం – విపరీతంగా అరుస్తూ గోల చేసే వానర కుటుంబం. మనకి అతిదగ్గర బంధువులైన చింపాంజీలూ, గొరిల్లాలూ, ఉరాంగుటాన్‌లూ ఇంకా ఈ భూమ్మీద సంచరిస్తూనే ఉన్నాయి. వీటిలో కూడా చింపాంజీలు మనకి మరీ సన్నిహిత బంధువులు. కేవలం 60 లక్షల సంవత్సరాల క్రితం ఒక ఆడకోతికి రెండు ఆడ కోతిపిల్లలు పుట్టాయి. ఒకటి అన్ని చింపాంజీలకీ పూర్వీకురాలయింది. మరొకటి స్వయానా మన అమ్మమ్మ.

దాచిపెట్టిన రహస్యాలు

జాతి మరింత కలతపెట్టే మరో రహస్యాన్ని కూడా దాచి ఉంచింది. మనకి అనాగరికులైన దాయాదులు బోలెడంతమంది ఉండటమే కాదు. ఒకానొకప్పుడు మనకి చాలామంది అన్నదమ్ములూ, అక్కచెల్లెళ్ళూ కూడా ఉండేవారు. మనం మాత్రమే మనుషులమని అనుకోవటం మనకి అలవాటయింది, ఎందుకంటే గత 10,000 సంవత్సరాలుగా మానవజాతిగా మనచుట్టూ కనిపిస్తున్నది మన జాతి మాత్రమే. నిజానికి మానవుడు అనే మాటకి 'మానవజాతి అనే ప్రజాతికి సంబంధించిన జంతువు' అని అర్థం. మానవజాతే కాక ఈ ప్రజాతికి చెందిన మరెన్నో జాతులు కూడా ఉండేవి. అంతేకాక, ఈ పుస్తకం చివరి అధ్యాయంలో మనం తెలుసుకోబోయే విషయం – భవిష్యత్తులో త్వరలోనే మనం తెలివి లేని మానవజాతితో పోరాడవలసిన అవసరం రావచ్చు. ఈ విషయాన్ని స్పష్టీకరించేందుకు నేను తరచు మానవజాతికి చెందిన మనుషులని గురించి చెప్పేటప్పుడు 'సేపియన్స్' (పరిణతి చెందిన మానవులు) అనే మాటని ఉపయోగిస్తాను. అలాగే 'మనుషులు' అనే మాటని ఇప్పటికీ సజీవంగా ఉన్న 'హోమో' ప్రజాతి సభ్యులకి మాత్రమే ఉపయోగిస్తాను.

2. ఊహించి చేసిన పునర్నిర్మాణాలను బట్టి మన తోబుట్టువుల చిత్రాలు (ఎడమనుంచి కుడికి) : హోమో రుడోల్ఫెన్సిస్ (దక్షిణ ఆఫ్రికా); హోమో నియాండెర్థలెన్సిస్ (యూరప్, పడమటి ఆసియా). వీళ్ళందరూ మనుషులే.

పాతిక లక్షల సంవత్సరాల క్రితం మనుషులు తూర్పు ఆఫ్రికాలో, 'ఆస్ట్రలోపిథికస్' అనే పూర్వం ఉండిన వానరప్రజాతి నుంచి వికాసం చెందారు. ఆస్ట్రలోపిథికస్ అంటే 'దక్షిణ ప్రాంత వానరుడు' అని అర్థం. 25 లక్షల సంవత్సరాల క్రితం, ఆ ప్రాచీన స్త్రీ పురుషులు తమ మాతృభూమిని వదిలి ప్రయాణం చేసి ఉత్తర ఆఫ్రికాలోనూ, యూరప్‌లోనూ, ఆసియాలోనూ స్థిరపడేందుకు వచ్చారు. ఇండోనేషియాలోని ఆవిర్లు తేలే అడవుల్లో ప్రాణాలతో ఉండేందుకు అవసరమైన లక్షణాలు ఉత్తర యూరప్‌లోని మంచు పర్వతాలలో బతికి ఉండేందుకు సరిపోవు కాబట్టి, మనుషులు విభిన్నమైన రీతుల్లో మార్పు చెందారు. తత్ఫలితంగా విశిష్టత గల వేర్వేరు జాతులు పుట్టుకొచ్చాయి. ఈ జాతులు ఒక్కొక్కదానికీ శాస్త్రవేత్తలు ఆడంబరమైన లాటిన్ పేర్లు పెట్టారు.

యూరప్‌లోనూ పడమటి ఆసియాలోనూ మనుషులు హోమో నియాండెర్థలెన్సిస్ ('నియాండర్తల్ లోయలోని మనిషి') గా పరిణతి చెందారు. సామాన్యంగా వీళ్ళని 'నియాండర్తాల్స్' అంటారు. ప్రస్తుతం కనబడే మనకన్నా నియాండర్తాల్స్ లావుగా, బలిసిన కండలతో ఉండేవారు. పడమటి యూరేషియాలోని హిమయుగం నాటి చలికి వాళ్ళు బాగా తట్టుకునేవారు. తూర్పు ఆసియాలోని ఎక్కువ భాగాల్లో హోమో ఎరెక్టస్, 'నిటారుగా నిలబడే మనిషి' నివసించేవాడు. అక్కడ ఆ జాతి మనుషులు దాదాపు 20 లక్షల సంవత్సరాలు జీవించారు. అతిఎక్కువకాలం మనగలిగిన మానవజాతిగా దాన్ని గుర్తిస్తారు. ఈ రికార్డును మనం కూడా బద్దలుకొట్టలేం. హోమోసేపియన్స్ మరో వెయ్యేళ్ళు జీవించి

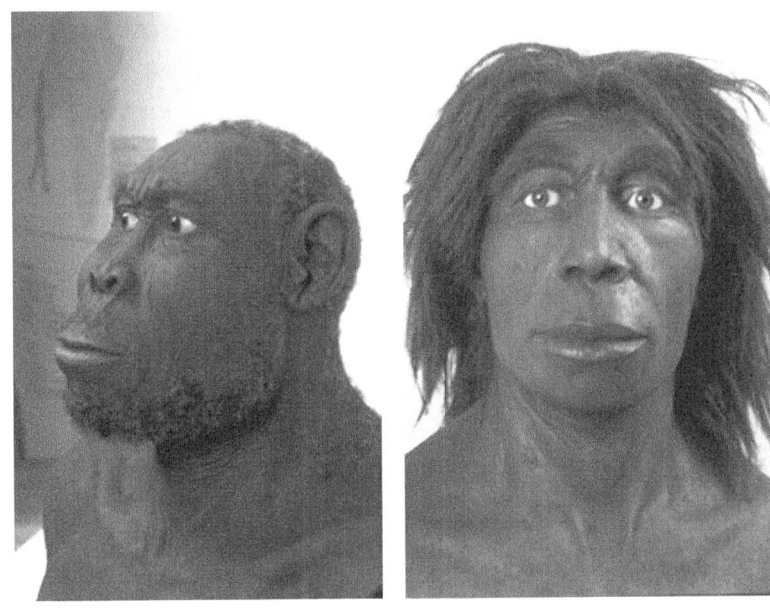

ఉంటారా అనేది కూడా సందేహమే. అందుచేత 20 లక్షల సంవత్సరాలనేది మన ఊహకందని విషయం.

ఇండోనేషియాలోని జావా ద్వీపంలో హోమో సోలోన్సిస్ – 'సోలో లోయలోని మనిషి' – నివసించేవాడు. ఉష్ణమండలంలోని జీవితానికి తట్టుకునే మానవజాతి అది. ఇండోనేషియాలోని ఫ్లోరెస్ అనే మరో చిన్న దీవిలో మనుషులు మరుగుజ్జులుగా తయారయే ప్రక్రియ ఒకటి జరిగింది. మానవులు మొదటిసారి ఫ్లోరెస్‌లో అడుగుపెట్టినప్పుడు సముద్రమట్టం మరీ కిందికి దిగిపోయి ఉంది. ప్రధాన భూభాగం నుంచి దీవికి చేరుకోవటం చాలా సులభంగా ఉండేది. సముద్రమట్టం మళ్ళీ పైకి వచ్చినప్పుడు కొందరు ఆ దీవిలో చిక్కుకుపోయారు. అక్కడ ప్రకృతి వనరులు చాలా తక్కువగా ఉండేవి. పెద్ద ఆకారాలున్న వాళ్ళకి ఆహారం ఎక్కువ అవసరమయేది. తగినంత ఆహారం దొరక్క అలాంటివాళ్ళు ముందుగా చనిపోయారు. చిన్న శరీరాలున్నవాళ్ళు ఎక్కువకాలం ప్రాణాలతో ఉండగలిగారు. కొన్ని తరాలు గడిచేసరికి ఫ్లోరెస్ నివాసులందరూ మరుగుజ్జులుగా మారారు. ఈ విలక్షణమైన జాతికి శాస్త్రజ్ఞులు హోమో ఫ్లోరెసియెన్సిస్ అని పేరు పెట్టారు. ఈ జాతి మనుషులు ఒక మీటర్ ఎత్తు మాత్రమే పెరిగి, ఇరవైఐదు కిలోల బరువు కన్నా ఎక్కువుండేవారు కాదు. అయినప్పటికీ వాళ్ళు రాతి పనిముట్లు తయారుచెయ్యగలిగారు, అప్పుడప్పుడూ ఆ దీవిలోని ఏనుగులను సైతం వేటాడి చంపగలిగేవారు. కానీ ఒక విషయం – ఆ ఏనుగులు కూడా మరుగుజ్జు జాతివే!

2010లో తప్పిపోయి మరుగునపడ్డ మరో తోబుట్టువు జాడ కనుగొని కాపాడారు. సైబీరియాలోని డెనిసోవా గుహ తవ్వకాలు జరుపుతున్నప్పుడు శాస్త్రజ్ఞులకి శిలాజంలో ఒక వేలి ఎముక దొరికింది. జన్యు విశ్లేషణ వల్ల అది ఏనాడో నివసించిన అజ్ఞాత మానవజాతి మనిషిదని తెలిసింది. ఆ జాతికి హోమో డెనిసోవా అని నామకరణం చేశారు. ఇంకొన్ని ద్వీపాలలో, ఇంకో రకమైన వాతావరణం ఉన్న ప్రాంతాలలోని ఇంకెన్నో గుహలలో కనుగొనబడేందుకు ఇంకెంతమంది మన బంధువులు ఎదురుచూస్తున్నారో ఎవరికి తెలుసు?

యూరప్‌లోనూ ఆసియాలోనూ ఈ మానవులు పరిణతి చెందుతూ ఉండిన సమయంలో, తూర్పు ఆఫ్రికాలో జరుగుతున్న మానవజాతి వికాసం ఆగలేదు. మానవజాతి మొదట పుట్టి పెరిగిన ఆ ప్రాంతంలో ఎన్నో కొత్త జాతులు పెంచి పోషించబడుతూనే ఉన్నాయి : ఉదాహరణకి హోమో రుడాల్ఫెన్సిస్, 'రుడాల్ఫ్ తటాకం పరిసరాలలోని మనిషి', హోమో ఎర్గాస్టర్, 'శ్రమించే మనిషి', చివరిగా మన ప్రస్తుత మానవజాతి, ఏమాత్రం వినయం చూపించకుండా మనం దానికి హోమో సేపియన్స్, 'తెలివైన మనిషి' అని పేరు పెట్టుకున్నాం. ఈ మానవ జాతుల్లో కొన్ని జాతులకి చెందినవాళ్ళు భారీగానూ, మరికొందరు మరుగుజ్జుగానూ ఉండేవాళ్ళు. కొందరు భయంకరంగా వేటాడితే మరికొందరు మొక్కలూ, కాయలూ ఏరుకుని తినేవాళ్ళు. కొందరు ఒకే దీవిలో ఉంటే, ఎక్కువమంది ఖండాంతరాల్లో తిరిగేవాళ్ళు. అయినా అందరూ హోమో ప్రజాతికి చెందినవాళ్ళే. వాళ్ళందరూ మనుషులే.

ఈ జాతులన్నిటి వంశోత్పత్తి ఒకే క్రమంలో తిన్నగా జరిగిందని ఊహించడం సామాన్యంగా అందరూ చేసే పొరపాటే. అంటే ఎర్గాస్టర్ జాతి నుంచి ఎరెక్టస్ జాతి పుట్టిందనీ, ఎరక్టస్ సంతానమే నియాండర్తాల్ జాతి అనీ, నియాండర్తాల్ నుంచి మనం వచ్చామనీ అనుకోవటం పొరపాటు. ఇలా వరసక్రమంలో నమూనా తయారుచేసుకుంటే ఒక్కో సమయంలో కేవలం ఒక రకం మానవజాతే ఈ భూమ్మీద జీవించిందన్న అపోహకి గురవుతాం. మిగిలిన జాతులన్నీ కేవలం మనకన్నా పాత నమూనాలు అనే నిర్ణయానికి వస్తాం.

అసలు విషయం ఏమిటంటే, దాదాపు 20 లక్షల సంవత్సరాల నుంచీ, ఒక 10,000 సంవత్సరాల క్రితం వరకూ ఈ ప్రపంచం, ఒకే సమయంలో ఎన్నో మానవజాతులకి నివాసస్థలంగా ఉండింది. అలా అవటంలో ఆశ్చర్యమేముంది? ఈనాడు ఎన్నో జాతులకి చెందిన నక్కలూ, *ఎలుగుబంట్లూ, పందులూ ఉన్నాయి కదా! వందలవేల సంవత్సరాల క్రిందట ఈ భూమ్మీద కనీసం ఆరు వేర్వేరు మానవజాతులు నివసించేవి. ప్రస్తుతం మన ప్రత్యేకతే విచిత్రమైనది తప్ప అనేక జాతులు జీవించిన ఆ గతం విచిత్రమైనదేమీ కాదు, మనం ఇలా ప్రత్యేకంగా ఉండటమే మనని దోషులుగా నిలబెడుతుందేమో! సేపియన్స్ తమ తోబుట్టువుల జ్ఞాపకాలని అణచిపెట్టా లనుకోటానికి తగిన కారణాలే ఉన్నాయి అనే విషయం మనం కొద్దిసేపట్లో చూడబోతున్నాం.

* గోధుమరంగువీ, నల్లవీ, గ్రిజ్లీవీ, పోలార్‌వీ

ఆలోచించగలిగినందుకు చెల్లించిన మూల్యం

మానవజాతుల్లో అనేకమైన తేడాలున్నా వాటికి ఎన్నో పరిమితమైన లక్షణాలున్నాయి. అన్నిటికన్నా కొట్టొచ్చేట్టు కనబడేది మానవులకుండే పెద్ద మెదడు. మిగిలిన జంతువులతో పోలిస్తే మనిషి మెదడు బాగా పెద్దది. అరవై కిలోలు బరువుండే క్షీరదాల మెదడు పరిమాణం 200 ఘన సెంటిమీటర్లు ఉంటుంది. 25 లక్షల సంవత్సరాల క్రితం జీవించిన ఆదిమానవులకి దాదాపు 600 ఘన సెంటిమీటర్ల మెదడు ఉండేది. ఆధునిక మానవుల మెదడు పరిమాణం 1,200-1,400 ఘన సెంటిమీటర్లు ఉంటుంది. నియాండర్తాల్ మెదళ్ళు ఇంకా పెద్దవిగా ఉండేవి.

పరిణామక్రమం పెద్ద మెదళ్ళని ఎంచుకోవాలని అనుకుంటే మనకి మెదడు లేనట్టే. మనకున్న అమోఘమైన తెలివితేటలని చూసి మురిసిపోయి, మెదడుకు సంబంధించిన శక్తి ఎంత ఎక్కువుంటే అంత మంచిదని అనుకుంటాం. అదే నిజమైతే పిల్లిజాతికి చెందిన జంతువులు కాల్కులస్ చెయ్యగల సంతానాన్ని కనేవే. మొత్తం జంతుప్రపంచంలో హోమో అనే ప్రజాతికి మాత్రమే ఆలోచనలు చెయ్యగల అంత పెద్ద అవయవం ఎలా సమకూరింది?

నిజానికి అతిపెద్ద మెదడు శరీరాన్ని హరించే అతిపెద్ద అవయవం. దాన్ని మోసుకుని తిరగటం అంత సులభం కాదు. ముఖ్యంగా భారీ కపాలంలో, దానికి నిరంతరం ఇంధనం అందించటం ఇంకా కష్టం. హోమో సేపియన్స్‌లో మొత్తం శరీరం బరువులో మెదడు బరువు 2-3 శాతం ఉంటుంది, కానీ శరీరం విశ్రమించినప్పుడు కూడా అది దాని శక్తిలో 25 శాతాన్ని ఖర్చుచేస్తుంది. ఈ మానవజాతితో పోలిస్తే మిగిలిన కోతుల మెదళ్ళు విశ్రమిస్తున్నప్పుడు 8 శాతం శక్తిని మాత్రమే ఖర్చుచేస్తాయి. ప్రాచీన మానవులు తమ పెద్ద మెదళ్ళకి రెండు రకాలుగా మూల్యం చెల్లించారు. మొదటిది, వాళ్ళు ఆహారం వెతుక్కోవటంలో చాలా సమయం ఖర్చు చేశారు. రెండోది, వాళ్ళ కండరాలు క్షీణించిపోయాయి. రక్షణశాఖ నుంచి విద్యాశాఖకి ప్రభుత్వం నిధులని మళ్ళించినట్టు మానవులు ముంజేతి పైభాగపు కండరాన్నించి నాడీకణాలకి శక్తిని మళ్ళించారు. ఉష్ణమండలాల్లోని గడ్డి మైదానాలలో బతికుండేందుకు ఇది చాలామంచి యుక్తి అని తీర్మానించటం సరైన పని కాదు. ఒక చింపాంజీ మనిషితో వాదించి గెలవలేక పోవచ్చు. కానీ అది మనిషిని గడ్డిబొమ్మలా చీల్చి చెండాడగలదు.

ఈనాడు మన పెద్ద మెదళ్ళు మనకి మంచి లాభాన్నే ఇస్తున్నాయి. మనం కార్లనీ, తుపాకుల్నీ తయారుచేస్తున్నాం. చింపాంజీల కన్నా వేగంగా కదలగలుగుతున్నాం. వాటితో కలియబడకుండా దూరంనుంచే వాటిని కాల్చి చంపగలుగుతున్నాం. కానీ, కార్లూ తుపాకులూ ఈ మధ్య వచ్చినవి. 20 లక్షల సంవత్సరాలకు పైగా మనిషి నాడీకణాల వ్యవస్థ అలా వికాసం చెందుతూనే ఉంది, అయినా కొన్ని రాతి ముక్కలతో చేసిన కత్తులూ, ముల్లు కర్రలూ తప్ప మానవులు ఇంకేమీ గొప్పగా చేసి చూపించలేకపోయారు. మరి అలాటప్పుడు ఆ 20 లక్షల సంవత్సరాలపాటు మనిషి భారీ మెదడు వికసించేందుకు స్ఫూర్తినిచ్చినది ఏమిటి? మనకి తెలీదని ఒప్పుకోవలసిందే.

మనిషికి మాత్రమే ఉండే మరో లక్షణం అతను రెండుకాళ్ళమీద నిటారుగా నడవగలడు. నిలబడితే గడ్డి మైదానాల్లో వేటకి పనికొచ్చే జంతువునిగాని, శత్రువునిగాని కనిపెట్టటం సులభం. ఇక కదిలేందుకు అనవసరమైన చేతులు మిగిలిన పనులకి ఉపయోగపడతాయి, రాళ్ళు విసరడానికో, సైగలు చెయ్యటానికో పనికొస్తాయి. ఈ చేతులు ఎంత ఎక్కువ పనులు చెయ్యగలిగినకొద్దీ మనుషులు అంత ఎక్కువ సాధించ గలిగారు. ఆ విధంగా పరిణతి తాలూకు ఒత్తిడి అరచేతుల్లోనూ, వేళ్ళలోనూ నరాలనీ, నేర్పుగా పనిచేసే కండరాలనీ కేంద్రీకరించింది. తత్ఫలితంగా మనుషులు తమ చేతులతో చాలా క్లిష్టమైన పనులు చెయ్యగలుగుతున్నారు. ముఖ్యంగా చెప్పాలంటే వాళ్ళు అధునాతన పరికరాలతో పనిచెయ్యగలుగుతున్నారు. పనిముట్ల నిర్మాణానికి మనకి కనిపించే మొట్టమొదటి రుజువు 25 లక్షల సంవత్సరాల క్రితంది – పురావస్తుశాస్త్ర నిపుణులు పనిముట్ల తయారీ, ఉపయోగించటాన్ని బట్టి ప్రాచీన మానవులని గుర్తిస్తారు. అయినప్పటికీ నిటారుగా నడవటంవల్ల కొన్ని నష్టాలు కూడా లేకపోలేదు. మన పూర్వీకులైన నరవానరాల అస్థిపంజారాలు కొన్ని లక్షల సంవత్సరాల పాటు నాలుగుకాళ్ళమీద నడిచే ప్రాణులకి ఆధారంగా ఉండేట్లు మలచబడ్డాయి. ఆ నరవానరాల తలకాయలు మనతో పోలిస్తే చిన్నవి.

నిటారుగా నిలబడే భంగిమకి శరీరాన్ని అమర్చుకోవటం పెద్ద సవాలు కిందే అనుకోవాలి. ముఖ్యంగా పరంజా ఇంకా పెద్దదిగా ఉన్న పుర్రెని మోయవలసి వచ్చినప్పుడు అది నిజంగా కష్టమైన పనే. ఎత్తునుంచి చూడగలగటం, చేతులతో శ్రమ చెయ్యటం లాంటివి సాధించిన మానవజాతి, వెన్నునొప్పి, మెడ బెణకటం లాంటి ఇబ్బందులతో మూల్యం చెల్లించవలసి వచ్చింది.

స్త్రీలు ఇంకా అదనంగా మూల్యం చెల్లించారు. నిటారుగా నిలబడాలంటే తుంటి భాగం వెడల్పుగా ఉండకూడదు. దానివల్ల ప్రసవమార్గం కుంచించుకుపోతుంది. పైగా శిశువుల తలలు క్రమంగా పెద్దవవుతున్న సమయంలో ఈ మార్పు జరిగింది. ప్రసవ సమయంలో చనిపోవటం అనేది స్త్రీలకి పెద్ద ప్రమాదంగా పరిణమించింది. మునుపు పిల్లల్ని కన్న స్త్రీలు ఎక్కువమంది పిల్లల్ని కనేందుకు బతికి ఉండేవారు, ఎందుకంటే ఆ కాలం పిల్లల మెదళ్ళూ, పుర్రెలూ ఈనాటితో పోలిస్తే చిన్నవిగానూ, మెత్తగానూ ఉండేవి. మునుపు రోజుల్లో పుట్టిన పిల్లలని ప్రకృతి సహజంగా వరించేది. ఇకపోతే, మిగిలిన జంతువులతో పోలిస్తే మనుషులు పూర్తి పరిపక్వత సాధించకుండానే పుడతారు. పుట్టే సమయానికి వారి శరీరంలోని ప్రాణావశ్యక వ్యవస్థ పూర్తిగా పరిణతి సాధించదు. గుర్రప్పిల్ల పుట్టిన కొద్దిసేపటికే లేచి నడుస్తుంది, పిల్లిపిల్ల పుట్టిన కొన్ని వారాలకి తల్లిని వదిలి స్వయంగా ఆహారం వెతుక్కోవటానికి వెళ్తుంది. పసిపిల్లలు నిస్సహాయులు, పోషణ కోసం, రక్షణ కోసం, చదువుసంధ్యల కోసం ఎన్నో యేళ్ళు పెద్దవారి మీద ఆధారపడతారు.

ఈ వాస్తవం మనిషికి గల అసాధారణమైన సామాజిక సామర్థ్యానికీ, తమకి మాత్రమే సొంతమైన సామాజిక సమస్యలకీ చాలావరకూ కారణమైంది. పిల్లలని వెంటపెట్టుకుని తమకీ, వాళ్ళకీ కావలసినంత ఆహారం సంపాదించుకోవటానికి తిరగటం

ఒంటరి తల్లులకి సాధ్యం కాలేదు. పిల్లలని పెంచేందుకు ఇతర కుటుంబ సభ్యుల సహాయం, పొరుగువారి సహాయం అవసరమయింది. ఒక మనిషిని పెంచి పెద్దచేసేందుకు మొత్తం తెగ పూనుకోవాలి. ఆ రకంగా బలమైన సామాజిక సంబంధాలు గల సమూహాలకే పరిణామక్రమం ప్రాధాన్యం ఇచ్చింది. ఇదికాక, మానవులు అపరిపక్వంగా పుట్టటంవల్ల మిగిలిన ఏ జంతువుకీ లేని సౌలభ్యం మనిషికి దక్కింది. మనిషికి విద్య గరపటం, సామాజిక ప్రాణిగా తయారుచెయ్యటం ఎక్కువ సాధ్యపడింది. కొలిమిలోనుంచి వచ్చే నున్నని మెరిసే మట్టిపాత్రలా దాదాపు అన్ని క్షీరదాలూ తల్లి గర్భం నుంచి బైటికి వస్తాయి. వాటిని మళ్ళీ సరిచేయటానికి ప్రయత్నిస్తే అవి పగిలిపోతాయి. మనుషులు బట్టీ నుంచి బైటికి వచ్చే కరిగిన గాజులాగా గర్భంలోంచి బైటికొస్తారు. వాళ్ళని గుండ్రంగా తిప్పచ్చు, సాగదీయచ్చు, ఆశ్చర్యకరమైన స్థాయిలో రూపొందించే అవకాశం ఉంటుంది. అందుకే ఈనాడు మన పిల్లలని క్రిష్టియన్లుగానో, బౌద్ధమతస్థులుగానో రూపొందేందుకు శిక్షణ ఇవ్వచ్చు. పెట్టుబడిదారులుగానో, సమాజవాదులుగానో, యుద్ధప్రియులుగానో, శాంతి కాముకులుగానో తయారుచెయ్యచ్చు.

పెద్ద మెదడు, పనిముట్లు ఉపయోగించటం నేర్చుకునే గొప్ప సామర్థ్యం, క్లిష్టమైన సామాజిక నిర్మాణాలూ – మనకి చాలా లాభం చేకూరుస్తాయని అనుకుంటాం. ఈ లక్షణాలు మానవజాతిని ఈ భూమ్మీద ఉండే అన్ని ప్రాణులకన్నా ఎక్కువ శక్తిమంతమైనదిగా రూపొందించాయన్నది స్పష్టంగా తెలుస్తున్నట్టే అనిపిస్తుంది. కానీ ఈ సౌలభ్యాలన్నిటినీ మానవులు 20 లక్షల సంవత్సరాలుగా – ఆ సమయంలో బలహీనులుగానూ, ప్రాముఖ్యం లేనివారుగానూ ఉన్నప్పటికీ – పూర్తిగా అనుభవించారు. పదిలక్షల సంవత్సరాల క్రితం నివసించిన మానవులు, పెద్ద మెదళ్ళున్నా, పదునైన రాతి పనిముట్లు తయారుచెయ్యగలిగినా తమని వేటాడి చంపే ప్రాణులకి ఎప్పుడూ భయపడుతూనే బతికారు, చాలా అరుదుగా పెద్ద జంతువులని వేటాడారు, ముఖ్యంగా మొక్కలని పోగు చేసుకుంటూ, మట్టిలోని కీటకాలని తవ్వి ఏరుకుంటూ, చిన్న జంతువులని వేటాడుతూ, తమకన్నా బలమైన మాంసాహారులు వదిలిపెట్టిన కుళ్ళిన మాంసం తింటూ బతికారు.

మొదట్లో తయారుచేసిన రాతి పనిముట్లు ప్రధానంగా ఎముకలని చితగ్గొట్టి వాటిలోని మజ్జని తినేందుకు ఉపయోగపడేవి. కొందరు పరిశోధకులు ఇదే మన మూలవృత్తి అని అభిప్రాయపడతారు. చెట్టుబోదెలోంచి కీటకాలని పొడిచి తీసే వడ్రంగి పిట్టలా, ఆదిమానవులు ఎముకల్లోంచి మజ్జ బైటికి తీయటంలో నైపుణ్యం సాధించారు. మజ్జే ఎందుకు? సింహాలు జిరాఫీని చంపి తినటం చూశారనుకుందాం. అవి దాన్ని తినటం అయిపోయేదాకా ఓపిగ్గా వేచి చూశారనుకుందాం. అప్పటికీ ఇంకా మీవంతు రాదు. ముందు దుమ్మలగుండులూ, నక్కలూ దానిమీద కలబడి మిగులూ తగులూ ఖాళీ చేస్తాయి. వాటి జోలికి పోయే ధైర్యం మీకుండదు. అవి వెళ్ళిపోయాకే మీ బృందం ధైర్యంగా ఆ కళేబరం దగ్గరకి వెళ్ళగలుగుతుంది. అటూ ఇటూ భయం భయంగా చూస్తూ దగ్గరకి వెళ్ళి తినదగినదేమైనా మిగిలుంటే తింటారు.

మన చరిత్రనీ, మనస్తత్వశాస్త్రాన్నీ అర్థం చేసుకోటానికి ఇదే కీలకమైన ఆధారం. ఆహార ప్రక్రియ పరిణామక్రమంలో కొంతకాలం క్రితం వరకూ హోమో ప్రజాతి స్థానం మధ్యలో స్థిరంగా ఉండేది. కొన్ని లక్షల సంవత్సరాలు మానవులు చిన్న జంతువులని వేటాడుతూ, వీలైనంత ఆహారం పోగుచేస్తూ బతికారు. ఆ సమయంలో వాళ్ళని నిరంతరం పెద్ద జంతువులు వేటాడుతూనే ఉండేవి. కేవలం 400,000 సంవత్సరాలుగా ఎన్నో రకాల మానవ జాతులు పెద్ద జంతువులని క్రమపద్ధతిలో వేటాడటం మొదలుపెట్టాయి. ఇక 100,000 సంవత్సరాలుగా మాత్రమే హోమో సేపియన్స్ ఉద్భవించాక, మనిషి ఆహార ప్రక్రియ పరిణామక్రమంలో ఒక్కసారిగా పైమెట్టుకి చేరుకున్నాడు.

మధ్యనుంచి పైకి అలా ఒక్కసారి చేరుకోవటం గొప్ప మార్పు. అది బ్రహ్మాండమైన పరిణామాలకి దారితీసింది. ఆ పిరమిడ్ పైన ఉండిన సింహాలు, సొరచేపల్లాంటివి కొన్ని లక్షల సంవత్సరాలు గడిచిన మీదట క్రమేణా అక్కడికి చేరుకున్నాయి. దీనివల్ల పర్యావరణ వ్యవస్థ ఎప్పటికప్పుడు స్థితిని పరీక్షిస్తూ సమతూకంగా ముందుకి సాగటం, సింహాలూ, సొరచేపలూ విచ్చలవిడిగా పర్యావరణాన్ని నాశనం చెయ్యకుండా అడ్డుకోవటం సాధ్యమైంది. సింహాలు మరింత క్రూరంగా తయారైనకొద్దీ జింకలకి ఇంకా వేగంగా పరిగెత్తే శక్తి వచ్చింది, దుమ్మలగుండు ఇంకా సహకరించటం ప్రారంభించింది. ఖడ్గమృగాలకి కోపం ఎక్కువైంది. వీటితో పోలిస్తే మానవజాతి చాలా వేగంగా పైకి చేరుకోవటంవల్ల పర్యావరణ వ్యవస్థ దానికి తగినట్లు సర్దుకోలేకపోయింది. భూగ్రహం మీద వేటాడి చంపే జంతువుల్లో చాలామటుకు రాజసం ఒలకబోసేవే ఎక్కువ. కొన్ని లక్షల సంవత్సరాలపాటు ఇక్కడ వాటిదే రాజ్యం కావటంతో వాటికి విపరీతమైన ఆత్మవిశ్వాసం అబ్బింది. వాటితో పోలిస్తే సేపియన్స్ ది ఉత్తుత్తి ప్రభుత్వం (బనానా రిపబ్లిక్) చెలాయించే ఆధిపత్యం. ఈ మధ్యకాలం వరకూ మైదానాల్లో అణిగిమణిగి ఉండిన మనకి మన స్థితి గురించి మనసు నిండా భయాలూ, ఆందోళనలూ ఉన్నాయి. దానివల్ల మనం రెండింతలు క్రూరంగానూ, ప్రమాదకరంగానూ ప్రవర్తిస్తాం. ప్రాణాంతకమైన యుద్ధాల దగ్గర్నుంచి పర్యావరణ అనర్థాల దాకా ఎన్నో చారిత్రిక విపత్తులు ఇలా అమితవేగంతో పైకి చేరుకోవటం వల్లే జరిగాయి.

వంటవాళ్ళ జాతి

పైకి చేరుకునే మెట్లలో ముఖ్యమైన ఒక మెట్టు – నిప్పుని అదుపుచేసి ఇంట్లో వాడుకోవటం. కొన్ని మానవజాతులు 8,00,000 సంవత్సరాల క్రితమే అప్పుడప్పుడూ నిప్పుని వాడుకుని ఉండవచ్చు. దాదాపు 3,00,000 సంవత్సరాల క్రితం హోమో ఎరెక్టస్, నియాండర్తాల్, హోమో సేపియన్ల పూర్వీకులూ ప్రతిరోజూ నిప్పు వాడుతూ ఉండేవారు. ఇక మానవులకి నమ్మకంగా వెలుతురూ, వెచ్చదనం ఇచ్చేదీ, చుట్టుపక్కల పొంచి ఉండే సింహాలని తుదముట్టించే ఆయుధమూ దొరికింది. కొంతకాలం గడిచాక మానవులు కావాలనే తమ చుట్టుపక్కల ఉన్న ప్రాంతాలకి నిప్పుపెట్టి ఉండవచ్చు. జాగ్రత్తగా

అదుపుచేసిన అగ్నిజ్వాలలు దారి ఇవ్వని దట్టమైన ముళ్ళపొదలని కాల్చివేసి, వేటకి పనికివచ్చే జంతువులుండే గడ్డిమైదానాలుగా మార్చివేయగలవు. అంతేకాక ఒకసారి జ్వాలలు ఆరిపోయాక, రాతియుగపు వ్యాపారులు పొగ, బూడిదకుప్పలతో నిండిన ఆ నేలమీద నడుస్తూ కాలిబొగ్గులా అయిపోయిన జంతువులనీ, గింజలనీ, దుంపలనీ ఏరుకురావటం సాధ్యం అయింది.

కానీ నిప్పు చేసిన అసలు మేలు వండటం. ప్రకృతి ప్రసాదించే కొన్ని రకాల ఆహారాన్ని - గోధుమలు, బియ్యం, బంగాళాదుంపలు - అలాగే తిని జీర్ణించుకోలేని వాటిని మానవులు వండటం ద్వారా ప్రధాన ఆహారంగా మార్చుకున్నారు. నిప్పు ఆహారంలో రసాయనిక మార్పులు చెయ్యటమే కాక, జీవశాస్త్ర దృష్ట్యా కూడా దాన్ని మార్చింది. ఆహారంలో ఉండే క్రిములనీ, పరాన్నజీవులనీ వండటం అనే క్రియ తొలగించింది. తమకి ఎంతో కాలంగా ఇష్టమైన పళ్ళనీ, పప్పులనీ, కీటకాలనీ, మాంసాన్నీ వండటం వల్ల సులభంగా నవలటం వాళ్ళకి సాధ్యమైంది. పచ్చిగా ఉండే ఆహారాన్ని తినేందుకు చింపాంజీలు రోజూ ఐదు గంటలు వ్యయం చేస్తాయి. వండటంవల్ల మానవులు అంతే ఆహారాన్ని ఒక గంటలో తినటం పూర్తిచెయ్యగలరు.

వండటం అనేది వచ్చాక మానవులు ఎక్కువ రకాల ఆహారాన్ని తినగలిగారు. తినేందుకు తక్కువ సమయం వెచ్చించసాగారు. చిన్న పళ్ళూ, కురచగా ఉండే పేగులతో పని జరుపుకోగలిగారు. వండటం ప్రారంభించాకే మానవుల పేగులు కురచగా అయాయనీ, మెదడు పెరిగిందనీ కొందరు శాస్త్రవేత్తల అభిప్రాయం. ఎందుకంటే పేగులూ, మెదడూ పెద్దవిగా ఉంటే శక్తి భారీగా ఖర్చవుతుంది, రెండూ పెద్దవిగా ఉంటే కష్టం. పేగులని కురచ చేసి, ఎక్కువ శక్తి వెచ్చించకుండా ఉండటానికి వండటం అనేది అనుకోకుండా నియాండర్తాల్స్‌లోనూ, సేపియన్స్‌లోనూ భారీ మెదళ్ళకి దారితీసింది.

మనిషికీ ఇతర జంతువులకీ మధ్య మొట్టమొదటి అగాధాన్ని సృష్టించింది కూడా నిప్పే. దాదాపు అన్ని జంతువుల శక్తీ వాటి శరీరాలమీద, వాటి కండరాల్లోని బలం, వాటి పళ్ళ ఆకారం, వాటి రెక్కల వెడల్పు లాంటి వాటి మీద ఆధారపడి ఉంటుంది. గాలులనీ, నీటి ప్రవాహాలనీ తమకి అనుకూలంగా నియంత్రించుకోగలిగినప్పటికీ, ప్రకృతిసిద్ధంగా వచ్చిన ఈ శక్తులని అవి అదుపుచెయ్యలేవు. ఎప్పుడూ శరీర నిర్మాణం వాటిని ఒక పరిమితి దాటనివ్వదు. ఉదాహరణకి డేగలు నేలమీదినుంచి పైకి లేచే వేడిగాలులని గుర్తించి బ్రహ్మాండమైన తమ రెక్కలని పూర్తిగా చాచి ఆ వేడి గాలుల సహాయంతో ఇంకా పైకి ఎగరగలవు. కానీ ఆ వేడిగాలులు వచ్చే ప్రదేశాలని అవి నియంత్రించలేవు. ఇక అవి ఎంత పైకి ఎగరగలవు అనేది వాటి రెక్కల నిడివి మీద ఆధారపడి ఉంటుంది.

మనుషులు నిప్పు వాడకం మొదలుపెట్టాక, తాము చెప్పినట్లు వినే అంతులేని ఒక శక్తిని వశం చేసుకున్నారు. డేగల్లా కాక, మానవులు ఎక్కడ ఎప్పుడు నిప్పు రాజెయ్యాలో నిర్ణయించుకోగలిగారు. అంతేకాక దాన్ని ఎన్ని రకాలుగానో ఉపయోగించుకోగలిగారు. ముఖ్యంగా, మానవ శరీరం తాలూకు ఆకారం, నిర్మాణం, బలాన్ని బట్టి నిప్పుకుండే శక్తి

పరిమితం కాలేదు. ఒక స్త్రీ ఒంటరిగా చెకుమికి రాయితోనో, లేక నిప్పు ముట్టించిన కర్రతోనో కొన్ని గంటల్లో మొత్తం అడవిని కాల్చి బూడిద చెయ్యగలిగేది. నిప్పుని వశం చేసుకోవటం ముందుముందు రాబోయే మార్పులకి సంకేతమయింది.

తోటివారిని కాపాడేవారు

నిప్పువల్ల ఎన్నో లాభాలు చేకూరినప్పటికీ, 150,000 యేళ్ళ క్రితం మానవులు ఇంకా అంతగా ప్రాముఖ్యం లేని ప్రాణులనే అనాలి. వాళ్ళు సింహాలని బెదిరించి పారదోలలేకపోయేవారు, చలిరాత్రుల్లో వెచ్చదనాన్ని పొందలేకపోయేవారు, అరుదుగానైనా అడవులని తగలబెట్టటం వాళ్ళకి సాధ్యమయేది కాదు. అన్ని జాతుల ప్రాణులనీ లెక్కలోకి తీసుకుంటే, ఇండోనేషియా ద్వీప సమూహాలకీ, ఐబీరియా ద్వీపకల్పానికీ మధ్య లక్షమంది కన్నా ఎక్కువ మానవులు ఉండేవారు కాదు. అది పర్యావరణ రాడార్ (జాడ తెలిపే సాధనం) మీద చిన్న వెలుగు చుక్క మాత్రమే.

మన హోమో సేపియన్ జాతి అప్పటికే ఈ ప్రపంచ రంగస్థలం మీదికి వచ్చేసింది, కానీ ఆఫ్రికాలో ఒక మూల తన వ్యవహారాలు చక్కబెట్టుకుంటూ ఉండిపోయింది. అంతకు ముందు ఏ రకమైన మనుషుల నుంచి, ఎక్కడ, ఎప్పుడు హోమో సేపియన్స్ అనబడే జంతువులు ఆవిర్భవించాయో మనకి తెలీదు. కానీ 150,000 సంవత్సరాల కిందట తూర్పు ఆఫ్రికాలో అచ్చం మనలాగే కనిపించే సేపియన్స్ నివసించేవారని ఎక్కువమంది శాస్త్రజ్ఞులు ఏకాభిప్రాయం వెలిబుచ్చుతున్నారు. వాళ్ళలో ఎవరైనా ఒకరు మృతదేహాలను భద్రపరిచే ప్రదేశంలో బయటపడితే, శవపరీక్ష చేసే వైద్యుడికి అతను మామూలు మనిషిలాగే కనిపిస్తాడు, తేడా ఏమీ తెలీదు. వాళ్ళ పళ్ళు, దవడలూ వాళ్ళ పూర్వీకుల కన్నా చిన్నవిగా ఉండేవి, అది నిప్పు కనుగొనడంవల్ల జరిగిన మార్పు. అయినా వాళ్ళ మెదళ్ళు మన మెదళ్ళకి సమానంగా పెద్దవిగా ఉండేవి.

70,000 సంవత్సరాల క్రితం సేపియన్స్ ఆఫ్రికా నుంచి అరేబియా ద్వీపకల్పానికి విస్తరించారనీ, అక్కడినుంచి చాలా వేగంగా యూరేషియా భూభాగాన్ని ఆక్రమించుకున్నారనీ శాస్త్రజ్ఞులు అంగీకరిస్తారు.

హోమో సేపియన్స్ అరేబియా చేరుకునే వేళకి యూరేషియాలో ఇతర మానవులు చాలామంది స్థిరపడ్డారు. వాళ్ళేమయారు? దీన్ని గురించి రెండు పరస్పర వ్యతిరేకమైన సిద్ధాంతా లున్నాయి. 'సంకరణ సిద్ధాంతం' (ఇన్ బ్రీడింగ్ థియరీ) ఆకర్షణ, లైంగిక సంబంధాలు, కలిసిపోవటం గురించి చెపుతుంది. ఆఫ్రికా నుంచి వలస వచ్చినవాళ్ళు ప్రపంచమంతటా విస్తరించి ఇతర మానవులతో లైంగిక సంబంధాలు పెట్టుకున్నారు. ఈ సంకరణం వల్ల పుట్టినవాళ్ళే నేటి మానవులు.

ఉదాహరణకి సేపియన్స్ మధ్యప్రాచ్య ప్రాంతానికీ, యూరప్‌కీ చేరుకున్నప్పుడు వాళ్ళు నియాండర్తాల్స్‌ని ఎదుర్కొన్నారు. ఆ మానవజాతివి సేపియన్స్ కన్నా బలంగా కండలు తిరిగిన శరీరాలు, మెదళ్ళు పెద్దవి, వాళ్ళు చలి ప్రదేశాలకి ఎక్కువ అలవాటుపడ్డ

మానవులు. వాళ్ళు పనిముట్లూ, నిప్పు వాడేవారు, వేటాడటంలో నిపుణులు, ఆరోగ్యం బాగాలేనివారినీ, బలహీనంగా ఉండేవారినీ బాగా చూసుకునేవారనటానికి రుజువులు కనిపిస్తాయి. (పురాతత్వవేత్తలకి అంగవైకల్యంతో బాధపడిన నియాండర్తాల్ మానవుల ఎముకలు దొరికాయి. వాళ్ళని వాళ్ళ బంధువులు జాగ్రత్తగా చూసుకున్నారనేందుకు అదే రుజువు.) హాస్య చిత్రాలలో నియాండర్తాల్స్‌ని పశుప్రాయులైన, బుద్ధిలేని 'గుహలలో నివసించేవారిగా' చిత్రిస్తారు. కానీ ఈ మధ్య దొరికిన రుజువులవల్ల వాళ్ళ గురించి అలాంటి అభిప్రాయం ప్రస్తుతం మారిపోయింది.

సంకరణ సిద్ధాంతం ప్రకారం, సేపియన్స్ నియాండర్తాల్స్ ఉండే భూభాగానికి వచ్చి అక్కడ నివాసం ఏర్పరచుకున్నప్పుడు, ఆ రెండు జాతులూ ఒకటిగా కలిసిపోయేవరకూ వాళ్ళు లైంగికంగా కలుస్తూ సంతానాన్ని సృష్టించారు. ఇదే నిజమైతే ఈనాటి యూరేషియన్లు పదహారణాల సేపియన్స్ కారు. వాళ్ళు సేపియన్స్‌కీ, నియాండర్తాల్స్‌కీ పుట్టిన సంతానం. అదే విధంగా సేపియన్స్ తూర్పు ఆసియా చేరుకున్నప్పుడు అక్కడ ఆసరికే స్థిరపడ్డ ఎరెక్టస్‌తో కలిశారు. అందుచేత చైనీయులూ, కొరియన్లూ సేపియన్లకీ, ఎరెక్టస్‌లకీ పుట్టిన సంకరజాతి.

దీనికి వ్యతిరేకంగా 'ప్రతిక్షేప సిద్ధాంతం' (రిప్లేస్‌మెంట్ థియరీ) చెప్పేది పూర్తిగా భిన్నమైన కథ – పొసగకపోవటం, అసహ్యం, ఇంకా చెప్పాలంటే నరసంహారం కూడానేమో. ఈ సిద్ధాంతం ప్రకారం సేపియన్స్‌కీ, ఇతర మానవులకీ శరీరనిర్మాణంలో తేడా ఉండేది. బహుశా మైథున క్రియలోనూ, చివరికి శరీరంనుంచి వచ్చే వాసనలో కూడా తేడా ఉండి ఉండవచ్చు. వాళ్లకి ఒకరిమీద మరొకరికి లైంగిక వాంఛ కూడా ఉండేది కాదేమో. ఒకవేళ నియాండర్తాల్ రోమియో, సేపియన్స్ జూలియట్ ప్రేమలో పడ్డా కూడా వాళ్ళు ఆరోగ్యంగా ఉండే సంతానాన్ని కని ఉండేవాళ్ళు కారు, ఎందుకంటే రెండు జాతులకీ మధ్య ఉన్న జన్యుపరమైన అగాధం పూడ్చలేనిది. రెండు జాతుల మానవులూ ప్రత్యేకమైనవారే. ఒక నియాండర్తాల్ చనిపోయినా, హత్యకి గురైనా అతని జన్యువులు అతనితోబాటే మరణించేవి. ఈ సిద్ధాంతం ప్రకారం, ఇతర మానవజాతులతో కలవకుండానే సేపియన్స్ ప్రాచీన మానవుల స్థానాన్ని ఆక్రమించారు. అలా జరిగి ఉంటే, సమకాలీన మానవుల వంశాన్ని 70,000 సంవత్సరాల క్రితపు తూర్పు ఆఫ్రికాతో పూర్తిగా ముడిపెట్టవచ్చు. మనమందరం 'శుద్ధ సేపియన్లం'.

ఈ వాదన మీదే ఎంతో ఆధారపడి ఉంటుంది. పరిణామక్రమం దృష్ట్యా 70,000 సంవత్సరాలు చాలా చిన్న విరామసమయం. ప్రతిక్షేప సిద్ధాంతం సరైనదే అయితే, అందరు మానవుల శరీరాలలోనూ దాదాపు ఒకే రకమైన జన్యు సామగ్రి ఉంటుంది. వాళ్ళలో ఉండే జాతికి సంబంధించిన తేడాలు లెక్కలోకి తీసుకోవలసినవి కావు. కానీ సంకరణ సిద్ధాంతమే సరైనదైతే, ఆఫ్రికన్లకీ, యూరప్‌వాసులకీ, ఆసియావాసులకీ జన్యుపరమైన తేడాలు ఉంటాయి. ఆ తేడాలు కొన్ని వేల సంవత్సరాలనుంచీ ఉన్నవే. రాజకీయ దృష్టితో చూస్తే ఇది ఒక పేలుడు పదార్థం. దీనివల్ల జాతికి సంబంధించిన విషయాలు రగులుకునే ప్రమాదముంది.

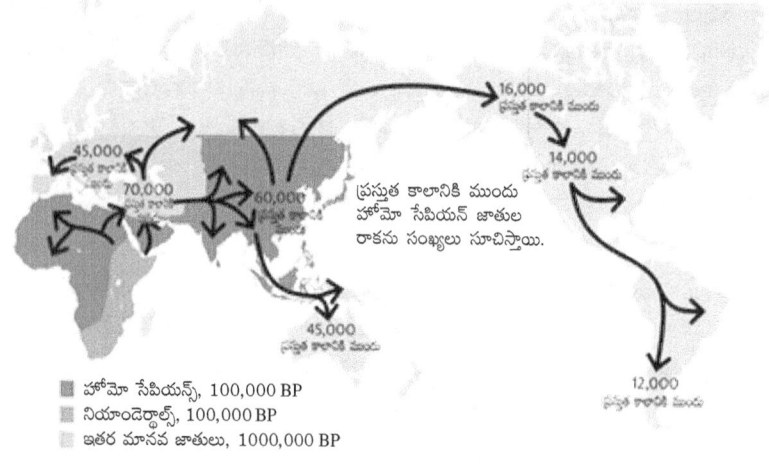

24 సేపియన్స్

హోమో సేపియన్ జాతుల
హోమో సేపియన్స్, 100,000 BP
నియాండెర్థాల్స్, 100,000 BP
ఇతర మానవ జాతులు, 1000,000 BP

పటం 1. భూగోళాన్ని హోమో సేపియన్స్ జయించడం

ఈ రంగంలో ఈ మధ్య కొన్ని దశాబ్దాలుగా ప్రతిక్షేప సిద్ధాంతమే సరైనదన్న అభిప్రాయం ఉంది. దీనికి గట్టి పురాతత్వశాస్త్ర ఆధారాలు ఉన్నాయనీ, రాజకీయంగా కూడా ఇదే సరైనదనీ నిర్ణయించారు. ఆధునిక మానవ సమాజంలో జన్యువులకి సంబంధించి విశేషమైన భిన్నత్వం ఉందని చెప్పి జాతుల మధ్య గొడవలు లేవదీయటం శాస్త్రవేత్తలకి ఇష్టం లేకపోయింది. కానీ అది 2010లో నియాండర్తాల్ జన్యువును విశ్లేషించి దాని వివరాలను చిత్రపటంగా తయారుచేసేందుకు నాలుగు సంవత్సరాలు కృషి చేసిన తరవాత ఆ ఫలితాలని ప్రచురించినప్పుడు అది ముగిసిపోయింది. జన్యు శాస్త్రవేత్తలు ఇంకా సవ్యంగా ఉన్న నియాండర్తాల్ జన్యు అంశీభూతాన్ని (DNA) శిలాజాలనుంచి తగినంతగా పోగుచెయ్యగలిగిన తరవాత స్థూలంగా దాన్ని సమకాలీన మానవులతో పోల్చి చూశారు. ఆ ఫలితాలు శాస్త్రజ్ఞులని చకితుల్ని చేశాయి.

మధ్యప్రాచ్య దేశాలలోనూ, యూరప్‌లోనూ ప్రస్తుతం నివసిస్తున్న ఆధునిక మానవుల DNA లో 1-4 శాతం నియాండర్తాల్ DNA ఉందని నిరూపించబడింది. అది పెద్ద శాతం కాదు కానీ గుర్తింపు పొందదగిందే. కొన్ని నెలల తరవాత శిలాజంలో దొరికిన డెనిసోవా వేలిలోని DNA ని పరిశోధించి చిత్రపటం తయారుచేసినప్పుడు మరో ఆశ్చర్యకరమైన నిజం బైటపడింది. ఆధునిక మెలనీషియా వాసులలోనూ, ఆస్ట్రేలియాలోని ఆదిమ తెగలలోనూ ఉన్నది విశిష్టమైన డెనిసోవా DNA లో 6 శాతమని తెలియవచ్చింది.

ఈ ఫలితాలు ప్రామాణికమైనవే అయితే - ఇక్కడ ఒక విషయం గుర్తుంచుకోవటం ముఖ్యం. ఇంకా ఈ దిశగా పరిశోధనలు జరుగుతూనే ఉన్నాయి, అవి ఈ నిర్ధారణలని బలపరచనూవచ్చు లేదా వీటిలో ఏవైనా మార్పులూ చేర్పులూ చెయ్యవచ్చు. సంకరణ సిద్ధాంతాన్ని ప్రతిపాదించినవారు కొంతవరకూ నిజమే చెప్పారనుకోవాలి. కానీ ప్రతిక్షేప సిద్ధాంతం పూర్తిగా తప్పని అనుకోకూడదు. ఈనాటి మన జన్యువులకి నియాండర్తాల్‌లూ,

3. నియాండర్తాల్ పిల్ల యొక్క అద్భుతమైన పునర్నిర్మాణ చిత్రం. కనీసం కొంత మంది నియాండర్తాల్‌లకు తెల్లని శరీరం, జుట్టు ఉండేదని జన్యుపరమైన సాక్ష్యం సూచిస్తోంది.

డెనిసొవాన్‌లూ కొద్దిపాటి DNA ని మాత్రమే అందించారు కాబట్టి సేపియన్లకీ, ఇతర మానవ జాతులకీ మధ్య కలయిక జరిగిందని చెప్పటం అసాధ్యం. వాళ్ళ మధ్య ఉన్న తేడాలు సంగమించి ఆరోగ్యకరమైన సంతానాన్ని కనలేనంత పెద్దవి కాకపోయినప్పటికీ అటువంటి సంబంధాలు చాలా అరుదుగా జరిగి ఉండేందుకే ఎక్కువ అవకాశం ఉందనాలి.

మరైతే సేపియన్లకీ, నియాండర్తాల్‌లకీ, డెనిసోవాన్‌లకీ ఉన్న జీవశాస్త్ర సంబంధాలని ఎలా అర్థం చేసుకోవాలి? వాళ్ళు గుర్రాలూ, గాడిదల్లా పూర్తిగా వ్యతిరేకమైన జాతులు కారు. మరోవైపు వాళ్ళు బుల్ డాగ్, స్పానియల్‌లాగ ఒకే జాతికి చెందిన వేర్వేరు మనుషులూ కారు. జీవశాస్త్రానికి సంబంధించిన విషయాలు వాస్తవానికి స్పష్టంగా, తెలుపు–నలుపులా విడదీసేందుకు వీలుగా ఉండవు. ఈ రెంటికీ మధ్య ముఖ్యమైన కొన్ని అస్పష్టమైన ప్రదేశాలు కూడా ఉంటాయి. ఒకే పూర్వీకుడి నుంచి ఆవిర్భావం చెందిన ప్రతి రెండు జాతులూ, గుర్రాలూ, గాడిదల్లాగ, ఒకప్పుడు ఒకే జాతికి చెందిన రెండు రకాల జంతువులు–బుల్‌డాగ్‌లూ, స్పానియల్‌లూ లాగ. ఏదో ఒక దశలో ఆ రెండిటిలోనూ పూర్తి తేడా ఉండి ఉండవచ్చు. అయినప్పటికీ అరుదుగా ఆ రెండూ లైంగికంగా కలిసి ఆరోగ్యవంతమైన సంతానాన్ని సృష్టించి ఉండవచ్చు. ఆ తరవాత మరో జన్యు మార్పు సంభవించి వాటిని కలిపి ఉంచే చివరి బంధం కూడా తెగిపోయి, ఆ రెండూ విడివడి తమదైన వికాసమార్గాన వెళ్ళిపోయి ఉండవచ్చు.

50,000 సంవత్సరాల క్రితం, సేపియన్‌లూ, నియాండర్తాల్‌లూ, డెనిసోవాన్‌లూ ఆ సరిహద్దు రేఖ దగ్గర ఉన్నట్టు తెలుస్తోంది. పూర్తిగా కాకపోయినా దాదాపు వాళ్ళు వేర్వేరు జాతులకి చెందినవారు. అప్పటికే నియాండర్తాల్, డెనిసోవాన్ జాతులకీ, సేపియన్లకీ జన్యు సంకేతం విషయంలోనూ, శారీరక లక్షణాల్లోనూ మాత్రమే కాక తెలివితేటల్లోనూ, సామాజిక సామర్థ్యంలోనూ చాలా తేడా ఉందని రాబోయే అధ్యాయంలో

తెలుసుకుంటాం. అయినా సేపియన్‌లూ, నియాండర్తాల్‌లూ అరుదుగానైనా కలిసి ఆరోగ్యవంతమైన సంతానాన్ని కన్నారన్నది నిజమయే అవకాశం కనిపిస్తుంది. అందుచేత ఆ రెండు జాతులూ ఒకటిగా కలవలేదు కాని కొన్ని నియాండర్తాల్ జన్యువులు అదృష్టం బావుండి సేపియన్ ఎక్స్‌ప్రెస్ ఎక్కి ప్రయాణం చెయ్యగలిగాయి. మనం (సేపియన్స్) ఒకప్పుడు వేరే జాతి జంతువుతో లైంగిక సంబంధం పెట్టుకోగలిగాం, కలిసి పిల్లలని కన్నాం అనేది మనసుని కలవరపరిచే విషయం, బహుశా ఒళ్ళు గగుర్పొడిచే విషయం కూడానేమో.

కానీ నియాండర్తాల్‌లూ, డెనిసోవాన్‌లూ ఇతర మానవజాతులూ సేపియన్లతో కలవక పోతే, మరి వాళ్ళెందుకు కనిపించకుండా పోయారు? హోమో సేపియన్లు వాళ్లని రూపుమాపి ఉండవచ్చు. సేపియన్ల గుంపొకటి వందల వేల సంవత్సరాలుగా నియాండర్తాల్‌లు ఉంటున్న బాల్కన్ లోయని చేరుకున్నారని ఊహించండి. ఈ కొత్తగా వచ్చినవాళ్ళు నియాండర్తాల్‌లకి చాలాకాలంగా ముఖ్య ఆహారంగా ఉన్న జింకలని వేటాడి, అక్కడ చెట్లకి కాసే పప్పులూ, పళ్ళూ పోగుచేసుకుని తినటం మొదలుపెట్టారు. సేపియన్లు వేటాడటంలోనూ, ఆహారం పోగుచెయ్యటంలోనూ మెరుగైనవారు – మెరుగైన సాంకేతిక పరిజ్ఞానం వల్లా, సామాజికమైన నేర్పు వల్లా అది సాధ్యమైంది, అలా వాళ్ళ సంఖ్య పెరిగి విస్తరించింది. సమయస్ఫూర్తి అంతగా లేని నియాండర్తాల్‌లు ఆహారం సంపాదించు కునేందుకు ఎక్కువ కష్టపడవలసివచ్చేది. వాళ్ళ సంఖ్య తగ్గిపోతూ వచ్చి చివరికి ఆ జాతి అంతరించిపోయింది. బహుశా ఏ ఒక్కరో ఇద్దరో మిగిలినా వాళ్ళు సేపియన్లతో కలిసిపోయి ఉంటారు.

అందుబాటులో ఉన్న వనరులకోసం చేసిన పోటీ వికృతరూపం దాల్చి హింసకీ, మారణహోమానికీ దారితీసి ఉండవచ్చునేది మరో వాదన. సేపియన్లలో సహనం చాలా తక్కువ. వర్తమాన కాలంలో ఒంటి రంగు, మాట్లాడే మాండలికం లేదా మతం అనే చిన్న తేడాలు సేపియన్స్ ఒకరినొకరు మట్టుపెట్టుకోవటానికి కారణాలవుతున్నాయి. ప్రాచీన కాలంలో సేపియన్లు పూర్తిగా భిన్నమైన మానవజాతులని సహించేవారా? బహుశా సేపియన్లు నియాండర్తాల్‌లని ఎదుర్కొన్నప్పుడు చరిత్రలో మొదటిసారి ఒక జాతిని పూర్తిగా తుడిచిపెట్టటమనేది జరిగి ఉంటుందేమో.

అది ఎలా జరిగినప్పటికీ నియాండర్తాల్‌లు (ఇతర మానవ జాతులూ) చరిత్రకి సంబంధించినంత వరకూ – అలా జరిగి ఉండకపోతే అనే ప్రశ్నని లేవదీస్తారు. హోమో సేపియన్లతో బాటు నియాండర్తాల్‌లూ, డెనిసోవాన్‌లూ కూడా జీవించి ఉంటే ఎలా ఉండేదో ఒకసారి ఊహించండి. ఎన్నో రకాల మానవజాతులు కలిసి జీవించే అటువంటి ప్రపంచంలో ఎలాంటి సంస్కృతులూ, సమాజాలూ, రాజకీయ నిర్మాణాలూ జరిగి ఉండేవి? ఉదాహరణకి మతం గురించి ఎటువంటి నమ్మకాలు వ్యాప్తి చెందేవి? 'జెనెసిస్' గ్రంథం నియాండర్తాల్‌లు, ఆదామ్, ఈవ్‌ల సంతానమని ప్రకటించేదా? డెనిసోవాన్‌లు చేసిన పాపాలకి జీసస్ మరణించేవాడా? ఏ జాతికి చెందినవారైనా సరే, వాళ్ళు నీతిమంతులైతే వాళ్ళకి స్వర్గంలో స్థానం లభిస్తుందని ఖురాన్ మాటిచ్చేదా? నియాండెర్థాల్‌లు

రోమన్ దళాలలోగాని చైనా సామ్రాజ్యపు ఉద్యోగిస్వామ్యంలోగాని సేవలందించగలిగేవారా? అమెరికా స్వాతంత్ర్య ప్రకటన (అమెరికన్ డిక్లరేషన్ ఆఫ్ ఇండిపెన్డెన్స్)లో హోమో ప్రజాతికి చెందినవారందరూ సమానంగా సృష్టించబడినవారే అనే వాస్తవాన్ని నమోదు చేసేవారా? కార్ల్ మార్క్స్ అన్ని జాతుల శ్రామికులనీ ఏకం కమ్మని ప్రోత్సహించేవాడా?

గత 10,000 సంవత్సరాలలో, హోమో సేపియన్లు తాము మాత్రమే మానవజాతి అనే అభిప్రాయానికి ఎంతగా అలవాటుపడి పోయారంటే, మరో ఆలోచన కూడా సాధ్యమని అనుకోవటం మనకి చాలా కష్టమైపోతుంది. మనకి తోబుట్టువులు లేకుండా పోయినందువల్ల మనమే ఈ సృష్టికి సారమనీ, మనని ఒక అగాధం ఇతర జంతు ప్రపంచంనుంచి వేరుచేస్తుందనీ అనుకుంటాం. హోమో సేపియన్స్ కేవలం మరో రకమైన జంతువు అని ఛార్లెస్ డార్విన్ సూచించినప్పుడు, జనం మండిపడ్డారు. ఈనాటికీ చాలా మంది ఆ మాట నమ్మటానికి ఇష్టపడరు. నియాండర్తాల్‌లు జీవించి ఉంటే మనం ఇంకా విశిష్టమైన ప్రాణులమనే అనుకుంటామా? బహుశా ఇందుకోసమే మన పూర్వీకులు నియాండర్తాల్‌లని నామరూపా ల్లేకుండా తుడిచిపెట్టేశారేమో. వాళ్ళు పట్టించుకోకుండా ఉండేంత అపరిచితులూ కారు, అలాగని వాళ్ళలో ఉండే తేడాలని సహించేటంత ఓర్పూ సేపియన్లకి లేకపోయింది.

సేపియన్లని తప్పుపట్టాలో లేదో తెలీదు కాని, వాళ్ళు ఏదైనా కొత్త ప్రాంతానికి చేరుకోగానే అక్కడ అంతవరకూ నివసించిన జాతి అంతరించేది. మనకి లభించిన సోలోఎన్సిస్ చివరి అవశేషాలు దాదాపు 50,000 సంవత్సరాల కిందటివి. ఆ తరవాత కొన్నాళ్ళకల్లా హోమో డెనిసోవా కూడా మాయమైపోయింది. నియాండర్తాల్స్ దాదాపు 30,000 సంవత్సరాల కిందట నిష్క్రమించారు. మరుగుజ్జులాంటి ఆ మానవులలో ఆఖరివాళ్ళు 12,000 సంవత్సరాల క్రితం ఫ్లోరెస్ దీవినుంచి మాయమయారు. వాళ్ళ ఎముకలు, రాతి పనిముట్లూ, మన DNA లోని కొన్ని జన్యువులు, జవాబులేని కొన్ని ప్రశ్నలు కూడా అక్కడ దొరికాయి. వాళ్ళు మనకోసం చివరి మానవజాతి, హోమో సేపియన్స్‌ని కూడా వదిలివెళ్ళారు.

సేపియన్స్ ఇంత సాఫల్యం సాధించటం వెనక ఉన్న రహస్యం ఏమిటి? మనం అంత వేగంగా అంత దూర దూర ప్రాంతాలలో, విభిన్నమైన పర్యావరణం ఉన్న నివాసస్థలాలలో ఎలా స్థిరపడగలిగాం? మిగిలిన మానవ జాతులన్నిటినీ ఎలా తుడిచిపెట్టేయగలిగాం? బలవంతులూ, తెలివైనవారూ, ఎంత చలికైనా తట్టుకోగల నియాండర్తాల్‌లు మన దాడిని ఎందుకు తట్టుకోలేకపోయారు? ఈ వాగ్వివాదం ఇంకా రగులుతూనే ఉంది. బహుశా ఈ ప్రశ్నకి జవాబే ఈ వాగ్వివాదాన్ని సాధ్యం చేస్తోందేమో : హోమో సేపియన్లు ఈ ప్రపంచాన్ని జయించటానికి అన్నిటికన్నా ముఖ్యమైన కారణం వాళ్ళ విలక్షణమైన భాష.

అధ్యాయం 2

జ్ఞానవృక్షం

సేపియన్లు 150,000 సంవత్సరాల క్రితం తూర్పు ఆఫ్రికాలో నివాసం ఏర్పరచుకున్నప్పటికీ, 70,000 సంవత్సరాలకు పూర్వం మాత్రమే భూగోళంలోని ఇతర ప్రాంతాలకు విస్తరించి ఇతర మానవజాతులని నామరూపాల్లేకుండా తుడిచిపెట్టేశారని కిందటి అధ్యాయంలో మనం తెలుసుకున్నాం. ప్రాచీనకాలపు సేపియన్లు చూసేందుకు సరిగ్గా మనలాగే ఉన్నప్పటికీ, వాళ్ళ మెదళ్ళు మన మెదళ్ళంత పెద్దవే అయినప్పటికీ, ఈ డెబ్భైవేల సంవత్సరాలలో ఇతర మానవజాతులకన్నా వాళ్ళు ఎక్కువ సౌలభ్యాలేవీ పొందలేదు, విశేషంగా కొత్త పనిముట్లని ఉత్పత్తి చేయలేదు, కొత్తగా సాధించిన సాహస కృత్యాలు ఏమీ లేవు.

నిజానికి నమోదు చెయ్యబడ్డ వివరాలని బట్టి సేపియన్లకీ, నియాండర్తాల్‌లకీ జరిగిన మొదటి సంఘర్షణలో నియాండెర్థాల్‌లే గెలిచారు. దాదాపు 100,000 సంవత్సరాలకు మునుపు కొన్ని సేపియన్ సమూహాలు లెవాన్ట్ (మధ్యధరా సముద్ర ప్రాంతం) కి వలస వెళ్ళి అక్కడ స్థిరపడాలని ప్రయత్నించారు, కానీ నియాండర్తాల్‌లు ఎంతోకాలంగా నివాసముంటున్న ఆ ప్రాంతంలో వాళ్ళు నిలదొక్కుకోలేకపోయారు. అది స్థానికులు దుర్మార్గులు అవటంవల్ల కావచ్చు, అక్కడి వాతావరణానికి వాళ్ళు తట్టుకోలేకపోవటం వల్ల కావచ్చు, లేదా అక్కడుండే పరాన్నజీవుల గురించి వీళ్ళకి తెలియకపోవటం వల్ల కావచ్చు. కారణం ఏదైనప్పటికీ, చివరికి మధ్యప్రాచ్య ప్రాంతాన్ని నియాండర్తాల్‌లకే వదిలిపెట్టి సేపియన్స్ వెనక్కి మళ్ళారు.

వాళ్ళు సాధించిన విజయాలని సరిగ్గా నమోదు చెయ్యనందువల్ల ఈ సేపియన్ల మెదడు అంతర్నిర్మాణం బహుశా మన మెదళ్ళకన్నా భిన్నమైనదని అధ్యయనకారులు అంచనాలు వేశారు. వాళ్ళు చూసేందుకు మనలాగే ఉన్నా, వాళ్ళ అభిజ్ఞాసామర్థ్యాలు, తెలివితేటలూ, నేర్చుకోవడం, జ్ఞాపకం ఉంచుకోవడం, ఇతరులతో సంభాషించే సామర్థ్యం మనకన్నా చాలా పరిమితమైనవి. అటువంటి ప్రాచీన జాతి సేపియన్‌కి ఆంగ్లం నేర్పటం, క్రిస్టియన్ నియమాలలోని వాస్తవాన్ని చెప్పి ఒప్పించటం, లేక పరిణామక్రమ సిద్ధాంతాన్ని

అర్థమయేలా వివరించటం పూర్తిగా పనికిరాని ప్రయత్నాలే అయేవేమో. మరోవైపు నుంచి ఆలోచిస్తే అతని భాష నేర్చుకోవటం, ఆలోచనా విధానాన్ని అర్థం చేసుకోవటం మనకి కూడా కష్టమయి ఉండేది.

కానీ ఆ తరవాత 70,000 సంవత్సరాల క్రితం హోమోసేపియన్లు కొన్ని విశేషమైన పనులు ఎన్నో చెయ్యటం ప్రారంభించారు. ఆ సమయంలో సేపియన్ గుంపులు రెండోసారి ఆఫ్రికా వదిలిపెట్టి వెళ్ళారు. ఈసారి వాళ్ళు నియాండర్తాల్‌లనీ, ఇతర మానవ జాతులనీ మధ్యప్రాచ్యం నుంచే కాదు ఈ భూమిమీదినుంచే తొలగించేశారు. చాలా కొద్ది సమయంలోనే ఆశ్చర్యకరంగా సేపియన్లు యూరప్‌కీ, తూర్పు ఆసియాకీ చేరుకున్నారు. దాదాపు 45,000 సంవత్సరాల మునుపు వాళ్ళు - ఎలాగో తెలీదు గాని సముద్రాన్ని దాటి ఆస్ట్రేలియా చేరుకున్నారు. అది ఇంతవరకూ మానవులెవరూ అడుగుపెట్టని భూఖండం. 40,000 సంవత్సరాలకీ 30,000 సంవత్సరాలకీ మధ్య ఉండిన వ్యవధిలో నావలు, నూనెదీపాలూ, విల్లంబులూ, సూదులూ (వెచ్చని దుస్తులు కుట్టుకునేందుకు) కనుగొనబడ్డాయి. కళాకృతులూ, ఆభరణాలూ అనేవి మొట్టమొదట ఈ యుగంలోనే తయారుచేశారని చెప్పాలి. అదే విధంగా మతం, వర్తక వ్యాపారాలూ సామాజిక వర్గీకరణం మొదటిసారి ఈ యుగంలోనే కనిపించాయనటానికి తిరుగులేని నిదర్శనలు కనిపిస్తున్నాయి.

సేపియన్లకి ఉన్న తెలివితేటల సామర్థ్యమే ఇలాంటి విప్లవాన్ని సృష్టించి ఎన్నడూ చూడని సాఫల్యాలని వాళ్ళు సాధించగలిగారని ఎక్కువమంది పరిశోధకుల నమ్మకం. నియాండర్తాల్‌లని అంతమొందించిన వాళ్ళు ఆస్ట్రేలియాలో స్థిరపడ్డారనీ 'స్టాడెల్ లయన్ మాన్' శిల్పాన్ని చెక్కినవాళ్ళు మనంతటి తెలివితేటలూ, సృజనాత్మకతా, సున్నిత మనస్తత్వమూ కలవారని వాళ్ళు అభిప్రాయం వెలిబుచ్చారు. స్టాడెల్ గుహని నిర్మించిన వాళ్ళు మనకి ఎదురుపడితే, మనం ఒకరి భాష మరొకరం నేర్చుకోగలుగుతాం. మనకి తెలిసినదంతా వాళ్ళకి వివరించగలుగుతాం - 'అలిస్ ఇన్ వండర్ లాండ్' దగ్గర్నుంచి పరిమాణ భౌతికశాస్త్రం వరకూ - తాము ఈ ప్రపంచాన్ని ఎలా చూస్తారో వాళ్ళు మనకి చెప్పగలుగుతారు.

పూర్వం 70,000 సంవత్సరాలకీ 30,000 సంవత్సరాలకీ మధ్యలో కొత్త ఆలోచనారీతులూ, ఒకరితో ఒకరు సంభాషించటంలో వచ్చిన కొత్త విధానాలూ పరిజ్ఞాన విప్లవానికి నాంది పలికాయి. దానికి వెనక ఉన్న కారణమేమిటి? మనం ఇదమిత్థంగా చెప్పలేం. అందరూ సామాన్యంగా నమ్మే సిద్ధాంతం ప్రకారం అనుకోకుండా జరిగిన జన్యుసంక్రమణం (మ్యూటేషన్) సేపియన్ల మెదడులోని లోపలి తంతులలో మార్పు కలిగించి, ఇంతకు మునుపెన్నడూ చెయ్యని విధంగా ఆలోచించటం, పూర్తి కొత్తదైన భాషలో సంభాషించటం ప్రారంభించారని కొందరు వాదిస్తారు. దాన్ని మనం జ్ఞాన వృక్ష సంక్రమణం అని అనవచ్చు. అది నియాండర్తాల్‌ల డీఎన్ఏలో కాకుండా సేపియన్ల డీఎన్ఏలోనే ఎందుకు జరిగింది? మనకి తెలిసినంతవరకూ అది కాకతాళీయంగా జరిగింది. కానీ జ్ఞానవృక్ష సంక్రమణం తాలూకు కారణాల కన్నా దాని పరిణామాలు

గురించి తెలుసుకోవటం ముఖ్యం. సేపియన్లు సృష్టించిన కొత్త భాషలో అంత విశేషమేముందని దాని సాయంతో ప్రపంచాన్ని గెలవటం సాధ్యమైంది?

అది మొట్టమొదటి భాష కాదు. ప్రతి జంతువుకీ తమదైన ఏదో ఒక భాష ఉంటుంది. తేనెటీగలూ, చీమలూ లాంటి కీటకాలు కూడా అధునాతనమైన రీతిలో సందేశాలు ఇచ్చుకోగలవు. ఆహారం ఎక్కడ దొరుకుతుందనే సమాచారాన్ని తెలియజేయ గలవు. శబ్దాల రూపంలో భాషని వాడటం కూడా అది మొదటిసారి కాదు. వానర జాతులూ, కోతులేకాక ఎన్నో జంతువులు ధ్వనుల ద్వారా సమాచారం అందించుకుంటాయి. ఉదాహరణకి 'గ్రీన్ మంకీస్' (ఆకుపచ్చ కోతులు) అనే ఒక జాతి కోతులు రకరకాల ధ్వనులతో సమాచారం పంచుకుంటాయి. జంతు శాస్త్రవేత్తలు ఒక ధ్వనికి అర్థం, 'జాగ్రత్త, డేగ!' అని తెలుసుకోగలిగారు. కొద్దిపాటి తేడాతో అరిచే అరుపుకి అర్థం, 'జాగ్రత్త, సింహం!' అనే హెచ్చరిక అని కనుక్కున్నారు. మొదటి ధ్వని వినిపించినప్పుడు కోతులు తాము చేస్తున్న పని ఆపేసి పైకి చూశాయి. సింహం గురించి రెండో హెచ్చరిక వినబడగానే గబగబా చెట్లమీదికి ఎక్కిపోయాయి. ఆ జాతి కోతులకన్నా సేపియన్లు ఎన్నో స్పష్టమైన ధ్వనులను పలకగలరు, కానీ తిమింగలాలకీ, ఏనుగులకీ కూడా సేపియన్లకి ఉన్నంత సామర్థ్యం ఉంది. ఆల్బర్ట్ ఐన్‌స్టీన్ పలికిన ప్రతి మాటనీ ఒక చిలక పలకగలదు. ఫోను మోగటాన్ని, తలుపులు దభాలున మూసుకోటాన్నీ, సైరన్ మోతలనీ కూడా అది అనుకరించగలదు. కేవలం ధ్వనులను పలకటంవల్లే ఐన్‌స్టీన్ చిలకకన్నా గొప్పవాడు కాలేదు. మరయితే మన భాషలో అంత వైశిష్ట్యం ఏముంది?

దీనికి సామాన్యంగా వచ్చే జవాబు, మన భాషకి సులభంగా లొంగే లక్షణం ఉంది. పరిమితమైన ధ్వనులనీ, సైగలనీ జోడించి మనం అంతులేనన్ని వాక్యాలని నిర్మించగలం. ఆ వాక్యాలలో ఒక్కొక్కదానికీ స్పష్టమైన అర్థం ధ్వనించేలా ఉపయోగించగలం. ఆ విధంగా మన చుట్టూ ఉన్న ప్రపంచాన్ని గురించి అద్భుతమైన సమాచారాన్ని గ్రహించి, కూడగట్టుకుని ఇతరులతో పంచుకోగలం. కోతి, 'జాగ్రత్త, సింహం!' అని తన తోటి కోతులకి అరిచి చెప్పగలదు. కానీ ఒక ఆధునిక స్త్రీ తన స్నేహితులకి ఆ రోజు ఉదయం నది మలుపు దగ్గర ఒక సింహం కొన్ని అడవిదున్నల గుంపుని తరమటం చూశానని చెప్పగలదు. ఆ తరవాత తను ఆ దృశ్యాన్ని సరిగ్గా ఎక్కడ చూసిందో వివరించగలదు. ఆ ప్రాంతానికి వెళ్ళేందుకు ఉన్న వేర్వేరు దారుల గురించి కూడా చెప్పగలదు. ఆమె తెలిపిన ఆ సమాచారాన్ని బట్టి ఆ జట్టులోనివారు కలిసి ఆలోచించి ఆ సింహాన్ని తరిమి దున్నలని వేటాడేందుకు ఆ నది దగ్గరకు వెళ్ళాలా వద్దా అని తీర్మానిస్తారు.

మనకి మాత్రమే సొంతమైన ఈ అసామాన్యమైన భాష ఈ లోకాన్ని గురించి సమాచారం పంచుకునేందుకు ఇలా పరిణామాన్ని సాధించిందని మరొక సిద్ధాంతం ఒప్పుకుంటుంది. కానీ అన్నిటికన్నా ముఖ్యమైన సమాచారం సింహాలూ, అడవిదున్నల గురించి తెలియజేయటానికి కాదనీ, ఇతర మానవుల గురించి తెలియజేసేందుకేననీ అంటుంది. మన భాష ఉబుసుపోకకి చెప్పుకునే కబుర్లతో ప్రారంభించి ఈ స్థితికి వచ్చింది. ఈ సిద్ధాంతం ప్రకారం హోమోసేపియన్లు ప్రధానంగా సామాజిక ప్రాణులు. సామాజికంగా

సహకరించటం మన మనుగడకి, పునరుత్పత్తికీ కీలకాంశం. ఒక పురుషుడికో, స్త్రీకో సింహాలూ, అడవిదున్నలూ ఎక్కడున్నాయో తెలిస్తే సరిపోదు. వాళ్ళకి తమ జట్టులో ఎవరు ఎవరిని ద్వేషిస్తున్నారో, ఎవరు ఎవరితో లైంగిక సంబంధం పెట్టుకున్నారో, ఎవరు నిజాయితీపరులో, ఎవరు మోసగాళ్ళో తెలుసుకోవటం అన్నిటికన్నా ముఖ్యం.

కొన్ని డజన్ల మనుషుల మధ్య నిరంతరం మారిపోతూ ఉండే సంబంధాలని తెలుసుకోవటం, గుర్తుంచుకోవటం కోసం ఎంత సమాచారాన్ని సేకరించాలో ఆలోచిస్తేనే తలతిరిగిపోతుంది. (యాభైమంది ఉండే ఒక జట్టులో ఒకరితో ఒకరికి 1,225 సంబంధాలు ఉంటాయి, అవి కాక లెక్కలేనన్ని సామాజిక కూడికలు కూడా ఉంటాయి.) అన్ని వానరాలూ అటువంటి సామాజిక సమాచారంలో ఆసక్తి కనబరుస్తాయి, కానీ దాన్ని గురించి చక్కగా కబుర్లు చెప్పుకోవటానికి వాటికి వీలులేదు. నియాండర్తాల్‌లకీ, ప్రాచీన కాలపు హోమోసేపియన్లకీ కూడా ఒకరికి తెలియకుండా మరొకరు మాట్లాడుకోవటం కష్టమే అయుండాలి – అది చాలా నిందించదగిన సామర్థ్యమే కాని సంఖ్య పెద్దదయినప్పుడు కలిసిమెలిసి ఉండేందుకు అది చాలా అవసరం. డెబ్భైవేల యేళ్ళ క్రితం ఆధునిక సేపియన్లు సాధించిన కొత్త భాషా నైపుణ్యం గంటలకొద్దీ ఉబుసుపోక కబుర్లు చెప్పుకునేందుకు దోహదం చేసింది. ఎవరిని నమ్మవచ్చు అనే విషయం నమ్మకంగా తెలిస్తే చిన్న జట్లు పెద్ద సమూహాలుగా పెరిగే అవకాశం ఉంటుంది. అప్పుడు సేపియన్లకి గట్టి సంబంధాలు గల అధునాతన సహకార వ్యవస్థని ఏర్పరుచుకోవటం సాధ్యమయి ఉండేది.

ఈ కబుర్లు చెప్పుకోవటం అనే సిద్ధాంతం హాస్యంగా అనిపించవచ్చు, కానీ ఎన్నో అధ్యయనాలు దాన్ని సమర్థిస్తున్నాయి. ఈనాటికీ ఎక్కువశాతం మానవ వ్యక్తీకరణ – ఈమెయిల్ ద్వారా అయినా, ఫోన్ ద్వారా అయినా లేక వార్తాపత్రికల్లో కాలమ్‌ల ద్వారా అయినా – అది పోచికోలు కబుర్లే. అది మనకి ఎంత సహజంగా అలవడిందంటే అసలు భాష పుట్టిందే ఇందుకా అనిపిస్తుంది. చరిత్ర పాఠాలు చెప్పే ప్రొఫెసర్లు భోజన సమయంలో కలుసుకున్నప్పుడు మొదటి ప్రపంచయుద్ధం గురించి మాట్లాడుకుంటారనీ, అణు శాస్త్రవేత్తలు సమావేశాలకి హాజరైనప్పుడు విరామ సమయంలో కాఫీ తాగుతూ క్వార్క్ (ఉపకణం) ల గురించి మాట్లాడుకుంటారనీ అనుకుంటున్నారా? ఎప్పుడైనా అలా జరగవచ్చు. కానీ సాధారణంగా వాళ్ళు వేరే స్త్రీతో అక్రమ సంబంధం పెట్టుకున్న మొగుణ్ణి పట్టుకున్న మరో ప్రొఫెసర్ గురించో, శాఖాధిపతికీ, డీన్‌కీ మధ్య జరుగుతున్న గొడవ గురించో, లేక ప్రయోగాలు చేసేందుకు ఇచ్చిన డబ్బుతో ఖరీదైన కారు కొనుక్కున్న తమ తోటి ఉద్యోగి గురించో పోచికోలు కబుర్లు చెప్పుకుంటారు. ఈ కబుర్లు సామాన్యంగా ఎవరో చేసిన తప్పులూ, నేరాల గురించే సాగుతాయి. పుకార్లు పుట్టించేవాళ్ళు ప్రధానంగా పత్రికారంగంలో పనిచేసే పాత్రికేయులు. వాళ్ళు సమాజానికి ఈ నేరాల గురించి చెప్పి దాన్ని మోసగాళ్ళనుంచీ, అమాయకులని తమ స్వార్థం కోసం ఉపయోగించుకునేవాళ్ళనుంచీ కాపాడతారు.

పోచికోలు కబుర్ల సిద్ధాంతం, నది దగ్గర సింహం ఉందనే సిద్ధాంతం- ఈ రెండూ బహుశా సరైనవే. కానీ నిజం చెప్పాలంటే అసలు మన భాషలోని విలక్షణమైన గుణం మనుషుల గురించీ, సింహాల గురించీ తెలియజేసే సామర్థ్యం కాదు. అసలు ఉనికిలోనే లేనివాటి గురించి సమాచారం అందించే సామర్థ్యమే దీని వైశిష్ట్యం. ఎన్నడూ తాము చూడని, తాకని, వాసన చూడని వస్తువుల గురించి మాట్లాడగలిగింది మనకు తెలిసినంతవరకూ సేపియన్లు మాత్రమే.

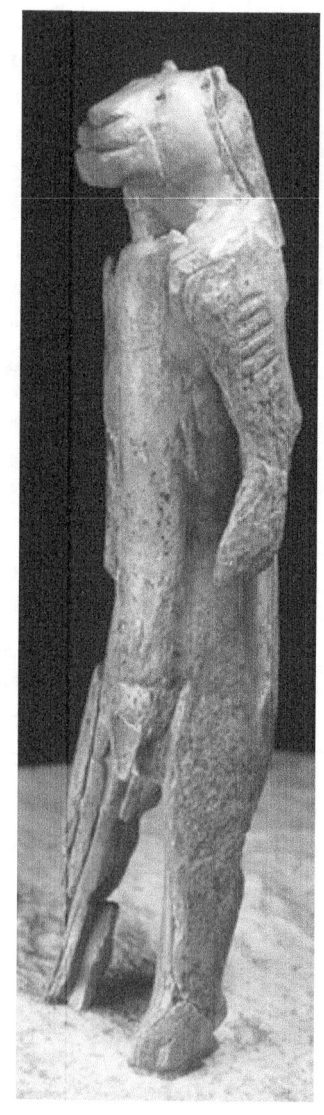

4. జర్మనీలోని స్టాడెల్ గుహ (సి. **32,000** సంవత్సరాల క్రితం)లోని దంతంతో చేసిన మనిషి-సింహం శిల్పం. శరీరం మనిషిది, కాని తల సింహానిది. ఉనికిలో లేని వస్తువులను ఊహించగల మానవ మేధస్సు ప్రతిభకు - కళాకృతులలో, బహుశా మత సంబంధితమైన వాటిలో, ఇది మొట్టమొదటి వివాదం లేని ఉదాహరణ.

జ్ఞాన విప్లవంతోబాటు మొదటిసారి గాథలూ, కల్పిత కథలూ, దేవతలూ, మతాలూ పుట్టాయి. ఎన్నో జంతువులూ, మానవజాతులూ అంత వరకూ, 'జాగ్రత్త, సింహం!' అనగలిగాయి. జ్ఞాన విప్లవం ధర్మమా అని హోమో సేపియన్లకి 'సింహం మన తెగ కులదైవం' అని చెప్పుకోగల సామర్థ్యం వచ్చింది. ఇలా కాల్పనిక విషయాల గురించి మాట్లాడగల సామర్థ్యమే సేపియన్ల భాషలో అన్నిటికన్నా విలక్షణమైన అంశం.

హోమో సేపియన్లు మాత్రమే ఎక్కడా లేని విషయాల గురించి మాట్లాడతారనీ, ఉదయం ఫలహారం తినేలోపల ఆరు అసాధ్యమైన విషయాలని నమ్ముతారనీ అంగీకరించటం కొంతవరకూ సులభమే. ఒక కోతికి అది చనిపోయాక స్వర్గంలో అంతులేనన్ని అరటిపళ్ళు దొరుకుతాయని మాటిచ్చి దాని దగ్గరున్న అరటిపండుని మీకు ఇచ్చేట్టుగా ఒప్పించలేరు. కానీ అదెందుకంత ముఖ్యం? ఎంతైనా కల్పన ప్రమాదకరమూ, తప్పుదోవ పట్టించేదీ మనసుని చెదరగొట్టేదీ అయే అవకాశం ఉంది కదా. అడవిలోకి పుట్టగొడుగుల కోసం, జింకల కోసం వెళ్ళేవాళ్ళకన్నా, దేవదూతలనీ, ఒంటికొమ్ము గుర్రాలనీ చూడాలని వెళ్ళేవాళ్ళు బతికిఉండే అవకాశం తక్కువ. ఇక గంటలకొద్దీ ఎక్కడా లేని కులదైవాలని ప్రార్థిస్తూ గడిపితే, మీరు విలువైన కాలాన్ని వృథా చెయ్యటం లేదా? ఆ సమయాన్ని ఆహారం వెతికేందుకూ, పోరాడేందుకూ, వ్యభిచరించేందుకూ వాడుకుంటే మంచిది కదా?

కానీ కల్పన మనకి రకరకాల విషయాలని ఊహించేందుకే కాదు, దాన్ని సామూహికంగా చేసేందుకు తోడ్పడింది. బైబిల్‌లో చెప్పిన సృష్టికి సంబంధించిన కథలాంటి అందరికీ పనికివచ్చే కల్పనలని అల్లగలం. ఆస్ట్రేలియాలోని మూలవాసుల మతవిశ్వాసాల గురించి కలల కథలు (డ్రీమ్ టైమ్ స్టోరీస్), ఆధునిక రాష్ట్రాల దేశభక్తికి సంబంధించిన కల్పనలనీ కథలుగా చెప్పగలం. ఇలాంటి కాల్పనిక గాథలు సేపియన్లు పెద్ద సంఖ్యలో ఒకరితో ఒకరు సహకరిస్తూ జీవించేందుకు సాయపడతాయి. చీమలూ, తేనెటీగలూ కూడా పెద్ద సంఖ్యలో కలిసిమెలిసి పనిచేస్తాయి, కానీ అవి ఒక పరిధిలో మాత్రమే తమ దగ్గరి బంధువులతో మాత్రమే కలిసి పనిచేస్తాయి. చీమల కన్నా, తోడేళ్ళూ, చింపాంజీలు ఎక్కువ సహకరిస్తూ జీవిస్తాయి, కానీ సంఖ్య తక్కువైనప్పుడు, తమకి బాగా పరిచయం ఉన్న సన్నిహితులతో మాత్రమే అవి సహకరించగలవు. సేపియన్లు లెక్కలేనంతమంది అపరిచితులతో చాలా తేలికగా సహకరించగలరు. అందుకే ఈ ప్రపంచాన్ని సేపియన్లే ఏలుతున్నారు. చీమలు మనం వదిలేసినవి తింటాయి, ఇక చింపాంజీలు జంతు ప్రదర్శన శాలలోనూ ప్రయోగశాలల్లోనూ బందీలుగా ఉంటున్నాయి.

ప్యూజో కథ

మన దాయాదులు చింపాంజీలు సామాన్యంగా కొన్ని డజన్లు కలిసి చిన్న చిన్న జట్లుగా నివసిస్తాయి. వాటి మధ్య మంచి స్నేహం ఉంటుంది. కలిసి వేటాడతాయి బబూన్ కోతులతోనూ, చిరుతపులులతోనూ, శత్రు చింపాంజీలతోనూ సమఉజ్జీలుగా పోరాడతాయి.

వాటి సామాజిక నిర్మాణంలో తరతమ భేదాలు ఉంటాయి. అందరిమీదా ఆధిపత్యం చెలాయించే చింపాంజీ దాదాపు ఎప్పుడూ మగదే అయి ఉంటుంది, దాన్ని 'ఆల్ఫా మేల్' (సమూహానికి పెద్దలాంటిది) అంటారు. దీనికి ఇతర మగకోతులూ, ఆడకోతులూ వంగి నమస్కరిస్తున్నట్లు అణిగిమణిగి ఉంటూ గురగురమని శబ్దాలు చేస్తాయి. ఒక రాజు ముందు వంగి దణ్ణాలు పెట్టే సామాన్య ప్రజలకీ, వీటికీ పెద్ద తేడా ఉండదు. ఆల్ఫా మేల్ తన జట్టులో సామాజికమైన సామరస్యం ఉండేట్టుగా చూస్తుంది. దానికోసం గట్టి ప్రయత్నాలు చేస్తుంది. రెండు చింపాంజీలు కొట్లాడుకుంటున్నప్పుడు అది కల్పించుకుని దాన్ని ఆపుతుంది. ఇక అన్నిటికన్నా రుచికరమైన ఆహారం మీద హక్కు చెలాయించటం లోనూ, తనకన్నా తక్కువ స్థాయి మగ కోతులు ఆడ కోతులతో సంగమించకుండా ఉండేట్టు చూడటంలోనూ అది ఎలాంటి దయాదాక్షిణ్యాలూ చూపించదు.

రెండు మగ కోతులు ఆల్ఫా స్థానం కోసం పోటీ చేసేటప్పుడు, సామాన్యంగా అవి జట్టులోని మగకోతులనీ, ఆడకోతులనీ తమని సమర్థించేందుకు ఎక్కువ సంఖ్యలో తమ పక్షాన చేర్చుకుంటాయి. ఇలా ఆ కోతుల మధ్య జరిగే కూటమి రోజువారీగా అవి ఎంత ఎక్కువ సన్నిహితంగా మెలుగుతాయన్న దానిమీద ఆధారపడి ఉంటుంది - అంటే ఒకదాన్నొకటి వాటేసుకోవటం, తాకటం, ముద్దాడటం, మాలీసు చెయ్యటం, సహాయం చెయ్యటం లాంటివి. మనుషుల్లో రాజకీయవేత్తలు ఎన్నికలప్పుడు ప్రచారం కోసం ఊరంతా తిరిగి, కరచాలనం చేస్తూ, పసిపిల్లలని ముద్దాడుతూ ఓట్లు అడిగినట్టే, చింపాంజీలలో కూడా నాయకుడి స్థానం కోసం పోటీ చేసేవి మిగిలిన చింపాంజీలని వాటేసుకుంటూ, వెన్ను చరుస్తూ, పిల్ల చింపాంజీలని ముద్దాడుతూ తిరుగుతాయి. ఈ పోటీలో గెలిచే ఆల్ఫా మేల్ సాధారణంగా కేవలం శారీరక బలం ఉండటం వల్ల గెలవదు, పెద్ద సంఖ్యలో మిగిలిన కోతులు దాన్ని సమర్థించి నిలబెడతాయి. ఇలాంటి కూటములు ఆల్ఫా స్థానాన్ని చేజిక్కించుకునేందుకు చేసే పోటీలోనే కాదు, దాదాపు రోజువారీగా చేసే పనులన్నిటిలోనూ ముఖ్యపాత్ర పోషిస్తాయి. ఒక కూటమికి చెందిన చింపాంజీలన్నీ ఎక్కువసేపు కలిసి గడుపుతాయి, ఆహారం పంచుకుంటాయి, సమస్యలు వచ్చినప్పుడు పరస్పరం సాయం చేసుకుంటాయి.

ఇలా ఏర్పాటు చేసుకునే సమూహాల పరిమాణానికి కొన్ని స్పష్టమైన పరిమితు లుంటాయి. సరిగా పనిచెయ్యాలంటే సమూహంలో ఉండే అన్నిటికీ సన్నిహిత సంబంధాలూ, మంచి పరిచయమూ ఉండాలి. ఎన్నడూ కలుసుకోని, కొట్లాడుకోని మాలీసు చేసుకోని రెండు చింపాంజీలు ఒకదాన్నొకటి నమ్మవచ్చో లేదో, సహాయం చేసుకోవటం ఉపయోగ కరమో కాదో, రెండిటిలోనూ దేని స్థానం హెచ్చో తెలుసుకోలేవు. సహజమైన పరిస్థితుల్లో ఒక సమూహంలో ఇరవై నుంచి యాభై దాకా చింపాంజీలు ఉంటాయి. ఆ సమూహంలో చింపాంజీల సంఖ్య పెరిగినకొద్దీ వాటిలో సామాజిక స్థాయి దెబ్బతింటుంది. చివరికి అవి విడిపోయి కొన్ని చింపాంజీలు విడి సమూహాన్ని ఏర్పాటు చేసుకుంటాయి. వందకన్నా ఎక్కువ చింపాంజీలున్న సమూహాలు జీవ శాస్త్రజ్ఞులకి చాలా తక్కువ కనిపించాయి. వేర్వేరు సమూహాలు అరుదుగా సహకరించుకుంటాయి. పైగా స్థానబలిమి కోసం

ఆహారం కోసం పోటీ పడతాయి. ఈ సమూహాల మధ్య చాలాకాలం కొనసాగిన పోరాటాలని పరిశోధకులు నమోదు చేశారు. ఒకసారి ఆ ఘోరు సంహారం దాకా వెళ్ళింది. ఒక సమూహంలోనివి తమ పొరుగున ఉన్న మరో సమూహంలోని చింపాంజీలను చాలా పెద్ద సంఖ్యలో హతమార్చి వదిలాయి.

ప్రాచీన మానవులలో కూడా ఇటువంటి ధోరణులు బహుశా ప్రబలి ఉండవచ్చు. అటువంటివారిలో ప్రాచీన హోమో సేపియన్లు కూడా ఉండవచ్చు. చింపాంజీలలోలాగే మానవుల్లో కూడా స్నేహాలూ, తరతమ భేదాలూ సహజంగానే ఉండి ఉంటాయి. వాళ్ళు కలిసి వేటాడేవారు, కలిసి పోరాడేవారు, అయినప్పటికీ చింపాంజీలకున్న సామాజికమైన సహజ స్వభావం మానవుల దగ్గరకొచ్చేసరికి చిన్న చిన్న సమూహాలు ఏర్పరచుకోవటంగా మారిపోయింది. సమూహం పెద్దదయిపోతే అది నిలదొక్కుకోలేక విడిపోయేది. సారవంతమైన ఒక లోయ 300 ప్రాచీనకాలపు సేపియన్లకు సరిపోయేంత ఆహారం అందించగలిగినా, అంతమంది అపరిచితులు కలిసి నివసించటం అనేది అసాధ్యమైంది. వాళ్ళ సమూహానికి ఎవరు నాయకత్వం వహించాలో, ఎవరు ఎక్కడ వేటాడాలో, ఎవరు ఎవరితో మైథున సంబంధం ఏర్పరచుకోవాలో అనే సమస్యలకి అందరూ ఏకాభిప్రాయం ఎలా ప్రకటించగలరు?

జ్ఞాన విప్లవం తరవాత పోచికోలు కబుర్లు చెప్పుకోవటం అనేది సేపియన్లు పెద్ద, స్థిరమైన సమూహాలుగా ఏర్పడేందుకు దోహదం చేసింది. కానీ ఉబుసుపోక కబుర్లకి కూడా కొంత పరిమితి ఉంది. ఉబుసుపోక కబుర్లు చెప్పుకోవటంవల్ల ఏర్పడిన అతిపెద్ద 'సహజమైన' సమూహంలో మహా ఉంటే 150 మంది ఉంటారని సామాజిక పరిశోధనలు తెలిపాయి. చాలామంది మనుషులు 150 కన్నా ఎక్కువ మందితో సన్నిహితంగా పరిచయం ఏర్పరచుకోలేరు, మనసారా కబుర్లు కూడా చెప్పుకోలేరు.

ఈనాటికీ మానవ సంఘాల అత్యధిక సంఖ్య తమాషాగా 150 దరిదాపుల్లోనే ఆగిపోతుంది. ఈ సంఖ్య కన్నా కింది స్థాయిలో సముదాయాలూ, వ్యాపారాలూ, సామాజిక సంస్థలూ, సైనిక దళాలూ ముఖ్యంగా సన్నిహిత పరిచయాలనీ, పుకార్లు పుట్టించటాన్నీ ఆధారం చేసుకునే మనగలుగుతాయి. క్రమపద్ధతిలో పని జరగాలంటే శ్రేణీ భేదాలు, పదవులూ, న్యాయవ్యవస్థకి సంబంధించిన పుస్తకాలూ అవసరం లేదు. ముప్ఫైమంది సైనికులున్న ఒక దళం గాని, వందమంది సైనికుల ఒక కంపెనీ గాని సన్నిహిత సంబంధాలని ఆధారం చేసుకుని చక్కగా పనిచెయ్యగలదు. వాళ్ళకి కాస్తంత క్రమశిక్షణ ఉంటే చాలు. అందరి గౌరవం సంపాదించుకున్న సార్జెంట్ "ఆ కంపెనీకి రాజు" అయి తనకన్నా పై అధికారుల మీద కూడా పెత్తనం చెలాయించ గలుగుతాడు. ఒక చిన్న కుటుంబం వ్యాపారంలోకి దిగి దాన్ని నడిపేందుకు బోర్డ్ ఆఫ్ డైరెక్టర్స్, సీఈఓ, అకౌంటెంట్ లాంటివారు లేకుండానే చక్కగా వృద్ధి చెందవచ్చు.

కానీ ఒకసారి 150 మంది అనే పరిమితి దాటితే, పనులు జరిగే తీరు మారిపోతుంది. ఒక సైనికదళాన్ని నిర్వహించినట్లు కొన్ని వేలమంది సైనికులున్న విభాగాన్ని నిర్వహించటం సాధ్యం కాదు. ఒక కుటుంబానికి పరిమితమైన వ్యాపారం

అదనంగా ఉద్యోగులని నియమించినప్పుడు సంకటస్థితిలో పడుతుంది. వాళ్ళు మళ్ళీ కొత్త ఉపాయాలు కనుక్కొనకపోతే ఆ వ్యాపారం పడుకుంటుంది.

హోమోసేపియన్లు ఈ అత్యధిక సంఖ్య పరిమితిని ఎలా దాటగలిగారు? కాలక్రమాన కొన్ని లక్షలమంది నివాసం ఏర్పరచుకునే నగరాలని స్థాపించి, వాళ్ళని పరిపాలించేందుకు సామ్రాజ్యాలని ఎలా నెలకొల్పగలిగారు? దీనికి కారణం బహుశా కల్పనాసాహిత్యం పుట్టుక కావచ్చు. చాలామంది అపరిచితులు ఒకే రకమైన కల్పిత కథలని నమ్మినట్టయితే పరస్పరం సహకరించుకుంటూ జీవించగలరు.

పెద్దెత్తున జరిగే మానవ సహకారం ఏదైనా, అది ఆధునిక రాష్ట్రమైనా, మధ్యయుగం నాటి చర్చి అయినా, ప్రాచీన నగరమో, అతిపురాతనమైన తెగో అయినా దాని మూలాలు అందరూ కలిసికట్టుగా ఊహించి నమ్మే కల్పిత కథల్లో ఉంటాయి. ఏనాడూ కలుసుకోని ఇద్దరు కేథలిక్‌లు కలిసి పని చెయ్యగలరు, మతయుద్ధాలు చెయ్యగలరు, ఆస్పత్రి నిర్మించేందుకు డబ్బు పోగు చెయ్యగలరు. ఎందుకంటే దేవుడు మనిషి రూపంలో అవతరించి మన పాపాలని ప్రక్షాళనం చేసేందుకు సిలువ మీద ప్రాణాలు విడిచాడని వాళ్ళిద్దరూ నమ్ముతారు. రాష్ట్రాల మూలాలు సమష్టిగా నమ్మే జాతీయ కల్పిత గాథల్లో ఉంటాయి. ఇద్దరు సెర్బియావాసులు ఎప్పుడూ ఒకర్నొకరు కలుసుకోకపోయినా సెర్బియా దేశాన్ని తమ మాతృదేశంగా భావించి, దానికోసం, ఆ దేశపు జెండా కోసం ప్రాణాలు సైతం ఇవ్వటానికి సిద్ధమౌతారు. న్యాయవ్యవస్థ మూలాలు చట్టానికి సంబంధించిన కల్పిత కథల్లో ఉంటాయి. ఒకరితో ఒకరికి పరిచయం లేని ఇద్దరు లాయర్లు తమకు బొత్తిగా పరిచయం లేని ఒక వ్యక్తికి శిక్ష తప్పించేందుకు కలిసి వాదిస్తారు. ఎందుకంటే వాళ్ళకి చట్టం మీదా, న్యాయం మీదా, మానవహక్కుల మీదా నమ్మకం ఉంది – ఇంకా తమకి ఫీజు రూపంలో డబ్బు అందుతుందన్న నమ్మకం కూడా ఉంటుంది.

కానీ మానవులు సృష్టించి ఒకరితో ఒకరు చెప్పుకునే ఈ కథల్లో తప్ప బైటెక్కడా ఇలాటివి ఉండవు. మనుషులు ఉమ్మడిగా చేసే ఊహల్లో తప్ప ఈ విశ్వంలో దేవుళ్ళు లేరు, దేశాలు లేవు, డబ్బు లేదు, మానవ హక్కులు లేవు, చట్టాలు లేవు, న్యాయం లేదు.

5. ప్యూజో సింహం

'ఆదిమ' సమాజంలోని మానవులు, దెయ్యాలూ భూతాలూ ఉన్నాయని నమ్మి, ప్రతి పౌర్ణమి రాత్రీ పెద్ద మంట రాజేసి దానిచుట్టూ నాట్యం చేస్తూ తమ సమాజాన్ని బీటలు వారకుండా పటిష్ఠం చేసుకోవటాన్ని జనం సులభంగా అర్థం చేసుకోగలరు. కానీ మన ఆధునిక సామాజిక సంస్థలు కూడా సరిగ్గా ఇదే ప్రాతిపదిక ఆధారంగా పనిచేస్తాయని మనం అర్థం చేసుకోం. ఉదాహరణకి వ్యాపారరంగాన్నే తీసుకోండి. నిజం చెప్పాలంటే ఆధునిక వ్యాపారవేత్తలూ, లాయర్లూ గొప్ప మాంత్రికులనే అనాలి. వాళ్ళకీ ఆటవిక తెగల్లో ఉండే భూతవైద్యులకీ ఒకటే తేడా. ఆధునిక కాలపు లాయర్లు ఇంకా విచిత్రమైన కట్టుకథలు చెపుతారు. ప్యూజో గురించిన కల్పిత గాథ మనం ఒక మంచి ఉదాహరణగా చెప్పుకోవచ్చు.

పారిస్ నుంచి సిడ్నీ దాకా కార్ల మీదా, ట్రక్కుల మీదా, మోటారు సైకిళ్ళ మీదా స్టాడెల్ నరసింహాన్ని పోలిన చిహ్నం కనిపిస్తుంది. ప్యూజో కంపెనీ వాహనాల బోనెట్ మీద అలంకారచిహ్నంగా దాన్ని పెడతారు. ప్యూజో అన్నిటి కన్నా ప్రాచీనమైన, అతిపెద్ద యూరప్ కంపెనీలలో ఒకటి. ప్యూజో మొదట్లో వేలంటైనీ అనే ఒక పల్లెలోని ఒక కుటుంబం ప్రారంభించిన చిన్న కంపెనీ. అది స్టాడెల్ గుహ నుంచి కేవలం 300 కిలోమీటర్ల దూరంలో ఉండేది. ఈనాడు ఆ కంపెనీలో ప్రపంచవ్యాప్తంగా 2,00,000 మంది పనిచేస్తున్నారు. వాళ్ళలో ఎక్కువమందికి ఒకరితో మరొకరికి పరిచయమే లేదు. ఈ అపరిచితులు ఎంత చక్కగా సహకరిస్తూ పనిచేస్తారంటే 2008లో ప్యూజో 15 లక్షలకు పైగా కార్లని ఉత్పత్తిచేసి 550 కోట్ల యూరోలు సంపాదించింది.

ప్యూజో ఎస్.ఏ. (అది ఆ కంపెనీ పేరు) ఇంకా ఉందని మనం ఎలా అనగలం? ప్యూజో పేరుతో ఎన్నో వాహనాలున్నాయి, కానీ అవి కంపెనీ కాదని తెలుస్తూనే ఉంది. ఈ లోకంలోని ప్యూజో వాహనాలన్నిటినీ ఒకేసారి పనికిరాని సామానుగా పారవేసి, పనికొచ్చే భాగాలని తుక్కు సామాన్లుగా అమ్మేసినా ప్యూజో ఎస్.ఏ. మాయమవదు. అది కొత్త కార్లని తయారుచేస్తూ ప్రతి యేటా రిపోర్ట్ దాఖలు చేస్తుంది. ఆ కంపెనీకి సొంత కార్ఖానాలున్నాయి. యంత్రాలున్నాయి, షోరూములున్నాయి. అది యంత్రాలతో పనిచేసే వారికీ, అకౌంటెంట్లకీ, సెక్రెటరీలకీ ఉద్యోగాలిస్తుంది, కానీ ఇవన్నీ కలిస్తే ప్యూజో అవదు. ఏదైనా విపత్తు సంభవిస్తే ప్యూజోలో పనిచేసే ప్రతిఒక్కరూ చనిపోవచ్చు, కార్ల తాలూకు విడిభాగాలని తయారుచేసి దానికి ఒక ఆకారం ఇచ్చేవాళ్ళూ, నిర్వహణ కార్యాలయాలూ ధ్వంసం కావచ్చు. అప్పుడు కూడా ఆ కంపెనీ డబ్బు అప్పు తీసుకుని, కొత్త ఉద్యోగులని నియమించి, కొత్త కార్ఖానాలు కట్టి, కొత్త యంత్రభాగాలని కొనగలదు. ప్యూజోలో కార్యనిర్వాహకులూ, కంపెనీలో షేర్లు ఉన్నవాళ్ళూ ఉన్నారు, కానీ వాళ్ళు కంపెనీని రూపొందించరు. కార్య నిర్వాహకులందరినీ తొలగించవచ్చు, అన్ని షేర్లూ అమ్మేయవచ్చు, అయినా కంపెనీకి ఎలాటి హానీ జరగదు.

అంటే ప్యూజో ఎస్.ఏ. దెబ్బతినే అవకాశమే లేదనీ, అది అజరామరంగా కొనసాగుతూనే ఉంటుందనీ అనటం లేదు. ఒకవేళ ఎవరైనా ఒక న్యాయమూర్తి ఆ

కంపెనీని రద్దుచెయ్యాలని తీర్పు వినిపిస్తే, కార్ఖానాలు ఉన్నచోటే ఉంటాయి, వాటిలో పనిచేసేవాళ్ళూ, అకౌంటెంట్‌లూ, కార్యనిర్వాహకులూ, షేర్లు ఉన్నవాళ్ళూ బతికే ఉంటారు, కానీ ప్యూజో ఎస్.ఏ. తక్షణం మాయమైపోతుంది. ఒక్క వాక్యంలో చెప్పాలంటే, ప్యూజో ఎస్.ఏకి ఈ భౌతిక ప్రపంచంతో ఎలాంటి ముఖ్యమైన సంబంధమూ ఉన్నట్టు కనబడదు. నిజంగా అది ఉనికిలో ఉందా?

ప్యూజో మనమందరం కలిసికట్టుగా ఊహించిన ఒక కట్టుకథ. లాయర్లు దీన్ని, "చట్ట సంబంధమైన కల్పన" అంటారు. దాన్ని ఇదీ అని చూపించటం సాధ్యం కాదు. అది భౌతికమైన వస్తువు కాదు, అయినా అది చట్టం పరిధిలోకే వస్తుంది. మీలాగా, నాలాగా అది పనిచేసే దేశం తాలూకు చట్టాలకి కట్టుబడి ఉంటుంది. ఆ కంపెనీ బ్యాంక్‌లో ఖాతా తెరిచి ఆస్తికి సొంతదారు కావచ్చు. అది పన్నులు చెల్లిస్తుంది, ఆ కంపెనీలో పనిచేసేవాళ్ళతో గాని, దాని యజమానులతో గాని సంబంధం లేకుండా దానిమీద దావా వేసి విచారణ జరిపించవచ్చు.

ప్యూజో 'పరిమితమైన జవాబుదారీ గల కంపెనీలు' అనే ఒక ప్రత్యేకమైన చట్టానికి సంబంధించిన కథల కోవకి చెందుతుంది. అలాంటి కంపెనీలని సృష్టించాలన్న ఆలోచన మానవ ఆవిష్కరణలలో ఎంతో సూక్ష్మబుద్ధితో చేసిన ఆవిష్కరణలలో ఒకటి. అటువంటివి లేకుండానే హోమో సేపియన్లు కొన్ని వేల సంవత్సరాలు బతికారు. నమోదైన చరిత్ర పుటలు తిరగేస్తే రక్త మాంసాలతో, రెండుకాళ్ళ మీద నిటారుగా నిలబడగలిగి, పెద్ద మెదళ్ళున్న మానవులే ఆస్తికి యజమానులు కాగలిగారని తెలుస్తుంది. పదమూడో శతాబ్దంలో ఫ్రాన్స్ జీన్ అనే వ్యక్తి భారీ వాహనాలు తయారుచేసే దుకాణం తెరిచాడంటే, అతనే సొంతంగా వ్యాపారం నిర్వహించేవాడు. అతను తయారుచేసిన వాహనం ఒకటి వారం రోజుల్లోనే చెడిపోతే, దాన్ని కొన్నవాడు వ్యక్తిగతంగా జీన్ మీద దావా వేసేవాడు. ఒకవేళ వ్యాపారం ప్రారంభించేందుకు జీన్ 1,000 బంగారు నాణేలు అప్పుచేసి, ఆ తరవాత ఆ వ్యాపారం దివాలా తీస్తే, అతను ఆ అప్పు తీర్చేందుకు తన ఆస్తిని, ఇంటినీ, ఆవునీ, భూమినీ అమ్ముకునే ఉంటాడు. బహుశా తన పిల్లలని కూడా బానిసలుగా అమ్మి ఎక్కడైనా పనిచేసేందుకు పంపించి ఉంటాడు. అప్పటికీ అప్పు తీర్చలేకపోతే అతన్ని జైల్లో పెట్టటమో, అప్పిచ్చినవాళ్ళ దగ్గర వెట్టిచాకిరీ చెయ్యటానికి పంపటమో జరిగేది. తన దుకాణానికి సంబంధించిన జవాబుదారీ పూర్తిగా అతనిదే.

ఆ రోజుల్లో మీరు బతికిఉంటే, సొంత వ్యాపారం ప్రారంభించే ముందు ఒకటికి రెండుసార్లు ఆలోచించి ఉండేవారు. ఇలాంటి న్యాయవ్యవస్థ ఎంతైనా వ్యాపారం చెయ్యాలన్న కోరికని మొగ్గలోనే తుంచివేస్తుంది. కొత్త వ్యాపారం మొదలుపెట్టి ఆర్థికంగా దెబ్బతినటానికి జనం భయపడేవారు. తమ కుటుంబాలని అనాథలుగా చేసి వీధిలో నిలబెట్టటం ఎవరికీ ఇష్టముండదు.

అందువల్లే జనం కలిసికట్టుగా అపరిమితమైన జవాబుదారీ ఉండే కంపెనీలని ఊహించటం ప్రారంభించారు. అలాంటి కంపెనీలని స్థాపించిన వాళ్ళకి గాని, వాటిలో డబ్బు మదుపుపెట్టినవాళ్ళకి గాని, వాటిని నిర్వహించే మేనేజర్లకి గాని వాటితో ఎటువంటి

సంబంధమూ ఉండదు. గత కొన్ని శతాబ్దాలుగా అటువంటి కంపెనీలు ఆర్థిక రంగంలో ప్రముఖ పాత్ర వహిస్తున్నాయి. మనం వాటికి ఎంతగా అలవాటు పడిపోయామంటే, అవి కేవలం మన ఊహల్లో మాత్రమే ఉంటున్నాయన్న విషయం మరిచిపోయాం. అమెరికాలో ఇలాంటి కంపెనీలని "కార్పొరేషన్లు" అంటారు. అది చాలా విచిత్రమైన పేరు, ఎందుకంటే ఆ పదం 'కార్పస్' అనే లాటిన్ భాషకి చెందినది. దానికి 'శరీరం' అని అర్థం. కార్పొరేషన్స్‌కి లేనిదే అది. వాటికి శరీరాలనేవి లేకపోయినప్పటికీ, అమెరికా న్యాయవ్యవస్థ వాటితో చట్టపరమైన రక్తమాంసాలున్న వ్యక్తులతోలాగే వ్యవహరిస్తుంది.

1896లో ఫ్రెంచ్ న్యాయవ్యవస్థ కూడా అలాగే వ్యవహరించేది. ఆర్మండ్ ప్యూజోకి తన తలిదండ్రుల దగ్గర్నించి స్ప్రింగులు, రంపాలు, సైకిళ్ళు తయారుచేసే ఒక దుకాణం వారసత్వంగా దక్కింది. అతను కార్ల వ్యాపారంలో ప్రవేశించాలని నిర్ణయించుకున్నాడు. దానికోసం అతను ఒక పరిమిత జవాబుదారీ కంపెనీని స్థాపించాడు. ఆ కంపెనీకి తన పేరే పెట్టుకున్నాడు, కానీ దానికి అతనితో సంబంధం లేకుండా చూసుకున్నాడు. కారు కొన్న వ్యక్తి ఆ కారు చెడిపోతే ప్యూజో కంపెనీ మీద దావా వేస్తాడే తప్ప అతనిమీద వెయ్యడు. కంపెనీ లక్షల ఫ్రాంక్‌లు అప్పు తీసుకుని, ఆ తరవాత దివాలా తీస్తే ఆర్మండ్ అప్పులవాళ్ళకి ఒక్క ఫ్రాంక్ కూడా చెల్లించనక్కర్లేదు. ఎందుకంటే వాళ్ళు అప్పిచ్చింది హోమోసేపియన్ ఆర్మండ్‌కి కాదు, ప్యూజో కంపెనీకి. 1915లో ఆర్మండ్ కన్నుమూశాడు. ప్యూజో అనే కంపెనీ ఇంకా చక్కగా బతికే ఉంది.

ప్యూజో కంపెనీని మనిషిజాతికి చెందిన ఆర్మండ్ ప్యూజో ఎలా సృష్టించాడు? చరిత్ర క్రమంలో మతాచార్యులూ, మంత్రగాళ్ళూ దేవుణ్ణి, దెయ్యాన్నీ సృష్టించినట్టే ఇతనూ సృష్టించాడు – కొన్నివేలమంది ఫ్రెంచ్ మతాచార్యులు తమ చర్చిల పరిధిలో ఇంకా ప్రతి ఆదివారమూ ఏసుక్రీస్తును సృష్టిస్తూ ఉన్నట్లు. అదంతా కథలు చెప్పటం చుట్టూ తిరుగుతూ జనాన్ని నమ్మించటమే లక్ష్యంగా ఉండేది. ఫ్రెంచి మతాచార్యులు ముఖ్యంగా చెప్పిన కథలు క్రీస్తు జీవితానికి, మరణానికీ సంబంధించినవి. ఆ కథలు కాథలిక్ చర్చిల్లో వినిపించేవారు. ఈ కథలో వాళ్ళు చెప్పేదేమంటే, ఒక కాథలిక మతాచార్యుడు పవిత్రమైన దుస్తులు ధరించి సరైన మాటలు, సరైన సమయంలో గంభీరంగా పలికినట్టయితే – మామూలు రొట్టే, ద్రాక్ష సారా దేవుడి రక్తమాంసాలుగా మారిపోతాయి. అప్పుడా మతాచార్యుడు, 'ఇది నా శరీరం' అని లాటిన్ భాషలో కేకపెడతాడు! అంతా మోసం! ఆ బ్రెడ్డు క్రీస్తు మాంసంగా మారిపోతుంది! మతాచార్యుడు అన్నీ సవ్యంగా, శ్రద్ధగా చెయ్యటం చూసిన కొన్ని లక్షలమంది కాథలిక్ భక్తులు నిజంగానే ఆ పవిత్రమైన బ్రెడ్డులోనూ, వైనులోనూ దేవుడున్నాడని నమ్ముతారు.

ప్యూజో ఎస్.ఏ. విషయానికొస్తే అసలు కథ – ఫ్రెంచ్ పార్లమెంట్ రాసిన ఫ్రెంచ్ చట్టపరమైన కోడ్. ఫ్రెంచ్ శాసనసభ్యుల దృష్టిలో ప్రాక్టీస్ చేస్తున్న ఒక లాయర్ ధర్మసూత్రా లన్నిటినీ పద్ధతి ప్రకారం ఆచరించి, అందంగా అలంకరించిన కాయితం మీద మంత్ర తంత్రాలన్నీ రాసి, ఆ పత్రంలో చివర్న తన అందమైన సంతకం పెట్టి ఆ తరవాత మోసం గీసం చేస్తే – ఒక కొత్త కంపెనీ రూపొందుతుంది. 1896లో ఆర్మండ్ ప్యూజో కొత్త కంపెనీ

పెట్టాలనుకున్నప్పుడు, అతను ఈ పవిత్రమైన పనులన్నీ ఒక లాయర్‌కి అప్పజెప్పాడు. లాయర్ ఒకసారి అవసరమైన ధర్మసూత్రాలన్నిటినీ క్రమపద్ధతిలో ఆచరించి మంత్ర తంత్రాలన్నీ ఉచ్చరించాక ఫ్రెంచ్ పౌరులు నిజంగానే ప్యూజో కంపెనీ అనేది ఉన్నట్టు ప్రవర్తించసాగారు.

ఆకట్టుకునేట్టు కథలు చెప్పటం అంత సులభం కాదు. అసలు కష్టం కథ చెప్పటంలో కాదు, దాన్ని అవతలివాళ్ళు నమ్మేట్టు చెప్పటంలోనే ఉంది. చాలామటుకు చరిత్ర ఒకే ప్రశ్న చుట్టూ తిరుగుతూ ఉంటుంది: దేవుళ్ళ గురించీ, దేశాల గురించీ, పరిమిత జవాబుదారీ కంపెనీల గురించీ ఎవరైనా కొన్ని లక్షలమందిని ఎలా నమ్మించగలరు? అయినా, అలాటి ప్రయత్నం ఫలించినప్పుడు అది సేపియన్లకి అపారమైన శక్తినిస్తుంది. లక్షలమంది అపరిచితులు కలిసికట్టుగా ఒకే లక్ష్యాన్ని సాధించేందుకు పనిచెయ్యటం సాధ్యమౌతుంది. మనం కేవలం వాస్తవంగా కనిపించే నదుల గురించీ, చెట్ల గురించీ, సింహాల గురించీ మాట్లాడగలిగి ఉంటే, రాష్ట్రాలనీ, చర్చిలనీ, న్యాయవ్యవస్థనీ నిర్మించటం ఎంత కష్టమై ఉండేదో ఒకసారి ఊహించండి.

ఎన్నో సంవత్సరాలుగా మనుషులు చాలా సంక్లిష్టమైన కథలని అల్లుతూ వచ్చారు. ఈ అల్లికలో ప్యూజోలాంటి కల్పనలు ఉండటమే కాదు, అవి అపారమైన శక్తిని కూడా సంతరించుకుంటాయి. ఇలాంటి కథల అల్లికలని విద్యారంగంలో 'కల్పనాసాహిత్యం' అనీ, 'సామాజిక నిర్మాణాలు' అనీ, లేదా 'ఊహించిన వాస్తవాలు' అనీ అంటారు. ఊహించిన వాస్తవాలు అబద్ధాలు కావు. నది దగ్గర సింహం లేనే లేదని కచ్చితంగా తెలిసి కూడా ఉందని చెపితే అది అబద్ధం. అలాటి అబద్ధాలు అంత చెప్పుకోదగ్గవేమీ కావు. పచ్చ కోతులూ, చింపాంజీలూ కూడా అబద్ధాలాడగలవు. చుట్టుపక్కల ఎక్కడా సింహం లేకపోయినా ఒక ఆకుపచ్చ కోతి "జాగ్రత్త, సింహం!" అనటం ఒకసారి గమనించారు. అప్పుడే ఒక అరటిపండుని దొరకబుచ్చుకున్న మరో కోతి ఈ కేక విని భయంతో, పండును జారవిడిచి, పారిపోయింది. మన అబద్ధాలకోరు కోతి చక్కగా ఆ అరటిపండుని తీసుకుని తినేసింది.

అబద్ధంలాగ కాకుండా ఊహించిన వాస్తవం అందరూ నమ్మేట్టు ఉంటుంది. అందరూ కలిసికట్టుగా దాన్ని నమ్మినంతకాలం అది ఈ లోకంలో చెలామణీ అవుతూనే ఉంటుంది. స్టాడెల్ గుహలోని మానవుడు నిజంగానే నరసింహం శిల్పాన్ని తన కులదైవంగా భావించి ఉండవచ్చు. కొందరు మంత్రగాళ్ళు, మోసగాళ్ళు కావచ్చు, కానీ ఎక్కువమంది నిజాయితీగా దేవుళ్ళనీ, దెయ్యాలనీ నమ్ముతారు. ఎక్కువమంది లక్షాధికారులు డబ్బునీ, పరిమిత జవాబుదారీ కంపెనీలనీ నమ్ముతారు. మానవహక్కుల కోసం పోరాడే వారిలో అధికసంఖ్యాకులు మానవహక్కులనేవి నిజంగా ఉన్నాయనే నమ్ముతారు. 2011లో ఐక్యరాజ్యసమితి లిబియా ప్రభుత్వం మానవహక్కులని గౌరవించాలని అన్నప్పుడు, ఐక్యరాజ్యసమితీ, లిబియా, మానవహక్కులూ అన్నీ మన గొప్ప ఊహాశక్తిలోనుంచి పుట్టినవే అయినప్పటికీ, ఎవరూ అబద్ధం చెప్పారని అనలేము.

జ్ఞాన విప్లవం కాలం నుంచీ సేపియన్లు ఒక విధంగా చెప్పాలంటే ద్వంద్వ వాస్తవంలో బతుకుతూ వచ్చారు. ఒకపక్క కళ్ళకి కనిపించే నదులూ, చెట్లూ, సింహాలూ లాంటి వాస్తవాలు ఉంటే, మరోపక్క దేవుళ్ళూ, దేశాలూ, కార్పొరేషన్లూ లాంటి ఊహించిన వాస్తవాలున్నాయి. కాలం గడిచే కొద్దీ ఈ ఊహించిన వాస్తవాలు ఎక్కువ బలం పుంజుకున్నాయి. తత్ఫలితంగా ఈనాడు నదులూ, చెట్లూ, సింహాలూ లాంటి వాస్తవాల జీవితాలు - ఊహించిన వాస్తవాలైన దేవుళ్ళూ, దేశాలూ, కార్పొరేషన్లూ లాంటి వాటి దయాదాక్షిణ్యాలమీద ఆధారపడుతున్నాయి.

జన్యువు దారిమళ్ళించటం

కాల్పనిక వాస్తవాన్ని సృష్టించే సామర్థ్యం ఎక్కువమంది అపరిచితులు కలుసుకొని చక్కగా సహకరించుకునేలా చేసింది. కానీ అంతకన్నా ఎక్కువగా అది మరో పనిచేసింది. పెద్ద సంఖ్యలో జనం సహకరించడం అవాస్తవిక ఊహాగానాల మీద ఆధారపడి వుండటం మూలాన, ఆ ఊహాగానాలని మార్చి జనం సహకరించే పద్ధతిని కూడా మార్చవచ్చు, అంటే విభిన్నమైన కథలు చెప్పటం అన్నమాట. అనుకూల పరిస్థితుల్లో ఊహాగానాలు త్వరత్వరగా మారిపోతాయి. 1789లో ఫ్రెంచ్ ప్రజానీకం ఒక్క రాత్రిలో రాజులకుండే దివ్యశక్తులని నమ్మటం మానేసి ప్రజారాజ్యాన్ని నమ్మటం ప్రారంభించారు. తత్ఫలితంగా, జ్ఞాన విప్లవం ప్రారంభమైనప్పటి నుంచీ, హోమో సేపియన్లు మారే అవసరాలకి తగినట్టు ప్రవర్తనలో వేగవంతమైన మార్పులు చేసుకో గలిగారు. దీనివల్ల సాంస్కృతిక పరిణామక్రమానికి కొత్తదారి తెరుచుకుంది. అది జన్యువు పరిణామక్రమంలోని వాహనాల రద్దీని తప్పించుకుని దాన్ని వేరే దారికి మళ్ళించింది. ఈ దారిలో వేగంగా ముందుకి సాగుతూ వెళ్ళిన సేపియన్ మానవజాతి సహకరించటంలో, ఇతర మానవ జాతులనీ, ప్రాణికోటినీ అధిగమించింది.

మిగిలిన సామాజిక ప్రాణుల ప్రవర్తనని చాలావరకూ వాటి జన్యువులే నిర్ణయిస్తాయి. డీఎన్ఏ నియంత కాదు. జంతువుల ప్రవర్తన మీద పర్యావరణం, వ్యక్తిగతమైన వింత పద్ధతులూ ప్రభావం చూపుతాయి. అయినప్పటికీ పర్యావరణాన్ని బట్టి ఒక జాతికి చెందిన జంతువులన్నీ ఒకే రకంగా ప్రవర్తిస్తాయి. సామాన్యంగా జన్యు సంబంధమైన మార్పులు జరిగితే తప్ప వాటి సామాజిక ప్రవర్తనలో చెప్పుకోదగ్గ మార్పులేవీ జరగవు. ఉదాహరణకి మామూలుగా చింపాంజీలు తరతమ భేదాలున్న సమూహాల్లో నివసిస్తాయి. వాటికి ఆల్ఫా మేల్ నాయకత్వం వహిస్తుంది. వీటికి దగ్గర బంధుత్వం ఉన్న బొనొబో జాతి చింపాంజీల సమూహాల్లో సమానత్వం ఉంటుంది. వీటిమీద ఆడ చింపాంజీలు ఆధిపత్యం చేస్తాయి. మామూలు చింపాంజీలలో అడవి బొనొబో బంధువులనుంచి పాఠాలు నేర్చుకోవటానికి ఇష్టపడవు, పైగా స్త్రీవాద ఉద్యమం లేవదీస్తాయి. మగ చింపాంజీలు రాజ్యాంగసభలో సమావేశమై అల్ఫా మేల్ని తొలగించి ఇకనుంచీ మనమందరమూ సమానత్వం పాటిస్తూ బతకాలి అని ప్రకటించలేవు. చింపాంజీల డీఎన్ఏలో ఏదైనా నాటకీయమైన మార్పు జరిగితేనే ఇలాంటిది సాధ్యమౌతుంది.

6. అలా ఉండేందుకు తగిన జన్యు సంబంధమైన కారణం గాని, పర్యావరణానికి సంబంధించిన కారణం గాని లేకపోయినప్పటికీ, కాథలిక్ ఆల్ఫా మేల్ మైథునానికీ, పిల్లల సంరక్షణకీ దూరంగా ఉంటాడు.

ఇటువంటి కారణాలవల్లే ప్రాచీన మానవులు ఎటువంటి విప్లవాలనీ ప్రారంభించ లేదు. మనకి తెలిసినంతవరకూ జన్యుసంబంధమైన మార్పులూ, పర్యావరణానికి సంబంధించిన ఒత్తిళ్ళవల్లే సామాజిక నమూనాలలో మార్పులూ, కొత్త సాంకేతిక విజ్ఞానమూ, పరిచయం లేని కొత్త ప్రాంతాలకి వెళ్ళి స్థిరపడటమూ సంభవించాయే తప్ప సాంస్కృతికంగా కొత్త ఒరవడులు ప్రారంభించటంవల్ల కాదు. అందుకే ఈ రకంగా ముందుకి వెళ్ళేందుకు మానవులకి కొన్ని లక్షల సంవత్సరాలు పట్టింది. 20 లక్షల సంవత్సరాలకు పూర్వం హోమో ఎరెక్టస్ అనే మానవజాతి రూపొందటానికి జన్యుమార్పులు సంభవించాయి. దాని ఆవిర్భావంతోబాటే కొత్త రాతి పనిముట్లు తయారుచేసే సాంకేతిక పరిజ్ఞానం కూడా ఆ మానవజాతికి అబ్బింది. ఈనాడు ఆ మానవ జాతిని నిర్వచించేందుకు ఆ రాతిపనిముట్లే నిదర్శనంగా చూపిస్తున్నారు. హోమో ఎరెక్టస్ మళ్ళీ ఎటువంటి జన్యుమార్పులకీ గురి కానంత కాలం, ఆ జాతి రాతి పనిముట్లు అదే రకంగా ఉండిపోయాయి – అంటే దాదాపు 20 లక్షల సంవత్సరాలపాటు!

దీనికి విరుద్ధంగా జ్ఞాన విప్లవం జరిగినప్పటినుంచీ సేపియన్లు తమ ప్రవర్తనని త్వరగా మార్చుకోగలుగుతూ వస్తున్నారు. ఎటువంటి జన్యుమార్పు గాని, పర్యావరణ సంబంధమైన మార్పు గాని అవసరం లేకుండానే ఆ ప్రవర్తనని రాబోయే తరాలకి

అందించగలుగుతున్నారు. దీనికి ముఖ్యమైన ఉదాహరణగా ఉన్నతవర్గాల్లో పిల్లలు లేకపోవటం – కాథలిక్ అర్చకత్వం, బౌద్ధ సన్యాసుల వ్యవస్థ, చైనీయుల కొజ్జా ఉద్యోగి స్వామ్యం లాంటివి చూపించవచ్చు. సమాజంలో ఆధిపత్యం చెలాయించేవాళ్ళే సంతానం వద్దనుకుంటే, వారి ఉనికే సహజమైన ప్రాకృతిక ఎన్నిక (నేచురల్ సెలెక్షన్) అనే ప్రాథమిక సూత్రానికి విరుద్ధమైనది అనుకోవాలి. అయితే మరోపక్క చింపాంజీలలో ఆల్ఫా మేల్ కోతులు తమ ఆధిపత్యాన్ని వీలైనన్ని ఆడకోతులతో లైంగికంగా కలిసేందుకు ఉపయోగించు కుంటాయి. తత్ఫలితంగా పెద్ద సంఖ్యలో సంతానాన్ని కంటాయి. కాథలిక్ ఆల్ఫా మేల్ పూర్తి బ్రహ్మచర్యాన్ని పాటిస్తూ పిల్లలని కని పెంచే బాధ్యతనుంచి తప్పించుకుంటాడు. తీవ్రమైన ఆహార కొరత, లేదా మైథునానికి జత దొరకకపోవటం లాంటి అసాధారణమైన పర్యావరణ పరిస్థితులవల్ల ఇలా జరగదు. విచిత్రమైన జన్యుమార్పువల్ల కూడా ఇలాంటి పరిస్థితి ఏర్పడదు. కాథలిక్ చర్చ్ కొన్ని శతాబ్దాలుగా కొనసాగుతూ ఉందంటే దానికి కారణం – ఒక పోప్ నుంచి మరో పోప్‌కి 'బ్రహ్మచర్య జన్యువు' అందుతూ ఉండటంవల్ల కాదు – న్యూ టెస్టమెంట్‌లోని కథలనూ, కాథలిక్ హక్కు చట్టం గురించిన వివరాలనూ అందిస్తూ ఉండటం!

మరో రకంగా చెప్పాలంటే, ప్రాచీన మానవుల ప్రవర్తనా తీరుల్లో కొన్ని లక్షల సంవత్సరాల వరకూ ఏ మార్పూ జరగకపోయినా, సేపియన్లు తమ సమాజ నిర్మాణాన్నీ, పరస్పరం తమ జాతివారితో ఉన్న సంబంధాలనీ, ఆర్థికమైన కార్యకలాపాలనీ, ఇంకా బోలెడన్ని రకాల ప్రవర్తనా పద్ధతులనీ ఒకటి రెండు దశాబ్దాలలో మార్చుకోగలిగారు. ఉదాహరణకి బెర్లిన్‌లో 1900లో పుట్టిన ఒకామె వందేళ్ళు బతికుందని ఊహించండి. ఆమె బాల్యజీవితం రెండవ విల్హెమ్ పరిపాలించిన హోహెన్జొలెర్న్ సామ్రాజ్యంలో గడిచింది; వయసులోకొచ్చాక వైమార్ రిపబ్లిక్‌లో జీవితం గడిపింది – అది నాజీల పరిపాలనలో ఉండి ఆ తరవాత కమ్యూనిస్ట్ తూర్పు జర్మనీగా రూపొందింది. ఆమె చనిపోయేవేళకి అది రెండు జర్మనీలూ ఒకటిగా కలిసి పోయిన ప్రజాతంత్ర దేశం. ఆమె డీఎన్ఏలో ఏ మార్పూ లేకపోయినప్పటికీ, ఆమె అయిదు రకాల సామాజిక రాజకీయ వ్యవస్థలని తన జీవితంలో చూడగలిగింది.

సేపియన్లు సాఫల్యం సాధించటం వెనక ఉన్న రహస్యం ఇదే. ఒక నియాండర్తాల్‌కీ ఒక సేపియన్‌కీ జరిగిన ద్వంద్వ పోరాటంలో బహుశా నియాండర్తాల్ గెలిచి ఉండేవాడు. కానీ కొన్ని వందలమంది మధ్య జరిగే సంఘర్షణలో నియాండర్తాల్ గెలిచే ప్రశ్నే లేదు. సింహాలు ఎక్కడున్నాయో చెప్పటం నియాండర్తాల్‌లకి సాధ్యమయేదేమో కాని, బహుశా తెగలు సృష్టించిన భూతాల గురించి కథలు చెప్పటం, వాటిలో మార్పులూ, చేర్పులూ చెయ్యటం వాళ్ళకి చేతనయేది కాదేమో. కల్పనలను సృష్టించే సామర్థ్యం వాళ్ళకి లేదు కాబట్టి పెద్ద సంఖ్యలో సహకరించటం నియాండర్తాల్ మానవులకి సాధ్యం కాలేదు. అదే విధంగా వేగంగా మారుతున్న పరిస్థితుల సవాళ్ళని ఎదుర్కొనేందుకు తమ ప్రవర్తనలో అవసరమైన మార్పులు చేసుకోవటం కూడా వాళ్ళకి చేతకాలేదు.

వాళ్ళు ఎలా ఆలోచించేవాళ్ళో తెలుసుకునేందుకు మనం నియాండర్తాల్‌ల మనసులోకి దూరి చూడలేం, అయినా తమ పోటీదార్లు సేపియన్లతో పోలిస్తే వాళ్ళ పరిజ్ఞానం ఎంత పరిమితమైనదో తెలిపే అప్రత్యక్ష సాక్ష్యాలు మన దగ్గర ఉన్నాయి. యూరప్ ముఖ్య భూభాగంలో 30,000 సంవత్సరాల కిందటి సేపియన్ స్థావరాలలో జరిగే తవ్వకాలని పర్యవేక్షించే పురాతత్వ శాస్త్రజ్ఞులకి అప్పుడప్పుడూ అక్కడ మధ్యధరా సముద్ర తీరం, అట్లాంటిక్ సముద్ర తీరంలోని గవ్వలు దొరుకుతూ ఉండేవి. ఈ గవ్వలు ఇంతదూరంలో ఉన్న భూభాగానికి వచ్చాయంటే అది సేపియన్ సమూహాల మధ్య జరిగిన వర్తక వ్యాపారాలవల్లే అయిఉండాలి. నియాండర్తాల్ స్థావరాలలో ఇలాంటి వ్యాపారాలు జరిగిన దాఖలాలేవీ లేవు. ప్రతి సమూహమూ స్థానికంగా దొరికే పదార్థాలతోనే తమ పనిముట్లు తయారు చేసుకునేది.

దక్షిణ పసిఫిక్ ప్రాంతంలో మరో ఉదాహరణ కనిపించింది. న్యూ గినీకి ఉత్తరాన ఉన్న న్యూ ఐర్‌లాండ్ దీవిలో నివసించిన సేపియన్ సమూహాలు అగ్నిపర్వతం నుంచి వెలువడిన అబ్సిడియన్ అనే గాజు పదార్థంతో చాలా దృఢంగా ఉండే పదునైన పనిముట్లు తయారుచేశారు. కానీ న్యూ ఐర్‌లాండ్‌లో సహజంగా ఆ పదార్థం నిక్షేపాలు లేవు. దాన్ని వాళ్ళు 400 కిలోమీటర్ల దూరంలో ఉన్న న్యూ బ్రిటన్ నుంచి అక్కడికి తీసుకువచ్చారని ప్రయోగశాలల్లో చేసిన పరీక్షల ద్వారా తెలిసింది. ఈ దీవుల్లో నివసించిన కొందరు మంచి నావికులై ఉండాలి. వాళ్ళు ఒక దీవి నుంచి మరో దీవికి ఎంతో దూరం ప్రయాణం చేసి వర్తకం చేసి ఉండాలి.

వాణిజ్యం అనేది కల్పన ఆధారం లేని చాలా ఆచరణసాధ్యమయిన పనిలా అనిపిస్తుంది. అయినా సేపియన్లు తప్ప మరే జంతువూ వాణిజ్య వ్యాపారాలు చెయ్యలేదన్నది వాస్తవం. సేపియన్లు చేసిన వ్యాపారాలన్నిటి గురించీ మన దగ్గరున్న రుజువులబట్టి అవి కల్పన ఆధారంగానే జరిగాయని తెలుస్తోంది. నమ్మకం లేనిదే వ్యాపారం లేదు, ఇక అపరిచితులని నమ్మటం చాలా కష్టం. ప్రపంచవ్యాప్తంగా జరిగే నేటి వర్తక వ్యాపారాలు మనం నమ్మే డాలర్, ఫెడరల్ రిజర్వ్ బ్యాంక్, కార్పొరేషన్ల లాంటి కల్పిత వ్యాపార చిహ్నాల మీద ఆధారపడే నడుస్తున్నాయి. గిరిజనులలో ఇద్దరు అపరిచితులు ఒకరితో ఒకరు వ్యాపారం చెయ్యాలనుకుంటే, ఇద్దరూ నమ్మే ఒక దేవుణ్ణో, కథల్లోని ఏ పూర్వీకుణ్ణో, తమ జాతి చిహ్నమైన జంతువునో సాక్షిగా అనుకుని పని మొదలుపెడతారు.

ప్రాచీనకాలపు సేపియన్లు ఇటువంటి కట్టుకథలని నమ్మి గవ్వలూ, అబ్సిడియన్ గాజూ వ్యాపార సరుకుగా వాడుకున్నారంటే, వాళ్ళు సమాచారాన్ని కూడా వ్యాపార వస్తువుగా ఉపయోగించి నియాండర్తాల్‌లూ, ఇతర మానవ జాతులూ చెయ్యలేని పని, జ్ఞానాన్ని విస్తృతం చెయ్యటం లాంటిది చేసి ఉంటారనుకోవటం సబబే.

వేటాడే పద్ధతులు కూడా ఈ తేడాలని స్పష్టంగా తెలియజేస్తాయి. నియాండర్తాల్ మానవుడు సామాన్యంగా ఒంటరిగానో, చిన్న చిన్న సమూహాలుగానో వేటాడేవాడు. కానీ సేపియన్లు ఎక్కువమంది సహకరిస్తూ పనిచెయ్యటానికి తగిన నైపుణ్యాన్ని అభివృద్ధి చేసుకున్నారు. ఒక్కోసారి ఆ సహకారం వేర్వేరు సమూహాల మధ్య కూడా ఉండేది. ఒక

జంతువుల మందని అన్నివైపులనుంచీ చుట్టుముట్టటం మంచి ఫలితాన్నిచ్చే ఒక ఉపాయం. అడవి గుర్రాలనే ఉదాహరణగా తీసుకుంటే, వాటిని ఒక ఇరుకైన కనుమలోకి తరిమి అక్కడ వాటిని హతమార్చటం చాలా తేలిక. అంతా అనుకున్న ప్రకారం జరిగితే ఆ సమూహాలకి టన్నులకొద్దీ మాంసం, కొవ్వు, చర్మం దొరికేది. అంతా ఒక్క మధ్యాహ్నం వేళలో, సామూహిక ప్రయత్నం వల్ల సాధ్యమయేది. ఇక దొరికిన ఆ విలువైన నిధిని ఒక పెద్ద విందు భోజనంలో, తిన్నది తినగా మిగిలింది పారవేసి ఖర్చు చేసి ఉండవచ్చు, లేదా మాంసాన్ని పొగలో కాల్చో, వరుగులుగా ఎండబెట్టో, లేదా ఆర్కిటిక్ లాంటి చలి ప్రదేశాలలో గడ్డకట్టించో దాచిపెట్టుకుని తరవాత ఉపయోగించుకుని ఉండవచ్చు. ఇలా ప్రతి యేటా జంతువుల మందలని పూర్తిగా హతమార్చిన గుర్తులు పురాతత్వవేత్తలకి కొన్ని ప్రాంతాల్లో కనిపించాయి. కొన్నిచోట్ల జంతువులు పారిపోకుండా పట్టుకుని వాటిని చంపి వేసేందుకు కంచెలూ, కృత్రిమమైన అడ్డంకులూ ఏర్పరిచిన గుర్తులు కూడా కనిపించాయి.

ఎంతోకాలంగా తాము ఉపయోగించుకుంటున్న వేట స్థలాలని సేపియన్లు స్వాధీనం చేసుకుని వాటిని కబేళాలుగా తయారుచెయ్యటం నియాండర్తాల్ మానవులకి నచ్చి ఉండదనే మనం అనుకోవాలి. అయినప్పటికీ ఆ రెండు జాతులకీ భయంకరమైన పోరాటం జరిగి ఉంటే నియాండర్తాల్ మానవులకి అడవి గుర్రాలకన్నా ఎక్కువ నేర్పు ఉండేది కాదు. తమ ప్రాచీన పద్ధతులని అనుసరించి పోరాడే యాభైమంది నియాండర్తాల్‌లు ఒకరితో ఒకరు ఎంత సహకరించినప్పటికీ 500 మంది బహుముఖ ప్రజ్ఞావంతులైన తెలివైన సేపియన్ల ముందు నిలవలేకపోయి ఉంటారు. ఒకవేళ మొదటి ప్రయత్నంలో సేపియన్లు ఓడిపోయినా, వాళ్ళు రెండోసారి గెలిచేందుకు కొత్త యుక్తులు సృష్టించి ఉండేవారు.

జ్ఞాన విప్లవంలో ఏం జరిగింది?

కొత్త సామర్థ్యం	విస్తృతమైన పర్యవసానాలు
హోమో సేపియన్లకి తమ చుట్టూ ఉన్న ప్రపంచాన్ని గురించి క్లిష్టమైన పనులని ప్రణాళికాబద్ధంగా చెయ్యటం.	ఉదాహరణకి, ఎక్కువ సమాచారాన్ని అందించే సామర్థ్యం. సింహాలని తప్పించు కుంటూ దున్నలని వేటాడటం.
సేపియన్ల సామాజిక సంబంధాల గురించి 150 మంది దాకా ఉండే పెద్ద సమూహాలు కలిసికట్టుగా పని చెయ్యటం.	ఎక్కువ సమాచారాన్ని అందించే సామర్థ్యం.
అసలు అస్తిత్వమే లేనివాటి గురించి సమాచారం అందించే సామర్థ్యం.	అ. పెద్ద సంఖ్యలో అపరిచితుల మధ్య సహకార భావన. ఉదాహరణకి గిరిజనుల భూతప్రేతాలూ, దేశాలూ, పరిమిత జవాబుదారీ. ఆ. సామాజిక ప్రవర్తనలో వేగవంతమైన కొత్త ప్రయోగాలు. కంపెనీలు, మానవ హక్కులూ.

చరిత్ర, జీవశాస్త్రము

సేపియన్లు ఆవిష్కరించిన అనేక రకాల ఊహాజనిత వాస్తవాలనీ, వాటి ఫలితంగా చోటుచేసుకున్న రకరకాల ప్రవర్తనారీతులనీ మనం 'సంస్కృతులు' అని అంటున్నాం. ఒకసారి సంస్కృతులు అనేవి ఏర్పడ్డాక అవి నిరంతరం మారుతూ, పరిణామం చెందుతూనే ఉన్నాయి. ఇలా ఆపలేని మార్పులనే మనం 'చరిత్ర' అంటున్నాం.

జ్ఞాన విప్లవం అనే బిందువు దగ్గర చరిత్ర జీవశాస్త్రం నుంచి విడిపోయి స్వాతంత్ర్యం ప్రకటించింది. ఆ విప్లవం చోటుచేసుకునేవరకూ అన్ని మానవ జాతుల కార్యకలాపాలూ జీవశాస్త్రం పరిధిలోనే సాగాయి. లేదా మీరు కావా లంటే దాన్ని చరిత్రకు పూర్వం అనవచ్చు. (నాకు ఆ పదం ఉపయోగించాలని ఉండదు, 'చరిత్రకు పూర్వం' అనే పదం జ్ఞాన విప్లవానికి ముందు కూడా మానవులు విడి వర్గంగా ఉండేవారన్న అర్థాన్ని సూచిస్తుంది). జ్ఞాన విప్లవం వచ్చినప్పట్నుంచీ జీవశాస్త్ర సిద్ధాంతాల స్థానాన్ని చారిత్రిక కథనాలు ఆక్రమించాయి. అవే హోమో సేపియన్ల వికాసాన్ని వర్ణించే ప్రధాన సాధనాలయి కూర్చున్నాయి. క్రిస్టియన్ మతాన్ని గాని, ఫ్రెంచి విప్లవాన్ని గాని అర్థం చేసుకోవాలంటే, జన్యువుల, హార్మోనుల, జీవుల పరస్పర సంబంధాన్ని అర్థం చేసుకుంటే చాలదు. ఆలోచనలకీ, ఊహాచిత్రాలకీ గల సంబంధాన్ని కూడా లెక్కలోకి తీసుకోవటం అవసరం.

కానీ అంతమాత్రాన హోమో సేపియన్లూ, మానవ సంస్కృతి జీవశాస్త్ర నియమాలని అనుసరించనక్కరలేదని అనుకో కూడదు. మనం ఇంకా జంతువులమే, మన శారీరకమైన, భావాత్మకమైన, జ్ఞానానికి సంబంధించిన సామర్థ్యాన్ని సృష్టించేది మన డీఎన్ఏ మాత్రమే. నియాండర్తాల్ సమాజాన్నీ, చింపాంజీ సమాజాన్నీ నిర్మించే పునాదుల్లోంచే మన సమాజం కూడా నిర్మితమైంది. మనం ఈ పునాదులని తరచి చూసిన కొద్దీ - ఇంద్రియజ్ఞానమూ, భావనలూ, కుటుంబ బాంధవ్యాలూ - మనకీ ఇతర వానర జాతులకీ మధ్య పెద్ద తేడా లేదని గ్రహిస్తాం.

కానీ, ఒక వ్యక్తికో, కుటుంబానికో పరిమితమైన ఇలాంటి తేడాలని వెతకటం పొరపాటు. ఏ ఇద్దర్ని తీసుకున్నా లేక పదిమందిని మరో పది మందితో పోల్చి చూసినా మనం చింపాంజీలలాంటివారమేనని చెప్పుకోవ టానికి చిన్నతనమనిపిస్తుంది. 150 మంది అనే పరిమితి దాటినప్పుడే చెప్పుకోదగ్గ తేడాలు కనిపించటం మొదలుపెడతాయి. అదే 1000-2000 మంది అనే సంఖ్య దాటితే ఆ తేడాలు ఆశ్చర్యకరంగా ఉంటాయి. టియానాన్ మెన్ స్క్వేర్‌లోనో, వాల్‌స్ట్రీట్‌లోనో, వాటికన్ లేదా ఐక్యరాజ్యసమితి ముఖ్య కార్యాలయంలోనో కొన్ని వేల చింపాంజీలని ఒకచోట చేర్చితే పెద్ద గందర గోళమే నెలకొంటుంది. మరి మానవులు తరచు పెద్ద సంఖ్యలో ఈ ప్రదేశాలలో సమావేశమౌతూనే ఉంటారు. అందరూ కలిసి క్రమపద్ధతిలో పనిచేస్తారు, వ్యాపార సంబంధాలూ, పెద్దెత్తున ఉత్సవాలూ, రాజకీయ సంస్థల స్థాపనలూ జరుగుతాయి. ఇలాటివి ఒంటరిగా సాధించటం అసంభవం. మనకీ, చింపాంజీలకీ ఉన్న అతిముఖ్యమైన తేడా, పెద్ద సంఖ్యలో మనని వ్యక్తులుగా, కుటుంబాలుగా, సమూహాలుగా కలిపి ఉంచే పౌరాణిక కల్పనలు. ఇవే మనకి సృష్టించే నైపుణ్యాన్ని అందించాయి.

అయినా మనకి ఇంకా ఎన్నో రకాల నేర్పు అవసరమైంది, ఉదాహరణకి పనిముట్లని తయారుచేసి వాటిని ఉపయోగించటం. అయినప్పటికీ చాలా మందితో సహకరించే సామర్థ్యంతో పోలిస్తే, పనిముట్లు తయారుచెయ్యట మనేది పెద్ద విషయమేమీ కాదు. ప్రస్తుతం మన దగ్గర ఇప్పుడు ఖండాంతర క్షిపణులూ, అణు ఆయుధాలూ ఎలా ఉన్నాయి? 30,000 సంవత్సరాల క్రితం కేవలం కర్రలూ, రాతి మొనలు గల బల్లేలూ ఉండేవి కదా? శారీరక సామర్థ్యం దృష్ట్యా మనలో ఈ గత 30,000 సంవత్సరాల్లో పనిముట్లు చేసే సామర్థ్యంలో గొప్ప మార్పేమీ కలగలేదు. ప్రాచీన కాలపు వేటాడి ఆహార సేకరణ చేసే వ్యక్తి చేతుల కన్నా ఆల్బర్ట్ ఐన్‌స్టీన్ చేతుల్లో లాఘవం ఎక్కువేమీ లేదు. కానీ ఇంకా ఎక్కువమందితో సహకరించే సామర్థ్యం మాత్రం నాటకీయంగా పెరిగింది. పాతకాలపు రాతిమొన బల్లేలను నిమిషాల్లో ఒక మనిషి తయారుచేసేసేవాడు. అతనికి కొందరు సన్నిహిత మిత్రులు సలహాలిచ్చి సహాయం చేసేవారు. కానీ టార్పెడోలాంటి ఆధునిక అణ్వాయుధాలు తయారు చేసేందుకు ప్రపంచవ్యాప్తంగా కొన్ని లక్షలమంది అపరిచితులు సహకరించాలి. వారిలో గనుల్లోంచి యురేనియం తవ్వి తీసే కూలీలూ, సూక్ష్మాణువుల పరస్పర సంబంధాన్ని వివరించేందుకు సుదీర్ఘమైన గణిత సూత్రాలను గురించి సైద్ధాంతిక జ్ఞానం ఉన్న భౌతిక శాస్త్రవేత్తలూ పూనుకోవలసిందే.

జ్ఞాన విప్లవం తరవాత జీవశాస్త్రానికీ, చరిత్రకీ మధ్య ఏర్పడిన సంబంధం గురించి సంక్షిప్తంగా చెప్పాలంటే :

1. జీవశాస్త్రం హోమో సేపియన్ల ప్రవర్తనకి ప్రాథమిక పరిమితులు ఏర్పరుస్తుంది. మొత్తం చరిత్ర ఈ జీవశాస్త్రానికి సంబంధించిన కార్యక్షేత్రంలోనే సంభవిస్తుంది.
2. అయినప్పటికీ ఈ కార్యక్షేత్రం విస్తృతి అసాధారణమైనది. ఇక్కడ సేపియన్లు ఎన్ని రకాల ఆటలు ఆడేందుకు అవకాశముందో చూస్తే ఆశ్చర్యం వేస్తుంది. కట్టుకథలు ఆవిష్కరించే సామర్థ్యం ఉండటంవల్లే సేపియన్లు ఎప్పటికప్పుడు ఇంకా క్లిష్టమైన ఆటలను సృష్టిస్తున్నారు. వాటిని భవిష్యత్తరాలు మరింత విస్తృతపరిచి అభివృద్ధి చేస్తున్నాయి.
3. తత్ఫలితంగా, సేపియన్ల ప్రవర్తనని అర్థం చేసుకోవాలంటే వాళ్ళ కార్య కలాపాలని మనం చరిత్ర పరిణామక్రమంలో విశదీకరించాలి. మన జీవశాస్త్ర అవరోధాల విషయం మాత్రమే ప్రస్తావిస్తే, రేడియోలో క్రీడలు జరిగేప్పుడు కామెంటరీ చెప్పే వ్యక్తి మాటల్లా ఉంటుంది. ప్రపంచ కప్ ఫుట్‌బాల్ పోటీలు జరుగుతున్నప్పుడు అతను కేవలం అక్కడి మైదానం గురించే ఎక్కువ వర్ణిస్తాడు తప్ప ఆటగాళ్ళు చేసే పనులని చెప్పడు.

రాతియుగంలో నివసించిన మన పూర్వీకులు చరిత్ర కార్యక్షేత్రంలో ఎలాంటి ఆటలు ఆడేవారు? మనకి తెలిసినంతలో, 30,000 సంవత్సరాల క్రితం స్టాడెల్ సింహాన్ని చెక్కిన మానవులకి మనకున్నలాంటి శారీరక, మానసిక, మేధోపరమైన సామర్థ్యమే ఉండేది. ఉదయం లేవగానే వాళ్ళేం చేసేవాళ్ళు? ఎటువంటి ఫలహారం చేసేవాళ్ళు. మధ్యాహ్నం

భోజనంలో ఏం తినేవాళ్ళు? వాళ్ళ సమాజం ఎలా ఉండేది? వాళ్ళు ఒకే జీవితభాగస్వామితో జీవించేవాళ్ళా? ఉమ్మడి కుటుంబాలలో కాకుండా చిన్న కుటుంబాలుగా బతికేవాళ్ళా? పండగలూ, ఉత్సవాలూ చేసుకునేవాళ్ళా? నైతిక నియమాలు పాటించేవాళ్ళా? క్రీడలూ, పోటీలూ, మతసంబంధమైన తంతులూ ఉండేవా? యుద్ధాలు చేసేవారా? తరువాతి అధ్యాయం యుగాల తెరని కొద్దిగా తొలగించి తొంగి చూడబోతోంది. జ్ఞాన విప్లవానికీ, వ్యవసాయ విప్లవానికీ మధ్యకాలంలో జీవితం ఎలా ఉండేదో చూద్దాం.

అధ్యాయం 3

ఆడమ్, ఈవ్ జీవితంలో ఒక రోజు

మన స్వభావాన్నీ, చరిత్రనీ, మనస్తత్వ శాస్త్రాన్నీ అర్థం చేసుకోవాలంటే, వేటాడి ఆహార సేకరణ చేసిన మన పూర్వీకుల తలకాయల్లోకి ప్రవేశించాలి. చరిత్ర పుటలని తిరగేస్తే సేపియన్లు మొత్తం ఆ కాలమంతా ఆహారం కోసం వెతుకుతూనే బతికారని తెలుస్తుంది. కొన్ని వేల సంవత్సరాలు సేపియన్లు వేటాడుతూ ఆహారాన్ని సేకరిస్తూ బతికి ఉండటంతో పోలిస్తే - గత 200 యేళ్ళుగా నిరంతరం పెరిగిపోతున్న సేపియన్ మానవుల జనాభా, పట్నాల్లో కూలీలుగానో, కార్యాలయాల్లో ఉద్యోగులుగానో పనిచేసి పొట్టపోసుకోవటం, లేదా పదివేల సంవత్సరాల క్రితం రైతులుగానో, పశుపాలకులు గానో జీవించటం - ఒక రెప్పపాటు కాలంతో సమానం.

విప్లవాత్మక మనస్తత్వశాస్త్ర రంగం నిరంతరం వికాసం చెందుతోంది. ఈనాటి మన సామాజిక, మనస్తత్వ పోకడలు వ్యవసాయ యుగం ప్రారంభం కావటానికి చాలా ముందునుంచే రూపుదిద్దుకున్నాయని అది వాదిస్తోంది. ఈనాటికీ ఈ రంగంలోని విద్యావంతులు మన మెదళ్ళు వేటాడటానికీ, ఆహారసేకరణకీ అనువుగా సృష్టించబడ్డాయనే అంటారు. పారిశ్రామిక యుగం తరవాత మహానగరాలూ, విమానాలూ, టెలిఫోన్‌లూ, కంప్యూటర్‌లూ ఉన్న ఈ యుగంలో - భోజనం చేసే పద్ధతికి సంబంధించిన మన అలవాట్లూ, మన సంఘర్షణలూ, లైంగిక సంబంధాలూ... ఇవన్నీ ఆనాటి వేటాడి ఆహార సేకరణ చేసే మానవుల మెదళ్ళకు అనువుగా రూపొందింపబడ్డవే. ఇలాంటి వాతావరణం మనకి పూర్వం ఏ తరానికీ లేనంత ఎక్కువ భౌతిక వనరులనీ, దీర్ఘాయుష్షునీ అందిస్తుంది. కానీ మనని వైమనస్యమూ, నిస్పృహా, ఒత్తిడీ ఆక్రమిస్తాయి. ఇలా ఎందుకు జరుగుతుందో అర్థం చేసుకోవాలంటే మనని ఇలా రూపొందించిన వేటాడి ఆహారసేకరణ చేసినవారి ప్రపంచంలోకి లోతుగా వెళ్ళి పరీక్షించాలని పరిణామక్రమ మనస్తత్వ శాస్త్రవేత్తలు అంటారు. ఆ లోకం ఇంకా మన సుప్తచేతనలో అలాగే ఉందన్నది వాళ్ళ వాదన.

ఉదాహరణకి, శరీరానికి ఏమాత్రం మంచి చెయ్యని హెచ్చు క్యాలరీలున్న ఆహారాన్ని మనుషులు ఎందుకంత ఆబగా తింటారు? ఈనాడు ధనిక కుటుంబాలకి

చెందిన వ్యక్తులని ఊబకాయం అనే మహమ్మారి ఎందుకు పీడిస్తోంది? అది అభివృద్ధి చెందుతున్న దేశాలకి కూడా వేగంగా వ్యాపిస్తోంది. ఆహారం సేకరించి లేక వేటాడి జీవించిన మన పూర్వీకుల ఆహారపుటలవాట్లని గురించి ఆలోచిస్తే తప్ప, మనం దొరికిన అన్ని తీపి పదార్థాలనీ, నూనె ఎక్కువగా ఉండే పదార్థాలనీ అంత ఎక్కువగా ఎందుకు తింటాం అనేది అర్థం కాదు. వాళ్ళు నివాసముండిన గడ్డి మైదానాల్లోనూ, అడవుల్లోనూ ఎక్కువ క్యాలరీలున్న తీపిపదార్థాలు చాలా అరుదుగా ఉండేవి, అసలు కావలసినంత ఆహారం కూడా దొరికేది కాదు. 30,000 సంవత్సరాల క్రితం ఆహారం కోసం వెతికే మనిషికి తీపి తినాలంటే ఒకటే మార్గం – పండిన పళ్ళు తినటం. రాతి యుగంలోని ఒక స్త్రీకి అత్తిపళ్ళతో భారంగా వంగిన చెట్టు కనబడితే, అన్నిటికన్నా తెలివైన పని అప్పటి కప్పుడు ఎన్ని పళ్ళు తినగలిగితే అన్ని తినెయ్యటం. లేకపోతే అక్కడుండే కోతుల మంద వచ్చి పళ్ళన్నీ తినేస్తుంది. హెచ్చు క్యాలరీలున్న ఆహారాన్ని ఎక్కువగా తినటం అనేది మన జన్యువులలో శాశ్వతంగా ఇమిడిపోయి ఉంది. ఈనాడు మనం ఆకాశహర్మ్యాలలో, ఫ్రిజ్‌ల నిండా ఆహారపదార్థాలని కుక్కేసుకుని బతుకుతూ ఉండవచ్చు. కానీ మన డీఎన్ఏ మాత్రం మనమింకా గడ్డి మైదానాల్లోనే ఉంటున్నామని అనుకుంటుంది. అందుకే మన ఫ్రిజ్‌లోంచి బెన్ & జెర్రీ ఐస్‌క్రీమ్ డబ్బా తీసుకుని ఒక్క దెబ్బతో మొత్తం లాగించేస్తాం, ఆ తరవాత పెద్ద బాటిల్ కోక్‌ని కూడా తాగేస్తాం.

ఇలా 'మితిమీరి తినటం' అనే సిద్ధాంతాన్ని అందరూ ఆమోదిస్తారు. మిగిలిన సిద్ధాంతాలు ఇంకా చాలా వివాదాస్పదమైనవి. ఉదాహరణకి, ఆహారం సేకరించే ప్రాచీన మానవ సమూహాలు ఒక భర్త, భార్య, పిల్లలు ఉండే చిన్న కుటుంబాలుగా ఉండేవారు కాదని, మానవ పరిణామ క్రమానికి సంబంధించిన మనస్తత్వ శాస్త్రవేత్తల వాదన. ఆ సమూహాలకి సొంత ఆస్తి అంటూ ఉండేది కాదు, ఒకే స్త్రీతో గాని, పురుషుడితో గాని శారీరక సంబంధం ఉండేది కాదు. అలాంటి సమూహంలో ఏ పిల్లవాడికైనా, పిల్లకైనా ఇతనే తండ్రి అని చెప్పేందుకు కూడా సాధ్యం కాదు. ఒక స్త్రీ ఒకే సమయంలో ఎంతమంది పురుషులతోనైనా (పురుషులు స్త్రీలతోనైనా) లైంగిక సంబంధం పెట్టుకోవచ్చు. ఆ సమూహంలోని వయస్కులందరూ పిల్లలని కనేందుకు సహకరించేవారు. ఏ పురుషుడికీ తన పిల్లలెవరో తెలియకపోవటం వల్ల, పురుషులందరూ పిల్లలని పెంచటానికి సహకరించేవారు.

ఇలాంటి సామాజిక నిర్మాణం అక్వేరియాన్ ఆదర్శధామం (ఊహాలోకం) కాదు. ఇది జంతువులలో ఉన్నట్టు తెలిపే ఆధారాలున్నాయి, ముఖ్యంగా మన బంధువులు చింపాంజీల లోనూ, బొనొబోలలోనూ. మన ఆధునిక మానవ సమాజంలో కూడా కొన్ని సంస్కృతుల్లో ఇలా ఉమ్మడి తండ్రులు ఉండటం కనిపిస్తుంది. ఉదాహరణకి బారీ ఇండియన్లల్లో, అలాంటి సమాజాలలో ఒక పురుషుడి ఒక వీర్యకణం నుంచే శిశువు పుట్టదనీ, ఎన్నో వీర్యకణాలు స్త్రీ గర్భంలో వచ్చి చేరితేనే అది సాధ్యమనే నమ్మకం ఉంది. ఒక మంచి తల్లి కావాలనుకునే స్త్రీ ఎంతోమంది పురుషులతో సంగమిస్తుంది. ముఖ్యంగా ఆమె గర్భిణి అయినప్పుడు. అప్పుడే ఆమెకి పుట్టే బిడ్డలో ఎన్నో గుణాలూ, లక్షణాలూ వచ్చి చేరతాయి.

కేవలం మంచి వేటగాడు మాత్రమే కాకుండా కథలు చెప్పటంలో మంచి నేర్పరీ, అందరి కన్నా బలశాలి అయిన యోధుడూ, ప్రాణమిచ్చే ప్రియుడూ అవుతాడు. పైగా అందరు పురుషులూ తండ్రి స్థానంలో ఆ పిల్లవాణ్ణి పెంచుతారు. ఇవి మీకు పిచ్చి మాటల్లా అనిపిస్తే, ఒక విషయం గుర్తుంచుకోండి : పిండోత్పత్తి గురించి అధ్యయనాలు జరగక ముందు పిల్లలు ఎక్కువమందికి కాక ఒకే తండ్రికి పుడతారన్నదానికి గట్టి రుజువేదీ లేదు.

ఒక స్త్రీ, ఒక పురుషుడూ, వాళ్ళ సంతానం కలిసి చిన్న కుటుంబంగా ఉండే పద్ధతి అవలంబించటంవల్లే ఈనాడు తరచు భార్యాభర్తలు అక్రమ సంబంధాలు పెట్టుకుంటున్నా రనీ, విడాకులు పెరిగిపోయాయనీ, అంతేకాక పిల్లలూ, పెద్దలూ కూడా సమానంగా మానసిక సమస్యలతో బాధపడటం కనిపిస్తోందనీ, ఇలా ఒక చిన్న కుటుంబంగా జీవించటం మన జీవశాస్త్ర స్వభావం దృష్ట్యా అస్వాభావికమనీ 'ప్రాచీన సమూహాల' సిద్ధాంతాన్ని సమర్థించేవాళ్ళు వాదిస్తారు.

చాలామంది పరిశోధకులు ఈ సిద్ధాంతాన్ని తీవ్రంగా తిరస్కరిస్తారు. ఇలా ఒకే భార్యకి గాని భర్తకి గాని కట్టుబడి చిన్న కుటుంబాలుగా జీవించటం మానవ స్వభావానికి కేంద్రబిందువని అంటారు వాళ్ళు. ఆధునిక సమాజాలతో పోలిస్తే ప్రాచీనయుగపు వేటాడి ఆహారం సేకరించే మానవులు ఎక్కువ సంఘజీవితం గడిపారనీ, వారిలో ఎక్కువ సమానత్వం ఉండేదనీ ఒప్పుకున్నా, వాళ్ళలో కూడా జంటలు విడిగా ఉంటూ, తమ పిల్లలపట్ల ఎక్కువ పక్షపాతం చూపించటం అనే ధోరణి ఉండేదని ఈ పరిశోధకులు అంటారు. అందుకే ఈనాడు విభిన్న దేశాల సంస్కృతులలో దంపతులు తమ సంతానంతో కలిసి చిన్న కుటుంబాలుగా జీవించటమే కనిపిస్తుంది. అందుకే స్త్రీ పురుషులు తమ జీవిత భాగస్వామిపట్లా, పిల్లలపట్లా చాలా మమకారం చూపిస్తారు. ఉత్తర కొరియా, సిరియా లాంటి ఆధునిక దేశాలలో కూడా రాజకీయ అధికారం తండ్రి నుంచి కొడుక్కే సంక్రమిస్తుంది.

ఈ వివాదాస్పదమైన విషయాన్ని పరిష్కరించి, మన లైంగిక, సామాజిక, రాజకీయ స్వభావాన్ని అర్థం చేసుకునేందుకు మన పూర్వీకులు జీవించిన పరిస్థితులని గురించి కొంత తెలుసుకోవలసి ఉంటుంది. 70,000 సంవత్సరాలకు ముందు జరిగిన జ్ఞాన విప్లవానికీ, 12,000 సంవత్సరాలకు పూర్వం జరిగిన వ్యవసాయ విప్లవానికీ మధ్య సేపియన్లు ఎలా జీవించారో పరీక్షించాలి.

దురదృష్టవశాత్తూ ఆహారసేకరణ చేసి జీవించిన మన పూర్వీకుల గురించి వివరాలు మనకి ఎక్కువగా దొరకటం లేదు. 'ప్రాచీన సమూహాలు అనే 'సిద్ధాంతాన్నీ, శాశ్వతంగా ఒకే భాగస్వామితో దాంపత్యం' అనే సిద్ధాంతాన్నీ సమర్థించే ఆ రెండు పక్షాలవీ చాలా బలహీనమైన ఆధారాలు. సహజంగానే ఆహారసేకరణ చేసినవారి గురించి లిఖితపూర్వకమైన వివరాలు లేవు, ఇక పురాతత్వ సాక్ష్యాలు ఆధారపడేది ప్రధానంగా శిలాజాలలోని ఎముకల మీదా, రాతి పనిముట్లమీదా. కర్ర, వెదురు, తోలులాంటి నశించి పోయే పదార్థాలతో తయారుచేసిన కళాకృతులు చాలా అసాధారణమైన పరిస్థితులలో మాత్రమే రూపు కోల్పోకుండా ఉండగలవు. వ్యవసాయ యుగానికి ముందు మానవులు రాతియుగం

లోనే జీవించారని అందరూ అనుకుంటారు కానీ అది నిజం కాదు. పురాతత్వశాస్త్రం చూపించే పక్షపాతం వల్లే అలాంటి అభిప్రాయం ఏర్పడింది. నిజానికి రాతియుగాన్ని చెక్కయుగం (కాష్ఠయుగం) అనాలి, ఎందుకంటే వేటాడి ఆహారసేకరణ చేసిన ఆ ప్రాచీనులు వాడిన పనిముట్లు ఎక్కువగా చెక్కతో చేసినవే.

ఇంకా మిగిలిఉన్న కళాకృతుల ఆధారంగా వేటాడి ఆహారసేకరణ చేసిన వారి జీవితాలని పునర్నిర్మించాలనే ప్రయత్నం పెద్ద చిక్కు సమస్యలని సృష్టించగలదు. ఆ ప్రాచీన మానవులకీ, ఆ తరవాత వచ్చిన వ్యవసాయ యుగం, పారిశ్రామిక యుగంలో నివసించిన తరాలకీ ఉన్న ముఖ్యమైన తేడా, ఆహారసేకరణ చేసిన మానవులవద్ద మొదట్లో ఎక్కువ కళాకృతులు ఉండేవి కావు, ఉన్నవి కూడా వాళ్ళ జీవితాలలో అంత ప్రధాన పాత్రేమీ పోషించలేదు. ఆధునిక ధనికవర్గానికి చెందిన ఒక స్త్రీ గాని పురుషుడు గాని తమ జీవితకాలంలో ఎన్నో లక్షల వస్తువులని (కళాకృతులని) సొంతం చేసుకుంటారు - కార్లూ, ఇళ్ళ దగ్గర్నుంచి వాడి పారవేసే నేప్‌కిన్‌లూ, పాల ప్యాకెట్లూలాంటి వస్తువుల వరకూ. మనం సొంతంగా కనిపెట్టిన వస్తువులతో సంబంధం లేని కార్యకలాపాలు గాని, నమ్మకాలు గాని, చివరికి భావనలు గాని కనబడవు. మన ఆహారపుటలవాట్లు కూడా దిగ్భ్రమకి గురిచేసే ఇలాంటి వస్తువులతో సంబంధం ఉన్నవే. చిన్న చెమ్చాలూ, గాజు గ్లాసులు దగ్గర్నించీ జన్యు ప్రయోగాలు చేసే ప్రయోగశాలలూ, సముద్రం మీద ప్రయాణం చేసే బ్రహ్మాండమైన నౌకల వరకూ. ఆడుకునేందుకు మనం రకరకాల బొమ్మలు వాడుకుంటాం. ప్లాస్టిక్‌తో చేసిన పేకముక్కల దగ్గర్నుంచీ లక్షమంది పట్టే స్టేడియంల దాకా. మన ప్రణయ సంబంధాలనీ, లైంగిక సంబంధాలనీ చక్కగా అలంకరించేందుకు ఉంగరాలూ, పరుపులూ, మంచి దుస్తులూ, ఆకర్షణీయమైన లోదుస్తులూ, కండోమ్‌లూ, అధునాతనమైన రెస్టారెంట్‌లూ, చవకబారు హోటళ్ళూ, విమానాశ్రయంలోని లౌంజ్‌లూ, కల్యాణమండపాలూ, కేటరింగ్ కంపెనీలూ ఉంటాయి. గోథిక్ చర్చ్‌ల ద్వారా, ముస్లిమ్ మసీదుల ద్వారా, హిందూ ఆశ్రమాల ద్వారా, యూదుల ప్రాచీన గ్రంథం తోరా ద్వారా, టిబెటన్ ప్రార్థనా చక్రాల ద్వారా, మతాచార్యుల పొడవాటి దుస్తుల ద్వారా, కొవ్వొత్తులూ, అగరొత్తులూ, క్రిస్మస్ ట్రీ, మట్జా ఉండలూ, సమాధి రాళ్ళూ, విగ్రహాల ద్వారా మతాలు మన జీవితాలలోకి పవిత్రతని ప్రవేశపెడతాయి.

కొత్త ఇంటికి మారవలసి వచ్చేదాకా మన వస్తువులు ఇల్లంతా ఎలా పరుచుకుని ఉన్నాయో మనం గమనించం. ఆహారసేకరణ చేసిన మానవులు ప్రతినెలా ఇల్లు మారేవారు. ఒక్కోసారి ప్రతి వారమూ, ప్రతి రోజూ కూడా ఉన్నచోటు వదిలి, తమకున్న కాసిని వస్తువులనీ మూటకట్టుకుని, భుజాన వేసుకుని బైలుదేరేవారు. ఆ బరువులని చేరవేసేందుకు జనసమూహాలూ, వాహనాలూ, బళ్ళూ, చివరికి జంతువులు కూడా అక్కర్లేకపోయేవి. వాళ్ళు అతిముఖ్యమైన వస్తువులతో మాత్రమే జీవితం గడిపేవారు. అందుకే వాళ్ళ మానసికమైన, మతపరమైన, భావాత్మకమైన జీవితం వస్తువులు లేకుండానే గడిచిపోయేదని అనుకోవటంలో తప్పేమీ లేదు. ఒక లక్ష సంవత్సరాల తరవాత శిథిలమైన మసీదు తవ్వకాలలో పనిచేసే ఒక పురావస్తు శాస్త్రజ్ఞుడు, అక్కడ దొరికే

విభిన్నమైన అవశేషాలను బట్టి ముస్లిమ్ మతం గురించీ, అవలంబించిన మతాచారాల గురించీ తెలుసుకోగలుగుతాడు. కానీ ఆహారాన్ని సేకరిస్తూ, వేటాడుతూ జీవించిన మన పూర్వీకుల నమ్మకాల గురించీ, ఆచారాల గురించీ మనకి చాలామటుకు ఏమీ తెలీదనే అనాలి. ఇలాటి గందరగళంలోనే పడతాడు భవిష్యత్తులోని చరిత్రకారుడు. కేవలం పోస్ట్ ద్వారా పంపిన ఉత్తరాలను బట్టి ఇరవైఒకటవ శతాబ్దిలోని అమెరికన్ యుక్త వయసు పిల్లల సామాజిక జీవితం ఎలా ఉండేదో తెలుసుకోవాలనుకుంటే అతను ఏమీ చెయ్యలేని పరిస్థితిలో చిక్కుకుంటాడు. ఫోన్‌లో చేసిన సంభాషణలూ, ఈమైల్స్, బ్లాగులూ, ఎస్ఎమ్ఎస్ మెసేజిలూ... ఇవి ఏవీ నమోదయ్యే అవకాశమే లేదు!

అందుకే ఆనాటి కళాకృతుల మీద ఆధారపడి వేటాడి ఆహారసేకరణ చేసిన ఆ మానవుల గురించి చెప్పటం పక్షపాతమే అవుతుంది. ఆధునిక యుగంలో ఆహారసేకరణ ద్వారా జీవితం గడిపేవారిని గురించి తెలుసు కోవటం ఈ సమస్యకి ఒక రకమైన పరిష్కారం. మానవశాస్త్ర పరిశీలనల ద్వారా వీటిని అధ్యయనం చెయ్యవచ్చు. కానీ ఆధునికకాలంలో ఆహారసేకరణ చేస్తూ జీవించే సమాజాన్ని బట్టి ప్రాచీన సమాజాన్ని అంచనా వేసేటప్పుడు చాలా జాగ్రత్త వహించాలి.

మొదటిది, ఆధునిక యుగంలో కూడా ఇంకా ఆహారసేకరణ ద్వారా జీవిస్తున్న సమాజాల మీద పొరుగున ఉన్న వ్యవసాయ సమాజం, పారిశ్రామిక సమాజం ప్రభావం తప్పకుండా ఉంటుంది. అందుచేత, వీళ్ళ విషయంలో నిజమనుకున్నది లక్షల సంవత్సరాల క్రితం జీవించినవాళ్ళ విషయంలో కూడా నిజమే అవుతుందని అనుకోవటం ప్రమాదకరం.

రెండోది, ఆధునికకాలంలో ఆహారసేకరణ ఆధారంగా జీవిస్తున్నవాళ్ళు ముఖ్యంగా వాతావరణ దృష్ట్యా కఠినమైన పరిస్థితుల్లో, వాసయోగ్యం కాని వ్యవసాయానికి అనుకూలించని ప్రాంతాల్లో నివసిస్తూ ఉంటారు. దక్షిణ ఆఫ్రికాలోని కలహారీ ఎడారి లాంటి తీవ్రమైన వాతావరణ పరిస్థితులున్న ప్రాంతాలలో నివసించేవారు వాటికి అనుకూలంగా సర్దుకుపోతారు. దాన్ని నమూనాగా తీసుకుని యాంగ్ జీ నదీ లోయ లాంటి సారవంతమైన ప్రాంతంలో నివసించిన ప్రాచీన మానవ సమాజాలని అర్థం చేసుకునేందుకు ప్రయత్నించటం మనని తప్పుదారి పట్టిస్తుంది. ముఖ్యంగా, యాంగ్ జీ ప్రాంతంలోని ప్రాచీనుల సంఖ్య కన్నా కలహారీ ఎడారిలో నివసించే వారి సంఖ్య తక్కువ. అలాంటప్పుడు మానవ సమూహాల పరిమాణమూ, నిర్మాణమూ, వారి మధ్య ఉండే సంబంధాల గురించి కీలకమైన ప్రశ్నలు వేస్తే అవి మనని చిక్కుల్లో పడవేస్తాయి.

మూడోది, వేటాడి ఆహారసేకరణ చేసిన సమాజాలు ఒకదానితో ఒకటి ఎంత భిన్నంగా ఉండేవి అనేది మనం గుర్తించవలసిన ముఖ్యమైన లక్షణం. ప్రపంచంలో వేర్వేరు ప్రాంతాల్లో నివసించేవారే కాక, ఒకే ప్రాంతంలో నివసించే వేర్వేరు మానవ సమూహాల్లో కూడా తేడాలు కనిపిస్తాయి. ఆస్ట్రేలియాలో ఉండే మూలవాసులతోబాటు అక్కడికి మొట్టమొదట వెళ్ళి స్థిరపడ్డ యూరోపియన్లు దీనికి ఒక మంచి ఉదాహరణ. బ్రిటిష్ ఆక్రమణకు ముందు ఆ ఖండంలో మూడులక్షలనుంచి ఏడులక్షలమందిదాకా వేటాడి ఆహారసేకరణ చేసే మానవులు నివసించేవారు. వాళ్ళు 200 నుంచి 600 తెగలుగా

జీవించేవారు. ఒక్కొక్క తెగా మళ్ళీ సమూహాలుగా విడిపోయి జీవించేది. ప్రతి తెగకీ తమకంటూ ఒక భాష, మతం, నియమాలూ, ఆచారాలూ ఉండేవి. ప్రస్తుతం మనం అడెలైడ్ అనే దక్షిణ ఆస్ట్రేలియా ప్రాంతంలో పితృవంశం నుంచి వచ్చిన కులాలవారు ఉండేవారు. ఈ కులాలవారు కేవలం ప్రాంతాల ఆధారంగా తెగలుగా కలిసి జీవించేవారు. దీనికి విరుద్ధంగా ఉత్తర ఆస్ట్రేలియాలోని కొన్ని తెగలు మాతృవంశానికే ఎక్కువ ప్రాధాన్యం ఇచ్చేవారు. అలాగే వాళ్ళు ప్రాంతం కన్నా కులచిహ్నాన్ని బట్టే ఒక వ్యక్తి తాలూకు తెగని గుర్తించేవారు.

ప్రాచీనకాలపు వేటాడి ఆహారసేకరణ చేసే మానవుల జాతిపరమైన, సాంస్కృతికమైన వైవిధ్యం మనని ఆకట్టుకుంటుంది. వ్యవసాయ విప్లవం జరగకముందు ఈ ప్రపంచంలో ఆహారసేకరణే జీవనాధారంగా నివసించిన యాభై, ఎనభై లక్షలమంది కొన్నివేల తెగలుగా విడిపోయి కొన్ని వేల విభిన్నమైన భాషలు మాట్లాడుతూ, తమదైన సంస్కృతిని అనుసరిస్తూ జీవించారు అనేది కూడా మనని అచ్చెరువొందిస్తుంది. చివరికి జ్ఞాన విప్లవానికి ఇదే ముఖ్యమైన వారసత్వమని తేలింది. కల్పన ధర్మమా అని ఒకే రకమైన జన్యు సంబంధాలు ఉన్నవాళ్ళూ, ఒకే రకమైన పర్యావరణంలో జీవించేవాళ్ళూ, విభిన్నమైన ఊహాజనిత వాస్తవాలని సృష్టించగలిగారు. అవి విభిన్నమైన కట్టుబాట్లలోనూ, విలువల్లోనూ ప్రత్యక్షమయాయి.

ఉదాహరణకి, ఈనాడు ఆక్స్‌ఫర్డ్ విశ్వవిద్యాలయం ఉన్న ప్రాంతంలో 30,000 సంవత్సరాల మునుపు నివసించిన సమూహాలూ, కేంబ్రిడ్జ్ ఉన్నచోట నివసించిన సమూహాలూ వేర్వేరు భాషలు మాట్లాడారని అనుకునేందుకు ఆస్కారం ఉంది. ఒక సమూహం పోరాడే స్వభావం కలదీ, మరొకటి శాంతి కోరేదీ అయి ఉండవచ్చు. బహుశా కేంబ్రిడ్జ్ సమూహం ఒకే సమాజంగా జీవించి, ఆక్స్‌ఫర్డ్ సమూహం చిన్నచిన్న కుటుంబాలుగా జీవించి ఉండవచ్చు. కాంటాబ్రిజియన్లు గంటలు గంటలు తమ కులదేవతలని చెక్కతో చేసిన విగ్రహాలుగా మలిచేవారేమో. మరోపక్క ఆక్సోనియన్లు నృత్యం ద్వారా భక్తిని ప్రదర్శించేవారేమో. మొదటి సమూహం పునర్జన్మని నమ్మేదేమో, రెండోది అదంతా పనికిమాలిన నమ్మకమని తోసిపారేసేదేమో. ఒక సమాజం సమలైంగిక సంబంధాలని ఆమోదించి ఉండవచ్చు. మరో సమాజంలో అది నిషిద్ధం అయి ఉండవచ్చు.

ఇంకోలా చెప్పాలంటే, ప్రాచీనకాలంలో ఆహారసేకరణ చేస్తూ జీవించిన వారికి గల అవకాశాలను అర్థం చేసుకునేందుకు, ఆధునిక యుగంలో ఆహారసేకరణ చేస్తూ బతికే సమూహాలని మానవశాస్త్రం దృష్ట్యా పరిశీలించటం సహాయం చెయ్యగలదు. పాతకాలంలో అవకాశాల క్షితిజం చాలాదూరం వరకూ విస్తరించి ఉండేది. వాటిలో చాలామటుకు మన కళ్ళకి కనిపించకుండా పోయింది.* 'హోమో సేపియన్ల సహజ జీవన విధానం' గురించి

* 'అవకాశాల క్షితిజం' అంటే ఒక సమాజానికి దాని పర్యావరణానికీ, సాంకేతిక పరిజ్ఞానానికీ, సంస్కృతికీ ఉన్న పరిమితులకు లోబడి దానికి అందుబాటులో ఉండే నమ్మకాలూ, ఆచారాలూ, అనుభవాలూ. ప్రతి సమాజమూ, ప్రతి వ్యక్తీ సామాన్యంగా తమకున్న అవకాశాల క్షితిజంలోని ఒక అతిచిన్న అంశాన్ని మాత్రమే పరిశోధించుకోవటం సాధ్యం.

సాగే తీవ్రమైన చర్చలు అసలు విషయాన్ని విస్మరిస్తున్నాయి. జ్ఞాన విప్లవం వచ్చినప్పటినుంచీ సేపియన్స్ జీవితంలో సహజమైన మార్గం ఒక్కటి కూడా మిగల్లేదు. కేవలం సంస్కృతుల ఎంపిక ఉంది. దిమ్మతిరిగిపోయే అవకాశాల రంగుల్లోంచి తమకి నచ్చిన రంగులు ఎంచుకునే అవకాశం మాత్రం మిగిలింది.

ఆదిమ ధనిక సమాజం

అయినా వ్యవసాయానికి ముందు ఉండిన జీవితం గురించి మనం మామూలు వ్యాఖ్యానాలు ఎలా చెయ్యగలం? ఎక్కువమంది మనుషులు చిన్న చిన్న సమూహాలుగా నివసించేవారనీ, ఒక్కొక్క సమూహంలోనూ కొన్ని డజన్ల మనుషులనుంచి కొన్నివందల మందిదాకా ఉండేవారనీ, వాళ్ళందరూ మానవజాతికి చెందినవారనీ అనటం సరైనదని పిస్తుంది. ఇది స్పష్టంగా కనిపించదు కాబట్టి ఈ చివరి విషయాన్ని గుర్తుంచుకోవటం ముఖ్యం - వ్యవసాయం, పరిశ్రమలూ ముఖ్యమైన వృత్తిగా జీవించిన సమాజాలు పెంపుడు జంతువుల్లాంటివి. అవి తమ యజమానులతో సమానంగా ఉండవు కానీ అవి కూడా సభ్యులే. ఈనాడు న్యూజిలాండ్ అనబడే సమాజంలో 45 లక్షలమంది సేపియన్లూ, 5 కోట్ల గొర్రెలూ ఉన్నాయి.

ఈ సామాన్య నియమానికి ఒకే ఒక మినహాయింపుంది : అది కుక్క. హోమో సేపియన్లు మొట్టమొదట పెంపుడు జంతువుగా చేసుకున్నది కుక్కని. అది వ్యవసాయ విప్లవానికి ముందు జరిగిన సంగతి. నిపుణులకి అది ఎప్పుడు జరిగింది అనే విషయంలో ఏకాభిప్రాయం లేదు. కానీ 15,000 యేళ్ళక్రితం కుక్కలని పెంచారనేందుకు మనదగ్గర తిరుగులేని సాక్ష్యాలున్నాయి. అంతకన్నా కొన్నివేల సంవత్సరాలకి ముందే అవి మానవ సమూహాలతో కలిసిపోయి ఉండే అవకాశం ఉంది.

కుక్కలని వేటాడటానికీ, కొట్లాటలకీ ఉపయోగించేవారు. అడవిమృగాలు గాని, కొత్త మనుషులు గాని తామున్న ప్రాంతానికి వస్తే హెచ్చరించే 'అలారం' వ్యవస్థలా కూడా అవి ఉపయోగపడేవి. తరాలు గడిచినకొద్దీ, ఈ రెండు జాతులూ కలిసి పరిణతి సాధిస్తూ, ఒకదాన్నొకటి బాగా అర్థం చేసుకునే స్థితికి ఎదిగాయి. తమ మానవ సహచరుల అవసరాలనీ, భావనలనీ బాగా అర్థం చేసుకునే కుక్కలకి అదనంగా మంచి పోషణా, ఆహారం అందేవి. అవి ఎక్కువ కాలం బతికే అవకాశం ఉండేది. మరోవైపు కుక్కలు తమ అవసరాలు తీర్చుకోవటం కోసం మనుషులని ఉపాయంగా వాడుకునేవి. 15,000 సంవత్సరాల అనుబంధం కుక్కలకీ మనుషులకీ మధ్య లోతైన అవగాహననీ, ఆప్యాయతనీ పెంచాయి. మరే జంతువుకీ మనిషితో ఇటువంటి అనుబంధం ఏర్పడలేదు. చనిపోయిన కుక్కలని మనుషుల్లా అంత్యక్రియలతో పాతిపెట్టిన సందర్భాలు కూడా ఉన్నాయి.

ఒక సమూహంలోని సభ్యులు ఒకరితో ఒకరు చాలా సన్నిహితంగా ఉండేవారు. జీవితాంతం వాళ్ళ చుట్టూ స్నేహితులూ, బంధువులూ ఉండేవారు. ఒంటరితనం, ఏకాంతం చాలా అరుదు. పొరుగున ఉండే సమూహాలు బహుశా వనరులకోసం

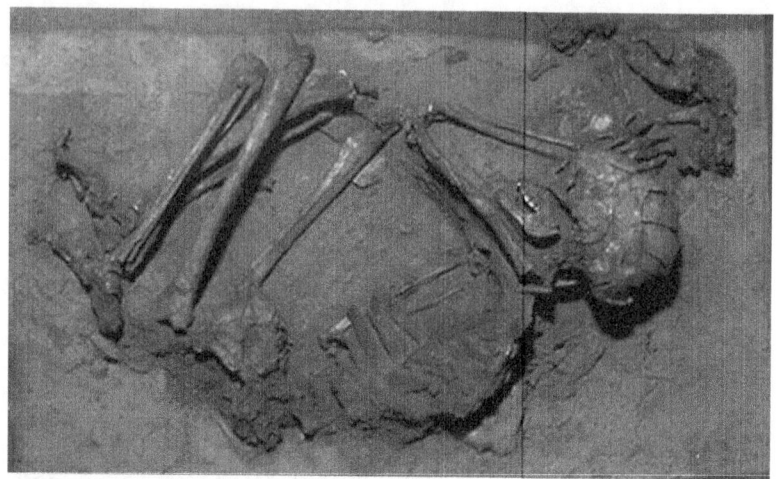

7. మొదటి పెంపుడు జంతువు? ఉత్తర ఇజ్రేల్ (కిబ్బట్జ్ మైయన్ బారూక్ మ్యూజియం)లో 12 వేల ఏళ్ల పురాతన సమాధిని ఒకదాన్ని కనుగొన్నారు. పైన కుడి మూలలో కుక్కపిల్ల పక్కన ఉన్న ఒక ఏభై ఏళ్ల స్త్రీ అస్తిపంజరం అందులో ఉంది. ఆమె తలకి దగ్గరలో ఆ కుక్కపిల్లని పాతిపెట్టారు. ఆమె ఎడమచేయి దానిపైన ఉంచినతీరు ఒక భావోద్వేగ సంబంధాన్ని సూచిస్తోంది. అయితే మరికొన్ని వివరణలు ఉండిఉండవచ్చు. బహుశా, ఉదాహరణకి, తర్వాతి ప్రపంచంలోని ద్వారపాలకుడికి దాన్ని బహుమతిగా వుంచారేమో.

పోటీపడుతూ పోరాడుకునేవేమో, కానీ వాళ్ళ మధ్య స్నేహసంబంధాలు కూడా ఉండేవి. ఒకరి సమూహంలోని సభ్యులని మరొకరు ఇచ్చిపుచ్చుకునేవారు, కలిసి వేటాడేవారు, అరుదైన సౌకర్యాలని బేరం చేసేవారు, రాజకీయ సంబంధాలని కలుపుకునేవారు, మత సంబంధమైన పండగలు జరుపుకునేవారు. పరాయివాళ్లని ఎదుర్కొనేందుకు అందరూ ఒకటయ్యేవారు. అలాంటి సహకారం హోమో సేపియన్ల ప్రధాన లక్షణం. దానివల్ల మిగిలిన మానవజాతులకన్నా వీళ్ళకి చాలా ముఖ్యమైన లాభం కలిగింది. ఒక్కోసారి పొరుగున ఉన్న సమూహాలతో ఎంతో పటిష్ఠమైన సంబంధాలు ఏర్పడి అందరూ ఒకే సమూహంగా జీవించేవారు. వాళ్ళు మాట్లాడే భాష ఒకటే, కల్పనలు ఒకే రకమైనవి, సమానమైన నియమాలూ, విలువలూ పాటించేవారు.

కానీ ఇలాంటి బాహ్య సంబంధాల ప్రాముఖ్యాన్ని, తీవ్రతనీ మనం తక్కువ అంచనా వెయ్యకూడదు. సంకట పరిస్థితుల్లో ఇరుగుపొరుగు సమూహాలు ఒక దగ్గర చేరినప్పటికీ, అప్పుడప్పుడూ వేటాడటానికీ, విందులూ వినోదాలకీ ఒకచోట చేరినప్పటికీ, చాలావరకూ తమ సమయాన్ని విడిగా, చిన్నచిన్న జట్లుగానే గడిపేవి. గవ్వలు, సీమ గుగ్గిలం, వర్ణద్రవ్యాలు లాంటి గొప్ప వస్తువులతో వ్యాపారాలు చేసేవారు. పళ్ళూ, మాంసం లాంటి ఆహార సరకులతో వ్యాపారాలు చేసిన ఆధారాలేవీ లేవు. అలాగే మరో సమూహాన్నుంచి

సరకులు దిగుమతి చేసుకుంటే గాని జీవించలేని పరిస్థితి ఉన్నట్టు కూడా తోచదు. సామాజిక-రాజకీయ సంబంధాలు కూడా చెదురుమదురుగానే ఉండేవి. ఒక జాతి శాశ్వతమైన రాజకీయ చట్రంలో ఇమిడిపోయి పనిచేసేది కాదు. నిర్దిష్ట సమయాల్లో సమావేశాలు జరుపుకున్నప్పటికీ శాశ్వతమైన ఊళ్ళూ, సంస్థలూ ఉండేవి కావు. ఒక సగటు వ్యక్తి తన సమూహంలో వారిని తప్ప మరో బైటి వ్యక్తిని చూడకుండా నెలలకి నెలలు గడిపేసేవాడు, చివరిదాకా కొన్ని లక్షల మందిని మాత్రమే కలుసుకుంటూ అతని జీవితం గడిచిపోయేది. సేపియన్ల జనాభా విశాలమైన ఎన్నో ప్రాంతాలలో పల్చగా పరుచుకుని ఉండేది. వ్యవసాయ విప్లవానికి పూర్వం మొత్తం భూగోళం మీది మానవుల సంఖ్య ఈనాటి కైరో జనాభా కన్నా తక్కువ ఉండేది.

చాలావరకూ సేపియన్ సమూహాలు వీధుల్లోనే నివసించేవి. ఆహారం కోసం వెతుక్కుంటూ ఒకచోటినుంచి మరోచోటికి తిరుగుతూ ఉండేవి. మారే రుతువులు వారి సంచారం మీద ప్రభావం చూపేవి. అదే విధంగా యేటా వలసపోయే జంతువులూ, మొక్కల ఎదుగుదల క్రమాన్ని బట్టి కూడా వాళ్ళు చోటు మారేవారు. సామాన్యంగా వాళ్ళకి బాగా అలవాటైన ప్రదేశం పరిధి లోనే ముందుకి వెళ్ళి మళ్ళీ వెనక్కి వచ్చేసేవారు. ఆ పరిధి కొన్ని డజన్ల చదరపు కిలోమీటర్లనుంచి ఎన్నో వందల కిలోమీటర్ల వరకూ విస్తరించి ఉండేది.

అప్పుడప్పుడూ ఈ సమూహాలు కొత్త ప్రదేశాలని వెతికేందుకు తాముండే ప్రాంతాన్ని వదిలివెళ్ళేవి. ప్రకృతి వైపరీత్యాలతో భయంకరమైన పోరాటాల వలనో, జనాభా పెరిగిపోవటంవల్లో లేదా ఎవరో ఒక అద్భుతమైన నాయకుడి చొరవ వల్లో అలా చేసి ఉండవచ్చు. ఈ సంచారాలే మానవజాతి ప్రపంచవ్యాప్తంగా విస్తరించేందుకు దోహదం చేశాయి. ఆహారసేకరణ చేసే ఒక సమూహం ప్రతి నలభైయేళ్ళకొకసారి విడిపోయి, చిన్న జట్లుగా మారి తూర్పుదిశలో వందమైళ్ళ దూరాన ఉన్న కొత్త ప్రదేశానికి తరలిపోయారనుకుంటే, తూర్పు ఆఫ్రికా నుంచి చైనా వరకూ ఉన్న దూరాన్ని దాటేందుకు దాదాపు 10,000 సంవత్సరాలు పట్టేది.

కొన్ని అసాధారణమైన సందర్భాలలో, ఆహార వనరులు మెండుగా ఉన్నప్పుడు సమూహాలు - రుతువులను బట్టి ఎక్కడైనా స్థిరపడటమో, లేక శాశ్వత నివాసాలు ఏర్పరచుకోవటమో చేసేవారు. ఆహారపదార్థాలని ఎండ బెట్టటం, పొగపెట్టి కాల్చటం, లేదా మంచుతో గడ్డకట్టించటం లాంటివి నేర్చుకున్నాక ఒకచోట ఎక్కువకాలం స్థిరపడటం సాధ్యమైంది. మరీ ముఖ్యంగా సముద్రపొడ్డునా, నదీతీరంలో ఉండేవాళ్ళకి చేపలూ, నీటిపక్షులూ దొరికేవి. వాళ్ళు అక్కడ జాలరి పల్లెలు నిర్మించుకుని స్థిరపడేవారు. అవే చరిత్రలో నమోదయిన మొట్టమొదటి స్థిరనివాసాలు. వ్యవసాయ విప్లవానికి చాలా ముందే ఇది జరిగింది. బహుశా ఈ జాలరి పల్లెలు 45,000 సంవత్సరాల క్రితం ఇండోనేషియా దీవుల తీరాల్లో వెలిసి ఉండవచ్చని అంచనా. దీన్ని ఆధారం చేసుకునే హోమో సేపియన్లు మొదటిసారి సముద్రాన్ని దాటి ఆస్ట్రేలియా పైకి దాడిచేసి ఉంటారు.

సేపియన్లు నివసించిన సమూహాల్లో వాళ్ళు చాలామటుకు ఆహారం విషయంలో సర్దుకుపోతూ, అవకాశాన్నిబట్టి ప్రవర్తించేవారు. చీమల పుట్టలని తవ్వి వాటిని తినేవారు, అడవిలో దొరికే కాయలూ, పళ్ళూ తినేవారు, నేలని తవ్వి తినటానికి పనికివచ్చే కందమూలాలకోసం వెతికేవారు, కుందేళ్ళని తరిమి, అడవిదున్నలనీ, పెద్దపెద్ద ఏనుగులనీ వేటాడేవారు. అందరికీ బాగా పరిచయమైన 'వేటాడే మనిషి' అనే ఆనాటి మానవుడి రూపం ఎలా ఉన్నప్పటికీ, సేపియన్లు ప్రధానంగా ఆహారసేకరణ ద్వారానే జీవితం గడిపారు. అలా సంపాదించుకున్న ఆహారమే వాళ్ళకి క్యాలరీలు అందించింది. అదే విధంగా చెకుముకి రాళ్ళు, కర్ర, వెదురులాంటి ముడిపదార్థాలని కూడా వాళ్ళు సేకరించే వాళ్ళు.

సేపియన్లు కేవలం ఆహారాన్నీ, సామగ్రినీ మాత్రమే సేకరించలేదు. వాళ్ళు జ్ఞానం కోసం కూడా వెతికారు. జీవించి ఉండేందుకు వాళ్ళకి తాము ఉండే ప్రదేశపు వివరాలు మనసులో ఒక చిత్రపటంలా గుర్తుండిపోవాలి. రోజూ ఆహారాన్ని వెతికే పనిని వీలైనంత సమర్థంగా చేసేందుకు ఒక్కొక్క మొక్కా పెరిగే విధానం గురించీ, ప్రతి జంతువుకీ ఉండే అలవాట్ల గురించీ వాళ్ళకి బాగా తెలిసుండాలి. ఏ ఆహారం ఎక్కువ పోషకాలని అందిస్తుందో, ఏది తింటే ఒంటికి పడదో, ఎలాంటి ఆహారపదార్థాలు చికిత్సకి పనికి వస్తాయో వాళ్ళకి తెలియాలి. మారే రుతువుల గురించి తెలియాలి. ఉరుములు మెరుపులతో వచ్చే వర్షాలకి ముందు కనిపించే వాతావరణ సూచనలూ, అలాగే కరువుకాటకాలు రాబోతున్నాయని సూచించే హెచ్చరికలూ వాళ్ళు తెలుసుకోవాలి. వాళ్ళు ఒక్కొక్క వాగునీ, అక్రోటు చెట్టునీ, ఎలుగు బంట్లుండే ఒక్కొక్క గుహనీ, తమ చుట్టుపక్కల చెకుముకిరాళ్ళు దొరికే ప్రదేశా లనీ చక్కగా అధ్యయనం చేసేవారు. ప్రతి వ్యక్తీ రాతితో కత్తి తయారు చెయ్యటం, చిరిగిన బట్టలని బాగుచేసుకోవటం, కుందేళ్ళకి ఉచ్చులు పన్నటం, హిమసంపాతాలని ఎదుర్కోవటం, పాముకాట్లనుంచీ, ఆకలిగొన్న సింహాలనుంచీ తప్పించుకోవటం నేర్చుకోవాలి. ఈ కళలన్నిటిలో నైపుణ్యం సాధించాలంటే యేళ్ళతరబడి శిష్యరికం చేస్తూ, శ్రద్ధగా అభ్యాసం చెయ్యాలి. వస్తువుల కోసం వెతుకుతూ వాటిని సేకరించే సగటు ప్రాచీన మానవుడు ఒక చెకుముకి రాతిని నిమిషాల్లో బల్లెం ములుకుగా మలచగలిగేవాడు. మనం ఈ కళని అనుకరించేందుకు ప్రయత్నిస్తే ఘోరంగా ఓడిపోతాం. చెకుముకి రాతినీ, అగ్నిపర్వతపు నల్లనిరాళ్లనీ చెక్కే పద్ధతి మనకి క్షుణ్ణంగా తెలీదు, వాటిని దోషాలు లేకుండా మలిచేందుకు అవసరమైన చక్కటి చలశక్తి కూడా మనకి లేదు.

మరోలా చెప్పాలంటే, ఆధునిక మానవులకన్నా వస్తువులని వెతికి సేకరించిన ఆనాటి సగటు మానవుడికి తన పరిసరాలని గురించి ఇంకా విస్తృతమైన, లోతైన, వైవిధ్యమైన జ్ఞానం ఉండేది. పారిశ్రామిక సమాజాల్లో జీవించే ఈనాటి మనుషులకి జీవించి ఉండేందుకు ప్రకృతి గురించి ఎక్కువగా ఏమీ తెలియనక్కర్లేదు. ఒక కంప్యూటర్ ఇంజనీరుగానో, ఒక బీమా ఏజెంటుగానో, చరిత్ర పాఠాలు నేర్పే అధ్యాపకుడిగానో, కార్ఖానాలో శ్రామికుడి గానో పని కొనసాగించాలంటే మీకు నిజంగా తెలియవలసినదేమిటి? మీ చిన్ని రంగంలో మీకు చాలా విషయాలు క్షుణ్ణంగా తెలిసుండాలి. కానీ జీవితంలో

ఎక్కువశాతం మనకుండే అవసరాలకోసం మనం ఇతర నిపుణుల మీద గుడ్డిగా ఆధార పడతాం. కానీ వాళ్ల నైపుణ్యం కూడా అతిచిన్న రంగానికే పరిమితమై ఉంటుంది. ప్రాచీన మానవ సమూహాల కన్నా ఈనాడు సమష్టిగా పనిచేసే మానవులకి చాలా ఎక్కువ విషయాలు తెలుసు. కానీ వ్యక్తిగా చూస్తే ఆహారసేకరణ చేసిన ఆ ప్రాచీన మానవులే చరిత్రలోనే అత్యంత జ్ఞానవంతులు గానూ, నైపుణ్యం సాధించినవారుగానూ కనిపిస్తారు.

ఆహారసేకరణ చేసిన ఆ ప్రాచీనుల మెదడుతో పోలిస్తే, సేపియన్ మెదడు నిజానికి చిన్నదిగా అయిందనటానికి కొంత రుజువు దొరికింది. ఆ యుగంలో బతికుండేందుకు ప్రతి ఒక్కరికీ అద్భుతమైన మానసిక కౌశలం ఉండటం అవసరమైంది. వ్యవసాయం, పరిశ్రమలూ వచ్చాక మనుషులు జీవించి ఉండేందుకు ఇతరుల నైపుణ్యం మీద ఆధార పడటం ఎక్కువయింది. 'బుద్ధిహీనులకోసం అరలు' తెరవబడ్డాయి. నీళ్ళు మోసేవాడిగానో, కార్ఖానాలో వస్తువుల భాగాలు తయారుచేసేవాడిగానో జీవిస్తూ, మీరు అతిసాధారణమైన మీ జన్యువులను తరువాతి తరానికి అందజేయగలరు.

ఆహారసేకరణ ఆధారంగా జీవించిన మానవులు తమ చుట్టూ ఉండే జంతువులు, మొక్కలు, వస్తువుల గురించే కాక తమ శరీరాల లోపలి ప్రపంచం గురించీ, ఇంద్రియజ్ఞానం గురించీ కూడా పూర్తిగా అవగాహన చేసుకున్నారు. గడ్డిలో ఏదైనా పాము దాక్కొని ఉందేమో తెలుసుకునేందుకు వాళ్ళు అతిచిన్న శబ్దాన్ని కూడా వినేవారు. చెట్ల ఆకులని శ్రద్ధగా గమనిస్తూ పళ్ళు, తేనెతుట్టలూ, పక్షిగూళ్ళూ ఎక్కడున్నాయో కనిపెట్టేవారు. వాళ్ళు అతితక్కువ ప్రయాసతో నిశ్శబ్దంగా మసిలేవారు. సరిగ్గా కూర్చోవటం, చురుగ్గా నడవటం, పరిగెత్తటంలో సామర్థ్యం సాధించారు. తమ శరీరాలని నిరంతరం, విభిన్నమైన పనులతో దృఢంగా చేసుకుని ఈనాటి మారథాన్ పరుగుపందాల్లో పాల్గొనేవారిలా ఆరోగ్యంగా ఉండేవారు. యేళ్ళ తరబడి యోగ, తాయిచి (చైనా వారి యుద్ధకళ) అభ్యసించాక కూడా ఈనాటి మానవులు సాధించలేని శారీరక సామర్థ్యాన్ని వాళ్ళు సాధించారు.

ప్రాంతాలని బట్టీ, ఋతువులని బట్టీ వేటాడి ఆహారసేకరణ చేసే వాళ్ళ జీవితాలలో చెప్పుకోదగిన మార్పులు ఏర్పడేవి. కానీ మొత్తం మీద ఆ సమాజంలో మనుషులు ఆ తరవాత వచ్చిన రైతులకన్నా, గొర్రెలకాపర్లకన్నా, కూలీలకన్నా, ఆఫీసుల్లో పనిచేసే గుమాస్తాలకన్నా ఎక్కువ సౌకర్యాలని అనుభవిస్తూ సార్థకమైన జీవితాన్ని గడిపారు.

ఈనాటి ధనిక సమాజంలో జనం వారానికి సగటున నలభైనుంచి నలభైఐదు గంటలు పనిచేస్తారు. ఇక అభివృద్ధి చెందుతున్న దేశాలలో వాళ్ళు వారానికి అరవై నుంచి ఒక్కోసారి ఎనభై గంటలవరకూ కూడా పనిచేస్తారు. ఈనాడు ఎంతమాత్రం నివాసయోగ్యం కాని ప్రాంతాలలో, ఉదాహరణకి కలహారీ ఎడారిలో, వేటాడి ఆహారసేకరణ చేస్తూ బతికే మనుషులు వారానికి ముప్పయిఐదు నుంచి నలభైఐదు గంటలు మాత్రమే పనిచేస్తారు. వాళ్ళు మూడురోజులకొకసారి వేటాడతారు, ఇక ఆహారసేకరణ చేసేందుకు రోజుకు మూడు నుంచి ఆరుగంటలు సరిపోతాయి. పరిస్థితులు సామాన్యంగా ఉన్నప్పుడు ఇది

పూర్తి సమూహం భోజనం చేసేందుకు సరిపోతుంది. వేటాడి ఆహారసేకరణ చేసిన ప్రాచీనకాలపు మనుషులు, కలహారీ ఎడారి కన్నా సారవంతమైన ప్రాంతాలలో ఉన్నవారు ఆహారాన్నీ ముడిసరుకులన్నీ సంపా దించేందుకు ఇంకా తక్కువ సమయం వెచ్చించేవారని మనం అనుకోవచ్చు. అదనంగా ఆ ప్రాచీనులకి ఇంటిపని కూడా ఇంకా తేలికగా ఉండేది. తోమేందుకు అంట్లు లేవు, వాక్యూమ్ క్లీన్ చేసేందుకు కార్పెట్లు లేవు, తుడిచేందుకు గచ్చు లేదు, పిల్లలకి డయపర్లు లేవు, చెల్లించేందుకు బిల్లులు లేవు.

ఆహారసేకరణ చేసేవారి ఆర్థికవ్యవస్థ - అధికశాతం మనుషుల జీవితాలు, వ్యవసాయం, పరిశ్రమల యుగపు జీవితంకన్నా ఆసక్తికరంగా ఉండేందుకు దోహదం చేసేది. ఈనాడు చైనాలో కార్ఖానాలో పనిచేసే ఒక స్త్రీ ఉదయం ఏడు గంటలకి ఇల్లు వదిలి, కాలుష్యం నిండిన వీధుల్లోంచి నడిచి పనిచేసే చోటికి చేరుకుంటుంది. అక్కడ ఒకే యంత్రం మీద, ఒకే రకంగా పదిగంటలసేపు ప్రతిరోజూ పనిచేస్తుంది. ఆ పనితో ఆమె మెదడు మొద్దుబారి పోవలసిందే! మళ్ళీ సాయంత్రం ఏడుగంటలకి ఇల్లు చేరి అంట్లు తోమటం, బట్టలుతకటం లాంటి పనులు చేస్తుంది. ముప్పయివేల సంవత్సరాల క్రితం చైనాలో ఉండే ఒక ప్రాచీనకాలపు స్త్రీ తనతోటివారితో కలిసి ఉదయం ఏ ఎనిమిదింటికో తమ బస వదిలివెళ్ళి ఉండేది. చుట్టుపక్కల దగ్గర్లో ఉన్న అడవుల్లోనూ, పచ్చికబయళ్లలోనూ తిరుగుతూ పుట్టగొడుగులు ఏరుకుంటూ, తినదగిన కందమూలాల్ని తవ్వుకుంటూ, కప్పలని పట్టుకుంటూ, అరుదుగా పులిని చూసి పారిపోతూ గడిపేది. మధ్యాహ్నం లోపల వంట చేసుకునేందుకు వాళ్ళు బసకి వచ్చేసేవాళ్ళు. ఆ తరవాత వాళ్లకి కబుర్లు చెప్పుకునేందుకూ, కథలు చెప్పుకునేందుకూ, పిల్లలతో ఆడుకునేందుకూ, తీరికగా కూర్చునేందుకూ సమయం మిగిలేది. కానీ ఒక్కోసారి వాళ్ళు పులివాత కూడా పడేవారు, లేదా పాముకాటుకి ప్రాణాలు కోల్పోయేవారు, కానీ వాళ్ళు మోటారువాహనాల ప్రమాదాలు, పారిశ్రామిక కాలుష్యంలాంటి సమస్యలని ఎదుర్కోవలసిన అగత్యం ఉండేది కాదు.

చాలా ప్రాంతాలలో, చాలాసార్లు ఆహారసేకరణ అన్నిటికన్నా మంచి పోషకాలని అందించేది. అది ఆశ్చర్యపడవలసిన సంగతేమీ కాదు. కొన్ని లక్షల సంవత్సరాలపాటు మనుషులు తిన్న ఆహారం అదే, దానికి మానవ శరీరం చక్కగా అలవాటుపడింది. శిలాజాలలో దొరికిన మానవ అస్థిపంజరాలని పరిశీలిస్తే ఆహారసేకరణే జీవనాధారంగా బతికిన ఆ ప్రాచీనులు ఆకలిబాధలు అంతగా అనుభవించలేదనీ, పోషకాహార లోపంతో అంతగా బాధపడలేదనీ, వాళ్ళ వారసులైన రైతులకన్నా పొడవుగానూ, ఆరోగ్యంగానూ ఉండేవారని కూడా తెలుస్తోంది. వారి సగటు ఆయుష్షు ముప్పయినుంచి నలభై సంవత్సరా లుండేది. కానీ దీనికి చాలావరకూ చిన్నతనంలో చనిపోవటమే కారణం. పుట్టిన తరవాత మొదటి కొన్ని సంవత్సరాలు ఏ ప్రమాదానికి గురికాకుండా ఉంటే వాళ్ళు అరవైయేళ్లదాకా బతికి ఉండేవారు, కొందరు ఎనభైయేళ్లదాకా కూడా బతికుండేవాళ్లు. ఆధునికయుగంలో ఇలాంటి సంచార తెగల్లో నలభై ఐదేళ్ల స్త్రీ మరో ఇరవైయేళ్లు బతికి ఉండేందుకు అవకాశముంది. 5 నుంచి 8 శాతం జనాభా అరవైయేళ్లు దాటినదే.

ఆకలిబాధనుంచీ, పోషకాహార లోపం నుంచీ ఈ సంచారజాతులను కాపాడినది వాళ్ళ ఆహారంలో వైవిధ్యం ఉండటమే, అదే వాళ్ళ రహస్యం. వ్యవసాయదారులు చాలా పరిమితమైన, సమతులం కాని ఆహారాన్ని తీసుకుంటారు. ముఖ్యంగా ఆధునిక యుగానికి ముందుకాలంలో వ్యవసాయం చేసి జీవించేవారికి అధిక క్యాలరీలు ఒకే ఒక పంటనుంచి అందేవి : అది గోధుమ, బంగాళాదుంప లేదా వరి పంటలనుంచి అందేది. వాటిలో విటమిన్లూ, ఖనిజాలూ, మనిషి శరీరానికి అవసరమైన ఇతర పోషక పదార్థాలూ లోపించేవి. ప్రాచీనకాలపు చైనాలో ఒక సరాసరి రైతు ఉదయం అల్పాహారంలోనూ, మధ్యాహ్నం భోజనంలోనూ, రాత్రి భోజనంలోనూ అన్నమే తినేవాడు. అతనికి అదృష్టం ఉంటే మర్నాడు కూడా మూడుపూటలా అదే తినే అవకాశం దొరికేది. ఇతనితో పోలిస్తే ఆహారసేకరణ చేస్తూ జీవించిన ప్రాచీనుడు రోజూ ఎన్నో రకాల ఆహారపదార్థాలు తినేవాడు. ఆ రైతు ముత్తమ్మమ్మ ఉదయం చిన్న పండో కాయో, పుట్టగొడుగులో తినేది. మధ్యాహ్నం పెద్ద పళ్ళూ, నత్తగుల్లలూ, తాబేలు మాంసం తినేది., రాత్రి కుందేలు మాంసంముక్క అడవిలో దొరికే ఉల్లిపాయలూ తినేది. ఆ మర్నాడు ఆహారంలో పూర్తిగా వేరే పదార్థాలు ఉండేవి. ఇలా ఆహారంలో వైవిధ్యం పాటించటంవల్ల వాళ్లకి అవసరమైన పోషకాలన్నీ అందేవి.

అంతేకాక, ఏదో ఒక రకమైన ఆహారం మీదే ఆధారపడకపోవటంవల్ల, ఏదైనా ఒక ఆహారపదార్థం దొరకని సందర్భాల్లో కూడా వాళ్ళకి ఎలాంటి ఇబ్బందీ కలిగేది కాదు. అనావృష్టి, అగ్నిప్రమాదాలూ, భూకంపాలూలాంటివి సంభవించినప్పుడు వ్యవసాయ సమాజాలు, తమ పొలాలూ, బంగాళాదుంప పంటలూ సర్వనాశనం అవటంతో కరవు బారిన పడతాయి. ఆహారసేకరణ చేసి జీవించిన సమాజాలని కూడా ఇలాంటి ప్రకృతి వైపరీత్యాలు బాధించలేదని కాదు. వాళ్ళు కూడా అప్పుడప్పుడూ, లేమిని, ఆకలిని ఎదుర్కొన్నారు, కానీ ఇలాంటి సంకట పరిస్థితులని వాళ్ళు సులభంగా ఎదుర్కోగలిగారు. వాళ్లకి ప్రధానంగా అవసరమైన ఆహారపదార్థాలు దొరకనప్పుడు వాళ్ళు మరో జాతి జంతువులని వేటాడి గాని, లేదా ప్రకృతి అంతగా నాశనం చెయ్యని ప్రాంతాలకి తరలిపోయి గాని ప్రాణాలు కాపాడుకునేవారు.

ప్రాచీన యుగపు సంచారతెగలు అంటువ్యాధులతో అంతగా బాధపడే వారు కాదు. అమ్మవారు, తడపర, క్షయ వంటి అంటువ్యాధులు వ్యవసాయ సమాజాలనీ, పారిశ్రామిక సమాజాలనీ ఎక్కువగా పీడిస్తాయి. ఆ వ్యాధులు పెంపుడు జంతువులలో మొదలై వ్యవసాయ విప్లవం తరువాతి దశలో మనుషులకి కూడా సోకటం ప్రారంభించాయి. ప్రాచీనకాలంలో ఆహారసేకరణ చేస్తూ కేవలం కుక్కలని పెంచుతూ జీవించినవాళ్ళు ఇలాంటి వ్యాధుల బారిన పడలేదు. అంతేకాక వ్యవసాయ సమాజాల్లోనూ, పారిశ్రామిక సమాజాల్లోనూ మనుషులు కిక్కిరిసి ఉండే, పరిశుభ్రత లేని స్థిర నివాసాలలో జీవించారు. అవి వ్యాధులు ప్రబలేందుకు మంచి అనువైన స్థలం. ఆహారసేకరణ చేస్తూ తిరిగే చిన్నచిన్న సమూహాలు ఒక ప్రాంతం నుంచి మరో ప్రాంతానికి మారుతూ ఉండటంవల్ల అక్కడ అంటువ్యాధులు ప్రబలే అవకాశమే లేదు.

ఆరోగ్యకరమైన, వైవిధ్యం ఉన్న ఆహారం, తక్కువ శరీర శ్రమ, అరుదుగా అంటురోగాలు బాధించటం లాంటివి ఉండటం గమనించి చాలామంది నిపుణులు, వ్యవసాయ సమాజం ఏర్పడక పూర్వం ఉండిన ఆ సంచార తెగలదే 'అసలైన ధనిక సమాజం' అని నిర్వచించారు. కానీ ఆ ప్రాచీనుల జీవితాలు పూర్తిగా ఆదర్శవంతమైనవి అనుకోవటం కూడా పొరపాటే. వ్యవసాయం, పరిశ్రమలూ లేని కాలంలో వాళ్ళు అంతకన్నా మెరుగైన జీవితాలు గడిపి ఉండవచ్చు, అయినప్పటికీ వాళ్ళ ప్రపంచం చాలా కఠినంగా ఉంటూ, కష్టాలను సృష్టించేది. లేమి, కష్టాలూ వాళ్ళ జీవితాల్లోనూ ఉండేవి. చిన్నపిల్లలు చనిపోవటమనేది తరచూ జరిగేది, ఈనాడు సామాన్యమైన ప్రమాదం అనుకునేది ఆ రోజుల్లో చాలా సులభంగా ప్రాణాలు తీసేది. సంచరించే సమూహంలో చాలామంది సన్నిహితంగా ఉండేవారేమో, కానీ వారిలో ఎవరైనా తోటివారి కోపాన్నీ, వెక్కిరింపునీ ఎదుర్కోవలసి వస్తే వాళ్ళు చాలా భయంకరమైన వేదనకి గురిఅయేవారేమో. ఆధునిక యుగంలో ఆహారసేకరణ ఆధారంగా జీవించే మనుషులు అందరితో కలిసి ముందుకి సాగలేని ముసలివాళ్ళనీ, అవిటివాళ్ళనీ చంపెయ్యటం కూడా కనిపిస్తుంది. ఎవరికీ అక్కర్లేని శిశువులనీ, పిల్లలనీ కూడా చంపివేస్తారు. మత సంబంధమైన ప్రేరేపణతో మనుషులని బలి ఇచ్చిన సందర్భాలు కూడా లేకపోలేదు.

1960ల దాకా పరాగ్వే అడవుల్లో నివసించిన అషే అనే వేటాడి ఆహార సేకరణ చేసే మానవజాతి గురించి తెలుసుకుంటే, ఆహారసేకరణలో గల కష్టనష్టాలను మనం చూడగలుగుతాం. సమూహంలో అందరూ విలువనిచ్చే ఒక వ్యక్తి చనిపోయినప్పుడు, ఆచారాన్ననుసరించి అషేలు ఒక చిన్నపిల్లని చంపి ఇద్దరినీ కలిపి పూడ్చిపెట్టేవారు. అషేలని ఇంటర్వ్యూ చేసిన ఒక మానవ శాస్త్రజ్ఞుడు ఒక సందర్భాన్ని నమోదు చేశాడు. ఒక నడివయసు వ్యక్తి వ్యాధికి గురయి, తమతో సమానంగా నడవలేకపోతున్నాడని సమూహంలో వాళ్ళం దరూ అతన్ని ఒంటరిగా ఒక చెట్టు కింద వదిలేసి ముందుకి సాగిపోయారు. తమకి కడుపునిండా భోజనం దొరుకుతుందన్న ఆశతో రాబందులు ఆ చెట్టుమీద వచ్చి వాలాయి. కానీ ఆ మనిషి కోలుకుని, గబగబా నడుస్తూ మిగిలినవాళ్ళని చేరుకున్నాడు. అతని ఒళ్ళు రాబందుల రెట్టలతో నిండిపోయి ఉంది. అప్పట్నుంచీ అతన్ని అందరూ 'రాబందు రెట్టలు' అనే మారుపేరుతో పిలవసాగారు.

ఎవరైనా ఒక వృద్ధ అషే స్త్రీ సమూహానికి భారంగా తయారైందనిపిస్తే, యువకుల్లో ఒకడు చప్పుడు చెయ్యకుండా ఆమె వెనక చేరి గొడ్డలితో తల నరికి ఆమెని హతమారుస్తాడు. కుతూహలం ఆపుకోలేక ప్రశ్నలు వేసే మానవశాస్త్ర నిపుణులకు, ఒక అషే మనిషి అడవిలో తను యౌవనంలో గడిపిన రోజుల గురించి కథలు చెప్పాడు. 'నేను వాడుకగా ముసలి స్త్రీలని చంపేవాణ్ణి. నా మేనత్తలనీ, పినతల్లులనీ చంపాను. వాళ్ళు నన్ను చూసి భయపడేవాళ్లు... ఇప్పుడు ఈ తెల్లవాళ్ళతో ఉంటూ నేను బలహీనుణ్ణయిపోయాను.' జుట్టు లేకుండా పుట్టిన పిల్లలు పూర్తిగా వికాసం చెందలేదని వెంటనే వాళ్ళని చంపేశారు. సమూహంలో మగవాళ్ళకి మరో ఆడపిల్ల తమ సమూహంలో వచ్చి చేరటం ఇష్టం లేక ఆ పిల్లని చంపేశారని ఒక స్త్రీ చెప్పింది. మరో సందర్భంలో తను విసుగ్గా ఉన్నప్పుడు

ఏడుస్తున్నాడని ఒక పిల్లవాణ్ణి ఒక వ్యక్తి చంపేశాడు. మరోసారి అది నవ్వు తెప్పిస్తోందనీ, మిగతా పిల్లలు దాన్ని చూసి నవ్వుతున్నారనీ, ఒక పిల్లని ప్రాణాలతో పూడ్చిపెట్టారు.

కానీ మనం అషేలని అంత తొందరపడి తప్పుపట్టకుండా జాగ్రత్తపడాలి. వాళ్ళతో కలిసి యేళ్ళతరబడి నివసించిన మానవశాస్త్ర నిపుణులు, పెద్దవాళ్ళ మధ్య కొట్లాటలూ, హింసా చాలా అరుదైన విషయమని అంటారు. స్త్రీలకీ పురుషులకీ తమ ఇష్టప్రకారం జీవితభాగస్వాములని మార్చుకునే స్వేచ్ఛ ఉండేది. ఎప్పుడూ నవ్వుతూ ఆనందంగా ఉండేవారు. తరతమ భేదాలూ, ఒకరు నాయకత్వం వహించటంలాంటివేమీ లేవు. సామాన్యంగా అధికార దర్పం చూపేవాళ్ళకి దూరంగా ఉండేవారు. తమకున్న కాసిని వస్తువుల విషయంలో చాలా ఔదార్యం చూపించేవారు, విజయాలని సాధించాలనీ, ధనం సంపాదించాలనీ అమితమైన ఆకాంక్ష లేదు. జీవితంలో వాళ్ళు ఎక్కువ విలువ ఇచ్చిన విషయాలు – మంచి సామాజిక సంబంధాలూ, మంచి నాణ్యత గల స్నేహసంబంధాలూ, పిల్లల్నీ, వ్యాధిగ్రస్తులనీ, వృద్ధులనీ చంపటం గురించి, ఈనాడు మనం గర్భవిచ్ఛిత్తి, బాధల నివారణ కోసం చంపటమూ గురించి భావించినట్టే అనుకునేవారు. ఇంకో విషయం కూడా గుర్తుంచుకోవాలి, పరాగ్వేకి చెందిన రైతులు అషేలని వేటాడి ఏ మాత్రం దయాదాక్షిణ్యాలు చూపకుండా హతమార్చేవారు. ఆ శత్రువులని తప్పించుకునేందుకు వాళ్ళు తన సమూహంలో ఎవరైతే వాళ్ళకి బరువనిపిస్తారో వాళ్ళ పట్ల అత్యంత కఠినంగా ప్రవర్తించి ఉండవచ్చు.

అసలు విషయం ఏమిటంటే, అషేల సమాజం అన్ని ఇతర మానవ సమాజాలలాగే చాలా క్లిష్టంగా ఉండేది. పైపై పరిచయంతో వాళ్ళని రాక్షసుల్లాగానో, ఆదర్శ సమాజంలాగానో చూడటం మాని అప్రమత్తత పాటించాలి. అషేలు దేవతలూ కారు, రాక్షసులూ కారు, కేవలం మానవులు. ప్రాచీనకాలంలో వేటాడి ఆహారసేకరణ చేసిన మానవులు కూడా అంతే.

మాట్లాడే దెయ్యాలు

ప్రాచీన యుగపు వేటాడి ఆహారసేకరణ చేసేవాళ్ళ ఆధ్యాత్మిక, మానసిక జీవితం గురించి మనం ఏం చెప్పగలం? వారి ఆర్థికవ్యవస్థను కొంతవరకూ మనకి కనిపించే లక్ష్యకారకాల ఆధారంగా పునర్నిర్మించగలమేమో! ఉదాహరణకి, ప్రాణాలతో ఉండేందుకు ఒక మనిషికి రోజుకి ఎన్ని క్యాలరీలు అవసరమవుతాయి, ఒక కిలో అక్రోటు పళ్ళలో ఎన్ని క్యాలరీలు లభ్యమౌతాయి, అడవిలో ఒక చదరపు కిలోమీటర్ మేర ఎన్ని అక్రోటు పళ్ళు సేకరించవచ్చు? లాటి ప్రమాణాలు. ఈ వివరాల ఆధారంతో వాళ్ళ ఆహారంలో అక్రోటు పళ్ళ సంబంధిత ప్రాధాన్యతని మనం అంచనా వెయ్యగలుగుతాం.

కానీ వాళ్ళు అక్రోటు పళ్ళని అరుదైన రుచికరమైనదిగా అనుకునేవారా లేక వాళ్ళ ఆహారంలో దానికి ముఖ్యమైన స్థానం ఉండేదా? అక్రోటు చెట్ల మీద దెయ్యాలుంటాయని వాళ్ళు నమ్మేవారా? అక్రోటు ఆకులు వాళ్ళకి అందంగా ఉన్నట్టు కనిపించేవా? ఆ

ప్రాచీనుల్లో ఒక అబ్బాయి ఒక అమ్మాయిని ప్రణయానికి అనువైనచోటికి తీసుకెళ్లాలనుకుంటే ఒక అక్రోటు చెట్టు నీడ సరిపోయేదా? ఆలోచనలూ, నమ్మకాలూ, భావనల ప్రపంచాన్ని నిర్వచించటం, అర్థం చేసుకోవటం ఇంకా చాలా కష్టం.

ప్రాచీనకాలపు ఆ మానవులు సర్వాత్మవాదాన్ని నమ్మేవారని దాదాపు అందరు పరిశోధకులు అంగీకరిస్తారు. అంటే ప్రతిచోటా, ప్రతి జంతువులోనూ, మొక్కలోనూ కనిపించే ప్రకృతి దృశ్యాలన్నిటిలోనూ అవగాహనా, భావన ఉంటాయనీ, అవి నేరుగా మానవులతో సంభాషించగలవనీ నమ్మటం. ఆ రకంగా సర్వాత్మవాదులు కొండపైనున్న పెద్ద బండకి కూడా కోరికలూ, అవసరాలూ ఉంటాయని నమ్ముతారు. మనుషులు చేసే ఏ పనైనా దానికి కోపం తెప్పించవచ్చు. మరోసారి వాళ్ళు చేసే పనిని చూసి అది ఆనందించనూ వచ్చు. ఆ శిల వాళ్ళని కోప్పడవచ్చు లేదా ఏదైనా సహాయం కోరవచ్చు. ఇక మానవుల విషయానికొస్తే, వాళ్ళు ఆ శిలతో మాట్లాడవచ్చు, అవమానించి బెదిరించ వచ్చు. ఆ శిల మాత్రమే కాదు కొండ పాదం దగ్గరున్న సిందూరా వృక్షంలో కూడా ఆత్మ ఉంది. కొండ దిగువన ప్రవహించే వాగుకీ, అడవిలో చెట్లు దట్టంగా లేని ఖాళీలో ఉన్న నీటిబుగ్గకీ, దాని చుట్టూ పెరిగే పొదలకీ, ఆ ఖాళీ స్థలానికి వెళ్లే దారికీ, అక్కడికి నీళ్లు తాగేందుకు వెళ్లే చిట్టెలుకలకీ, తోడేళ్ళకీ, కాకులకీ కూడా ఆత్మ ఉంది. సర్వాత్మవాదుల ప్రపంచంలో వస్తువులకీ, ప్రాణులకీ మాత్రమే ఆత్మ ఉండదు. శరీరాలు లేని పదార్థాలకు కూడా ఆత్మ ఉంటుంది. అంటే చనిపోయినవారి ఆత్మలు, స్నేహంగా ఉండే దెయ్యాలూ, అల్లరి దెయ్యాలూ లాంటివి. ఈనాడు మనం వాటిని పిశాచాలనీ, గంధర్వులనీ, దేవ దూతలనీ అంటున్నాం.

మనిషికీ మిగిలిన జంతువులకీ మధ్య ఎటువంటి అడ్డంకీ లేదని నమ్ముతారు సర్వాత్మవాదులు. మాటలు, పాటలు, నాట్యం, ఉత్సవాల ద్వారా సందేశాలని ఇచ్చి పుచ్చుకోవటం సాధ్యమే. ఒక వేటగాడు జింకల గుంపుతో మాట్లాడుతూ తనకోసం ఒక జింకని ప్రాణత్యాగం చెయ్యమని అడగవచ్చు. ఒకవేళ ఆ జంతువు అతని చేతిలో చనిపోతే, అతను క్షమాపణ కోరవచ్చు. ఎవరికైనా వ్యాధి సోకితే భూతవైద్యుడు ఆ వ్యాధి కలిగించిన ఆత్మతో మాట్లాడి దాన్ని శాంతింపజేయటమో, బెదిరించటమో చేస్తాడు. అవసరమైతే ఇంకొన్ని ఆత్మల సహాయం కూడా కోరతాడు. ఇలా సంభాషణ జరపడంలో ఉన్న విశేష మేమిటంటే, అలా మాట్లాడటం స్థానికంగా ఉన్నవాళ్ళతోనే జరుగుతుంది. వాళ్ళు ప్రపంచంలో అందరూ నమ్మే దేవుళ్ళు కారు. ఒకానొక జింకో, చెట్టో, వాగో, దెయ్యమో అయి ఉంటాయి.

మనుషులకీ ఇతర ప్రాణులకీ మధ్య అడ్డంకి లేనట్టే, కచ్చితమైన తరతమ భేదం కూడా లేదు. మానవేతర పదార్థాలు మనుషుల అవసరాలు తీర్చటం కోసం మాత్రమే లేవు. అలాగే వాళ్ళు ఈ లోకాన్ని తమ ఇష్టం వచ్చినట్టు నడిపే దేవుళ్ళూ కారు. ఈ లోకం మనుషుల చుట్టూనో లేదా ఏ ఇతర ప్రాణుల చుట్టూనో పరిభ్రమించదు.

8. లేస్కో గుహలోని క్రీ.పూ. 15,000–20,000 సంవత్సరాల క్రితం చిత్రం. ఈ చిత్రంలో సరిగ్గా మనం ఏం చూస్తున్నాం? ఈ చిత్రం అర్థం ఏమిటి? పక్షి తల, నిటారుగా వున్న పురుషాంగంతో వున్న ఒకడిని అడవిదున్న చంపటం మనకి కనిపిస్తోందని కొందరు వాదిస్తారు. ఆ మనిషి కిందే ఒక పక్షి వుంది, అతడు మరణిస్తున్నప్పుడు అతని శరీరంలోంచి విడుదలైన ఆత్మకి ప్రతీక కావచ్చుది. అదే అయితే, ఈ చిత్రం కేవలం ఒక సాధారణ వేట దృశ్యాన్ని చిత్రించడం లేదు, ఇప్పుడుంటున్న ప్రపంచంలోంచి తర్వాతి ప్రపంచంలోకి చేసే ప్రయాణాన్ని వర్ణిస్తోంది అది. అయితే మన ఊహాగానాలు సరైనవా కావా అని మనం తెలుసుకోలేం. రోర్షాక్ (Rorschach) టెస్ట్ ఆధునిక పండితుల పూర్వ భావనలను బహిర్గతం చేస్తుంది కాని ఆదిమ సమాజంలోని వేటాడి జీవించే మానవుల నమ్మకాల గురించి కాదు.

సర్వాత్మవాదం ఏ రకమైన మతమూ కాదు. చాలా భిన్నమైన కొన్ని వేల మతాలకీ, మతవిధానాలకీ, నమ్మకాలకీ అది ఒక సాధారణమైన పేరు. వాళ్ళని 'సర్వాత్మవాదులుగా' చేసేది ప్రపంచం గురించీ, అందులో మానవుడికున్న స్థానం గురించీ వాళ్ళందరికీ ఉన్న ఏకాభిప్రాయం. ప్రాచీనయుగంలో ఆహారసేకరణ చేసి జీవించినవారు బహుశా సర్వాత్మ వాదులై ఉంటారు అనటం, ఆధునిక యుగానికి ముందు ఉండిన వ్యవసాయ యుగపు మనుషులందరూ ఆస్తికులు అన్నట్టే ఉంటుంది. ఆస్తికత్వం అంటే ఈ మొత్తం ప్రపంచంలోని మానవులకీ, అంతరిక్షంలో ఉండే కొద్దిమంది దేవుళ్ళకీ ఉన్న సంబంధం మీద ఆధారపడి నడుస్తుంది అనే దృష్టికోణం. నిజంగానే వ్యవసాయ యుగానికి ముందు జీవించిన మనుషులు ఆస్తికులే అని అనుకున్నా, అది మనకి ఎటువంటి వివరాలూ తెలియజేయదు.

9. అర్జెంటీనాలోని 'చేతుల గుహ'లో 9,000 సంవత్సరాల క్రితం వేటాడి జీవించే మానవులు ఈ హస్తముద్రలను తయారుచేసారు. ఏనాడో మరణించిన వారి ఈ చేతులు కొండ రాతిలోంచి మనల్ని చేరాలని అనుకుంటూన్నట్టు అనిపిస్తోంది. వేటాడి ఆహారసేకరణ చేసే ఆదిమవాసులకు సంబంధించిన అవశేషాలలో మనల్ని బాగా కదిలిస్తాయి ఇవి, కాని వాటి అర్థం ఏమిటో ఎవరికీ తెలియదు.

పద్దెనిమిదో శతాబ్దం పోలాండ్‌లోని యూదు మతగురువులు, పదిహేడో శతాబ్దంలో మసాచుసెట్స్‌లో మంత్రకత్తెలని నిలువునా అగ్నికి ఆహుతి చేసిన ప్యూరిటన్లూ, పదిహేనవ శతాబ్దంలో మెక్సికోలో ఉండిన అజ్టెక్ మతాచార్యులు, పన్నెండో శతాబ్దంలో ఇరాన్‌లో ఉండిన సూఫీ సన్యాసులు, పదో శతాబ్దంలోని వైకింగ్ యోధులూ, రెండో శతాబ్దపు రోమన్ సైనికులూ, ఒకటో శతాబ్దపు చైనా ప్రభుత్వాధికారులూ, వీళ్ళందరూ ఆస్తికులకిందే పరిగణింపబడాలి. వీళ్ళలో ప్రతి ఒక్కరూ అవతలివారి నమ్మకాలూ ఆచారాలూ విచిత్రమైనవనీ, సంప్రదాయ విరుద్ధమైనవనీ భావించారు. ఆహారసేకరణ ద్వారా జీవించిన సర్వాత్మవాదుల సమూహాలలో కూడా నమ్మకాలకి, ఆచారాలకీ సంబంధించి చాలా పెద్ద తేడాలే ఉండి ఉండవచ్చు. వాళ్ళ మతపరమైన నమ్మకాలు అల్లకల్లోలంగా, వివాదాలతో, సంస్కరణలతో, విప్లవాలతో నిండి ఉండేవేమో.

ప్రాచీనుల గురించి మనం స్థూలంగా మాత్రమే చెప్పగలం, అది కూడా ఒళ్ళు దగ్గరపెట్టుకుని మరీ చెప్పాలి. ప్రాచీన యుగం నాటి ఆధ్యాత్మికత గురించి ఏవైనా

నిర్దిష్టమైన విషయాలు చెప్పటం అనేది ఇష్టం వచ్చినట్టు ఊహాగానాలు చెయ్యటమే అవుతుంది. దానికి ఏమాత్రం ఆధారాలు లేవు, ఇక మనకి లభించిన కాసిని ఆధారాలూ, గుప్పెడు పనిముట్లూ, గుహలల్లోని చిత్రాలు... వీటిని బోలెడన్ని రకాలుగా నిర్వచించవచ్చు. ఆహారసేకరణ ఆధారంగా జీవించిన ప్రాచీనుల భావనల గురించి అధ్యయనకర్తలు ప్రతిపాదించిన సిద్ధాంతాలు, రాతియుగం మానవులు అవలంబించిన మతం గురించి కన్నా ఆ అధ్యయనకర్తల పక్షపాత బుద్ధినే తెలియజేస్తున్నాయి.

సమాధుల్లో దొరికిన అవశేషాల్లోనుంచి, గుహల్లోని చిత్రాలనుంచి, ఎముకలతో తయారుచేసిన చిన్న చిన్న విగ్రహాలనుంచీ, ఆవగింజను కొండంత చేసి చూపినట్టు కాకుండా, ఆ ప్రాచీనుల మతం గురించి మనకి కొంచెం కూడా తెలీదని నిజాయితీగా ఒప్పేసుకుంటేనే బావుంటుంది. వాళ్ళు జంతువులని మనం అనుకుంటాం, కానీ దానివల్ల మనకి సరైన సమాచారం అందదు. వాళ్ళు ఎటువంటి ఆత్మలని ప్రార్థించారో మనకి తెలీదు, ఎలాంటి పండగలు జరుపుకున్నారో తెలీదు, వాళ్ళు పాటించిన నిషేధాలేమిటో తెలీదు. మరీ ముఖ్యంగా, వాళ్ళు చెప్పుకున్న కథలేవో మనకి తెలీదు. మానవ చరిత్రని అర్థం చేసుకునే క్రమంలో అదే అతిపెద్ద లోపం.

ఆహారసేకరణ ద్వారా జీవించిన ఆ మానవుల సామాజిక రాజకీయ ప్రపంచం గురించి మనకి బొత్తిగా ఏమీ తెలీదు. పైన వివరించినట్టు, అధ్యయనకర్తలకి వ్యక్తిగతమైన ఆస్తి లాంటిది ఉందా లేదా, వాళ్ళవి భార్యా, భర్తా పిల్లలతో ఉన్న చిన్న కుటుంబాలు కాదా లాంటి ప్రాథమిక విషయాల గురించే ఏకాభిప్రాయం లేదు. బహుశా వేర్వేరు సమూహాలలో భిన్నమైన పద్ధతులు ఉన్నాయేమో, కొన్నిటిలో అతిదుర్మార్గమైన చింపాంజీ సమూహాలలో లాగ తరతమ భేదాలూ, ఒత్తిడీ, హింసా ఉండి ఉండవచ్చు. మరికొన్నిటిలో బొనోబోలలాగా, మానవులు ఒడిదుడుకులు లేకుండా, ప్రశాంతంగా, తీవ్రమైన కామవాంఛతో జీవించి ఉండవచ్చు.

రష్యాలోని సంగీర్‌లో 1955లో పురాతత్వవేత్తలు 30,000 సంవత్సరాల క్రితపు శ్మశానాన్ని కనుక్కున్నారు. పెద్దపెద్ద ఏనుగులని వేటాడిన మానవులకి సంబంధించిన శ్మశానం అది. ఒక సమాధిలో వాళ్లకి యాభైయేళ్ల పురుషుడి అస్థిపంజరం దొరికింది. అతని శరీరం పూర్తిగా ఏనుగు దంతాలతో చేసిన పూసల దండలతో కప్పబడి ఉంది. మొత్తం 3,000 దాకా పూసలున్నాయి ఆ దండల్లో. ఆ వ్యక్తి తలమీద నక్క దంతాలతో చేసిన టోపీ అలంకరించి ఉంది. అతని చేతి మణికట్లకి ఏనుగుదంతంతో చేసిన ఇరవైఐదు కడియాలున్నాయి. అక్కడి మిగిలిన సమాధుల్లో – దీనితో పోలిస్తే చాలా తక్కువ వస్తువులున్నాయి. దీన్నిబట్టి సంగీర్‌లోని మానవులు తరతమ భేదాలుండే సమాజంలో జీవించారనీ, ఆ చనిపోయిన మనిషి ఒక సమూహానికో, లేక కొన్ని సమూహాలున్న తెగకో నాయకుడై ఉంటాడని అధ్యయనకర్తలు ఊహించారు. కొన్ని డజన్ల మంది ఉండే చిన్న సమూహం అన్ని వస్తువులని తయారుచెయ్యటం సాధ్యం కాదని అన్నారు వాళ్ళు.

ఆ తరవాత పురాతత్వవేత్తలు అంతకన్నా ఆసక్తికరమైన సమాధిని కనుగొన్నారు. అందులో రెండు శవాలు ఒకదాని తలా మరోదాన్ని తలా తగిలేట్టుగా పడుకోబెట్టి ఉన్నాయి. ఒక శవం దాదాపు పన్నెండేళ్ళున్న పిల్లవాడిది, మరొకటి తొమ్మిది పదేళ్ల ఆడపిల్లది. ఆ పిల్లవాడి శరీరం 5,000 దంతపు పూసలతో కప్పి ఉంది. నక్క దంతాల టోపీ, 250 నక్కదంతాలు పొదిగిన నడుముపట్టీ (అన్ని దంతాలు కావాలంటే కనీసం అరవై నక్కల పళ్ళు పీకి ఉండాలి) ఉన్నాయి. ఆడపిల్ల ఒంటిమీద 5,250 దంతపు పూసలు ఉన్నాయి. ఇద్దరిచుట్టూ చిన్నచిన్న ప్రతిమలూ, దంతంతో చేసిన వస్తువులూ ఉన్నాయి. మంచి నేర్పరి అయిన శిల్పికి ఒక పూస తయారుచేసేందుకు కనీసం నలభైఐదు నిమిషాలు అవసరమై ఉంటాయి. అంటే, ఆ పిల్లల చుట్టూ ఉన్న ఇతర వస్తువులు కాక, వాళ్ళని కప్పిన ఆ 10,000 దంతపు పూసలని తయారుచేసేందుకు 7,500 గంటలపాటు పనిచేస్తూ చాలా సున్నితంగా వాటిని మలిచి ఉండాలి. అంటే నిపుణుడైన కళాకారుడు వాటిని తయారు చేసేందుకు మూడేళ్లపాటు శ్రమించి ఉండాలి.

అంత చిన్న వయసులో సంగీర్‌లో ఉన్న ఆ పిల్లలు నాయకులుగానో, ఏనుగులని వేటాడటంలో దిట్టలుగానో తమని తాము నిరూపించుకున్నారన్నది నమ్మశక్యం కాని విషయం. వాళ్లని అంత గొప్పగా ఎందుకు పాతిపెట్టారో తెలియాలంటే వారికి ఉండిన సాంస్కృతిక విశ్వాసాల గురించి తెలియాలి. తమ తలిదండ్రుల స్థాయిని బట్టే వాళ్లని అంత ఆడంబరంగా పాతిపెట్టారన్నది ఒక సిద్ధాంతం. ఒకవేళ వాళ్ళు నాయకుడి పిల్లలై ఉండవచ్చు. వాళ్ల సంస్కృతి, కుటుంబం నేపథ్యాన్ని గాని, వారసత్వం గురించిన కచ్చితమైన నియమాలని గాని పాటించి ఉండవచ్చు. రెండో సిద్ధాంతం ప్రకారం, ఆ పిల్లలు పుట్టినప్పుడే ఏనాడో చనిపోయినవారి ఆత్మలు వీళ్ళ రూపంలో పునర్జన్మించాయని గుర్తించి ఉండవచ్చు. పిల్లల సామాజిక స్థాయి కాదు, వాళ్ళు చనిపోయిన పద్ధతే దీనికి కారణం అంటుంది మూడో సిద్ధాంతం. బహుశా నాయకుడు చనిపోయినప్పుడు చేసే ఆచార కర్మలని అనుసరించి వాళ్ళని బలి ఇచ్చి ఉండవచ్చు. ఆ తరవాత చాలా ఆడంబరంగా పాతిపెట్టి ఉండవచ్చు.

సరైన సమాధానం ఏదైనప్పటికీ, 30,000 సంవత్సరాల క్రితం సేపియన్లు సామాజిక రాజకీయ సంకేతాలని ఆవిష్కరించగలిగారనీ, అవి మన డీఎన్ఏ ఆజ్ఞలనూ, మిగిలిన మానవజాతుల, జంతుజాతుల ప్రవర్తనను అధిగమించి చాలా దూరం వెళ్లాయనీ చెప్పేందుకు సంగీర్ పిల్లలు ఒక గొప్ప ఉదాహరణ!

శాంతా, యుద్ధమా?

చివరిగా ఒక ఇబ్బందికరమైన ప్రశ్న, ఆహారసేకరణ ఆధారంగా జీవించిన సమాజంలో యుద్ధం పాత్ర ఏమిటి? కొందరు అధ్యయనకర్తలు ఆ సమాజం నందనవనమంత శాంతి సౌఖ్యాలతో విరాజిల్లేదని ఊహించు కుంటారు. యుద్ధం, హింసలాంటివి వ్యవసాయ విప్లవంతోబాటు, మనుషులు సొంత ఆస్తి కూడబెట్టడం మొదలెట్టాకే ప్రారంభమయ్యాయని

వాదిస్తారు. మరికొందరు అధ్యయనకర్తలు ఆనాటి సమాజం అత్యంత క్రూరమయినది గానూ, హింసతో కూడినదిగానూ ఉండేదన్న అభిప్రాయం వెలిబుచ్చుతారు. ఈ రెండు వాదనలూ ఆకాశహర్మ్యాలే. చాలా కొద్దిపాటి పురాతత్వశాస్త్ర అవశేషాలమీదా, మానవశాస్త్ర నిపుణులు ఈనాడు ఆహారసేకరణ ఆధారంగా జీవిస్తున్న తండా గురించి చేసిన పరిశీలనల మీదా ఆధారపడిన ఇలాంటి వాదనలు వాస్తవాలు అనిపించుకోలేవు.

మానవశాస్త్ర నిపుణుల రుజువులు ఆశ్చర్యకరంగా ఉన్నప్పటికీ ఎన్నో సమస్యలని సృష్టించేవిగా కూడా ఉన్నాయి. ఈనాడు ఆహారసేకరణ ఆధారంగా జీవించే మనుషులు ఎక్కడో దూరంగా ఉండే నివాసయోగ్యం కాని ఆర్కిటిక్, లేదా కలహారీ లాంటి ప్రదేశాల్లో నివసిస్తారు. అక్కడ జనాభా చాలా పల్చగా ఉంటుంది, ఒకరితో ఒకరు పోరాడుకునే అవకాశాలు బహుతక్కువ. అంతేకాక, ఈ మధ్య అలాంటి మనుషుల మీద ఆధునిక రాజ్యాల ఆధిపత్యం నానాటికీ పెరిగిపోతోంది. దానివల్ల పెద్దెత్తున సంఘర్షణలు తలెత్తే అవకాశమే ఉండటంలేదు. ఎక్కువ జనాభా గల అలాంటి మనుషుల పెద్ద సమూహాలని గుర్తించే అవకాశం యూరప్‌కి చెందిన అధ్యయనకర్తలకి రెండుసార్లు మాత్రమే లభించింది: ఉత్తర అమెరికాలోని వాయవ్య దిశలో పంతొమ్మిదో శతాబ్దంలో ఒకసారి, ఉత్తర ఆస్ట్రేలియాలో పంతొమ్మిదో శతాబ్దంలోనూ, ఇరవైయవ శతాబ్దం ప్రారంభంలో రెండోసారి. అమెరిన్డియన్లూ, ఆస్ట్రేలియాలోని మూలవాసులూ తరచు ఆయుధాలతో పోరాడుకునేవారు. కానీ ఇది ఒక కాలానికి పరిమితం కానీ పరిస్థితిని తెలియజేస్తుందా లేక యూరోపియన్ సామ్రాజ్యవాద ప్రభావమా అనేది వివాదాస్పదం.

పురాతత్వ నిపుణులు కనుగొన్న సాక్ష్యాలు చాలా తక్కువగానూ, అస్పష్టంగానూ ఉన్నాయి. కొన్నివేల సంవత్సరాల క్రితం జరిగిన యుద్ధాల అవశేషాలు ఒకవేళ దొరికినా వాటిలో ఎలాంటి ఆచూకీలను వెలికితీయగలం? అప్పట్లో కోటలూ, పెద్దపెద్ద గోడలూ లేవు, ఫిరంగులూ, తుపాకీలు మాట అటుంచి కత్తులూ డాళ్ళూ కూడా లేవు. ఎప్పుడైనా యుద్ధం జరిగితే బల్లెం ములికిని ఆయుధంగా వాడి ఉండవచ్చు, కానీ అది వేటాడేందుకు కూడా పనికివచ్చి ఉంటుందేమో. శిలాజాలలో దొరికిన మానవుల ఎముకల అధ్యయనం కూడా అంత సులభమేమీ కాదు. విరిగిన ఎముక యుద్ధంలో అయిన గాయం కావచ్చు, ప్రమాదం వల్లనూ కావచ్చు. అలాగే ఏ గాయమూ లేని ప్రాచీన మానవుడి అస్థిపంజరం కచ్చితంగా అతను హింసకి గురయి చనిపోలేదని నిరూపించదు. మృదు కణజాలానికి దెబ్బ తగలటం చేత మనిషి చనిపోవచ్చు. అప్పుడు ఎముకల మీద ఎలాంటి గుర్తులూ కనిపించవు. ఇంకా ముఖ్యంగా పారిశ్రామిక యుగానికి ముందు జరిగిన యుద్ధాలలో చనిపోయిన 90 శాతం మంది ఆయుధాలవల్ల కన్నా, ఆకలిబాధ వల్లా, చలి వల్లా, వ్యాధులు సోకటం వల్లా చనిపోయారు. 30,000 సంవత్సరాల క్రితం ఒక తెగ తన పొరుగునున్న మరో తెగని ఓడించి, ఆహారం మెండుగా దొరికే ఆ ప్రాంతం నుంచి తరిమేసిందని ఊహించుకోండి. ఆ యుద్ధంలో ఓడిపోయిన తెగలో పదిమంది హతమార్చ బడ్డారు. ఆపై ఏడాది ఓడిపోయిన తెగలో మరో వందమంది ఆకలితోనూ, చలికి తట్టుకోలేకనూ, వ్యాధులబారిన పడటంతోనూ చనిపోయారు. ఈ 110 అస్థిపంజరాలూ

పురాతత్వవేత్తలకి దొరికితే అందరూ ఏదో ప్రకృతి వైపరీత్యానికి బలయ్యారన్న నిర్ధారణకు సులువుగా వచ్చే అవకాశముంది. వాళ్ళందరూ నిర్దాక్షిణ్యంగా జరిగిన యుద్ధం వల్లే చనిపోయారని మనం ఎలా చెప్పగలుగుతాం?

ఆ హెచ్చరికని పాటించి ఇప్పుడు మనం పురాతత్వ శాస్త్రం కనుగొన్న విషయాలను చూద్దాం. సరిగ్గా పోర్చుగల్‌లో వ్యవసాయ విప్లవానికి ముందు 400 అస్థిపంజరాలని పరీక్షించారు. వాటిలో రెండిటిలో మాత్రమే హింసకి గురైన గుర్తులు కనిపించాయి. అదే కాలవ్యవధిలో మరో 400 అస్థిపంజరాలని ఇజ్రాయిల్‌లో పరీక్షించారు. వాటిలో ఒకే ఒక పుర్రెమీద ఒకే ఒక బీట కనిపించింది. దాన్ని మనిషి చేసిన హింసకి ఆపాదించవచ్చని అనుకున్నారు. డాన్యూబ్ లోయలో వ్యవసాయ విప్లవానికి పూర్వం మనుషులు నివసించిన వేర్వేరు స్థలాలనుంచి 400 అస్థిపంజరాలని పరీక్షించినప్పుడు పద్దెనిమిది అస్థిపంజరాలలో హింసకి గురైన ఆనవాళ్లు కనిపించాయి. 400లో పద్దెనిమిది పెద్ద సంఖ్యలా అనిపించక పోవచ్చు, కానీ నిజానికి అది చాలా అధికశాతం. నిజంగానే ఆ పద్దెనిమిది మందీ హింసకి గురై చనిపోయి ఉంటే, ప్రాచీన కాలపు డాన్యూబ్ లోయలో చనిపోయినవారిలో 4.5 శాతం హింసకి గురయి చనిపోయి ఉండాలి. యుద్ధాన్నీ, నేరాలనీ కూడా లెక్కలోకి తీసుకుంటే ఈనాడు ప్రపంచవ్యాప్తంగా అలాంటి మరణాలు కేవలం 1.5 శాతం. ఇరవైయో శతాబ్దంలో, కేవలం 5 శాతం మరణాలు మనుషులు చేసిన హింసవల్ల సంభవించాయి. ఇది ప్రపంచంలో అన్నిటికన్నా భయంకరమైన యుద్ధాలు, చరిత్రలోనే అతిపెద్ద మారణహోమం జరిగిన శతాబ్దం. ఇది సామాన్యంగా అందరికీ తెలిసిన విషయమే అనుకుంటే, ప్రాచీనయుగపు డాన్యూబ్ లోయ కూడా ఇరవైయవ శతాబ్దపు హింసాత్మక వైఖరికి ఏ విధంగానూ తీసిపోదని అర్థం చేసుకోవాలి.*

మనసుని తీవ్రంగా కలవరపరిచే డాన్యూబ్ లోయలో దొరికిన అస్థి పంజరాల్లాటివే అనేక ప్రదేశాలలో దొరికాయి. సుడాన్‌లో జబల్ సహాబాలో, 12,000 సంవత్సరాల పూర్వపు సమాధి స్థలం కనుగొన్నారు. అక్కడ యాభై తొమ్మిది అస్థిపంజరాలు దొరికాయి. ఇరవైనాలుగు అస్థిపంజరాల సమీపంలో బాణాల ములుకులూ, బల్లేల ములుకులూ దొరికాయి. వాళ్ళు కనుగొన్నవాటిలో అవి 40 శాతం. ఒక స్త్రీ అస్థిపంజరం మీద పన్నెండు గాయాలు కనిపించాయి. బవేరియాలోని ఆనెట్ గుహలో పురాతత్వవేత్తలకి ముప్పయి ఎనిమిది మంది ఆటవికుల అవశేషాలు దొరికాయి. వాళ్లలో ఎక్కువమంది స్త్రీలు, పిల్లలు. వాళ్లందరినీ రెండు గుంటల్లో పాతిపెట్టారు. వాటిలో పిల్లలు, శిశువులతో కలిపి సగం అస్థిపంజరాలపై మనుషులు కత్తులూ, దుడ్డుకర్రలతో చేసిన గాయాలు స్పష్టంగా కనిపించాయి. ఎదిగిన పురుషుల శరీరాలు తక్కువగా ఉన్నాయి, వాటిలో అతిదారుణమైన

---

* "డాన్యూబ్ లోయలో చనిపోయిన ఆ పద్దెనిమిదిమందీ వారి అవశేషాలలో హింస తాలూకు ఆనవాళ్లు కనిపించినప్పటికీ, భయంకరమైన మరణానికి గురియైనవారు కాదని వాదించవచ్చు. కొందరికి గాయాలు మాత్రమే తగిలాయి. కానీ అలా అనుకున్నప్పటికీ, మృదు కణజాలాలు దెబ్బ తినటంవల్ల, యుద్ధం తరవాత సంభవించే కనిపించని నష్టం, లేమివల్ల, మరింతమంది చనిపోయి ఉండవచ్చు."

గాయాలు తగిలిన ఆనవాళ్లు కనిపించాయి. బహుశా ఆనెట్‌లో ఒక పూర్తి ఆటవిక తండాని మట్టుపెట్టి ఉండాలి.

ప్రాచీనకాలపు ఆటవికుల ప్రపంచాన్ని ఏది బాగా తెలియజేస్తుంది? : పోర్చుగల్ లోనూ, ఇజ్రాయిల్‌లోనూ శాంతియుత జీవితం గడిపినవారి అస్థిపంజరాలా, లేక జబల్ సహాబాలోని ఆనెట్‌లో వధ్యశాలలో దొరికిన అస్థిపంజరాలా? దీనికి రెండూ కాదనే సమాధానం చెప్పాలి. ఆటవికులు విభిన్నమైన మతాలనీ, సామాజిక నిర్మాణాన్నీ ప్రదర్శించినట్టే, హింసలో కూడా రకరకాల స్థాయిని ప్రదర్శించి ఉంటారు. కొన్నిచోట్ల, కాలాన్ని బట్టి శాంతి నెలకొని ఉండవచ్చు, మరోచోట మరోకాలంలో భయంకరమైన పోరాటాలతో జీవితాలు దుర్భరమైపోయి ఉండవచ్చు.

నిశ్శబ్దపు తెర

ప్రాచీనకాలపు ఆటవికుల జీవితానికి సంబంధించిన వివరాలని ఎక్కువగా తెలుసుకోవటం కష్టమే. ఇక కొన్ని ప్రత్యేకమైన సంఘటనల వివరాలు సంపాదించటం అసాధ్యం అనే చెప్పాలి. నియాండర్తాల్‌లు నివసించిన లోయలోకి సేపియన్ల సమూహం ప్రవేశించి నప్పుడు, ఆ తరువాతి సంవత్సరాలలో ఒక ఉత్కంఠభరితమైన చారిత్రాత్మక సంఘటన జరిగి ఉంటుంది. దురదృష్టవశాత్తూ అటువంటి దాడిని ఎదుర్కొన్నాక శిలాజాలలో ఏవో కొన్ని ఎముకలూ, కాసిని రాతి పనిముట్లూ తప్ప ఏమీ దొరికి ఉండవు. అలా దొరికిన అవశేషాలు ఎంత పెద్ద అధ్యయనకర్త ఆచూకీలకైనా మౌనమే సమాధానంగా ఉండిపోయేవి. వాటినుంచి మనం తెలుసుకోగలిగినది - మానవ శరీరనిర్మాణం గురించీ, అతని సాంకేతిక పరిజ్ఞానం గురించీ, ఆహారం గురించీ, బహుశా కాస్తోకూస్తో మానవ సమాజ నిర్మాణం గురించీ. కానీ అవి అప్పటి సేపియన్ సమూహాల మధ్య ఉండిన రాజకీయ సంబంధాల గురించి గాని, ఆ సంబంధాలపై తమ ఆశీస్సులు అందించిన చనిపోయినవారి ఆత్మల గురించి గాని లేదా ఆ ఆత్మల ఆశీస్సులు సంపాదించుకునేందుకు తమ సమూహంలో భూతవైద్యుడికి రహస్యంగా సమర్పించుకున్న దంతపు పూసల గురించి గాని ఏమీ చెప్పవు.

ఈ నిశ్శబ్దమనే తెర కొన్నివేల సంవత్సరాల చరిత్రని కప్పి ఉంచుతుంది. ఈ సుదీర్ఘమైన కాలం యుద్ధాలనీ, విప్లవాలనీ, పారవశ్యం కలిగించే మత సంబంధమైన ఉద్యమాలనీ, లోతైన తాత్విక సిద్ధాంతాలనీ, అపురూపమైన కళాకృతులనీ చూసి ఉండవచ్చు. ఆటవికుల్లో నెపోలియన్‌లాంటి అజేయులు ఉన్నారేమో, వాళ్ళు లక్సెంబర్గ్‌లో సగం విస్తీర్ణం ఉన్న సామ్రాజ్యాన్ని పరిపాలించారేమో; సింఫనీ ఆర్కెస్ట్రా లేని ప్రతిభావంతులైన బీతోవెన్‌లు ఉన్నారేమో, వాళ్ళు తమ వెదురుతో చేసిన వేణువులు ఊది శ్రోతలకు కన్నీళ్లు తెప్పించారేమో; మహమ్మద్‌లాంటి ప్రవక్తలు ఈ విశ్వాన్ని సృష్టించిన దేవుణ్ణి కాకుండా స్థానికంగా ఉన్న ఒక సిందూర వృక్షం చెప్పే ఉపదేశాలని జనానికి తెలియపరిచారేమో. కానీ ఇవన్నీ కేవలం ఊహాగానాలు. నిశ్శబ్దపు పరదా చాలా దళసరిగా ఉంది. వాటిని

వివరించటం మాట అటుంచి, అలాంటివి ఉండేవని కచ్చితంగా చెప్పడం కూడా సాధ్యం కాదు.

తాము సవ్యంగా సమాధానం చెప్పగల ప్రశ్నలే సామాన్యంగా అధ్యయన కర్తలు అడుగుతారు. ఆవిష్కరణలు చేసేందుకు మన దగ్గర ఇంకా దానికి అవసరమైన హంగులు లేనందువల్ల ప్రాచీన యుగపు ఆటవికుల నమ్మకాలేమిటో, ఎటువంటి రాజకీయ నాటకాలు వాళ్ళ అనుభవంలోకి వచ్చాయో మనం బహుశా ఎప్పటికీ తెలుసుకోలేము. అయినా సమాధానాలు లేని ఆ ప్రశ్నలు అడగటం చాలా ముఖ్యం, లేకపోతే 70,000 వేల సంవత్సరాలలో 60,000 సంవత్సరాల మానవ చరిత్రని 'ఆ యుగంలో మానవులు చెప్పుకోదగ్గ పనులేవీ చెయ్యలేదు', అన్న సాకుతో పక్కన పెట్టేస్తాం.

నిజం చెప్పాలంటే వాళ్ళు ముఖ్యమైన పనులు చాలానే చేశారు. చాలామంది గ్రహించారు వాళ్ళు మనచుట్టూ ఉన్న ప్రపంచానికి ఒక రూపు కల్పించారని. సైబీరియన్ టండ్రా (మంచుతో గడ్డ కట్టిన నేల) లోనూ, మధ్య ఆస్ట్రేలియాలోని ఎడారులలోనూ అమెజాన్ అడవుల్లోనూ ట్రెక్కింగ్ చేసేవాళ్ళు తాము ఇంతవరకూ మనిషి స్పర్శ సోకని పురాతన ప్రకృతి స్థలాలకి వచ్చామని అనుకుంటారు. కానీ అది కేవలం భ్రమ. ఆటవికులు మనకన్నా ముందే అక్కడ నివసించారు. అతిదట్టమైన అడవుల్లోనూ, నిర్మానుష్యమైన ఎడారుల్లోనూ వాళ్ళు నాటకీయంగా మార్పులు తీసుకొచ్చారు. మొట్టమొదటి వ్యవసాయ గ్రామం నిర్మాణం జరగకముందే మన భూగోళం తాలూకు పర్యావరణాన్ని ఆటవికులు పూర్తిగా ఎలా మార్చి వేశారో రాబోయే అధ్యాయంలో చూద్దాం. కథలు చెప్పుకుంటూ సంచరించే సేపియన్ సమూహాలు ఈ జంతుప్రపంచం సృష్టించిన అతిముఖ్యమైన, అతి విధ్వంసకరమైన శక్తులు.

అధ్యాయం 4

వరదలు

జ్ఞాన విప్లవానికి మునుపు అన్ని జాతుల మానవులూ ఆఫ్రో-ఆసియా భూభాగంలోనే నివసించారు. నీటి పాయలలో కొంతదూరం ఈదుతూ గాని, తాము తయారు చేసుకున్న తెప్పలాంటివాటిలో గాని వాళ్ళు కొన్ని ద్వీపాలకి వెళ్లి అక్కడ స్థిరపడిన మాట వాస్తవమే. ఉదాహరణకి ఫ్లోరెస్‌లో 850,000 సంవత్సరాలకు పూర్వమే వలసపోయిన వారు స్థిరనివాసం ఏర్పరచుకున్నారు. అయినప్పటికీ సముద్ర ప్రయాణం చేసే ధైర్యం వాళ్లకి లేకపోయింది. అందుకే వాళ్ళెవరూ అమెరికాకి గాని, ఆస్ట్రేలియాకి గాని, లేదా మెడగాస్కర్, న్యూజిలాండ్, హవాయి లాంటి దూరంగా ఉన్న దీవులకు గాని వెళ్ళలేదు.

మానవులకే కాక, ఆఫ్రో-ఆసియాలో ఉండే జంతువులకీ, మొక్కలకీ 'బాహ్య ప్రపంచం'లోకి ప్రయాణం చేసే అవకాశం లేకుండా సముద్రం అడ్డు పడింది. తత్ఫలితంగా ఆస్ట్రేలియా, మెడగాస్కర్‌లాంటి దూరప్రాంతాలలో జీవులు కొన్ని లక్షల సంవత్సరాలపాటు విడిగా పరిణామం చెందాయి. ఆఫ్రో-ఆసియాలోని తమ బంధువులకన్నా అవి ఆకారంలోనూ, స్వభావం లోనూ చాలా భిన్నంగా రూపొందాయి. పర్యావరణం దృష్ట్యా భూగోళం ప్రత్యేకమైన అనేక భాగాలుగా విభజించబడింది. ఒక్కొక్క భాగంలోనూ, విశిష్టమైన జంతువులూ, మొక్కలూ పుట్టుకొచ్చాయి. ఇంతటి వైవిధ్యభరితమైన అభివృద్ధిని హోమోసేపియన్లు అంతమొందించారు.

జ్ఞాన విప్లవం తరవాత సేపియన్లు సాంకేతిక పరిజ్ఞానం, వ్యవస్థీకరణ నైపుణ్యం, ఆఫ్రో-ఆసియా నుంచి బైటపడి బాహ్యప్రపంచంలో స్థిరపడేందుకు అవసరమైన ముందుచూపు కూడా సాధించగలిగారు. 45,000 సంవత్సరాల క్రితం ఆస్ట్రేలియాకి వలసపోయి స్థిరపడటం వాళ్ళు సాధించిన మొదటి విజయం. వాళ్ళు సాధించిన ఈ విజయానికి గల కారణాలని నిపుణులు స్పష్టంగా వివరించలేకపోతున్నారు. ఆస్ట్రేలియా చేరుకునేందుకు వాళ్ళు ఎన్నో సముద్రమార్గాలని దాటి ఉండాలి. వాటిలో కొన్ని వంద మీటర్ల కన్నా ఎక్కువ వెడల్పైనవి. ఇక అక్కడికి చేరుకున్నాక, రాత్రికి రాత్రే వాళ్ళు పూర్తిగా కొత్త పర్యావరణ వ్యవస్థకి అలవాటు పడవలసి వచ్చి ఉండాలి.

అన్నిటికన్నా సమంజసమైనది అనిపించే సిద్ధాంతం ఇలా వివరణ ఇస్తుంది : దాదాపు 45,000 సంవత్సరాల క్రితం ఇండోనేషియాలోని ఆర్చిపెలాగో (ఆసియా నుండే కాక, తమలో తాము కూడా సన్నటి నీటిమార్గాల ద్వారా దూరంగా విడివడి ఉండే ద్వీపాల సమూహం) లో నివసించే సేపియన్లు మొదట్టమొదటి సముద్రయాత్రికుల జట్లని తయారుచేశారు. సముద్రం మీద ప్రయాణం చేసే ఓడలని ఎలా నిర్మించాలో, వాటిని ఎలా నడపాలో నేర్చుకున్నారు. దూరతీరాలకి ప్రయాణం చేసే జాలరివాళ్ళుగా, వర్తకులుగా, అన్వేషకులుగా మారారు. ఇది మానవుల సామర్థ్యంలోనూ, జీవన విధానం లోనూ మునుపెన్నడూ లేనంత పెద్ద మార్పుకి దారితీసి ఉంటుంది. సీల్ జంతువులూ, సముద్రపు ఆవులూ, డాల్ఫిన్లూ లాంటి క్షీరదాలన్నీ సముద్రంలో నివాసం ఏర్పరచుకున్నాక నీటిలో ఈదుతూ జీవించటం నేర్చుకునేందుకు, దానికి తగినట్టు కొన్ని అవయవాలలో మార్పులు చేర్పులు చేసుకునేందుకూ ఎన్నో యుగాలు పట్టింది. ఇండోనేషియాలోని సేపియన్లకి ఆఫ్రికాలోని పచ్చిక బయళ్లలో నివసించిన వానరజాతి వారసులకి తెడ్డులాంటి అవయవాలని పెంచుకోకుండానే, తిమింగలాల్లా ముక్కుని తలమీదికి ఉండేట్టు మార్చు కోకుండానే, పసిఫిక్ మహాసాగరంలో ప్రయాణం చెయ్యటం సాధ్యమైంది. దానికి బదులు వాళ్ళు పడవలు తయారుచేశారు, వాటిని తెడ్లతో ఎలా నడపాలో నేర్చుకున్నారు. ఇలాంటి నైపుణ్యమే వాళ్ళు ఆస్ట్రేలియా వెళ్లి స్థిర పడేందుకు సహాయం చేసింది.

పురాతత్వవేత్తలు 45,000 ఏళ్ళకు పూర్వపు తెప్పలనీ, తెడ్లనీ, జాలరి పల్లెలనీ ఇంకా తవ్వి తీయవలసి ఉందన్న మాట నిజమే (వాటిని కనుక్కోవటం కష్టం. పెరిగే సముద్రమట్టాలు ప్రాచీన ఇండోనేషియా తీరాన్ని వంద మీటర్ల సముద్రపు నీటిలో ముంచివేశాయి). అయినప్పటికీ ఆస్ట్రేలియాలో స్థిరపడ్డ కొన్ని వేల సంవత్సరాలలో సేపియన్లు దానికి ఉత్తరాన ఉన్న అనేక చిన్న చిన్న దీవులకు వలసపోయి స్థిరపడ్డారన్నది వాస్తవమేనని చెప్పే సిద్ధాంతానికి బలమైన ప్రాసంగిక సాక్ష్యం కనిపిస్తోంది. బుకా, మానుస్ లాంటి కొన్నిటికి దగ్గరలో ఉన్న భూభాగం సముద్రంలో 200 కిలోమీటర్ల దూరంలో ఉంది. అధునాతన నావలూ, నావలని నడిపే గొప్ప నేర్పూ లేనివారెవరైనా మానుస్ చేరుకుని అక్కడ స్థిరపడ్డారని చెపితే నమ్మటం కష్టమే. ముందు చెప్పినట్టు, న్యూ ఐలాండ్, న్యూ బ్రిటన్ లాంటి ఈ దీవుల మధ్య తరచు వర్తక వాణిజ్యాలు జరిగేవనటానికి కూడా సాక్ష్యాలు కనిపిస్తాయి.

మొట్టమొదటి మానవుడు ఆస్ట్రేలియాకి చేసిన ప్రయాణం చరిత్రలోని అతిముఖ్యమైన సంఘటనలలో ఒకటి. కనీసం కొలంబస్ అమెరికాకి చేసిన ప్రయాణం, చంద్రుడి మీదికి అపోలో 2 చేసిన అన్వేష యాత్ర లాంటి ముఖ్యమైన యాత్ర. ఆఫ్రో–ఆసియా పర్యావరణ వ్యవస్థను వదిలి ఇంకొక చోటికి మానవుడు అదే మొదటిసారి వెళ్ళగలగటం. నిజమే, ఒక పెద్ద భూచర క్షీరదం ఆఫ్రో–ఆసియా నుంచి ఆస్ట్రేలియా వరకూ సముద్రాన్ని దాటి వెళ్ళటం అదే మొదటిసారి. ఇతరులకి మార్గనిర్దేశం చేసిన ఆ మానవులు ఆ కొత్త ప్రపంచంలో ఏం చేశారన్నది ఇంకా ముఖ్యం. వేటాడి ఆహారసేకరణ చేసే ఒక ఆటవికుడు మొదటిసారి ఆస్ట్రేలియాలోని సముద్రతీరాన అడుగు పెట్టగానే, అతను ఆహార ప్రక్రియ

పరిణామక్రమం (ఫుడ్ చైన్) లో పైమెట్టు మీదికి చేరుకున్నాడు. ఆ తరవాత నాలుగు లక్షల కోట్ల సంవత్సరాల భూగోళం చరిత్రలోనే అతను అన్ని ప్రాణుల్లోకీ ప్రాణాంతకమైన జాతిగా మారాడు.

అప్పటివరకూ మానవుల్లో మార్పులూ చేర్పులూ చేసుకునే వినూత్నమైన ధోరణి కనిపించేది, ప్రవర్తనలో కూడా మార్పులు కనిపించేవి, కానీ వాళ్ళ చుట్టూ ఉన్న వాతావరణం మీద దాని ప్రభావం కొంచెం కూడా ఉండేది కాదు. రకరకాల నివాసస్థలాలకి మారి, అక్కడి పరిస్థితులకి అనువుగా తమని తాము మలుచుకోవడంలో వాళ్ళు అసాధారణమైన సాఫల్యాన్ని ప్రదర్శించారు. కానీ వాళ్ళు ఆ నివాసస్థలాలని ఒక్కసారిగా మార్చివెయ్యలేదు. ఆస్ట్రేలియాలో స్థిరనివాసం ఏర్పరచుకున్నవాళ్ళు, వాళ్ళని విజేతలని అనటం భావ్యమేమో, కేవలం అక్కడి పరిస్థితులకి తగినట్టు సర్దుకుపోలేదు, ఆస్ట్రేలియాలోని పర్యావరణాన్ని గుర్తించలేనంతగా మార్చివేశారు.

ఆస్ట్రేలియా సముద్రతీరాన ఇసుకలో మొట్టమొదటి మానవుడు వేసిన అడుగు తాలూకు గుర్తులని వెంటనే కెరటాలు వచ్చి తుడిచివేశాయి. కానీ ఆక్రమణకారులు ఆ ప్రాంతం లోపలికి ప్రవేశించి మరో రకమైన అడుగుజాడలు వదిలి ముందుకు సాగారు. ఎప్పటికీ చెరిపివేయటం సాధ్యం కాని అడుగు జాడలవి. అలా ముందుకి వెళ్తూ వాళ్ళు తమకి పూర్తిగా పరిచయం లేని ప్రాణులని చూశారు. వాటిలో 200 కిలోల బరువూ, రెండు మీటర్ల ఎత్తూ ఉన్న కంగారూ, ఈనాటి పులి అంత పెద్ద సింహం (దాని పొట్టలో పిల్లని దాచుకునే తిత్తి ఉంది) కనిపించాయి. ముద్దుచేసి దగ్గరకు తీసుకోలేనంత పెద్ద పెద్ద కోఆలాలు చెట్లమీదకి ఎక్కుతూ కొమ్మల్లో కనిపించాయి. ఉష్ట్ర పక్షులకి రెండింతలున్న ఎగరలేని పక్షులు మైదానాల్లో వేగంగా పరిగెత్తు తున్నాయి. పొదల్లో డ్రాగన్లలాగ ఉన్న రాక్షసాకార బల్లులూ, ఐదేసి మీటర్లు పొడవున్న పాములూ తిరుగాడుతున్నాయి. ఆస్ట్రేలియాలో ఉండే అతిపెద్ద జంతువు రెండున్నర టన్నుల డిప్రోటోడోన్ (కొమ్ములేని ఖడ్గమృగం లాంటిది) అడవిలో స్వేచ్ఛగా తిరుగుతోంది. పక్షులకీ, సరీసృపాలకీ తప్ప మిగిలిన జంతువులన్నిటికీ పొట్ట బైట పిల్లని దాచుకునే తిత్తిలాంటిది ఉంది. కంగారూల లాగే అవి అతిచిన్న, నిస్సహాయంగా ఉండే గర్భస్థ పిండాల్లాంటి పిల్లల్ని ఈని వాటిని ఆ తిత్తుల్లో ఉంచుకుని పాలిచ్చి పెంచుతాయి. అలాంటి జంతువులు ఆఫ్రికాలో గాని ఆసియాలో గాని కనిపించవు, కానీ ఆస్ట్రేలియాలో మాత్రం వాటిదే రాజ్యం.

కొన్ని వేల సంవత్సరాల లోపున, ఇలాంటి పెద్ద పెద్ద జంతువులన్నీ పూర్తిగా మాయమైపోయాయి. ఆస్ట్రేలియాలో యాభై కిలోలు, అంతకన్నా ఎక్కువ బరువున్న ఇరవై నాలుగు జంతు జాతులలో ఇరవైమూడు అంతరించి పోయాయి. చిన్న చిన్న జంతువులు కూడా పెద్దసంఖ్యలో నశించిపోయాయి. ఆస్ట్రేలియాలోని పర్యావరణంలో ఆహారప్రక్రియ పరిణామక్రమం ఘోరంగా దెబ్బతిని కొత్తగా అమర్చబడింది. కొన్ని లక్షల సంవత్సరాల తరవాత అక్కడి పర్యావరణంలో అతిముఖ్యమైన మార్పులు చోటుచేసుకున్నాయి. అదంతా హోమో సేపియన్ల తప్పేనా?

నేరం చేసిన మాట నిజమే

కొందరు అధ్యయనకర్తలు మన జాతిని నిర్దోషిగా ప్రకటిస్తూ తప్పంతా వాతావరణంలో వచ్చిన మార్పులదే అని అంటారు (ఇలాంటి వివాదాల్లో పాపం వాతావరణాన్నే దోషిగా నిలబెడుతూ ఉంటారు). కానీ హోమో సేపియన్ల తప్పు అసలేమీ లేదంటే అది నమ్మశక్యం కాదు. వాతావరణాన్ని తప్పుపట్టటం సరికాదనటానికి మూడు సాక్ష్యాధారాలు కనిపిస్తున్నాయి. మన పూర్వీకులే ఆస్ట్రేలియాలోని పెద్ద పెద్ద జంతువులు అంతరించిపోవటానికి కారణమని ఆ సాక్ష్యాలు రుజువు చేస్తున్నాయి.

మొదటి విషయం, 45,000 సంవత్సరాల క్రితం ఆస్ట్రేలియాలోని వాతావరణం మార్పు చెందినప్పటికీ, అదేమంత చెప్పుకోదగ్గ ఉపద్రవమేమీ కాదు. వాతావరణంలో కొత్తగా ఏర్పడిన మార్పు మాత్రమే అంత పెద్దెత్తున ప్రాణులని ఎలా నాశనం చేసి ఉంటుందో అర్థం కాదు, ఈ రోజుల్లో దేన్నైనా వాతావరణం మార్పులతో ముడిపెట్టి సమర్థించుకోవటం మనకి బాగా అలవాటైంది. కానీ నిజానికి భూమి మీద వాతావరణం ఎప్పుడూ విశ్రాంతి తీసుకోదు. అది నిరంతరం ప్రవహిస్తూ ఉంటుంది. చరిత్రలో ప్రతి సంఘటనా ఏదో ఒక వాతావరణ మార్పు నేపథ్యంలోనే జరిగింది.

ముఖ్యంగా, మన భూగోళం మీద ఎన్నోసార్లు చల్లబడటం, వేడెక్కటం లాంటి వాతావరణ పరిభ్రమణం జరుగుతూనే ఉంది. గత పది లక్షల సంవత్సరాలలో, సగటున ప్రతి లక్ష సంవత్సరాలకీ ఒకసారి హిమయుగం ఏర్పడింది. గతసారి వచ్చిన హిమయుగం 75,000 సంవత్సరాల నుంచి 15,000 సంవత్సరాలవరకూ సాగింది. హిమయుగంలో సామాన్యంగా దాని తీవ్రత పెరగటం మామూలే, మొదటిసారి 70,000 సంవత్సరాల క్రితం, రెండోసారి 20,000 ఏళ్ల క్రితం చలి చరమస్థాయికి చేరుకుంది. మహాకాయం గల డిప్రోటోడోన్ ఆస్ట్రేలియాలో 15 లక్షల సంవత్సరాలకు పూర్వం కనిపించింది. ఇంతక్రితం వచ్చిన పది హిమయుగాలను తట్టుకుని జీవిస్తూనే ఉంది. పోయినసారి 70,000 సంవత్సరాల క్రితం హిమయుగం చరమస్థాయికి చేరుకున్నప్పుడు కూడా అది నశించిపోలేదు. మరైతే 45,000 సంవత్సరాల క్రితం అదెందుకు అంతరించిపోయినట్టు? ఆ సమయంలో ఒక డిప్రోటోడోన్ మాత్రమే అంతరిస్తే అది యాదృచ్ఛికం అనుకోవచ్చు. కానీ ఆస్ట్రేలియాలోని 90 శాతం కన్నా ఎక్కువ పెద్ద జంతువులు కూడా దానితో బాటు మాయమయ్యాయి. అది ప్రాసంగిక సాక్ష్యం మాత్రమే కానీ ఈ జంతువులన్నీ చలికి ఒక్కొక్కటిగా రాలిపోతూ ఉన్న సమయంలోనే అనుకోకుండా సేపియన్లు ఆస్ట్రేలియాలో అడుగుపెట్టారన్నది ఊహించటానికి కష్టం.

రెండో విషయం, వాతావరణ మార్పులు పెద్ద సంఖ్యలో జంతువులు అంతరించేందుకు కారణమైతే భూచరాలలాగే జలచరాలు కూడా దెబ్బతిని ఉండాలి. కానీ 45,000 సంవత్సరాల క్రితం జలచరాలేవీ అంత పెద్ద సంఖ్యలో అంతరించిపోయినట్టు సాక్ష్యాలేవీ లేవు. దగ్గరలో ఉన్న సముద్రాలను వదిలిపెట్టి కేవలం భూమి మీదుండే జంతువులని తుడిచిపెట్టేయటం చూస్తే ఇది మనుషులు చేసిన పనేనని స్పష్టంగా చెప్పవచ్చు. సముద్రం

మీద ప్రయాణం చెయ్యటంలో నైపుణ్యం వేగంగా అభివృద్ధి చెందుతున్నప్పటికీ, హోమో సేపియన్లు ముఖ్యంగా నేలమీదే తీవ్రమైన ప్రమాదాల్ని సృష్టించారు.

మూడో విషయం, ఆస్ట్రేలియాలో మొదటిసారి భారీ సంఖ్యలో జరిగిన మారణకాండ లాంటిది తరవాతి శతాబ్దాలలో మళ్ళీ మళ్ళీ జరిగింది. మనుషులు కొత్త ప్రాంతానికి వెళ్లి స్థిరనివాసం ఏర్పరచుకున్నప్పుడల్లా ఇలాంటి విధ్వంసాలు జరిగాయి. ఈ విషయంలో సేపియన్లదే అపరాధమనేది తిరస్కరించేందుకు వీలులేనిది. ఉదాహరణకి, న్యూజీలాండ్‌లోని జంతుజాలం 45,000 క్రితం 'జరిగినట్టు చెప్పే వాతావరణ మార్పు' నుంచి చెక్కుచెదర కుండా బ్రతికి బైటపడింది. కానీ మొట్టమొదటి మానవుడు ఆ ద్వీపంలో అడుగుపెట్ట గానే మొత్తం సర్వనాశనమయిపోయింది. న్యూజీలాండ్‌కి వెళ్ళి మొట్టమొదట స్థిరనివాసం ఏర్పరచుకున్నవాళ్ళు మాఓరీలు. 800 యేళ్ళ క్రితం వాళ్ళక్కడికి చేరుకున్నారు. ఆ తరవాత ఒక రెండువందల సంవత్సరాలలో అక్కడున్న జంతుజాలంలో అధికశాతం అంతరించిపోయింది. వాటిలో 60 శాతం పక్షి జాతులు కూడా ఉన్నాయి.

సైబీరియా తీరానికి 200 కిలోమీటర్లు ఉత్తరాన ఉన్న రాంగెల్ ద్వీపంలోని మామత్ ఏనుగులకి కూడా అదే గతి పట్టింది. భూగోళం ఉత్తర భాగాన మామత్ ఏనుగులు కొన్ని లక్షల సంవత్సరాలు గొప్పగా జీవించాయి. కానీ హోమో సేపియన్లు అన్ని దిక్కుల్లోనూ వ్యాపించటం మొదలుపెట్టాక – ముందు యూరేషియాలో, తరవాత ఉత్తర అమెరికాలో – మామత్‌లు వెనక్కి తగ్గాయి. 10,000 సంవత్సరాలకి ముందు ఈ ప్రపంచంలో దూరంగా ఎక్కడో ఉన్న ఒక్క ఆర్కిటిక్ ద్వీపాల మీదా, రాంగెల్ దీవిలోనూ తప్ప మామత్ ఏనుగు ఎక్కడా కనబడకుండా మాయమైంది. ఇంకొన్ని శతాబ్దాలపాటు రాంగెల్ దీవిలో మామత్ ఏనుగులు బాగా వృద్ధి చెందాయి. ఆ తరవాత 4,000 సంవత్సరాల క్రితం, మానవులు అక్కడ కాలు మోపగానే అవి మాయమయాయి.

ఆస్ట్రేలియాలో జరిగిన సంఘటన అదొక్కటే అయితే మనం అది మానవుల పని కాదని అనుకోవచ్చు. కానీ చరిత్రలో నమోదయిన రికార్డులని చూస్తే హోమో సేపియన్లు పర్యావరణానికి సంబంధించినంత వరకూ, సీరియల్ కిల్లర్ల లాగే అనిపిస్తారు.

ఆస్ట్రేలియాకి వలసపోయి స్థిరపడ్డ మానవుల దగ్గర కేవలం రాతి యుగపు సాంకేతిక పరిజ్ఞానం మాత్రమే ఉండేది. మరి వాళ్ళు ఇంత పెద్ద పర్యావరణ విధ్వంసాన్ని ఎలా సృష్టించగలిగారు? దీనికి మూడు చక్కగా సరిపోయే స్పష్టీకరణలు ఇవ్వవచ్చు.

ఆస్ట్రేలియాలో అంతరించిపోయిన పెద్ద జంతువులు పుట్టేందుకు ఎక్కువ సమయం అవసరం. గర్భధారణ చాలా రోజులుంటుంది, ఒక ప్రసవంలో పుట్టే పిల్లల సంఖ్య తక్కువగా ఉంటుంది, అలాగే గర్భధారణ జరిగి ప్రసవం అయాక, మళ్ళీ గర్భం ధరించేందుకు కూడా చాలాకాలం వేచి ఉండవలసివస్తుంది. అందుచేత, మానవులు ప్రతి కొన్ని నెలలకొకసారి ఒక్క డిప్రోటోడెన్‌ని చంపేసినా, వాటి పుట్టుకల కన్నా మరణాల సంఖ్యే ఎక్కువగా ఉంటుంది. కొన్ని వేలసంవత్సరాలలో ఒంటరిగా ఉన్న చివరి డిప్రోటోడెన్ చనిపోతుంది, దానితోబాటు దాని జాతి మొత్తం అంతరిస్తుంది.

అసలు నిజం చెప్పాలంటే, డిప్రోటోడెన్‌లు, ఆస్ట్రేలియాలోని ఇతర పెద్ద జంతువులూ అంత పెద్ద ఆకారం ఉన్నవైనప్పటికీ, వేటగాళ్ళకి సులభంగా దొరికిపోయేవేమో. ఇలాంటి రెండుకాళ్ళ జంతువుని ఎప్పుడూ చూసి ఉండకపోవటంచేత, ఆ హంతకులవల్ల తమకి ప్రమాదం ఉందని అవి ఊహించి ఉండవు. ఎన్నో రకాల మానవ జాతులు ఇరవై లక్షల సంవత్సరాలు ఆఫ్రో-ఆసియాలో సంచరిస్తూ పరిణామం సాధించారు. వేటాడే నేర్పుని మెరుగుపరచుకున్నారు, 400,000 సంవత్సరాల క్రితం పెద్ద జంతువులని వేటాడటం మొదలుపెట్టారు. ఆఫ్రికాలోనూ, ఆసియాలోనూ ఉన్న పెద్ద మృగాలు మనుషులని తప్పించుకుని తిరగటం నేర్చుకున్నాయి. కొత్తగా అతిపెద్ద వేటాడే జంతువు, హోమో సేపియన్, ఆఫ్రో-ఆసియాలో కనబడేవేళకి, పెద్ద జంతువులకి అలాంటి ప్రాణులకి దూరంగా మసులుకోవాలని తెలిసిపోయింది. వీటితో పోలిస్తే ఆస్ట్రేలియాలోని అతిపెద్ద జంతువులకి పారిపోవాలన్న జ్ఞానం లేకపోయింది. మానవులు అంత ప్రమాదకరమైన ప్రాణుల్లా కనిపించరు. వాళ్ళకి పొడవాటి పదునైన కోరలు లేవు, కండలు తిరిగిన శరీరం ఉండదు, చురుగ్గా కదిలే మెత్తటి అవయవాలుండవు. అందుకే ఈ భూమిమీద ఉండిన అన్నిటికన్నా పెద్ద జంతువు డిప్రోటోడోన్, ఇలా బలహీనంగా ఉన్న వానరం లాంటి మనిషిని మొదటిసారి చూసినప్పుడు ఒక చూపు అతనివైపు విసిరి మళ్ళీ ఆకులు నమలటంలో మునిగిపోయింది. వీటిలో మానవజాతిని చూసి భయపడే లక్షణం ఏర్పడే లోపలే అవి అంతరించిపోయాయి.

రెండో వివరణ, సేపియన్లు ఆస్ట్రేలియా చేరుకోకముందే నిప్పు సహాయంతో వ్యవసాయం చెయ్యటంలో నైపుణ్యం సాధించారు. పరిచయం లేని ప్రమాదకరమనిపించే వాతావరణంలో, వాళ్ళు బుద్ధిపూర్వకంగా దట్టమైన పొదలనీ, అడవులనీ కాల్చి పచ్చిక మైదానాలుగా తయారుచేసేవారు. అవి జంతువులని సులభంగా ఆకర్షించేవి, పైగా వాళ్ళ అవసరాలకి ఇంకా అనుకూలంగా ఉండేవి. ఆ విధంగా వాళ్ళు కొన్ని శతాబ్దాల కాలంలోనే ఆస్ట్రేలియాలోని ఎన్నో ప్రాంతాలలో పర్యావరణాన్ని పూర్తిగా మార్చివేశారు.

ఈ అభిప్రాయాన్ని శిలాజాలలో దొరికిన మొక్కల రికార్డు సాక్ష్యాలతో సహా సమర్థిస్తుంది. 45,000 సంవత్సరాలకు పూర్వం ఆస్ట్రేలియాలో యూకలిప్టస్ చెట్లు చాలా అరుదుగా ఉండేవి. కానీ అక్కడికి హోమో సేపియన్లు రాగానే ఆ జాతి చెట్లకి స్వర్ణయుగం ప్రారంభమైంది. యూకలిప్టస్ చెట్లు నిప్పు అంటించినా సులభంగా కాలవు కాబట్టి, నిప్పులో కాలాక మరింత త్వరగా పెరుగుతాయి కాబట్టి, అవి అంతటా విస్తృతంగా పెరిగాయి, కానీ మిగిలిన చెట్లు మాయమయాయి.

వనస్పతిలో జరిగిన ఈ మార్పులు మొక్కలని తినే జంతువులమీదా, శాకాహారులని తినే మాంసాహారుల మీదా ప్రభావం చూపాయి. కేవలం యూకలిప్టస్ ఆకులని మాత్రమే తిని బతికే కోఆలాలు హాయిగా ఆకులు నములుతూ కొత్త ప్రాంతాలకి తరలిపోయాయి. కానీ ఇతర జంతువుల్లో అధికశాతం చాలా కష్టాలు అనుభవించాయి. ఆస్ట్రేలియాలోని ఆహారప్రక్రియ పరిణామక్రమంలో ఎన్నో మెట్లు కూలిపోయాయి. ఆ క్రమంలో బలహీనమైన ప్రాణులు అంతరించిపోయాయి.

మూడో వివరణ, జంతువులూ, మొక్కలూ అంతరించిపోవటంలో వేటాడటం, నిప్పుని వ్యవసాయానికి ఉపయోగించుకోవటం ముఖ్యమైన పాత్ర పోషించాయని అంగీకరిస్తూనే మనం వాతావరణాన్ని పూర్తిగా విస్మరించలేమని కూడా గట్టిగా చెపుతుంది. 45,000 సంవత్సరాలకు పూర్వం ఆస్ట్రేలియా వాతావరణంలో చోటుచేసుకున్న మార్పులు అక్కడి పర్యావరణాన్ని దెబ్బతీసి, బలహీనపరిచాయి. పరిస్థితులు సామాన్యంగా ఉంటే ఆ వ్యవస్థ దానంతట అదే కోలుకునేది. అలా ఇంతక్రితం చాలాసార్లు జరిగింది. కానీ సరిగ్గా అలాంటి క్లిష్ట పరిస్థితుల్లోనే మానవులు వేదికమీదికి వచ్చారు. అసలే బలహీనంగా ఉన్న పర్యావరణ వ్యవస్థని అగాధంలోకి తోసివేశారు. వాతావరణంలో మార్పులూ, మానవులు చేసిన వేటా కలిసి ముఖ్యంగా పెద్ద ఆకారం ఉన్న జంతువులకి గొడ్డలిపెట్టు అయింది. అన్ని వైపులనుంచీ వాటిమీద దాడి జరిగింది. రకరకాల ఆపదలు చుట్టుముట్టి నప్పుడు ప్రాణాలు కాపాడుకునేందుకు పనికివచ్చే ఉపాయాన్ని వెతుక్కోవటం చాలా కష్టం.

ఇంకా కొన్ని సాక్ష్యాలు లేనిదే ఈ మూడు రకాల స్పష్టీకరణలలో ఏది సరైనదని నిర్ధారణ చెయ్యటం సాధ్యం కాదు. కానీ హోమో సేపియన్లు ఆస్ట్రేలియాకి వెళ్ళి ఉండకపోతే అక్కడ ఇంకా పిల్ల సంచులతో తిరిగే సింహాలూ, డిప్రోటోడోన్‌లూ, పెద్ద ఆకారం ఉన్న కంగారూలూ ఉండేవని నమ్మేందుకు కచ్చితంగా అవకాశముంది.

స్లోత్ జంతువు అంతం

హోమో సేపియన్లు ఆస్ట్రేలియాలోని పెద్ద పెద్ద జంతువులని అంతమొందించటం ఈ భూగోళం మీద వాళ్ళు వదిలి వెళ్ళిన ముఖ్యమైన మొదటి గుర్తు. దాని తరవాత అంతకన్నా భయంకరమైన పర్యావరణ విధ్వంసం జరిగింది. ఈసారి అది అమెరికాలో జరిగింది. భూగోళంలో ఉత్తరాన ఉన్న అర్ధభాగానికి చేరుకున్న మొట్టమొదటి మానవజాతి హోమో సేపియన్లదే. అక్కడికి వాళ్ళు 16,000 సంవత్సరాల క్రితం చేరుకున్నారు, అంటే క్రీ.పూ. 14,000లో అన్నమాట. మొదటిసారి వచ్చిన అమెరికన్లు కాలినడకన అక్కడికి చేరుకున్నారు. ఆ సమయంలో సముద్రమట్టాలు బాగా కిందికి దిగిపోయి సైబీరియా ఈశాన్య దిశ నుంచి అలాస్కాలోని వాయవ్య దిశ వరకూ భూమి ఒక వంతెనలా ఏర్పడింది. అందుకే వాళ్ళు అటువైపు నుంచి నడిచి రాగలిగారు. అది అంత సులభమేమీ కాదు, ఆ ప్రయాణం చాలా ప్రయాసలతో నిండినది. బహుశా ఆస్ట్రేలియాకి చేసిన సముద్ర ప్రయాణం కన్నా కష్టమైనదే. అలా ఒక ప్రదేశాన్నుంచి మరో ప్రదేశానికి వెళ్ళేందుకు సేపియన్లు ఉత్తర సైబీరియాలో ఉండే ఆర్కిటిక్ వాతావరణంలోని విపరీతమైన చలికి ఎలా తట్టుకోవాలో నేర్చుకోవలసి వచ్చింది. అక్కడ చలి కాలంలో సూర్యరశ్మిగాని ఎండగాని అసలు సోకదు. ఉష్ణోగ్రతలు మైనస్ యాభైడిగ్రీలు సెల్సియస్‌కి పడిపోతాయి.

ఇంతకుముందు జీవించిన ఏ మానవ జాతీ ఉత్తర సైబీరియాలాంటి ప్రదేశాలకు వెళ్ళలేకపోయింది. చలికి అలవాటుపడ్డ నియాండర్తాల్‌లు కూడా దక్షిణ దిక్కున ఉన్న వెచ్చని ప్రాంతాలలోనే స్థిరపడ్డారు. కానీ మంచుతో నిండిన ప్రదేశాలకన్నా ఆఫ్రికాలోని

పచ్చిక బయళ్ళలో జీవించటానికి అలవాటుపడ్డ హోమో సేపియన్లు తెలివైన పరిష్కారాలు కనుగొన్నారు. సంచరిస్తూ ఆహారసేకరణ చేస్తూ తిరిగే సేపియన్లు చలి ప్రాంతాలకి వలసపోయినప్పుడు మంచులో నడిచేందుకు అనువైన జోళ్ళూ, శరీరాన్ని వెచ్చగా ఉంచుకునేందుకు తోళ్ళనీ, జంతువుల బొచ్చునీ సూదులతో గట్టిగా కలిపి కుట్టిన దుస్తులనూ తయారుచేసుకున్నారు. కొత్త ఆయుధాలనీ, వేటాడటంలో కొత్త మెళకువలనీ కనిపెట్టారు. వాటి సాయంతో మరింత ఉత్తర దిశగా ప్రయాణం చేసి మామత్ ఏనుగులని వేటాడి చంపారు. వాళ్ళు వెచ్చని దుస్తులు తయారుచేసుకోవటంలోనూ, వేటాడటంలో మెరుగైన కొత్త పద్ధతులు కనుగొనటంలోనూ మరింత నైపుణ్యం సాధించిన తరవాత మరింత ముందుకి, మంచు గడ్డకట్టిన ప్రాంతాలకి వెళ్ళే సాహసం చేశారు. వాళ్ళు ఉత్తర దిశగా ముందుకి సాగినకొద్దీ దుస్తులు చేయడంలోనూ, వేటాడే నైపుణ్యంలోనూ వాళ్ళు మరింత అభివృద్ధి సాధించారు.

కానీ వాళ్ళు అలాటి పని ఎందుకు చేసినట్టు? ఏరి కోరి సైబీరియాకి తమను తాము ఎందుకు బహిష్కరించుకున్నారు? బహుశా యుద్ధాల కారణంగా కొన్ని సమూహాలు ఉత్తర దిక్కుకి వెళ్ళిపోవలసి వచ్చిందేమో! ప్రకృతి వైపరీత్యాలవల్ల జనాభాలో ఒత్తిడి పెరిగిందేమో! అక్కడ జంతువులలో దొరికే మాంసకృత్తుల కోసం ఇంకొందరిని ఉత్తర దిశ ఆకర్షించి ఉండవచ్చు. ఆర్కిటిక్ ప్రాంతం నిండా బాగా బలిసిన, మంచులో పరిగెత్తగల జింకలూ (రెయిన్ డీర్), మామత్ ఏనుగులూ లాంటి పెద్ద పెద్ద జంతువులు ఉంటాయి. ఒక్కొక్క మామత్ ఏనుగులోనూ బోలెడంత మాంసం, (అది మంచు ప్రదేశం కాబట్టి ఆ మాంసాన్ని తరవాత ఉపయోగించుకునేందుకు దాచి ఉంచుకోవచ్చు) రుచికరమైన కొవ్వూ, వెచ్చటి బొచ్చూ, విలువైన దంతాలూ దొరుకుతాయి. సంగీర్‌లో దొరికిన అవశేషాలను బట్టి, మామత్ ఏనుగులని వేటాడినవాళ్ళు కేవలం బతికి ఉండటమే కాదు, చక్కగా వర్ధిల్లారు. కాలం గడిచినకొద్దీ ఆ సమూహాలు మామత్ ఏనుగులనీ, మాస్టోడోన్లనీ, ఖడ్గమృగాలనీ, రైన్ డీర్‌లనీ వేటాడుతూ దూరతీరాలకి విస్తరించాయి. క్రీ.పూ. 14,000 సంవత్సరంలో వాళ్ళలో కొందరు ఇలా జంతువులని వేటాడుతూ ఈశాన్య సైబీరియా నుంచి బైలుదేరి అలాస్కాలో తేలారు. కానీ, తాము ఒక కొత్త ప్రపంచాన్ని కనుగొన బోతున్నామని వాళ్ళకి తెలీదు. మామత్ ఏనుగులకీ, మానవులకీ కూడా అలస్కా, సైబీరియాకి కొనసాగింపుగానే అనిపించింది.

ముందు మంచు దిబ్బలు అలాస్కా నుంచి అమెరికాకి వెళ్ళే దారిని మూసివేశాయి. అప్పుడు చాలా కొద్దిమంది మాత్రమే ఈ అడ్డంకులని తప్పించుకుని తీరం వెంబడి నావలో ప్రయాణం చేసి ఉంటారు. కానీ క్రీ.పూ. 12,000 సంవత్సరంలో భూగోళం వేడెక్కి మంచు కరిగింది. అప్పుడు అమెరికాకి వెళ్ళే మార్గం తెరుచుకుంది. ఆ కొత్త దారిని ఉపయోగించుకుని మొత్తం జనమంతా దక్షిణానికి బైలుదేరి, మొత్తం భూఖండాన్ని ఆక్రమించుకున్నారు. మొదట్లో ఆర్కిటిక్‌లోని పెద్ద జంతువులని వేటాడటం మాత్రమే నేర్చుకున్న ఆ మానవులు చాలా త్వరగా రకరకాల వాతావరణానికీ, పర్యావరణానికీ అనుకూలంగా సర్దుకుపోయారు. సైబీరియా వాసుల వారసులు తూర్పు అమెరికాలోని దట్టమైన అడవుల్లో, మిస్సిసిపీ

డెల్టాలో, మెక్సికో ఎడారుల్లో, మధ్య అమెరికాలోని వేడి ఆవిర్లు తేలే అడవుల్లోనూ స్థిరపడ్డారు. కొందరు అమెజాన్ నదీతీరాన నివాసం ఏర్పాటు చేసుకున్నారు. ఇంకొందరు అండియన్ పర్వతప్రాంతం లోయల్లోనూ, అర్జెంటీనాలోని పంపాస్‌లోనూ నివాసం ఏర్పరచుకున్నారు. ఇదంతా దాదాపు రెండు శతాబ్దాల్లో జరిగిపోయింది! క్రీ.పూ. 10,000 సంవత్సరం నాటికి మానవులు అమెరికా భూఖండం దక్షిణ కొసలోని ద్వీపం, టియెరా డెల్ ఫ్యూగోలో స్థిరపడ్డారు. అమెరికా అంతటా మానవులు యుద్ధతంత్రాన్ని ఉపయోగించుకుని చేసిన ఆక్రమణలు హోమో సేపియన్ల అపురూపమైన చాతుర్యాన్నీ, పరిస్థితులకు అనుకూలంగా తమని తాము మలుచుకునే నేర్పు విషయంలో సాటిలేని సామర్థ్యాన్నీ చాటిచెపుతాయి. మరే జంతువూ ఇంత వైవిధ్యభరితమైన, పూర్తిగా భిన్నమైన నివాసస్థానాలకి ఇంత వేగంగా, అవే జన్యువుల ఆధారంగా తరలివెళ్ళలేదు.

సేపియన్లు అమెరికాలో స్థిరపడటం రక్తపాతం లేకుండా జరగలేదు. దారిపొడుగునా శవాలని పరుస్తూ సాగింది వారి ప్రయాణం. 14,000 సంవత్సరాలకు పూర్వం అమెరికాలో ఈనాటితో పోలిస్తే విభిన్నమైన జంతు జాతులు విరివిగా ఉండేవి. మొట్టమొదటి అమెరికన్లు అలాస్కా నుంచి దక్షిణ దిశగా, కెనడాలోని మైదానాలను దాటి పడమటి అమెరికా వైపు కదిలినప్పుడు వాళ్ళకి మామత్ ఏనుగులూ, మాస్టడోన్‌లూ, ఎలుగుబంట్లంత పెద్ద ఎలుకలూ, గుర్రాల మందలూ, ఒంటెలూ, పెద్ద పెద్ద సింహాలూ, ఈనాడు మనకి పూర్తిగా తెలియని ఇంకా ఎన్నో పెద్ద ఆకారం గల జంతుజాతులూ ఎదురుపడ్డాయి. వాటిలో అతిభయంకరమైన కత్తిలాంటి కోరలున్న పులులూ, ఎనిమిది టన్నుల బరువుండి, ఆరు మీటర్ల ఎత్తుండే భీకరాకారపు స్లోత్ జంతువులూ కూడా ఉన్నాయి. దక్షిణ అమెరికాలో ఇంకా విచిత్రమైన పెద్ద క్షీరదాలూ, సరీసృపాలూ, పక్షులూ గల జంతుప్రదర్శనశాలలు కనిపించాయి. పరిణామ క్రమానికి సంబంధించిన ప్రయోగాల విషయంలో ఉత్తర, దక్షిణ అమెరికాలు పెద్ద ప్రయోగశాలలుగా ఉండేవి. ఆఫ్రికాలోనూ, ఆసియాలోనూ కనీవినీ ఎరగని జంతువులూ, మొక్కలూ వికాసం చెంది వృద్ధి పొందాయి.

కానీ అది ఎంతోకాలం నిలవలేదు. సేపియన్లు అక్కడికి చేరుకున్న 2,000 ఏళ్ళకి ఈ విశేషమైన జాతుల్లో చాలావరకు నశించిపోయాయి. వర్తమాన అంచనాలను బట్టి, ఆ తక్కువ వ్యవధిలో ఉత్తర అమెరికా నలభై యేడు రకాల జంతుజాతుల్లో ముప్ఫయి నాలుగింటిని పోగొట్టుకుంది. దక్షిణ అమెరికాలో అరవై జాతులలో యాభై నశించిపోయాయి. 300 లక్షల సంవత్సరాలు ఈ నేల మీద రాజ్యం చేసిన కత్తిలాంటి కోరలున్న 'సేబర్-టూత్' పులులు మాయమయ్యాయి. అలాగే భీకరాకారపు స్లోత్‌లూ, పెద్ద సింహాలూ, అమెరికన్ గుర్రాలూ, ఒంటెలూ, పెద్ద ఆకారం గల ఎలుకలూ, మామత్ ఏనుగులూ కూడా నామరూపాల్లేకుండా పోయాయి. వేలసంఖ్యలో చిన్న క్షీరదాలూ, సరీసృపాలూ, పక్షులూ, చివరికి కీటకాలూ, పరాన్నజీవులతోసహా మొత్తం అంతరించిపోయాయి. (మొత్తం మామత్‌లన్నీ చనిపోయినప్పుడు, వాటి శరీరాలమీద ఉంటూ జీవించే గోమార్లు కూడా పూర్తిగా నాశన మయ్యాయి).

10. నేలమీద తిరుగాడే రెండు బ్రహ్మాండమైన స్లోత్ (మెగాథీరియమ్) ల పునర్నిర్మాణం. వాటి వెనుక రెండు అతిపెద్ద ఆర్మడిల్లో (గ్లిప్టోడోన్) లు ఉన్నాయి. ప్రస్తుతం అంతరించిపోయిన ఆర్మడిల్లోలు మూడు మీటర్ల పొడవు, రెండు టన్నుల బరువు ఉండేవి. అదే ఈ స్లోత్‌లు ఆరు మీటర్ల ఎత్తు, ఎనిమిది టన్నుల బరువు ఉండేవి.

పురాజీవ శాస్త్రజ్ఞులూ, జంతువుల అవశేషాలని అధ్యయనం చేసే శాస్త్రజ్ఞులూ అమెరికాలోని మైదానాల్లోనూ, పర్వతాల్లోనూ శిలాజాలలోని ఒంటెల ఎముకలూ, భూచర స్లోత్ తాలూకు కుళ్లిపోయిన మలం అవశేషాలూ దొరుకుతాయేమోనని కొన్ని దశాబ్దాలుగా వెతుకుతూనే ఉన్నారు. వాళ్ళు వెతుకుతున్నది దొరికినప్పుడు, ఆ విలువైన నిధుల్ని జాగ్రత్తగా ప్యాక్ చేసి ప్రయోగశాలలకి పంపిస్తారు. అక్కడ ఒక్కొక్క ఎముకనీ, శిలాజాల మధ్య దొరికిన మలం తాలూకు ఒక్కొక్క ముక్కనీ క్షుణ్ణంగా పరీక్షించి అది ఏ కాలానికి చెందిందో రాసి ఉంచుతారు. మళ్ళీ మళ్ళీ ఈ పరీక్షలు ఒకే రకమైన ఫలితాలనిస్తాయి: అన్నిటికన్నా తాజాగా కనిపించే మలమూ, ఒంటె ఎముకలూ మానవులు అమెరికా మీదికి వెల్లువెత్తినట్టు వచ్చిన కాలానివేనని తెలుస్తుంది. అంటే క్రీ.పూ. 12,000–9,000 మధ్యకాలంలో, ఒకే ఒక స్థలంలో మాత్రం శాస్త్రజ్ఞులకు ఇంకా తరువాతి కాలంనాటి మలం కనిపించింది: అనేకమైన కరీబియన్ దీవులలో, ముఖ్యంగా క్యూబాలోనూ హిస్పానియోలా లోనూ వాళ్లకి క్రీ.పూ. 5,000 నాటి కుళ్లిపోయిన భూచర స్లోత్ మలం దొరికింది. కరీబియన్ సముద్రాన్ని దాటి ఆ రెండు పెద్ద దీవుల్లో మానవులు స్థిరనివాసం ఏర్పరచుకున్నది సరిగ్గా ఆ సహస్రాబ్దిలోనే.

మరోవైపు కొందరు అధ్యయనకర్తలు మానవులు నిర్దోషులనీ, అది వాతావరణంలో వచ్చిన మార్పులవల్ల జరిగిన ప్రమాదమనీ వాదించేందుకు ప్రయత్నిస్తారు. (ఈ వాదనకి వాళ్ళు ఏదో ఒక ఆధారం చెప్పాలి. కరీబియన్ దీవుల్లో 7,000 సంవత్సరాలు

వాతావరణం చెక్కుచెదరకుండా అలాగే ఉండగా, మిగతా పడమటి భూభాగమంతా వేడెక్కిపోవటానికి కారణం అంతుచిక్కదు మరి). కానీ అమెరికాలో దొరికిన మలం తాలూకు ముక్కని తప్పించుకోవటం సాధ్యం కాదు. మనమే దోషులం. ఆ సత్యాన్ని తప్పించుకునే అవకాశమే లేదు. ఒకవేళ వాతావరణ మార్పు మన నేరానికి తనవంతు సాయం చేసినప్పటికీ, మానవులు ఆ వినాశనానికి కారణమనేది నిశ్చయం.

నోవా ఓడ

ఆస్ట్రేలియాలోనూ, అమెరికాలోనూ జరిగిన పెద్దఎత్తు మారణకాండలూ, ఆఫ్రో ఆసియాలో హోమో సేపియన్ల విస్తరణ వల్ల జరిగిన చిన్నపాటి హత్యా కాండలూ (ఉదాహరణకి, మిగిలిన మానవ జాతులన్నిటినీ మట్టుపెట్టారు) ప్రాచీన ఆదిమవాసులు క్యూబాలాంటి దూరాలలో ఉన్న దీవులలో స్థిరపడ్డపుడు అంతరించిపోయిన జీవజాతులూ, చూస్తే అతివేగంగా జరిగిన పర్యావరణ విధ్వంసం వల్ల జంతు ప్రపంచానికి జరిగిన అతిపెద్ద నష్టం మొదటిసారి సేపియన్లు వలసపోయి అక్కడ స్థిరపడటంవల్లే అని నిర్ధారణగా చెప్పవచ్చు. అన్నిటికన్నా ఘోరంగా దెబ్బతిన్నది ఒంటిమీద బొచ్చున్న పెద్దపెద్ద జంతువులు.

జ్ఞాన విప్లవం జరిగిన సమయంలో భూగోళం మీద 200 జాతుల పెద్ద భూచర క్షీరదాలు జీవించాయి. వాటి బరువు యాభై కిలోల కన్నా ఎక్కువుండేది. వ్యవసాయ విప్లవం నాటికి వాటిలో వందజాతులు మాత్రమే మిగిలాయి. చక్రాన్నీ, రాతనీ, ఇనప పనిముట్లనీ కనుగొనకముందే హోమో సేపియన్లు భూగోళం మీద జీవిస్తున్న పెద్ద జంతువుల్లో సగాన్ని రూపుమాపివేశారు.

వ్యవసాయ విప్లవం తరవాత పర్యావరణానికి సంబంధించిన ఈ విషాద సంఘటన మళ్ళీ మళ్ళీ చిన్న చిన్న సంఘటనలుగా లెక్కలేనన్నిసార్లు జరిగింది. ఒక్కొక్క ద్వీపంలోనూ వరసగా జరిపిన పురాతత్వ పరిశోధనలు ఈ దుఃఖగాథనే చాటిచెపుతున్నాయి. ఈ విషాదకరమైన నాటకంలోని మొదటి దృశ్యం ఎన్నో రకాల పెద్ద జంతువుల సమూహాలని చూపించటంతో ప్రారంభమౌతుంది. ఆ దృశ్యంలో మానవుడు మచ్చుకి కూడా ఎక్కడా కనబడడు. రెండో దృశ్యంలో సేపియన్లు కనిపిస్తారు. దానికి సాక్ష్యం మనిషి ఎముకలూ, ఒక బల్లెం మొనా, లేదా ఒక కుండ పెంకు. వెంటనే మూడో దృశ్యం ప్రారంభమౌతుంది. అందులో స్త్రీ పురుషులు వేదిక మధ్యన కనిపిస్తారు. చిన్న ప్రాణులతో సహా దాదాపు అన్ని పెద్ద జంతువులూ మాయమైపోతాయి.

ఆఫ్రికా ముఖ్య భూభాగానికి 400 కిలోమీటర్ల దూరంలో ఉన్న మెడగాస్కర్ లాంటి పెద్ద ద్వీపంలో ఈ సంఘటనకి సంబంధించిన చాలా ప్రసిద్ధమైన ఉదాహరణ కనిపిస్తుంది. కొన్ని లక్షల సంవత్సరాలు మరే ప్రాంతంతోనూ సంబంధం లేకుండా ఉండిన మెడగాస్కర్‌లో లక్షల సంవత్సరాలపాటు విలక్షణమైన జంతువుల సమూహాలు ఇక్కడ పరిణామం చెందాయి. వీటిలో ఎలిఫెంట్ బర్డ్ (ఉష్ట్రపక్షిలాంటిదే కానీ దానికన్నా పెద్ద పక్షి), ఇది ఎగరలేదు, మూడుమీటర్ల ఎత్తూ, అరటన్ను బరువూ ఉండేది. ఇది ప్రపంచంలోకెల్లా పెద్ద

పక్షి. ఇది కాక ఈ భూమండలం మీది వానర జాతికి చెందిన బ్రహ్మాండమైన ఆకారం గల లేమూర్లూ ఉండేవి. 1,500 సంవత్సరాల క్రితం మిగిలిన పెద్ద జంతువులతో పాటు ఈ పక్షులూ, లేమూర్లూ హఠాత్తుగా మాయమైపోయాయి... సరిగ్గా మొదటిసారి మానవులు మెడగాస్కర్‌లో అడుగుపెట్టినప్పుడే ఈ సంఘటన జరిగింది.

పసిఫిక్ మహాసాగరం ప్రాంతంలో క్రీ.పూ.1500 దరిదాపుల్లో పాలినేషియన్ వ్యవసాయదారులు సోలమన్ దీవుల్లోనూ, ఫిజి, న్యూ కెలెడోనియాలోనూ స్థిరనివాసం ఏర్పరచుకున్నాక జంతువులు అంతరించిపోవటం అనే ప్రధాన సంఘటన ప్రారంభమైంది. వాళ్ళు వందల సంఖ్యలో అనేక జాతుల పక్షులనీ, కీటకాలనీ, నత్తగుల్లలనీ ఇంకా స్థానికంగా ఉన్న అనేక జంతువులనీ స్వయంగా చంపివేశారు లేదా అవి చనిపోవటానికి కారణమయ్యారు. అక్కణ్ణించి ప్రాణులు అలా అంతరించిపోవడం అనే ప్రక్రియ నెమ్మదిగా తూర్పుకీ, దక్షిణానికీ, ఉత్తరానికీ సాగింది. చివరికి పసిఫిక్ మహాసాగరం నడిబొడ్డుకి చేరుకునే లోపల సమోవా, టోంగా (క్రీ.పూ.1200); మర్క్విస్ ద్వీపాలు (క్రీ.శ.1); ఈస్టర్ ద్వీపాలు, కుక్ ద్వీపాలు, హవాయి (క్రీ.శ.500) చివరిగా న్యూజీలాండ్ (క్రీ.శ.1200) వరకూ కొనసాగింది.

అట్లాంటిక్ మహాసాగరం, హిందూ మహాసముద్రం, ఆర్కిటిక్ మహాసాగరం, మధ్యధరా సముద్రంలో చెదురుమదురుగా ఉన్న అన్ని దీవులలోనూ ఇలాంటి పర్యావరణ విధ్వంసాలు జరిగాయి. అతిచిన్న దీవులలో కూడా పురాతత్వవేత్తలకి పక్షులూ, కీటకాలూ, నత్తలూ ఒకప్పుడు అక్కడ లెక్కలేనన్ని తరాలుగా జీవించేవి అనటానికి సాక్ష్యాలు దొరికాయి. మొదటి మానవుడు వ్యవసాయం చేసేందుకు అక్కడ అడుగుపెట్టగానే అవి మాయమయ్యాయి అనటానికి కూడా వాళ్లకి రుజువులు కనిపించాయి. మరీ దూరంగా ఉన్న కొన్ని ద్వీపాలను మాత్రం ఆధునిక యుగం దాకా మానవులు గమనించకపోవటం వల్ల, వాటిలోని జంతువులకి ఎటువంటి హానీ వాటిల్లలేదు. గాలాపగోస్ దీవులు దీనికి ఒక ఉదాహరణ. పంతొమ్మిదో శతాబ్దం దాకా అక్కడ మానవులు నివాసం ఏర్పరచుకోలేదు. అందుచేత అక్కడి విలక్షణమైన చిన్న జంతువులూ, ప్రాచీనకాలపు డిప్రోటోడోన్లలాగ మనుషులని చూసి భయపడని పెద్ద ఆకారం గల తాబేళ్ళూ సురక్షితంగా ఉండగలిగాయి.

మొదటిదశలో ఆ జంతుజాతుల నిర్మూలన తరవాత ఆటవికులు ఆయా ప్రాంతాలని ఆక్రమించుకున్నాక రెండోసారి మళ్ళీ ఆ నిర్మూలన కార్యక్రమం ప్రారంభమైంది. ఆ తరవాత వ్యవసాయ చేసే మానవులు భూభాగంలో విస్తరించారు. ఈ పరిణామంవల్ల మూడోసారి జరిగిన నిర్మూలన గురించి మనకి ముఖ్యమైన అవగాహన లభిస్తుంది. ఇది ఈనాటి పారిశ్రామిక విప్లవం వల్ల వచ్చిన పరిణామం. చెట్లని కౌగలించుకుని మన పూర్వీకులు ప్రకృతితో సఖ్యంగా జీవించారని చెప్పే మాటలు నమ్మకండి. పారిశ్రామిక విప్లవానికి చాలాముందే అన్ని జీవజాతుల్లోకీ హోమో సేపియన్లే ఎక్కువ మొక్కలూ, జంతుజాతులూ అంతరించిపోవటానికి కారణమవటంలో రికార్డు సృష్టించారు. జీవశాస్త్ర చరిత్రలో మనం అన్నిటికన్నా ప్రాణాంతకమైన జాతిగా (అప)ఖ్యాతి సంపాదించుకున్నాం.

బహుశా మొదటి నిర్మూలన గురించీ, రెండో నిర్మూలన గురించీ మనుషులు అప్రమత్తంగా ఉండి ఉంటే మూడో నిర్మూలన విషయంలో అంత నిర్లక్ష్యంగా ఉండేవారు కాదేమో. మనం ఇప్పటివరకూ ఎన్ని జాతులని పూర్తిగా తుడిచిపెట్టేశామో తెలుసుకుంటే ప్రస్తుతం మిగిలి ఉన్న జాతులని కాపాడు కోవాలన్న స్పృహ కలగవచ్చు. ముఖ్యంగా సముద్రంలో ఉండే పెద్ద పెద్ద జంతువులకి ఇది వర్తిస్తుంది. జ్ఞాన విప్లవం వల్లా, వ్యవసాయ విప్లవం వల్లా పెద్ద పెద్ద సముద్ర ప్రాణులకి భూచర ప్రాణులకి లాగ హాని వాటిల్లలేదు. కానీ ప్రస్తుతం పారిశ్రామిక విప్లవం కారణంగానూ, మనుషులు సముద్రాన్ని ఎన్నో రకాలుగా వాడుకోవటంవల్లనూ ఎన్నో సముద్ర జీవులు అంతరించిపోయే ప్రమాదస్థితికి చేరుకున్నాయి. ప్రస్తుతం ఉన్న వేగం ఇలాగే కొనసాగితే, తిమింగలాలూ, సొరచేపలూ, ట్యూనా చేపలూ, డాల్ఫిన్లూ, డిప్రోటోడోన్లు, స్లోత్‌లూ, మామత్ ఏనుగులూ వెళ్లిన దారినే వెళ్లి కనుమరుగైపోతాయి. మానవులు ఇలా వెల్లువెత్తిన తరవాత ప్రపంచంలో ఉన్న అన్ని పెద్ద జంతువు ల్లోనూ మిగిలిఉండేది మనిషొక్కడే, వాళ్ళు కాక మనుషుల పెరడులలో వాళ్లకి చాకిరీ చేసే బానిసల్లా నోహ్ నావలో మిగిలిన జంతువులూ.

రెండో భాగం

వ్యవసాయ విప్లవం

11. ఈజిప్ట్‌లోని ఒక సమాధి గోడపైనున్న ఈ చిత్రం 3,500 సంవత్సరాలకు పూర్వంది. ఇందులో చిత్రించినవి ఆనాటి సాధారణ వ్యవసాయ సంబంధిత దృశ్యాలే.

అధ్యాయం 5

చరిత్రలో జరిగిన అతిపెద్ద వంచన

25 లక్షల సంవత్సరాలు మానవులు ఆహారం కోసం మొక్కలని సేకరిస్తూ, జంతువులని వేటాడుతూ బతికారు. మానవుల ప్రమేయం లేకుండా అవి పుట్టి పెరిగాయి, జీవించాయి. హోమో ఎరెక్టస్, హోమో ఎర్గాస్టర్, నియాండర్తాల్ మానవులు అడవుల్లో పెరిగే అత్తిచెట్ల పళ్లని కోసుకు తిన్నారు, అడవి గొర్రెలని వేటాడారు. కానీ అత్తిచెట్టు ఎక్కడ పెరగాలో, గొర్రెల మంద ఏ పచ్చిక మైదానంలో మెయ్యాలో, లేక ఏ మేకపోతు ఏ పెంటికి కడుపు చెయ్యాలో నిర్ణయించలేదు. హోమోసేపియన్లు తూర్పు ఆఫ్రికా నుంచి మధ్యప్రాచ్యం దాకా విస్తరించి చివరిగా ఆస్ట్రేలియాకీ, అమెరికాకీ చేరుకున్నారు. కానీ వెళ్ళినచోటనల్లా వాళ్ళు అడవి మొక్కలని సేకరిస్తూ, జంతువులని వేటాడుతూనే బతికారు. మీ జీవనవిధానం మీకు బోలెడంత ఆహారాన్నీ, గొప్ప సామాజిక జీవితాన్నీ, మతవిశ్వాసాలనీ, రాజకీయ గమనాన్ని నిర్దేశించే శక్తులనీ అందిస్తున్నప్పుడు ఇక మీకు వేరే అవసరాలేముంటాయి?

కానీ సుమారు 10,000 సంవత్సరాల క్రితం సేపియన్లు తమ సమయాన్నంతా కొన్ని జంతుజాతుల జీవితాలనీ, మొక్కల జీవితాలనీ మార్చే ఉపాయాలు చేపట్టేసరికి ఇదంతా మారిపోయింది. సూర్యోదయం నుంచి సూర్యాస్తమయం దాకా మానవులు విత్తనాలు నాటారు, మొక్కలకి నీళ్లు పోశారు, కలుపు తీశారు, గొర్రెలని దట్టమైన పచ్చిక బయళ్ళకి తోలుకెళ్లారు. ఈ పనులు చేస్తే తమకి ఎక్కువ పళ్ళూ, ధాన్యమూ, మాంసమూ దొరుకుతాయని అనుకున్నారు. మానవులు జీవించిన ఆ పద్ధతి విప్లవాత్మకమైనది - అదే వ్యవసాయ విప్లవం.

వ్యవసాయం చెయ్యటమనేది క్రీ.పూ.9500–8500 దరిదాపుల్లో టర్కీలో ఆగ్నేయంలోనూ, పడమటి ఇరాన్‌లోనూ, లెవాంట్‌లోనూ ప్రారంభ మైంది. అది నెమ్మదిగా పరిమితమైన భౌగోళిక ప్రాంతంలో మొదలయింది. గోధుమ పంటలనీ, మేకలనీ పెంచటం క్రీ.పూ.9000 లోనూ, బటాణీలూ, కాయధాన్యాలూ పెంచటం క్రీ.పూ.8000 లోనూ, ఆలివ్ చెట్లు పెంచటం క్రీ.పూ.5000 లోనూ, గుర్రాలని పెంచటం క్రీ.పూ.4000 లోనూ, ద్రాక్ష తోటలు పెంచటం క్రీ.పూ.3500 లోనూ ప్రారంభమైంది.

ఒంటెలాంటి జంతువులనూ, జీడిపప్పులనూ పెంచటం తరువాతి కాలంలో జరిగింది, కానీ క్రీ.పూ. 3500 నాటికి ఇలా మొక్కలనీ, జంతువులనీ పెంచటం అనే ముఖ్యమైన మార్పు పూర్తిగా జరిగిపోయింది. ఈనాటికీ, మనం సాంకేతికంగా ఇంత పురోగతి సాధించినప్పటికీ, మానవాళికి ఆహారరూపంలో దొరికే క్యాలరీలలో 90 శాతం క్రీ.పూ. 9500కీ 3500కీ మధ్యలో మన పూర్వీకులు పెంచిన గోధుమ, వరి, మొక్కజొన్న, బంగాళాదుంప, చిరుధాన్యాలు, బార్లీ లాంటి వాటిలోంచే వస్తున్నాయి. గత 2000 సంవత్సరాలలో కొత్తగా ఏ మొక్కని గాని, జంతువుని గాని మనుషులు పెంచలేదు. మన మెదళ్ళు ఇంకా వేటాడి ఆహారసేకరణ చేసే ఆదిమమానవుడి దగ్గరే ఆగిపోయాయి, కానీ మన పంటలు ప్రాచీన వ్యవసాయదారులు తిన్నవే.

వ్యవసాయం మధ్యప్రాచ్యంలోని ఒకానొక స్థలంలో ప్రారంభమై ప్రపంచం నలుమూలలకీ విస్తరించిందని ఒకప్పుడు అధ్యయనకర్తలు అనుకున్నారు. కానీ ఈనాడు వ్యవసాయ విప్లవం మధ్యప్రాచ్యంలో రైతుల ద్వారా ఎగుమతి కాలేదని, ప్రపంచంలోని వివిధ ప్రాంతాలలో పూర్తి స్థాయిలో సొంతంగా మొదలైందని అధ్యయనకర్తలు అంగీకరిస్తున్నారు. మధ్యప్రాచ్యంలో పండే బఠాణీల గురించి కొంచెం కూడా తెలీకుండా మధ్య అమెరికాలో రైతులు మొక్కజొన్న, బీన్స్ పండించారు. దక్షిణ అమెరికావాసులు బంగాళాదుంపలనీ, ల్లామా (ఒంటెజాతి జంతువు) లనీ పెంచారు. వాళ్లకి మెక్సికోలో గాని లెవంట్‌లో గాని ఏం జరుగుతోందో బొత్తిగా తెలీదు. చైనాలో విప్లవం మొదటిసారి ప్రారంభమైనప్పుడు వాళ్ళు వరి, చిరుధాన్యాలు, పందులు పెంచారు. ఉత్తర అమెరికాలో మొట్టమొదట తోటలు పెంచినవారు పొదలలో ఆనపకాయలను వెతకటం విసుగుపుట్టి గుమ్మడికాయలని స్వయంగా పెంచటం మొదలుపెట్టారు. న్యూ గినీలో చెరుకు, అరటి పంటలు పండించారు. పడమటి ఆఫ్రికాలో మొట్టమొదట రైతులు తమకి అవసరమైన ఆఫ్రికన్ చిరుధాన్యాలు, ఆఫ్రికన్ వరి, జొన్నలు, గోధుమలూ పండించారు. ఇలా కొన్ని కేంద్రబిందువులనుంచి మొదలై వ్యవసాయం దూరతీరాలకు విస్తరించింది. క్రీస్తుశకం మొదటి శతాబ్దంలో ప్రపంచంలో జీవించిన అధికశాతం మనుషులు వ్యవసాయదారులే.

వ్యవసాయ విప్లవం మధ్య ప్రాచ్యంలోనూ, చైనాలోనూ, మధ్య అమెరికాలోనూ చెలరేగినట్టు ఆస్ట్రేలియాలో, అలస్కాలో, దక్షిణ ఆఫ్రికాలో ఎందుకు కాలేదు? దానికి కారణం చాలా సులభంగా చెప్పవచ్చు : మొక్కల లోనూ, జంతువులలోనూ ఎక్కువ రకాల జాతులని పెంచటం సాధ్యం కాదు. సేపియన్లు రుచికరమైన కుక్కగొడుగులని తవ్వ గలిగారు, ఒళ్ళంతా బొచ్చున్న మామత్ ఏనుగులని వేటాడగలిగారు, కానీ ఆ రెండింటినీ పెంచటమనేది సాధ్యం కాని పని. కుక్కగొడుగులు ఒకపట్టాన లొంగవు. మామత్ ఏనుగులు కూడా చాలా భీకరమైనవి. మన పూర్వీకులు కొన్ని వేల జాతుల మొక్కలని సేకరించారు, వేల జంతువులని వేటాడారు. కానీ వాటిలో కొన్ని మాత్రమే వ్యవసాయానికీ, మందలుగా పెంచటానికీ పనికివచ్చాయి. ఆ జాతులు కొన్ని నిర్ణీత ప్రాంతాలలోనే జీవించేవి, అలాంటి ప్రాంతాలలోనే వ్యవసాయ విప్లవం జరిగింది.

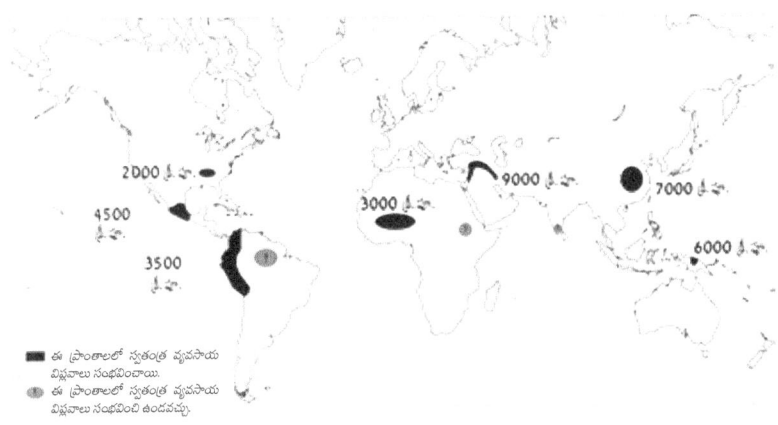

పటం 2. వ్యవసాయ విప్లవం జరిగిన ప్రాంతాలూ, తేదీలూ. ఇందులోని వివరాలు వివాదాస్పద మైనవి. కొత్త పురాతత్వ అన్వేషణలను జోడించేందుకు ఈ పటాన్ని నిరంతరం పునర్చిత్రిస్తూనే ఉన్నారు.

వ్యవసాయ విప్లవం మానవాళికి ఒక గొప్ప ముందడుగు అని అధ్యయనకారులు అభిప్రాయం వెలిబుచ్చారు, మానవ మెదడుకున్న శక్తి గురించి వాళ్ళు కథలల్లారు. పరిణామక్రమం కాలక్రమాన మరింత తెలివైన మనుషులని పుట్టించింది. చివరికి మనుషులు ప్రకృతి రహస్యాలని తెలుసుకునేంత తెలివితేటలు సంపాదించుకున్నారు. దానివల్ల వాళ్ళు గొర్రెలని పెంచగలిగారు, గోధుమలు పండించగలిగారు. అది జరగగానే అంతకుముందు వేటాడి ఆహారసేకరణ చేస్తూ జీవించిన ప్రమాదకరమైన, ప్రయాసతో కూడిన, సీదాసాదా జీవితాన్ని వదిలేసి, వ్యవసాయం చేసుకుంటూ, హాయిగా, సంతృప్తిగా జీవించసాగారు.

అది ఒక కల్పిత గాథ. కాలంతోబాటు మానవులు తెలివితేటల్ని పెంపొందించు కున్నారనటానికి సాక్ష్యాలేమీ లేవు. వ్యవసాయ విప్లవానికి చాలాముందునుంచే ఆటవికులకి ప్రకృతి రహస్యాలు తెలుసు. వాళ్ళు వేటాడే జంతువుల గురించీ, సేకరించే మొక్కల గురించీ వాళ్లకి బాగా తెలియవలసిన అవసరం ఉండేది. వ్యవసాయ విప్లవం కృషీవలులకి సుఖసౌకర్యాలు ఇవ్వక పోగా ఆటవికులకన్నా తక్కువ సంతృప్తినిచ్చి, ఎక్కువ కష్టాలని కొనితెచ్చింది. ఆటవికులు వేటాడి ఆహారసేకరణ చేసుకుంటూ చాలా ఉత్సాహంగా జీవితం గడిపారు. వాళ్ళ జీవితంలో ఎక్కువ వైవిధ్యం ఉండేది. ఆకలితోనూ, రోగాల తోనూ బాధపడటంలాంటి ప్రమాదాలు తక్కువగా సంభవించేవి. వ్యవసాయ విప్లవం మానవులకి ఎక్కువ ఆహారాన్ని అందించిన మాట నిజమే, కానీ అదనంగా దొరికిన ఆ ఆహారం వాళ్లు తినే పదార్థాలలో మెరుగైన మార్పులు తీసుకురాలేదు, వాళ్లకి ఎక్కువ విశ్రాంతిని అందించలేదు, పైగా దానివల్ల జనాభాలో విపరీతమైన పెరుగుదల, ధనవంతులని గారాబం చేసి పనికిమాలిన వాళ్లుగా తయారుచేయటంలాంటివి జరిగాయి.

సగటు ఆటవికుడి కన్నా సగటు రైతు ఎక్కువ కష్టపడి పనిచేసేవాడు. దానికి మారుగా అతనికి తక్కువ పోషకాలున్న ఆహారం దొరికేది. వ్యవసాయ విప్లవం చరిత్రలోని అతిపెద్ద వంచన.

దీనికి ఎవరు బాధ్యులు? రాజులు కాదు, మతాచార్యులు కాదు, వర్తకులు కూడా కాదు. నేరస్థులు కాసిని మొక్క జాతులు. వాటిలో గోధుమ, వరి, బంగాళాదుంప లాంటివి ఉన్నాయి. ఈ మొక్కలే హోమోసేపియన్లని పెంచాయి గాని వాళ్ళు వాటిని పెంచలేదు.

గోధుమ దృష్టికోణం నుంచి వ్యవసాయ విప్లవం గురించి ఒక్కసారి ఆలోచించండి. పదివేల సంవత్సరాల క్రితం గోధుమ అడవిలో పెరిగే ఒక గడ్డి మాత్రమే. మధ్యప్రాచ్యానికే పరిమితమైన అలాంటి గరిక జాతులు చాలానే ఉండేవి. హఠాత్తుగా కొన్ని శతాబ్దాలలోనే అది ప్రపంచమంతటా పండసాగింది. జీవించి ఉంటూ పునరుత్పత్తి చేసేందుకు అవసరమైన ప్రాథమిక పరిణామక్రమ సూత్రాలని బట్టి చూస్తే మన భూప్రపంచం చరిత్రలో బాగా అభివృద్ధి చెందిన మొక్కలలో గోధుమ కూడా ఒకటని చెప్పుకోవాలి. ఉత్తర అమెరికాలోని విస్తృతమైన మైదాన ప్రాంతాలలో 10,000 సంవత్సరాలకు పూర్వం ఒక్క గోధుమ మొక్క కూడా ఉండేది కాదు. ఈనాడు మీరు కొన్ని వందల కిలోమీటర్లు ప్రయాణం చేస్తూ వెళ్లినా అక్కడ మరో మొక్క కనిపించదు. ప్రపంచవ్యాప్తంగా గోధుమ పంట 22.5 లక్షల చదరపు కిలోమీటర్లు విస్తరించి ఉంది. అంటే బ్రిటన్‌కి దాదాపు పదింతలు మేర. ఈ గడ్డి ఏమాత్రం ప్రత్యేకత లేని మామూలు గడ్డి దశ నుంచి సర్వవ్యాప్తంగా ఎలా మారింది?

గోధుమ హోమోసేపియన్లని స్వలాభానికి ఉపయోగించుకుంది. ఈ తోకలేని కోతి 10,000 సంవత్సరాలుగా వేటాడుతూ, ఆహారం సేకరిస్తూ హాయిగానే బతికింది. ఆ తరవాత గోధుమ పండించేందుకు నిరంతరం ఎక్కువ శ్రమ ధారబోస్తూ వచ్చింది. రెండు శతాబ్దాల లోపల భూమిమీదున్న అనేక ప్రాంతాలలో మనుషులు సూర్యోదయం నుంచి సూర్యాస్తమయం దాకా గోధుమ పంటని సంరక్షించుకోవటం తప్ప ఇంకే పనీ చెయ్యలేదు. అది అంత సులభమైన పని కాదు. గోధుమ వాళ్ళచేత ఎక్కువ శ్రమ చేయించింది. గోధుమకి రాళ్ళూరప్పలూ ఇష్టం లేదు. అందుకని సేపియన్లు నడ్డివిరిగేలా భూమిని చదును చేశారు. మరో మొక్కతో తన జాగాని పంచుకోవటం గోధుమకు ఇష్టం ఉండదు. అందుకోసం స్త్రీలూ, పురుషులూ మండే ఎండలో మిగిలిన మొక్కలన్నిటినీ పీకి పారవేసే పనిలో పడ్డారు. గోధుమకి తెగులు వస్తుందేమోనని అహర్నిశలూ సేపియన్లు పంటకి పురుగు పట్టి తెగులు రాకుండా చూసుకునేవారు. కుందేళ్ళూ, మిడతల దండూ దాడిచేస్తే గోధుమ పంట తననితాను కాపాడుకోలేదు. రైతే దానికి కాపలా కాసి కాపాడుకోవలసి వచ్చేది. గోధుమకి దాహం ఎక్కువ. మానవులు ఊటలనుంచీ, వాగులనుంచీ నీళ్లు మోసుకొచ్చి పంటని తడిపేవారు. దాని ఆకలి తీర్చేందుకు సేపియన్లు జంతువుల పేడా, లద్దెల లాంటివి ఏరుకొచ్చి పొలంలో ఎరువుగా వెయ్యవలసి వచ్చేది.

హోమోసేపియన్ల శరీరం ఇలాంటి పనులు చేసేందుకు అనువుగా వికాసం

12. **న్యూగినీలో రెండు వ్యవసాయ సమాజాల మధ్య జరిగిన ఆదివాసుల పోరాటం (1960). వ్యవసాయ విప్లవం తరువాత కొన్ని వేల సంవత్సరాలలో ఇలాంటి దృశ్యాలు విరివిగా కనిపించి ఉండవచ్చు.**

చెందలేదు. ఆపిల్ చెట్లు ఎక్కేందుకూ, జింకల వెంట పరిగెట్టేందుకూ అనువైన శరీరం వారిది. బండలని ఏరిపారేసేందుకూ, నీళ్ల బక్కెట్లు మోసేందుకూ ఆ శరీరం పనికిరాదు. మానవుల వెన్నెముక, మోకాళ్ళూ, మెడలూ, పాదాల కింది వంపులూ దీనికి మూల్యం చెల్లించి దెబ్బతిన్నాయి. ప్రాచీన అస్థిపంజరాలని అధ్యయనం చేసినప్పుడు బైటపడిన విషయమేమి టంటే, మానవులు వ్యవసాయం చేసే దశకి మారినప్పుడు దానితోబాటు వెన్నుపూస జారటం, కీళ్లవాతం, హెర్నియా లాంటి రకరకాల రోగాలను మోసుకొచ్చింది. అంతేకాక వ్యవసాయంలో కొత్తగా వచ్చి చేరిన పనులకోసం ఎక్కువ సమయం వెచ్చించవలసి రావటం వల్ల జనం తప్పనిసరిగా తమ పొలాల పక్కనే శాశ్వతంగా నివసించవలసి వచ్చింది. ఇది వాళ్ళ జీవనవిధానాన్ని పూర్తిగా మార్చివేసింది. మనం గోధుమని పెంచలేదు, అదే మనని పెంచింది. 'డొమెస్టికేట్' అనే ఆంగ్ల పదం లాటిన్ పదం 'డోమస్' నుంచి వచ్చింది. దాని అర్థం 'ఇల్లు'. మరి ఇంట్లో ఉంటున్నదెవరు? గోధుమ కాదు కదా, అది సేపియన్లే కదా!

హాయిగా గడుస్తున్న జీవితాన్ని వదిలిపెట్టి దౌర్భాగ్యపు జీవితం జీవించేందుకు మానవుడిని గోధుమ ఎలా ఒప్పించింది? బదులుగా అది ఏమిస్తానని వాగ్దానం చేసింది? అది మెరుగైన ఆహారాన్ని అందించలేదు. మానవులు సర్వభక్షకులైన వానరులని గుర్తుంచుకోండి. జీవించి ఉండేందుకు వాళ్ళు రకరకాల ఆహారపదార్థాలు తింటారు. వ్యవసాయ విప్లవానికి ముందు ధాన్యం వాళ్ళ ఆహారంలో ఒక చిన్న భాగంగా ఉండేది. తృణధాన్యాలని మాత్రమే తింటూ ఉంటే శరీరానికి ఖనిజాలూ, విటమిన్లూ అందవు, అవి సులభంగా జీర్ణమవవు, పళ్ళకీ, చిగుళ్ళకీ చెడుపు చేస్తాయి.

గోధుమ మానవులకి ఆర్థిక రక్షణని ఇవ్వలేదు. వేటాడి ఆహారసేకరణ చేసే ఆటవికుడికన్నా రైతు జీవితంలో భద్రత తక్కువ. ఆటవికులు బోలెడన్ని జాతుల మీద ఆధారపడి జీవించారు, అందుకే వాతావరణం అనుకూలంగా లేనప్పుడు కూడా ఆహారాన్ని నిల్వ ఉంచుకుని వాడుకునే అవసరం రాలేదు. ఒక జాతి అందుబాటులో లేకుండా పోయినప్పుడు, వాళ్ళు మిగిలిన జాతులని వేటాడటమో, సేకరించటమో చేసేవారు. వ్యవసాయం చేసే సమాజాలు నిన్నమొన్నటిదాకా తాము పెంచే కొన్ని జాతులు అందించే క్యాలరీల మీదే ఎక్కువగా ఆధారపడేవి. ఎన్నో ప్రాంతాలలో కేవలం గోధుమ, వరి, బంగాళాదుంపలు లాంటి ఒకేఒక ఆహారపదార్థం ముఖ్యమైన ఆహారంగా ఉండేది. వర్షాలు కురవకపోయినా, మిడతల దండు దాడిచేసినా, లేదా ఏదైనా చీడ పంటలకు సోకినప్పుడు రైతులు వేల, లక్షల సంఖ్యలో మరణించారు.

అలాగే మానవులు చేసే హింస నుంచి కూడా గోధుమ రక్షణ కల్పించ లేకపోయింది. కొత్తలో వ్యవసాయదారులు కూడా వాళ్ళ పూర్వీకులు ఆటవికుల్లాగే హింసకి పాల్పడేవారు. రైతులకి ఎక్కువ సొంత ఆస్తిపాస్తులు అవసరం. పంటలు పండించేందుకు వాళ్లకి భూమి కావాలి. పంట భూములను పొరుగువారు ఆక్రమించినప్పుడు జీవనాధారం కోల్పోయి పస్తులుండే పరిస్థితి ఏర్పడుతుంది. అందుకని అలాటి పరిస్థితికి సర్దుకుపోవటమనేదే సాధ్యం కాదు. ఆటవికులు తమ సమూహాన్ని తమకన్నా బలవంతులు అణచి వేసేందుకు ప్రయత్నించినప్పుడు, సాధారణంగా మరోచోటికి వెళ్ళిపోయేవారు. అది కష్టమూ, ప్రమాదకరమూ అయినప్పటికీ సాధ్యమయే పనే. బలవంతుడైన శత్రువు వ్యవసాయమే జీవనాధారంగా బతికే గ్రామాన్ని బెదిరిస్తే, వాళ్ళు ఆ స్థలం వదిలి వెళ్లిపోవటమంటే పొలాలనీ, ఇళ్లనీ, ధాన్యాగారాలనీ వదిలేసు కోవటమే అవుతుంది. ఎన్నోసార్లు ఈ పరిస్థితి మనుషులని ఆకలికి అలమటించేలా చేసేది. అందుకే రైతులు తమ సొంత భూమిని విడిచిపెట్టకుండా పోరాడుతూ ప్రాణాలను సైతం కోల్పోవటానికి సిద్ధపడేవారు.

తమ గ్రామాన్నీ, జాతినీ దాటి వేరే రాజకీయాలు లేని మామూలు వ్యవసాయ సమాజాలలో 15 శాతం మరణాలకు మానవుల హింసే కారణమనీ, వాటిలో 25 శాతం మరణాలు పురుషులవనీ మానవ శాస్త్ర పరిశోధనలూ, పురాతత్వ అధ్యయనాలూ సూచిస్తున్నాయి. ఈనాటి న్యూగినీలో ఒక వ్యవసాయ సమాజంలో డానీ అనే ప్రాంతంలో 30 శాతం పురుషుల మరణాలకు హింసే కారణంగా చూపించబడుతోంది. ఎంగాలో అది 35 శాతానికి పెరిగింది. ఈక్వడార్‌లో బహుశా 50 మంది వోరానీయులు మరో మానవజాతి చేతిలో దారుణమైన హత్యకు గురయ్యారు. కాలక్రమాన సామాజిక చట్రం మరింత విస్తృతంగా మారాక, అంటే పట్టణాలూ, రాజ్యాలూ, రాష్ట్రాలూ ఏర్పడ్డాక, ఈ హింసని అదుపులో పెట్టటం సాధ్యమైంది. కానీ ఉపయోగకరమైన ఇంత పెద్ద రాజకీయ నిర్మాణాలు జరగటానికి కొన్ని వేల సంవత్సరాలు పట్టింది.

గ్రామీణ జీవితం కచ్చితంగా మొదటి తరం రైతులకి వెంటనే కొంత లాభం కలిగించిన మాట నిజమే. క్రూర మృగాలనుంచీ, వర్షంనుంచీ, చలినుంచీ వాళ్లకి రక్షణ లభించింది. కానీ సగటు మనిషికి లాభాలకన్నా నష్టాలే ఎక్కువ జరిగినట్లు తోస్తుంది.

ఈనాడు అభివృద్ధి సాధించిన సమాజంలో నివసించేవారికి దీన్ని అర్థం చేసుకోవటం కష్టంగా ఉండవచ్చు. మనం ఐశ్వర్యాన్నీ, భద్రతనీ అనుభవిస్తున్నాం. ఆ రెండూ వ్యవసాయ విప్లవం పునాది మీద నిర్మించబడ్డాయి. అందుకని వ్యవసాయ విప్లవం మనకి అద్భుతమైన అభివృద్ధిని అందించిందని అనుకుంటాం. కానీ కొన్నివేల సంవత్సరాల చరిత్ర మంచిచెడులని ఈనాటి దృష్టితో నిర్ణయించటం సరికాదు. చైనాలో ఒక మూడేళ్ళ పాప, తండ్రి పొలంలో పంటలు పండక పోవటంవల్ల పోషకాహారం కరువై చనిపోవటం అనేది మరింత సవ్యమైన దృష్టికోణం అవుతుంది. “నేను పోషకాహారం లోపంవల్ల చనిపోతున్నాను. కానీ 2,000 ఏళ్ళ తరవాత మనుషులకి తినేందుకు బోలెడంత ఆహారం దొరుకుతుంది. పెద్ద పెద్ద ఎయిర్‌కండిషన్డ్ ఇళ్లలో నివసిస్తారు, ఇప్పుడు ఇంతమంది బాధపడటం తగిన త్యాగమే అనిపించుకుంటుంది,” అంటుందా ఆ పిల్ల?

మరైతే గోధుమ ఆ పోషకాహారం అందని పిల్లతోబాటు వ్యవసాయ దారులకు ఏమిచ్చింది? వ్యక్తులుగా వాళ్ళు ఏమీ పొందలేదు. కానీ హోమో సేపియన్ల జాతి మొత్తానికి అది లాభం చేకూర్చింది. ఒక ముక్క నేలలో అది ఎక్కువ ఆహారాన్ని ఉత్పత్తి చేసింది. దానివల్ల హోమోసేపియన్ల సంఖ్య అమితమైన వేగంతో పెరిగిపోయింది. క్రీ.పూ. 13,000లో మానవులు అడవి మొక్కలని సేకరిస్తూ, అడవి జంతువులని వేటాడుతూ ఆహారం సంపాదించుకున్నప్పుడు, పాలస్తీనాలోని జెరికో ప్రాంతం చుట్టుపక్కల ఉన్న ఒయాసిస్, మంచి పోషకాహారం సంపాదించుకుంటున్న సంచార జాతి సమూహంలోని వందమందిని ఆదుకోగలిగేది. క్రీ.పూ. 8500 ప్రాంతాల అడవిమొక్కలు పెరిగిన స్థలాన్ని గోధుమ పంటలు ఆక్రమించటంతో అదే ఒయాసిస్ 1,000 మంది జనాభాతో కిక్కిరిసిన గ్రామానికి ఆధారమైంది. ఆ జనం అనేక రోగాలతోనూ, పోషకాహార లోపంతోనూ బాధపడ్డారు.

పరిణామక్రమానికి తోడ్పడేది ఆకలీ, బాధా కాదు – డీఎన్ఏ సర్పిలాలు (హెలిక్సెస్). ఒక కంపెనీ సాఫల్యాన్ని దానికున్న బ్యాంక్ అకౌంట్‌లో ఉన్న డాలర్లని బట్టే తప్ప అక్కడ పనిచేసే ఉద్యోగుల సంతోషాన్ని బట్టి నిర్ణయించనట్టే, ఒక జాతి పరిణామక్రమం అభివృద్ధి చెందటాన్ని దాని డీఎన్ఏ నకళ్ళని బట్టి నిర్ణయిస్తారు. కంపెనీ బ్యాంక్ ఖాతాలో డబ్బు లేకపోతే ఎలా దివాలా తీస్తుందో, అలాగే డీఎన్ఏకి నకళ్ళు లేకుండా పోతే ఆ జాతి అంతరించిపోతుంది. ఒక జాతి తనకి డీఎన్ఏ నకళ్ళు ఎక్కువున్నాయని గొప్పలు చెప్పుకుంటే అది అభివృద్ధి చెందుతున్నదనే అర్థం. ఆ కోణం నుంచి చూసినప్పుడు వంద నకళ్ళకన్నా వెయ్యి ఉంటేనే మేలు. వ్యవసాయ విప్లవం తాలూకు సారం : అధ్వాన్నంగా ఉన్న పరిస్థితుల్లో ఎక్కువమందిని ప్రాణాలతో ఉంచగల సామర్థ్యం.

అయినా వ్యక్తులు పరిణామక్రమం చూపించే లెక్కలనే ఎందుకు పట్టించుకోవాలి? హోమోసేపియన్ల జన్యుకణానికి ఎక్కువ నకళ్ళు తయారు చేసేందుకు బుద్ధున్నవాడెవడైనా తన జీవనస్థాయిని ఎందుకు కిందికి దించు కుంటాడు? ఎవరూ దీనికి ఒప్పుకోలేదు : వ్యవసాయ విప్లవం ఒక ఉచ్చుగా మారింది.

సుఖ జీవనమనే ఉచ్చు

భూమి దున్ని పంటలు పండించటం అనేది కొన్ని శతాబ్దాల కాలంలో నెమ్మదిగా జరిగిన వ్యవహారం. పుట్టగొడుగులని సేకరిస్తూ, జింకలనీ, కుందేళ్ళనీ వేటాడుతూ జీవించిన హోమోసేపియన్ల సమూహం హఠాత్తుగా వెళ్లి నేల దున్నుతూ, గోధుమ నాటుతూ, నది నుంచి నీళ్లు మోసుకొస్తూ, తమకంటూ శాశ్వత నివాసాన్ని ఒక గ్రామంలో ఏర్పాటు చేసుకోలేదు. ఆ మార్పు దశలవారీగా జరిగింది. ఒక్కొక్క దశలోనూ వాళ్ళ దైనందిన జీవితంలో ఒక చిన్న మార్పు చోటుచేసుకుంటూ వచ్చింది.

సుమారు 70,000 సంవత్సరాల క్రితం హోమోసేపియన్లు మధ్యప్రాచ్యానికి చేరుకున్నారు. ఆ తరవాత 50,000 సంవత్సరాలు వ్యవసాయం చేపట్టకుండానే వాళ్ళు అభివృద్ధి చెందారు. అప్పటి వారి జనాభాకి ప్రకృతి వనరులు చక్కగా సరిపోయేవి. అన్ని అవసరాలూ ఇబ్బంది లేకుండా తీరుతున్న సమయంలో వాళ్ళు ఎక్కువమంది పిల్లల్ని కన్నారు, లేనప్పుడు తక్కువమందిని కన్నారు. అనేక ఇతర క్షీరదాల్లాగే మానవుల్లో కూడా పునరుత్పత్తిని అదుపుచెయ్యగల హార్మోనులూ, జన్యువిధానాలూ ఉన్నాయి. కాలం అనుకూలించినప్పుడు స్త్రీలు త్వరగా యుక్తవయసుకి చేరుకుంటారు, అందుచేత వాళ్ళు గర్భం ధరించే అవకాశాలు ఎక్కువ. కాలం అనువుగా లేనప్పుడు యుక్తవయసుకి చేరుకోవటం ఆలస్యమవుతుంది, గర్భం ధరించే అవకాశాలు కూడా తగ్గుముఖం పడతాయి.

ఇలా ప్రకృతిసిద్ధంగా జరిగే జనాభా నియంత్రణకి సాంస్కృతిక విధానాలు కూడా తోడయ్యాయి. సంచరిస్తూ జీవించే ఆటవికులకి నెమ్మదిగా కదిలే శిశువులూ, చిన్నపిల్లలూ భారమనిపించారు. అందుకే మూడు నాలుగేళ్లు తేడా ఉండేలా పిల్లల్ని కనేవారు. ఇందు కోసం పిల్లలు ఎదిగాక కూడా స్త్రీలు వాళ్లకి ఇరవైనాలుగు గంటలూ పాలు కుడిపేవారు (ఇలా చెయ్యటంవల్ల మళ్ళీ గర్భం ధరించే అవకాశం బాగా తగ్గిపోతుంది). ఇంకొక పద్ధతి పూర్తిగానో, పాక్షికంగానో లైంగిక సంబంధాలని మానివెయ్యటం (బహుశా దీనికి సాంస్కృతిక నిషేధాలు ఉండవచ్చు), గర్భవిచ్ఛిత్తి, అరుదుగా శిశువులను చంపివెయ్యటం లాంటివి కూడా ఉండేవి.

ఈ దీర్ఘకాలంలో మనుషులు అప్పుడప్పుడూ గోధుమలు తిన్నారు. అది వాళ్ళ ఆహారంలో నామమాత్రంగా ఉండేది. సుమారు 18,000 సంవత్సరాల క్రితం హిమయుగం పోయి భూగోళం వేడెక్కటం మొదలుపెట్టింది. ఉష్ణోగ్రత పెరిగినకొద్దీ వర్షాలు పడసాగాయి. ఆ వాతావరణం మధ్యప్రాచ్యంలో గోధుమలు, ఇతర తృణధాన్యాలూ పెంచేందుకు అనుకూలంగా మారింది. అవి త్వరగా పెరుగుతూ ఎక్కువగా వ్యాపించాయి. జనం గోధుమలని ఎక్కువగా తినటం ప్రారంభించి, అనుకోకుండా అది మరింత విస్తరించేందుకు దోహదం చేశారు. అడవిలో పెరిగే ధాన్యాలని ముందుగా దంచి ఊకని వేరుచేసి, పిండిచేసి ఆ తరవాత వండితే గాని తినటం సాధ్యం కాదు. ఈ ధాన్యాన్ని కోసేవాళ్ళు దాన్ని కట్టలుగా కట్టి తాము తాత్కాలికంగా ఏర్పరచుకున్న నివాసాలకు మోసుకెళ్లి అక్కడ

ఇలాటి పనులన్నీ చేసేవాళ్ళు. గోధుమ గింజలు చిన్నవిగానూ, ఎక్కువగానూ ఉంటాయి. అందుకని వాటిని కట్టలు కట్టి మోసుకెళ్ళేప్పుడు తప్పనిసరిగా కొన్ని దారిలో రాలిపోయేవి. కాలక్రమాన మనుషులు ఎప్పుడూ నడిచే దారివెంబడీ, వాళ్ళ నివాసాల దగ్గరా, గోధుమలు మరింత ఎక్కువగా పండేవి.

మానవులు అడవులని, పొదలనీ కాల్చివేయటం కూడా గోధుమలకి మంచే చేసింది. నిప్పు చెట్లనీ, పొదలనే తొలగించింది. సూర్యరశ్మినీ, నీటినీ, మట్టిలోని పోషకాలనీ పూర్తిగా గోధుమలూ, ఇతర తృణధాన్యాలూ తమ సొంతానికి ఉపయోగించుకో సాగాయి. గోధుమ పంట అపారంగా పెరిగిన ప్రాంతాల్లో, వేటాడేందుకు జంతువులూ, ఇతర ఆహార వనరులూ కూడా ఉన్నప్పుడు మానవ సమూహాలు క్రమక్రమంగా తమ సంచార జీవితాన్ని వదిలిపెట్టి, ఋతువులకి అనుగుణంగా తాత్కాలిక నివాసాలనో, లేక శాశ్వతమైన నివాసాలనో ఏర్పరచుకోసాగారు.

మొదట్లో వాళ్ళు కోతల తరుణంలో ఒక నాలుగు వారాలు ఒకచోట మకాం చేసి ఉంటారు. ఒక తరం గడిచాక గోధుమ మొక్కల సంఖ్య పెరిగిన కొద్దీ, ఆ మకాం ఐదు వారాలకి, ఆ తరవాత ఆరు వారాలకి పెరిగి ఉంటుంది. చివరికి అది ఒక శాశ్వతమైన నివాసాలున్న పల్లెగా మారివుంటుంది. అలాంటి నివాసాల గుర్తులు మధ్యప్రాచ్యం నిండా కనిపిస్తాయి. ముఖ్యంగా క్రీ.పూ. 12,500 నుంచి 9,500 వరకు నటూఫియన్ సంస్కృతి వికసించిన లెవంట్‌లో, నటూఫియన్లు వేటాడి ఆహారసేకరణ చేసే ఆటవికులు కొన్ని డజన్ల అడవి జాతులని ఆహారంగా చేసుకుని జీవించేవారు. కానీ వాళ్ళు శాశ్వతమైన గ్రామాల్లో జీవిస్తూ తమ సమయాన్నంతా అడవిలో దొరికే తృణధాన్యాలని సేకరించటంలోనూ, వాటిని తినేందుకు అనువుగా తయారు చేసుకోవటంలోనూ వెచ్చించేవారు. వాళ్ళు కొన్ని రాతి ఇళ్ళనీ, ధాన్యపు కొట్లనీ నిర్మించారు. అవసరానికి ధాన్యాన్ని దాచి ఉంచుకునేవారు. వాళ్ళు గోధుమ పంటని కోసేందుకు రాతి కొడవళ్ళు, గోధుమలని పిండి చేసేందుకు రాతి రోకళ్ళు, పాత్రాలు లాంటి కొత్త పనిముట్లని ఆవిష్కరించారు.

క్రీ.పూ. 9,500 తరవాత నరూఫియాన్ల వారసులు తృణధాన్యాలని సేకరించి తినేందుకు వీలుగా వాటిని పిండి చెయ్యటం కొనసాగించారు. దానితోపాటు వాటిని మరిన్ని రకాలుగా పండించటం కూడా ప్రారంభించారు. అడవిలో దొరికే ధాన్యాలని సేకరించేప్పుడు కొన్ని గింజల్ని విడిగా పైయేడు నాటేందుకు పక్కన పెట్టేవారు. చెల్లాచెదురుగా నేలమీద చల్లటానికి బదులు నేలలో లోతుగా పాతితే ఫలితం ఎక్కువగా ఉంటుందని కనుగొన్నారు. అందుకోసమని మట్టిని తవ్వి నాగలితో దున్నటం మొదలుపెట్టారు. నెమ్మది నెమ్మదిగా వాళ్ళు పొలాల్లో కలుపుతియ్యటం ప్రారంభించారు, పురుగులు పట్టకుండా కాపాడుకుంటూ, పొలాలకు నీళ్లందించి ఎరువులు వెయ్యసాగారు. తృణధాన్యాలని పెంచటం వైపు ధ్యాస ఎక్కువ పెట్టటం, ఎక్కువ శ్రమ పడటం ప్రారంభించాక ఇక అడవి మొక్కలని సేకరించేందుకూ, జంతువులని వేటాడేందుకూ తీరిక లేకుండా పోయింది. ఆటవికులు కృషీవలులుగా మారారు.

అడవిలో దొరికే గోధుమలని సేకరించిన స్త్రీలనీ, గోధుమలు పండించిన స్త్రీలనీ విభజించేందుకు ఒక దశ అంటూ ఏదీ లేదు. అందుచేత వ్యవసాయం చెయ్యాలన్న నిర్ణయం సరిగ్గా ఎప్పుడు తీసుకున్నారని చెప్పటం కష్టం. కానీ క్రీ.పూ. 8,500 నాటికి మధ్యప్రాచ్యంలో జెరికోలాంటి చిన్నచిన్న గ్రామాలలో శాశ్వత నివాసాలు ఏర్పరచుకున్నారు. అక్కడి జనం తమ కాలాన్ని ఎక్కువగా కొన్ని రకాల జాతులని పెంచటానికే వినియోగించారు.

శాశ్వతమైన గ్రామాలలో స్థిరపడ్డాక ఆహార సామగ్రి పెరిగింది, జనాభా కూడా పెరగటం మొదలుపెట్టింది. సంచార జీవితాన్ని విడిచిపెట్టిన స్త్రీలు ప్రతి యేటా పిల్లల్ని కనటం మొదలుపెట్టారు. పసివాళ్ళకి పాలు పట్టటం త్వరగా మానేశారు. పాలకి బదులు గంజి, జావ తినిపించడం సాధ్యమైంది. పొలాల్లో పనిచేసేందుకు ఎక్కువమంది అవసరమయ్యారు. కానీ జనాభా పెరగటం చేత ఎక్కువ పండించినా ఆహారమంతా ఖర్చయిపోయేది. అప్పుడు మరిన్ని పొలాలు అవసరమయ్యాయి. వ్యాధులు ప్రబలే నివాసాలలో ఉండటంవల్లనూ, పిల్లలకి తల్లిపాలు తక్కువగానూ, తృణధాన్యాలు ఎక్కువగానూ తినిపించడం చేతనూ, పిల్లలు ఎక్కువమంది తోబుట్టువులతో జావ కోసం పోటీ పడటం వల్లనూ, చనిపోయే పిల్లల సంఖ్య పెరిగింది. వ్యవసాయ సమాజాల్లో ముగ్గురు పిల్లల్లో కనీసం ఒక పిల్లో పిల్లవాడో ఇరవైయేళ్లు రాకుండానే చనిపోతూ ఉండేవారు. అయినప్పటికీ మరణాలకన్నా జననాల సంఖ్యే వేగంగా పెరిగింది. మానవులు ఎక్కువమంది పిల్లల్ని కనసాగారు.

కాలంతోబాటు 'గోధుమ ఆవశ్యకత' ఎక్కువ భారంగా మారసాగింది. పిల్లలు ఎక్కువగా చనిపోవటం మొదలైంది, పెద్దవాళ్ళు చెమటోడ్చితే గాని తినలేని పరిస్థితి ఏర్పడింది. క్రీ.పూ. 9,500 లేదా 13,000లో జెరికోలో నివసించిన సగటుమనిషి కన్నా క్రీ.పూ. 8,500లో నివసించిన మనిషి తన జీవితంలో ఎక్కువ కష్టాలు పడ్డాడు. కానీ జరుగుతున్నదేమిటో ఎవరికీ అర్థం కాలేదు. ప్రతి తరం తన ముందుతరంలాగే జీవించింది. కొన్ని పనుల్లో మాత్రం చిన్న చిన్న మార్పులు జరిగిఉండొచ్చేమో. కానీ జీవితాన్ని సులభం చేసేందుకు చేసుకున్న ఈ 'మార్పులు' ఈ వ్యవసాయదారుల మెడలకి గుదిబండలే అయ్యాయి.

జనం అంత తప్పు అంచనా ఎందుకు వేశారు? చరిత్ర మొత్తం తిరగేస్తే అంతటా ఇలాంటి తప్పు అంచనాలు ఎన్నో దొరుకుతాయి. తాము తీసుకునే నిర్ణయాల గురించి మనుషులకి లోతైన అవగాహన లేకపోయింది. వాళ్ళు అదనంగా ఏమైనా చెయ్యాలని అనుకున్నప్పుడల్లా, ఉదాహరణకి.. నేలమీద విత్తనాలు చల్లకుండా నేలని లోతుగా తవ్వాలని నిర్ణయించుకున్నప్పుడు, 'అవును, మనం బాగా కష్టపడి పనిచేయాలి, కానీ బోలెడంత పంట చేతికొస్తుంది కదా! మనం ఇక ఆహారలేమితో బాధపడక్కర్లేదు. మన పిల్లలు ఆకలితో పస్తులుండక్కర్లేదు', అనే అనుకున్నారు. వాళ్లకి అది సరైన నిర్ణయమే అనిపించింది. ఎక్కువ కష్టపడినకొద్దీ జీవితం మెరుగ్గా ఉంటుంది. అదీ వాళ్ళ ఆలోచన.

వాళ్ళ ఆలోచనలో మొదటి దశ సాఫీగా గడిచిపోయింది. జనం నిజంగానే కష్టపడి పనిచేశారు. కానీ పిల్లల సంఖ్య పెరిగిపోతుందని వాళ్ళు ఊహించలేదు. అంటే అదనంగా

పండించిన గోధుమలు ఎక్కువమంది పిల్లలు పంచుకోవలసివస్తుంది. అలాగే వ్యవసాయం ప్రారంభించిన మొదటి తరం రైతుకి తల్లిపాలకి బదులు పిల్లలకి జావ తాగిస్తే వాళ్ళ రోగనిరోధకశక్తి సన్నగిల్లుతోందని తెలీదు. అలాగే శాశ్వత నివాసస్థలాలు అంటురోగాలు ప్రబలేందుకు మంచి కేంద్రాలవుతాయనీ తెలీదు. ఒకే ఒక ఆహారపదార్థం మీద ఎక్కువగా ఆధారపడి జీవించటం వల్ల కరువుబారిన పడతామని వాళ్లకి ముందుగా తెలీలేదు. అదే విధంగా కాలం అనుకూలించి పంటలు బాగా పండినప్పుడు పొంగిపొర్లుతున్న వాళ్ళ ధాన్యపు కొట్లు దొంగలని, శత్రువులనీ ఆకర్షిస్తాయనీ, వాటిని కాపాడుకునేందుకు ఎత్తైన గోడలు కట్టటం, వంతు లేసుకుని కాపలా కాయటం అవసరమౌతుందని ఊహించలేదు.

మరి తమ ప్రణాళిక సరిగ్గా పనిచెయ్యనప్పుడు మానవులు వ్యవసాయం చెయ్యటం ఎందుకు మానుకోలేదు? దానికి కొంతవరకు కారణం... ఒక సమాజాన్ని పూర్తిగా మార్చేందుకు కొన్నితరాలపాటు చిన్నచిన్న మార్పులు పేరుకుపోవలసి ఉంటుంది, అలా మార్పు జరిగే వేళకి తాము ఒకప్పుడు ఎలా జీవించేవారో ఎవరికీ గుర్తుండకపోవటమే కొంతవరకు కారణమనాలి. ఏరు దాటాక తెప్ప కాల్చే మానవ స్వభావం కూడా ఇందుకు మరో కారణం. నేల దున్నటంవల్ల ఒక గ్రామంలోని జనసంఖ్య 100 ఉంచి 110కి పెరిగితే, వందమంది మునుపటిలా సుఖంగా జీవించేందుకు ఏ పదిమంది పస్తులు పడుకునేందుకు ముందుకొస్తారు? వెనక్కి తిరగటం అసంభవం. ఉచ్చు బిగుసుకుంటుంది.

జీవితాన్ని సులభతరం చేసుకోవాలన్న ప్రయత్నం దాన్ని మరింత క్లిష్టంగా మార్చింది. అలా జరగటం అది చివరిసారి కాదు. ఈనాడు మనం కూడా అలాటి పరిస్థితినే చూస్తున్నాం. ఎంతోమంది కాలేజీ గ్రాడ్యుయేట్లు పెద్ద పెద్ద కంపెనీల్లో ఉద్యోగాల్లో చేరి కష్టపడి పనిచేస్తారు. ముప్ఫయిఐదేళ్ళ వరకూ అలా కష్టపడి పనిచేసి సంపాదించి, ఉద్యోగం నుంచి విరమించి తమకి నిజంగా ఇష్టమైన పనులు చేసుకుంటూ హాయిగా జీవిస్తామని ప్రమాణాలు చేస్తారు. కానీ ఆ వయసు వచ్చేసరికి వాళ్లకి ఇంటిమీద అప్పులూ, పిల్లల చదువులూ, ఊరి శివార్లలో ఇల్లు కొనుక్కోవటం.. దానివల్ల ఒక్కొక్క కుటుంబానికి అవసరమైన రెండు కార్లూ, మంచి నాణ్యమైన మద్యం, విదేశాలకి ఖరీదైన ప్రయాణాలు లేకపోతే జీవితం వృధా అనే ఆలోచన వస్తాయి. అప్పుడు వాళ్ళేం చెయ్యాలి? వెనక్కి వెళ్లి కందమూలాలు తవ్వుకు తింటూ బతకాలా? లేదు, వాళ్ళు రెండింతలు శ్రమపడుతూ వెట్టిచాకిరీ చేస్తూ ఉండిపోతారు.

చరిత్రకి కొన్ని అధిగమించలేని నియమాలున్నాయి. సుఖ సౌకర్యాలు అవసరాలుగా మారుతాయి. ఆ తరవాత అవి కొత్త బాధ్యతలుగా విస్తరిస్తాయి. ఒకానొక సుఖానికి మనుషులు అలవాటు పడ్డాక, దాని ప్రత్యేకత తగ్గిపోతుంది. ఆ తరవాత దానిమీద వాళ్ళు ఆధారపడటం మొదలుపెడతారు చివరికి అది లేకుండా బతకలేని స్థితికి చేరుకుంటారు. మన యుగంలో అందరికీ తెలిసిన ఒక ఉదాహరణే తీసుకుందాం. గత కొన్ని దశాబ్దాలుగా మన జీవితంలో అవి ఎక్కువ విశ్రాంతినిస్తాయన్న ఉద్దేశంతో మనం లెక్కలేనన్ని పరికరాలని ఆవిష్కరించాం - వాషింగ్‌మెషిన్లూ, వాక్యూమ్ క్లీనరులూ, డిష్‌వాషర్లూ, టెలిఫోన్లూ, మొబైల్ ఫోన్లూ, కంప్యూటర్లూ, ఈమెయిల్ లాంటివి. పూర్వం ఉత్తరం

రాయాలంటే బోలెడంత శ్రమపడాల్సి వచ్చేది, కవర్ మీద చిరునామా రాయాలి, స్టాంప్ అతికించాలి, ఆ తరవాత దాన్ని పోస్ట్‌బాక్స్‌లో వేసేందుకు వెళ్ళాలి. జవాబు వచ్చేందుకు రోజులు, వారాలు, ఒక్కోసారి నెలలు కూడా పట్టేది. ఈ రోజు నేను ఒక ఇమెయిల్ క్షణంలో రాసేస్తాను, భూప్రపంచంలో ఎక్కడికైనా పంపించివెయ్యగలను. నేను మెయిల్ రాసే వ్యక్తి ఆన్‌లైన్ ఉన్నట్టయితే ఒక్క నిమిషంలో నాకు జవాబు వస్తుంది. అంత శ్రమనీ, కాలాన్నీ ఖర్చుచేయకుండా ఉండగలిగాను. కానీ మరింత విశ్రాంతి జీవనాన్ని నేనుగా గడపగలుగుతున్నానా?

లేదనే నా విచారం. ఉత్తరాలు నత్తనడకన చేరే పాత రోజుల్లో ఏదైనా ముఖ్యమైన సమాచారం అందించవలసి ఉంటేనే జనం ఉత్తరాలు రాసేవారు. మనసులోకొచ్చిన ప్రతి చిన్న విషయాన్నీ కాయితం మీదికి ఎక్కించకుండా ఏం చెప్పదల్చుకున్నారో, ఎలా చెప్పదల్చుకున్నారో జాగ్రత్తగా ఆలోచించి మరీ రాసేవారు. జవాబు కూడా అవతలివ్యక్తి అంతే శ్రద్ధగా రాస్తాడని ఎదురుచూసేవారు. చాలామంది నెలకి కాసిని ఉత్తరాలు రాసేవారు. వెంటనే జవాబు రాయాలన్న ఒత్తిడి కూడా ఉండేది కాదు. ఈనాడు నాకు ప్రతిరోజూ డజన్ల కొద్దీ ఈమెయిల్స్ వస్తాయి. అందరూ నేను వెంటనే జవాబివ్వాలనే ఎదురు చూస్తారు. మనం కాలాన్ని పొదుపు చేస్తున్నామని అనుకుంటున్నాం; కానీ మనం జీవితం అనే ట్రెడ్‌మిల్ వేగాన్ని పదింతలు పెంచి దైనందిన జీవితంలో ఒత్తిడిని, ఆందోళనని విపరీతంగా పెంచాం.

అక్కడక్కడా ఈమెయిల్ అకౌంట్ తెరవనని మొండికేసే చాదస్తపు మనుషులు తటస్థపడతారు. కొన్నివేల సంవత్సరాల క్రితం కొన్ని మానవ సమూహాలు వ్యవసాయం చెయ్యటానికి నిరాకరించి సుఖమనే ఉచ్చులో పడకుండా తప్పించుకున్నట్టే ఇదీనూ. కానీ ఒక ప్రాంతంలో ఉండే ప్రతి సమూహమూ వ్యవసాయ విప్లవంలో పాల్గొనే అవసరం లేకపోయింది. ఒకే ఒక సమూహం పాల్గొనగలిగితే చాలుననే పరిస్థితి ఏర్పడింది. ఒక సమూహం ఒకచోట స్థిరపడి నేల దున్నటం మొదలుపెట్టగానే – అది మధ్యప్రాచ్యంలో అయినా, మధ్య అమెరికాలోనైనా – వ్యవసాయం చెయ్యటమనేది తిరుగులేని ప్రక్రియగా మారింది. వ్యవసాయం జనాభా పెరుగుదలని వేగవంతం చేసే పరిస్థితులని సృష్టించటం వల్ల, కేవలం తమ సంఖ్యాబలంతో వ్యవసాయదారులు ఆటవికులమీద విజయం సాధించగలిగారు. తాము వేటాడే స్థలాలని వ్యవసాయ భూములకు వదిలి పారిపోవటమో, లేదా స్వయంగా నాగలి భుజానికెత్తుకొని పొలం పనులలో పాలుపంచుకోవటమో తప్ప ఆటవికులకి వేరే దారి లేకుండా పోయింది. ఏ మార్గం అనుసరించినప్పటికీ, వాళ్ళ పాత జీవనవిధానం దెబ్బతింది.

సుఖజీవనమనే ఉచ్చు అనే కథలో ఒక గొప్ప నీతి పాఠం ఉంది. మానవాళి మరింత సుఖంగా జీవించేందుకు చేసిన అన్వేషణ అపారమైన, శక్తివంతమైన మార్పులకి శక్తులని విడుదల చేసింది. ఆ మార్పులు ఎవరూ ఊహించని, ఎవరికీ ఇష్టంలేని విధంగా ఈ ప్రపంచాన్ని మార్చివేశాయి. ఎవరూ వ్యవసాయ విప్లవానికి కుట్ర పన్నలేదు. తృణధాన్యాలు పండించి వాటిమీద మానవులు ఆధారపడి జీవించాలని అనుకోలేదు. కడుపులు

నింపేందుకూ, భద్రత సాధించేందుకూ తీసుకున్న కొన్ని చిన్న చిన్న నిర్ణయాలు - ప్రాచీన యుగం నాటి ఆటవికులకి మండుటెండలో నీటితో నిండిన బకెట్లు మోస్తూ జీవించే దౌర్భాగ్యపు పరిస్థితిని కల్పించాయి.

దేవుడి జోక్యం

పైన వివరాలను బట్టి వ్యవసాయ విప్లవం అనేది ఒక తప్పుడు అంచనా అని తెలుస్తోంది. అది నిజమేననిపిస్తుంది. చరిత్రలో ఇంతకన్నా తెలివితక్కువగా చేసిన తప్పుడు నిర్ణయాలు మనకి కనిపిస్తాయి. కానీ దీనికి మరో కారణం కూడా ఉండవచ్చు. జీవితాన్ని ఇంకా సులభతరం చేసుకునేందుకు చేసిన అన్వేషణ ఇలాంటి పెనుమార్పును తీసుకొని వచ్చి ఉండకపోవచ్చు. సేపియన్లకి ఇంకా ఏమైనా ఆకాంక్షలు ఉండి వాటిని నిజం చేసుకునేందుకు కావాలనే కష్టపడి పనిచేస్తూ గడిపారేమో!

శాస్త్రవేత్తలు ఆర్థిక విషయాలకీ, జనాభాకి సంబంధించిన అంశాలకీ చారిత్రాత్మక వికాసానిదే బాధ్యత అని అంటూ వుంటారు. వాళ్ళ తార్కిక ఆలోచనలకీ, గణితసంబంధమైన పద్ధతులకీ అది అనుకూలంగా ఉంటుంది. ఆధునిక చరిత్ర విషయానికొస్తే అధ్యయనకర్తలు భౌతికకారణాలకి అతీతంగా ఉన్న ఆదర్శవాదాన్నీ, సంస్కృతినీ లెక్కలోకి తీసుకోకుండా ఉండలేరు. రాత రూపంలో ఉన్న సాక్ష్యాలు వాళ్ళని కట్టిపడేస్తాయి. రెండవ ప్రపంచయుద్ధం ఆహార కొరత వల్లనూ, జనాభా ఒత్తిడి కారణంగానూ జరగలేదని నిరూ పించేందుకు మన దగ్గర తగినన్ని పత్రాలూ, ఉత్తరాలూ, జ్ఞాపకాలూ ఉన్నాయి. కానీ నాటుఫియాన్ సంస్కృతికి సంబంధించిన పత్రాలేవీ లేవు. అందుకని ప్రాచీనయుగాల వ్యవహారం గురించి తెలుసుకునేప్పుడు భౌతిక వాదానిదే పైచేయి అవుతుంది. అక్షరజ్ఞానం లేని దశలో మనుషులకి విశ్వాసమే ప్రేరణ కలిగించేదనీ, ఆర్థిక అవసరాలు కాదనీ నిరూపించటం కష్టం.

అయినా కొన్ని అరుదైన సందర్భాలలో అదృష్టంకొద్దీ మనకి చూచాయగా కొన్ని ఆధారాలు కనబడతాయి. 1995లో టర్కీలోని ఆగ్నేయ దిశలో పురాతత్వవేత్తలు గోబెక్లిటేపి అనే స్థలంలో తవ్వకాలు ప్రారంభించారు. అన్నిటికన్నా పాతకాలంనాటి పొరలలో వాళ్లకి పేటల ఆనవాళ్లూ, ఇళ్ళూ, దైనందిన కార్యకలాపాలకు సంబంధించిన చిహ్నాలేవీ కనిపించలేదు. కానీ బ్రహ్మాండమైన స్తంభాలు మాత్రం దొరికాయి. వాటిమీద ఎంతో అందమైన నగిషీలు చెక్కివున్నాయి. ఒక్కొక్క రాతి స్తంభమూ సుమారు ఏడు టన్నుల బరువు, ఐదు మీటర్ల ఎత్తూ ఉంది. దగ్గర్లోనే చేసిన మరో తవ్వకంలో సగం చెక్కిన స్తంభమొకటి దొరికింది. అది యాభై టన్నుల బరువుంది. మొత్తం మీద వాళ్ళు పది బ్రహ్మాండమైన నిర్మాణాలని తవ్వి వెలికితీశారు. వాటిలో అన్నిటికన్నా పెద్దది ముప్ఫయి మీటర్ల వెడల్పు ఉంది.

ప్రపంచవ్యాప్తంగా వున్న ఇలాంటి బ్రహ్మాండమైన నిర్మాణాలు పురాతత్వ వేత్తలకి పరిచయమే. వీటిలో అన్నిటికన్నా ప్రసిద్ధి పొందినది బ్రిటన్‌లో ఉన్న స్టోన్ హెంజ్.

12. ఎడమ : గోబెక్లి టేపిలోని ఒక స్మారక నిర్మాణం యొక్క అవశేషాలు. కుడి : అలకరించబడిన ఒక రాతి స్థంభం (ఎత్తు 5 మీటర్లకి పైచిలుకు)

అయినప్పటికీ వాళ్ళు గోబెక్లి టేపిని అధ్యయనం చేసినప్పుడు వాళ్లకి ఆశ్చర్యకరమైన ఒక వాస్తవం తెలిసింది. స్టోన్ హెంజ్ క్రీ.పూ. 2500 నాటిది. దాన్ని నిర్మించినది అభివృద్ధి సాధించిన వ్యవసాయ సమాజం. గోబెక్లి టేపిలోని నిర్మాణాలు సుమారు క్రీ.పూ. 9500 నాటివి. మనకి లభించిన అన్ని రుజువుల బట్టీ చూస్తే వాటిని నిర్మించింది వేటాడి ఆహారసేకరణ చేసిన ఆటవికులని తెలుస్తోంది. పురాతత్వవేత్తలకి మొదట్లో వీటిని నిర్మించింది ఆటవికులని ఒప్పుకునేందుకు కష్టమనిపించింది. కానీ వరసగా పరీక్షలు జరిపాక వాటిని నిర్మించిన సమయాన్నీ, నిర్మించింది వ్యవసాయ విప్లవానికి పూర్వం జీవించిన మనుషులనీ తెలియజేసే సాక్ష్యాలు దొరికాయి. ప్రాచీన కాలపు ఆటవికుల సామర్థ్యమూ, వాళ్ళ సంస్కృతికి సంబంధించిన సంక్లిష్టతా చూస్తే అవి మనం మునుపు అనుకున్నదానికన్నా ఎక్కువ ప్రభావం కలవని అనిపిస్తుంది.

ఆటవిక సమాజం అటువంటి నిర్మాణాలని చేసేందుకు ఎందుకు పూనుకుంటుంది? వాటికి ఎటువంటి ఉపయోగమూ ఉన్నట్టు కనిపించదు. అవి బ్రహ్మాండమైన కబేళాలో, వర్షంనుంచీ, సింహాలనుంచీ రక్షణ కల్పించే శరణాలయాలో కావు. ఇక మనకి మిగిలింది ఒకే ఒక సిద్ధాంతం. వాటిని ఎవరికీ అర్థం కానీ ఏదో సాంస్కృతిక ప్రయోజనం కోసం నిర్మించి ఉండాలి. దాని రహస్యం తెలుసుకోవటం పురాతత్వవేత్తలకి అంత సులభం కాదు. అది ఏదైనప్పటికీ ఆటవికులు అంత పెద్ద నిర్మాణాలు నిర్మించేందుకు శ్రమనీ, సమయాన్నీ వెచ్చించటం సబబేనని అనుకుని ఉండాలి. విభిన్న సమూహాలకీ, తెగలకీ చెందిన మనుషులు కలిసికట్టుగా ఎంతోకాలం పనిచేస్తేగాని గోబెక్లి టేపి నిర్మాణం

సాధ్యమై ఉండేది కాదు. అధునాతనమైన ధార్మిక సమాజమో, సైద్ధాంతిక వ్యవస్థో అయితే తప్ప అంతటి ప్రయాసకోర్చి అలాంటి నిర్మాణాలు చేయటం సాధ్యం కాదు.

గోబెక్లి టేపికి సంబంధించిన మరో సంచలనాత్మకమైన రహస్యం కూడా ఉంది. చాలా సంవత్సరాలుగా జన్యుశాస్త్రజ్ఞులు గోధుమ పంట మూలాలను వెతుకుతున్నారు. కనీసం ఒక జాతి గోధుమలు – ఐన్ కార్న్ గోధుమలు – కరకడాగ్ కొండల్లో పుట్టాయని ఆ కొండలు గోబెక్లి టేపికి ముప్పయి కిలోమీటర్ల దూరంలో ఉన్నాయనీ ఈ మధ్య చేసిన అధ్యయనాల్లో తెలుస్తోంది.

ఇది యాదృచ్ఛికం కానే కాదు. మానవజాతి గోధుమ పండించటం ప్రారంభించటానికీ, గోధుమలు మానవులకి అనివార్యం అవటానికీ, గోబెక్లి టేపి సాంస్కృతిక కేంద్రం ఏదో విధంగా సంబంధం కలిగిఉండే అవకాశం ఉన్నట్టనిపిస్తోంది. ఇలాంటి పెద్దపెద్ద నిర్మాణాలు చేపట్టి వాటిని నిర్మించేవారికి ఆహారం, అదీ ఎక్కువ పరిమాణంలో, అవసరమై ఉండాలి. ఆటవికులు అడవిలో పెరిగే గోధుమలని వదిలి తీవ్రంగా శ్రమించి గోధుమలు పండించి ఉండవచ్చు. తమకోసం కాక ఆలయాన్ని నిర్మించి నిర్వహించేవారికోసం ఈ పని చేశారేమో. సంప్రదాయాన్ని అనుసరించి వివరించాలంటే, మార్గదర్శకులు ముందుగా ఒక గ్రామాన్ని నిర్మించారు. గ్రామం అభివృద్ధి చెందాక ఊరి మధ్యలో ఒక ఆలయాన్ని కట్టారు. కానీ గోబెక్లి టేపిని చూస్తే ముందుగా ఆలయాన్ని నిర్మించి ఉంటారనీ ఆ తరవాత దానిచుట్టూ గ్రామం ఏర్పడిందనే సూచనలు కనిపిస్తున్నాయి.

విప్లవానికి బలైనవారు

మానవులకీ గోధుమలకీ మధ్య మన జాతి 'ఫాస్టియన్ బేరం' (నైతిక విలువలను వదిలిపెట్టి, ధనంకోసం చేసే బేరం) మాత్రమే చెయ్యలేదు. గొర్రెలూ, మేకలూ, పందులూ, కోళ్ళ మనుగడకి సంబంధించిన మరో బేరం కూడా చేశారు. అడవి గొర్రెలని వెంటాడి పట్టుకునే సంచారజాతులు క్రమ క్రమంగా వాటి దేహతత్వాన్ని మార్చివేశారు. వేటాడేప్పుడు వాళ్ళు ఎంచుకునే జంతువులతో ఈ ప్రక్రియ ప్రారంభమైంది. మంచి వయసులో ఉన్న గొర్రెపోతులనీ, ముసలైపోయి, ఆరోగ్యం బాగాలేని గొర్రెలనీ చంపితే తమకి లాభమని వాళ్ళు తెలుసుకున్నారు. పిల్లలని ఈనే ఆడగొర్రెలనీ, గొర్రెపిల్లలనీ వాళ్ళు చంపేవారు కాదు. దానివల్ల మందలోని జంతువుల సంఖ్య పెరిగే అవకాశం ఎక్కువ. ఆ తరవాత వాళ్ళు మందని క్రూరమృగాల బారిన పడకుండా కాపాడుకోవటం మొదలు పెట్టారు. దాడిచేసే సింహాలనీ, తోడేళ్ళనీ, శత్రు సమూహాలనీ తరిమివేసేవారు. తరవాత వాళ్ళు ఆ మందలని ఇరుకైన కనుమలో భద్రపరచి అదుపులో ఉండేట్టు జాగ్రత్తపడి ఉంటారు. చివరిగా తమకి ఎక్కువ ఉపయోగకరంగా ఉండేట్టు గొర్రెలని జాగ్రత్తగా ఎంపిక చేసి వాటిలో మార్పులూ చేర్పులూ చేశారు. మనిషి అదుపు చెయ్యటానికి వీల్లేకుండా ఎదురుతిరిగే గొర్రెపోతులని ముందుగా చంపివేసేవారు. అలాగే బాగా బక్కచిక్కి అటూ ఇటూ ఊరికే తిరిగే ఆడగొర్రెలని కూడా చంపేవారు. (మందని వదిలి వాటివెంట వెళ్ళవలసి వస్తుందని గొర్రెలకాపర్లకి అటూ ఇటూ దూరంగా పోయే గొర్రెలంటే చాలా చిరాకు.) తరాలు మారినకొద్దీ గొర్రెలు బలవటం, అదుపులో ఉండటం, మందని అంటిపెట్టుకుని ఉండటం ప్రారంభించాయి. భలే! మేరీ దగ్గర ఒక చిన్న గొర్రెపిల్ల ఉండేది, మేరీ ఎక్కడికెళితే అక్కడికి అది వెంట వెళ్ళేది!

ఈ అంచనాకి ప్రత్యామ్నాయంగా ఇలా కూడా అనుకోవచ్చు, వేటగాళ్లు వేటాడుతున్నప్పుడు ఒక గొర్రెపిల్లని పట్టుకుని దాన్ని పెంచుకున్నారు. ఆహారం సమృద్ధిగా దొరికే తరుణంలో దాన్ని బాగా మేపి బలిసేలా చేశారు, ఆహారం కరువైనప్పుడు దాన్నే చంపి తిన్నారు. ఏదో ఒక దశలో ఇలాంటి గొర్రెపిల్లలని ఇంకా ఎక్కువగా చేర్చారు. వీటిలో కొన్ని పెరిగి పెద్దవై పిల్లలని పెట్టాయి. మాట వినని పొగరుబోతు గొర్రెపిల్లలని ముందుగా చంపారు. అణిగిమణిగి ఉండి అందంగా ఉండే గొర్రెపిల్లలని ఎక్కువకాలం బతకనిచ్చారు. అవి పెద్దవై పిల్లలని పెట్టాయి. తత్ఫలితంగా చెప్పినట్టు వినే గొర్రెల మందలు పోగవ సాగాయి.

అలా పెంపుడు జంతువులుగా మారిన గొర్రెలూ, కోళ్ళూ, గాడిదలూ లాంటి జంతువులూ వాళ్లకి ఆహారం అందించసాగాయి (మాంసం, పాలు, గుడ్లు), ముడిసరుకులు (తోళ్ళు, ఉన్ని), కండబలం. ఇంతవరకూ మానవులు తమ శారీరకమైన బలంతో చేసిన రవాణా, దున్నటం, దంచటం, విసరటం లాంటి ఇతర పనులు ఇప్పుడు జంతువులు చేయసాగాయి. వ్యవసాయం చేసేవాళ్ళందరూ మొక్కల పెంపకం మీదే దృష్టి పెట్టారు; జంతువులని పెంచటం అనేది దాని తరవాతే. కానీ కొన్నిచోట్ల ఒక కొత్త రకం సమాజం

కూడా తలెత్తసాగింది. అది జంతువులని తమ స్వార్థ ప్రయోజనాలకు వాడుకోవటం మొదలుపెట్టింది. వాళ్ళే జంతువుల మందలని పెంచే కాపరుల తెగలు.

మానవులు ప్రపంచమంతటా విస్తరిస్తూ ఉంటే, వాళ్ళు పెంచుతున్న జంతువులూ వాళ్ళ వెంటే వెళ్లాయి. పదివేల సంవత్సరాల క్రితం ఆఫ్రో-ఆసియాలని కొట్టాలలోనూ, గూళ్ళలోనూ కొన్ని లక్షల గొర్రెలూ, పశువులూ, మేకలూ, పందులూ, కోళ్ళూ ఉండేవి. ఈనాడు ప్రపంచంలో సుమారు వందకోట్ల గొర్రెలూ, వందకోట్ల పందులూ, వందకోట్లకి పైగా పశువులూ, 2500 కోట్ల కోళ్ళూ ఉన్నాయి. అవి భూమండలం అంతా పరుచుకుని ఉన్నాయి. అన్నిటికన్నా ఎక్కువగా వ్యాపించినవి మనిషి పెంచే కోళ్లు. హోమోసేపియన్ల తరవాత ప్రపంచంలోని పెద్ద క్షీరదాల్లో పశువులది రెండో స్థానం, పందులది మూడో స్థానం, గొర్రెలది నాలుగో స్థానం. డీఎన్ఏ నకళ్ళ సంఖ్యనిబట్టి ప్రాణి సాఫల్యాన్ని అంచనా వేసే పరిణామక్రమానికి సంబం ధించిన సంకుచిత దృష్టితో చూసినప్పుడు, కోళ్ళకీ, పశువులకీ, పందులకీ, గొర్రెలకీ వ్యవసాయ విప్లవాన్ని ఒక వరంగానే భావించాలి.

దురదృష్టవశాత్తూ పరిణామక్రమానికి సంబంధించిన దృష్టికోణం - సాఫల్యానికి అసంపూర్ణ కొలబద్ద. ప్రతిదానిని అది జీవించి ఉండటం, పునరుత్పత్తి అనే ప్రమాణాలబట్టే నిర్ధారిస్తుంది. వ్యక్తిగతమైన బాధలనీ, ఆనందాన్నీ అది లెక్కలోకి తీసుకోదు. పెంపుడు కోళ్ళూ, పశువులూ ఒక విజయగాథ. కానీ అవి అత్యంత దీనస్థితిలో బతికే ప్రాణులు కూడా. జంతువులని మచ్చికచేసి పెంచటమనేది కొన్ని రకాల క్రూరమైన పనులమీద ఆధారపడి ప్రారంభమైంది. శతాబ్దాలు గడిచినకొద్దీ ఆ క్రూరత్వం మరింత పెరుగుతూ వచ్చింది.

మామూలుగా అయితే కోడి ఆయుర్దాయం ఏడేళ్లనుంచి పన్నెండేళ్ళు ఉంటుంది. పశువులు ఇరవైఏళ్ళో, పాతిక సంవత్సరాలో బతుకుతాయి. అడవుల్లో ఉన్నప్పుడు కోళ్ళూ, పశువులూ అంతకుముందే చనిపోయేవి, అయినా వాటికి తగినన్ని సంవత్సరాలు బాగా బతికే అవకాశం ఉండేది. దానికి మారుగా మనుషులు తాము పెంచే కోళ్లనీ, పశువులనీ కొన్ని వారాలలోనో, నెలలలోనో చంపేస్తారు. ఆర్థికదృష్టితో చూసినప్పుడు ఈ వయసుకన్నా పెరిగిన తరవాత చంపితే లాభం ఎక్కువ దొరకదు. (ఒక కోడి మూడు నెలలలో అత్యధికమైన బరువు పెరిగాక దానికి మూడేళ్లపాటు తిండిపెట్టి పోషించటం ఎందుకు?)

గుడ్లు పెట్టే కోడిపెట్టలనీ, పాడి ఆవులనీ, బరువైన బళ్లలాంటివి లాగే జంతువులనీ ఒక్కోసారి ఎక్కువకాలం బతకనిచ్చేవారు. కానీ అవి సహజంగా తమ ఇష్టప్రకారం జీవించే పద్ధతికి పూర్తి భిన్నంగా బానిసలలా బతకవలసి వచ్చేది. ఉదాహరణకి ఎద్దులు పచ్చికబయళ్లలో స్వేచ్ఛగా మిగిలిన ఎద్దులతోనూ, ఆవులతోనూ కలిసి తిరిగేందుకు ఇష్టపడతాయే తప్ప చెర్నాకోలతో అదిలించే వానరుడికోసం బళ్ళు లాగుతూ, కాడిమోస్తూ మరో ఎద్దుతో కలిసి భూమి దున్నుతూ బతికేందుకు ఇష్టపడవు.

ఎద్దులనీ, గుర్రాలనీ, గాడిదలనీ, ఒంటెలనీ.. చెప్పినమాట విని పనులు చేసే జంతువులుగా మార్చేందుకు - వాటి సహజ స్వభావాన్నీ, మిగిలిన జంతువులతో

14. క్రీ.పూ.**1200** క్రితం ఈజిప్షన్ సమాధిలోని ఒక చిత్రం. ఒక ఎద్దుల జత పొలాన్ని దున్నే దృశ్యం. అడవుల్లో ఆవుల మందలు తమకున్న క్లిష్టమైన సామాజిక నిర్మాణంలో స్వేచ్ఛగా సంచరించేవి. పుంస్త్వ నాశనం కాబడి, పెంపుడు జంతువులుగా మారిన ఎద్దులు కొరడా ఆధీనంలో, ఇరుకు కొట్టాల్లో, ఒంటరిగానో జంటగానో కష్టపడి పనిచేస్తూ ఉండేవి, అది వాళ్ళ శరీరాలకి కాని, సామాజిక, భావోద్వేగ అవసరాలకి ఏమాత్రం సరిపోయేది కాదు. ఎప్పుడైనా ఒక ఎద్దు, నాగలిని లాగలేని స్థితికి చేరుకున్నప్పుడు, దాన్ని చంపివేసేవారు. (తన ఎద్దులాగే వంగివున్న ఆ రైతుని గమనించండి. అతడు కఠిన శ్రమతో తమ జీవితాన్ని గడిపేవాడు, అది అతడి శరీరానికి, మనసుకీ, సామాజిక సంబంధాలకి ఎంతో భారంగా తయారయేది.)

వాటికున్న సామాజిక సంబంధాలనీ తెగగొట్టి, వాటికి సహజంగా ఉన్న పొగరునీ, లైంగిక ఇచ్ఛలనీ అణచివేసి, వాటి స్వేచ్ఛని అదుపుచేయాల్సి వచ్చింది. వ్యవసాయదారులు వాటిని కొట్టాలలోనూ, బోనుల్లోనూ బంధించి ఉంచేందుకు ఉపాయాలు కనుక్కున్నారు. వాటికి జీనులూ, గొలుసులూ, పగ్గాలూ బిగించారు, వాటిని చెర్నాకోలతోనూ, ముల్లుగర్రలతోనూ బాధించి గాయపరిచారు. అడవి జంతువుల పొగరణచి లొంగదీసుకునే ప్రక్రియలో ఎప్పుడూ మగజంతువుల బీజగ్రంథులను తొలగించ వలసి వస్తుంది. అది ఆ జంతువు తిరగబడకుండా ఆపుతుంది, పైగా మంద మరీ పెరిగిపోకుండా మనిషి తనకి కావలసిన సంఖ్యలో మందని తయారు చేసుకోగలుగుతాడు.

న్యూగినీలో ఎన్నో సమాజాలలో ఒక మనిషి దగ్గర ఉండే పందుల సంఖ్యని బట్టి అతని ఆస్తిని నిర్ణయించటం పరిపాటి. పందులు పారిపోకుండా ఉండేందుకు ఉత్తర న్యూగినీలో ఉండే వ్యవసాయదారులు వాటి ముక్కులో ఒక చిన్న ముక్కని నరికివేస్తారు. పందులు వాసన చూసేందుకు ప్రయత్నించి నప్పుడల్లా వాటి ముక్కు తీవ్రంగా నొప్పి పుడుతుంది. పందులు వాసన చూడకుండా ఆహారం ఎక్కడుందో, ఏ దారిన వెళ్ళాలో

తెలుసుకోలేవు కాబట్టి అవిపూర్తిగా తమ యజమానులైన మనుషులమీద ఆధారపడతాయి. న్యూ గినీలోని మరో ప్రాంతంలో పందుల కళ్ళు పీకివేసే సంప్రదాయం చెలామణీలో ఉంది. అవి ఎటు పోతున్నాయో కూడా తెలీకుండా చేసేందుకే ఈ ఉపాయం.

పాల ఉత్పత్తుల పరిశ్రమకి కూడా జంతువులచేత బలవంతంగా పని చేయించే విధానం ఒకటుంది. ఆవులకీ, మేకలకీ, గొర్రెలకీ పిల్లలని ఈనిన తరవాతే పొదుగులో పాలు ఉత్పత్తి అవుతాయి. దూడలూ, మేకపిల్లలూ, గొర్రెపిల్లలూ పాలు తాగినంతకాలం పాలు వస్తూనే ఉంటాయి. జంతువుల నుంచి పాలు నిరంతరం దొరుకుతూ ఉండాలంటే రైతు దగ్గర వాటి పిల్లలు పాలు తాగుతూ ఉండాలి. కానీ మొత్తం పాలన్నీ అవే తాగెయ్యకూడదు. చరిత్రలో మనకి సామాన్యంగా తరచూ కనిపించే ఒక పద్ధతి – పుట్టగానే ఆ పిల్లలని చంపివెయ్యటం, తల్లి పొదుగునుంచి వీలైనన్ని పాలు పిండుకోవటం, మళ్ళీ దానికి గర్భం వచ్చేట్టు చూడటం. ఇది ఇప్పటికీ చాలామంది పాటించే పద్ధతే. ఆధునిక కాలంలో పాడి పరిశ్రమలో పాడి ఆవుని సుమారు ఐదేళ్లవరకు బతకనిచ్చి ఆ తరవాత నరికేస్తారు. ఈ ఐదేళ్లూ ఆ ఆవు దాదాపు ఎప్పుడూ కడుపుతోనే ఉంటుంది. దూడని ఈనిన తరవాత అరవై నుంచి నూట ఇరవై రోజుల్లో మళ్ళీ ఫలదీకరణ జరిపిస్తారు. దానివల్ల వీలైనన్ని ఎక్కువ పాలు వాళ్లకి లభిస్తాయి. పుట్టిన కొద్దిరోజులకే దూడలని తల్లుల నుంచి విడదీసేస్తారు. లేగదూడలని తరవాతి తరంలో పాడి ఆవులుగా తయారయేలా పెంచుతారు. కోడెలని మాంసం పరిశ్రమలకి పంపివేస్తారు.

దూడలనీ, మేకపిల్లలనీ వాటి తల్లుల దగ్గరే ఉండనిచ్చి పాలు ఎక్కువగా తాగకుండా రకరకాల ఉపాయాలు ప్రయోగించటం మరో పద్ధతి. దీనికి అతిసులువైన ఉపాయం వాటిని తల్లి దగ్గర పాలు తాగేందుకు వదిలి, పొదుగుల్లోంచి పాలు రావటం మొదలవగానే వాటిని దూరంగా తరిమేయటం. ఈ ఉపాయానికి తల్లీ, పిల్లా కూడా సామాన్యం ఎదురుతిరుగుతాయి. కొన్ని తెగల్లో పశువుల కాపరులు దూడలనీ, మేకపిల్లలనీ చంపి, వండుకు తినేసి ఆ తరవాత వాటి చర్మంలో ఏదైనా కూరిపెడతారు. ఆ తరవాత ఆ కూరిన సంతానాన్ని తల్లికి చూపిస్తే దాని పొదుగులోకి పాలు దిగుతాయి. సుడాన్‌లోని నూర్ తెగవాళ్ళు అలాటి కూరిన శవాలని తల్లి మూత్రంతో తడిపే పని కూడా చేస్తారు. అప్పుడు ఆ నకిలీ దూడలనుంచి తల్లికి తనకి పరిచయమైన వాసన వస్తుంది. నూర్‌లు పాటించే మరో పద్ధతి దూడ మూతికి ముళ్ళ వలయం చుట్టటం. అప్పుడు అది పాలు తాగేప్పుడు తల్లికి ఆ ముళ్ళు గుచ్చుకుని పిల్లకి పాలివ్వటానికి ఇష్టపడదు. సహారా ఎడారి ప్రాంతంలో ఉండే ఒక తెగ ఒంటెలని పెంచుతుంది. ఆ తెగ మనుషులు ఒంటె పిల్లల ముక్కులో కొంత భాగాన్నీ, పై పెదవిని కోసివేస్తారు. అప్పుడు పాలు తాగితే ఆ పిల్లలకి విపరీతంగా నొప్పి పుడుతుంది. అందువల్ల అవి ఎక్కువ పాలు తాగలేక పోతాయి.

వ్యవసాయం చేసుకునే అన్ని సమాజాలూ జంతువులపట్ల ఇంత క్రూరంగా ప్రవర్తించలేదు. కొన్ని పెంపుడు జంతువుల జీవితాలు సుఖంగానే గడిచాయి. ఉన్ని కోసం పెంచిన గొర్రెలూ, పెంపుడు కుక్కలూ, పిల్లులూ, యుద్ధంలోనూ, గుర్రప్పందేలలోనూ ఉపయోగించే గుర్రాలూ చాలా సుఖంగా బతుకుతాయి. రోమన్ సామ్రాట్టు కాలిగ్యులా

15. ఒక పారిశ్రామిక మాంసం తయారుచేసే క్షేత్రంలో ఒక ఆధునిక దూడ. అది పుట్టిన వెంటనే, తల్లినుంచి దూడను వేరుచేస్తారు. దాని శరీరం కన్నా కొంచెం పెద్దది అయిన ఒక బోనులో బంధిస్తారు. ఆ దూడ జీవితాంతం – సగటున నాలుగు నెలలు – అందులోనే గడుపుతుంది. బోనుని విడిచిపెట్టదు. ఇతర దూడలతో కలిసి ఆడుకోనివ్వరు. చివరకి దాన్ని నడవను కూడా నడవ నివ్వరు. అదంతా ఎందుకంటే దాని కండరాలు బలంగా పెరగకుండా ఉండటం కోసం. కండరాలు ఎంత మృదువుగా వుంటే, అంత జ్యూసీగా ఉంటుందా పశువుల మాంసం. ఆ దూడకు మొట్టమొదటిసారి తన కండరాలు చాచుకుంటూ, తోటి దూడలను రాసుకుంటూ నడిచే అవకాశం వచ్చేది కబేళాకు వెళ్తున్నప్పుడే! పరిణామశీల సిద్ధాంతం ప్రకారం, ఇంతవరకూ ఉన్న కనుగొన్న జంతుజాతుల్లో అత్యంత విజయవంతం అయిన జంతువుల ప్రతినిధి – దూడ. అదే సమయంలో, గ్రహం మీదున్న అత్యంత దౌర్భాగ్య జంతువు కూడా అదే!

తనకి ఎంతో ఇష్టమైన గుర్రం ఇంసిటాటస్‌ని రాయబారానికిగాను ఉపయోగించాలని అనుకున్నాడు. చరిత్రని తిరగేస్తే ఎంతోమంది పశులకాపర్లూ, వ్యవసాయదార్లూ తమ పెంపుడు జంతువులని అమితంగా ప్రేమించినట్టూ, వాటిని చక్కగా పోషించినట్టూ కనిపిస్తుంది. ఎంతోమంది బానిసల యజమానులు తమ బానిసలపట్ల ఆత్మీయత కనబరిచినట్టే ఇదీనూ. రాజులూ, మతప్రవక్తలూ తమ పశుల కాపర్ల శైలిని అనుకరించడం, తామూ, దేవతలూ ప్రజలని పశుల కాపర్లలాగే సంరక్షించుకుంటున్నట్టు ప్రకటించటమూ యాదృచ్ఛికంగా జరగలేదు.

అయినప్పటికీ పశువుల కాపర్లవైపునుంచి కాకుండా మందలోని జంతువులవైపునుంచి చూస్తే, అధికశాతం జంతువులకి వ్యవసాయ విప్లవం పెద్ద విపత్తునే సృష్టించిందని

ఒప్పుకోక తప్పదు. వాటి పరిణామక్రమం తాలూకు 'విజయం' అనే మాటకి అర్థం లేదు. పసందైన మాంసం ముక్కలని తయారుచేసేందుకు ఒక పెట్టెలాంటి కొట్టంలో ఉంచి బాగా బలిసేట్టు తిండి పెట్టే దూడకి ఉన్న కొన్నేళ్ల జీవితం కన్నా – అంతరించిపోయేందుకు సిద్ధంగా ఉన్న అరుదైన ఒక ఖడ్గమృగం జీవితం ఎక్కువ సంతృప్తికరంగా గడుస్తుంది. ఆ ఖడ్గమృగం తన జాతి అంతరించిపోతున్నప్పటికీ తన తోటి ఖడ్గమృగాలతో కలిసి బతుకుతున్నందుకు సంతోషిస్తుంది. దూడల సంఖ్య ఎంత పెరిగి నప్పటికీ వాటిలో ప్రతి దూడా అనుభవించే నరకయాతన ఆ జాతికి ఎలాంటి ఓదార్పునీ ఇవ్వలేదు.

పరిణామక్రమం దృష్ట్యా విజయం సాధించటంలోనూ, వ్యక్తిగతంగా యాతన అనుభవించటంలోనూ ఉన్న వైరుధ్యమే, వ్యవసాయ విప్లవం నుంచి బహుశా మనం నేర్చుకోవలసిన ముఖ్యమైన పాఠమేమో. గోధుమ, మొక్కజొన్నలాంటి మొక్కల కథ విన్నప్పుడు పరిణామక్రమం చెప్పేదాంట్లో అర్థం ఉన్నట్టే తోస్తుంది. కానీ పశువులు, గొర్రెలు, సేపియన్ల విషయానికొచ్చేసరికి ఒక్కొక్క జాతికీ ఉన్న సంక్లిష్టమైన స్పందనలనీ, భావనలనీ గమనించినప్పుడు, పరిణామక్రమపు విజయం వ్యక్తి అనుభవంగా ఎలా తర్జుమా చెయ్యబడుతుందో ఆలోచించాల్సి ఉంటుంది. మన జాతికి సంబంధించినంత వరకూ మనకి ప్రత్యక్షంగా కనబడే విజయం, సామూహిక శక్తి నాటకీయంగా పెరిగి పోవటంతోబాటు అదే సమయంలో మనం వ్యక్తిగతంగా ఎంత బాధ పడవలసివచ్చిందనేది రాబోయే అధ్యాయాలలో మనం మళ్ళీ మళ్ళీ చూస్తాం.

అధ్యాయం 6

పిరమిడ్ల నిర్మాణం

చరిత్రలో అన్నిటికన్నా వివాదాస్పదమైన సంఘటనలలో ఒకటి - వ్యవసాయ విప్లవం. కొందరు దాని పక్షం వహిస్తూ అది మానవులని ప్రగతిపథాన నడిపించింది అని అంటారు. ఇతరులు అది మానవజాతి వినాశనానికి కారణమని ఘంటాపథంగా చెపుతారు. ఇది మానవజాతి పరిణామక్రమంలో ప్రధానమైన మలుపనీ, సేపియన్లు ఈ దశలో ప్రకృతితో మమేకమై సహజీవనం చెయ్యటం మానివేసి దురాశ, పరాయీకరణ వైపు పరుగులు తీశారనీ అంటారు వాళ్ళు. ఆ దారి వాళ్ళని ఎక్కడికి తీసుకెళ్ళినప్పటికీ, వెనక్కి తిరగటం మాత్రం సాధ్యం కాలేదు వాళ్ళకి. వ్యవసాయం చెయ్యటం అనేది జనాభా వేగంగానూ, విపరీతంగానూ పెరగడానికి దోహదం చేసింది. ఒకవేళ వ్యవసాయ సమాజం మళ్ళీ వేటాడుతూ జీవించాలనుకుంటే క్లిష్టమైన మార్పులు చోటుచేసుకోవడం వల్ల అది అసాధ్యం అని తేలింది. వ్యవసాయం చెయ్యటం మొదలవకముందు క్రీ.పూ. 10,000 ప్రాంతాలలో ఈ భూమి 50-80 లక్షల మానవులకి నివాసస్థానంగా ఉండేది. వాళ్ళందరూ సంచార జాతులకు చెందిన ఆటవికులు క్రీ.శ. ఒకటవ శతాబ్దం నాటికి ఆటవికుల సంఖ్య 10-20 లక్షలకి పడిపోయింది. (వాళ్ళు కూడా ఆస్ట్రేలియా, అమెరికా, ఆసియా, ఆఫ్రికా లాంటి ఖండాలలో మాత్రమే కనిపించేవారు) కానీ ప్రపంచవ్యాప్తంగా ఉన్న 2,500 లక్షల వ్యవసాయదారుల సంఖ్యతో పోలిస్తే ఇది లెక్కలోకి రాదు.

అధికశాతం రైతులు స్థిరనివాసాలలో ఉండేవారు. వారిలో కొందరు మాత్రమే పశులకాపర్లుగా సంచారం చేస్తూ బతికారు. ఒకేచోట స్థిరపడటం వల్ల మనుషుల నివాసాల పరిధి చాలా కుంచించుకుపోయింది. ప్రాచీన యుగంలో ఆటవికులు కొన్ని వందల చదరపు కిలోమీటర్ల పరిధిలో జీవించేవారు. ఆ ప్రదేశమంతా వాళ్ళ 'ఇల్లే'. అందులో చుట్టుపక్కల ఉండే కొండలూ, వాగులూ, చిట్టడవులూ, పైన విశాలమైన ఆకాశం అన్నీ ఇమిడి ఉండేవి. వ్యవసాయం చేసుకుంటూ జీవించేవాళ్ళు రోజులో ఎక్కువ భాగం తమ చిన్న పొలంలోనో, పళ్ళతోటలోనో పనిచేస్తూ గడిపేవారు. ఇక వాళ్ళ గృహజీవితం చెక్కతోనో, రాళ్ళతోనో, మట్టితోనో కట్టుకున్న ఇరుకైన కట్టడంలో గడిచేది.

ఆ ఇల్లు కొన్ని డజన్ల చదరపు మీటర్లే ఉండేది. ఒక సగటు రైతు ఆ కట్టడం మీద అమితమైన మమకారం పెంచుకునేవాడు. ఈ విప్లవం చాలా దూరం వెళ్లి మనుషుల మనస్తత్వం మీదా వాస్తు నిర్మాణం మీదా గొప్ప ప్రభావం చూపింది. అప్పటినుంచీ 'నా ఇల్లు' మీద మమకారం, పొరుగువారి నుంచి విడివడటం అనేవి మరింత స్వార్థపరుడైన జీవి మనస్తత్వానికి గుర్తుగా మారింది.

కొత్తగా ఏర్పడ్డ వ్యవసాయ భూములు ప్రాచీనకాలపు ఆటవికుల నివాసస్థలాలకన్నా ఎంతో చిన్నవి కావటమే కాక, అవి మరింత కృత్రిమమైనవిగా కూడా తయారయ్యాయి. నిప్పు వాడకం విషయంలోతప్ప తాము సంచరించే భూములలో ఆటవికులు బుద్ధిపూర్వకంగా ఎటువంటి మార్పులూ చెయ్యలేదు. కానీ వ్యవసాయదారులు కృత్రిమంగా సృష్టించుకున్న మానవ-ద్వీపాలలో నివసించారు. వాటిని వాళ్ళు శ్రమపడి చుట్టూ ఉన్న అడవులను నరికేసి, తవ్వి, పిచ్చిగా పెరిగిన తుప్పలనీ, పొదలనీ పెరికి నేల చదునుచేసి, ఇళ్లు నిర్మించి, భూమిని దున్ని, చక్కటి వరుసల్లో పళ్లచెట్లు నాటారు. ఆ రకంగా రూపొందిన ఆ కృత్రిమ నివాసాలు మానవులకోసమూ, 'వాళ్ళ' మొక్కలకోసమూ, వాళ్ళు పెంచే జంతువులకోసమే నిర్దేశించబడ్డాయి. తరచు ఆ నివాసాల చుట్టూ గోడలూ, కంచెలూ కట్టేవారు. కలుపుమొక్కలు పెరగకుండా, అడవిమృగాలు తమ నివాసాలలోకి జొరబడకుండా ఉండేందుకు రైతు కుటుంబాలు శాయశక్తులా ప్రయత్నించాయి. ఒకవేళ అవి జొరబడితే వెంటనే తరిమేసేవారు. ఒకవేళ మొండిగా ఇంకా వాళ్ళ ఇళ్లలోనే ఉంటే వాటిని తుదముట్టించేందుకు ఉపాయాలు వెతికారు. ముఖ్యంగా ఇంటిచుట్టూ బలమైన రక్షణ కవచాన్ని నిర్మించారు. వ్యవసాయం ప్రారంభదశ నుంచి ఈనాటివరకూ, కష్టపడి పనిచేసే చీమలూ, దొంగతనంగా ఇంట్లో దూరే బొద్దింకలూ, సాహసంతో మళ్ళీ మళ్ళీ గూళ్ళు కట్టుకునే సాలీళ్ళూ, దారితప్పి వచ్చేలాంటి ప్రాణులని హతమార్చేందుకు కోట్లమంది మనుషులు కొమ్మలనీ, జోళ్ళనీ, పురుగు మందులనీ ఆయుధాలుగా ధరించి యుద్ధసన్నద్ధులై ఉంటూ వచ్చారు.

చరిత్రలో ఎక్కువకాలం మనిషి నిర్మించిన ఈ నివాసస్థానాలు చాలా చిన్నవిగానే ఉండిపోయాయి. వాటిచుట్టూ మనిషి అదుపుచేయని ప్రకృతి విస్తరించి ఉండేది. భూమి విస్తీర్ణం 5,100 లక్షల చదరపు కిలోమీటర్లు. అందులో 1550 లక్షలు భూభాగం. క్రీ.శ. 1400 ప్రాంతంలో బోలెడంతమంది వ్యవసాయదారులు తమ మొక్కలతోనూ, పెంపుడు జంతువులతోనూ 110 లక్షల చదరపు కిలోమీటర్ల పరిధిలో, అంటే భూమి ఉపరితలంలో 2 శాతంలో, ఒకచోట స్థిరపడ్డారు. మిగిలిన ప్రాంతాలన్నీ మరీ చల్లగానో, వేడిగానో, ఎండిపోయినట్టుగానో, చెమ్మగానో లేదా పంటలు పండించేందుకు పనికిరానివిగానో ఉన్నాయని వాళ్ళు ఆ పని చేశారు. 2 శాతం మాత్రమే ఉన్న ఈ అతిచిన్న భూభాగమే రాబోయే చరిత్ర ఘట్టాలకి రంగస్థలం అయింది.

తాము కృత్రిమంగా నిర్మించుకున్న ద్వీపాలని వదిలివెళ్లటం జనానికి కష్టమనిపించింది. తమ ఇళ్లనీ, పొలాలనీ, ధాన్యపు కొట్లని, వదిలి వెళ్లాలంటే బోలెడంత నష్టపోవలసి వస్తుంది. అంతేకాక కాలం గడిచినకొద్దీ వాళ్ళు బోలెడన్ని వస్తువులు పోగుచేసుకున్నారు. ఆ సామాన్లని సులభంగా మరోచోటికి తరలించటం సాధ్యం కాదు. వాటికోసం వాళ్ళు

అక్కడే బందీలలా ఉండిపోయారు. ప్రాచీన వ్యవసాయదారులు మనకి నిరుపేదల్లా కనిపించవచ్చు, కానీ ఒక సగటు కుటుంబం దగ్గర – ఆటవికులతో పోలిస్తే – ఎక్కువ కళాకృతులే ఉండేవి.

భవిష్యత్తు గురించి ముందాలోచన

వ్యవసాయం చేసే స్థలం కుంచించుకుపోయినప్పటికీ, వ్యవసాయం చేసే సమయం మాత్రం విస్తరించింది. ఆటవికులు సామాన్యంగా వచ్చే వారం గురించో, వచ్చే నెల గురించో ఆలోచిస్తూ సమయం వృథాగా గడిపేవారు కాదు. కానీ వ్యవసాయదారులు రాబోయే సంవత్సరాల గురించీ, దశాబ్దాల గురించీ ఊహాలోకాల్లో విహరించేవారు.

ఆటవికులకి భవిష్యత్తు గురించి అంత పట్టింపు ఉండేది కాదు. వాళ్ళకి ఏ రోజుకా రోజు ఆహారం సంపాదించుకోవటానికీ, లేదా జాగ్రత్తపరచుకోవటానికీ కూడా చాలా కష్టపడవలసి వచ్చేది. అయినా వాళ్ళు భవిష్యత్తు కోసం కొద్దో గొప్పో ఆలోచించకపోలేదు. షోవే, లాస్కా, అల్తమిరా గుహల్లో చిత్రాలు వేసినవాళ్లు అవి తరతరాలపాటు ఉండాలనే ఆశించారు. సామాజిక సంబంధాలూ, రాజకీయస్పర్ధలూ చాలాకాలం కొనసాగే విషయాలు. ఎవరైనా ఉపకారం చేస్తే తిరిగి ప్రత్యుపకారం చేసేందుకూ, చెడు చేసినవాళ్ల మీద పగ తీర్చుకునేందుకూ తరచు కొన్ని సంవత్సరాల సమయం పడుతుంది. వేటాడి ఆహారసేకరణ చెయ్యటంలాంటి జీవనాధార ఆర్థికవ్యవస్థలో అలా సుదూర భవిష్యత్తుకోసం ప్రణాళికలు వెయ్యటానికి ఒక పరిమితి అంటూ ఉండేది. విచిత్రం ఏమిటంటే, అలా చేయకపోవటంవల్ల ఆటవికులకి ఎక్కువ ఆందోళన ఉండేది కాదు. మార్చటం తమ అధీనంలో లేనప్పుడు, ఆ విషయాల గురించి ఆందోళన పడటంలో అర్థం లేదు.

వ్యవసాయ విప్లవం అంతకు మునుపు ఎన్నడూ లేనంతగా భవిష్యత్తుకి ప్రాధాన్యం ఇచ్చింది. వ్యవసాయదారులు ఎప్పుడూ భవిష్యత్తు గురించి ఆలోచించాలి, దానికోసమే శ్రమించాలి. వ్యవసాయ ఆర్థికవ్యవస్థ రుతుచక్రాలని బట్టి చేతికి వచ్చే ఉత్పత్తుల మీద ఆధారపడింది. నెలల తరబడి పొలాల్లో పనిచేస్తే కోతల సమయంలో తక్కువ కాలం శ్రమించి ఎక్కువ పంట అందుకోవచ్చు. మంచి పంట చేతికొచ్చాక వ్యవసాయదారులు కష్టపడి దాన్ని సంపాదించుకున్నందుకు పండగ జరుపుకోవటం భావ్యమే. కానీ మళ్ళీ ఒక వారం తిరక్కముందే వాళ్ళు తెల్లారే లేచి రోజంతా పొలంలో పనిచేసేందుకు బయలు దేరుతారు. ఆ రోజుకి అవసరమైనంత ఆహారం ఉన్నప్పటికీ, పై వారం, మరీ మాట్లాడితే పైనెల, ఇంకా వచ్చే ఏడాది, ఆతరవాతి సంవత్సరం గురించి ఆందోళన పడతారు.

భవిష్యత్తు గురించిన ఈ చింతకి కారణం ఋతుచక్రాన్ని అనుసరించి ఉత్పత్తి చెయ్యటం మాత్రమే కాదు, అసలు ప్రధానంగా వ్యవసాయంలో ఉండే అనిశ్చిత స్థితి. అధికశాతం గ్రామాలలో జనం వ్యవసాయం మీద ఆధారపడి, చాలా పరిమితమైన మొక్కలనీ, జంతువులనీ పెంచటం వల్ల, వాళ్ళు కరువులూ, వరదలూ, అంటురోగాల బారిని పడేవారు, అవి వారికి హాని కలిగించేవి. అందుకే తమకి కావలసినదానికన్నా

ఎక్కువ ఉత్పత్తి చెయ్యటం రైతులకి తప్పనిసరి అయింది. అప్పుడే వాళ్ళు కష్టకాలం వచ్చినప్పుడు దాచి ఉంచుకున్న ఆహారాన్ని వాడుకోగలిగేవారు. ధాన్యాగారాల్లో ధాన్యము, భూగర్భంలోని గదుల్లో ఆలివ్ నూనె సీసాలూ, వంట గదిలో పాల ఉత్పత్తులు, దూలాలకి వేలాడే మాంసం ముక్కలూ (సాసేజిలూ), దాచుకోకపోతే, లేమిలో వాళ్ళు పస్తులుండ వలసిందే. అలాంటి కరువు రోజులు ఎప్పుడో ఒకప్పుడు రాక మానవు. కష్టాలు ఎప్పుడూ రావన్న ధీమాతో బతికే రైతు ఎక్కువకాలం జీవించలేడు.

దీనివల్ల వ్యవసాయ విప్లవం చోటుచేసుకున్నప్పటినుంచీ మనిషి మనసులో భవిష్యత్తు గురించిన ఆందోళన ముఖ్యపాత్ర వహించసాగింది. పంటలు పండాలంటే వర్షం పడాలని ఎదురుచూసే రైతులకి వర్షాకాలం రాగానే ప్రతి ఉదయం వర్షం కోసం ఆకాశంవైపు చూడటమే వాళ్ళ పని. గాలిలో తేమ ఉందా అని వాసన చూస్తూ, కళ్ళు పొడుచుకుని మబ్బులకోసం చూడటం దైనందిన కార్యక్రమం. అది మబ్బేనా? సకాలంలో వర్షాలు పడతాయా? పంటలకు సరిపోయేంత వర్షం పడుతుందా? తీవ్రమైన గాలివానలు విత్తనాలని చెల్లాచెదరు చేసి, మొలకలని ధ్వంసం చేసేస్తాయా? ఇది ఇలా ఉండగా యూఫ్రెటిస్ లోయలోనూ, సింధు, యెల్లో రివర్ ప్రాంతాలలోనూ రైతులు భయపడిపోతూ నీటిమట్టాన్ని ఎప్పటికప్పుడు గమనిస్తూ ఉండేవారు. ఎత్తైన మెట్టప్రాంతాలనుంచి కిందికి కొట్టుకువచ్చిన సారవంతమైన మట్టిని సమంగా పరిచేందుకు నదులు పొంగాలి, అప్పుడే వాళ్ళు తమ పొలాలకు నీటిపారుదల వ్యవస్థ సమకూర్చగలరు. కానీ ఉవ్వెత్తుగా పొంగే వరదనీరూ, అననుకూలమైన సమయంలో పొంగే నదులూ వాళ్ళ పొలాలని కరువుల్లాగే నాశనం చేసేస్తాయి.

రైతులు భవిష్యత్తు గురించి ఆందోళన పడుతూ ఉండేవారు, మరింత ఆందోళన పడాల్సిన అవసరం రావడం దానికి కారణం కాదు. వాళ్ళు దానికి పరిష్కారం వెతుక్కో గలిగిన స్థితిలో ఉండటమే ఆ ఆందోళనకి అసలు కారణం. వాళ్ళు మరో చోట నేల చదునుచేసి, మరో పంటకాలవ తవ్వి, మరిన్ని విత్తనాలు నాటగలిగేవారు. వేసవిలో చీమలు ఎంత హడావిడిగా కష్టపడి పనిచేస్తాయో, రైతులు కూడా ఎప్పుడూ కంగారుగా పంటలు పండించేందుకు ప్రయాస పడేవారు. తమ పిల్లలూ, మనవలూ నూనె వాడుకునేందుకు ఆలివ్ మొక్కలని నాటి చెమటోడ్చి పెంచేవారు. ఆ రోజు తినాలని ఎంతో కోరికగా ఉన్నప్పటికీ, ఆ ఆహారాన్ని చలికాలం వచ్చేదాకానో, పైఏడాదికో వాడుకునేందుకు వాయిదా వేసేవారు.

కుటుంబం ఒత్తిడి తాలూకు పరిణామాలు చాలా ప్రధానమైనవి. రాజకీయ వ్యవస్థకీ, సామాజిక వ్యవస్థకీ పునాదులు ఈ కుటుంబ వ్యవస్థలోనే ఉన్నాయి. పాపం రైతు వర్తమానకాలంలో ఎంత శ్రద్ధగా, ఒళ్ళు హూనం చేసుకుని శ్రమించినా, భవిష్యత్తులో అతను కోరుకున్న ఆర్థిక భద్రత అతనికి ఏనాడూ దొరకలేదు. ప్రతిచోటా రాజులూ, ఉన్నత వర్గాలూ రైతులు ఉత్పత్తి చేసిన అదనపు ఆహారాన్ని చేజిక్కించుకుని, కనీసావసరాలకు సరిపోయేంత మాత్రమే వాళ్ళకి వదిలిపెట్టేవారు.

ఇలా వాళ్ళు పోగొట్టుకున్న అదనపు ఆహారం రాజకీయాలూ, యుద్ధాలూ, కళలూ, తత్వశాస్త్రం మొదలైనవాటిని పోషించేందుకు ఇంధనంలా ఉపయోగ పడింది. వాళ్ళు భవంతులు కట్టారు, కోటలూ, స్మారకభావనాలూ, దేవాలయాలూ నిర్మించారు. ఆధునిక యుగం చివరిదశదాకా మానవుల్లో 90 శాతం వ్యవసాయదారులే. ప్రతిరోజూ ఉదయమే లేచి తమ పొలంలో చెమటోడ్చి పంటలు పండించటమే వాళ్ళ పని. వాళ్ళు అదనంగా పండించిన ఆహారం ఉన్నతవర్గాల్లోని కొద్దిమంది రాజులూ, ప్రభుత్వాధికారులూ, సైనికులూ, పురోహితులూ, కళాకారులూ, మేధావులు కడుపులు నింపేందుకు పనికివచ్చేది. ఈ గొప్పవారందరూ చరిత్ర పుటలనిండా దర్శనమిస్తారు. చరిత్ర అంటే చాలా కొద్దిమంది మాత్రమే చేసిన పనుల గురించి చెప్పే ఒక గ్రంథం. మిగిలినవారందరూ భూమి దున్నుతూ, నీళ్ల కావళ్ళు మోస్తూ బతుకుతూ ఉండిపోయారు.

ఊహాజనిత క్రమపద్ధతి

రైతులు పండించే అదనపు ఆహారధాన్యాలూ, వాటిని తరలించేందుకు కనిపెట్టిన మెరుగైన రవాణా వ్యవస్థా చివరకి జనం పెద్ద పెద్ద గ్రామాల్లో స్థిరనివాసాలు ఏర్పరచుకుని మరింత మంది ఒకచోటే కిక్కిరిసి బతికేందుకు దోహదం చేశాయి. ఆ తరవాత వాళ్ళు బస్తీలలోనూ, చివరిగా పట్నాలలోనూ స్థిరపడటం జరిగింది. వాళ్లందరినీ కలిపి వుంచినవి రాజ్యాలూ, వాణిజ్య సంబంధాలూ.

అయినప్పటికీ ఈ కొత్త అవకాశాల సాయంతో వీలైనంత లాభం పొందేందుకు అదనంగా పండించే ఆహారం, రవాణా వ్యవస్థా సరిపోలేదు. ఒక బస్తీలో ఉండే వెయ్యి మందికి గాని, ఒక రాజ్యంలో ఉండే లక్షమందికి గాని సరిపడేంత ఆహారం ఉన్నంత మాత్రాన, వాళ్ళు భూమినీ, నీటినీ ఎలా పంచుకుంటారు? మనస్పర్థలు, జగడాలూ తలెత్తినప్పుడు వాటిని ఎలా పరిష్కరించుకుంటారు? కరువు కాటకాలుగాని, యుద్ధాలు గాని వస్తే అప్పుడు వాటిని ఎలా ఎదుర్కుంటారు? ఇలాటి విషయాల్లో వాళ్ళందరూ ఏకాభిప్రాయం కలిగి ఉంటారా అని ఎవరూ ఇదమిత్థంగా చెప్పలేరనేది వాస్తవం. ధాన్యపు కొట్ల నిండా ఆహారధాన్యాలు నిలవ ఉన్నప్పటికీ వాళ్లు ఏకాభిప్రాయానికి రాలేనప్పుడు కలహాలు తలెత్తుతాయి. చరిత్రలో యుద్ధాలూ, విప్లవాలూ ఆహారకొరతవల్ల జరగలేదు. ఫ్రెంచి విప్లవాన్ని ప్రారంభించినవాళ్లు ధనవంతులైన న్యాయవాదులే గాని పస్తులు పడ్డ రైతులు కాదు. క్రీ.పూ. మొదటి శతాబ్దంలో రోమన్ రిపబ్లిక్ అధికార శిఖరాలకు చేరుకుంది. రోమన్ల పూర్వీకులు ఎన్నడూ కలలో కూడా ఊహించనన్ని ధనరాశులు మధ్యధరా సముద్రం మీదుగా ఓడల్లో రోము నగరానికి చేరుకున్నాయి. అయినప్పటికీ ఐశ్వర్యంలో ఓలలాడుతున్న ఆ సమయంలోనే వరసగా భయంకరమైన అంతర్యుద్ధాలు తలెత్తటంతో రోము రాజకీయాలు అధఃపాతాళానికి చేరుకొన్నాయి. యుగోస్లేవియాలో అందరికీ సరిపడేంత ఆహారం కన్నా ఎక్కువ ఉన్నప్పటికీ 1991లో అక్కడ ఘోరమైన రక్తపాతం జరిగి దేశం ఛిన్నాభిన్నమైపోయింది.

కొన్ని లక్షల సంవత్సరాలు మానవులు చిన్న చిన్న సమూహాలుగా జీవిస్తూ ఉండటమే ఇటువంటి విపత్తులకు మూలకారణం. వ్యవసాయ విప్లవానికీ, పట్నాలూ, రాజ్యాలూ, సామ్రాజ్యాలూ ఏర్పడేందుకు పట్టిన కొన్ని శతాబ్దాల కాలానికీ మధ్య మనుషులు పెద్ద సంఖ్యలో సహకరిస్తూ జీవించేట్టు తమ స్వభావంలో మార్పు చేసుకోవటానికి ఆ కొద్ది సమయం సరిపోలేదు.

అటువంటి జీవశాస్త్రానికి సంబంధించిన ప్రవృత్తులు లేనప్పుడు కూడా ఆటవిక యుగంలో కొన్ని వందలమంది అపరిచితులు కలిసికట్టుగా జీవించేవారు. దాన్ని సాధ్యం చేసింది వాళ్ళందరూ నమ్మిన కల్పిత కథలు. కానీ ఆ సహకారం గట్టిగా ఉండేది కాదు, దానికి పరిమితులు ఉండేవి. ప్రతి సేపియన్ సమూహమూ తన జీవితాన్ని తన అవసరాలని తీర్చుకునే మేరకు స్వతంత్రంగా గడపటం కొనసాగించింది. వ్యవసాయ విప్లవం తరవాత జరిగిన సంఘటనల గురించి ఎంతమాత్రం తెలియకుండా, 20,000 సంవత్సరాలకు మునుపు జీవించిన ఒక సామాజికవేత్త, కల్పనా సాహిత్యం తాలూకు పరిధి చాలా పరిమితమైందని అనుకుని ఉండవచ్చు. పూర్వీకుల ఆత్మల గురించిన కథలూ, ఆటవిక తెగలు వాడే జాతి చిహ్నాలూ ఎంత బలమైనవంటే, 500 వందల మంది గవ్వలతో వ్యాపారం చేసేందుకూ, ఎప్పుడైనా ఒక ఉత్సవం లాంటిది జరుపుకునేందుకూ, అందరూ కలిసి ఒక నియాండర్తాల్ జట్టుని తుదముట్టించేందుకూ సరిపోయేవి. కానీ వాటి ప్రభావం అంతకన్నా ఎక్కువ ఉండేది కాదు. కేవలం కల్పనాసాహిత్యం మీద ఆధారపడి కొన్ని లక్షలమంది అపరిచితులు రోజువారీగా సహకరిస్తూ పని చెయ్యటం సాధ్యం కాదు అని ఆ ప్రాచీన సామాజికవేత్త అనుకుని ఉంటాడు.

కానీ అది తప్పని రుజువయింది. కల్పిత గాథలు ఎవరూ ఊహించ లేనంత బలమైనవని తెలిసింది. వ్యవసాయ విప్లవం జనంతో కిక్కిరిసిన పట్నాలనీ, శక్తివంతమైన సామ్రాజ్యాలనీ సృష్టించేందుకు అవకాశాలు కల్పించి నప్పుడు జనం గొప్ప గొప్ప దేవతల గురించి కథలనీ, మాతృభూమి అనే భావననీ, వాటాదారుల సంస్థలనీ ఆవిష్కరించారు. వాటి ద్వారా అవసరమైన సామాజిక సంబంధాలు కల్పించారు. మానవ పరిణామక్రమం ఇంకా నత్తనడక నడుస్తూ ఉండగానే, మానవుడి ఊహలు అధికసంఖ్యలో జనం సహకరిస్తూ పనిచేయటానికి అవసరమైన అద్భుతమైన జాలతంత్రం (నెట్‌వర్క్) నిర్మించసాగాయి. అటువంటి ఊహలని ఎన్నడూ భూప్రపంచంలో ఎవరూ చూసి ఉండలేదు.

క్రీ.పూ. 8500 ప్రాంతాల ప్రపంచంలో జెరికో వంటి అతిపెద్ద గ్రామాలు మానవులకి స్థిరనివాసాలుగా ఉండేవి. వాటిలో కొన్ని వందలమంది మాత్రమే ఉండేవారు. క్రీ.పూ. 7000 నాటికి అనటోలియాలోని చాటాల్హోయుక్ అనే బస్తీలో జనసంఖ్య 5,000 నుంచి 10,000 వరకు ఉండేది. ఆ సమయంలో అది ప్రపంచంలోకెల్లా పెద్ద ఊరు అయి ఉండవచ్చు. క్రీ.పూ. అయిదు, నాలుగు శతాబ్దాలలో మధ్య ప్రాచ్యంలోని ఫెర్టైల్ క్రెసెంట్‌లో జనసంఖ్య పదివేలకన్నా ఎక్కువగా పెరిగింది. వీటిలో ప్రతి ఒకటీ చుట్టుపక్కల ఉన్న ఊళ్ళమీద ఆధిపత్యం చెలాయించేది. క్రీ.పూ. 3100లో నైలునదీలోయ దిగువభాగం మొత్తం మొదటి ఈజిప్షియన్ సామ్రాజ్యంలో కలిసిపోయింది. అక్కడి ఫారోలు కొన్ని వేల చదరపు

కిలోమీటర్ల పరిధిలో నివసించిన లక్షల మందిని పరిపాలించారు. క్రీ.పూ. 2250 ప్రాంతాల సర్గోన్ ద గ్రేట్, అక్కాడియన్ అనే మొట్టమొదటి సామ్రాజ్యాన్ని నెలకొల్పాడు. అందులో లక్షకు పైగా జనం ఉండేవాళ్ళనీ, 5,400 సైనికులతో కూడిన పెద్ద సేన ఉండేదనీ గొప్పగా చెప్పుకునేవారు. క్రీ.పూ. 1000 కీ 500 కీ మధ్యలో మధ్యప్రాచ్యంలో మహాసామ్రాజ్యాలు ఏర్పడ్డాయి : ద లేట్ అస్సిరియన్ ఎంపైర్, ద బాబిలోనియన్ ఎంపైర్, ద పెర్షియన్ ఎంపైర్. వాళ్ళు కొన్ని లక్షలమందిని పరిపాలించారు, ఇరవై ముప్పై వేలకు పైగా సైనికులకు నాయకత్వం వహించారు.

క్రీ.పూ. 221లో క్విన్ రాజవంశం చైనాలో విడిపోయిన భాగాలని ఒకటిగా కలిపింది. కొద్దికాలానికి రోమ్ మధ్యధరా పరీవాహక ప్రాంతా లన్నిటినీ కలిపింది. క్విన్‌లో నివసించే 400 లక్షల ప్రజలకి పన్ను విధించటంతో కొన్ని లక్షలమంది సైనికులకీ, 1,00,000 మంది కన్నా ఎక్కువ ఉన్న ఉద్యోగులకీ వాళ్ళు ఆ పన్ను రూపంలో డబ్బు చెల్లించవలసివచ్చింది. రోము సామ్రాజ్యం ఉచ్చదశలో ఉన్నప్పుడు కోటిమంది ప్రజలనుంచి పన్ను వసూలు చేసింది. ఆ డబ్బుతో 2,50,000 నుంచి 5,00,000 మంది సైనికుల్ని నిర్వహించటం, 1,500 సంవత్సరాల తరవాత కూడా ఉపయోగించుకున్న వీధుల నిర్మాణానికీ, ఈనాటికీ ప్రదర్శనలకు నిలయమైన బహిరంగ ప్రదర్శనశాల (ఆంఫీ థియేటర్) లకీ పనికివచ్చింది.

ఇది గొప్ప విషయమనటంలో సందేహం లేదు. కానీ ఫారోల కాలపు ఈజిప్టులోనూ, రోము సామ్రాజ్యంలోనూ 'అధికసంఖ్యలో జనం సహకరిస్తూ పనిచేశారని' మనం అందమైన ఊహల్లో తేలిపోకూడదు. 'సహకారం' అనే మాట ఎంతో పరోపకారాన్ని సూచించేదిగా అనిపిస్తుంది. కానీ అది ఎప్పుడూ స్వచ్ఛందంగా జరిగే పని కాదు, అరుదుగా సమానత్వాన్ని సూచిస్తుంది. మానవులు సహకరిస్తూ చేసిన పనుల్లో చాలామటుకు ఇతరుల అణచివేతకీ, దోపిడీకీ గురయి చేసినవే. రైతులు అటువంటి సహకార కార్యాలు వృద్ధి చెందేందుకు తమవద్ద అదనంగా ఉండే విలువైన ఆహారధాన్యాలను ఖర్చు పెట్టారు. పన్ను వసూలు చేసే అధికారి రాజ్యం తరఫున వచ్చి, సంవత్సరం పొడుగునా పడిన శ్రమనంతా ఒక్క కలం వేటుతో తుడిచిపారేసేసరికి బాధ పడ్డారు. రోములోని ప్రదర్శనశాలలను తరచు బానిసలే నిర్మించేవారు. ఆ ప్రదర్శనశాలల్లో ఏ పనీ లేని ధనవంతులు కూర్చుని, ఆ బానిసలే గ్లాడియేటర్ల పేరుతో ప్రాణాంతకమైన యుద్ధాలు చెయ్యటం చూసి ఆనందించేవారు. కారాగృహాలూ, నిర్బంధ శిబిరాలూ (కాన్సన్‌ట్రేషన్ క్యాంపులూ) కూడా సహకారంతో చేసిన పనులే. అవి సవ్యంగా పనిచేయటానికి కొన్ని వేలమంది అపరిచితులు ఏలాగో ఒకలా కలిసికట్టుగా పనిచెయ్యవలసిందే.

ఈ సహకార జాలతంత్రాలన్నీ, మెసొపొటేమియాలోని ప్రాచీన నగరాల నుంచి క్విన్, రోము సామ్రాజ్యాల దాకా అన్నీ 'ఊహల్లోంచి పుట్టినవే'. అవి మసటానికి దోహదం చేసిన సామాజిక నియమాలు సహజంగా మానవుల్లో ఉండే ప్రవృత్తి మీద గాని, వ్యక్తిగతమైన పరిచయాల మీద గాని ఆధారపడ లేదు. వాటికి ఆధారం అందరూ నమ్మిన కల్పితగాథలే.

16. హమ్మురాబీ నియమాలు చెక్కిన శిలాశాసనం క్రీ.పూ. 1776

కల్పిత గాథలు సామ్రాజ్యాలని ఎలా పోషించగలవు? ఇలాంటి ఉదాహరణ ముందే ఒకసారి మనం చర్చించుకున్నాం : ప్యూజో. ఇక ఇప్పుడు మనం చరిత్రలో అన్నిటికన్నా ఎక్కువ ప్రాచుర్యం పొందిన రెండు కల్పిత గాథలని పరీక్షిద్దాం : క్రీ.పూ. 1776 లో హమ్మురాబీ తయారుచేసిన చట్టం. అది కొన్ని లక్షలమంది బాబిలోనియన్లకు సహకార కరదీపికగా ఉపయోగ పడింది; రెండోది అమెరికాలో క్రీ.శ. 1776 లో తయారుచేసిన అమెరికాదేశ సంయుక్త రాష్ట్రాల స్వాతంత్ర్య ప్రకటన. అది ఈనాటికీ కొన్ని కోట్ల మంది అమెరికన్లకి సహకార కరదీపికగా ఉపయోగపడుతోంది.

క్రీ.పూ. 1776లో బాబిలోన్ ప్రపంచంలోకెల్లా పెద్ద నగరం. బాబిలోనియన్ సామ్రాజ్యం బహుశా ప్రపంచంలోనే అన్నిటికన్నా పెద్ద సామ్రాజ్యమేమో. ఆ సామ్రాజ్యంలో పదిలక్షలకన్నా ఎక్కువ జనాభా ఉండేది. మెసొపొటేమియాలో ఎక్కువ భాగాన్ని ఆ సామ్రాజ్యమే పరిపాలించేది. ప్రస్తుతం ఉన్న ఇరాక్‌లోనూ, సిరియా, ఇరాన్‌లోనూ ఎక్కువ

IN CONGRESS, JULY 4, 1776.

The unanimous Declaration States of America,

17. జూలై 4, 1776 లో సంతకం చేసిన అమెరికా దేశపు స్వాతంత్ర్య ప్రకటన

భాగం ఆ సామ్రాజ్యంలోనే ఉండేది. ఈనాటికీ అందరికన్నా ప్రసిద్ధుడైన బాబిలోనియన్ రాజు హమ్మురాబీయే. అతని యశస్సుకి కారణం అతని పేరుతో ఉన్న చట్టం– కోడ్ ఆఫ్ హమ్మురాబీ. హమ్మురాబీ న్యాయబుద్ధి గల ఆదర్శమైన రాజని తెలియజేయటమే ఆ చట్టం ఉద్దేశం. దాని సాయంతో బాబిలోనియా అంతటా ఒకే రకమైన న్యాయం జరగాలనీ, రాబోయే తరాలకి న్యాయం, చట్టం అంటే ఏమిటో తెలియజేయాలనీ, న్యాయం పాటించే రాజు ఎలా పనిచేస్తాడో వాళ్ళకి తెలియాలనీ హమ్మురాబీ దాన్ని అమలు చేశాడు.

భవిష్యత్తరాలు అతని చట్టాన్ని గుర్తించాయి. ప్రాచీన యుగపు మెసొపొటేమియాలో ఉండిన మేధావులూ, ఉన్నత వర్గాలకి చెందిన ప్రభుత్వోద్యోగులూ దానిలో చెప్పిన విషయాలకి ధర్మపరమైన ప్రాముఖ్యం ఇచ్చారు. వారి శిష్యులు హమ్మురాబీ చనిపోయి,

అతని సామ్రాజ్యం శిథిలమై పోయిన తరవాత కూడా దానికి నకళ్ళు తయారుచేస్తూనే ఉండిపోయారు. ప్రాచీన యుగపు మెసొపొటేమియాలో ఆ కాలంలో చెలామణీ అయిన సామాజిక వ్యవస్థ ఎలాటి ఆదర్శం మీద ఆధారపడి పనిచేసిందో తెలుసుకోవాలంటే హమ్మురాబీ చట్టాన్ని అర్థం చేసుకుంటే చాలు.

ఇందులో విషయం ఇలా ప్రారంభమౌతుంది - మెసొపొటేమియాలోని సర్వదేవతా ఆలయాల్లో అందరికన్నా ముఖ్యమైన దేవతలు, అను, ఎన్లిల్, మార్డుక్ దేశంలో ఎప్పుడూ న్యాయం వర్ధిల్లేందుకూ, దుష్టులనీ, దుర్మార్గులనీ నిర్మూలించేందుకూ, బలవంతులు బలహీనులని అణచివేయ్యకుండా చూసేందుకూ హమ్మురాబీని నియమించారు. ఆ తరవాత అందులో మూడు వందల తీర్పులు కచ్చితంగా రాసి ఉన్నాయి. 'ఫలానా పని చేస్తే దానికి తీర్పు ఇలా ఉంటుంది.' ఉదాహరణకి 196-9 వరకూ చెప్పబడిన తీర్పులు :

196. ఉన్నతుడైన ఒక వ్యక్తి మరో ఉన్నతుడి కన్ను పోగొడితే, వాళ్ళు అతని కన్ను తీసేస్తారు.

197. అతను మరో ఉన్నత వ్యక్తి ఎముక విరగ్గొడితే, వాళ్ళు అతని ఎముక విరగ్గొడతారు.

198. అతను సామాన్య మానవుడి కన్ను పొడిచినా, ఎముక విరగ్గొట్టినా అతను 60 తులాలకి సమానంగా తూగే వెండి సమర్పించుకుంటాడు.

199. అతను ఒక ఉన్నతుడైన వ్యక్తి దగ్గరున్న బానిస కన్ను తీసినా, ఎముక విరగ్గొట్టినా, ఆ బానిస ఖరీదులో సగం తూగే వెండి సమర్పించు కుంటాడు.

209-14 వరకు ఇచ్చిన తీర్పులు :

209. ఉన్నతుడైన ఒక వ్యక్తి ఉన్నతురాలైన స్త్రీని కొడితే, దానివల్ల ఆమెకి గర్భస్రావమైతే, చనిపోయిన ఆ శిశువుకి పరిహారంగా పది తులాల బరువు తూగే వెండి ఆమెకి సమర్పించుకుంటాడు.

210. ఒకవేళ ఆ స్త్రీ చనిపోతే, వాళ్ళు అతని కుమార్తెని హతమారుస్తారు.

211. అతను సామాన్య స్త్రీని కొట్టటం వల్ల ఆమెకి గర్భస్రావమైతే, అతను 5 తులాల వెండి తూచి ఇస్తాడు.

212. ఒకవేళ ఆ స్త్రీ చనిపోతే ముప్ఫయి తులాల వెండి తూచి ఇస్తాడు.

213. ఒక ఉన్నత వ్యక్తి దగ్గరున్న బానిస స్త్రీని కొట్టటం వల్ల ఆమెకి గర్భ స్రావమైతే అతను రెండు తులాల వెండి తూచి ఇస్తాడు.

214. ఒకవేళ ఆ బానిస స్త్రీ చనిపోతే ఇరవై తులాల వెండి తూచి ఇస్తాడు.

ఈ విధంగా న్యాయ సూత్రాలన్నీ వరసగా తెలియజేశాక హమ్మురాబీ ఇలా ప్రకటిస్తాడు:

> ఈ నిర్ణయాలన్నీ సమర్థుడైన రాజు హమ్మురాబీ స్థాపించినవి. వీటి ద్వారా దేశం సత్యమార్గాన నడిచేందుకూ, జీవనగమనం సవ్యంగా సాగేందుకూ దిశానిర్దేశం అందించాడు... నేను హమ్మురాబీని ఉదాత్తుడైన రాజుని. ఎన్లిల్ దేవత నాకు ప్రసాదించిన మానవజాతి పట్ల నేను నిర్లక్ష్యంగా ప్రవర్తిస్తూ ఉపేక్షించలేదు. వీళ్ళని ఒక కాపరిలా కాచుకోమని మార్దుక్ దేవుడు నాకు అప్పగించాడు.

దేవతల ఆదేశం మేరకు బాబిలోనియన్ సామాజిక నియమావళికి మూలం న్యాయానికి సంబంధించిన విశ్వజనీనమైన శాశ్వత సూత్రాలేనని హమ్మురాబీ చట్టం నొక్కివక్కాణిస్తుంది. వర్గశ్రేణి అనే సిద్ధాంతం అత్యంత ప్రాధాన్యత గలది. ఆ చట్టం ప్రకారం మనుషులని లింగభేదాన్ని అనుసరించి పురుషులు, స్త్రీలు అనీ, మూడు వర్గాలుగా – ఉన్నత వర్గం, సామాన్యవర్గం, బానిసవర్గం అనీ విభజించారు. లింగభేదాన్నీ, వర్గ విభజననీ అనుసరించి వాళ్లకి భిన్నమైన విలువలు ఆపాదించారు. ఒక సామాన్య స్త్రీ జీవితం ఖరీదు ముప్ఫయి వెండి తులాలయితే బానిస స్త్రీ జీవితం విలువ ఇరవై వెండి తులాలు. అదే ఒక సామాన్య మానవుడి కంటి విలువ అరవై వెండి తులాలు.

ఆ చట్టం కుటుంబాలలో కూడా వర్గశ్రేణిని కచ్చితంగా అమలుచేస్తుంది. పిల్లలు స్వతంత్రులు కారు. వాళ్ళు తమ తలిదండ్రుల ఆస్తి. అందుచేత ఒక ఉన్నత వ్యక్తి మరో ఉన్నత వ్యక్తి కుమార్తెని చంపితే, ఆ చంపినవాడి కుమార్తెని హతమార్చి అతనికి శిక్ష విధిస్తారు. హత్య చేసినవాడికి ఎటువంటి హానీ జరక్కుండా ఆ అమాయకురాలైన అతని కూతురు చనిపోవటం మనకి వింతగా తోచవచ్చు, కానీ హమ్మురాబీకీ, బాబిలోనియా వాసులకీ అది తిరుగులేని న్యాయమని అనిపించి ఉండవచ్చు. రాజు పరిపాలనలో ఉన్న ప్రజలు ఈ వర్గశ్రేణిని అనుసరించి తమ స్థానాలని అంగీకరిస్తూ దాని ప్రకారం నడుచు కున్నట్టయితే ఆ సామ్రాజ్యంలోని లక్షమందీ చక్కగా కలిసికట్టుగా సహకరిస్తూ జీవించవచ్చు అనే ప్రాథమికాంశం మీద ఆ చట్టం తయారుచెయ్యబడింది. అప్పుడు ఆ సమాజం అందరికీ కావలసినంత ఆహారాన్ని ఉత్పత్తి చెయ్యగలదు, దాన్ని తగిన రీతిలో అందరికీ అందించగలదు, తన శత్రువుల బారినుంచి తనను తాను రక్షించుకోగలదు, మరింత సంపాదననీ, రక్షణనీ సంపాదించుకునేందుకు తన భూపరిధిని విస్తరించుకోగలదు.

హమ్మురాబీ మరణించిన 3,500 సంవత్సరాల తరవాత ఉత్తర అమెరికాలో నివసిస్తున్న పదమూడు బ్రిటిష్ వలస ప్రాంతాలు ఇంగ్లాండ్ రాజు తమపట్ల అన్యాయంగా ప్రవర్తిస్తున్నాడని అనుకున్నాయి. వాళ్ళ ప్రతినిధులు ఫిలడెల్ఫియాలో సమావేశమయ్యారు. 1776 జూలై 4వ తేదీన అక్కడ నివసిస్తున్నవాళ్ళు ఇకనుంచీ బ్రిటిష్ సామ్రాజ్య ప్రజలు కారని ప్రకటించారు. ఆ స్వాతంత్ర్య ప్రకటనలో న్యాయానికి సంబంధించిన విశ్వజనీనమైన శాశ్వత సిద్ధాంతాలు ప్రతిపాదించబడ్డాయి. అవి కూడా హమ్మురాబీ చట్టంలాగే దివ్యశక్తిచే ప్రేరేపించబడ్డాయి. అయినప్పటికీ అమెరికా దేవుడు ఆదేశించిన అన్నిటికన్నా ముఖ్యమైన సిద్ధాంతం బాబిలోనియా దేవుళ్ళ సిద్ధాంతానికి కొంత భిన్నంగా ఉంది. అమెరికా స్వాతంత్ర్య ప్రకటన ఇలా నొక్కి వక్కాణిస్తుంది :

> ఈ సత్యాలు తేటతెల్లంగా ఉన్నాయని మా నమ్మకం – మనుషులందరూ సమానంగా సృష్టించ బడ్డారు, సృష్టికర్త వారికి రద్దుచేయటానికి సాధ్యం కాని హక్కులు కొన్నిటిని ప్రసాదించాడు, వాటిలో జీవించటం, స్వేచ్ఛ, ఆనందాన్ని వెతుక్కోవటంలాంటివి కొన్ని.

హమ్మురాబీ చట్టంలాగే అమెరికా వ్యవస్థాపక పత్రం మానవులు ఆపత్రంలో పేర్కొన్న పవిత్రమైన సిద్ధాంతాలని అనుసరించి నడచుకుంటే కొన్ని లక్షలమంది సమర్థంగా సహకరిస్తూ, సురక్షితంగానూ, శాంతియుతంగానూ జీవిస్తూ న్యాయమైన, సమృద్ధివంతమైన సమాజంలో జీవించగలుగుతారని వాగ్దానం చేస్తుంది. హమ్మురాబీ చట్టంలాగే అమెరికా స్వాతంత్ర్య ప్రకటన పత్రం కేవలం ఆ సమయంలో, ఒక ప్రాంతంలో తయారుచేసినది కాదు – దాన్ని తరువాతి తరాలు కూడా అంగీకరించాయి. 200 సంవత్సరాలకు పైగా అమెరికాలోని స్కూలు పిల్లలు ఆ పత్రాన్ని తమ పుస్తకాలలో రాసుకుని కంఠతా పెడుతూ వస్తున్నారు.

ఈ రెండు పత్రాలలోని విషయాలూ మన మనస్సులో గందరగోళాన్ని సృష్టిస్తా యనటంలో సందేహం లేదు. హమ్మురాబీ చట్టమూ, అమెరికా స్వాతంత్ర్య ప్రకటన పత్రమూ న్యాయానికి సంబంధించిన విశ్వజనీనమైన, శాశ్వత సిద్ధాంతాలని ప్రకటిస్తున్నామని అంటాయి, కానీ అమెరికన్‌లు మానవులందరూ సమానమని నమ్ముతారు, కానీ బాబిలోనియా నివాసులు మానవులందరూ సమానం కాదని నిశ్చయంగా అంటారు. అయినా అమెరికన్‌లు తాము చెప్పేదే సబబని, హమ్మురాబీ చెప్పేది సరికాదని అంటారు. సహజంగానే హమ్మురాబీ తాను చెప్పేదే నిజమనీ, అమెరికన్‌లు తప్పు చెపుతున్నారనీ అంటాడు. నిజానికి ఇద్దరూ తప్పే చెపుతున్నారు. హమ్మురాబీ, అమెరికా వ్యవస్థాపక పితామహులూ కూడా విశ్వజనీనమైన, స్థిరమైన న్యాయసిద్ధాంతాలు నిర్దేశించబడే ఒక వాస్తవ పరిస్థితిని ఊహించారు. ఆ సిద్ధాంతాలు సమానత్వమూ, వర్గశ్రేణీలాంటివి. అయినప్పటికీ ఇలాంటి విశ్వజనీనమైన సిద్ధాంతాలు ఉండేది సేపియన్ల ఊహాలోకాల్లోనూ, వాళ్ళు కల్పించి ఒకరికొకరు చెప్పుకునే కల్పితగాథల్లోనూ మాత్రమే. ఈ సిద్ధాంతాలకు నిష్పక్షమైన ప్రామాణికత ఏదీ లేదు.

మానవులని 'ఉన్నతమైనవాళ్లు' అనీ 'సామాన్యులు' అనీ విభజించటాన్ని కల్పనలో ఒక చిన్నభాగంగా అంగీకరించటం మనకి సులభమే. అయినప్పటికీ, అందరు మానవులూ సమానమే అనేది కూడా ఒక కల్పనే, అబద్ధమే. ఏ రకంగా మానవులందరూ సమానమని అంటాం? మానవుడి ఊహల్లో కాకుండా ఇంకెక్కడైనా వాళ్ళు నిజంగా సమానమని నిష్పక్షమైన వాస్తవం ఉందా? జీవశాస్త్రం దృష్ట్యా మానవులు ఒకరితో ఒకరు సమానమేనా? అమెరికా స్వాతంత్ర్య ప్రకటనలో అతిప్రసిద్ధమైన పంక్తిని జీవశాస్త్రం భాషలో అనువదించి చూద్దాం :

> ఈ సత్యాలు తేటతెల్లంగా ఉన్నాయని మా నమ్మకం – మనుషులందరూ సమానంగా సృష్టించ బడ్డారు, సృష్టికర్త వారికి రద్దుచేయటానికి సాధ్యం కాని హక్కులు కొన్నిటిని ప్రసాదించాడు, వాటిలో జీవించటం, స్వేచ్ఛ, ఆనందాన్ని వెతుక్కోవటంలాంటివి కొన్ని.

జీవశాస్త్ర విజ్ఞానం ప్రకారం మానవులు 'సృష్టించబడలేదు'. వాళ్ళు పరిణామం చెందారు. కచ్చితంగా వాళ్ళు 'సమానంగా' ఉండేందుకు పరిణతి చెందలేదు. సమానత్వం అనే భావన సృష్టి అనే భావనతో విడదీయటానికి సాధ్యం కానంతగా ముడిపడింది. అమెరికన్‌లకి సమానత్వం అనే ఆలోచన క్రిస్టియన్ మతం వల్ల వచ్చింది. ప్రతిమనిషిలోనూ దైవం సృష్టించిన ఆత్మ ఉందనీ, దేవుని ముందు ఆత్మలన్నీ సమానమేననీ ఆ మతం వాదిస్తుంది. ఒకవేళ మనకి క్రిస్టియన్ మతం చెప్పే దేవుళ్ళ కథల్లో, ఆత్మల సృష్టిలో నమ్మకం లేనట్టయితే, మరి మనుషులందరూ సమానమే అనే మాటకి అర్థమేముంటుంది? పరిణామక్రమం తాలూకు మూలాధారమే వైవిధ్యం, సమానత్వం కాదు. ప్రతి మనిషిలోనూ భిన్నమైన జన్యు సంకేతం ఉంటుంది. పుట్టినప్పటినుంచీ అది విభిన్న వాతావరణ పరిస్థితుల ప్రభావానికి లోనవుతుంది. దీనివల్ల మనిషిలో వేర్వేరు గుణాలు చోటుచేసు కుంటాయి. ఆ గుణాలను బట్టి మనిషి మనుగడ ఎలా ఉంటుందనేది నిర్ణయించబడుతుంది. 'సమానంగా సృష్టించబడ్డారు' అనే మాటని 'విభిన్నంగా పరిణామం సాధించారు' అని మార్చుకోవాల్సి ఉంటుంది.

మనుషులని ఎప్పుడూ ఎవరూ సృష్టించనట్టే, జీవశాస్త్ర విజ్ఞానం ప్రకారం వాళ్లకి ఎటువంటి వరమూ ప్రసాదించేందుకు ఒక 'సృష్టికర్త' కూడా ఎక్కడా లేదు. ఉన్నదల్లా ఒక గుడ్డి పరిణామక్రమం అనే ప్రక్రియ. దానికి ఎటువంటి ఉద్దేశమూ ఉండదు, దానివల్ల వ్యక్తులు పుడుతూ ఉంటారు, అంతే. 'సృష్టికర్త వరప్రసాదం' అనే మాటని 'పుడతారు' అని తర్జుమా చేసుకోవాలి.

అదే విధంగా జీవశాస్త్రంలో హక్కులనేవి ఏవీ లేవు. కేవలం అవయవాలున్నాయి, రకరకాల సామర్థ్యాలున్నాయి, లక్షణాలున్నాయి. పక్షులకి ఎగిరే హక్కుందని అన్నంత మాత్రాన అవి ఎగరటం లేదు, వాటికి రెక్కలున్నాయి కాబట్టి ఎగురుతున్నాయి. ఈ అవయవాలూ, రకరకాల సామర్థ్యాలూ, లక్షణాలూ 'రద్దు చెయ్యటానికి సాధ్యంకానివని' అనటం నిజం కాదు. వాటిలో ఎన్నో నిరంతరం మార్పు చెందుతూ ఉంటాయి, కొంతకాలానికి ఆ అవయవాలూ, సామర్థ్యాలూ, లక్షణాలూ పూర్తిగా మాయమైపోవచ్చు. ఉష్ట్రపక్షి ఎగిరే సామర్థ్యం కోల్పోయింది. 'రద్దు చెయ్యటానికి సాధ్యం కాని హక్కులు' అనే వాక్యాంశాన్ని 'మార్పుచేసుకోగల హక్కులు' అని తర్జుమా చేసుకోవాలి.

ఇక మానవుల్లో పరిణామం సాధించిన లక్షణాలు ఎలాటివి? 'జీవం' కచ్చితంగా ఉంది, కానీ 'స్వేచ్ఛ'? జీవశాస్త్రంలో అలాటిదేదీ లేదు. సమానత్వం, హక్కులూ, జవాబుదారీ కంపెనీలలాగే, స్వేచ్ఛ అనేది మానవులు కల్పించింది, జీవశాస్త్ర విజ్ఞానానికి కాక రాజకీయ ఆదర్శాలకి సంబంధించినది. దాని ఉనికి కేవలం వాళ్ళ ఊహల్లోనే. జీవశాస్త్రం దృష్ట్యా, ప్రజాస్వామ్య సమాజాల్లో నివసించే మానవులకి స్వేచ్ఛ ఉందనీ, నియంతృత్వ సమాజంలోని వారికి స్వేచ్ఛ లేదనీ అనటం అర్థంలేని మాట. మరి 'ఆనందం' సంగతేమిటి? ఇంతవరకూ జీవశాస్త్ర పరిశోధనలు నిర్వచనం ఇవ్వటంలోనూ, నిష్పక్షంగా దాన్ని కొలవటానికి మార్గాలు వెతకడంలోనూ వైఫల్యం పొందాయి. అధికశాతం జీవశాస్త్ర అధ్యయనాలు సంతోషం అనేది ఉందని మాత్రమే ఒప్పుకుంటాయి. దాన్ని

నిర్వచించటం, కొలవటం సులభం. అందుచేత, 'జీవం, స్వేచ్ఛ, ఆనందాన్ని వెతుక్కోవటం' అనటానికి బదులు 'జీవం, సంతోషాన్ని వెతుక్కోవటం', అనటం సబబు.

ఇక అమెరికా స్వాతంత్ర్య ప్రకటనని జీవశాస్త్రం భాషలో అనువదించుకుంటే ఎలా ఉంటుందో చూద్దాం :

> మనుషులందరూ భిన్నమైన విధంగా పరిణామం చెందారు, పుట్టుకతోనే వారిలో మార్పుకి లోనయే లక్షణాలు ఉంటాయి, ఆ లక్షణాలలో జీవం, ఆనందాన్ని వెతుక్కోవటం కూడా ఉంటాయి అనే సత్యాలు తేటతెల్లంగానే ఉన్నాయి.

ఇలాంటి అర్థం చెప్పుకుంటే సమానత్వాన్నీ, మానవ హక్కులనీ సమర్థించేవారికి చాలా కోపం రావచ్చు. వాళ్ళు ఇలా అనే అవకాశం ఉంది, 'జీవశాస్త్రం దృష్టిలో మనుషులందరూ సమానంగా ఉండరన్న విషయం మాకు తెలుసు! కానీ, మనుషులందరూ సమానం అని మనం అనుకుంటే, అది స్థిరమైన, సమృద్ధివంతమైన సమాజాన్ని సృష్టించేందుకు దోహదం చేస్తుంది.' ఈ విషయం గురించి నాకేమీ అభిప్రాయభేదం లేదు. నేను 'ఊహించిన క్రమపద్ధతి' అన్నది ఇలాంటి వాదన గురించే. మనం ఒక క్రమపద్ధతిని నమ్మటానికి అది నిష్పక్షమైన సత్యం అనేది కారణం కాదు, ఆ నమ్మకం మనం అందరం సహకరిస్తూ పనిచేసేందుకూ, మెరుగైన సమాజాన్ని రూపొందించేందుకూ సాయం చేస్తుంది. ఊహించిన క్రమపద్ధతి అంటే దుర్మార్గమైన కుట్రలూ, పనికిమాలిన ఎండమావులూ కాదు. నిజానికి అధిక సంఖ్యలో మనుషులు కలిసి చక్కగా పనిచేయాలంటే అదొక్కటే మార్గం. కానీ మనం ఇక్కడ ఒక విషయం గుర్తుంచుకోవాలి, బహుశా హమ్మురాబీ వర్గ శ్రేణులు అవసరమనే తన వాదనని ఈ ఉద్దేశంతోనే సమర్థించుకున్నాడేమో: 'ఉన్నతులూ, సామాన్యులూ, బానిసలూ–స్వభావం విషయానికొస్తే–భిన్నమైనవారు కారని నా మనసుకి తెలుసు. కానీ వాళ్ళు భిన్నమైనవారని నమ్మితేనే ఒక స్థిరమైన, సమృద్ధికరమైన సమాజాన్ని సృష్టించటం మనకి సాధ్యమౌతుంది.

మనస్ఫూర్తిగా నమ్మేవాళ్ళు

పైన ఉన్న వాక్యాలు చదివేటప్పుడు చాలామంది పాఠకులు కుర్చీల్లో ఇబ్బందిగా కదిలి వుంటారు. కానీ మనలో చాలామంది విద్యావంతులం కాబట్టి అలాటి ప్రతిక్రియ కనబరచి ఉండకపోవచ్చు. హమ్మురాబీ చట్టం కల్పన అని అనుకోవటం సులభమే, కానీ మానవ హక్కులు కూడా కల్పనే అనే మాట వినటం మనకి నచ్చదు. మానవహక్కుల ఉనికి కేవలం ఊహల్లో మాత్రమే ఉందని తెలుసుకుంటే మన సమాజాలు కూలిపోయే ప్రమాదం ఉంటుంది కదా? దేవుడి గురించి వోల్టయిర్ ఇలా అంటాడు, 'దేవుడు లేడు, కానీ ఆ సంగతి నా పనివాడికి చెప్పకండి, లేకపోతే ఏ రాత్రివేళో నన్ను హత్య చెయ్యగలడు.' తన వర్గశ్రేణి సిద్ధాంతం గురించి హమ్మురాబీ, మానవ హక్కుల గురించి థామస్ జెఫెర్సన్ కూడా సరిగ్గా ఇలాగే అని ఉంటారు. హోమో సేపియన్లకి సహజమైన హక్కులంటూ ఏవీ లేవు. సాలీళ్లకీ,

హైనాలకీ, చింపాంజీలకీ సహజమైన హక్కులు ఎక్కడున్నాయి? కానీ ఆ సంగతి మన ఇళ్లలో పనిచేసే నౌకర్లకి చెప్పకండి, లేకపోతే ఏ రాత్రివేళో మనని హత్య చెయ్యగలరు.

అలాంటి భయాలు ఉండటం న్యాయమే. సహజమైన క్రమపద్ధతి స్థిరంగా నిలిచి ఉంటుంది. మనుషులు దాన్ని నమ్మకపోయినా రేపు భూమ్యాకర్షణ శక్తి పనిచేయటం మానదు, అది అసంభవం. దీనికి విరుద్ధంగా కల్పన ఆధారంగా తయారైన క్రమపద్ధతి కూలిపోయే ప్రమాదం ఉంది. కారణం, అది కేవలం కల్పన మీద ఆధారపడింది. మనుషులు నమ్మటం మానెయ్యగానే ఆ కల్పనలు మాయమైపోతాయి. ఊహించిన క్రమపద్ధతిని కాపాడుకోవాలంటే నిరంతరం కష్టపడి ప్రయత్నం చెయ్యటం తప్పనిసరి. ఈ ప్రయత్నాలలో కొన్ని హింసగానో, బలవంతపెట్టటంగానో రూపొందుతాయి. సైన్యం, పోలీసు బలగాలూ, న్యాయస్థానాలూ, జైళ్ళూ జనం ఈ ఊహించిన క్రమపద్ధతిని అనుసరిస్తూ బతకాలని నిత్యం వాళ్ళని బలవంతపెడతాయి. ప్రాచీన యుగంలో బాబిలోనియా వాసి తన పొరుగువాడి కన్ను పోగొడితే, 'కన్నుకి కన్ను' అనే న్యాయం జరిగేట్టు చూసేందుకు కొంత హింస అవసరం అయింది. బానిసలు కూడా మనుషులేననీ, వాళ్లకి స్వేచ్ఛగా జీవించే హక్కు ఉందనీ 1860లో అధికశాతం అమెరికావాసులు నిర్ణయించారు. దక్షిణ రాష్ట్రాలని దీనికి ఒప్పించేందుకు అంతర్యుద్ధం జరిగి రక్తపుటేరులు పారవలసి వచ్చింది.

ఏది ఏమైనా ఊహించిన క్రమపద్ధతిని కొనసాగించేందుకు హింస మాత్రమే సరిపోదు. దాన్ని పూర్తిగా నమ్మేవాళ్ళు కూడా ఉండాలి. 16వ లూయీ దగ్గర ఊసరవెల్లిలా తన వృత్తిని ప్రారంభించిన యువరాజు టాలీరాండ్ ఆతరవాత కాలంలో విప్లవవాదంతో నిండిన నెపోలియన్ పాలక వర్గంలో పనిచేశాడు. రాచరికం మళ్ళీ పునరుద్ధరింపబడగానే తన రాజభక్తిని మార్చుకుని ఆయన కింద పనిచేయటం మానుకున్నాడు. కొన్ని దశాబ్దాల పాటు ప్రభుత్వంలో భాగంగా ఉంటూ సంపాదించుకున్న అనుభవాన్ని ఒక్క వాక్యంలో ఇలా కుదించాడు, 'బయోనెట్లతో మీరు ఎన్నో పనులు చెయ్యవచ్చు, కానీ వాటిమీద కూర్చోవటం అసౌకర్యంగా ఉంటుంది.' ఒక్క మతాధికారి తరచు వందలమంది సైనికులు కూడా చెయ్యలేని పని వాళ్లకన్నా చవకగానూ, సమర్ధంగానూ చేస్తాడు. అంతేకాక బయోనెట్లు ఎంత సామర్థ్యం కలవైనప్పటికీ, వాటిని ఉపయోగించేవాళ్లెవరైనా ఉండాలి. తాము నమ్మని ఊహించిన క్రమపద్ధతిని సైనికులూ, జైలు అధికారులూ, న్యాయాధీశులూ, పోలీసులూ ఎందుకు నిర్వహించాలి? మానవులు సహకరిస్తూ చేసే పనులన్నిటిలోకీ అన్నిటికన్నా కష్టమైనది హింసని నిర్వహించటం. సమాజంలో ఒక క్రమ పద్ధతిని సైనిక బలాలు నిర్వహిస్తున్నాయని అనగానే ఒక ప్రశ్న తలెత్తుతుంది: ఆ సైన్యాన్ని నిర్వహించేది ఏది? ఒక సైన్యాన్ని కేవలం బలప్రయోగంతో నిర్వహించటం అనేది అసాధ్యం. కనీసం కొందరు సేనాపతులో, సైనికులో ఏదో ఒకదాన్ని నమ్ముతూనే ఉంటారు, అది దేవుడు కావచ్చు, గౌరవం కావచ్చు, మాతృభూమి కాని పౌరుషం కాని డబ్బుకాని కావచ్చు.

మరింత ఆసక్తిని రేకెత్తించే ప్రశ్న సమాజం శిఖరాగ్రం మీద నిలబడిన వారిని గురించి వుంది. వాళ్ళు స్వయంగా నమ్మని ఊహించిన క్రమపద్ధతిని బలవంతంగా

అమలుచెయ్యాలని వాళ్ళకెందుకుంటుంది? ఉన్నతవర్గాలు ఒక రకమైన మొండి దురాశతో అలా చేస్తారని కొందరు అనవచ్చు. కానీ దేన్నీ నమ్మనివాడు దురాశాపరుడయే అవకాశం లేదు. హోమోసేపియన్ల శారీరక అవసరాలను తీర్చటానికి పెద్ద ప్రయత్నమేమీ అక్కర్లేదు. ఆ అవసరాలు తీరిన తరవాత, పిరమిడ్లు నిర్మించటం, సెలవల్లో విహార యాత్రలకు వెళ్ళటం, ఎన్నికల ప్రచారానికి డబ్బు ఖర్చుచేయటం, మీకు ఇష్టమైన ఉగ్రవాదుల క్రియాకలాపాలకి డబ్బు అందజెయ్యటం, లేదా షేర్ బజారులో డబ్బు పెట్టి మరింత డబ్బు సంపాదించటం లాంటివి చెయ్యవచ్చు. కానీ నిజమైన మానవ ద్వేషి ఇలాంటి పనులు పూర్తిగా అర్థం లేనివని అనుకుంటాడు. సినికల్ స్కూల్ స్థాపించిన డియోజీనెస్ అనే గ్రీకు తత్వవేత్త ఒక పీపాలో నివసించేవాడు. ఒకసారి డియోజీనెస్ ఎండలో విశ్రాంతి తీసుకుంటున్నప్పుడు, అలెగ్జాండర్ సామ్రాట్టు అతని దగ్గరకు వచ్చి తనవల్ల అతనికి ఏమైనా సాయం కావాలా అని అడిగాడు. అప్పుడా మొండివాడు డియోజీనెస్, ఆ విశ్వవిజేతకు ఇలా జవాబు చెప్పాడు, 'అవును మీవల్ల నాకొక సాయం కావాలి. దయచేసి కాస్త పక్కకి జరగండి, ఎండకి అడ్డంగా నిలబడ్డారు,' అన్నాడు.

అందుకే ఇలాంటి జగమొండివాళ్ళు సామ్రాజ్యాలు స్థాపించరు. అందుకే ఊహించిన క్రమపద్ధతిని నిర్వహించాలంటే అధిక సంఖ్యలో జనం – ముఖ్యంగా ఉన్నత వర్గాలూ, రక్షణ బలగాలూ పెద్ద సంఖ్యలో – దాన్ని నమ్మాలి. అధిక సంఖ్యలో మతాధికారులూ, బిషప్పులూ ఏసుక్రీస్తుని నమ్మకపోయి నట్టయితే క్రిస్టియన్ మతం 2000 సంవత్సరాలు బతికి ఉండేది కాదు. అధ్యక్షులూ, అమెరికన్ కాంగ్రెస్ సభ్యులూ మానవహక్కులని నమ్మకపోయి ఉన్నట్టయితే, అమెరికాలో 250 ఏళ్లపాటు ప్రజాస్వామ్యం కొనసాగివుండేది కాదు. పెట్టుబడిదారులు, బ్యాంకర్లూ పెట్టుబడిదారీ వ్యవస్థని నమ్మకపోతే ఆధునిక ఆర్థిక వ్యవస్థ ఒక్కరోజు కూడా నిలబడగలిగేది కాదు.

జైలు గోడలు

క్రైస్తవమతం, ప్రజాస్వామ్యం లేదా పెట్టుబడిదారీ విధానం లాంటివి జనానికి 'ఊహించిన క్రమపద్ధతి'లో ఎలా నమ్మకం కలిగించగలవు? మొదట ఆ క్రమపద్ధతి కేవలం ఊహా జనితమని ఎంతమాత్రం ఒప్పుకోవద్దు. సమాజాన్ని పోషించే ఆ క్రమపద్ధతి మహనీయులైన భగవంతుడో, ప్రకృతి నియమాలో సృష్టించిన నిష్పక్షమైన వాస్తవమని బల్లగుద్ది మరీ చెప్పండి. మనుషుల్లో సమానత్వం లేదు, అది హమ్మురాబీ చెప్పినందువల్ల కాదు, ఎన్లిల్, మార్డుక్ ఆ నియమాన్ని విధించారు. మనుషుల్లో సమానత్వం ఉన్నది థామస్ జెఫెర్సన్ చెప్పినందువల్ల కాదు, దేవుడే వాళ్ళని అలా సృష్టించాడు. ఉచిత విపణి అన్నిటికన్నా మెరుగైన ఆర్థిక వ్యవస్థ అవటానికి కారణం – ఆడమ్ స్మిత్ చెప్పటం వల్ల కాదు, అవి శాశ్వతమైన ప్రకృతి నియమాలు.

మీరు జనానికి క్షుణ్ణంగా అన్నీ నేర్పిస్తారు. వాళ్ళు పుట్టినప్పట్నుంచీ దేనికైనా వర్తించగల ఊహాజనిత క్రమపద్ధతి తాలూకు సిద్ధాంతాలని వాళ్లకి నిరంతరం గుర్తు

చేస్తూనే ఉంటారు. ఆ సిద్ధాంతాలని కల్పితగాథలలో, నాటకాలలో, చిత్రకళలో, పాటల్లో, ఆచారవ్యవహారాల్లో, రాజకీయ ప్రచారాల్లో, శిల్పకళలో, వంటకాలలో, ఫ్యాషన్లలో పొందుపరుస్తారు. ఉదాహరణకి ఈనాడు జనం సమానత్వాన్ని నమ్ముతారు, అందుకని డబ్బున్న కుటుంబాలలో పిల్లలు జీన్స్ తొడుక్కోవటం ఫ్యాషన్, కానీ ఒకప్పుడు శ్రమజీవులు మాత్రమే వాటిని తొడుక్కునేవారు. మధ్యయుగంలో యూరోపియన్లు వర్గ విభజనని నమ్మారు, అందుకని ఉన్నతవర్గానికి చెందిన యువకులెవరూ రైతులు తొడుక్కునే పొడుగాటి చొక్కా తొడుక్కునేవారు కాదు. పూర్వం 'సార్' అనీ 'మేడం' అనీ పిలిపించుకోవటం ఉన్నతవర్గం వారికి మాత్రమే అందే అరుదైన గౌరవం. తరచు వంశం పేరు చెప్పుకుని దాన్ని పొందేవారు. ఈనాడు మనం ఎవరికి ఉత్తరం రాసినా, వాళ్ళు ఎలాటివారైనా, 'డియర్ సార్', అనో 'డియర్ మేడం' అనో మర్యాదగా ప్రారంభిస్తాం.

ఊహించిన క్రమపద్ధతి జీవితంతో ఎలా అల్లుకుపోయిందో వివరించేందుకే మానవీయ శాస్త్రాలు, సమాజశాస్త్రం తమ శక్తినంతా ధారబోస్తాయి. మనకి అందుబాటులో ఉండే పరిమితమైన పరిధిలో మనం పైపైన మాత్రమే కాస్త గీకి చూడగలం. తమ జీవితాలని తీర్చిదిద్దే క్రమపద్ధతి ఉనికి కేవలం ఊహల్లో మాత్రమే ఉందని తెలుసు కోకుండా మూడు ముఖ్యమైన అంశాలు జనానికి అడ్డుపడతాయి :

1. ఊహాజనితమైన క్రమపద్ధతి భౌతిక ప్రపంచంలో పొదగబడి ఉంది. ఊహించిన క్రమపద్ధతి కేవలం మన మనసుల్లోనే ఉన్నప్పటికీ, దాన్ని మన చుట్టూ ఉన్న వాస్తవ ప్రపంచంలో ఇమిడిపోయేట్టు చెయ్యవచ్చు. ఒక్కోసారి రాతిలో కూడా చెక్కి ఉంచు కోవచ్చు. అధికశాతం పాశ్చాత్యులు ఈనాడు వ్యక్తివాదాన్ని నమ్ముతున్నారు. ప్రతి మనిషి వ్యక్తిత్వానికీ ఒక విలువ ఉంటుంది, అవతలివాళ్ళు అతన్ని/ఆమె గురించి ఏమనుకుంటున్నా రన్న దానిమీద అది ఆధారపడి ఉండదు. ప్రతి ఒక్కరిలోనూ వెలుగులు చిమ్మే ఒక కాంతి కిరణం ఉంటుంది, అది మన జీవితానికి విలువనీ, సార్థకతనీ కలగజేస్తుంది. క్లాసు పిల్లల్లో ఎవరైనా మిమ్మల్ని హేళన చేస్తే పట్టించుకోకండి అని పాశ్చాత్య దేశాలలోని స్కూళ్లలో ఈనాడు అధ్యాపకులు, తలిదండ్రులూ పిల్లలకి చెపుతారు. వాళ్ళ విలువేమిటో వాళ్ళకే తప్ప ఇంకెవరికీ తెలీదని చెపుతారు.

ఆధునిక శిల్పకళలో, ఊహల్లోంచి బయటికి వచ్చిన ఈ కల్పన రాతిలోనూ, సిమెంటు, సున్నంలోనూ రూపుదిద్దుకుంటుంది. ఆదర్శమైన ఆధునిక గృహంలో ఎన్నో చిన్నచిన్న గదులుంటాయి. ఆ విధంగా ప్రతి పిల్ల, పిల్లవాడికి విడిగా తమకంటూ ఒకచోటు కల్పించబడింది. ఎవరికీ కనబడకుండా ఉండేందుకూ, స్వయంప్రతిపత్తి సాధించేందుకూ ఇది సాయం చేస్తుంది. ఈ విడి గదికి తలుపు తప్పకుండా ఉండి తీరుతుంది. చాలా ఇళ్లలో పిల్లలకు ఈ తలుపు మూసుకోవటం, లోపల గడియ పెట్టుకోవటం అనే అలవాటుని ఆమోదిస్తారు. తలిదండ్రులు కూడా ఆ గదిలోకి వెళ్లాలంటే తలుపు తట్టి అనుమతి తీసుకోవలసిందే. ఆ గదులని పిల్లలు తమకి నచ్చిన విధంగా అలంకరించుకుంటారు. గోడలకి రాక్ స్టార్ పోస్టర్లూ, నేలమీద మురికి మేజోళ్ళూ ఉంటాయి. అలాంటి విడి గదిలో పెరిగేవారెవరికైనా తానూ 'ఒక వ్యక్తి' అనే

భావన రాకుండా ఉండదు. తన విలువ బైటినుంచి కాక, తనలోనుంచే వెలువడుతుందని అనిపిస్తుంది.

మధ్యయుగంలో జీవించిన ప్రముఖులు వ్యక్తివాదాన్ని నమ్మలేదు. సమాజ వర్గశ్రేణిని బట్టీ, ఇతరులు వాళ్ళ గురించి ఏమంటున్నారన్న దాన్ని బట్టీ మనుషుల విలువ నిర్ణయించే వారు. ఎగతాళికి గురికావట మనేది భయంకరమైన అవమానంగా భావించేవారు. ఎలాగైనా సరే తమ పేరు ప్రతిష్ఠలకి మచ్చ రాకుండా చూసుకోమని ప్రముఖులు తమ పిల్లలకి బోధించేవారు. ఆధునిక వ్యక్తివాదంలాగే మధ్యయుగంలో నెలకొన్న విలువలు, ఊహలని వదిలి ఆకాలం నాటి రాతి కోటల్లో వ్యక్తమయ్యాయి. కోటలో పిల్లలకంటూ విడిగా గదులు చాలా అరుదుగా ఉండేవి (అసలు ఎవరికీ విడి గదులుండేవి కావనే అనాలి). మధ్యయుగపు ప్రముఖ వ్యక్తి కొడుక్కి యుక్తవయసు వచ్చినా, అతడికి కోట మొదటి అంతస్తులో విడిగా గది, గది గోడలకి రిచర్డ్ ది లయన్ హార్ట్, కింగ్ ఆర్థర్ చిత్రాలు ఉండేవి కావు, తలిదండ్రులు తెరిచేందుకు వీలులేకుండా గడియ పెట్టిన తలుపు ఉండేది కాదు. మిగిలిన యువకులతోబాటు అతను పెద్ద హాల్లో పడుకునేవాడు. అతను అందరికీ అన్నివేళలా కనబడుతూ, వాళ్ళు చెప్పేది వింటూ, చేసేది చూస్తూ వాటిని అర్థం చేసుకుంటూ గడపవలసి ఉండేది. అటువంటి వాతావరణంలో పెరిగినవాళ్ళకి సహజంగానే సమాజం వర్గశ్రేణిలో అతని స్థానాన్ని బట్టీ, ఇతరులు అతన్ని గురించి వెలిబుచ్చే అభిప్రాయాలని బట్టీ ఒక వ్యక్తి విలువ నిర్ణయించబడుతుందని అనిపిస్తుంది.

2. ఊహాజనిత క్రమపద్ధతి మన కోరికలకు రూపమిస్తుంది. అధికశాతం మనుషులు తమ జీవితాన్ని శాసించే క్రమపద్ధతి కేవలం ఊహాజనితమైనదని అంగీకరించేందుకు ఇష్టపడరు. ప్రతి మనిషీ ముందే సృష్టించబడిన ఊహాజనిత క్రమపద్ధతిలోకి జన్మిస్తాడనీ, పుట్టినప్పట్నుంచే ఆ వ్యక్తి కోరికలకు ప్రబలమైన కల్పనలే రూపం కల్పిస్తాయనీ నమ్ముతాడు. ఆ రకంగా మన వ్యక్తిగత ఆకాంక్షలు ఊహాజనిత క్రమపద్ధతిని సమర్థించే ముఖ్యమైన అంశాలవుతాయి.

ఉదాహరణకి, ఈనాడు ఆధునిక పాశ్చాత్యదేశ ప్రజలలో ఎక్కువగా ఉండే కోరికలని రూపుదిద్దినవి, ప్రణయానికి, జాతీయవాదానికీ, పెట్టుబడిదారీ వ్యవస్థకీ, మానవతా వాదానికీ సంబంధించిన కల్పిత గాథలే. అవి కొన్ని శతాబ్దాలుగా ప్రచారంలో ఉన్నాయి. సలహాలిచ్చే మిత్రులు తరచు, 'నీ మనసు చెప్పే మాట విను' అంటూ ఉంటారు. కానీ మనసు ఏకపక్షంగా ఉండదు, ఆనాడు ప్రచారంలో ఉన్న కల్పిత కథలనుంచి ఆదేశాల్ని స్వీకరిస్తుంది, కానీ 'నీ మనసు చెప్పే మాట విను' అనే సలహా – పందొమ్మిదో శతాబ్దంలోని కాల్పనిక గాథలూ, ఇరవైయ్యో శతాబ్దపు వినియోగదారుకి సంబంధించిన గాథలూ కలగలిసిన ఒక నమ్మకానికి సంబంధించినది. కోకా కోలా కంపెనీ ప్రపంచవ్యాప్తంగా డయెట్ కోక్ అమ్మకాలను ప్రారంభించినప్పుడు ఒక నినాదాన్ని సృష్టించింది – 'డయెట్ కోక్. డు వాట్ ఫీల్స్ గుడ్' (డయెట్ కోక్ తాగండి. మీకు బాగా అనిపించింది చెయ్యండి).

జనం తమకి మాత్రమే సొంతమనుకునే కోరికలు సైతం ఊహాజనిత క్రమపద్ధతి

18. గీజాలోని గ్రేట్ పిరమిడ్. ప్రాచీన ఈజిప్ట్‌లో ధనవంతులు ఇలాంటి పనులే చేసేవారు.

లోంచి వచ్చినవే. ఒక ఉదాహరణ చూద్దాం, అందరికీ చాలా ఇష్టమైనది ఒకటి వుంది – అదే విదేశాలకి విహారయాత్రకు వెళ్ళటం. ఇందులో సహజత్వం గాని, చెప్పుకోదగ్గది గాని ఏమీ లేదు. ఒక మగ చింపాంజీ ఎన్నడూ పొరుగునున్న చింపాంజీల సమూహానికి విహార యాత్ర చేసేందుకు తన శక్తిని ధారబోయదు. ప్రాచీనయుగపు ఈజిప్ట్‌లోని ఉన్నతవర్గం, పిరమిడ్లు నిర్మించి తమ శవాలను 'మమ్మీలు'గా తయారుచేయించేందుకే తమ నిధుల్ని వెచ్చించారు తప్ప, బాబిలోనియాలో షాపింగ్ చేసేందుకూ, ఫెనీషియాలో మంచుకొండల్లో స్కీయింగ్ చేసేందుకూ కాదు. రొమాంటిక్ కన్స్యూమరిజం (కాల్పనిక వినియోగవాదం) అనే కల్పిత కథలను నమ్మటంవల్లే ఈనాడు జనం విదేశాల్లో పర్యటించేందుకు బోలెడంత డబ్బు ఖర్చుపెడతారు.

మానవులలోని శక్తిని అత్యధికంగా ఉపయోగించుకోవాలంటే మనం వీలైనన్ని వేర్వేరు అనుభవాలని చవిచూడాలని కాల్పనికవాదం మనకి చెపుతుంది. విభిన్నమైన అనుభూతులని పొందేందుకు మనం సిద్ధమవ్వాలి; రకరకాల సంబంధాలు ఏర్పరచుకోవాలి; విభిన్నమైన దేశాల వంటకాల్ని రుచిచూడాలి; అన్ని రకాల సంగీతాన్నీ ఇష్టపడటం నేర్చుకోవాలి. ఇలాటివి చెయ్యాలంటే మనకున్న ఒక అత్యంత మంచి మార్గం – రోజువారీ జీవితా న్నుంచి బైటపడి, మనకి పరిచయమైన పరిసరాలను వదిలి, దూరదేశాలకు ప్రయాణం కట్టాలి. అప్పుడు మనం అక్కడి సంస్కృతిని, వాసనలని, రుచులని, అక్కడి జనం పాటించే విధానాలని 'అనుభవించగలుగుతాం'. 'ఒక కొత్త అనుభవం నా కళ్ళు తెరిపించి, నా జీవితాన్నే మార్చివేసింది,' అనే కాల్పనిక కథలు మనం మళ్ళీ మళ్ళీ వింటూనే ఉంటాం.

మనం ఆనందంగా ఉండాలంటే వీలైనన్ని ఎక్కువ వస్తువులూ, సేవలూ

సంపాదించుకోవాలని వినిమయతత్వం చెపుతుంది. ఎక్కడో ఏదో లోటు ఉన్నట్టో, సవ్యంగా లేనట్టో అనిపిస్తే, అప్పుడు బహుశా మనం ఏదైనా వస్తువు కొనాల్సి ఉంటుంది (ఒక కారో, కొత్త బట్టలో, ఆర్గానిక్ ఆహార పదార్థాలో), లేదా ఏవైనా సేవలు పొందేందుకు (ఇంటిపని చేసే ఒక మనిషి కోసమో, ఇతరులతో మెరుగైన సంబంధాలు ఉండేందుకు మానసిక చికిత్స కోసమో, యోగ క్లాసులో చేరడమో) ప్రయత్నించాలి. టీవీలో వచ్చే ప్రతి ప్రకటనా ఒక చిన్న కథ చెపుతుంది, ఒక ప్రత్యేక ఉత్పత్తిని కొనడం ద్వారా లేదా ఒక సేవని పొందడం ద్వారా మన జీవితాలు మెరుగుపడతాయని వివరిస్తుంది.

కాల్పనికవాదం వైవిధ్యాన్ని ప్రోత్సహిస్తుంది కాబట్టి అది చక్కగా వినిమయ వాదంలో ఒక భాగంగా కలిసిపోగలదు. వాటి కలయిక అనంతమైన 'అనుభవాల అంగడి'కి జన్మనిచ్చింది. ఆధునిక పర్యాటక పరిశ్రమకి అదే పునాది. పర్యాటక పరిశ్రమ మీరు విమానంలో ప్రయాణం చేసేందుకు టిక్కెట్లు, హోటల్‌లో పడక గదులూ ఇవ్వదు, అది అనుభవాలని అమ్ముతుంది. పారిస్ ఒక నగరమూ కాదు, ఇండియా ఒక దేశమూ కాదు – అవి రెండూ అనుభవాలు, ఆ అనుభవాలు మన పరిధిని విస్తరింపజేస్తాయనీ, మనుషులుగా మనకున్న సంభావ్యతని నెరవేర్చుతాయనీ, మనకి ఎక్కువ ఆనందాన్ని అందిస్తాయనీ అనుకోవాలి. అందుకే ఒక లక్షాధికారికీ అతని భార్యకీ మనస్పర్థలు వచ్చినప్పుడు అతను బోలెడంత డబ్బు ఖర్చుపెట్టి ఆమెని పారిస్‌కి తీసుకెళ్తాడు. ఈ ప్రయాణం ఊరికే మనసులో పుట్టిన కోరిక కాదు, కాల్పనిక వినియోగ తత్వంలో ప్రగాఢమైన నమ్మకం ఉండటం వల్లే ఆ పని చేస్తాడు. ప్రాచీన కాలంలో ఈజిప్టు దేశంలో ఒక ధనవంతునికి తన భార్య విషయంలో సమస్యలు తలెత్తితే, వాటిని పరిష్కరించేందుకు తన పనుల్ని వదిలేసి, ఆమెని బాబిలోనియా విహారానికి తీసుకెళ్లాలని కలలోనైనా అనుకుని ఉండడు. దానికి బదులు బహుశా ఆమె ఎప్పుడూ కోరినట్టు ఆమెకోసం ఒక దివ్యమైన సమాధిని కట్టించి ఉంటాడు.

ఈజిప్టులోలాగే, అన్ని రకాల సంస్కృతులలోనూ ప్రాచీనకాలంలో జనం పిరమిడ్ల లాంటివి కట్టించేందుకే తమ జీవితకాలాన్ని వెచ్చించారు. విభిన్న సంస్కృతులు నిర్మించిన ఈ పిరమిడ్ల ఆకారం, పరిమాణం, పేర్లు మాత్రమే తేడాగా ఉంటాయి. ఉదాహరణకి, ఒక చోట అవి ఊరి శివార్లలో అందమైన కుటీరాల్లా ఉంటాయి, వాటిలో ఒక ఈత కొలను, ఎప్పుడూ పచ్చగా ఉండే గడ్డిబయలూ ఉంటాయి. లేదా మెరిసిపోయే ఒక పెంట్ హౌస్ దానిలోంచి కనబడే దృశ్యాలు ఇతరులకి అసూయ కలిగించేవి ఉండవచ్చు. అసలు పిరమిడ్లు కావాలని మనం కోరుకోవడం వెనక ఉన్న కల్పిత గాథల గురించి ఎవరూ ప్రశ్నించరు.

3. ఊహాజనిత క్రమపద్ధతి ఒక వ్యక్తిగత అనుభవం. మానవాతీతమైన ప్రయత్నం చేసి నేను ఒకవేళ నా సొంత కోరికలని ఊహాజనిత క్రమపద్ధతి పిడికిలిలోనుంచి విడిపించినా అలాచేసిన వ్యక్తిని నేనొక్కడినే అవుతాను. ఊహాజనిత క్రమపద్ధతిని మార్చాలంటే నేను కొన్ని లక్షలమంది అపరిచితులని నాతో సహకరించేందుకు ఒప్పించాల్సి వుంటుంది.

ఎందుకంటే అది నా ఊహల్లో మాత్రమే ఉన్న వ్యక్తిగత విషయం కాదు – ఎందరో వ్యక్తులు పరస్పరం నమ్మే పద్ధతి. కొన్ని వేల లక్షల మంది తమ ఊహల్లో పంచుకునే పద్ధతి.

దీన్ని అర్థం చేసుకోవాలంటే ముందు మనం 'నిష్పక్ష దృష్టికీ', 'వ్యక్తిగతమైన దృష్టికీ', 'ఒక సమూహంలో వ్యక్తుల పరస్పర దృష్టికీ' మధ్య నున్న తేడాను అర్థం చేసుకోవాలి.

'నిష్పక్ష దృష్టి' మనిషి స్పృహకీ, నమ్మకాలకీ అతీతమైనది. ఉదాహరణకి రేడియో ధార్మికత కల్పన కాదు. మనుషులకి వాటిగురించి తెలియక ముందు నుంచే రేడియో ధార్మిక కిరణాలు ప్రసరించేవి, వాటిని జనం నమ్మకపోయినా అవి ప్రమాదకరమైనవే. రేడియోధార్మికత కనుగొన్న వారిలో ఒకరైన మారీ క్యూరీ ఎన్నో సంవత్సరాల కాలం వాటిని అధ్యయనం చేస్తూ గడిపినప్పుడు అవి తన శరీరానికి హాని కలిగిస్తాయని ఆమెకి తెలీదు. రేడియోధార్మికత తన ప్రాణాలు తీస్తుందని ఆమె నమ్మకపోయినప్పటికీ, రేడియో ధార్మిక కణాలతో ఎక్కువకాలం పనిచెయ్యటంవల్ల, ఆమె శరీరానికి అవి హాని కలిగించి ఎర్ర రక్తకణాలు తగ్గిపోవటం వల్ల రక్తహీనత అనే వ్యాధి ఆమె ప్రాణాలను బలిగొంది.

'వ్యక్తిగత దృష్టి' అనేది ఒక వ్యక్తి స్పృహకీ, సంబంధించినది. ఆ వ్యక్తి తన నమ్మకాలని మార్చుకోవటాన్ని బట్టి ఆ దృష్టి మారటం, మాయమవటం లాంటివి జరుగుతాయి. చాలామంది పిల్లలు తమకి ఒక నేస్తం ఉన్నట్టు ఊహించుకుంటారు, ఆ నేస్తం మిగతా ప్రపంచానికి కనబడటం, వినబడటం జరగదు. ఆ పిల్ల వ్యక్తిగత స్పృహలో మాత్రమే ఆ నేస్తం ఉంటుంది. ఆ పిల్ల పెద్దదయాక ఆమెకి ఆ నేస్తంలో నమ్మకం పోగానే ఆ నేస్తం మాయమవుతుంది.

'మనుషులకి **పరస్పరం ఉండే దృష్టి**' సమాచారం అందించుకోవటంలో కనిపిస్తుంది. ఎక్కువ మంది వ్యక్తిగత స్పృహని కలిపే దృష్టి ఇది. ఒకే ఒక వ్యక్తి తన నమ్మకాన్ని మార్చుకుంటే లేదా చనిపోతే అది పెద్దగా లెక్కలోకి రాదు. కానీ ఒక సమూహంలో ఉండే అధికశాతం మనుషులు చనిపోయినా, తమ నమ్మకాన్ని మార్చుకున్నా అప్పుడు అందరికీ కలిసికట్టుగా ఉండే దృష్టి మాయమవుతుంది లేదా పెద్ద మార్పుకి గురవుతుంది. వ్యక్తులకి పరస్పరం ఉండే దృగ్విషయాలు కపటంతో కూడిన మోసాలూ, నిరర్థక 'చెప్పుకో చూద్దాం రకం' ఆటలూ కావు. వాటి ఉనికి రేడియోధార్మికతలాగ భౌతిక దృగ్విషయాలకి భిన్నంగా ఉంటుంది, అయినప్పటికీ ప్రపంచం మీద వాటి ప్రభావం మాత్రం చాలా బలంగా ఉండే అవకాశం ఉంది. చరిత్రని ముందుకు నడిపించిన ముఖ్యమైన విషయాలు ఇలా పరస్పరం మనుషులకి ఉండే దృగ్విషయాలే : చట్టం, డబ్బు, దేవతలు, దేశాలు.

ఉదాహరణకి, ప్యూజో ఆ పేరుతో వున్నా కంపెనీ సిఈఓ ఊహించిన నేస్తం కాదు. ఆ కంపెనీ ఉనికి కొన్ని లక్షలమంది ఉమ్మడిగా పంచుకున్న ఊహల్లో ఉంది. సిఈఓ ఆ కంపెనీని నమ్మటానికి కారణం బోర్డు డైరెక్టర్లు కూడా దాన్ని నమ్మటమే. కంపెనీ తాలూకు లాయర్లకు కూడా కంపెనీలో నమ్మకం ఉంది, దగ్గరలో ఉన్న కంపెనీ ఆఫీస్‌లో పనిచేసే సెక్రెటరీలకీ, బ్యాంకులో డబ్బు అందించే టెల్లర్లకీ, షేర్ మార్కెట్లోని దళారులకీ, ఫ్రాన్స్ నుంచి ఆస్ట్రేలియా దాకా ఆ కార్ల అమ్మకాలనీ నిర్వహించేవారికీ కూడా ఆ కంపెనీలో

నమ్మకం ఉంది. సిఈఓ ఒక్కడు మాత్రమే హఠాత్తుగా ప్యూజో అస్తిత్వాన్ని నమ్మటం మానివేస్తే, అతను వెంటనే దగ్గరలో ఉండే పిచ్చాసుపత్రిలో చేరవలసి వస్తుంది. అతని స్థానంలో మరో వ్యక్తి ఆ పదవిని చేపడతాడు.

అదే విధంగా డాలర్, మానవ హక్కులూ, అమెరికా సంయుక్త రాష్ట్రాలూ అనేవాటి అస్తిత్వం కొన్ని కోట్లమంది ఉమ్మడిగా ఊహించే కల్పనలో ఉంటుంది. ఒంటరిగా ఏ వ్యక్తీ ఆ అస్తిత్వానికి హాని కలిగించలేడు. నేనొక్కణ్ణే డాలర్‌నీ, మానవ హక్కులనీ, అమెరికా సంయుక్త రాష్ట్రాలనీ నమ్మటం మానివేస్తే దాన్నెవరూ పట్టించుకోరు. ఈ ఊహాజనిత క్రమపద్ధతులు ఉమ్మడిగా నమ్మేవి, అందుకని వాటిని మార్చాలనుకుంటే మనం కొన్ని కోట్లమంది స్పృహలో ఉన్న ఆ నమ్మకాలని ఒకేసారిగా మార్చవలసి ఉంటుంది. అది అంత సులభం కాదు. అలాంటి పెనుమార్పు తీసుకు రావాలంటే, అది ఒక సంక్లిష్టమైన సంస్థ ద్వారానే సాధ్యం. అంటే ఏదైనా రాజకీయ పార్టీయో, సైద్ధాంతిక ఉద్యమమో, లేదా మతవిధానమో అయితే ఆ పని చేయగలుగుతుంది. అయినా, అలాంటి సంక్లిష్టమైన సంస్థలను స్థాపించాలంటే అనేకమంది అపరిచితులని సహకరిస్తూ పనిచెయ్యమని ఒప్పించటం అవసరం. ఇది సాధ్యం కావాలంటే ఆ అపరిచితులందరూ ఒకే రకమైన కల్పిత గాథలను నమ్మేవారై ఉండాలి. ప్రస్తుతం ఉన్న ఊహాజనిత క్రమపద్ధతిని మార్చాలంటే, మనం ముందుగా ఒక ప్రత్యామ్నాయ ఊహాజనిత క్రమపద్ధతిని నమ్మాలి.

ఉదాహరణకి, ప్యూజోని పడగొట్టేందుకు మనం దానికన్నా బలమైన, ఫ్రెంచ్ న్యాయ వ్యవస్థ లాంటిదాన్ని ఊహించాలి. ఫ్రెంచ్ న్యాయవ్యవస్థని పడగొట్టాలంటే అంతకన్నా గొప్ప శక్తివంతమైనదాన్ని ఊహించాలి – ఫ్రెంచ్ దేశం. దాన్ని కూడా పడగొట్టాలని సంకల్పిస్తే అంతకన్నా శక్తివంతమైన మరో దాన్ని ఊహించాలి.

ఊహాజనిత క్రమపద్ధతినుంచి బయటపడటం సాధ్యం కాదు. మనం జైలు గోడలని కూల్చి స్వేచ్ఛ కోసం బైటికి పరిగెత్తినప్పుడు, నిజానికి మనం మరింత విశాలమైన జైలు వ్యాయామ ప్రాంగణంలోకి పరిగెత్తుతున్నామని గ్రహించాలి.

అధ్యాయం 7

జ్ఞాపకాల భారం

పరిణామక్రమం మానవులకి ఫుట్‌బాల్ ఆడే సామర్థ్యాన్ని ఇవ్వలేదు. బంతిని తన్నేందుకు కాళ్ళూ, ఆటలో ఫౌల్ చేసేందుకు మోచేతులూ, తిట్టేందుకు నోళ్ళూ అది ఇచ్చిన మాట నిజమే. బహుశా మనం ఒంటరిగా పెనాల్టీ కిక్కులు కొట్టేందుకే వాటిని ఇచ్చి ఉంటుంది. కానీ స్కూల్ మైదానంలో గాని, ఇంకెక్కడైనా గాని అపరిచితులతో ఆ ఆట ఆడాలంటే మనం పదిమంది ఆటగాళ్లతో కలిసికట్టుగా పనిచేయాలి. వాళ్ళని మనం ఇంతకు ముందెన్నడూ చూసి ఉండకపోవచ్చు. అదే విధంగా ప్రతిపక్షంలో ఆడే ఆటగాళ్లందరూ మనం పాటించే నియమాలని పాటిస్తున్నారని తెలుసుకోవటం కూడా అవసరం. ఇతర జంతువులు దాడి చేసినప్పుడు చాలావరకు తమలో సహజంగా ఉన్న ప్రవృత్తి వల్ల అలా చేస్తాయి - లోకంలో ఎక్కడైనా సరే కుక్కపిల్లలు ఒకదానిమీద ఒకటి పొర్లుతూ దురుసుగా ఆడేటప్పుడు కొన్ని నియమాలు పాటిస్తాయి. ఆ నియమాలు వాటికి పుట్టుకతో వచ్చే సహజ గుణమే. కానీ యుక్తవయసు పిల్లలకి ఫుట్‌బాల్ ఆడేందుకు ప్రేరేపించే జన్యువులేవీ లేవు. అయినప్పటికీ తమకి బొత్తిగా పరిచయం లేనివాళ్ళతో వాళ్ళు ఆ ఆట ఆడగలరు. వాళ్ళందరూ ఫుట్‌బాల్ గురించి ఒకే రకమైన భావాలూ ఒంటపట్టించుకున్నారు. ఈ భావాలు పూర్తిగా ఊహాజనితం. కానీ అందరూ వాటిని కలిగి ఉన్నట్టయితే ఫుట్‌బాల్ ఆడటం సాధ్యమౌతుంది.

విస్తృతమైన దృష్టితో చూస్తే ఈ నియమం రాజ్యాలకీ, చర్చిలకీ, వ్యాపార సంస్థలకీ కూడా వర్తిస్తుంది. కానీ ఒక చిన్న తేడా ఉంటుంది. ఫుట్‌బాల్ ఆటలో నియమాలు ఒక ఆటవిక సమూహంలోనో, చిన్న పల్లెలోనో అందరూ సహకరించేందుకు ఏర్పరచుకున్న నియమాలలాగా తేలికగా, క్లుప్తంగా ఉంటాయి. ప్రతి ఆటగాడూ వాటిని గుర్తుంచుకోగలుగుతాడు. అతని మనసులో పాటలకీ, రకరకాల దృశ్యాల జ్ఞాపకాలకీ, దుకాణంలో కొనవలసిన వస్తువుల జాబితాకీ ఇంకా చోటుంటుంది. కానీ ఇరవైఒక్కమంది కాకుండా కొన్ని వేలమందో, లక్షలమందో కలిసి పనిచేయవలసిన పెద్ద పెద్ద కంపెనీల్లాంటి వ్యవస్థల్లో అత్యధికమైన సమాచారం గుర్తుంచుకోవలసివస్తుంది. అంత సమాచారాన్ని ఒక్క మనిషి జ్ఞాపకం ఉంచుకోవటం, దాన్ని ఉపయోగించు కోవటం అసాధ్యం.

చీమలూ, తేనెటీగలూ లాంటి అధికసంఖ్యలో జీవించే ప్రాణులు చాలా స్థిరంగా, ఎక్కువ సమాచారాన్ని గుర్తుంచుకోగలగటానికి కారణం, అవి మనగలిగేలా చేసే సమాచారంలో అధికభాగం వాటి జన్యువులలో క్రోడీకరించి ఉండటమే. ఉదాహరణకి ఒక ఆడ తేనెటీగ డింభకం (లార్వా) పెరిగి పెద్దయ్యాక, తేనెటీగల రాణిగానూ మారవచ్చు, ఒక పనిచేసే తేనెటీగగానూ మారవచ్చు. అది దానికి అందే ఆహారాన్ని బట్టి ఉంటుంది. దానిలోని డీఎన్ఏ ఆ రెండు రకాల పాత్రలకీ అవసరమైన లక్షణాలను కలిగి ఉంటుంది– అది రాజరిక ఠీవి కావచ్చు, శ్రామికవర్గం చేసే శ్రమ కావచ్చు. తేనెపట్లు చాలా సంక్లిష్టమైన సామాజిక నిర్మాణాలు. వాటిలో ఎన్నో రకాల పనులు చేసే ఈగలుంటాయి – కొన్ని తేనె పోగుచేస్తాయి, కొన్ని తేనెటీగల గుడ్లనీ, డింభకాలనీ జాగ్రత్తగా చూసుకుంటాయి, కొన్ని పట్టుని శుభ్రం చేస్తాయి. కానీ ఇంతవరకూ అధ్యయనకర్తలకి లాయర్ తేనెటీగలు కనబడనే లేదు. తేనెటీగలకి లాయర్ల అవసరం లేదు, ఎందుకంటే శుభ్రం చేసే తేనెటీగలకి జీవించే హక్కు, స్వేచ్ఛా, ఆనందాన్ని వెతుక్కునే హక్కూ లేవంటూ తేనెపట్టు రాజ్యాంగాన్ని అధిగమించే ప్రయత్నం జరిగే ప్రమాదం లేదు కనుక.

కానీ మానవులు ఎప్పుడూ అలాంటి పనులు చేస్తూ ఉంటారు. కారణం, సేపియన్ల సామాజిక క్రమం ఊహాజనితమైనది. మానవులు ఇలాంటి కీలకమైన సమాచారాన్ని కాపాడుకుంటూ డీఎన్ఏ సహాయంతో నకళ్ళు తయారుచేసి దాన్ని భావితరాలకు అందించలేరు. చట్టాలనీ, ఆచారాలనీ, విధానాలనీ, నడవడినీ కాపాడుకోవాలంటే బుద్ధిపూర్వకంగా ప్రయత్నించాలి, లేకపోతే ఆ సామాజిక క్రమం త్వరగా కూలిపోతుంది. ఉదాహరణకి రాజు హమ్మురాబీ మనుషులని ఉత్తములనీ, సామాన్యులనీ, బానిసలనీ విభజించాడు. ప్రకృతి సహజమైన విభజన కాదు – ఇది మనిషి జన్యుకణంలో లేశమాత్రంగా అయినా కనబడదు. ఈ 'వాస్తవాన్ని' బాబిలోనియా వాసులు గుర్తుంచుకోలేక పోయి ఉంటే, వాళ్ళ సమాజం ముందుకు పోయివుండేదే కాదు. అలాగే, హమ్మురాబీ తన డీఎన్ఏ ని తన పిల్లలకి అందించినప్పుడు, ఒక ఉత్తముడు సామాన్య స్త్రీని హత్యచేస్తే అతను ముప్ఫయి తులాల వెండిని నష్టపరిహారంగా ఇచ్చుకోవాలని అంటూ అతను విధించిన చట్టం, అందులో క్రోడీకరించబడలేదు. హమ్మురాబీ కావాలనే తన కొడుకులకీ, మనవలకీ తన సామ్రాజ్యంలో అమలైన చట్టాల గురించి చెప్పి ఉంటాడు. వాళ్ళు కూడా అదే పని తప్పని సరిగా చేసి ఉంటారు.

సామ్రాజ్యాలు బోలెడంత సమాచారాన్ని పుట్టిస్తాయి. చట్టాలే కాక సామ్రాజ్యాలు పన్నులకి సంబంధించిన లావాదేవీలూ, సైన్యానికి కావలసిన సామగ్రి, వర్తక నౌకల తాలూకు జాబితాలూ, పండగలూ, విజయాల తాలూకు తేదీల వివరాల పట్టికలూ కూడా నమోదు చేసి ఉంచుకోవాలి. కొన్ని లక్షల సంవత్సరాలపాటు మనుషులు సమాచారాన్ని ఒకే ఒకచోట పోగుచేసి పెట్టుకున్నారు – వాళ్ళ మస్తిష్కాలలో. దురదృష్టవశాత్తూ, సామ్రాజ్య మంత పెద్ద 'డేటాబేస్' (సమాచారాన్ని సేకరించి ఉంచే స్థలం) ని జాగ్రత్తపరిచేందుకు మనిషి మస్తిష్కం సరిపోదు. దానికి ముఖ్యమైన కారణాలు మూడు.

మొదటిది, దాని సామర్థ్యం పరిమితమైనది. కొందరికి అద్భుతమైన జ్ఞాపకశక్తి వున్న మాట నిజమే. ప్రాచీనకాలంలో కొందరు జ్ఞాపకశక్తి నిపుణులుండేవాళ్లు. వాళ్ళకి కార్యాచరణ జరిగే ప్రాంతాల వివరాలూ, మొత్తం రాష్ట్రాల చట్టవిధానాలూ క్షుణ్ణంగా గుర్తుండేవి. అయినప్పటికీ అలాంటి నిపుణులకు కూడా అధిగమించలేని పరిమితు లుంటాయి. ఒక లాయరుకి మసాచుసెట్స్ కామన్‌వెల్త్‌కి సంబంధించిన మొత్తం చట్ట విధానం కంఠపాఠం అయిఉండవచ్చు, కానీ సేలమ్ మంత్రగత్తె విచారణకి సంబంధించిన అన్ని వివరాలూ పూర్తిగా తెలియవు.

రెండోది, మనుషులు చనిపోతారు, వాళ్ళతోబాటు వాళ్ళ మస్తిష్కాలు కూడా మరణిస్తాయి. మస్తిష్కంలో నమోదయిన ఎటువంటి సమాచారమైనా ఒక శతాబ్దకాలంలో తుడిచిపెట్టుకుపోతుంది. కానీ ఓ మస్తిష్కాన్నుంచి మరో మస్తిష్కానికి సమాచారం అందించటం సాధ్యమే, కానీ అలా కొన్నిసార్లు చేశాక ఆ సమాచారం కలగాపులగం అయిపోతుంది, లేదా పూర్తిగా మాయమయిపోతుంది.

మూడోది, అన్నిటికన్నా ముఖ్యమైంది ఏమిటంటే మనిషి మస్తిష్కం కొంత ప్రత్యేకమైన సమాచారాన్నే సేకరించేందుకూ, ఉపయోగించుకునేందుకూ రూపొందించ బడింది. ప్రాణాలతో ఉండేందుకు వేటాడి ఆహారసేకరణ చేసే ఆటవికులు కొన్ని వేల జంతువుల, మొక్కల ఆకారాలనీ, లక్షణాలనీ, ప్రవర్తించే విధాన్నీ గుర్తుంచుకోవలసి ఉండేది. ఆకురాలుకాలంలో పెద్ద ఎల్మ్ (అవిసె జాతి చెట్టు) కింద పెరిగే పసుపురంగులో ముడతలతో ఉన్న పుట్టగొడుగుల్లో బహుశా విషం ఉండవచ్చని గుర్తుంచుకోవలసి వచ్చేది. కానీ శీతాకాలంలో సింధూరవృక్షం కింద పెరిగే అదే రకం పుట్టగొడుగులు కడుపునొప్పి నివారణకు మంచి మందు అనేది కూడా వాళ్లకి గుర్తుండాలి. ఆటవికులు తమ సమూహంలోని మిగిలినవారి అభిప్రాయాలని, పరస్పరం వాళ్లకి ఉన్న సంబంధాలనీ గుర్తుంచుకోవలసివచ్చేది. లూసీ అనే ఆమెని జాన్ పీడిస్తూ ఉంటే అతన్ని ఆ పని చెయ్యకుండా ఆపేందుకు ఆమెకి సమూహంలో ఎవరి సహాయమైనా అవసరమయేది. గత వారం జాన్ మేరీని వదిలేశాడని లూసీకి గుర్తుండాలి. అందుచేత ఆమె తనకి సాయం చేసేందుకు ఉత్సాహం చూపించవచ్చనే ఆశ ఉంటుంది. ఆ కారణంగా, పరిణామక్రమం వల్ల కలిగే ఒత్తిడి మనిషి మస్తిష్కం బోలెడంత సమాచారాన్ని పోగుచేసి ఉంచుకునేట్టుగా దాన్ని రూపొందించింది. అందులో వృక్ష సంబంధమైన, జంతుసంబంధమైన, ప్రాంతాలకి సంబంధించిన, సామాజికమైన సమాచారం బోలెడంత నిక్షిప్తం చేసుకోవటం సాధ్యమైంది.

కానీ వ్యవసాయ విప్లవం తరవాత, ఒకసారి సంక్లిష్టమైన సమాజాలు చోటు చేసుకోవడం ప్రారంభమయ్యాక, పూర్తిగా కొత్త రకమైన సమాచారం ప్రధానమై కూర్చుంది, అది అంకెలకు సంబంధించినది. ఆటవికులకి పెద్ద పెద్ద అంకెల గురించి పట్టించుకునే అవసరం ఉండేది కాదు. ఉదాహరణకి అడవిలో ఒక్కొక్క చెట్టుకీ ఎన్ని కాయలున్నాయో గుర్తుంచుకోవటం వాళ్లకి అంత ముఖ్యమైన విషయం అనిపించలేదు. అందుకని, మానవ మస్తిష్కాలు అంకెలని గుర్తుంచుకునేందుకు అనువుగా మలచబడలేదు. అయినా పెద్ద పెద్ద రాజ్యాల వ్యవహారాలు నిర్వహించేందుకు గణితానికి సంబంధించిన వివరాలు కీలకంగా

పరిణమించాయి. చట్టాలు తయారుచేయటం, తమను కాపాడే దేవుళ్ళ గురించి కథలు చెప్పటం సరిపోయేది కాదు. పన్నులు వసూలు చెయ్యవలసి ఉండేది. కొన్ని లక్షలమంది దగ్గర పన్ను వసూలు చెయ్యాలంటే వాళ్ళ ఆదాయం గురించీ, ఆస్తిపాస్తుల గురించీ అన్ని వివరాలూ సేకరించాలి; చెల్లించిన రుసుముల వివరాలు నమోదు చెయ్యాలి; బాకీల గురించీ, అప్పులూ, జరిమానాల గురించీ రాయాలి; తగ్గింపు ధరలనీ, రాయితీలనీ రాసి ఉంచుకోవాలి. ఇవన్నీ కలిసి కొన్ని లక్షల చిన్న చిన్న వివరాలు అవుతాయి. అందుకే వాటిని ఎక్కడైనా జాగ్రత్త చేసి ఉంచుకోవాలి. ఇలాంటి సామర్థ్యం లేనిదే రాజ్యానికి తనవద్ద ఎలాంటి వనరులు ఉన్నాయో, ఇంకా ఎలాంటివాటిని వెతికి ఉపయోగించుకోవచ్చో తెలియదు. ఇలాంటి వివరాలన్నింటినీ జ్ఞాపకం ఉంచుకుని, నెమరువేసుకుని, అన్ని అంకెలని సంబాళించుకునే అవసరం ఎదురైనప్పుడు అధికశాతం మానవ మస్తిష్కాలు తట్టుకోలేక జోగిపోయేవి.

ఈ మానసిక పరిమితులు మానవ సమూహాల పరిమాణాన్నీ, క్లిష్టతనీ విపరీతంగా అడ్డుకునేవి. ఒక సమాజంలో మనుషుల సంఖ్యా, ఆస్తిపాస్తుల పరిమాణం మితిమీరి ఉన్నప్పుడు పెద్దఎత్తున గణాంక వివరాలు సేకరించి భద్రపరచడం అవసరమయేది. మనిషి మస్తిష్కం ఆ పని చెయ్యలేదు కాబట్టి ఆ వ్యవస్థ కూలిపోయేది. వ్యవసాయ విప్లవం తరవాత కొన్ని వేల సంవత్సరాల వరకూ మానవ సామాజిక సంబంధాలు తక్కువస్థాయిలో సరళంగా ఉండేవి.

ఈ సమస్యని మొట్టమొదట అధిగమించింది దక్షిణ మెసొపొటేమియాలో నివసించిన సుమేరియన్లు. సారవంతమైన బురద మైదానాల్లో మండే సూర్యుడి కిరణాలు పడి ఎడతెగని పంటలనీ, సమృద్ధికరమైన ఊళ్ళనీ సృష్టించాయి. అక్కడ నివసించేవారి సంఖ్య పెరుగుతూ పోయినప్పుడు దానితోపాటు వాళ్ళ వ్యవహారాలు సమన్వయపరిచేందుకు అవసరమైన సమాచారం కూడా పెరిగింది. క్రీ.పూ. 3500కీ 3000కీ మధ్యకాలంలో పేర్లు తెలియని కొందరు సుమేరియన్ మేధావులు తమ మస్తిష్కాలకు వెలుపల సమాచారాన్ని భద్రపరచి వాడుకునేందుకు ఒక వ్యవస్థని ఆవిష్కరించారు. పెద్ద పెద్ద గణాంక వివరాలని నిర్వహించేందుకనే దాన్ని ప్రత్యేకంగా తయారుచేశారు. ఆ రకంగా సుమేరియన్లు తమ సామాజిక క్రమపద్ధతిని మానవ మస్తిష్కం తాలూకు పరిమితుల నుంచి బైటపడేలా చేశారు. అది నగరాలకీ, రాజ్యాలకీ, సామ్రాజ్యాలకీ మార్గాలు తెరిచింది. సుమేరియన్లు ఆవిష్కరించిన ఆ వ్యవస్థ పేరే 'రాయటం'.

సంతకం చేసింది, కుషిమ్

రాయటం అంటే సమాచారాన్ని భౌతికమైన సంకేతాలతో భద్రపరిచేందుకు ఉపయోగించే ఒక పద్ధతి. సుమేరియన్లు రాయటం అనే ఈ పద్ధతిలో రెండు రకాల సంకేతాలని ఒకటిగా కలిపి వాడారు. వాటిని బంకమట్టి బిళ్లమీద ఒత్తేవారు. ఒక రకమైన సంకేతాలు, అంకెలని తెలిపేవి. 1, 10, 60, 600, 3,600, 36,000 (సుమేరియన్లు 6, 10 సంఖ్యలని

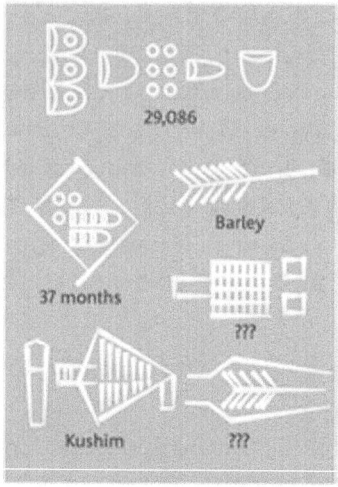

19. ఉరుక్ అనే నగరంలో క్రీ.పూ. 3400–3000 మధ్యకాలంలో లభించిన ఈ బంకమన్ను బిళ్ళ మీద పరిపాలనా వ్యవస్థకి సంబంధించిన వివరాలు ఉన్నాయి. 'కుషిమ్' అనేది ఒకానొక అధికారికి లభించే బిరుదో, ఒక వ్యక్తి పేరో అయుండవచ్చు. ఒకవేళ కుషిమ్ ఒక వ్యక్తి పేరే అయివుంటే, చరిత్రలో మనకి మొట్టమొదట తెలిసినది అతని పేరే! మానవ చరిత్రలో ఇంతకు ముందు ఉపయోగించబడిన పేర్లన్నీ – నియాండర్తాల్, నాటుఫియాన్, చౌవెట్ గుహ, గోబెక్లి టేపి – ఆధునికులు పెట్టినవే. గోబెక్లి టేపిని నిర్మించిన వాళ్లు నిజంగా దాన్ని ఏమని పిలిచేవారో మనకి బొత్తిగా తెలీదు. రాయటం అనే ప్రక్రియ మొదలవగానే, మనం చరిత్రని ఆ ముఖ్యపాత్రల చెవులతో వింటున్నాం. కుషిమ్ పొరుగున ఉన్నవాళ్లు అతన్ని పేరుపెట్టి పిలిచినప్పుడు వాళ్ళు నిజంగానే 'కుషిమ్!' అని అరిచి ఉంటారు. చరిత్రలో నమోదయిన మొట్టమొదటి పేరు ఏ ప్రవక్తదో, కవిదో, లేక ఏ గొప్ప విజేతదో కాకుండా ఒక గణకుడిది అవటం విశేషం.

ప్రధానంగా ఆధారం చేసుకుని అంకెల వ్యవస్థని తయారుచేశారు. 6 అంకెని ఆధారం చేసుకోవటంవల్ల వాళ్ళు మనకి చాలా ముఖ్యమైన వారసత్వాన్ని వదిలి వెళ్లారు. ఒక రోజుని ఇరవైనాలుగు గంటలుగా విభజించటానికీ, ఒక వలయాన్ని 360 డిగ్రీలుగా విభజించటానికీ వాళ్ళు అందించిన ఈ వారసత్వమే సహాయం చేసింది). మరో రకమైన సంకేతాలు మనుషులకీ, జంతువులకీ, వస్తుసామగ్రికీ, ప్రాంతాలకీ, తేదీలకీ మొదలైనవాటికి వర్తిస్తాయి. ఈ రెండు సంకేతాలనీ కలిపి ఉపయోగించటం వల్ల, ఏ మానవ మస్తిష్కమూ జ్ఞాపకం ఉంచుకోలేని, ఏ డీఎన్ఏ గొలుసూ క్రోడీకరించలేనంత సమాచారాన్ని భద్రపరచడం సుమేరియన్లకి సాధ్యమైంది.

ఆరంభదశలో రాయటం అనేది కేవలం జరిగిన పనుల వివరాలకీ, అంకెలకీ మాత్రమే పరిమితమై ఉండేది. ఒకవేళ గొప్ప సుమేరియన్ నవల అనేది ఎవరైనా రాసి ఉంటే, దాన్ని బంకమన్ను బిళ్లలమీద ఎవరూ భద్రపరచలేదు. రాయటానికి సమయం చాలా అవసరమయేది, చదివేవాళ్లు తక్కువ, అందుకని అవసరమైన విషయాలని

నమోదు చేసి వచ్చేందుకు తప్ప ఇంక దేనికీ రాయటం అవసరమని ఎవరూ అనుకోలేదు. 5000 సంవత్సరాల క్రితం మన పూర్వీకులనుంచి మనకి అందిన జ్ఞానం ఎక్కడైనా పదాలలో రాసిపెట్టి ఉందా అని వెతికితే మనకి గొప్ప నిరాశే కలుగుతుంది. పూర్వీకులు మనకోసం వదిలి వెళ్లిన మొట్టమొదటి సందేశం ఉదాహరణగా చెప్పుకోవాలంటే, అది '29,086 కొలతల బార్లీ 37 నెలలు కుషిమ్.' ఈ మాటలని వాక్యంలో పెట్టి చదివితే బహుశా '37 నెలల సమయంలో 29,086 కొలతల బార్లీ అందింది. సంతకం చేసినది, కుషిమ్'. అనే అర్థం రావచ్చు. పాపం, చరిత్రలో మనకి కనబడే మొట్టమొదటి లిపి లోతైన తాత్విక దృష్టి గురించి చెప్పదు, అందులో కవిత్వం ఉండదు, గాథలుండవు, చట్టాలూ, చివరికి రాజులు సాధించిన విజయాల వివరాలు కూడా ఉండవు! అవి విసుగుపుట్టించే ఆర్థిక పత్రాలు, పన్నుల వసూళ్ల గురించీ, పెరిగిపోయిన అప్పుల గురించీ, వ్యక్తుల దగ్గరున్న ఆస్తుల గురించీ తెలియజేస్తాయి.

ఆ ప్రాచీనకాలంలో ఉండిన లిపి ఒకటి మాత్రమే మనకి దక్కింది. కానీ అందులో ఇంకా తక్కువ ఉత్సాహాన్ని కలిగించే విషయాలున్నాయి : అభ్యాసం కోసం రాయటం నేర్చుకునేవాళ్ళు పదాల జాబితాలని మళ్ళీ మళ్ళీ రాశారు. ఒకవేళ ఈపనితో విసిగిపోయిన శిష్యుడెవడైనా రసీదుకి బదులు తాను అల్లిన కవితలు రాయాలనుకున్నా అతనా పని చేయలేకపోయేవాడే. మొదట్లో సుమేరియన్లు అసంపూర్ణమైన లిపిలోనే రాశారు తప్ప పూర్తి లిపిని రాయలేదు. పూర్తి లిపి అనేది వస్తుపరమైన సంకేతాల ద్వారా మాట్లాడే భాషను దాదాపు పూర్తిగా వ్యక్తీకరించే ఒక పద్ధతి. కవిత్వంతో సహా మనుషులు మాట్లాడే అన్ని విషయాలనీ, ఆ రకంగా అది వ్యక్తం చెయ్యగలదు. అసంపూర్ణంగా ఉండే లిపి కూడా వస్తుపరమైన సంకేతాలతో కూడినదే, కానీ అది ఒకరకమైన సమాచారాన్ని మాత్రమే అందించగలదు. ఆ సమాచారం పరిమితమైన పరిధికి చెందినది. లాటిన్ లిపి, ప్రాచీన ఈజిప్టు చిత్రలిపి, బ్రెయిలీ ఇవన్నీ సంపూర్ణమైన లిపి కోవలోకే వస్తాయి. వాటిని పన్నుల వివరాలు రాసేందుకు ఉపయోగించవచ్చు, ప్రేమ కవిత్వం, చరిత్ర గ్రంథాలూ, వంటకాల వివరాలూ, వ్యాపార చట్టం లాంటివి రాసేందుకు వాడుకోవచ్చు. దీనికి విరుద్ధంగా సుమేరియన్ లిపి, ఆధునిక గణితానికి సంబంధించిన చిహ్నాలలాగానూ, పాశ్చాత్య సంగీతానికి సంబంధించిన స్వరాల సంకేతాలలాగానూ, అసంపూర్ణంగా వుండేది. గణిత లిపిని లెక్కలు చేసేందుకు వాడుకోవచ్చు, కానీ ప్రేమ కవిత్వం రాయటానికి అది పనికిరాదు.

తమ లిపి కవిత్వం రాసేందుకు అనువుగా లేదన్న విషయం సుమేరియన్లను బాధించలేదు. మాట్లాడే భాషని లిపిబద్ధం చేసేందుకు దాన్ని వాళ్ళు ఆవిష్కరించలేదు, పైగా మాట్లాడే భాష చెయ్యలేని పనులు చేసేందుకే దాన్ని ఆవిష్కరించారు. కొలంబియన్ ఆండీస్‌కి పూర్వం కొన్ని సంస్కృతులకి చెందిన మనుషులు అసంపూర్ణంగా వున్న లిపినే ఉపయోగించినట్టు వాళ్ళ చరిత్ర చూస్తే తెలుస్తుంది. అది అసంపూర్తిగా ఉందని గాని, సంపూర్ణమైన లిపిని ఆవిష్కరించాలని గాని వాళ్ళు అనుకోలేదు. తమ లిపిలో వాళ్లకి ఎటువంటి లోటూ కనబడలేదు. సుమేరియన్ లిపికి ఆండియన్ లిపికీ చాలా తేడా ఉంది.

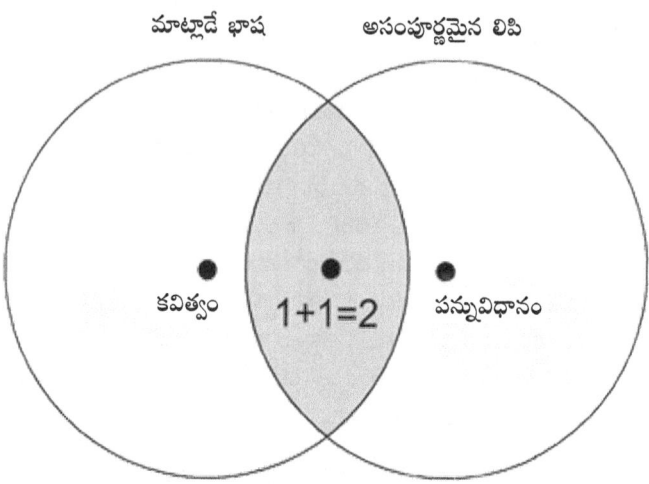

అరకొరగా ఉన్న లిపి మాట్లాడే భాషకి ఉన్న విస్తృత పరిధిని వ్యక్తపరచలేదు, కానీ మాట్లాడే భాషకి వెలుపల ఉండే విషయాలని అది బాగానే వ్యక్తీకరిస్తుంది. సుమేరియన్ లిపిలోని అసంపూర్ణమైన లిపీ, గణితానికి సంబంధించిన లిపీ కవిత్వం రాసేందుకు పనికిరావు, కానీ పన్నులకి సంబంధించిన లెక్కలని అవి చక్కగా భద్రపరచగలవు.

రెంటికీ ఎంత తేడా ఉందంటే, కొంతమంది ఆండియన్ లిపి అసలు లిపే కాదని వాదిస్తారు. వాళ్ళు దాన్ని బంకమన్ను బిళ్లలమీదో, కాయితం ముక్కలమీదో రాయలేదు. రకరకాల రంగురంగుల తాళ్ళకి ముడులు వేసి ఆ లిపిని రాసేవాళ్ళు. ఆ తాళ్ళని 'ఖ్విపూస్' అంటారు. ఒక్కొక్క ఖ్విపులోనూ ఎన్నో రంగుల తాళ్లు ఉండేవి. వాటిని ఊలుతోగాని, నూలుతోగాని తయారుచేసేవారు. ఒక్కొక్క తాటిమీదా వేర్వేరు చోట్ల ముడులు వేసి ఉండేవి. ఒక ఖ్విపు లో కొన్ని వందల తాళ్ళూ, కొన్ని వేల ముడులూ ఉంటాయి. వేర్వేరు రంగుల తాళ్లమీది రకరకాల ముడులని కలిపితే పెద్ద పెద్ద లెక్కల వివరాలు బోలెడన్ని పోగవుతాయి. ఉదాహరణకి, పన్ను వసూళ్లూ, సొంత ఆస్తుల వివరాలు లాంటివి.

కొన్ని వందల సంవత్సరాలపాటు నగరాల్లో, రాజ్యాల్లో, సామ్రాజ్యాల్లో జరిపే వ్యాపారాలకి ఖ్విపూల వాడకం అత్యవసరమైనదిగా తయారయింది. ఇన్కా సామ్రాజ్యంలో అవి తమ పూర్తి సామర్థ్యాన్ని సంతరించుకున్నాయి. ఆ సామ్రాజ్యంలో 100-120 లక్షల మంది ప్రజలను రాజులు పరిపాలించారు. ఈనాడు ఆ భూభాగంలో ఉన్న దేశాలు, పెరూ, ఈక్వడార్, బొలివియా, ఇంకా చిలీలోనూ, అర్జెంటీనా, కొలంబియాలోనూ కొన్ని భాగాలూ ఈ ప్రాంతానికి చెందినవే. ఖ్విపూల ధర్మమా అని ఇన్కాలు బోలెడన్ని వివరాలని భద్రపరచి వాడుకోగలిగారు. ఇవేవీ లేకపోతే పరిపాలనా యంత్రాంగానికి సంబంధించిన సంక్లిష్టమైన సామ్రాజ్య వ్యవహారాలని నిర్వహించటం వారికి సాధ్యమయేది కాదు.

20. ఇన్కా సామ్రాజ్య పతనం తరవాత స్పానిష్ రాతప్రతిలో చూపించినట్టు, ఖిపుని పట్టుకుని ఉన్న మనిషి.

ఖిపూలు నిజానికి ఎంత బాగా, కచ్చితంగా ఉండేవంటే, దక్షిణ అమెరికాని స్పెయిన్ జయించిన కొత్తలో, తమ సామ్రాజ్యం వ్యవహారాలు నిర్వహించేందుకు స్పెయిన్ రాజ్యంలోని అధికారులు ఖ్విపూలనే ఉపయోగించేవారు. అసలు సమస్య ఎక్కడొచ్చిందంటే, స్పెయిన్‌వాసులకి ఖ్విపూలని తయారుచేయటం, చదవటం చేతకాలేదు. తప్పనిసరిగా వాళ్ళు స్థానికంగా ఉండే నిపుణులమీద ఆధారపడవలసి వచ్చింది. అది వాళ్లకి చాలా చిక్కు పరిస్థితిని కల్పించింది. స్థానికంగా ఉన్న నిపుణులు తమ ప్రభువులని తేలికగా ఏమార్చి మోసగించే అవకాశం ఉందని అనిపించింది. అందుకే స్పెయిన్ సామ్రాజ్యం బాగా స్థిరపడ్డాక, ఖ్విపూలని పూర్తిగా తొలగించి పరిపాలనకు సంబంధించిన విషయాలన్నింటినీ లాటిన్ లిపిలోనూ, అంకెలలోనూ నమోదు చెయ్యటం ప్రారంభించారు. స్పెయిన్ తమ ప్రాంతాలని ఆక్రమించుకున్నాక చాలా తక్కువ ఖ్విపూలు మిగిలాయి. వాటిలో చాలామటుకు ఎవరూ చదవలేరు. ఖ్విపూలని చదివే కళ కాలగర్భంలో కలిసిపోయింది.

కేంద్రీకృత ప్రభుత్వవిధానం సృష్టించిన అద్భుతాలు

చివరికి మెసొపొటేమియన్లు విసుగు పుట్టించే లెక్కల వివరాలు మాత్రమే కాకుండా ఇంకేమైనా రాయాలని అనుకున్నారు. క్రీ.పూ. 3000–2500 మధ్యకాలంలో సుమేరియన్

లిపికి ఇంకా మరిన్ని చిహ్నాలు జోడించడం జరిగింది. క్రమంగా అది సంపూర్ణమైన లిపిగా మారింది. దాన్ని మనం ఈనాడు చిత్రలిపి లేదా మేకు ఆకారంలో ఉన్న లిపి అంటున్నాం. క్రీ.పూ. 2500 నాటికి రాజులు ఆజ్ఞలు జారీ చేసేందుకూ, మతాధికారులు భవిష్యవాణి చెప్పేందుకూ, అంత గొప్పవారు కాని సామాన్య ప్రజలు ఉత్తరాలు రాసుకునేందుకూ ఆ లిపిని వాడుకోసాగారు. దాదాపు అదే సమయంలో ఈజిప్టు వాసులు మరో సంపూర్ణమైన లిపిని తయారు చేశారు, అదే చిత్రలిపి (హైరోగ్లీఫిక్స్). క్రీ.పూ. 1200లో చైనా, క్రీ.పూ. 1000–500 మధ్యకాలంలో మధ్య అమెరికా కూడా సంపూర్ణమైన లిపులని ఆవిష్కరించుకున్నాయి.

మొదట ప్రారంభమైన ఈ కేంద్రాలనుంచి సంపూర్ణమైన లిపులు దూర తీరాలకు విస్తరించాయి. అవి కొత్త రూపాలు సంతరించుకుని, కొత్త పనులకి ఉపయోగపడసాగాయి. జనం కవిత్వం, చరిత్ర గ్రంథాలూ, కాల్పనిక సాహిత్యం, నాటకాలూ, జ్యోతిష గ్రంథాలూ, వంటల పుస్తకాలూ రాయసాగారు. అయినప్పటికీ రాయటం అనే ప్రక్రియ లెక్కలకి సంబంధించిన వివరాలు రాసిఉంచుకునేందుకే ఉపయోగించేవారు, ఆ లెక్కలు రాసిన కాయితాలు కట్టలుకట్టలుగా పేరుకుపోయేవి. ఆ పనిచేసేందుకు ప్రత్యేకంగా అసంపూర్ణమైన లిపినే వాడేవారు. హీబ్రూల బైబిలు, గ్రీకుల ఇలియడ్, హిందువుల మహా భారతం, బౌద్ధుల త్రిపిటక, ఇవన్నీ మొదట్లో మౌఖికంగానే ఉండేవి. కొన్ని తరాలపాటు అవి అలాగే కొనసాగాయి. ఒకవేళ రాయటం అనేది ఎప్పటికీ కనుకగొనకపోయినా అవి ఆలా కొనసాగేవే. కానీ అసంపూర్ణమైన లిపితోబాటు పన్నుల వివరాలు నమోదు చెయ్యటం, ప్రభుత్వ విధానాలని భద్రపరచడం ఉనికిలోకి వచ్చాయి. ఈనాటికీ సియామీస్ కవలల్లా అవి విడదీయలేనంతగా కలిసిపోయాయి – కంప్యూటర్ డేటాబేస్‌లలోనూ, స్ప్రెడ్‌షీట్‌లలోనూ ఎక్కించే రహస్యసంకేతాల గురించి ఒక్కసారి ఆలోచించండి.

మరింత సమాచారం రాతప్రతులలో చేరి, ముఖ్యంగా పరిపాలనకి సంబంధించిన దస్తావేజుల సంఖ్యా అపరిమితంగా పెరిగిపోయాక, కొత్త సమస్యలు తలెత్తాయి. ఒక మనిషి మస్తిష్కంలో భద్రపరచిన సమాచారాన్ని తిరిగి పొందటం తేలిక. నా మెదడులో సమాచారం తాలూకు కొన్ని కోట్ల వివరాలు ఉన్నాయి, అయినప్పటికీ నేను త్వరగా, దాదాపు తక్షణం ఇటలీ రాజధాని పేరు జ్ఞాపకం చేసుకోగలను, వెనువెంటనే 2001 సెప్టెంబర్ 11 తారీఖున ఏం చేశానో గుర్తుచేసుకోగలను, ఆ తరవాత మా ఇంటినుంచి జెరూసలేంలో ఉన్న హీబ్రూ విశ్వవిద్యాలయానికి ఏ దారిన వెళ్లాలో దాన్ని మనసులో పునర్నిర్మించుకోగలను. మెదడు ఆ పనులు ఎలా చేయగలదో ఈనాటికీ ఎవరికీ తెలీదు, కానీ మెదడు వివరాలని గుర్తుచేసుకునే విధానం అత్యంత అద్భుతమైనది అందరికీ తెలుసు – మీ కారు తాళాలు ఎక్కడ పెట్టారో గుర్తుచేసుకునేందుకు ప్రయత్నిస్తే తప్ప.

కానీ ఖిపు తాళ్లలోనూ, బంకమన్ను బిళ్ళల్లోనూ పొందుపరిచిన సమాచారాన్ని మీరెలా వెలికితియ్యగలరు? ఏ పదో, వందో బిళ్లలుంటే అది పెద్ద సమస్య కాకపోను. కానీ హమ్మురాబీ సమకాలీకుడైన మారీ రాజు జింరిలిమ్‌లాగ కొన్ని వేల సంఖ్యలో వాటిని పోగుచేసి ఉంచుకుంటే ఏం చేస్తారు?

ఇది క్రీ.పూ.1776 అని ఒకసారి ఊహించుకోండి. ఒక గోధుమ పొలం గురించి ఇద్దరు మారీ నివాసులు గొడవపడుతున్నారు. ముప్ఫయి ఏళ్ల క్రితం తాను ఈసావు దగ్గర దాన్ని కొన్నానని జాకబ్ వాదిస్తున్నాడు. కానీ తాను దాన్ని ముప్ఫయి ఏళ్లకి జాకబ్‌కి అద్దెకిచ్చానని, గడువు అయిపోయింది కాబట్టి ఆ పొలం తనకి ఇచ్చెయ్యమనీ ఈసావు అతన్ని దబాయిస్తున్నాడు. వాళ్ళు అరుస్తూ, గోల చేస్తూ, ఒకరినొకరు తోసుకోవటం మొదలెట్టారు. ఆ సమయంలో తాము రాజ్యాధికారుల దగ్గరున్న పాత దస్తావేజులని తిరగేసి చూస్తే అమ్మకాల గురించిన వివరాలు పత్రాలలో దొరుకుతాయన్న విషయం వాళ్లకి గుర్తురాదు. చివరికీ ఇద్దరూ ఆ కార్యాలయానికి చేరుకొని పత్రాలని పరిశీలించాలనుకుంటారు. వాళ్ళని అధికారులు ఊరికే తిప్పించి ముప్పుతిప్పలు పెడతారు. అంతసేపు వేచి ఉండటం విసుగనిపించి వాళ్ళు మాటిమాటికీ మూలికలతో చేసిన తేనీరు తాగుతూ కాలక్షేపం చేస్తారు. కార్యాలయం వాళ్ళు వాళ్ళని మళ్ళీ మర్నాడు రమ్మని పంపేస్తారు. చివరికి మర్నాడు ఒక గుమస్తా విసుక్కుంటూ, సణుక్కుంటూ ఆ బిళ్ళకోసం వెతుకుతాడు. ఆ గుమస్తా ఒక తలుపు తెరిచి వాళ్ళని ఒక పెద్ద గదిలోకి తీసుకెళ్తాడు. అందులో నేలనుంచి పైకప్పుదాకా ఉన్న అరలలో కొన్ని వేల బంకమన్ను బిళ్ళలు అమర్చివుంటాయి. గుమస్తా ధుమధుమలాడటంలో ఆశ్చర్యమేముంది? ముప్ఫయి ఏళ్ళక్రితం ఒక గోధుమ పొలం గురించి ఇప్పుడు తగాదా వస్తే దాని తాలూకు వివరాల బిళ్ళని అతను ఎలా వెతుకుతాడు? ఒకవేళ వెతికి తీసినా ఇప్పుడు తగాదా వచ్చిన పొలం తాలూకు వివరాలు అందులో ఉన్నాయని అతను కచ్చితంగా ఎలా చెప్పగలడు? ఒకవేళ గుమాస్తాకి ఆ బిళ్ళ దొరక్కపోతే ఆ పొలాన్ని ఈసావు అమ్మటం గాని అద్దెకివ్వడం గాని చెయ్యలేదని రుజువవుతుందా? లేక ఆ వివరాల బిళ్ళ ఎక్కడో పోయి ఉంటుందా, లేదా వాననీటికి తడిసిపోయి అవి బంకమన్ను ముద్దలుగా మారిపోయి ఉంటుందా?

బంకమన్నులో ఒక పత్రాన్ని ముద్రించటం అనేది సరైనపని కాదనీ, అలా వివరాలని భద్రపరచడంవల్ల సులువుగా వాటిని మళ్ళీ పరిశీలించేందుకు సాధ్యం కాదనీ స్పష్టంగా తెలుస్తోంది. వాటిని భద్రపరచాలంటే జాబితాలూ, ఫోటోకాపీ మిషన్లూ లాంటి సౌకర్యాలు అవసరం. త్వరగా వాటిని వెతికి పెట్టేందుకు కంప్యూటర్ అల్గోరిథమ్‌లాంటివి ఉండాలి. అన్నిటికన్నా ముఖ్యంగా ఈ పరికరాలు ఉపయోగించటంలో మంచి పాండిత్యం గల (వాళ్ళు ప్రసన్నంగా కూడా ఉంటారని ఆశిద్దాం) గ్రంథాలయాధికారులు ఉండాలి.

ఇలాంటి పద్ధతులని కనిపెట్టటం, రాయటం అనే ప్రక్రియని కని పెట్టటం కన్నా కష్టమని తేలింది. కాల స్థల భేదాలతో రాయటం అనేది విభిన్న సంస్కృతుల్లో స్వతంత్రంగా వికాసం చెందింది . పదేళ్లకొకసారి పురాతత్వవేత్తలు మరుగున పడిపోయిన కొన్ని లిపులను కనుగొంటారు. వాటిలో కొన్ని బంకమన్ను మీద సుమేరియన్లు గీసిన గీతలకన్నా ప్రాచీనమైనవై ఉండవచ్చు. కానీ వాటిని ఆవిష్కరించినవాళ్లు వాటిని నమోదు చేసి, వివరాలను పునః పరిశీలించే పద్ధతులు కనిపెట్టకపోవటంవల్ల అవి కేవలం ఆసక్తిని మాత్రమే కలిగిస్తాయి. సుమేర్, ఫారోల ఈజిప్టు, ప్రాచీన చైనా, ఇన్కా సామ్రాజ్యాలూ విలక్షణంగా ఉన్నాయంటే దానికి కారణం, రాసి ఉంచిన రికార్డులని దస్తావేజుల్లో,

జాబితాల్లో భద్రపరచి, కావలసినప్పుడు ఆ వివరాలను పునఃపరిశీలించేందుకు అవసరమైన మంచి పద్ధతులను ఆ సంస్కృతులు అభివృద్ధి చేశాయి. అంతే కాక రాసే వాళ్ళకోసం, గుమాస్తాలకోసం, లైబ్రేరియన్ల కోసం, అకౌంటంట్ల కోసం వాళ్ళు స్కూళ్ళు నడిపారు.

ప్రాచీన మెసొపొటేమియాలో ఆధునిక పురాతత్వవేత్తలకి దొరికిన ఒక స్కూలు పాఠం ఆ శిష్యుల జీవితాల్లోకి తొంగిచూసే అవకాశం మనకి కల్పిస్తుంది. ఇది 4000 సంవత్సరాల క్రితం రాయించినది :

నేను వెళ్లి కూర్చున్నాను. టీచర్ నేను రాసినది చదివి, 'ఇందులో ఏదో లోటుంది!' అన్నాడు.

ఆ తరవాత ఆయన నన్ను బెత్తంతో కొట్టాడు.
అక్కడ ఉన్న అధికారుల్లో ఒకరు, 'నా అనుమతి లేకుండా నోరెందుకు విప్పావు?' అన్నారు.
ఆయన బెత్తంతో నన్ను కొట్టాడు.
నియమాలని అమలుచేసే అధికారి, 'నా అనుమతి లేకుండా ఎందుకు లేచి నిలబడ్డావు?' అన్నాడు.
ఆయన నన్ను బెత్తంతో కొట్టాడు.
ద్వారం దగ్గర కాపలా మనిషి, 'నా అనుమతి లేకుండా బైటికెందుకు వెళ్తున్నావు?' అన్నాడు.
అతను నన్ను బెత్తంతో కొట్టాడు.
బీరు పాత్రని పరిరక్షించేవాడు, 'నా అనుమతి లేకుండా బీరు ఎందుకు తాగావు?' అన్నాడు.
ఆతను నన్ను బెత్తంతో కొట్టాడు.
సుమేరియా భాష నేర్పే టీచర్, 'నువ్వు అక్కాడియన్ భాష ఎందుకు మాట్లాడవు?' అన్నాడు.
ఆయన నన్ను బెత్తంతో కొట్టాడు.
నా టీచర్, 'నీ చేతిరాత ఏమీ బాగాలేదు,' అన్నాడు.
ఆయన నన్ను బెత్తంతో కొట్టాడు. *

ప్రాచీనకాలంలో లేఖర్లు కేవలం చదవటం రాయటమే కాదు, జాబితాలనీ, పదకోశాలనీ, క్యాలెండర్లనీ, పాత్రలనీ, బిళ్లలనీ ఉపయోగించటం కూడా నేర్చుకునేవారు. మెదడు చేసే పనిలా కాకుండా జాబితాల్ని నమోదుచేసి భద్రపరిచే పద్ధతులనీ, పొందుపరచిన సమాచారాన్ని మళ్ళీ వెనక్కి తీసి దాన్ని ఉపయోగించుకునే విధానాన్నీ వాళ్ళు క్షుణ్ణంగా అధ్యయనం చేసేవారు. మెదడులో ఉండే సమాచారమంతా ఏదో ఒక జ్ఞాపకానికి ముడిపడి స్వేచ్ఛగా విహరిస్తూ ఉంటుంది. మా కొత్త ఇంటి తనఖా మీద సంతకం చేసేందుకు నేను, నా జీవితభాగస్వామి కలిసి వెళ్ళినప్పుడు, మేమిద్దరం కలిసి మొదటిసారి నివసించిన ఇల్లు గుర్తొస్తుంది. ఆ జ్ఞాపకం నన్ను న్యూ ఆర్లియన్స్‌లో మా హనీమూన్ వైపు తీసుకెళ్తుంది, వెంటనే నాకు మొసళ్ళు జ్ఞాపకం వస్తాయి, అవి నాకు డ్రాగన్‌లని గుర్తు చేస్తాయి, అది నాకు 'ది రింగ్ ఆఫ్ నీబలంజెన్'ని గుర్తుచేస్తుంది, వెంటనే అప్రయత్నంగా

---

* అక్కాడియన్ భాష మాట్లాడే భాష అయాక కూడా, సుమేరియన్ భాషనే పరిపాలనకు వాడేవారు, అలా రాతలో నమోదు చేసే భాష అయింది అది. రాతగాళ్ళుగా అవాలనుకున్నవారు సుమేరియన్ భాష నేర్చుకోవాల్సిన ఆవశ్యకత ఏర్పడింది.

అందులోని ఒక పాటని సన్నగా పాడటం మొదలుపెడతాను. బ్యాంక్ గుమస్తా నావైపు వింతగా చూస్తాడు. ప్రభుత్వ కార్యాలయాల్లో అన్నీ వేటికవి విడిగా ఉండాలి. ఒక సొరుగులో ఇళ్ల తనఖాలకి సంబంధించిన ఫైళ్ళుంటాయి. మరో దాన్లో పెళ్ళిళ్ళకి సంబంధించిన ధ్రువీకరణ పత్రాలుంటాయి, మూడో దాన్లో పన్నుల రిజిస్టర్లూ, నాలుగు దాన్లో కోర్టు దావాలకి సంబంధించిన ఫైళ్లూ ఉంటాయి. లేకపోతే మీకు కావలసినది ఎలా దొరుకుతుంది? వాగ్నర్ సృష్టించిన సంగీతరూపకల్లాంటివి ఒక సొరుగు కన్నా ఎక్కువ స్థలాన్ని ఆక్రమిస్తాయి (వాటిని 'సంగీతం', 'నాటకం' అనాలా, లేక పూర్తిగా మరేదైనా కొత్త విభాగాన్ని కనిపెట్టాలా?) అవి పెద్ద తలనొప్పిగా మారతాయి. అందుకని అక్కడ పనిచేసేవాళ్ళు నిరంతరం కొత్త సొరుగులని చేరుస్తూ, వాటిని అటూ ఇటూ సర్దుతూ, అనవసరమైనవాటిని తొలగిస్తూ ఉంటారు.

సవ్యంగా పనిచేసేందుకు, అలాంటి సొరుగులతో సంబంధం ఉన్నవాళ్లు మనుషుల్లా ఆలోచించటం మానేసి, గుమాస్తాల్లాగా, అకౌంటెంట్లలాగా ఆలోచించేట్టు వాళ్లకి తర్ఫీదు ఇవ్వాలి. ప్రాచీనకాలం నుంచి ఈనాటి వరకూ గుమాస్తాలూ, అకౌంటెంట్లూ మానవేతర పద్ధతిలో ఆలోచిస్తారనేది అందరికీ తెలిసిన విషయమే. వాళ్ళు ఫైళ్లు ఉంచే పెట్టెల్లా ఆలోచిస్తారు. అది వాళ్ళ తప్పు కాదు. వాళ్ళు అలా ఆలోచించకపోతే వాళ్ళ సొరుగులన్నీ కలిసిపోతాయి. అప్పుడు తమ ప్రభుత్వం కానీ, కంపెనీ కానీ, సంస్థకాని ఎదురుచూసే సేవలు వాళ్ళు అందించలేరు. మానవ చరిత్ర మీద అత్యధికంగా లిపి ప్రభావం ఈరకంగా కనిపిస్తుంది : అది క్రమంగా మనుషుల ఆలోచనావిధానాన్ని, ప్రపంచాన్ని వాళ్ళు చూసే దృష్టినీ మార్చివేసింది. స్వేచ్ఛగా ఆలోచించటం, దేన్నైనా సంపూర్ణమైన దృష్టితో చూడటం అనేది పోయి ప్రస్తుతం ఆలోచనల వర్గీకరణ, ఉద్యోగస్వామ్యం చోటుచేసుకున్నాయి.

అంకెల భాష

శతాబ్దాలు గడిచినకొద్దీ మానవులు సహజంగా ఆలోచించే విధానం మారిపోతూ వచ్చింది. వివరాలని పొందుపరిచేందుకు ప్రభుత్వ విధానాలు పెరిగిపోవటమే కాక అవి అతిముఖ్యమైనవిగా తయారయ్యాయి. క్రీ.శ. తొమ్మిదో శతాబ్దానికి ముందు అసంపూర్ణంగా వున్న ఒక కొత్త లిపిని కనుగొనటం ద్వారా ఒక అతిముఖ్యమైన మార్పు చోటుచేసుకుంది. ఇంతకూ ముందు ఎన్నడూ సాధ్యం కాని పద్ధతిలో లెక్కలకి సంబంధించిన వివరాలను భద్రపరచి ఉపయోగించేందుకు అది దోహదం చేసింది. ఈ అసంపూర్ణ లిపిలో ఉన్నవి కేవలం పది చిహ్నాలు. అవి 0 నుంచి 9 దాక ఉన్న అంకెలకు ప్రతీకలు. వీటిని అరబిక్ అంకెలు అనటం మనని తికమకపరుస్తుంది, ఎందుకంటే వీటిని మొట్టమొదట కనిపెట్టిన వారు హిందువులు (మరింత అయోమయానికి గురిచేసే విషయం ఏమిటంటే, ప్రస్తుతం అరబ్ దేశస్థులు ఉపయోగించే అంకెలకీ పాశ్చాత్య దేశస్థులు ఉపయోగించే అంకెలకీ అసలు పోలికే లేదు.) అరబ్బులకి ఈ ఆవిష్కరణని అంటగట్టటానికి కారణం ఉంది. వాళ్ళు భారతదేశాన్ని ఆక్రమించినప్పుడు లెక్కలకి సంబంధించిన ఈ పద్ధతిని చూసి దాని

$$
\begin{aligned}
\ddot{\mathbf{r}}_i = \sum_{j\neq i} \frac{\mu_j(\mathbf{r}_j-\mathbf{r}_i)}{r_{ij}^3}\Bigg\{1- \frac{2(\beta-\gamma)}{c^2}\sum_{l\neq i}\frac{\mu_l}{r_{il}}-\frac{2\beta-1}{c^2}\sum_{k\neq j}\frac{\mu_k}{r_{jk}}+\gamma\left(\frac{s_i}{c}\right)^2 \\
+ (1-\gamma)\left(\frac{s_j}{c}\right)^2 - \frac{2(1+\gamma)}{c^2}\dot{\mathbf{r}}_i\cdot\dot{\mathbf{r}}_j - \frac{3}{2c^2}\left[\frac{(\mathbf{r}_i-\mathbf{r}_j)\cdot\mathbf{r}_j}{r_{ij}}\right]^2 \\
+ \frac{1}{2c^2}(\mathbf{r}_j-\mathbf{r}_i)\cdot\ddot{\mathbf{r}}_j\Bigg\} \\
+ \frac{1}{c^2}\sum_{j\neq i}\frac{\mu_i}{r_{ij}^3}\{[\mathbf{r}_i-\mathbf{r}_j]\cdot[(2+2\gamma)\dot{r}_i-(1+2\gamma)\dot{\mathbf{r}}_j]\}(\dot{\mathbf{r}}_i-\dot{\mathbf{r}}_j) \\
+ \frac{3+4\gamma}{2c^2}\sum_{j\neq i}\frac{\mu_j\ddot{\mathbf{r}}_j}{r_{ij}}
\end{aligned}
$$

ఇది గురుత్వాకర్షణ ప్రభావానికి గురయిన 'ఐ' అనే ద్రవ్యరాశి వేగ వృద్ధిని గణించే ఒక సమీకరణం అని సాపేక్ష సిద్ధాంతం చెపుతుంది. ఇలాంటి సమీకరణాన్ని చూసినప్పుడు భౌతికశాస్త్రం గురించి అవగాహన లేనివాళ్ళు భయంతో బిగుసుకుపోతారు. వాళ్ళ పరిస్థితి వేగంగా దూసుకుపోయే ఒక వాహనం హెడ్‌లైట్లు ఒక లేడి మీద పడ్డప్పుడు దాని పరిస్థితిలా ఉంటుంది. ఆ ప్రతిక్రియ సహజమైనదే. అంతమాత్రాన వాళ్ళు తెలివైనవాళ్ళు కారనీ, వాళ్ళకి విషయాలని తెలుసుకోవాలన్న కుతూహలం లేదనీ అనుకోకూడదు. ఎక్కడో అరుదుగా తప్ప మానవ మస్తిష్కాలు సాపేక్ష సిద్ధాంతం, క్వాంటమ్ మెకానిక్స్ లాంటి విషయాల గురించి లోతుగా ఆలోచించలేవు. కానీ మనుషులు సంప్రదాయబద్ధంగా ఆలోచించే పద్ధతిని పక్కన పెట్టటంవల్ల భౌతిక శాస్త్రవేత్తలు ఆ పని చెయ్యగలుగుతారు. వివరాలను సేకరించి పనికి పెట్టేందుకు బైట లభించే సహాయం వాళ్ళకి కొత్తగా ఆలోచించే అవకాశం కల్పిస్తుంది. కీలకమైన ఆలోచనా విధానాలు వాళ్ళ మస్తిష్కాలలో కాక కంప్యూటర్లలోనో, తరగతి గదిలోని బ్లాక్ బోర్డుల మీదో రూపొందుతాయి.

ప్రయోజనాన్ని అర్థం చేసుకున్నారు. ఆ తరవాత దాన్ని సంస్కరించి, మధ్య ప్రాచ్యంలోనూ, ఆ తరవాత యూరప్‌లోనూ వ్యాపింప జేశారు. అరబ్ అంకెలకు ఆ తరవాత మరిన్ని చిహ్నాలని (కూడికలకీ, తీసివేతలకీ, గుణింతాలకీ సంబంధించినవి) జోడించడం జరిగింది. ఆ తరవాతే ఆధునిక గణితశాస్త్రానికి ఆధారమైన సంకేతాలు ఏర్పడ్డాయి.

ఈ రకంగా రాయటం అసంపూర్ణ లిపికే పరిమితమైనప్పటికీ, ఈ భాష ప్రపంచవ్యాప్తంగా గొప్ప పలుకుబడి సాధించింది. దాదాపు అన్ని రాష్ట్రాలూ, కంపెనీలూ, సంస్థలూ అక్కడ వాడుకలో ఉన్న భాష అరబిక్ అయినా, హిందీ అయినా, ఆంగ్లం అయినా లేక నార్వే భాష అయినా గణిత లిపిని ఉపయోగించే సమాచారాన్ని భద్రపరిచి పని జరిపిస్తాయి. గణిత లిపిలోకి అనువదించేందుకు అనువైన సమాచారమంతా భద్రపరుస్తారు,

ఆ తరవాత దాన్ని విస్తరింపచేసి పనిలో వాడుకుంటారు. ఇదంతా అబ్బురపరిచేంత వేగంగానూ, నేర్పుతోనూ జరుగుతుంది.

ఎవరైనా – ప్రభుత్వంగాని, సంస్థలుగాని, కంపెనీలుగాని తీసుకునే నిర్ణయాల మీద తమ ప్రభావం చూపించాలనుకుంటే, అంకెల భాషలో మాట్లాడటం నేర్చుకోవాలి. నిపుణులు 'పేదరికం', 'ఆనందం', 'నిజాయితీ' లాంటి పదాలను సైతం అంకెలలోకి తర్జుమా చేసేందుకు శాయశక్తులా ప్రయత్నిస్తారు : ('దారిద్ర్య రేఖ', 'ఆత్మశ్రేయస్సు స్థాయి', 'రుణాలు ఇచ్చేందుకు అర్హత స్థాయి'). భౌతికశాస్త్రం, ఇంజనీరింగ్ లాంటి జ్ఞానాన్ని అందించే రంగాలు పూర్తిగా మనుషులు మాట్లాడే భాషతో సంబంధం లేకుండా పోయాయి. వాటిని కేవలం గణిత లిపి మాత్రమే నిలిపి ఉంచుతోంది.

ఈ మధ్య గణిత లిపి ఇంకా విప్లవాత్మకమైన ఒక కొత్త పద్ధతికి శ్రీకారం చుట్టింది, రెండు అంకెలు మాత్రమే ఉండే కంప్యూటర్ లిపి : 0, 1. నేను ఇప్పుడు నా కంప్యూటర్ మీద టైపు చేస్తున్న పదాలు, నా కంప్యూటర్‌లో ఉన్న 0నీ 1నీ రకరకాలుగా కలిపి వాడటం వల్లే ఏర్పడుతున్నాయి.

మానవుని స్పృహకి సాయం చేసే పనికత్తెలా రాయటం అనేది పుట్టింది. కానీ చాలా వేగంగా అది అతని యజమానిగా మారుతోంది. హోమోసేపియన్లు ఎలా మాట్లాడతారో, ఎలా ఆలోచిస్తారో, కలలు కంటారో మన కంప్యూటర్లకి అర్థమవటం చాలా కష్టం. అందుకని మనం హోమో సేపియన్లకి ఎలా మాట్లాడాలో, ఎలా ఆలోచించాలి, ఎలా కలలు కనాలో అంకెల భాషలో నేర్పిస్తున్నాం. కంప్యూటర్లు ఆ భాషని మాత్రమే అర్థం చేసుకోగలవు.

చివరికి హోమో సేపియన్లు ఈ లోకంలో ఆధిపత్యం సాధించిన సమాచార వ్యవస్థ, తెలివితేటలు అనే రంగాలలో కంప్యూటర్లు వాళ్ళకన్నా బాగా పనిచేసే అవకాశం ఉంది. 5000 సంవత్సరాల క్రితం యూఫ్రేటస్ లోయలో, అసాధారణమైన తెలివిగల సుమేరియన్లు వివరాలని నమోదు చేసేందుకు మనిషి మెదడును దాటి బంకమట్టి బిళ్ళలని ప్రారంభించటం అనే ప్రక్రియ ప్రారంభమైన తరవాత అది సిలికాన్ వ్యాలీలో టాబ్లెట్ విజయంతో ముగిసింది. మానవులు ఇంకా ఈ లోకంలో ఉండవచ్చు, కానీ వాళ్ళు ఈ ప్రపంచాన్ని అర్థం చేసుకోలేని స్థితికి చేరుకుంటారు. ఈ లోకాన్ని ఏలే కొత్త అధిపతి సున్నాలూ, ఒకట్ల అనంతమైన వరసగా మారిపోతాడు.

అధ్యాయం 8

చరిత్రలో న్యాయం అనేది లేదు

వ్యవసాయ విప్లవం తరువాతి శతాబ్దంలో మానవ చరిత్రని అర్థం చేసుకోవటానికి ప్రయత్నం చేసినప్పుడు ఒకే ఒక ప్రశ్న తలెత్తుతుంది : జీవశాస్త్రం దృష్ట్యా అటు వంటి సహకారాన్ని ఏర్పరచుకునే సహజ జ్ఞానం లేనప్పుడు, పెద్ద సంఖ్యలో సహకరిస్తూ పనిచేసేందుకు అవసరమైన పరస్పర సంబంధాలని ఎలా నిర్వహించ గలిగారు? దీనికి క్లుప్తంగా జవాబు చెప్పాలంటే, మానవులు ఊహాజనితమైన క్రమపద్ధతులని సృష్టించటంతో పాటు, లిపిని కూడా రూపొందించారని చెప్పాలి. మనకి జీవసంబంధం వల్ల వారసత్వంగా అబ్బే గుణాలలో ఉన్న ఖాళీలను ఈ రెండు ఆవిష్కరణలూ భర్తీ చేశాయి.

అయినా ఇలాంటి సహకార సంబంధాలవల్ల ఎక్కువమందికి మంచి జరిగిందా అనేది సందేహమే. ఈ సంబంధాలని నిలిపి ఉంచే ఊహాజనితమైన క్రమపద్ధతులు సహజమైనవీ, న్యాయమైనవీ కావు. అవి మనుషులని అవాస్తవమైన సమూహాలుగా విడదీశాయి. ఆ సమూహాలని వర్గాలుగా ఏర్పరచాయి. పైస్థాయిలో ఉన్నవాళ్ళకి అన్ని సౌకర్యాలూ, అధికారమూ దక్కాయి. కిందిస్థాయి వాళ్లు వివక్షకీ, అణచివేతకీ గురయ్యారు. ఉదాహరణకి హమ్మురాబీ చట్టం – ఉన్నత జాతులు, సామాన్యులు, బానిసలూ అనే వర్గీకరణ చేసింది. ఉన్నతులకి జీవితంలో అన్నీ మంచివే లభించాయి. వాళ్ళు వదిలిపెట్టినవి సామాన్యులకి దక్కాయి. ఇదేమిటని అడిగినందుకు బానిసలకి దెబ్బలే మిగిలాయి.

మనుషులందరూ సమానమే అనే ప్రకటించినప్పటికీ, 1776లో స్థాపించిన అమెరికన్ ఊహాజనిత క్రమపద్ధతిలో కూడా వర్గభేదాలు ఉండనే ఉన్నాయి. అది సృష్టించిన వర్గీకరణ – దానివల్ల లాభం పొందిన పురుషులకీ, ఏ అధికారమూ లేని స్త్రీలకీ మధ్య తేడా సృష్టించింది. తెల్లజాతివాళ్ళకీ, నల్లజాతివాళ్ళకీ, రెడ్ ఇండియన్లకీ మధ్య తేడాలు సృష్టించింది. తెల్లజాతివాళ్ళు స్వేచ్ఛగా జీవించారు, నల్లజాతి మనుషులనీ, రెడ్ ఇండియన్లనీ తక్కువరకం మనుషులుగా పరిగణించి మనుషులందరికీ ఇచ్చే సమానహక్కులు వాళ్ళకి లేకుండా చేసింది. స్వాతంత్ర్య ప్రకటన మీద సంతకాలు చేసినవాళ్లలో చాలామంది బానిసల యజమానులే. ప్రకటన మీద సంతకాలు చేసిన తరవాత కూడా వాళ్ళు

తమదగ్గర ఉన్న బానిసలని విడుదల చెయ్యలేదు. పైగా తాము కపటబుద్ధి కలవారమని కూడా వాళ్లకి అనిపించలేదు. వాళ్ళ దృష్టిలో మానవ హక్కులకు నీగ్రోలతో ఎలాటి సంబంధమూ లేదు.

అమెరికన్ క్రమపద్ధతి ధనిక–పేద వర్గాల మధ్య ఉండే తేడాని కూడా పవిత్రమైన విషయంగా భావించింది. ఆ సమయంలో అధికశాతం అమెరికన్లకు ధనవంతులైన తలిదండ్రులు తమ ఆస్తినీ, వ్యాపారాలనీ పిల్లలకి అందించటంలో ఏర్పడిన అసమానత ఒక సమస్యగానే అనిపించలేదు. వాళ్ళ దృష్టిలో సమానత్వం అంటే ధనికులకైనా, పేదవారికైనా ఒకే రకమైన నియమాలు వర్తించటం. దానికీ నిరుద్యోగం వల్ల కలిగే ప్రయోజనాలకీ, సమగ్రపరచిన విద్యకీ, ఆరోగ్య బీమాకీ ఎటువంటి సంబంధమూ లేదని వాళ్ళ నమ్మకం. స్వాతంత్ర్యమనే మాట కూడా ఈనాడు మనం వాడుతున్న అర్థంలో కాక సందర్భాన్ని బట్టి చాలా భిన్నంగా ఉండేది. 1776లో అధికారం లేని (నల్లజాతి వాళ్ళూ, రెడ్ ఇండియన్లూ, దేవుడు చల్లగా చూడాలే గాని, స్త్రీలూ) వాళ్లకి అధికారం వచ్చి దాన్ని ఉపయోగించుకోగలరని ఎక్కడా లేదు. ఏవైనా అసాధారణ సందర్భాలలో తప్ప, ఒక నాగరికుడి సొంత ఆస్తిని జప్తు చెయ్యటానికీ, దాన్ని అతను ఎలా ఉపయోగించుకోవాలో చెప్పటానికీ ప్రభుత్వానికి హక్కు లేదు. అమెరికన్ క్రమపద్ధతి సంపదకి సంబంధించిన వర్గీకరణని ఆమోదించింది. కొందరు అది ఆదేశమని నమ్మితే మరికొందరు తిరుగులేని ప్రకృతి నియమాలని సూచిస్తాయని నమ్మారు. ప్రకృతి అర్హతకి సంపదని బహూకరిస్తుందనీ, సోమరితనాన్ని శిక్షిస్తుందనీ వాళ్ళు పేర్కొన్నారు.

స్వేచ్ఛాజీవులకీ బానిసలకీ ఉండే తేడా, నల్లవాళ్ళకీ తెల్లవాళ్ళకీ ఉండే వ్యత్యాసం, ధనికులకీ పేదవారికీ ఉండే అసమానత్వంలాంటి వర్గీకరణాలన్నిటి మూలాలూ కాల్పనిక కథల్లో ఉన్నాయి. (స్త్రీలకీ పురుషులకీ ఉన్న వర్గభేదం గురించి తరవాత ప్రస్తావిస్తాను.) ఇలా ఊహాజనితమైన వర్గీకరణాలన్నీ కల్పనకి సంబంధించినవి కావనీ, ప్రకృతిసిద్ధమైనవనీ, అనివార్యమనీ చరిత్ర బల్లగుద్ది మరీ చెపుతుంది. ఉదాహరణకి, స్వేచ్ఛగా బతికే వాళ్ళకీ, బానిసలకీ ఉన్న వర్గభేదం సహజమైనదనీ, సరైనదేననీ అనుకునేవాళ్లు బానిసత్వం మనుషులు సృష్టించింది కాదని వాదిస్తారు. హమ్మురాబీ దృష్టిలో అది దైవాజ్ఞ. బానిసలకి 'బానిసల స్వభావం' ఉంటుందనీ స్వేచ్ఛా జీవులకి 'స్వేచ్ఛగా జీవించే స్వభావం' ఉంటుందనీ అరిస్టాటిల్ అభిప్రాయపడ్డాడు. వాళ్ళ అంతర్గత స్వభావమే సమాజంలో వాళ్ళ స్థానాన్ని ప్రతిఫలిస్తుంది అన్నాడు.

తాము ఉన్నతులమని భావించే తెల్లవాళ్ళని జాతి విషయంలో భేదం గురించి అడగండి, మీకు వాళ్ళు జాతుల మధ్య జీవశాస్త్రం ప్రకారం ఉండే తేడా గురించి మిథ్యా వైజ్ఞానిక (సూడో సైన్టిఫిక్) ఉపన్యాసం ఇస్తారు. తెల్లజాతివాళ్ళ రక్తంలో ఉండే ఏదో ఒక అంశం వాళ్ళని తెలివైనవాళ్లుగానూ, నైతికత పాటించేవారుగానూ, కష్టపడి పనిచేసేవారుగానూ తీర్చిదిద్దిందని వాళ్ళు మీకు చెప్పవచ్చు. ధన సంబంధమైన వర్గీకరణకు కారణమేమిటని ఒక పెట్టుబడిదారీ వ్యవస్థని గట్టిగా నమ్మే వ్యక్తిని అడిగి చూడండి. వ్యక్తులలో ఉండే సామర్థ్యం భిన్నంగా ఉన్నందువల్లే అది అనివార్యమౌతోందన్న జవాబు వస్తుంది.

NET BLANKES
WHITES ONLY

21. **దక్షిణ ఆఫ్రికా సముద్రతీరాన వర్ణభేదం నాటి ఒక సైన్ బోర్డ్. అందులో ఈ తీరం కేవలం 'తెల్ల' వాళ్ళు మాత్రమే ఉపయోగించుకోవాలి అని నిర్దేశించబడింది. సామాన్యంగా నల్లచర్మం ఉన్నవాళ్ళకన్నా, తెలిక రంగు చర్మం ఉన్నవాళ్ళు ఎండకి కమిలిపోయే ప్రమాదం ఎక్కువ. అయినప్పటికీ దక్షిణ ఆఫ్రికా సముద్రతీరాలని ఇలా విభజించటంలో జీవశాస్త్రానికి సంబంధించిన తర్కం ఏదీ లేదు. తేలికరంగు చర్మం ఉన్నవాళ్ళకోసం ప్రత్యేకించిన సముద్రతీరాలలో నీలలోహిత వికిరణం (అల్ట్రా వయొలెట్ రేడియేషన్) మిగిలిన సముద్రతీరాలకన్నా తక్కువేమీ ఉండదు.**

వీళ్ళ దృష్టిలో ధనవంతుల దగ్గర ఎక్కువ ధనం ఉండటానికి కారణం వాళ్ళు సమర్థవంతులు, కష్టపడి శ్రద్ధగా పనిచేస్తారు. అయితే, ధనవంతులకు మెరుగైన ఆరోగ్య సేవలు, విద్య, పోషకపదార్థాలూ అందినా ఎవరూ పట్టించుకోకూడదన్నమాట. ధనవంతులకు తమకి అందే ఒక్కొక్క సౌకర్యాన్నీ హాయిగా అనుభవించే అర్హత ఉందన్నమాట.

కుల వ్యవస్థని పాటించే హిందువులు ఒక జాతిని మరో జాతికన్నా ఉత్తమమైనదిగా నిర్ణయించినది విశ్వాంతరాళలోని శక్తులు అని నమ్ముతారు. సృష్టి గురించి హిందువులు చెప్పే ఒక ప్రసిద్ధ కాల్పనిక గాథ ఉంది. అతి ప్రాచీనమైన ఒక పురుష ప్రాణి నుంచి దేవతలు ఈ లోకాన్ని సృష్టించారు. సూర్యుణ్ణి ఆ పురుషుడి కళ్ళనుంచీ, చంద్రుణ్ణి అతని మస్తిష్కం నుంచీ, బ్రాహ్మణులని అతని నోటినుంచీ, క్షత్రియులని అతని బాహువులనుంచీ, వైశ్యులని అతని తొడలనుంచీ, శూద్రులని అతని కాళ్లనుంచీ సృష్టించారు. ఈ వివరణని అంగీకరించినట్టయితే, బ్రాహ్మణులకీ శూద్రులకీ సామాజికంగా, రాజకీయంగా ఉన్న వ్యత్యాసం - సూర్యుడికీ చంద్రుడికీ ఉన్న వ్యత్యాసమంత సహజమైనదనీ, అనంతమైనదనీ నమ్మవలసిందే. న్యు వా అనే దేవత మట్టిలో నుంచి మనుషులని సృష్టించినప్పుడు కులీనులని నాణ్యమైన పసుపురంగు మట్టినుంచీ, సామాన్యులని గోధుమరంగు బురదనుంచీ సృష్టించిందని చైనా దేశస్థులు నమ్ముతారు.

అయినా మనకి అర్థమైనంతలో ఈ వర్గభేదాలన్నీ మానవుడి ఊహాశక్తి నుంచి జన్మించినవే. బ్రాహ్మణులూ, శూద్రులూ నిజంగా ఎవరో ఒక ప్రాచీన యుగపు ప్రాణి శరీరావయవాల నుంచి దేవుళ్ళు సృష్టించినవారు కారు. అసలు ఈ రెండు కులాలనీ ఇలా విభజించింది 3000 సంవత్సరాల క్రితం ఉత్తరభారత దేశంలో మనుషులు ఆవిష్కరించిన చట్టాలూ, నియమాలూ. అరిస్టాటిల్ చెప్పినది సరికాదు, బానిసలకీ, స్వేచ్ఛాజీవులకీ జీవశాస్త్రం ప్రకారం ఎటువంటి తేడా ఉన్నట్టు రుజువులు లేవు. మనుషులు తయారు చేసిన చట్టాలూ, నియమాలూ కొందరిని బానిసలుగానూ, మరికొందరిని యజమానులు గానూ తీర్మానించాయి. నల్లజాతివాళ్ళకీ తెల్లజాతివాళ్ళకీ నిష్పక్షమైన జీవశాస్త్ర సంబంధమైన తేడాలు ఉన్నాయి – చర్మం రంగూ, జుట్టూ లాంటివి. కానీ ఆ తేడాలు వాళ్ళ తెలివితేటల్లోనూ, నైతిక స్వభావంలోనూ ఉన్నట్టు నిదర్శనాలేవీ లేవు.

అధికశాతం మనుషులు తమ సమాజంలోని వర్గీకరణ సహజమైనదే, సమంజసమే అనీ, మిగిలిన సమాజాల్లోని వివక్ష సరైనది కాదనీ, అసహజమనీ అంటారు. జాతివివక్షని అసహ్యించుకోమని ఆధునికయుగంలో అమెరికన్లకు నేర్పారు. నల్లవాళ్లు తెల్లవాళ్ళుండే ప్రాంతాల్లో నివసించకూడదనీ, తెల్లవాళ్లు చదివే స్కూళ్లలో చదవకూడదనీ, తెల్లవాళ్ళ ఆస్పత్రుల్లో చికిత్స చేయించుకోకూడదనీ చట్టాలు విధిస్తే వాళ్ళు నిర్ఘాంతపోతారు. కానీ ధనిక–పేద వర్గాల విభజన అంటే – ధనవంతులు విడిగా అన్ని సౌకర్యాలూ ఉన్న ప్రాంతాల్లో నివసించడాన్నీ, విడిగా పేరుపొందిన స్కూళ్లలో చదవడాన్నీ, విడిగా అధిక సౌకర్యాలున్న ఆస్పత్రుల్లో చికిత్స పొందడాన్నీ – ఎక్కువమంది అమెరికన్లకీ, యూరప్‌వాసులకీ సమంజసమే అనిపిస్తుంది. అయినా ఒక వాస్తవం పూర్తిగా నిరూపించటం జరిగింది, అధిక శాతం ధనవంతులు ధనిక కుటుంబాలలో పుట్టటం వల్లే ధనికులయ్యారు. అధిక శాతం పేదవారు జీవితాంతం పేదవారుగానే ఉండిపోతారు, వాళ్ళు పేద కుటుంబాలలో పుట్టటమే దానికి కారణం.

దురదృష్టవశాత్తూ సంక్లిష్టమైన మానవ సమాజాలకు ఊహాజనిత వర్గీకరణలో, అన్యాయమైన వివక్ష అవసరమౌతుంది. కానీ, అన్ని రకాల వర్గీకరణలూ నైతిక దృష్టితో చూసినప్పుడు ఒకేలా ఉండవు. కొన్ని సమాజాలు మిగిలినవాటికన్నా తీవ్రమైన వివక్షని ఎదుర్కొన్నాయి. అయినప్పటికీ పూర్తిగా వివక్షే లేని సమాజాలు అధ్యయనకర్తలకి కనబడలేదు. మనుషులు మళ్ళీమళ్ళీ తమ సమాజాల్లోని జనాభాని ఉన్నతులూ, సామాన్యులూ, బానిసలూ; తెల్లవాళ్ళూ, నల్లవాళ్ళూ; అగ్రకులాలూ, నిమ్నజాతులూ; బ్రాహ్మణులూ, శూద్రులూ; ధనికులూ పేదవారు లాంటి ఊహాజనితమైన వర్గాలుగా విభజిస్తూనే ఉన్నారు. ఇలాంటి వర్గీకరణలు కొన్ని లక్షలమంది మధ్య చట్టప్రకారం, రాజకీయంగా, సామాజికంగా కొందరు మిగిలినవారి కన్నా ఉన్నతులుగా నిర్ణయించి అలాంటి సంబంధాలని ధృవీకరించాయి.

వర్గీకరణలు ఒక ముఖ్యమైన పాత్ర వహిస్తాయి. సమయం వృథా చెయ్యకుండా, వ్యక్తిగతంగా తెలుసుకునేందుకు శ్రమపడకుండా, పూర్తిగా మనకి అపరిచితుడైన వ్యక్తితో ఎలా ప్రవర్తించాలో తెలియజేస్తాయి. ప్రతిరోజూ తన ఏజెన్సీకి వచ్చే కొన్ని డజన్లమందికి

వాహనాలు అమ్మేందుకు ఎంత ప్రయాస పడాలో కార్లు అమ్మే వ్యాపారికి వెంటనే తెలియాలి. ప్రతి ఒక్కరి వ్యక్తిత్వం గురించిన పూర్తి వివరాలని కాని, అతని పర్సులో ఎంత డబ్బుందని కాని వాకబు చేసే అవకాశం అతనికి ఉండదు. దానికి బదులు అతను సామాజికమైన సంకేతాల సాయం తీసుకుంటాడు. కొనుగోలుదారు ఎలాంటి దుస్తులు తొడుక్కున్నాడో, వయసెంతో, చివరికి ఒంటి రంగూ, జుట్టు రంగూ ఎలాటిదో కూడా గమనిస్తాడేమో. ఆ సంకేతాల సాయంతోనే ఆ వ్యాపారి ఖరీదైన అన్ని సౌకర్యాలూ ఉన్న (లగ్జరీ) కారుని కొనే లాయర్‌నీ, కేవలం అక్కడి కార్లని చూస్తూ కలలు కనే ఆఫీసు క్లర్క్‌నీ గుర్తిస్తాడు.

కానీ సహజంగా వ్యక్తుల్లో ఉండే సామర్థ్యం కూడా సమాజంలో విభిన్న వర్గాలు ఏర్పడేందుకు కారణం కాగలవు. కానీ ఇలాంటి విభిన్న మనస్తత్వాలూ, నడవడి సామాన్యంగా ఊహాజనితమైన వర్గీకరణల ద్వారానే ప్రకటించబడతాయి. ఇది రెండు ముఖ్యమైన పద్ధతుల్లో జరుగుతుంది. ముందుగా చెప్పాలంటే, చాలామటుకు రకరకాలుగా ఉండే సామర్థ్యాన్ని బాగా పెంపొందించుకుని అభివృద్ధిని సాధించాలి. ఎవరికైనా జన్మతః ఏదైనా ప్రతిభ ఉన్నప్పటికీ, దాన్ని కాపాడుకుని, పదునుపెట్టి, అభ్యసించటం చాల అవసరం. లేకపోతే అది ఏమూలో అలాగే ఉండిపోతుంది. తమ సామర్థ్యాన్ని పెంచి పోషించి సంస్కరించుకునే ఒకే రకమైన అవకాశం అందరికీ దొరకదు. వాళ్ళకి అలంటి అవకాశం దొరుకుతుందా లేదా అనేది సమాజంలోని ఊహాజనితమైన వర్గీకరణలో వాళ్ళ స్థానం ఏమిటనే దానిమీద ఆధారపడి ఉంటుంది. 1700 సంవత్సరంలో చైనాలో ఇద్దరు కవలలు పుట్టారనీ, ఇద్దరూ పుట్టగానే విడిపోయారనుకుందాం. ఒకరిని బీజింగ్‌లో ఉండే డబ్బున్న వర్తకుడు పెంచాడనీ, ఆ పిల్లవాడు స్కూల్లోనూ, మార్కెట్‌లోనూ, ఉన్నత వర్గపు సామాజిక కార్యక్రమాల్లోనూ పాల్గొంటూ పెరుగుతాడు. రెండో పిల్లవాడు ఒక మారుమూల గ్రామంలో, చదువురాని పేద రైతు ఇంట్లో పెరుగుతాడు. వాడు రోజంతా వరిపొలాల బురదలో గడుపుతాడు. ఒకే రకమైన జన్యువులు ఉన్నప్పటికీ, వాళ్ళిద్దరికీ వ్యాపారం చెయ్యటంలో కాని, వరి పెంచటంలో కాని ఒకే రకమైన నేర్పు ఉండటం సాధ్యం కాదు.

రెండో విషయం, వేర్వేరు వర్గాలకి చెందినవారు సమానమైన సామర్థ్యాలని అభివృద్ధి చేసుకున్నప్పటికీ వాళ్ళు జీవితంలో విజయం సాధించలేకపోవచ్చు, ఎందుకంటే వాళ్ళు ఆడే ఆటలో నియమాలు భిన్నంగా ఉంటాయి. రైతు పనిచేస్తున్న సోదరుడికి ఏదో విధంగా వ్యాపారం చేసే నేర్పు ఒంటబట్టిందనీ, ఆ నేర్పు అతని సోదరుడి నేర్పుకి సమానమైనదనీ అనుకుందాం. అయినా వాళ్ళిద్దరికీ ధనికులుగా మారటంలో ఒకే రకమైన అవకాశాలు దొరికి ఉండకపోవచ్చు. ఆర్థిక క్రీడ నిండా చట్టపరమైన అడ్డంకులూ, కనిపించని అనధికార అవరోధాలూ ఉంటాయి. రైతు పనిచేసే సోదరుడు చిరిగిపోయిన దుస్తులతోనూ, మోటు ప్రవర్తనతోనూ, ఎవరికీ అర్థంకాని పల్లెటూరి భాషతోనూ బీజింగ్ మార్కెట్‌కి చేరుకున్నప్పుడు వ్యాపార ప్రపంచంలో జన్యువులకన్నా ప్రవర్తనా, పరిచయాలూ ఎక్కువగా పనిచేస్తాయని త్వరగానే గ్రహించి ఉంటాడు.

విషవలయం

అన్ని సమాజాలూ ఆధారపడేది ఊహాజనితమైన వర్గీకరణ మీదే అయినా అవన్నీ సమానమైన వర్గీకరణలు కావు. మరి ఆ తేడాలకి కారణ మేమిటి? సంప్రదాయాన్ని నమ్మే భారతీయ సమాజం సమాజాన్ని కులాలుగానూ, ఒట్టోమన్ సమాజం మతాలుగానూ, అమెరికన్ సమాజం జాతులుగానూ ఎందుకు విభజించింది? సందర్భాలలో అనుకోకుండా జరిగిన చరిత్రాత్మక పరిస్థితులనుంచి ఈ వర్గీకరణ పుట్టింది. ఆ తరవాత తరాలు గడిచిన కొద్దీ, విభిన్న సమూహాలు తమ స్వార్థం కోసం వాటిని సంస్కరించి శాశ్వతంగా స్థాపించారు.

ఉదాహరణకి, 3000 సంవత్సరాల క్రితం ఇండో-ఆర్యన్‌లు భారతదేశాన్ని ఆక్రమించి, స్థానికులని అణచివేసినప్పుడు హిందూ కులవ్యవస్థ ఏర్పడిందని చాలామంది అధ్యయనకర్తలు అభిప్రాయపడతారు. ఆక్రమణ చేసినవాళ్ళు సమాజాన్ని అంతస్తులుగా విభజించి, అందులో తాము పైఅంతస్తు ఆక్రమించారు (మతాచార్యులూ, యోధులూ). స్థానికులని సేవకులుగానో, బానిసలుగానో వాడుకున్నారు. ఆక్రమణదారుల సంఖ్య తక్కువే కావటంతో తమ హోదానీ, విశిష్టమైన గుర్తింపునీ కోల్పోతామేమో అని భయపడేవారు. ఈ ప్రమాదాన్ని నివారించేందుకు, వాళ్ళు జనాన్ని కులాలుగా విభజించారు. ఒక్కొక్క కులమూ సమాజంలో ఒక ప్రత్యేకమైన వృత్తిని చేపట్టి, ప్రత్యేకమైన పాత్ర వహించవలసి ఉందని నిర్ణయించారు. ప్రతి కులానికీ చట్టప్రకారం భిన్నమైన హోదా, హక్కులూ, కర్తవ్యాలూ ఉండేవి. కులాల మధ్య సంబంధాలు, అంటే సామజిక కార్య క్రమాలలో కలిసి పాల్గొనటం, వివాహాలూ, చివరికి ఆహారం పంచుకోవటంలాంటివి నిషిద్ధం. ఈ తేడాలు కేవలం చట్టపరమైనవే కావు, అవి మతసంబంధమైన కల్పిత గాథల్లోనూ, ఆచార వ్యవహారాల్లోనూ విడదీయలేని భాగంగా తయారయ్యాయి.

కులవ్యవస్థ ఈ విశ్వం సృష్టించిన శాశ్వత సత్యమే తప్ప అనుకోకుండా జరిగిన చారిత్రిక సంఘటనల పరిణామం కాదని పరిపాలకులు వాదించారు. హిందూమతంలో పవిత్రత, అపవిత్రత అనేవి ముఖ్యాంశాలు. సమాజ నిర్మాణాన్ని పటిష్ఠం చేసేందుకు వీటిని ఉపయోగించుకున్నారు. ఇతర కులాలతో సంపర్కం పెట్టుకుంటే వాళ్ళు అపవిత్ర మవటమే కాక మొత్తం సమాజాన్ని భ్రష్టుపట్టిస్తారనీ, అందుకే అలాటివాటికి దూరంగా ఉండాలనీ పవిత్రులైన హిందువులకి నేర్పారు. ఇలాంటి ఆలోచనలు కేవలం హిందువులకి మాత్రమే ఉండేవని అనుకోకూడదు. చరిత్ర నిండా ఇలాంటివి మనకి కనిపిస్తాయి. దాదాపు అన్ని సమాజాల్లోనూ, అపవిత్రత, పవిత్రత అనే భావాలు ఉన్నాయి. సామాజికం గానూ, రాజకీయంగానూ విభజనలని బలవంతంగా అమలుచెయ్యటంలో అవి ప్రముఖ పాత్ర పోషించాయి. లెక్కలేనంతమంది పరిపాలకులు తమ సౌకర్యాలూ, హక్కులూ కాపాడుకునేందుకు ఈ విభజనలని ఉపయోగించుకున్నారు. అయినప్పటికీ అపవిత్రత గురించిన భయం పూర్తిగా మతాచార్యులూ, రాజులూ కల్పించింది కాదనే అనాలి. జీవశాస్త్ర విధానాలలో మనుగడకి సంబంధించిన మూలాలు ఉన్నాయి. దానివల్ల మనుషులు రోగాలకి కారణమయ్యే విషయాలని, అంటే రోగులూ, శవాలూ లాంటి

వాటిని సహజంగానే ఏవగించుకుంటారు. ఏ జనసమూహాన్నయినా ఇతరులతో సంబంధం లేకుండా విడిగా ఉంచాలనుకుంటే స్త్రీలు, యూదులు, జిప్సీలు, స్వలింగ సంపర్కం చేసేవారు, నల్లజాతివారు - వీళ్ళు మిగిలినవాళ్ళని కలుషితం చేస్తారని అందరినీ నమ్మించటమే దానికి అన్నిటికన్నా ఉత్తమమైన మార్గం.

హిందూ కుల వ్యవస్థ, దాన్ని కాపాడే పవిత్రతకు సంబంధించిన చట్టం భారతీయ సంస్కృతిలో లోతుగా వేళ్లూనుకుని ఉంది. ఇండో-ఆర్యన్ అక్రమమని మరిచిపోయిన చాలాకాలం తరవాత కూడా భారతీయులు కులవ్యవస్థని నమ్మటం మానలేదు. కుల సంకరం సమాజాన్ని కలుషితం చేస్తుందన్న విషయాన్ని మనసారా నమ్ముతూ, దాన్ని అసహ్యించుకుంటున్నారు. కులాలు మార్పుకి లొంగనివేమీ కావు. నిజానికి కాలక్రమాన పెద్ద కులాలలో శాఖలు ఏర్పడి ఉపకులాలుగా విభజన చెందాయి. చివరికి మొదట నాలుగు కులాలుగా ఉండిన జనం 3,000 వేర్వేరు సమూహాలుగా విడివడి 'జాతులు' అనే పేరు సంపాదించుకున్నాయి (జాతి అనే పదానికి అర్థం జన్మ). కులాలు ఇలా వ్యాప్తి చెందటంవల్ల కులవ్యవస్థలోని మూలసూత్రాలలో ఎటువంటి మార్పూ రాలేదు. ఆ సూత్రాల ప్రకారం ప్రతి మనిషీ ఒక ప్రత్యేకమైన శ్రేణిలో పుడతాడు. దాన్ని అధిగమిస్తే ఆ మనిషీ, సమాజం రెండూ కలుషితమైపోతాయి. ఒక వ్యక్తి జాతి అతని వృత్తిని, తినే ఆహారాన్ని, నివసించే స్థలాన్ని, జీవిత భాగస్వామిని నిర్ణయిస్తుంది. సామాన్యంగా ఒక వ్యక్తి తన కులంలోని మనిషినే పెళ్లాడాలి, వాళ్ళకి పుట్టే పిల్లలకి వాళ్ళ తాహతే అందుతుంది.

ఒక కొత్త వృత్తి చోటుచేసుకున్నప్పుడూ, లేదా ఒక కొత్త సమూహం ఏర్పడ్డప్పుడూ హిందూ సమాజంలో చట్టసమ్మతమైన స్థానాన్ని సంపాదించుకోవాలంటే వాళ్ళకి ఒక కులం గుర్తింపు ఉండాలి. అలా ఒక కులంగా గుర్తింపు పొందని సమూహాలు వెలికి గురయ్యాయి. అంతస్తులుగా ఏర్పడిన ఈ సమాజంలో వాళ్ళకి అందరికన్నా కింద కూడా చోటు దొరకలేదు. వాళ్ళని అస్పృశ్యులు అన్నారు. వాళ్ళు మిగిలిన వాళ్లకి దూరంగా ఉండాలి, అవమానకరమైన, అసహ్యకరమైన పరిస్థితుల్లో ఎలాగో ఒకలా బతుకు వెళ్లదీయాలి. చెత్తకుప్పల్లో దొరికిన ఎంగిలి కూడు తిని ప్రాణాలు నిలుపుకోవాలి. అందరి కన్నా కింది స్థాయిలో ఉండే మనుషులు కూడా వాళ్లతో కలవటానికి, కలిసి భోజనం చెయ్యటానికి, వాళ్ళని తాకడానికి వెనకాడేవారు. ఇక పెళ్లి సంబంధాలు కలుపుకునే ప్రశ్నే లేదు. భారతదేశంలో ఈ నాటికీ పని, పెళ్లి విషయం దగ్గరకొచ్చేసరికి అక్కడ కులవ్యవస్థ ప్రభావం చాలా బలంగా ఉంది. భారత ప్రభుత్వం ప్రజాతంత్రం పాటిస్తూ ఇలాంటి వివక్షని తొలగించేందుకు, కులాల కలయికవల్ల సమాజం కలుషితం కాదని హిందువులని ఒప్పించేందుకు కూడా ఎంతో ప్రయత్నిస్తోంది.

అమెరికాలో పవిత్రత

ఇలాంటి విషవలయమే జాతుల వర్గీకరణ విషయంలో అమెరికాలో పాతుకుపోయింది. పదహారో శతాబ్దం నుంచి పద్దెనిమిదో శతాబ్దం దాక యూరోపియన్ విజేతలు కొన్ని

లక్షలమంది ఆఫ్రికన్ బానిసలని అమెరికాలోని గనుల్లోనూ, తోట (ప్లాంటేషన్) లలోనూ పనిచేసేందుకు దిగుమతి చేసుకున్నారు. పరిస్థితులకి సంబంధించిన మూడు కారణాలవల్ల వాళ్ళు యూరప్, తూర్పు ఆసియా నుంచి కాకుండా ఆఫ్రికా నుంచి బానిసలని తెప్పించారు. మొదటి కారణం ఆఫ్రికా దగ్గరగా ఉండటం. అందుకని వియత్నాం నుంచి బానిసలని తెప్పించటం కన్నా సెనెగల్ నుంచి తెప్పించటానికి ఖర్చు తక్కువవుతుంది.

రెండోది, ఆఫ్రికాలో అప్పటికే బానిసల వ్యాపారం బాగా అభివృద్ధి సాధించింది (బానిసలని ముఖ్యంగా మధ్యప్రాచ్యానికి ఎగుమతి చెయ్యటం). కానీ యూరప్‌లో బానిసత్వం చాల అరుదుగా ఉండేది. కొత్తగా బానిసలని తయారుచెయ్యటంకన్నా, ముందునుంచే బానిసత్వాన్ని పాటిస్తున్న సమాజం నుంచి బానిసలను తెప్పించుకోవటం సులభం.

మూడోది అన్నిటికన్నా ముఖ్యమైన కారణం, వర్జీనియా, హైతీ బ్రెజిల్ లాంటి చోట్ల అమెరికన్ల ప్లాంటేషన్‌లు ఉన్నాయి. అక్కడ ప్లేగ్, ఎల్లో ఫీవర్ లాంటివి విజృంభించి ఉంటాయి. ఆ రోగాలు పుట్టింది ఆఫ్రికాలో. కొన్ని తరాలుగా ఈ రోగాలకు గురైన ఆఫ్రికన్లు కొంతవరకు వీటికి జన్యుపరమైన రోగనిరోధకశక్తిని పెంచుకున్నారు, కానీ యూరప్‌వాసులకి వాటిని తట్టుకునే శక్తిలేక పెద్దసంఖ్యలో మరణించేవారు. అందుకే ప్లాంటేషన్ యజమానులు తెలివైనవారైతే యూరోపియాన్ బానిసకి డబ్బు ఖర్చు పెట్టటం కన్నా, కూలీలతో బేరం కుదుర్చుకోవటంకన్నా ఆఫ్రికన్ బానిసని తెచ్చుకోవటం మంచిదనే అనుకుంటారు. తమాషా ఏమిటంటే, జన్యుపరంగా వాళ్ళు మెరుగైనవాళ్ళైనా (రోగనిరోధకశక్తి దృష్ట్యా) సామాజికంగా వాళ్ళని తక్కువస్థాయికి చెందినవాళ్ళుగా చూస్తారు. యూరోపియన్లకన్నా ఆఫ్రికన్లు ఉష్ణమండల వాతావరణంలో ఆరోగ్యంగా ఉండగలరు కాబట్టే వాళ్ళు యూరోపియన్ యజమానుల దగ్గర బానిసలుగా బతకవలసివచ్చింది! ఈ పరిస్థితుల కారణంగా ముందుకు దూసుకుపోతున్న అమెరికన్ సమాజం తెల్లజాతి యూరోపియన్ల ఆధిపత్య వర్గం, నల్లజాతి ఆఫ్రికన్ల అణచివేతకు గురైన వర్గంగా విడిపోయింది.

కానీ కేవలం చవకగా వస్తారు కాబట్టి ఒక జాతికి చెందిన వాళ్ళనే బానిసలుగా చేసుకుంటామని అనేందుకు జనం ఇష్టపడరు. భారతదేశం మీదికి దండెత్తి వచ్చిన ఆర్యుల్లాగా అమెరికాలోని తెల్లజాతి యూరోపియన్లు తాము ఆర్థికంగా ప్రగతి సాధించినట్టు మాత్రమే కాకుండా, పవిత్రులమనీ, న్యాయం, నిష్పక్షపాతం లాంటి గుణాలు కలవారిమనీ ప్రదర్శించుకోవాలనుకున్నారు. ఈ విభజన సరైనదేనని నిరూపించేందుకు మతానికీ, విజ్ఞానానికీ సంబంధించిన కల్పిత గాథలని బాగా ప్రచారం చేశారు. ఆఫ్రికన్లు నోహ్ కుమారుడు హామ్ వంశస్థులని వేదాంత శాస్త్రజ్ఞులు వాదించారు. అతన్ని అతని తండ్రి, నీ వారసులు బానిసలుగా బతుకుతారని శపించాడని ఒక కథ. జీవశాస్త్ర నిపుణులు, నల్లజాతివాళ్ళకి తెలివితేటలు తక్కువనీ, నైతిక జ్ఞానం పూర్తిగా వికసించలేదనీ తేల్చారు. నల్లవాళ్ళు మురికి కూపాల్లో బతుకుతారనీ, రోగాలని వ్యాపింపజేస్తారనీ డాక్టర్లు ఆరోపించారు – క్లుప్తంగా చెప్పాలంటే వాళ్ళు కలుషితానికి వనరులు అన్నారు.

ఈ కల్పిత గాథలు అమెరికా సంస్కృతినీ, మొత్తం పాశ్చాత్య సంస్కృతినీ బలంగా తాకాయి. బానిసత్వాన్ని సృష్టించిన పరిస్థితులు మారిపోయిన చాలాకాలం వరకూ వాటి ప్రభావం అలాగే ఉంది. పంతొమ్మిదో శతాబ్దం ప్రారంభంలో బ్రిటన్ రాజ్యవ్యవస్థ బానిసత్వాన్ని నిషేధించి అట్లాంటిక్ నుంచి జరిగే బానిసల వ్యాపారాన్ని ఆపివేసింది. ఆ తరవాతి దశాబ్దాలలో అమెరికా భూఖండమంతటా క్రమంగా బానిసత్వ నిర్మూలన జరిగింది. చరిత్రలో సమాజాలు ఎటువంటి ఒత్తిడీ లేకుండా స్వేచ్ఛగా మొట్టమొదటిసారి బానిసత్వాన్ని నిర్మూలించిన ఒకే ఒక సందర్భం ఇదేనని గమనించాలి. కానీ బానిసలకి స్వేచ్ఛ దొరికినప్పటికీ, బానిసత్వాన్ని సమర్థించే జాతివివక్షకు సంబంధించిన కల్పిత గాథలు మాత్రం తొలగిపోలేదు. జాతివివక్షకు సంబంధించిన చట్టాలూ, సామజిక ఆచారాలూ జాతులని విడదీసే ఉంచాయి.

దీనికి పర్యవసానంగా స్వయంగా అమలయిన కార్యకారణ విషవలయం ఏర్పడింది. దక్షిణ సంయుక్త రాష్ట్రాల్లో అంతర్యుద్ధం తరవాత ఎం జరిగిందో చూడండి. 1865లో అమెరికా రాజ్యాంగంలో పదమూడో సవరణని చేర్చి బానిసత్వాన్ని నిర్మూలించారు. పధ్నాలుగో సవరణలో జాతిని ఆధారం చేసుకుని పౌరసత్వం, చట్టపరంగా సమానమైన రక్షణ ఇచ్చి తీరాలని తీర్మానించారు. అయినప్పటికీ రెండు శతాబ్దాల కాలం బానిసలుగానే జీవించిన నల్లజాతి కుటుంబాలు తెల్లజాతి కుటుంబాలకన్నా చదువులోనూ, ఆర్థికంగానూ చాలా వెనకబడి ఉండిపోయాయి. 1865లో అలబామాలో పుట్టిన ఒక నల్లజాతి వ్యక్తికి అదే చోట పుట్టిన తెల్లజాతి వ్యక్తికి దొరికేంత మంచి చదువుగాని, మంచి జీతం వచ్చే ఉద్యోగంగాని దొరకవు. 1880లలో, 90లలో పుట్టిన అతని పిల్లలు కూడా తమ జీవితాలని అలాటి మంచి అవకాశాలు లేకుండానే ప్రారంభిస్తారు, మరి వాళ్ళు కూడా అట్టే చదువులేని పేద తలిదండ్రుల సంతానమే కదా!

కానీ ఆర్థికమైన ప్రతికూల పరిస్థితులే పూర్తిగా దీనికి కారణం కాదు. అలబామాలో తమ జాతి వారికి ఇతరత్రా దొరికే అవకాశాలు లభించని పేద తెల్లజాతి కుటుంబాలు చాలానే ఉండేవి. అంతేకాక పారిశ్రామిక విప్లవం, అదే పనిగా వలస వచ్చేవాళ్లు అమెరికా సమాజాన్ని విపరీతమైన అస్థిరత్వానికి గురిచేశాయి. అక్కడ పేదవారు చాల త్వరగా ధనికులైపోయేవారు. అసలు విషయం డబ్బే అయితే జాతులమధ్య స్పష్టంగా ఉన్న విభజన రేఖ ఎప్పుడో తుడిచిపెట్టుకుపోయేదే. కనీసం జాతులమధ్య వివాహసంబంధాలు జరిగినా ఆ విభజన మాయమయేదే.

కానీ ఆలా జరగలేదు. 1865 నాటికి తెల్లవాళ్ళూ, చాలామంది నల్లవాళ్ళూ కూడా తెల్లవాళ్ళతో పోలిస్తే నల్లవాళ్ళు తక్కువ తెలివిగలవారనీ, హింసకి పాల్పడే స్వభావం కలవారనీ, లైంగిక సంబంధాలలో నియమాలు పాటించరనీ, సోమరిపోతులనీ, తమ శరీరాలనీ, పరిసరాలనీ పరిశుభ్రంగా ఉంచుకోవటంలో నిర్లక్ష్యం చూపిస్తారనీ అభిప్రాయ పడేవారు. ఆ రకంగా వాళ్ళు హింసనీ, దొంగతనాలనీ, బలాత్కారాలనీ, రోగాలనీ విస్తరింపజేసే ఏజెంట్లు. మరోలా చెప్పాలంటే, కలుషితపరిచేవాళ్ళు. 1895లో అలబామాలో ఉండే ఒక నల్లజాతి మనిషి ఎలాగో ఒకలా బాగా చదువుకుని బ్యాంక్ టెల్లర్ ఉద్యోగానికి

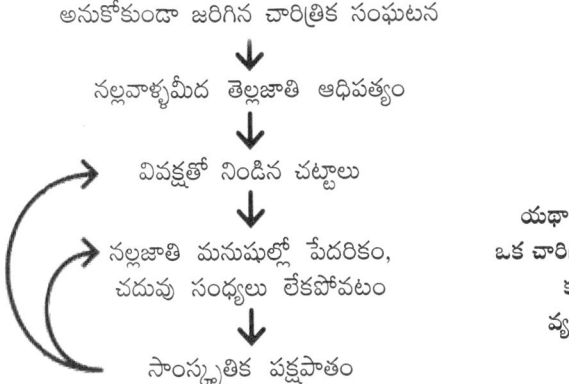

విషవలయం : యథాలాపంగా ఏర్పడిన ఒక చారిత్రిక పరిస్థితిని ఒక కఠినమైన సామజిక వ్యవస్థగా మార్చటం.

దరఖాస్తు పెట్టుకున్నాడనుకుందాం. అంతే చదువుకున్న తెల్లజాతి మనిషి అదే ఉద్యోగానికి దరఖాస్తు పెట్టుకుంటే నల్లజాతి మనిషికి కాకుండా ఆ తెల్లజాతి మనిషికే ఆ ఉద్యోగం వచ్చే అవకాశాలు ఎక్కువ. నల్లజాతి మనుషులు స్వభావరీత్యా నమ్మదగినవారు కారనీ, బద్ధకస్తులనీ, తక్కువ తెలివిగలవారనీ వాళ్ళమీద పడిన కళంకం తాలూకు మచ్చే ఇలా జరగటానికి కారణం.

ఈ కళంకం కేవలం కల్పనే అనీ కాలక్రమాన జనం అర్థం చేసుకుంటారని మీరను కోవచ్చు. ఎప్పుడో ఒకప్పుడు నల్లవాళ్ళు తాము సామర్థ్యం కలవారిమనీ, చట్టప్రకారం నడుచుకునేవాళ్ళమనీ, తెల్లవాళ్లంత పరిశుభ్రతని పాటిస్తామనీ నిరూపించుకోగలుగుతారని మీకు అనిపించవచ్చు. కానీ అసలు జరిగింది వేరొకటి – కాలం గడిచేకొద్దీ ఈ పక్షపాత బుద్ధి మరింతగా పాతుకుపోయింది. అన్ని మంచి ఉద్యోగాలూ తెల్లవాళ్లు చేజిక్కించుకోవటం వల్ల నిజంగానే నల్లవాళ్ళు వాళ్లకన్నా తక్కువవాళ్ళని నమ్మటం సులభమైంది. “చూడండి, నల్లవాళ్ళు కొన్ని తరాలుగా స్వేచ్ఛగా జీవిస్తున్నారు, అయినప్పటికీ నల్లజాతి ప్రొఫెసర్లూ, లాయర్లూ, డాక్టర్లూ, చివరికి బ్యాంక్ టెల్లర్లు సైతం ఎక్కడా కనిపించరు. మరి దీన్నిబట్టి నల్లవాళ్ళకి తెలివితేటలు తక్కువనీ, వాళ్ళు కష్టపడి పనిచెయ్యరనీ రుజువు అవటంలేదా?” అంటాడు సగటు తెల్లజాతి మనిషి. ఈ విషవలయంలో చిక్కుకున్నందువల్ల నల్లవాళ్ళకి ఆఫీసుల్లో ఉద్యోగాలు దొరక్కుండా పోయేవి. వాళ్లకి తెలివితేటలూ తక్కువని ముద్ర పడింది. వాళ్ళు తెల్లవాళ్ళకన్నా తక్కువనటానికి ఆఫీసుల్లో పెద్ద ఉద్యోగాలలో వాళ్ళు తక్కువ సంఖ్యలో ఉండటమే రుజువు.

విషవలయం అక్కడితో ఆగిపోలేదు. నల్లవాళ్లపట్ల వివక్ష వల్ల వాళ్ళకి అంటగట్టిన కళంకం ఇంకా బలపడటం ప్రారంభమయేసరికి జాతుల క్రమాన్ని పరిరక్షించేందుకు ‘జిమ్ క్రో’ చట్టాలు, నియమాలు అమలు చెయ్యటం జరిగింది. నల్లవాళ్ళకి ఎన్నికల్లో ఓటు హక్కు ఉండేది కాదు, తెల్లవాళ్ళ స్కూళ్లలో వాళ్ళకి చదువుకునే వీలు ఉండేది కాదు, తెల్లవాళ్ళ దుకాణాల్లో వస్తువులు కొనేందుకూ, వాళ్ళ రెస్టారెంట్లలో తినేందుకూ, వాళ్ళ

హోటళ్లలో రాత్రి నిద్రపోయేందుకూ అనుమతి ఉండేది కాదు. ఈ వివక్షని సమర్థించుకునేందుకు, నల్లవాళ్ళు పరిశుభ్రంగా ఉండరనీ, సోమరిపోతులనీ, దుర్మార్గులనీ, అందుచేత తెల్లవాళ్లు వాళ్ళనుంచి రక్షణ పొందవలసి ఉందనీ అనేవారు. రోగాలు అంటుకుంటాయనే భయం వల్ల తెల్లవాళ్లు నల్లవాళ్ళతో కలిసి ఒకే హోటల్లో బస చేసేందుకూ, ఒకే రెస్టారెంట్‌లో తినేందుకూ ఇష్టపడేవారు కారు. తమ పిల్లలు నల్లవాళ్ళ పిల్లలు చదివే స్కూల్లో చదవటం వాళ్లకి అభ్యంతరంగా ఉండేది. నల్లజాతి పిల్లల ప్రభావంతో వీళ్ళు కూడా క్రూరంగా తయారయి వాళ్ళకి దుర్గుణాలు అబ్బుతాయని భయపడేవారు. తెల్లవాళ్ళ దృష్టిలో నల్లవాళ్ళు అజ్ఞానులూ, నీతిలేనివాళ్ళూ కాబట్టి వాళ్లకి ఎన్నికలలో ఓటు హక్కు లేకుండా చేశారు. ఈ భయాలని శాస్త్రీయ అధ్యయనాలు బలపరిచాయి. నల్లవాళ్ళు నిజంగానే చదువు లేనివారనీ, రకరకాల రోగాలతో బాధపడుతూ ఉంటారనీ, వాళ్ళు చేసే నేరాల సంఖ్య ఎక్కువేననీ ఈ అధ్యయనాలు 'నిరూపించాయి' (ఈ 'వాస్తవాలన్నీ' నల్లజాతి పట్ల ఉన్న వివక్ష కారణంగానే నిరూపించబడ్డాయన్న నిజాన్ని ఆ అధ్యయనాలు విస్మరించాయి).

ఒకప్పటి సంయుక్త రాష్ట్రాల్లో పంతొమ్మిదో శతాబ్దం చివర్లో కన్నా ఈ జాతుల వేర్పాటు ఇరవైయవ శతాబ్ధం మధ్యలో మరింత అధ్వాన్నంగా తయారయిందని అనాలేమో. క్లెన్నన్ కింగ్ అనే ఒక నల్లజాతి విద్యార్థి 1958లో మిస్సిసిపీ యూనివర్సిటీలో సీటు కోసం దరఖాస్తు పెట్టుకుంటే అతన్ని బలవంతంగా పిచ్చాసుపత్రిలో చేర్చారు. అతని కేసు విచారించిన జడ్జి, ఒక నల్లజాతి కుర్రవాడు మిస్సిసిపీ యూనివర్సిటీలో సీటు దొరుకు తుందని అనుకున్నాడంటే అతను తప్పకుండా మతిస్థిమితం లేనివాడే అయుంటాడని తీర్పు చెప్పాడు.

దక్షిణ అమెరికా వాసులకీ (చాలామంది ఉత్తర అమెరికా వాసులకీ కూడా) ఒక నల్లజాతి మగవాడు తెల్లజాతి స్త్రీతో లైంగిక సంబంధం పెట్టుకుని ఆమెని పెళ్లి చేసుకోవటమంత అసహ్యకరమైన విషయం మరొకటి ఉండేది కాదు. జాతుల మధ్య లైంగిక సంబంధాలు అన్నిటికన్నా తీవ్రమైన నిషేధంగా తయారయ్యాయి. దాన్ని అధిగమిస్తేనో లేక అధిగమించినట్టు అనుమానం వస్తేనో ఆ మనిషిని వెంటనే నిలువునా నరికి పోగులు పెట్టటమే సరైన శిక్ష అన్న అభిప్రాయం ఉండేది. కు క్లుక్స్ క్లాన్ అనే ఒక రహస్య సమాజం తెల్లవాళ్ళ ఔన్నత్యాన్ని నమ్ముతుంది. ఆ సమాజానికి చెందిన సభ్యులు ఇలాంటి హత్యలు ఎన్నింటినో చేశారు. పవిత్రత నియమాల గురించి వాళ్ళు హిందూ బ్రాహ్మణులకి కొన్ని పాఠాలు చెప్పగలిగేవారే.

కాలంతోబాటు ఈ జాతి వివక్ష మరింతగా సాంస్కృతిక రంగాలకి కూడా పాకింది. సౌందర్య ప్రమాణాలు అమెరికాలో ఉన్న తెల్లవాళ్ళ అందానికే పరిమితమయాయి. తెల్లజాతి శరీర లక్షణాలు, అంటే తెల్లరంగు చర్మం, సాఫీగా లేతరంగులో ఉండే జుట్టూ, కొద్దిగా పైకి లేచి ఉండే చిన్న ముక్కు లాంటివి అందానికి నిర్వచనంగా అంగీకరించటం మొదలయింది. నల్లవాళ్ళకి గల ప్రత్యేకమైన లక్షణాలు, నల్లరంగు చర్మం, నల్లటి దుబ్బులాంటి జుట్టు, చప్పిడి ముక్కు అందవికారంగా కనిపిస్తాయని అనుకోవటం

పరిపాటి అయింది. ఇలాటి అభిప్రాయాలు ఊహాజనిత వర్గీ కరణల్లో స్థిరపడి మనుషుల మనస్సుల్లో ఇంకా లోతుగా పాతుకుపోయాయి.

ఇలాంటి విషవలయాలు కొన్ని దశాబ్దాల పాటు, లేదా ఒక్కొక్కప్పుడు సహస్రాబ్దాల పాటు కొనసాగుతూనే ఉంటాయి. చరిత్ర క్రమంలో జరిగిన ఒక హఠాత్సంఘటన ఆధారంగా ఇవి వర్గీకరణలనే ఊహల్లో శాశ్వతంగా ఉండి పోతాయి. అన్యాయమైన వివక్ష తరచు మరింత అధ్వాన్నంగా తయారవుతుందే తప్ప కాలంతోబాటు మారదు. డబ్బు డబ్బుని ఆకర్షిస్తుంది, పేదరికం పేదరికం దగ్గరకే చేరుతుంది. విద్య విద్యనే ఆశ్రయిస్తే, అజ్ఞానం అజ్ఞానాన్ని చేరుకుంటుంది. చరిత్ర చేత బాధింపబడినవారు మళ్ళీ మళ్ళీ బాధితులవుతూనే ఉంటారు. అదే చరిత్ర ఎవరికైతే ప్రత్యేకమైన సౌకర్యాలు కలగజేస్తుందో వాళ్ళు మళ్ళీ మళ్ళీ వాటిని అనుభవించగలుగుతారు.

అధికశాతం సామజిక రాజకీయ వర్గీకరణలు తర్కానికీ, జీవశాస్త్ర ఆధారాలకీ లొంగవు – కేవలం హఠాత్తుగా జరిగిన సంఘటనలని పటిష్ఠం చెయ్యటంవల్ల ఏర్పడినవి. వాటికి కాల్పనిక గాథల సమర్థన కూడా ఉంటుంది. చరిత్ర చదవటానికి అది ఒక మంచి కారణం. నల్లవాళ్ళూ–తెల్లవాళ్ళూ, బ్రాహ్మణులూ–శూద్రులూ అనే విభజన జీవశాస్త్రానికి సంబంధించిన వాస్తవాల్లో ఉన్నట్టయితే, అంటే నిజంగానే బ్రాహ్మణులకి శూద్రులకన్నా ఎక్కువ తెలివితేటలు ఉన్నట్టయితే, మానవ సమాజాన్ని అర్థం చేసుకునేందుకు జీవశాస్త్ర అధ్యయనం ఒక్కటే సరిపోయేది. విభిన్న సమూహాలకు సంబంధించిన హోమోసేపియన్లలో జీవశాస్త్రం దృష్ట్యా తేడాలు పెద్దగా లెక్కలోకి రావు కాబట్టి, భారతీయ సమాజంలోని సంక్లిష్టతనీ, అమెరికాలోని జాతి తాలూకు గతిశాస్త్రాన్నీ జీవశాస్త్రం వివరించలేదు. మనం వాటిని అర్థం చేసుకోవాలంటే, సంఘటనలని, పరిస్థితులనీ, ఆధిపత్య సంబంధాలనీ అధ్యయనం చెయ్యాలి. అవే మానవుడి ఊహల్లోని అంశాలని క్రూరంగా, అతివాస్తవికంగా సామాజిక నిర్మాణాలుగా తీర్చిదిద్దాయి.

అతడు–ఆమె

వేర్వేరు సమాజాలు వేర్వేరు ఊహాజనిత వర్గీకరణని అమలు చేస్తాయి. ఆధునికకాలంలో అమెరికన్లకు జాతి చాల ముఖ్యమైన అంశం, కానీ అదే మధ్యయుగపు ముస్లిములకు అంత ముఖ్యమైనది అవలేదు. మధ్యయుగంలో భారతదేశంలో కులం చావా రేవా అన్నంత ముఖ్యంగా ఉండేది. కానీ ప్రస్తుతం యూరప్‌లో అసలు దాని పేరే ఎవరూ వినలేదు. మనకి తెలిసిన అన్ని మానవ సమాజాల్లోనూ ఒక వర్గీకరణ మాత్రం అతిముఖ్యమైనదని చెప్పాలి: లింగ వివక్ష. అన్నిచోట్లా జనం తమని ఆడా, మగా అని విభజించుకున్నారు. దాదాపు అన్ని ప్రాంతాలలోనూ మగవాళ్లదే పైచెయ్యి, కనీసం వ్యవసాయ విప్లవం తరవాత అదే పరిస్థితి.

చైనాలో దొరికిన మొట్టమొదటి రాతప్రతులు ప్రవక్తల ఎముకల మీద రాసినవి. భవిష్యత్తును చెప్పే ఆ రాతప్రతులు క్రీ.పూ. 1200 నాటివి. ఒక ఎముకమీద చెక్కివున్న

ప్రశ్న : 'లేడీ హోఓ కి పుట్టే శిశువు అదృష్టాన్ని వెంటతెస్తుందా?' దానికి ఇచ్చిన జవాబు: 'ఆ శిశువు 'డింగ్' రోజున పుట్టినట్టయితే అదృష్టాన్ని తెస్తుంది; 'జెంగ్' రోజున పుట్టినట్టయితే చాలా శుభకరం.' కానీ హోఓ 'జిఆయిన్' రోజున ప్రసవించింది. ఆ రాతప్రతి చాల దిగులుగా ముగుస్తుంది : 'మూడు వారాల తరవాత, 'జిఆయిన్' రోజున శిశువు పుట్టింది. అదృష్టం వరించలేదు. ఆ శిశువు ఆడపిల్ల. 3000 సంవత్సరాలు గడిచిన తరవాత, సామ్యవాదం నెలకొని చైనా 'ఒకే ఒక సంతానం' అనే నియమాన్ని అమలు పరిచాక కూడా చైనాలో చాలామంది ఆడపిల్ల పుట్టటం దురదృష్టమనే భవిస్తూ వచ్చారు. అప్పుడప్పుడూ కొందరు తలిదండ్రులు పసికందులుగా ఉన్న ఆడపిల్లలని దిక్కులేకుండా వదిలెయ్యటమో, లేకపోతే చంపెయ్యటమో చేసేవారు. మళ్ళీసారి మగపిల్లవాడు పుడతాడన్న ఆశే వాళ్ళని ఆలా చేయించేది.

అనేక సమాజాల్లో స్త్రీలని కేవలం పురుషుల ఆస్తిగా భావించేవారు. తరచు ఆమె తండ్రికో, భర్తకో, సోదరులకో ఆస్తిగా ఉండేది. చాలా చట్ట విధానాల్లో బలాత్కారం ఆస్తిని ఆక్రమించుకోవటమనే అనుకునేవారు – అంటే బాధితురాలు బలాత్కారానికి గురైన స్త్రీ కాదు, ఆమెని తన అధీనంలో ఉంచు కున్న పురుషుడే బాధితుడు. ఇలాంటి న్యాయం ఉండటం వల్లే చట్టప్రకారం దీనికి విరుగుడు అస్తి చేతులు మారటమే. బలాత్కారం చేసిన మనిషి ఆ స్త్రీ తండ్రికో, సోదరుడికో కన్యాశుల్కం (నష్టపరిహారం) ఇచ్చుకోవాలి, అప్పుడు ఆమె ఆ బలాత్కారం చేసిన వ్యక్తికి సొంతమవుతుంది. బైబిల్ ఇలా ఆదేశిస్తుంది : 'ఒక పురుషుడు పెళ్లికాని కన్యని కలిసి, ఆమెతో పడుకుంటే, వాళ్లిద్దరూ ఆ స్థితిలో దొరికిపోతే, ఆ పురుషుడు ఆ స్త్రీ తండ్రికి యాభై తులాల వెండి ఇచ్చుకోవలసి ఉంటుంది. అప్పుడామె అతని భార్య అవుతుంది.' (డ్యూటెరానమీ 22:28–9). ప్రాచీనకాలపు హీబ్రూలు ఇదే సరైన పద్ధతి అనుకున్నారు.

ఎవరికీ చెందని స్త్రీ మీద లైంగికంగా అత్యాచారం చేస్తే దాన్ని అసలు నేరం కిందే జమకట్టేవారు కారు, నేలమీద పడిఉన్న నాణేన్ని ఏరుకుంటే అది దొంగతనం కానట్టే. భర్త భార్యని బలాత్కరిస్తే అతను ఎటువంటి నేరమూ చెయ్యనట్టే లెక్క. అసలు భర్త భార్యని బలాత్కరించటం అనే ఆలోచనే అర్థం లేనిదిగా కనిపించేది. భర్త అంటే భార్య మీద సర్వ హక్కులూ, లైంగిక హక్కులతో సహా, ఉన్నవాడనే అర్థం. ఒక భర్త భార్యని బలాత్కరించాడనే మాట, అతను తన పర్సునే దొంగిలించాడనటంలా ఉంటుంది. అటువంటి ఆలోచన కేవలం మధ్యప్రాచ్యానికే పరిమితం కాలేదు. 2006లో భార్యని బలాత్కరించినందుకు భర్తకి శిక్ష విధించని దేశాలు యాభైమూడు ఉన్నాయని తేలింది. చివరికి జర్మనీలో కూడా బలాత్కారానికి సంబంధించిన చట్టాలని 1997 దాక సవరించలేదు. అప్పటికి గాని వివాహ సంబంధంలో బలాత్కారం అనే విషయాన్ని చట్టంలో భాగంగా చేర్చలేదు.

మగ–ఆడ అనే విభజన భారతదేశంలో కులవ్యవస్థ లాగా, అమెరికాలో జాతివ్యవస్థలాగా మనిషి ఊహల్లోంచి పుట్టిందా, లేక అది లోతైన జీవశాస్త్ర మూలాలున్న సహజమైన విభజనా? ఒకవేళ అది సహజమైన విభజనే అయితే, స్త్రీలకన్నా పురుషులకి ఎక్కువ ప్రాధాన్యత ఇవ్వటమనే విషయానికి జీవశాస్త్రంలో వివరణలు కనిపిస్తాయా?

స్త్రీ పురుషులని సంస్కృతి, చట్టం, రాజకీయాల అసమానత్వం దృష్టితో చూసినప్పుడు వాళ్ళమధ్య జీవశాస్త్రపరమైన తేడాలు స్పష్టంగా కనిపిస్తాయి. మగవాళ్ళకి గర్భసంచులు లేనందువల్ల పిల్లలని కనే పని ఎప్పుడూ ఆడవాళ్ళే చెయ్యాలి. అయినప్పటికీ ఈ విశ్వజనీనమైన కేంద్రభాగం చుట్టూ ప్రతి సమాజమూ సంస్కృతికి సంబంధించిన ఆలోచనలని, నియమాలని పొరలు పొరలుగా నిర్మించింది. వాటికీ జీవశాస్త్రానికీ ఎటువంటి సంబంధమూ లేదు. పురుషత్వం, స్త్రీత్వం అనే విషయాలకి సమాజాలు రకరకాల గుణాలు ఆపాదిస్తాయి కానీ చాలావరకూ వాటికి జీవశాస్త్రం దృష్ట్యా ఎటువంటి ఆధారమూ లేదు.

ఉదాహరణకి క్రీ.పూ. ఐదో శతాబ్దంలో ఏథెన్స్‌లో ప్రజాస్వామ్యం ఉండేది. అయినప్పటికీ గర్భసంచి గల మనిషికి చట్టపరంగా వ్యక్తిగత హోదా ఏదీ ఉండేది కాదు, సభల్లో పాల్గొనటం నిషిద్ధం, న్యాయమూర్తి పదవికి అర్హత లేదు. కొన్ని మినహాయింపులని వదిలేస్తే, అలాటి వ్యక్తికి విద్యనుంచి లాభం పొందే అవకాశం లేదు, వ్యాపారం చేసేందుకు, తత్వశాస్త్రానికి సంబంధించిన ఉపన్యాసాలు ఇవ్వటానికి అర్హత లేదు. ఏథెన్స్‌లోని రాజకీయ నాయకులలో, గొప్ప తత్వవేత్తలలో, వక్తలలో, కళాకారులలో, వర్తకులలో, ఏ ఒక్కరికీ గర్భసంచీ లేదు. గర్భసంచీ ఉండటం వల్ల మనిషికి యోగ్యత లేకుండా పోతుందా? ఇలాంటి వృత్తులకి జీవశాస్త్రం దృష్ట్యా పనికిరాకుండా పోవటం జరుగుతుందా? ప్రాచీనయుగపు ఏథెన్స్ వాసులు అలాగే అనుకున్నారు. ప్రస్తుతం ఏథెన్స్ వాసులు దీన్ని అంగీకరించరు. ఈనాడు అక్కడ స్త్రీలు ఓటు వేస్తున్నారు, ప్రభుత్వ పదవులకి ఎన్నిక అవుతున్నారు, ఉపన్యాసాలు ఇస్తున్నారు, నగల దగ్గర్నుంచి భవనాలు, సాఫ్ట్‌వేర్ దాకా అన్నీ డిజైన్ చేస్తున్నారు, విశ్వవిద్యాలయాల్లో చదువుకుంటున్నారు. మగవాళ్ళతో సమానమైన సామర్థ్యంతో ఈ పనులన్నీ చేసేందుకు వాళ్లకి వాళ్ళ గర్భసంచులు అడ్డం రావటంలేదు. రాజకీయాల్లోనూ, వ్యాపార సంస్థల్లోనూ వాళ్ళ ప్రాతినిధ్యం ఇంకా తక్కువగా ఉన్న మాట నిజమే. గ్రీస్ పార్లమెంటులో స్త్రీల సంఖ్య కేవలం 12 శాతం. కానీ వాళ్ళు రాజకీయాల్లో పాల్గొనకూడదని చట్టమేమీ లేదు. ప్రభుత్వ కార్యాలయాల్లో స్త్రీలు పనిచెయ్యటంలో అసహజత్వమేమీ లేదనే ఆధునిక గ్రీకులు భావిస్తారు.

ఆధునిక యుగానికి చెందిన గ్రీకుల్లో చాలా మంది మగాడంటే స్త్రీ పట్ల మాత్రమే లైంగికంగా ఆకర్షితుడవాలని, స్త్రీలతో మాత్రమే లైంగిక సంబంధాలు పెట్టుకోవాలని అనుకుంటారు. దీన్ని వాళ్ళు సంస్కృతికి చెందిన హ్రస్వదృష్టిలా కాకుండా జీవశాస్త్రానికి సంబంధించిన వాస్తవంగా పరిగణిస్తారు. ఒక పురుషుడికి, స్త్రీకి ఉండే సంబంధం సహజమైనది, ఇద్దరు పురుషులకీ, ఇద్దరు స్త్రీలకీ మధ్య లైంగిక సంబంధం అసహజమైనది, అన్నది వాళ్ళ అభిప్రాయం. ఇద్దరు మగవాళ్ళ మధ్య లైంగికమైన ఆకర్షణ కలిగితే ప్రకృతి మాతకి ఎటువంటి అభ్యంతరమూ ఉండదు. తమ సుపుత్రుడికి పక్కింటి అబ్బాయిమీద మోజు పుడితే పెద్ద రభస చేసేది అతని తల్లే. ఎందుకంటే ఆవిడ ఒక ప్రత్యేకమైన సంస్కృతిలో నిండా మునిగి ఉన్నది. జీవశాస్త్రం దృష్ట్యా ఆవిడ అంతగా ఆవేశపడిపోయి గొడవ చెయ్యవలసిన అవసరం లేదు. సమలైంగిక సంబంధాలను ఎన్నో మానవ

సమాజాలు చట్టబద్ధమైనవేననీ, ఇంకా చెప్పాలంటే సమాజానికి ఉపయోగకరమైనవనీ అభిప్రాయం పడతాయి. ప్రాచీన గ్రీస్ దేశం దీనికి ఒక మంచి ఉదాహరణ. తన కుమారుడు ఆచిల్లెస్‌కీ పాట్రోక్లస్‌కీ ఉన్న లైంగిక సంబంధం గురించి థీటిస్‌కి ఎటువంటి అభ్యంతరమూ ఉన్నట్టు ఇలియడ్‌లో పేర్కొనలేదు. ప్రాచీనయుగపు మెసెడోన్ రాణి ఒలింపియస్ చాలా దూకుడు స్వభావం గల మనిషి. రాజైన తన భర్త ఫిలిప్‌నే హత్య చేయించిన గుండెలు తీసిన బంటు. అయినప్పటికీ తన కుమారుడు, అలెగ్జాండర్ ద గ్రేట్ తన ప్రియుడు హెఫైస్టియన్‌ని ఇంటికి భోజనానికి ఆహ్వానిస్తే ఆమె ఆవేశంతో ఊగిపోలేదు.

జీవశాస్త్రానికి సంబంధించిన కట్టుకథలను జనం సమర్థిస్తూ ఉన్నప్పుడు, నిజంగా జీవశాస్త్రం చెప్పేదేమిటని మనం ఎలా గుర్తించగలం? ముఖ్యమైన ఒక మంచి నియమం ఉంది. అదే 'జీవశాస్త్రం అమలుచేస్తుంది, సంస్కృతి నిషేధిస్తుంది'. జీవశాస్త్రం ఎన్నో విస్తృతమైన సంభావ్యతలను భరించేందుకు సిద్ధంగా ఉంటుంది. సంస్కృతే కొన్ని సంభావ్యతలని సాధించేందుకు అనుమతించి కొన్నిటిని నిషేధిస్తుంది. జీవశాస్త్రం స్త్రీలకి పిల్లలని కనే సామర్థ్యాన్ని ఇస్తుంది – కొన్ని సంస్కృతులు స్త్రీలు ఈ సామర్థ్యాన్ని ఉపయోగించుకునేందుకు అనుమతిస్తాయి. జీవశాస్త్రం పురుషులు ఒకరితో ఒకరు లైంగిక సంబంధాలు పెట్టుకుని సుఖించటాన్ని అనుమతిస్తుంది – కానీ కొన్ని సంస్కృతులు దీన్ని నిషేధిస్తాయి.

కృత్రిమమైన విషయాలను మాత్రమే నిషేధిస్తానని సంస్కృతి వాదిస్తుంది. కానీ జీవశాస్త్రం దృష్ట్యా ఏదీ కృత్రిమం కాదు. సాధ్యమైనవన్నీ సహజమైనవి అనేది ప్రకృతి నిర్వచనం. నిజంగా ప్రకృతి విరుద్ధమైన ప్రవర్తన అనేది ఉన్నట్టయితే అది ఎక్కువకాలం మనలేదు, అందుకని దాన్ని నిషేధించవలసిన అవసరమే లేదు. పురుషులు కిరణజన్య సంయోగ క్రియ చెయ్యకూడదని, స్త్రీలు కాంతి కన్నా వేగంగా పరిగెత్తకూడదనీ, ప్రతికూల శక్తి గల ఎలెక్ట్రాన్‌లు పరస్పరం ఆకర్షణకి గురి అవకూడదనీ ఏ సంస్కృతీ నిషేధించాలని అనుకోలేదు.

నిజం చెప్పాలంటే మనం 'సహజం', 'అసహజం' అనుకునే ఆలోచనలు జీవశాస్త్రం నుంచి కాక క్రైస్తవ వేదాంతంనుంచి వచ్చాయి. వేదాంతం దృష్టిలో 'సహజం' అనేది 'ప్రకృతిని సృష్టించిన దేవుడి ఉద్దేశాలకి అనుకూలంగా ఉండేది' అని అర్థం. క్రైస్తవ తత్వవేత్తలు దేవుడు మనిషి శరీరాన్ని సృష్టించాడనీ, ఆ శరీరంలోని ప్రతి అవయవం ఒక నిర్దిష్ట కార్యానికి పనికివచ్చేట్టు తయారుచేశాడనీ అన్నారు. దేవుడు ఊహించి నిర్దేశించిన విధంగా మనం మన అవయవాలను ఉపయోగిస్తే అది సహజమైన ప్రవర్తన అనిపించుకుంటుంది. దానికి వ్యతిరేకంగా ప్రవర్తిస్తే అది అసహజం అవుతుంది. కానీ పరిణామక్రమానికి ప్రయోజనం అనేది ఉండదు. అవయవాలు ఉపయోగాన్ని బట్టి పరిణామం చెందలేదు. వాటి ఉపయోగం నిరంతరం మారుతూ ఉంటుంది. కొన్ని కోట్ల సంవత్సరాలక్రితం మొదటిసారి రూపొందినప్పుడు అవయవాలు వాటి ప్రాథమిక రూపంలో నెరవేర్చిన పనులు ఆ తరవాత మనిషి శరీరంలోని ఏ అవయవమూ కేవలం ఆ పనులు మాత్రమే

చెయ్యలేదు. అవయవాలు ఒక ప్రత్యేకమైన పనిచేసేందుకే నిర్మితమౌతాయి, కానీ ఒకసారి అవి ఉనికిలోకి వచ్చాక ఇతరత్రా ఉపయోగపడే విధంగా పరిణామం చెందుతాయి. ఉదాహరణకి నోరు అనే అవయవం మొట్టమొదటి అనేక కణాలు గల జీవులు తమ శరీరాల్లోకి పోషకపదార్థాలు తీసుకోవలసిన అవసరం వచ్చింది. మనం ఇప్పటికీ నోళ్ళని ఆ పనికి ఉపయోగిస్తూనే ఉన్నాం. కానీ అదొక్కటే కాక, ముద్దు పెట్టుకునేందుకూ, మాట్లాడేందుకూ, ఇంకా మనం రాంబోలమైతే గ్రెనేడ్‌లోని పిన్నులని నోటితో పీకేందుకూ దాన్ని ఉపయోగిస్తాం. 6000 లక్షల సంవత్సరాల కిందట క్రిములలాగ ఉండిన మన పూర్వీకులు వాళ్ళ నోళ్ళని ఇటువంటి పనులకి ఉపయోగించలేదు కాబట్టి, మనం చేసే ఇలాంటి పనులని అసహజమని అనగలమా?

అదే విధంగా గాలిలో ఎగురుతూ విన్యాసాలు చేసే జీవుల్లో రెక్కలు హఠాత్తుగా మొలుచుకురాలేదు. మరో రకంగా ఉపయోగపడిన అవయవాల నుంచి అవి పరిణామం చెందాయి. ఒక సిద్ధాంతం ప్రకారం, ఎగరలేని పురుగుల్లో బైటికి పొడుచుకువచ్చిన శరీర భాగాలనుంచి కొన్ని లక్షల సంవత్సరాల క్రితం రెక్కలు మొలిచాయి. బొడిపలున్న పురుగులవి అవి లేనివాటికన్నా పెద్ద శరీరాలు. దీనివల్ల అవి ఎక్కువ ఎండని పీల్చుకుని వెచ్చగా ఉండటం సాధ్యమైంది. నిదానంగా జరిగిన పరిణామక్రియలో ఈ సోలార్ హీటర్ల శరీరాలు మరింత పెరిగాయి. అత్యధికంగా ఎండని పీల్చుకోవటానికి జరిగిన నిర్మాణం– బోలెడంత ఉపరితలం, తక్కువ బరువు – అవి గెంతినప్పుడూ, దూకినప్పుడూ కొంత పైకి లేవటానికి సహాయపడింది. పొడుచుకువచ్చిన శరీరభాగాలు పెద్దవిగా ఉన్న పురుగులకి ఎక్కువ దూరం ఎగరటం, దూకటం సాధ్యమయింది. కొన్ని పురుగులు వాటి సాయంతో గాలిలో కాసేపు తేలగలిగేవి. ఇక అక్కణ్ణుంచి రెక్కలు మొలవటానికి పెద్ద ప్రయత్నమేమీ అవసరం లేకపోయింది. రెక్కల సాయంతో పురుగులు గాలిలో ఎగరటం మొదలుపెట్టాయి. ఈసారి మీ చెవిదగ్గర దోమ ఝుమ్మని రొదచేస్తే దానిది అసహజమైన ప్రవర్తన అని తప్పుపట్టండి. దానికే గనక సవ్యంగా ప్రవర్తించటం, దేవుడిచ్చిన దానితో తృప్తిపడటం తెలిస్తే, తన రెక్కలని సోలార్ ప్యానెల్ల లాగ మాత్రమే ఉపయోగిస్తుంది.

మన లైంగిక అవయవాలు కూడా సరిగ్గా అలాగే ఎన్నో పనులు చేయగలవు. వాటి ప్రవర్తనకి కూడా అది వర్తిస్తుంది. లైంగిక చర్య మొదట్లో సంతానోత్పత్తి కోసమే పరిణామం చెందింది. దానికి పనికివచ్చే పురుష ప్రాణిని గుర్తించేందుకు ప్రణయం ఉపయోగపడుతుంది. కానీ ప్రస్తుతం ఎన్నో జంతువులు వీటిని కేవలం తమలాంటి చిన్నచిన్న నమూనాలను సృష్టించేందుకు మాత్రమే కాకుండా మరెన్నో సామాజిక ప్రయోజనాలకు వాడుకుంటున్నాయి. ఉదాహరణకి చింపాంజీలు రాజకీయ సంబంధాలని పటిష్ఠం చేసుకునేందుకు, సాన్నిహిత్యం ఏర్పరచుకునేందుకు, ఒత్తిడి తగ్గించు కునేందుకు లైంగికతని ఉపయోగించుకుంటాయి. అది అసహజమంటారా?

లైంగికత, లింగభేదం

అందుచేత స్త్రీల సహజకార్యం పిల్లలని కనటమనీ, స్వలింగ సంపర్కం అసహజమనీ వాదించటంలో ఏమాత్రం అర్థం లేదు. పురుషత్వాన్నీ, స్త్రీత్వాన్నీ నిర్వచించే అధికశాతం చట్టాలూ, నియమాలూ, హక్కులూ, బాధ్యతలూ మనిషి ఊహాశక్తిని ప్రతిబింబిస్తాయి తప్ప నిజానికి జీవశాస్త్రంతో దానికి ఎలాటి సంబంధమూ లేదు.

జీవశాస్త్రం ప్రకారం మానవుడు పురుషులు, స్త్రీలుగా విభజన చెందుతారు. పురుషుడిలో ఒక ఎక్స్, ఒక వై క్రోమోజోములు ఉంటాయి. స్త్రీలో రెండూ ఎక్స్ క్రోమోజోములే ఉంటాయి. కానీ, 'మగా', 'ఆడా' అనే విభజన సమాజపరమైనది, జీవశాస్త్రానికి సంబంధించినది కాదు. చాలామటుకు అధికశాతం సమాజాల్లో పురుషుడంటే మగవాడు, స్త్రీ అంటే ఆడది అనే అర్థాలే ఉంటాయి. ఈ సామాజికమైన పదాలు ఎంతో భారాన్ని మోయవలసి వస్తుంది. జీవశాస్త్రంతో దీనికి గల సంబంధం దాదాపు శూన్యమే. మగవాడు అంటే ఎక్స్ వై క్రోమోజోములు, వృషణాలూ, బోలెడంత టెస్టోస్టెరన్ ఉన్న సేపియన్స్ అని అర్థం కాదు. మానవ క్రమంలో అతను సమాజం ఊహకి అనుగుణంగా ఒక మూసలోకి ఒదిగిపోయే మనిషి. అతని సంస్కృతికి సంబంధించిన కల్పిత కథలు అతనికి ప్రత్యేకమైన పురుష పాత్ర (రాజకీయాల్లో పాల్గొనటం లాంటిది), హక్కులు (ఓటు వెయ్యటం లాంటివి), బాధ్యతలు (సైన్యంలో చేరటం లాంటివి) నిర్ణయిస్తాయి. అదే విధంగా ఒక ఆడది కేవలం రెండు ఎక్స్ క్రోమోజోములు, ఒక గర్భాశయం, బోలెడంత ఈస్ట్రోజెన్ ఉన్న సేపియన్స్ కాదు. ఊహాజనితమైన మానవ క్రమంలో ఆమె ఒక సభ్యురాలు. ఆమె జీవించే సమాజం సృష్టించిన కల్పిత గాథలు ఆమెకి కూడా ప్రత్యేకమైన పాత్ర (పిల్లలని పెంచటం), హక్కులు (హింసనుంచి రక్షణ), బాధ్యతలు (భర్త పట్ల విధేయత) లాంటివి నిర్ణయిస్తాయి. జీవశాస్త్రానికి బదులు వీటిని నిర్ణయించేది కల్పిత గాథలు కనుక 'పురుషత్వం', స్త్రీత్వం' అనే పదాలకి వేర్వేరు సమాజాల్లో భిన్నమైన నిర్వచనాలుంటాయి.

ఈ విషయాలని మరింత స్పష్టంగా తెలియజేసేందుకు విషయపరిజ్ఞానం కలవారు సామాన్యంగా 'సెక్స్'కీ 'జెండర్'కీ గల తేడా వివరిస్తారు. 'సెక్స్' అనేది జీవశాస్త్ర వర్గానికి చెందినదైతే, 'జెండర్' సంస్కృతికి సంబంధించినది. సెక్స్‌ని పురుషుడు, స్త్రీగా విభజిస్తారు. ఈ విభజనలో లక్షణాలు నిష్పక్షమైనవి, చరిత్ర ప్రారంభం నుంచి కొనసాగుతూ వస్తున్నవి. జెండర్ అనే విభజన మగ, ఆడ మధ్య జరుగుతుంది (సంస్కృతులు ఇతర వర్గీకరణని కూడా అంగీకరిస్తాయి). పురుషత్వం, స్త్రీత్వం అనబడే లక్షణాలు ఎక్కువమంది ఆమోదించేవి, అవి నిరంతరం మార్పుకి లోనవుతూ ఉంటాయి. ఉదాహరణకి, ప్రాచీన ఏథెన్స్‌లోనూ, వర్తమాన ఏథెన్స్‌లోనూ స్త్రీల ప్రవర్తన, కోరికలు, దుస్తులు, చివరికి శరీర భంగిమ ఎలా ఉండాలనే విషయంలో చాలా తేడాలున్నాయి.

ఒక స్త్రీ = ఒక జీవశాస్త్రానికి సంబంధించిన వర్గం ఒక స్త్రీ		ఒక స్త్రీ = ఒక సాంస్కృతిక వర్గం	
ప్రాచీన ఏథెన్స్	ఆధునిక ఏథెన్స్	ప్రాచీన ఏథెన్స్	ఆధునిక ఏథెన్స్
ఎక్స్ ఎక్స్ క్రోమోజోములు	ఎక్స్ ఎక్స్ క్రోమోజోములు	ఓటు హక్కు లేదు	ఓటు హక్కు ఉంది
గర్భాశయం	గర్భాశయం	న్యాయమూర్తి పదవికి అర్హత లేదు	న్యాయమూర్తి పదవికి అర్హురాలు
అండాశయాలు	అండాశయాలు	ప్రభుత్వ పదవికి అర్హత లేదు	ప్రభుత్వ పదవికి అర్హురాలు
టెస్టోస్టెరోన్ లేదు	టెస్టోస్టెరోన్ లేదు	వివాహం చేసుకునే వ్యక్తిని ఎంచుకునే హక్కు లేదు	వివాహం చేసుకునే వ్యక్తిని స్వయంగా ఎంచుకోగలదు
ఈస్ట్రోజెన్ అధికం	ఈస్ట్రోజెన్ అధికం	నిరక్షరాస్యత ముఖ్య లక్షణం	అక్షరాస్యత ముఖ్య లక్షణం
పాలు ఉత్పత్తి చెయ్యగలదు	పాలు ఉత్పత్తి చెయ్యగలదు	చట్టప్రకారం తండ్రి లేక భర్తకి ఆస్తి	చట్టప్రకారం స్వతంత్రురాలు
ఏమీ తేడా లేదు		**చాలా తేడాలు ఉన్నాయి**	

సెక్స్ అనేది చిన్నపిల్లల ఆటలా చాలా సరళమైనది; కానీ జెండర్ చాలా గంభీరమైన వ్యవహారం. ఈ లోకంలో ఒక మగజాతి మనిషిగా ఉండటం అతి సులభమైన పని. మీరు ఎక్స్-వై క్రోమోజోముల కలయికతో పుడితే చాలు. అలాగే స్త్రీజాతి మనిషిగా ఉండాలంటే రెండు ఎక్స్ క్రోమోజోములతో పుట్టాలి, అంతే. కానీ దీనికి వ్యతిరేకంగా ఒక పురుషుడిగానో, స్త్రీగానో తయారవటం చాలా సంక్లిష్టమైన, కష్టమైన ప్రయత్నం. అధికశాతం స్త్రీ పురుష గుణాలు జీవశాస్త్రానికి కాక సంస్కృతికి సంబంధించినవి కాబట్టి ఏ సమాజమూ కూడా అప్రయత్నంగా ప్రతి పురుషుడికీ మగవాడిగానూ, ప్రతి స్త్రీకీ ఆడదానిగానూ పట్టం కట్టదు. ఇవి ఒకసారి సంపాదించుకోగానే మరిచిపోయే గొప్ప బిరుదులూ కావు. పురుషులు నిరంతరం తమ పురుషత్వాన్ని నిరూపించుకుంటూ ఉండాలి, ఆ పని జీవితాంతం చెయ్యాలి, పుట్టిన దగ్గర్నుంచీ గిట్టేదాకా అంతులేని తంతులతోనూ, ప్రదర్శనలతోనూ

తమ మగతనాన్ని నిరూపించుకుంటూనే ఉండాలి. ఇక స్త్రీ పని ఎప్పటికీ పూర్తి కాదు - ఆమె ఎప్పుడూ తనలో స్త్రీత్వం చాలా ఎక్కువగా ఉన్నదని ఇతరులకి, తనకీ రుజువు చేసుకుంటూనే ఉండాలి.

సాఫల్యం లభిస్తుందన్న హామీ ఉండదు. ముఖ్యంగా మగవాళ్ళు తమ పురుషత్వాన్ని ఎక్కడ కోల్పోతామో అన్న భయంతోనే బతుకుతూ ఉంటారు. 'మగాడంటే అతనే' అని తన గురించి అందరూ అనుకోవాలన్న కాంక్షతో పురుషులు తమ ప్రాణాలను కోల్పోయేంత ప్రమాదం కొనితెచ్చుకునేందుకూ, వాటిని త్యాగం చేసేందుకూ కూడా వెనకాడలేదని చరిత్ర పుటలు తిరగేస్తే మనకి అర్థమౌతుంది.

మగవాళ్ళలో అంత విశేషం ఏముంది?

వ్యవసాయ విప్లవం ప్రారంభమైనప్పటినుంచీ అధికశాతం సమాజాలు పితృస్వామ్యాన్నే అవలంబిస్తూ వచ్చాయి. అటువంటి సమాజాల్లో స్త్రీ కన్నా పురుషుడికి ఎక్కువ విలువ ఇవ్వటమనేది జరిగింది. సమాజం 'మగ', 'ఆడ' అనే పదాలని ఎలా నిర్వచించినప్పటికీ ఎప్పుడూ మగవాడే మెరుగైనవాడన్న భావన ఉంది. పితృస్వామ్య సమాజాలు మగవాడంటే పురుషుడిలా, ఆడదంటే స్త్రీలా ఆలోచించాలని, ప్రవర్తించాలని నేర్పుతాయి. అలా చెయ్యనివాళ్ళని శిక్షించేవి. కానీ ఆ నియమానికి కట్టుబడినవారికి బహుమతులేవీ ఉండేవి కావు. స్త్రీకి ఉండే గుణాలకన్నా, పురుషుడికి ఉండే గుణాలు విలువైనవి అనుకుంటారు. స్త్రీనే ఆదర్శంగా భావించే సమాజాల కన్నా పురుషుణ్ణి ఆదర్శంగా భావించే సమాజాలలో సభ్యులకి ఎక్కువ విలువ ఉంది. స్త్రీల విద్యకీ, ఆరోగ్యానికీ ఎక్కువ ప్రాముఖ్యం ఇవ్వరు, వాళ్ళకి ఆర్థికంగా అవకాశాలు తక్కువ, రాజకీయాలలో అధికార పదవులు తక్కువ, స్వేచ్ఛగా తిరిగే అవకాశాలూ తక్కువే. జెండర్ అనే పరుగుపందెంలో కొందరు కేవలం రాగి పతకం గెలుచుకోవటం కోసమే పోటీలో పాల్గొంటారు.

కొద్దిమంది స్త్రీలు ప్రథమస్థానానికి చేరుకున్న మాట నిజమే, ఈజిప్టులో క్లియోపాత్రా, చైనా దేశపు సామ్రాజ్ఞి వూ జెటియాన్ (క్రీ.శ.700) ఇంగ్లాండు రాణి మొదటి ఎలిజబెత్ కొన్ని ఉదాహరణలు. కానీ వీళ్ళందరివీ అరుదైన ఉదాహరణలే. ఎలిజబెత్ పరిపాలించిన నలభై అయిదేళ్ల కాలంలో పార్లమెంటులో సభ్యులందరూ మగవాళ్లే, రాయల్ నేవీ, ఆర్మీలోనూ మగవాళ్లే, న్యాయమూర్తులూ, లాయర్లూ అందరూ మగవాళ్లే, బిషప్పులూ, ఆర్చ్ బిషప్పులూ మగవాళ్లే, వేదాంతులూ, మతాచార్యులూ అందరూ మగవాళ్లే, డాక్టర్లూ, సర్జన్లూ మగవాళ్లే, అన్ని విశ్వవిద్యాలయాల్లోనూ, కాలేజీల్లోనూ ప్రొఫెసర్లూ, విద్యార్థులూ మగవాళ్లే, మేయర్లూ, పోలీసు అధికారులూ మగవాళ్లే, దాదాపు అందరు రచయితలూ, శిల్పులూ, కవులూ, తత్వవేత్తలూ, చిత్రకారులూ, సంగీతవిద్వాంసులూ, శాస్త్రవేత్తలూ మగవాళ్లే.

దాదాపు అన్ని వ్యవసాయ సమాజాల్లోనూ, పారిశ్రామిక సమాజాల్లోనూ పితృస్వామ్యమే చెలామణీ అయింది. అది చాలా పట్టుదలతో రాజకీయ తిరుగుబాట్లనీ, సామజిక

22. పద్దెనిమిదో శతాబ్దపు పురుషత్వం : ఫ్రాన్స్ రాజు **14**వ లూయిీ రాజపదవిలో ఉన్నప్పటి చిత్తరువు. పొడవాటి నకిలీ జుట్టు, తొడలదాకా ఉన్న మేజోళ్ళు, ఎత్తుమడమల జోళ్ళు, నర్తకుడి భంగిమా, ఇంకా పొడవాటి కత్తి, వీటిని గమనించండి. సమకాలీన అమెరికాలో ఒక్క కత్తి తప్ప మిగిలినవన్నీ ఆడంగితనానికి సంకేతాలుగా భావించబడతాయి. కానీ ఆయన ఏలికగా ఉన్న కాలంలో పురుషత్వానికీ, వీర్య పటుత్వానికీ లూయిీ యూరప్‌లోనే ఖ్యాతిగాంచాడు.

23. ఇరవైఒకటో శతాబ్దపు పురుషత్వం : బరాక్ ఒబామా రాష్ట్రపతి పదవిలో ఉన్నప్పటి చిత్తరువు. నకిలీ జుట్టు, పొడవుగా ఉండే మేజోళ్ళూ, ఎత్తుమడమల జోళ్ళూ, కత్తీ ఏమయాయి? ఆధిపత్యంలో ఉండే మగవాళ్ళు ఈనాడు ఉన్నంత నిస్తేజంగానూ, మందకొడిగానూ ఎన్నడూ కనిపించేవారు కారు. చరిత్ర తిరగేస్తే ఎక్కువభాగం పదవిలో ఉన్న మగవాళ్ళు అందంగానూ, ఆడంబరంగానూ అలంకరించుకునేవారని తెలుస్తుంది. రెడ్ ఇండియన్ ముఖ్యులు రంగురంగుల ఈకలతో చేసిన కిరీటాలని తలపైన పెట్టుకునేవారు. హిందూ మహారాజులు పట్టువస్త్రాలనీ, వజ్రాలు పొదిగిన నగలనీ ధరించే వారు. జంతు ప్రపంచంలో కూడా ఆడ జంతువులతో పోలిస్తే మొదటినుంచీ మగ జంతువులకే అనేక రంగులు ఉంటూ వచ్చాయి – నెమలి ఈకలూ, సింహం జూలూ గుర్తుకు తెచ్చుకోండి.

విప్లవాలనీ, ఆర్థిక ఒడిదుడుకులనీ తట్టుకుని నిలబడగలిగింది. ఉదాహరణకి ఈజిప్టుని కొన్ని శతాబ్దాలపాటు ఇతర దేశాలు ఎన్నోసార్లు జయిస్తూనే వచ్చాయి. అస్సిరియా, పెర్షియా, మేసిడోనియా, రోము, అరబ్బు, మమేలుక్, టర్కీ, బ్రిటిష్ దేశాలు దండెత్తి వచ్చి ఆక్రమించు కున్నాయి – ఈజిప్టు సమాజం అప్పుడు కూడా పితృస్వామ్య వ్యవస్థని కాపాడు కుంటూనే ఉంది. ఈజిప్టుని పరిపాలించింది ఫారో, గ్రీకు, రోమన్, ముస్లిం, ఒట్టోమన్, బ్రిటిష్ చట్టాలే – అవన్నీ కూడా 'అసలు సిసలు మగతనం' లేని వాళ్లపట్ల వివక్ష చూపించాయి.

పితృస్వామ్యం ఇంత సర్వజనీనమైనది కాబట్టి అదేదో విషవలయం చేసిన కుట్రలోంచి హఠాత్తుగా పుట్టుకొచ్చిందని అనలేము. ఒక విషయాన్ని ముఖ్యంగా గమనించాల్సి ఉంటుంది. 1492కి ముందరే అమెరికాలోనూ, ఆఫ్రో–ఆసియాలోనూ అధికశాతం సమాజాలలో, ఆరెండిటి మధ్యా కొన్ని వేల సంవత్సరాలపాటు ఎటువంటి సంపర్కము లేకపోయినా, పితృస్వామ్యమే ఉండేది. ఒకవేళ ఆఫ్రో–ఆసియాలో పితృస్వామ్యం హఠాత్తుగా తలెత్తిందని అనుకున్నా, మరి అజ్టెక్, ఇన్కా సమాజాలలో పితృస్వామ్యం ఎలా వచ్చింది? 'మగ', 'ఆడ'లకి ఇచ్చే స్పష్టమైన నిర్వచనాలలో సంస్కృతుల బట్టి తేడా ఉన్నప్పటికీ, ఏదో ఒక జీవశాస్త్ర సంబంధమైన కారణం వల్లే దాదాపు అన్ని సంస్కృతుల్లోనూ స్త్రీత్వానికన్నా పురుషత్వానికి ఎక్కువ విలువ ఇవ్వటం అనేది జరిగి ఉండవచ్చని అనుకోవాలేమో. ఆ కారణమేమిటో తెలీదు. దీన్ని గురించి ఎన్నో సిద్ధాంతాలు ఉన్నాయి, కానీ ఒక్కటీ నమ్మేటట్టుగా లేదు.

కండబలం

అన్నిటికన్నా అందరూ చెప్పుకునే కారణం ఆడదానికన్నా మగవాళ్ళకి ఎక్కువ బలం ఉంటుందనీ, ఆ శారీరకమైన బలం సాయంతోనే వాళ్ళు స్త్రీలని అణచివేశారనీ. ఇంతకన్నా సున్నితంగా చెప్పే విధం కూడా ఉంది, పొలం దున్నటం, పంటలు పరిపక్వాని కొచ్చాక కోతలు కొయ్యటం లాంటి కష్టమైన శారీరక శ్రమతో చేసే పనులని మగవాళ్ళు ఆక్రమించారన్నది ఒక వాదన. దీనివల్ల ఆహారోత్పత్తి మీద వాళ్లకి అధికారం వస్తుంది, ఆ కారణంగా వాళ్ళకి రాజకీయాల్లో పలుకుబడి పెరుగుతుంది.

ఈ కండబలం అనే సిద్ధాంతాన్ని అంత గట్టిగా ప్రతిపాదించటంలో రెండు సమస్య లున్నాయి. మొదటిది, 'ఆడవాళ్ళకన్నా మగవాళ్ళకి బలం ఎక్కువ' అనే మాట సగటు మగవాళ్లకు వర్తిస్తుంది, అంటే కాక కొన్ని రకాల శారీరక బలాలకే వర్తిస్తుంది. ఆకలికీ, రోగాలకీ, అలసటకీ మగవాళ్ళకన్నా ఆడవాళ్లే బాగా తట్టుకోగలరు. చాలామంది మగవాళ్ళకన్నా వేగంగా పరిగెత్తగల స్త్రీలూ, ఎక్కువ బరువులెత్తగల స్త్రీలూ కూడా ఎక్కువగానే ఉన్నారు. ఇంకా, ఈ సిద్ధాంతాన్ని మరింత సమస్యకి గురిచేసే విషయం ఒకటుంది, ఎంతమాత్రం శరీర శ్రమ చెయ్యవలసిన అవసరం లేని పనులనుంచి కూడా

స్త్రీలని మినహాయించారని చరిత్ర నిండా ఉదాహరణలున్నాయి (మతాచార్య పదవి, చట్టం, రాజకీయాలు లాంటివి). కానీ పొలాల్లో కష్టపడి శ్రమ చేసేందుకూ, కళలకి సంబంధించిన పనులు చేపట్టేందుకూ, ఇంటిపని చేసేందుకూ వాళ్ళని నియోగించేందుకు ఎటువంటి అభ్యంతరమూ లేకపోయింది. సామాజికమైన అధికారాన్ని సూటిగా శారీరక బలానికీ, సహనశక్తికీ ముడిపెట్టినట్టయితే స్త్రీలకే అది ఎక్కువగా దక్కివుండవలసింది.

ఇంతకంటే ముఖ్యమైన విషయం, మానవులకి సంబంధించినంత వరకూ శారీరకమైన బలానికి, సామజిక అధికారానికి ఎటువంటి సంబంధమూ లేదు. ఇరవైయేళ్లవాళ్లకి ఎక్కువ శారీరకమైన బలం ఉన్నప్పటికీ అరవైయేళ్ల వాళ్ళు వాళ్లపై అధికారం చెలాయిస్తూ ఉంటారు. పంతొమ్మిదో శతాబ్దం మధ్యకాలంలో అలబామాలోని పత్తిపొలాల్లో పనిచేసిన బానిసలు ఒక్క దెబ్బతో తమ యజమానులని క్షణాల్లో మట్టికరిపించి ఉండగలిగేవారు. బాక్సింగ్ పోటీల్లో పాల్గొనేందుకు ఈజిప్టు రాజులనిగాని, కాథలిక్ పోప్‌లని గాని ఎంచుకునేవారు కారు. ఆటవిక సమూహాల్లో కండబలం ఎక్కువగా ఉన్న మనిషి కాక సమాజానికి అవసరమైన విషయాలలో ఎక్కువ నైపుణ్యం ఉండే మనిషే రాజకీయ నాయకుడిగా ఎంచుకోబడతాడు. నేరస్థుల ముూకలో అందరికన్నా బలవంతుడు నాయకుడు అవవలసిన అవసరం లేదు. సామాన్యంగా అతను వయసులో పెద్దవాడై ఉంటాడు, అరుదుగా తన పిడికిళ్ళకి పని చెప్పవలసి ఉంటుంది; తనకోసం నీచమైన పనులు చేసేందుకు అతని దగ్గర వయసులో చిన్నవాళ్లు, మంచి బలవంతులు ఉంటారు. సంఘాన్ని తన అధీనం చేసుకోవాలంటే 'డాన్' (ముఖ్యుణ్ణి)ని పడగొట్టాలని అనుకునేవాడు తాను చేసిన తప్పునుంచి పాఠం నేర్చుకునేందుకు ఎక్కువకాలం ప్రాణాలతో ఉండడు. చింపాంజీలలో కూడా ఆల్ఫా మేల్ ఇతర మగ, ఆడా కోతులతో స్నేహసంబంధాలు ఏర్పరచుకున్నాకనే ఆ స్థాయికి చేరుకోగలుగు తుంది. అంతేగాని పిచ్చిగా తిరగబడి హింసకి పూనుకుంటే అది ఎప్పటికీ ఆల్ఫా మేల్ అవలేదు.

నిజానికి మానవ చరిత్ర చూస్తే శారీరక బలానికీ, సామాజికమైన అధికారానికీ విలోమ సంబంధం ఉందని తెలుస్తుంది. అధికశాతం సమాజాల్లో శారీరక శ్రమ చేసేది దిగువ వర్గానికి చెందినవాళ్లు. ఆహార ప్రక్రియ పరిణామక్రమంలో హోమోసేపియన్ల స్థితిని ఇది తెలియజేస్తుందేమో. కేవలం శరీరం బలంగా, సమర్థంగా ఉంటే సరిపోతుందను కుంటే, సేపియన్ల స్థితి ఆహార ప్రక్రియ పరిణామక్రమంలో మధ్యలో ఎదో ఒక మెట్టుమీద ఉండేది. కానీ వాళ్ళకి ఉన్న మానసిక సామర్థ్యం, సామాజికమైన నేర్పులూ వాళ్ళని అన్నిటికన్నా పై మెట్టుమీదికి చేర్చాయి. అందుకే ఒకే జాతిలోనే అయినా అధికారం ఎవరికి దక్కాలి అనేది నిర్ణయించేది పశుబలం కాదు, మానసిక, సామజిక సామర్థ్యమే. అందుచేత అన్నిటికన్నా ప్రాబల్యం గల, స్థిరమైన సామజిక వర్గక్రమం మగవాళ్ళు శారీరక బలంతో ఆడవాళ్ళని అణచివెయ్యటం మనే అంశం మీద ఆధారపడి ఉందన్న వాదన నమ్మటం కష్టమే.

సమాజంలో అట్టడుగు వర్గం

పురుషుల ఆధిపత్యం శారీరక బలం వల్ల కాదనీ,అది వాళ్ళ దుందుడుకు స్వభావం తాలూకు పరిణామమనీ మరో సిద్ధాంతం ఉంది. కొన్ని లక్షల సంవత్సరాల పరిణామక్రమం స్త్రీలకన్నా పురుషులలో హింసకి పాల్పడే స్వభావాన్ని కలుగజేసింది. ద్వేషం, లోభం, నింద లాంటి విషయాలలో స్త్రీలు పురుషులకి సాటి రాగలరు,కానీ మరొకరి మీద ఆక్రమణ చెయ్యటం అనే విషయంలో మాత్రం మగవాళ్ళు హింసకి పాల్పడేందుకు సిద్ధమవుతారు అనేది అందరి అభిప్రాయం. అందుకే చరిత్రలో ఎక్కడ చూసినా యుద్ధాలు చేసింది పురుషులే అని స్పష్టంగా కనిపిస్తుంది.

యుద్ధాలు జరిగే సమయంలో ఆయుధాలు పట్టిన సేనలకి నాయకత్వం వహించిన కారణంగా మగవాళ్ళు నాగరిక సమాజంలో కూడా యజమానులుగా మారారు. అలా నాగరిక సమాజం మీద అధికారం చేజిక్కించుకున్నాక మరిన్ని యుద్ధాలు చేసేందుకు సిద్ధమయ్యారు. యుద్ధాల సంఖ్య పెరిగిన కొద్దీ సమాజం మీద వాళ్ళ ఆధిపత్యం కూడా పెరుగుతూ పోయింది. అందుకే వెనక్కి తిరిగి చూసుకున్నప్పుడు అంతటా మనకి యుద్ధాలూ, పితృస్వామ్యమూ దర్శనమిస్తాయి.

ఈ మధ్యనే మగవాళ్ళలోనూ, ఆడవాళ్ళలోనూ ఉండే హార్మోన్లనీ, జ్ఞాన వ్యవస్థనీ అధ్యయనం చెయ్యటం జరిగింది. మగవాళ్ళకి నిజంగానే ఎక్కువ దుందుడుకు స్వభావము, హింసకి పాల్పడే ప్రవృత్తి ఉంటాయన్న అభిప్రాయాన్ని ఆ అధ్యయనాలు బలపరిచాయి. అందుకే సామాన్యంగా సైనిక వృత్తికి మగవాళ్ళే అర్హత గలవారని తేలింది. సరే, సైనికులందరూ మగవాళ్ళేనని ఒప్పుకుందాం, కానీ యుద్ధాలు చేసేవారూ, దాని తాలూకు సత్ఫలితాలని అనుభవించేవారూ మగవారే కావటం అవసరమా? ఇది అర్థం లేనిదిలా అనిపిస్తుంది. ఇది ఎలా ఉంటుందంటే, పత్తి పొలాల్లో పనిచేసే వాళ్ళందరూ నల్లజాతి బానిసలే కనక ఆ పొలాల యజమానులు కూడా నల్లజాతివాళ్ళే అవాలి, అన్నట్టుంటుంది. అందరు నల్లజాతి పనివాళ్ళమీదా తెల్లజాతి యజమానుల అజమాయిషీ ఉన్నట్టుగానే అందరు మగసైనికులనీ అదుపులో ఉంచేది అందరూ ఆడవాళ్ళే ఉన్న ప్రభుత్వం ఎందుకు కాకూడదు? నిజానికి మొత్తం చరిత్ర తిరగేసి చూస్తే అన్ని రకాల సమాజాల్లోనూ అందరికన్నా ఉన్నత పదవిలో అధికారులు మామూలు సైనికుడి స్థాయి నుంచి క్రమంగా పైకి ఎదిగినట్టు కనిపించదు. ప్రభువులు, ధనికులు, విద్యావంతులూ ఎటు వంటి ప్రయత్నమూ లేకుండానే అధికార పదవికి చేరుకున్నారు. వాళ్ళు ఒక్క రోజు కూడా యుద్ధంలో పాల్గొనలేదు.

నెపోలియన్ శత్రువు, డ్యూక్ ఆఫ్ వెలింగ్టన్ బ్రిటిష్ సైన్యంలో చేరినప్పుడు అతని వయసు పద్దెనిమిది, కానీ సైన్యంలో చేరిన వెంటనే అతనికి ఆఫీసర్ పదవి లభించింది. తన నాయకత్వంలో ఉన్న సామాన్య సైనికుల్ని అతను లెక్కచేయ్యలేదు. ఫ్రాన్స్‌తో యుద్ధం జరిగే సమయంలో తన తోటి ఉన్నతవర్గీయుడికి అతను ఇలా రాశాడు, 'మా సైన్యంలో సైనికులుగా ఉన్నవాళ్లు అట్టడుగు వర్గానికి చెందిన మట్టిమనుషులు.' ఈ సైనికులు

సామాన్యంగా గర్భదరిద్రులో, అల్పసంఖ్యాకులో (ఐరిష్ కాథలిక్‌లలాంటివారు) అయి ఉండేవారు. వాళ్లకి సైన్యంలో పైకి ఎదిగే అవకాశాలు చాలా దుర్లభం. పై పదవులన్నీ డ్యూక్‌లకీ, రాజకుమారులకీ, రాజులకీ అట్టేపెట్టేవారు. కానీ డ్యూక్‌లకి మాత్రమే ఎందుకు, డచెస్‌కి ఎందుకు కాదు?

ఆఫ్రికాలోని ఫ్రెంచ్ సామ్రాజ్యాన్ని నెలకొల్పి రక్షించింది సెనెగల్, అల్జీరియా, ఫ్రెంచ్ శ్రామిక వర్గం పౌరుల స్వేదము, నెత్తురూ. సైన్యంలో ధనిక కుటుంబాలనుంచి వచ్చిన ఫ్రెంచ్ మనుషుల శాతం అంతంతమాత్రంగానే ఉండేది. అయినప్పటికీ ఫ్రెంచ్ సైన్యానికి నాయకత్వం వహించిన ఆ కొద్దిమంది ఉన్నతవర్గం మనుషులే సామ్రాజ్యాన్ని పరిపాలించి విజయం తాలూకు ఫలితాలని పూర్తిగా అనుభవించారు. ఫ్రెంచ్ దేశపు పురుషులే ఎందుకు, స్త్రీలు ఆ పని ఎందుకు చెయ్యలేదు?

చైనాలో ఒక ప్రాచీన సంప్రదాయం ఉండేది. సైన్యం మీద ఆధిపత్యం చెలాయించేది పౌర ప్రభుత్వం.అంటే ఏనాడూ కత్తి పట్టి ఎరగని చైనీయులు అధికార పదవుల్లో ఉంటూ యుద్ధాలని నిర్వహించారన్నమాట. 'మంచి ఇనుముని మేకులు మాత్రం చేసేందుకు ఉపయోగించి దాన్ని వృథా చెయ్య కూడదు,' అనేది ఒక చైనా నానుడి. అంటే నిజమైన ప్రతిభ గలవారు ప్రభుత్వ పదవుల్లో చేరాలి తప్ప సైన్యంలో కాదు అని అర్థం. మరైతే ఈ చైనీయులందరూ పురుషులే ఎందుకయారు?

శారీరకమైన బలహీనత, టెస్టోస్టెరోన్ స్థాయి తక్కువ ఉండటం స్త్రీలని అధికారులూ, సేనానాయకులూ, రాజకీయవేత్తలూ కాకుండా అడ్డుకున్నాయని వాదించటం తెలివితక్కువే అనిపించుకుంటుంది. యుద్ధాన్ని నిర్వహించాలంటే సత్తువ ఉండాలి నిజమే, కానీ శారీరక బలమూ, దుందుడుకు స్వభావమూ అవసరం లేదు. యుద్ధాలంటే సారా దుకాణాల్లో జరిగే కొట్లాటలు కావు. వాటిని చాలా సంక్లిష్టమైన ప్రణాళికల ద్వారా రూపొందించాలి. అది చెయ్య టానికి అసాధారణమైన వ్యవహార దక్షత, సహకార స్వభావం, అవతలివారిని ఒప్పించే సామర్థ్యం చాలా అవసరం. ఇంట్లో శాంతి నెలకొల్పే సామర్థ్యం, విదేశాలతో స్నేహ సంబంధాలూ, అవతలి వారి మనసులోని ఆలోచనలని పసిగట్టగలగటం (ముఖ్యంగా శత్రువుల మనసులో ఆలోచనలు) ఇవే విజయం సాధించేందుకు అవసరమైన ఉపాయాలు. అందుచేత ఆవేశమూ, దుందుడుకు స్వభావము ప్రదర్శించే వ్యక్తి యుద్ధాన్ని నిర్వహించేందుకు పనికిరాడు. అంతకన్నా సహకారంతో అవతలివారిని ఒప్పించటం, ఉపాయంగా పనులు సాధించటం, వేర్వేరు కోణాలనుంచి సమస్యను పరిశీలించటం తెలిసిన వ్యక్తే ఈ పనికి సరైనవాడు. సామ్రాజ్యాన్ని స్థాపించేవారికి ఇటువంటి లక్షణాలే ఉంటాయి. సైన్యానికి సంబంధించినంతవరకూ అసమర్థుడని నిరూపించుకున్న ఆగస్టస్ స్థిరమైన సామ్రాజ్యాన్ని స్థాపించి పాలనా కొనసాగించగలిగాడు. ఇది జూలియస్ సీజర్‌కీ, అలెగ్జాండర్ ద గ్రేట్‌కీ సాధ్యం కాలేదు, కానీ వాళ్లిద్దరూ ఆగస్టస్ కన్నా గొప్ప సేనాధిపతులు. ఆగస్టస్‌ని అభిమానించే అతని సమకాలీకులూ, ఆధునిక చరిత్రకారులూ అతనిలోని సౌమ్యగుణం, క్షమించే గుణం అతని విజయానికి కారణమని అంటారు.

ఉపాయంగా పనులు సాధించటంలోనూ, అవతలివారిని ఒప్పించటంలోనూ స్త్రీలు సామాన్యంగా పురుషులకన్నా మెరుగని ఒక అభిప్రాయం బలపడింది. అలాగే అవతలివారి కోణం నుంచి సమస్యలని పరిశీలించగల సామర్థ్యం కూడా స్త్రీలలో ఎక్కువగా ఉంటుందని అంటారు. ఈ సాధారణీకరణ నిజమే అయితే, యుద్ధభూమిలో చేసే చెత్తపనిని టెస్టోస్టెరోన్‌తో విర్రవీగే, సామాన్యమైన తెలివితేటలున్న మగధీరులకి వదిలి స్త్రీలు గొప్ప రాజకీయవేత్తలూ, సామ్రాజ్య స్థాపకులూ అవాలిసింది. ఒక్క ప్రాచుర్యం సాధించిన కల్పిత గాథల్లో తప్ప ఇలాటిది నిజజీవితంలో అరుదుగా జరిగింది. కానీ అలా ఎందుకు జరిగిందో అర్థం కాదు.

పితృస్వామ్య జన్యువులు

జీవశాస్త్రానికి సంబంధించిన మూడో వివరణ పశుబలానికీ, హింసకీ తక్కువ ప్రాధాన్యం ఇస్తుంది. కొన్ని లక్షల సంవత్సరాల కాలంలో పరిణామ క్రమం పురుషుల్లోనూ, స్త్రీలలోనూ మనుగడకీ, పునరుత్పత్తికి సంబంధించిన వ్యూహరచనలో తేడాలను సృష్టించింది. పురుషులు సంతానోత్పత్తికి అందరికన్నా మెరుగైన స్త్రీ కోసం ఒకరితో ఒకరు పోటీ చేసేవారు. ఒక వ్యక్తి పునరుత్పత్తి సామర్థ్యం మిగిలిన పురుషులకన్నా మెరుగైన సామర్థ్యాన్ని ప్రదర్శించి వాళ్ళని ఓడించటంమీదే ముఖ్యంగా ఆధారపడేది. కాలక్రమాన తరువాతి తరానికి అందిన పురుష జన్యువులు ఎక్కువ ఆశయాలూ, దూకుడు స్వభావం, పోటీ మనస్తత్వం గల పురుషులవే అయ్యాయి.

మరోవైపు స్త్రీకి తనని గర్భవతి చెయ్యగల పురుషుడిని వెతుక్కోవటం కష్టమే అనిపించలేదు. అయినా, తన పిల్లలు తనకి మనవలని ఇవ్వాలని ఆ స్త్రీ కోరుకున్నట్టయితే ఆమె తన పిల్లలని తొమ్మిది నెలలు గర్భంలో మోసి, ఆ తరవాత కొన్ని ఏళ్లపాటు వాళ్ళని పెంచి పోషించి అవస్థ పడవలసిందే. ఆ సమయంలో ఆమెకి ఆహారం సంపాదించుకునే అవకాశాలు కూడా తక్కువే. అందుకే చాలా సాయం అవసరమయేది. ఆమెకి తన మనుగడకూ, తన పిల్లల మనుగడకూ ఒక మగవాడి అవసరం ఉండేది. తన భారాన్ని తోడుండి పంచుకుంటాడని అతను పెట్టే షరతులన్నిటికీ ఆమె తలవంచక తప్పేది కాదు. కాలంతో బాటు తరువాతి తరానికి అందే స్త్రీ జన్యువులు అణగిమణగి ఉంటూ పిల్లలని సంరక్షించే స్త్రీలని తయారుచేశాయి. అధికారం కోసం పోరాడటానికి ఎక్కువ సమయాన్ని ఖర్చుచేసిన స్త్రీలు భావితరాల కోసం ఆ శక్తివంతమైన జన్యువులని అందించలేదు.

మనుగడ కోసం చేసిన ఈ రకరకాల ఉపాయల ఫలితం ఇలా ఉందని సిద్ధాంతం అంటుంది – మగవాళ్ళు ఆశయాలూ, పోటీ స్వభావం ఉండేట్టు, తయారుచేయబడ్డారు. రాజకీయాల్లోనూ, వ్యాపారంలోనూ అంతులేని ప్రతిభ చూపించేట్టు తీర్చిదిద్దబడ్డారు. ఆడవాళ్లు వాళ్ళ దారికి అడ్డం తొలగి పిల్లల పెంపకానికే తమ జీవితాలని అంకితం చేసే ధోరణి అలవరచుకున్నారు.

కానీ అనుభవం చెప్పేది చూస్తే ఈ రకమైన ఆలోచనావిధానం తప్పని తోస్తుంది. ముఖ్యంగా, బైటినుంచి సహాయం కోరటం వల్ల స్త్రీలు ఇతర స్త్రీల మీద కాకుండా పురుషులమీద ఆధారపడవలసి వచ్చిందన్న అభిప్రాయం, పురుషుల్లో ఉండే పోటీ మనస్తత్వమే వాళ్ళకి సమాజంలో ఆధిపత్యం ఇచ్చిందన్న అభిప్రాయం సమస్యలని సృష్టిస్తుంది. ఏనుగులూ, బొనొబో చింపాంజీలూ లాంటి ఎన్నో జంతుజాతుల్లో సాయం ఆశించే ఆడ జంతువులకీ, పోటీ మనస్తత్వం ఉన్న మగ జంతువులకీ మధ్య ఉండే గమన శక్తులు మాతృస్వామ్య సమాజాన్ని సృష్టించాయి. ఆడ జంతువులు బైటినుంచి సాయం ఆశిస్తాయి కాబట్టి సమాజంలో జీవించేందుకు అవసరమైన నైపుణ్యమూ, సహకారమూ, ఒప్పించే గుణమూ అలవరచుకోవలసి ఉంటుంది. అవి పూర్తిగా ఆడ జంతువులు మాత్రమే ఉండే సమూహాలని ఏర్పరచుకుని ఉమ్మడిగా పిల్లలని పెంచి పోషిస్తాయి. మగ జంతువులు ఆ సమయంలో కొట్లాడుకుంటూనో, పోటీ చేస్తూనో కలం గడుపుతాయి. వాటి సామాజిక నైపుణ్యమూ, సంబంధాలూ సరిగ్గా వికసించవు. బొనొబోల సమూహాలనీ, ఏనుగుల గుంపులనీ అదుపులో ఉంచేది సహకరించే ఆడజంతువుల పటిష్ఠమైన సమూహాలే. స్వార్థంతో, సహకార గుణం ఏమాత్రం లేని మగ జంతువులకి అక్కడ ప్రాముఖ్యం ఉండదు. బొనొబో చింపాంజీలలో మగ జంతువులకన్నా ఆడవి బలహీనమైనవే అయినప్పటికీ, ఎప్పుడైనా మగ చింపాంజీలు హద్దు మీరితే ఆడవన్నీ కలిసి వాటిని చావగొడతాయి.

ఇలాంటిది బొనొబోలకీ, ఏనుగులకీ సాధ్యమైనప్పుడు మరి హోమోసేపియన్లకి ఎందుకు సాధ్యం కాదు? వాటితో పోలిస్తే సేపియన్లు బలహీనమైన జంతువులు, అందు చేత ఎక్కువ సంఖ్యలో సహకరించటం అనేది వాళ్ళకి లభించిన ఒక గుణం. అలాగయితే మగవాళ్లమీద ఆడవాళ్లు అలా ఆధారపడినప్పటికీ, తమకున్న గొప్ప సామజిక నైపుణ్యాన్ని ఉపయోగించుకుని, పరస్పరం సహకరిస్తూ దుడుకుస్వభావం, స్వయంప్రతిపత్తి, స్వార్థంతో నిండిన పురుషులని తమ యుక్తులతో పడగొట్టగలరు.

ఒక జాతి సాఫల్యం అన్నిటికన్నా ఎక్కువగా సహకారం అనే గుణం మీద ఆధారపడి ఉన్నప్పుడు, సహకార గుణం తక్కువ ఉన్నవాళ్లు (పురుషులు) సహకార గుణం ఎక్కువ ఉందని చెప్పుకునే వ్యక్తుల (స్త్రీల) మీద పెత్తనం చేస్తూ వాళ్ళని అణచివెయ్యటం ఎలా సాధ్యమైంది? ప్రస్తుతం ఈ ప్రశ్నకి మన దగ్గర సరైన జవాబు లేదు. బహుశా అందరూ అనుకునేది తప్పేమో. హోమోసేపియన్స్ జాతి పురుషుల్లో శారీరకమైన బలం, దూడుకు స్వభావం, పోటీతత్త్వం లేవేమో. వాళ్ళకి సామజిక నైపుణ్యం, సహకార గుణం బాగానే ఉన్నాయేమో. మనకి తెలీదంతే.

మనకి తెలిసిందల్లా, గత శతాబ్దంలో జెండర్ పాత్రల్లో విప్లవాత్మకమైన అనేకానేక మార్పులు వచ్చాయి. మరిన్ని సమాజాలు స్త్రీలకీ పురుషులకీ చట్టప్రకారం సమానమైన హోదా, రాజకీయ హక్కులూ, ఆర్థిక అవకాశాలూ ఇస్తున్నాయి. స్త్రీ పురుషుల మధ్య తేడాకి ఇప్పటికీ ప్రాముఖ్యం ఉన్నా కూడా సంఘటనలు శరవేగంతో ముందుకి కదులుతున్నాయి. 1913లో స్త్రీలకి కూడా ఓటుహక్కు ఇవ్వవలసిందే అన్న హాస్యాస్పదమైన కోరికని

ఉద్యమకారులు కోరినప్పుడు అమెరికా ప్రజలు నవ్వుకున్నారు. 2013లో అమెరికా సుప్రీమ్ కోర్టు జడ్జీలు ఐదుగురిలో ముగ్గురు స్త్రీలుండి సమలింగ వివాహాలు చట్ట సమ్మతమైనవేనని తీర్పు చెప్పటం (నలుగురు మగ జడ్జీల అభ్యంతరాలని తోసిపుచ్చి) 1913లో ఎవరైనా ఊహించి ఉండేవారా?

ఇలాంటి నాటకీయమైన మార్పులే జెండర్ చరిత్రకి అద్భుతమైన రూపాన్నిస్తాయి. ఈనాడు స్పష్టంగా కనిపిస్తున్నట్టు, పితృస్వామ్య వ్యవస్థ జీవశాస్త్రానికి సంబంధించినది కాక కేవలం కల్పిత గాథలమీద ఆధారపడినదే అయితే, మరి ఈ వ్యవస్థ ఇంత పటిష్ఠంగానూ, విశ్వజనీనంగానూ ఉండటానికి కారణమేమిటి?

మూడో భాగం

మానవజాతి ఏకీకరణ

24. చిత్రం – హజ్ యాత్రికులు మక్కాలో కాబా చుట్టూ తిరగటం

అధ్యాయం 9

చరిత్ర దిశను సూచించే గుర్తు

వ్యవసాయ విప్లవం తరవాత మానవ సమాజాలు మరీ విస్తృతంగానూ, సంక్లిష్టంగానూ పెరిగిపోయాయి. అదే విధంగా ఊహాజనితమైన నిర్మాణాలకు సంబంధించిన సామాజిక క్రమం కూడా మరింత పటిష్ఠంగా రూపొందింది. కల్పనా గాథలూ, కథలూ జనానికి అలవాటయిపోయాయి. దాదాపు పుట్టినప్పటి నుంచీ ఒక రకంగా ఆలోచించేందుకు, కొన్ని ప్రమాణాలకు అనుకూలంగా ప్రవర్తించేందుకూ, కొన్ని వస్తువులని కోరుకునేందుకూ, కొన్ని నియమాలని పాటించేందుకూ అలవాటు పడిపోతారు. ఆ రకంగా కొన్ని లక్షల మంది సహకరిస్తూ చక్కగా పనిచేసేందుకు తోడ్పడిన కొన్ని కృత్రిమమైన ప్రవృత్తులని వాళ్ళు సృష్టించారు. ఇలాంటి కృత్రిమమైన ప్రవృత్తులన్నీ కలిసి 'సంస్కృతి'గా పేర్కొనబడ్డాయి.

ఇరవయ్యవ శతాబ్ది మొదటి సగభాగంలో ప్రతి సంస్కృతీ సంపూర్ణమైనదనీ, సామరస్యంతో కూడినదని, అందులోని సారం అన్ని కాలాలనీ నిర్వచిస్తుందనీ అధ్యయనకర్తలు బోధించారు. ప్రతి మానవ సమూహానికీ తనదైన ప్రపంచ దృష్టి ఉండేది, అలాగే సామాజిక, న్యాయ, రాజకీయ వ్యవస్థకి సంబంధించిన ఏర్పాట్లు, గ్రహాలు సూర్యుడి చుట్టూ తిరిగినంత సాఫీగా సాగిపోయేవి. ఈ దృష్టి ప్రకారం తమ పద్ధతులని అనుసరిస్తూ పోయిన సంస్కృతులలో ఎటువంటి మార్పూ జరగలేదు. అవి ఒకే వేగంతో, ఒకే దిశగా ప్రయాణిస్తూ ఉండిపోయాయి. బైటినుంచి ఏదైనా శక్తి ప్రయోగించినప్పుడు మాత్రమే వాటిలో మార్పు చోటుచేసుకునేది. సామాజిక శాస్త్రవేత్తలూ, చరిత్రకారులూ, రాజకీయవేత్తలూ 'సమోవా' సంస్కృతి గురించీ 'టాస్మానియా' సంస్కృతి గురించీ మాట్లాడేటప్పుడు ఆ రెండూ ఒకే రకమైన విశ్వాసాలనీ, కట్టుబాట్లనీ, విలువలని అనుసరిస్తూ వచ్చినట్టు ఏనాటినుంచో చెపుతూ వస్తున్నారు.

ఈనాడు సంస్కృతులను అధ్యయనం చేసే అధికశాతం అధ్యయనకర్తలు ఈ దృష్టి సరైనది కాదనీ, నిజానికి దీనికి పూర్తిగా వ్యతిరేకమైన అభిప్రాయమే సరైనదని నిర్ణయించారు. ప్రతి సంస్కృతికీ తనకే సొంతమైన నమ్మకాలూ, కట్టుబాట్లూ, విలువలూ ఉంటాయనీ, అవి నిరంతరం మార్పు చెందుతూ ఉంటాయనీ వాళ్ళ అభిప్రాయం. ఒక సంస్కృతి తన

పరిసరాల ప్రభావం వల్లనో లేదా పొరుగున ఉన్న సంస్కృతి సంపర్కం వల్లనో తన రూపాన్ని మార్చుకునే అవకాశం ఉంది. అంతర్గతంగా ఉండే గమనాత్మక శక్తుల వల్ల కూడా సంస్కృతులు పరివర్తన చెందుతాయి. మిగిలిన సంస్కృతులకి పూర్తిగా దూరంగా స్థిరమైన పర్యావరణం, వాతావరణంలో ఉన్నప్పటికీ ఒకానొక సంస్కృతిలో మార్పు రాకుండా ఉండటం సాధ్యం కాదు. ఎటువంటి అస్థిరత్వమూ లేని భౌతికశాస్త్రానికి సంబంధించిన సూత్రాలలా కాకుండా మనిషి తయారుచేసిన నియమక్రమాలన్నీ అంతర్గత వైరుధ్యాలతో నిండి ఉంటాయి. సంస్కృతులు నిరంతరం ఈ వైరుధ్యాలతో సర్దుకు పోయేందుకు ప్రయత్నిస్తూనే ఉంటాయి. ఈ ప్రక్రియ మార్పుకి దారితీస్తుంది.

ఉదాహరణకి మధ్యయుగంలో యూరప్‌లో ఉండే కులీనులు క్రైస్తవ మతాన్నీ, శౌర్యాన్నీ కూడా నమ్మారు. ఒక సగటు కులీనుడు ఉదయం చర్చికి వెళ్ళేవాడు, మతాచార్యుడు సెయింట్ల (పవిత్ర వ్యక్తి) గురించి చెప్పే కథలు వినేవాడు. "మహా గర్వం, అంతా గర్వంతో నిండియున్నది. సంపద, కామం, ఆత్మగౌరవం, ఇవన్నీ ప్రమాదకరమైన ప్రలోభాలు. వాటిని అధిగమించి ఎదగాలి, మీరు ఏసుక్రీస్తు అడుగుజాడల్లో నడవాలి. అతనిలా వినయంగా ఉండండి, హింసనీ, అతినీ నివారించుకోండి. ఎవరైనా ఒక చెంపమీద కొడితే రెండో చెంప చూపించండి", అని బోధించేవాడు మతాచార్యుడు. మనసు నిండా వినయాన్ని నింపుకుని, లోతుగా ఆలోచిస్తూ ఇల్లు చేరే ఆ కులీనుడు అన్నిటికన్నా ఖరీదైన పట్టుదుస్తులు వేసుకుని తన ప్రభువు ఏర్పాటు చేసిన విందు భోజనానికి బయలుదేరుతాడు. అక్కడ ద్రాక్ష సారా నీళ్లలా పారేది, గాయకులు లాన్సెలోట్, గినెవెర్ ప్రేమ గురించి పాటలు పాడేవారు. అతిథులు యుద్ధంలో జరిగే రక్తపాతం గురించి అశ్లీలమైన హాస్యోక్తులు చెప్పుకునేవారు. "అవమానంతో బతకటం కన్నా చనిపోవటం మేలు. మిమ్మల్ని ఎవరైనా అగౌరవపరిస్తే ఆ అవమానం రక్తంతో కడిగితే తప్ప పోదు. ఇక శత్రువులు మీ ఎదుటికి రావటానికి భయపడి పారిపోవటం, వాళ్ళ అందమైన కూతుళ్లు మీ కాళ్ళు పట్టుకుని వణికిపోవడం చూడటంకన్నా జీవితంలో మంచి విషయం ఏముంటుంది?" అని జమీందార్లు తమ అభిప్రాయం వెలిబుచ్చేవారు.

ఆ వైరుధ్యం పూర్తిగా ఎన్నడూ సమసిపోలేదు. కానీ యూరప్‌లోని కులీనులు, మతాధికారులు, సామాన్యులు దానితో సంఘర్షించారు, అప్పుడు వాళ్ళ సంస్కృతి మారింది. దాన్ని అర్థం చేసుకునే ఒక ప్రయత్నం (క్రూసేడ్లని) మతసంబంధమైన యుద్ధాన్ని సృష్టించింది. ఆ యుద్ధాలలో యోధులు తమ యుద్ధ కౌశలాన్నీ, మతం పట్ల ఉన్న శ్రద్ధనీ ఒకే దెబ్బతో ప్రదర్శించగలిగేవారు. ఈ వైరుధ్యమే టెంప్లర్స్ (సోలొమన్ ఆలయానికి సంబంధించిన పేద సైనికులు), హాస్పిటలర్స్ (జెరూసలేంలోని సెయింట్ జాన్ హాస్పిటల్‌కి సంబంధించిన యోధులు) లాంటి సైనికుల్ని తయారుచేసింది. వాళ్ళు క్రైస్తవ మత ఆదర్శాలనీ, శౌర్యాన్నీ మరింత గట్టిగా ముడివేసే ప్రయత్నం చేశారు. కింగ్ ఆర్థర్, హోలీ గ్రెయిల్ లాంటి మధ్యయుగపు కథా సాహిత్యానికీ, కళలకీ కూడా అదే కారణమయింది. కామెలోట్ కథ నిరూపించేదేమిటి? ఒక మంచి యోధుడే మంచి క్రిస్టియన్ అవగలడనీ, అయిఉండాలనీ, మంచి క్రిస్టియనే మంచి యోధుడు అవుతాడనే కదా?

ఆధునిక రాజకీయ వ్యవస్థ మరో ఉదాహరణ. ఫ్రెంచి విప్లవం జరిగినప్పటినుంచీ ఈ ప్రపంచంలో ఉండే మనుషులందరూ సమానత్వాన్నీ, వ్యక్తి స్వేచ్ఛనీ ప్రాథమిక విలువలుగా పరిగణించటం మొదలుపెట్టారు. అయినప్పటికీ ఈ రెండు విలువలూ ఒకదానికొకటి వ్యతిరేకమైనవి. అన్నీ ఉన్నవాళ్ళ స్వేచ్ఛని అదుపులో ఉంచగలిగినప్పుడే సమానత్వం సాధించటం సాధ్యమౌతుంది. ప్రతి వ్యక్తీ తన ఇష్టప్రకారం ప్రవర్తించేందుకు వెసులుబాటు కలిగిస్తే సమానత్వం దెబ్బతింటుంది. 1789 నుంచీ నమోదైన ప్రపంచ రాజకీయ చరిత్రని చూస్తే ఈ వైరుధ్యంతో సర్దుకుపోయే ప్రయత్నమే మనకి కనిపిస్తుంది.

యూరప్‌లో పంతొమ్మిదో శతాబ్దంలోని ఉదారవాద రాజ్యాలు వ్యక్తి స్వాతంత్ర్యానికి ప్రాముఖ్యం ఇచ్చాయనీ, తత్ఫలితంగా అప్పుల్లో కూరుకు పోయిన కుటుంబాలని జైల్లో వేసేందుకూ, అనాథలైన పిల్లలని జేబుదొంగల పాఠశాలల్లో చేర్చేందుకూ కూడా వెనకాడ లేదనీ చార్ల్స్ డికెన్స్ రాసిన ఒక నవల చదివినవారికి ఎవరికైనా తెలుస్తుంది. సామ్యవాదం ప్రతిపాదించిన సమానత్వం అనే సిద్ధాంతం ఫలితంగా క్రూరమైన నిరంకుశత్వ పరిపాలనలో దైనందిన జీవితంలోని ప్రతి పార్శ్వాన్నీ అదుపులో పెట్టే విధానం నెలకొన్నదని అలెగ్జాండర్ జోల్జెనిస్సిన్ నవల చదివినవారెవరైనా తెలుసుకోగలుగుతారు.

సమకాలీన అమెరికన్ రాజకీయాలు కూడా ఈ వైరుధ్యం చుట్టూనే తిరుగుతూ ఉంటాయి. సమాజం మరింత నిష్పక్షపాతంగా ఉండాలని, దాని కోసం పేదలకి, వృద్ధులకి, బలహీనులకి సహాయం చేసేందుకు పన్నుల రాశి పెంచవలసివచ్చినా న్యాయమేనని డెమొక్రాట్లు అంటారు. కానీ ఆ ధోరణి వ్యక్తి స్వాతంత్ర్యాన్ని ఉల్లంఘించి వాళ్ళు తమ డబ్బుని ఇష్టప్రకారం ఖర్చుపెట్టుకునే వీలు లేకుండా చేస్తుంది. నేను నా పిల్లలని కాలేజీకి పంపి చదివించాలనుకుంటే, ప్రభుత్వం ఆ డబ్బుతో ఆరోగ్య బీమా పాలిసీ కొనుక్కోమని ఎలా బలవంత పెట్టగలదు? మరోవైపు రిపబ్లికన్లు వ్యక్తి స్వాతంత్ర్యాన్ని వీలైనంత ఎక్కువగా అందజేయాలనుకుంటారు. దానివల్ల ధనికులకీ, పేదవారికీ మధ్య ఉన్న దూరం మరింత పెరిగినా, చాలామంది అమెరికన్లకు ఆరోగ్య సేవలు అందక పోయినా పరవాలేదన్నది వాళ్ళ అభిప్రాయం.

మధ్యయుగపు సంస్కృతి శౌర్యాన్నీ, క్రైస్తవాన్నీ ఒక తాటిమీదికి తీసుకురాలేక పోయినట్టే, ఆధునిక ప్రపంచం స్వేచ్ఛనీ, సమానత్వాన్నీ కలపలేకపోతోంది. కానీ ఇది లోపమేమీ కాదు. ఇటువంటి వైరుధ్యాలు ప్రతి మానవ సంస్కృతిలోనూ విడదీయలేనంతగా కలిసిపోయి ఉన్నాయి. నిజానికి సంస్కృతిని ముందుకి నడిపించేవి అవే. మన జాతిలోని సృజనశక్తికీ, గమనశక్తికీ అవే కారణం. మన ఆలోచనల్లో, ఉద్దేశాలలో, విలువలలోని సమన్వయ లోపం, మనని ఆలోచింపజేస్తుంది, మళ్ళీ ఒకసారి మూల్యాంకనం చేసేందుకూ, విమర్శించేందుకూ పురికొల్పుతుంది. స్థిరత్వం మొద్దుబారిన మస్తిష్కాల ఆటస్థలం. వైరుధ్యాల గురించి మాట్లాడని ఏ ఒక్క కళాకృతినైనా మీరు పేర్కొనగలరా?

ఒత్తిళ్లూ, సంఘర్షణలూ, పరిష్కారం లేని సమస్యలూ ప్రతి సంస్కృతినీ ఆసక్తికరంగా చేస్తాయి. ఏదైనా ఒక సంస్కృతికి చెందిన ప్రతి మనిషికీ వైరుధ్యాలతో నిండిన విశ్వాసాలు ఉండాలి, అననుకూలమైన విలువలు అతని మనసుని అల్లకల్లోలం చెయ్యాలి. అభిజ్ఞ

వైరుధ్యం గల ఏ సంస్కృతికైనా ఇది అతిముఖ్యమైన లక్షణం. అభిజ్ఞా వైరుధ్యాన్ని తరచు మానవ మనస్తత్వం తాలూకు వైఫల్యమని అంటారు. నిజానికి అది చాలా గొప్ప ఆస్తి. ఒకవేళ మనుషులకి విరుద్ధమైన విశ్వాసాలూ, విలువలూ లేకపోయిఉంటే, ఎటువంటి మానవ సంస్కృతినీ నిర్మించి కొనసాగించటం అసంభవమయి ఉండేది.

మీ ఇంటికి కొద్ది దూరంలో ఉండే మసీదుకి వెళ్ళే ముస్లిములని నిజంగా అర్థం చేసుకోవాలంటే, ప్రతి ముస్లిం వ్యక్తీ మనసారా చాలా గాఢంగా నమ్మే విలువలకోసం చూడకండి. ముస్లిం సంస్కృతిలో వైరుధ్యాల కోసం, నియమాలు సంఘర్షించే చోట, ప్రమాణాలు ఒకదానితో మరొకటి తలపడే చోట వెతకండి. అక్కడే, ముస్లింలు రెండు కీలకమైన అంశాల మధ్య తడబడే చోటే మీకు వాళ్ళు బాగా అర్థమౌతారు.

గూఢచారి ఉపగ్రహం

మానవ సంస్కృతుల్లో నిరంతరం మార్పు ప్రవాహంలా ముందుకి సాగుతూ ఉంటుంది. ఈ మార్పు యాదృచ్ఛికంగా ఏర్పడుతుందా? మరోలా చెప్పాలంటే చరిత్ర ఒక దిశగా ప్రయాణించటం అనేది జరుగుతుందా?

దీనికి అవుననే సమాధానం చెప్పాలి. కొన్నివేల ఏళ్ళపాటు చిన్న చిన్న సరళమైన సంస్కృతులు క్రమంగా ఒకదానితో ఒకటి కలిసి పెరిగి సంక్లిష్టమైన నాగరికతల రూపం పొందాయి. తత్ఫలితంగా ప్రపంచంలోని అతిపెద్ద సంస్కృతుల సంఖ్య తగ్గిపోతూ వచ్చింది. అటువంటి పెద్ద సంస్కృతులన్నీ మరింత సంక్లిష్టంగా తయారయ్యాయి. ఇది చాలా మోటైన సాధారణీకరణ, స్థూలమైన స్థాయిలోనే దీన్ని వాస్తవమని అనుకోవాలి. సూక్ష్మంగా పరిశీలించినప్పుడు ఇలా ఒకటిగా కలిసిపోయిన పెద్ద సంస్కృతి అనేది ఉన్నప్పటికీ, ఆ పెద్ద సంస్కృతి మళ్ళీ చిన్న చిన్న ముక్కలుగా విడిపోతుందని గమనించవచ్చు. మంగోల్ సామ్రాజ్యం విస్తరించి ఆసియాలో అత్యధిక భాగాన్నీ, యూరప్‌లో కొన్ని భాగాలనీ ఆక్రమించింది, కానీ తరవాత అది ముక్కలు చెక్కలైపోయింది. కొన్ని కోట్లమందిని క్రైస్తవమతంలోకి మార్చిన కొంతకాలానికే ఆ మతంలో లెక్కలేనన్ని శాఖలు బయలుదేరాయి. లాటిన్ భాష పడమటి యూరప్‌లోనూ, మధ్య యూరప్‌లోనూ బాగా విస్తరించింది, ఆ తరవాత అది అనేక మాండలికాలుగా విడిపోయి, చివరికి జాతీయ భాషలుగా చెలామణీ అయింది. కానీ ఇలా విడిపోవటమనేది తాత్కాలికంగా జరుగుతుందే తప్ప నిజానికి ఒకటిగా కలిసి ఉండటమే అసలు ధోరణి.

చరిత్ర పయనించే దిశని చూడటమనేది మనం ఎక్కణ్ణించి దానిని చూస్తున్నామనే దానిమీద ఆధారపడి ఉంటుంది. విహంగవీక్షణం ద్వారా చరిత్రని చూసినప్పుడు దాని వికాసాన్ని కొన్ని దశాబ్దాల్లో, శతాబ్దాల్లో పరిశీలించటం సాధ్యమౌతుంది. అలాటప్పుడు అది సాగేది ఏకత్వం వైపా లేక భిన్నత్వం వైపా అనేది చెప్పటం కష్టం. దీర్ఘకాలం కొనసాగే ప్రక్రియలని అర్థం చేసుకునేందుకు విహంగవీక్షణం స్పష్టంగా ఉండదు. విశ్వ గూఢచారి లాంటి ఉపగ్రహ దృష్టిని ఉపయోగించుకుంటేనే మంచిది. అది శతాబ్దాలని కాక

సహస్రాబ్దాలని పరికించగలదు. అలా చూసినప్పుడు చరిత్ర ఏమాత్రం ఆగకుండా నిరంతరం ఏకత్వం వైపే సాగిపోతోందని అతిస్పష్టంగా తెలుస్తుంది. క్రైస్తవమతంలోని విభజనలో, మంగోల్ సామ్రాజ్యం పతనమవటం లాంటివి చరిత్ర రహదారిలో దాని వేగాన్ని కొంచెం నిరోధించే అడ్డంకులే తప్ప మరేమీ కావు.

చరిత్ర గమనం ఎటువైపు సాగిందో స్థూలంగా తెలుసుకోవాలంటే ఈ భూమ్మీద ఏక కాలంలో మనుగడ సాగించిన వేర్వేరు సంస్కృతులను లెక్కలోకి తీసుకోవాల్సి ఉంటుంది. ఈనాడు మొత్తం భూగోళాన్ని ఏకంగా ఒకటేనని భావించటం మనకి అలవాటైపోయింది. కానీ చరిత్రని తిరగేస్తే చాలామటుకు ఈ భూమి విడి విడి మానవ ప్రపంచాల సమాహారమని తెలుస్తుంది.

టాస్మానియానే తీసుకుందాం, అది ఆస్ట్రేలియాకి దక్షిణాన ఉన్న ఒక మధ్యరకం ప్రమాణం గల ఒక ద్వీపం. ఐస్ ఏజ్ (మంచు యుగం) చివరి దశలో సముద్ర మట్టం పొంగటం వల్ల క్రీ.పూ. 10,000లో ఆ భూభాగం ఆస్ట్రేలియా నుంచి విడిపోయింది. కొన్ని వేలమంది ఆటవికులు మాత్రమే ఆ ద్వీపంలో మిగిలారు. పంతొమ్మిదో శతాబ్దంలో యూరోపియన్లు అక్కడికి వచ్చేదాకా వాళ్లకి మరో మానవమాత్రుడితో సంపర్కమే లేకపోయింది. 12,000 సంవత్సరాలవరకూ అసలు టాస్మానియన్లు ఉన్నారన్న విషయమే ఎవరికీ తెలీలేదు. తాము తప్ప ఈ లోకంలో ఇంకొకరు ఉన్నారన్న సంగతి టాస్మానియన్లకీ తెలీలేదు. వాళ్ళ మధ్య యుద్ధాలూ, రాజకీయ సంఘర్షణలూ, సామజిక ఆందోళనలూ, సాంస్కృతిక వికాసము జరుగుతూనే ఉండేవి. కానీ చైనాలోని సామ్రాట్టులకీ, మెసొపొటేమియాలోని ప్రభువులకీ సంబంధించినంత వరకూ, టాస్మానియా గురుగ్రహం చుట్టూ తిరిగే ఏ చంద్రుడిమీదో ఉన్నట్టే లెక్క. టాస్మానియా ప్రజలు తమ ప్రపంచంలో తాము జీవించారు.

మానవజాతి చరిత్రలో అమెరికా, యూరప్ కూడా ఎక్కువకాలం విడి ప్రపంచాలుగానే మనుగడ సాగించాయి. క్రీ.శ. 378లో రోమన్ సామ్రాట్టు వాలెన్స్ ఆడ్రియానాపోలే యుద్ధంలో గోథ్స్ చేతిలో ఓడిపోయి హత్యకి గురయ్యాడు. అదే సంవత్సరం టికాల్ రాజు చాక్ టోక్ ఇచ్'ఆక్‌ని టియోటిఉఆకాన్ సైన్యం ఓడించి హతమార్చింది. (టికాల్ మాయా రాజ్యంలో ఒక ముఖ్యమైన రాష్ట్రం, టియోటిఉఆకాన్ ఆకాలంలో అమెరికాలో అన్నిటికన్నా పెద్ద నగరం. ఆ నగరంలో 2,50,000 మంది నివసించేవారు. సమకాలీన రోము నగరానికి దీటుగా ఉండిన నగరమది. రోమ్ పరాజయానికీ, టియోటిఉఆకాన్ ఎదుగుదలకీ ఎటువంటి సంబంధమూ లేదు. రోమ్ నగరం అంగారక గ్రాహం మీదా, టియోటిఉఆకాన్ శుక్రగ్రహం మీదా ఉందని అనుకున్నా ఆశ్చర్యపోనక్కర్లేదు.

ఎన్ని రకాల మానవ ప్రపంచాలు ఈ భూమ్మీద సహజీవనం చేశాయి? క్రీ.పూ. 10,000 నాటికి భూప్రపంచంలో కొన్నివేలు ఉండేవి. క్రీ.పూ. 2000 నాటికి అవి వందల్లోకి దిగిపోవటమో, లేదా ఒకట్రెండు వేలు మిగలటమో జరిగింది. క్రీ.శ. 1450కి వాటి సంఖ్య మరీ దారుణంగా తగ్గిపోయింది. ఆ సమయంలో, యూరప్ అన్వేషణకి కొంత ముందు, భూమ్మీద టాస్మానియా లాంటి మరుగుజ్జు ప్రపంచాలు చాలానే ఉండేవి.

కానీ సుమారు 90 శతం మనుషులు ఒకే ఒక అతిపెద్ద ప్రపంచంలో నివసించేవారు : అదే ఆఫ్రో- ఆసియా అనే ప్రపంచం. ఆసియాలో, యూరప్‌లో, ఆఫ్రికాలో (అందులో ఆఫ్రికాలోని సహారా ఎడారిలో బోలెడంత భూభాగం కూడా కలిసింది) అధికభాగాలు సాంస్కృతికంగా, రాజకీయంగా, ఆర్థికంగా సంబంధాలు ఏర్పరచుకుని పరస్పరం గొప్ప సంపర్కం కలిగే ఉండేవి.

ప్రపంచంలో మిగిలిన పది శాతం మానవుల సంఖ్య నాలుగు అతి పెద్ద, సంక్లిష్టమైన ప్రపంచాలుగా విభజించబడింది :

1. మధ్య అమెరికాలో అత్యధిక భాగం, ఉత్తర అమెరికాలోని కొన్ని భాగాలూ కలిసి మీసో అమెరికన్ ప్రపంచంగా రూపొందింది.
2. దక్షిణ అమెరికాలోని ఉత్తర ప్రాంతంలో ఎక్కువ భాగం ఆండీన్ ప్రపంచంగా రూపుదిద్దుకుంది.
3. ఆస్ట్రేలియా ఖండం మొత్తం ఆస్ట్రేలియన్ ప్రపంచమయింది.
4. పసిఫిక్ మహాసముద్రంలో అత్యధిక ద్వీపాలు, అంటే హవాయి నుంచి న్యూజీలాండ్ దాకా, ఓషియానిక్ ప్రపంచంగా పేరుపొందింది.

ఆ తరవాత 300 సంవత్సరాలలో ఆఫ్రో ఆసియన్ రాక్షసి మిగిలిన ప్రపంచాలన్నిటినీ మింగేసింది. 1521లో స్పెయిన్ సేనలు అజ్టెక్ సామ్రాజ్యాన్ని జయించినప్పుడు అది మీసోఅమెరికా ప్రపంచాన్ని మింగేసింది. ఇంచుమించు అదే సమయంలో, ఫెర్డినాండ్ మేగెల్లాన్ భూగోళాన్ని చుట్టివచ్చినప్పుడు ఓషియానిక్ ప్రపంచంలోంచి మొదటిసారి అది ఒక ముక్క కొరికి, ఆ తరవాత అతని రాజ్యాన్ని తన అధీనం చేసుకుంది. ఇన్ కా సామ్రాజ్యాన్ని స్పెయిన్ విజేతలు నాశనం చేసినప్పుడు 1532లో ఆండీన్ ప్రపంచం కూలిపోయింది. 1606లో ఆస్ట్రేలియా భూఖండం మీద మొట్టమొదటి యూరోపియన్ అడుగుపెట్టాడు. బ్రిటిష్ వలసరాజ్యం 1788లో దృఢంగా స్థిరపడ్డ తరవాత అక్కడ సహజంగా ఉండిన ప్రపంచం అంతమైపోయింది. పదిహేను సంవత్సరాల తరవాత బ్రిటిషువారు టాస్మానియాలో తమ స్థిరనివాసం ఏర్పరచుకుని స్వయంప్రతిపత్తిగల చివరి మానవ ప్రపంచాన్ని కూడా ఆఫ్రో ఆసియా పరిధిలోకి తెచ్చి ప్రభావితం చేశారు. తాను మింగిన ప్రపంచాలన్నిటినీ జీర్ణం చేసుకునేందుకు ఆఫ్రో ఆసియాకి కొన్ని శతాబ్దాలు పట్టింది. కానీ ఆ ప్రక్రియని మళ్ళీ మునుపటి స్థితికి తీసుకురావటం అసాధ్యమైంది. ఈనాడు దాదాపు అందరు మానవులూ ఒకే రకమైన భౌగోళిక-రాజకీయ వ్యవస్థని అనుసరిస్తున్నారు (మొత్తం భూమండలం అంతర్జాతీయంగా గుర్తించగలిగే రాష్ట్రాలుగా విభజించబడింది); ఒకే రకమైన ఆర్థిక వ్యవస్థ (భూగోళంలో ఏ మూలో ఉన్న ప్రాంతాల మీద కూడా పెట్టుబడిదారీ మార్కెట్ శక్తుల ప్రభావం కనిపిస్తుంది); ఒకే రకమైన న్యాయ వ్యవస్థ (మానవ హక్కులూ అంతర్జాతీయ చట్టాలూ అన్ని చోట్లా చెల్లుతాయి, కనీసం సిద్ధాంత దృష్ట్యా); ఒకే రకమైన శాస్త్రీయ విజ్ఞాన వ్యవస్థ (ఇరాన్‌లో, ఇస్రేల్‌లో,

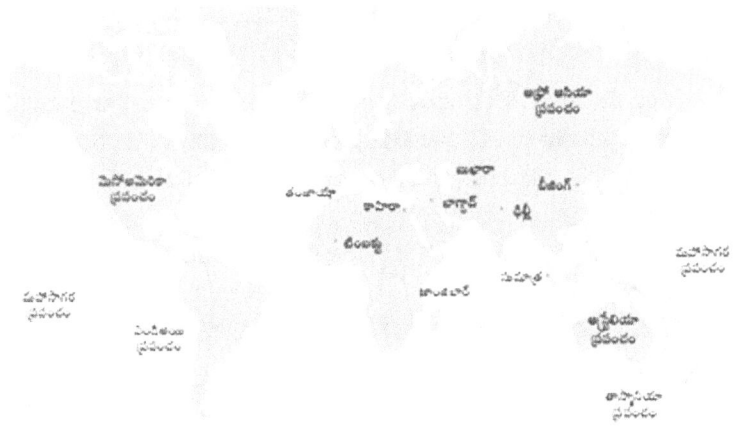

చిత్రపటం 3. క్రీస్తు శకం 1450లో మన భూగ్రహం. ఈ పటంలో ఉన్నవి ఆఫ్రో ఆసియా ప్రపంచంలో పధ్నాలుగో శతాబ్దంలో ముస్లిం యాత్రీకుడు ఇబ్న్ బట్టుతా వెళ్లిన ప్రాంతాల పేర్లు. మొరాక్కోలో టాన్జేర్ నివాసి ఇబ్న్ బట్టుతా టింబక్టు, జాంజిబార్, దక్షిణ రష్యా, మధ్య ఆసియా, ఇండియా, చైనా, ఇండోనేషియా మొదలైన దేశాలకి యాత్రలు చేశాడు. ఆధునిక యుగం ప్రారంభానికి కాస్త ముందు అతను చేసిన ఈ యాత్రలు ఆఫ్రో ఆసియా ఐకమత్యానికి ఉదాహరణలుగా నిలిచాయి.

ఆస్ట్రేలియాలో, ఆర్జెంటినాలో ఉండే నిపుణులు అణువు నిర్మాణం గురించో, క్షయ వ్యాధి గురించో ఒకే రకమైన అభిప్రాయాలూ కలిగి ఉంటారు).

ప్రపంచవ్యాప్తంగా ఒకే ఒక సంస్కృతి అంటూ ఏదీ లేదు. ఒక సేంద్రీయ శరీరంలో అనేక ఇంద్రియాలు, కణాలు ఉన్నట్టే ఒకే విశ్వ సంస్కృతిలో అనేక రకాల జీవన విధానాలూ, మనుషులూ ఉంటారు – న్యూయార్క్‌లోని ఒక స్టాక్ బ్రోకర్ దగ్గర్నుంచి ఆఫ్ఘనిస్తాన్‌లోని ఒక గొర్రెలకాపరిదాకా. అయినప్పటికీ వాళ్ళ మధ్య గాఢమైన సంబంధం ఉంది. ఒకరి ప్రభావం మరొకరి మీద ఎన్నోరకాలుగా ఉన్నట్టు కనిపిస్తుంది. వాళ్ళు ఇప్పటికీ వాదించుకుంటారు, పోట్లాడుకుంటారు, కానీ వాళ్ళు వాదించుకునేది ఒకే రకమైన ఉద్దేశాలతో, పోరాడేది ఒకే రకమైన ఆయుధాలతో. 'నాగరితల మధ్య ఘర్షణ' అనేది ఇద్దరు చెవిటివాళ్ల మధ్య సంభాషణలాంటిది. ఒకరు చెప్పేది మరొకరికి అర్థం కాదు. ఈనాడు ఇరాన్, సంయుక్త రాష్ట్రాలు ఒకరిమీద మరొకరు కత్తులు దూస్తున్నారు. ఇద్దరూ జాతీయ రాష్ట్రాల భాష మాట్లాడతారు, పెట్టుబడిదారీ వ్యవస్థ గురించి మాట్లాడతారు, అంతర్జాతీయ హక్కుల గురించీ, పరమాణు భౌతికశాస్త్రం గురించీ మాట్లాడతారు.

మనం ఇప్పటికీ 'ప్రామాణికమైన' సంస్కృతి గురించి మాట్లాడతాం, కానీ ప్రామాణికం అనే మాటకి మనం స్వతంత్రంగా అభివృద్ధి సాధించిన ఒక విషయం అని, బైటి ప్రభావాలేవీ తాకని ప్రాచీన స్థానిక సంస్కృతులని అర్థం చెప్పుకునేటట్టయితే, ఈ భూమ్మీద ప్రామాణికమైన సంస్కృతి అనేది ఏదీ మిగల్లేదనే అనుకోవాలి. గత కొన్ని శతాబ్దాలుగా అన్ని సంస్కృతులూ

గుర్తించటానికి వీల్లేనంతగా మారిపోయాయి. దానికి కారణం ప్రపంచవ్యాప్తంగా వెల్లువెత్తిన ప్రభావాలు.

ఈ ప్రపంచీకరణకి సంబంధించిన ఉదాహరణలలో అన్నిటికన్నా ఆసక్తికరమైనది, విభిన్న జాతుల వంటకాలు. ఒక ఇటాలియన్ రెస్టారెంట్‌కి వెళితే అక్కడ మనకి టమాటో సాస్‌తోబాటు స్ఫగటి తినేందుకు దొరుకుతుందని ఆశిస్తాం; పోలిష్, ఐరిష్ రెస్టారెంట్లలో బంగాళాదుంపలు ఎక్కువ వడ్డిస్తారు; అర్జెంటీనాలో గొడ్డుమాంసంతో వండిన రకరకాల పదార్థాలు దొరుకుతాయి; ఇండియన్ రెస్టారెంట్లలో మిరపకాయలు దాదాపు అన్నిరకాల వంటకాల్లోనూ విరివిగా వాడతారు; ఏ స్విస్ కేఫ్‌కి వెళ్లినా వేడి చాకొలేట్ పానీయం దానిమీద పెద్ద ఆల్ప్స్ కొండంత తెల్లటి క్రీంతో దర్శనమిస్తుంది. కానీ ఈ పదార్థాలేవీ ఆ దేశంలో దొరకవు. టొమాటోలూ, మిరపకాయలూ, కోకో ఇవన్నీ మెక్సికోలో పండుతాయి; స్పెయిన్ దేశస్థులు మెక్సికోని జయించిన తరవాతే ఇవన్నీ యూరప్‌కీ, ఆసియాకీ చేరుకున్నాయి. జూలియస్ సీజర్ కానీ, దాంతే అలిగేరి కానీ టమాటో సాస్లో మునిగిన స్ఫగెట్టీని ఫోర్క్‌తో ఏనాడూ తినలేదు అసలు అప్పటికి ఫోర్కులనే ఎవరూ కనిపెట్టలేదు). విలియం టెల్ ఎప్పుడూ చాకొలేట్ రుచి చూడలేదు, బుద్ధుడు తను తినే ఆహారంలో మిరపకాయ కారం చేర్చలేదు. బంగాళాదుంపలు పోలాండ్‌కీ, ఐర్లాండ్‌కీ వెళ్లి 400 ఏళ్ళ కన్నా ఎక్కువ కాలేదు. అర్జెంటీనాలో 1492లో తినేందుకు దొరికిన మాంసం ముక్క (స్టీక్) లామా అనే ఒంటెజాతి జంతువుది మాత్రమే.

మైదానాలలో నివసించే రెడ్ ఇండియన్లని గుర్రాలమీద తిరిగే ధీరులుగానూ, తమ ప్రాచీనుల సంస్కృతిని కాపాడేందుకు యూరప్ దేశం నుంచి వచ్చిన మొట్టమొదటి జట్టులని సాహసంతో ఎదుర్కొన్నట్టూ హాలీవుడ్ చిత్రాలలో మనకి చూపిస్తారు. కానీ ఆ స్థానీయులైన అమెరికన్లు ఏదో ప్రాచీన సంస్కృతిని పరిరక్షించేందుకు పోరాటమేమీ చెయ్యలేదు. ఒక గొప్ప సైనిక, రాజకీయ విప్లవం జరగటంవల్ల వాళ్ళు ఉనికిలోకి వచ్చారు. ఆ విప్లవం పదిహేడు, పద్దెనిమిది శతాబ్దాలలో ఉత్తర అమెరికా పడమటి దిక్కుని ఒక ఊపు ఊపింది. యూరప్ గుర్రాలు అక్కడికి రావటమే దానికి నిజమైన కారణం. 1492లో అమెరికాలో గుర్రాలు లేవు. పంతొమ్మిదో శతాబ్దపు సియోక్స్, అపాచే సంస్కృతుల్లో ఆకర్షణీయమైన అంశాలు ఎన్నో ఉన్నాయి, కానీ అది ఆధునిక సంస్కృతీ, ప్రపంచీకరణ శక్తుల ఫలితం – 'ప్రామాణికం' కన్నా చాలా భిన్నమైనది.

ప్రాపంచిక దృష్టి

ప్రపంచం అంతటా ఒకే రకంగా ఉండటం అనే అతిముఖ్యమైన దశ గత కొన్ని శతాబ్దాల్లో మాత్రమే ఏర్పడిందని తెలుస్తుంది. సామ్రాజ్యాలు విస్తరించి వర్తకాలూ, వ్యాపారాలూ జోరుగా సాగటం మొదలుపెట్టిన తరవాత అది సాధ్యమైంది. ఆఫ్రో–ఆసియా, అమెరికా, ఆస్ట్రేలియా, ఓషియానియా ప్రజల మధ్య నిరంతరం మరింత గట్టి సంబంధాలు ఏర్పడుతూ వచ్చాయి. ఆ క్రమంలోనే మెక్సికోలోని మిరపకాయలు ఇండియన్ ఆహారంలో భాగంగా మారాయి, స్పెయిన్‌లోని పశువులు అర్జెంటీనాలో గడ్డి మేయసాగాయి. ఇది

25. సూ జాతి పెద్ద (1905). 1492కి పూర్వం మిగిలిన తెగల దగ్గర ఉన్న గుర్రాలూ, విశాలమైన మైదానాలూ సూ జాతి దగ్గర లేవు.

మనకి కనిపించే మార్పు. కానీ అంతకన్నా కూడా ముఖ్యమైన, ఆదర్శవంతమైన మార్పు క్రీ.పూ. మొదటి సహస్రాబ్దిలో జరిగింది. సార్వత్రిక క్రమం అనే ఆలోచన వేళ్లూనిన కాలం అది. అంతకు ముందే కొన్ని వేల సంవత్సరాలుగా, చరిత్ర నెమ్మదిగా ప్రాపంచిన ఐక్యత వైపు సాగటం ప్రారంభించింది, కానీ మొత్తం ప్రపంచాన్ని ఒక ప్రాపంచిక క్రమం శాసించటం అనేది చాలామందికి అప్పటికి ఇంకా అంతుపట్టని విషయమే.

హోమోసేపియన్లు పరిణతి సాధించే క్రమంలో మనుషుల గురించి 'మేము', 'వాళ్ళు' అని విభజించి ఆలోచించేవారు. 'మేము లేదా మనం' అనేది, అందులో ఉన్నది ఎవరైనప్పటికీ తమ చుట్టూ ఉండే సమూహానికి వర్తించేది. మిగిలినవాళ్ళందరూ 'వాళ్ళు' కిందే లెక్క. నిజానికి ఏ జంతువూ కూడా తమ జాతి మొత్తం బాగుపడాలన్న దృష్టితో ప్రవర్తించదు. ఏ ఒక్క చింపాంజీ తన జాతి మొత్తం లాభం పొందాలని ఆలోచించదు. ఏ నత్తగుల్లా ప్రపంచంలోని అన్ని నత్తగుల్లలకోసం సహాయం చెయ్యదు, మృగరాజు సింహం అన్ని సింహాలకీ రాజు అయేందుకు ప్రయత్నించదు, అదే విధంగా ఏ తేనెతుట్ట ముంగిటా 'ప్రపంచంలో ఉండే అన్ని శ్రామిక తేనెటీగల్లారా – ఏకం కండి!' అనే నినాదం రాసి ఉండదు.

కానీ జ్ఞాన విప్లవం ప్రారంభకాలం తరవాత హోమోసేపియన్లు ఈ విషయంలో మరింత విశిష్టంగా మారుతూ వచ్చారు. తమకు బొత్తిగా పరిచయం లేనివారితో నిరంతరం సహకరిస్తూ వచ్చారు. వాళ్ళని తమ 'సోదరులుగానూ', 'మిత్రులుగానూ'

ఊహించుకున్నారు. అయినప్పటికీ ఈ సహోదరత్వం సార్వత్రికమైనది కాదు. పక్క లోయలోనో లేక పర్వతశ్రేణికి అవతలి వైపో 'వాళ్ళు' ఉన్నారన్న భావన కలుగుతూనే ఉండేది. క్రీ.పూ. 3000లో మొదటి ఫారో, మినీస్ మొత్తం ఈజిప్ట్‌ని ఒకే తాటి కిందికి తెచ్చినప్పుడు, అక్కడి ప్రజలకి తమ దేశానికి ఒక సరిహద్దురేఖ ఉందనీ, దానికి అవతల 'అనాగరికులు' పొంచి ఉన్నారనీ స్పష్టంగా తెలిసింది. ఆ అనాగరికులు పరాయివాళ్ళు, తమకి హాని కలిగించేవాళ్ళు, వాళ్లపట్ల ఈజిప్ట్ ప్రజలకి గల ఆసక్తి ఒకే ఒక విషయంలో, వాళ్ళ దగ్గరున్న నేల, సహజ వనరులూ ఈజిప్ట్ ప్రజలకి కావాలి. జనం సృష్టించిన ఊహాజనితమైన క్రమాలన్నీ మానవజాతిలో ఒక పెద్ద భాగాన్ని విస్మరించాయి.

క్రీ.పూ. మొదటి సహస్రాబ్దిలో సార్వత్రికతని సంతరించుకున్న మూడు క్రమాలు దర్శనమిచ్చాయి. వాటిని అనుసరించినవాళ్లు మొట్టమొదటిసారి ఈ ప్రపంచం, మానవ జాతి పూర్తిగా ఒకే ప్రత్యేకమైన యూనిట్ అనీ దాన్ని శాసించేవి ఒకే రకమైన నియమాలని ఊహించగలిగారు. అందరూ 'మనవాళ్ళే', కనీసం అలా అనుకోవటం సాధ్యమైంది. 'పరాయివాళ్ళంటూ' ఎవరూ లేరు. మొట్టమొదట కనబడిన సార్వత్రికక్రమం ఆర్థికవ్యవస్థకి సంబంధించినది: ద్రవ్యరాశి క్రమం. రెండోది రాజకీయం: సామ్రాజ్యానికి సంబంధించిన క్రమం. మూడోది మతానికి సంబంధించినది: బౌద్ధం, క్రైస్తవం, ఇస్లాంలాంటి మతాలు.

వర్తకులూ, విజేతలూ ప్రవక్తలూ మొట్టమొదట 'మనం-వాళ్ళు' అనే విభేదాన్ని అతిక్రమించగలిగారు. వాళ్ళు మానవజాతి ఐకమత్యంగా మనగలిగితే అది జాతికి ఎంత లాభిస్తుందో ఊహించగలిగారు. వర్తకులకు ప్రపంచమంతా ఒక అంగడి, ప్రపంచవ్యాప్తంగా ఉన్న జనమందరూ తమ ఉత్పత్తులను కొనేవారుగా కనిపించారు. అంతటా, అందరికీ వర్తించే ఆర్థిక విధానాన్ని స్థాపించేందుకు ప్రయత్నించారు వాళ్ళు. విజేతలకు ప్రపంచమంతా ఒకే సామ్రాజ్యం, జనమంతా తమ సామ్రాజ్యంలోని ప్రజలలా కనిపించారు. ప్రవక్తలకు ఈ మొత్తం ప్రపంచం నమ్మే సత్యం ఒకటిగా, ప్రజలందరూ ఆ సత్యాన్ని నమ్మేవారిలా కనిపించారు. వాళ్ళు కూడా అంతటా అందరికీ వర్తించగల క్రమాన్ని స్థాపించేందుకు ప్రయత్నించారు.

గత మూడు సహస్రాబ్దుల కాలంలో, ప్రాపంచిక దృష్టిని అర్థం చేసుకునేందుకు జనం మరింతగా ప్రయత్నించారు. డబ్బు, సామ్రాజ్యాలూ, సార్వత్రిక మతాలూ ఎలా విస్తరించాయో, ఈనాటి ఐకమత్యంతో కూడిన ప్రపంచానికి ఎలా పునాది వేశాయో, తరువాతి మూడు అధ్యాయాల్లో చూద్దాం. చరిత్రలోకెల్లా అతిగొప్ప విజేత కథతో మొదలెడదాం, ఆ విజేతకు విపరీతమైన నిగ్రహం, సర్దుకుపోయే గుణం ఉన్నాయి, అందువల్లే జనం ఆ విజేతకు ఉత్సాహవంతులైన శిష్యులుగా మారిపోయారు. ఆ విజేత డబ్బు. ఒకే దేవుణ్ణి నమ్మనివాళ్ళూ, ఒకే రాజుకి తలవంచనివాళ్ళూ కూడా ఒకే రకమైన డబ్బుని వాడేందుకు అమితోత్సాహం చూపిస్తారు. ఒసామా బిన్ లాడెన్ అమెరికా సంస్కృతినీ, అమెరికా మతాన్నీ, అమెరికా రాజకీయాలనీ ఎంత ద్వేషించినప్పటికీ, అమెరికన్ డాలర్లంటే చాలా మక్కువ చూపించాడు. దేవుళ్ళూ, రాజులూ వైఫల్యం పొందిన అదే ప్రపంచంలో డబ్బు మాత్రం ఎలా విజయం సాధించింది?

అధ్యాయం 10

డబ్బు తాలూకు సువాసన

1519 లో ఎర్నన్ కోర్టెస్, అతనివెంట దాడిచేసిన విజేతలూ మెక్సికోని ఆక్రమించుకున్నారు. అది అప్పటివరకూ మిగిలిన ప్రాంతాలన్నిటికీ దూరంగా ఉన్న విడి ప్రపంచం. అక్కడి నివాసులు అజ్టెక్లు, తమ ప్రాంతం మీద దాడి చేసిన విదేశీయులు అక్కడ దొరికే ఒక పసుపుపచ్చని లోహం మీద అసాధారణమైన ఆసక్తి చూపిస్తున్నారని గ్రహించారు. నిజానికి విదేశీయులు దాన్ని గురించే ఎప్పుడూ మాట్లాడే వాళ్ళు. అజ్టెక్ వాసులకి బంగారం గురించి తెలీకపోలేదు – అది అందంగా ఉండటం, మలిచేందుకు సులభంగా ఉండటం గమనించి వాళ్ళు దానితో నగలూ, ప్రతిమలూ తయారుచేసేవారు. బంగారం రజనుని వాళ్ళు వస్తువుల మార్పిడికోసం వాడేవారు. కానీ అజ్టెక్ వాసి ఏదైనా కొనాలనుకున్నప్పుడు అతను కోకో గింజలనో, వస్త్రం తానులనో డబ్బురూపంలో చెల్లించేవాడు. అందుకే బంగారం పట్ల స్పెయిన్ దేశస్థులకి అంత వ్యామోహం ఎందుకో వాళ్లకి అర్థం కాలేదు. తినేందుకూ, తాగేందుకూ, నేసేందుకూ పనికిరాని ఆ లోహం, పరికరాలూ, ఆయుధాలూ తయారుచేసేందుకు మరీ మెత్తగా ఉండే ఆ బంగారం విదేశీయులకి అంత ముఖ్యమెలా అయిందో అని వాళ్ళు ఆశ్చర్యపోయారు. స్పెయిన్ వాసులకి బంగారం మీద అంత మోజెందుకని అజ్టెక్‌లు కోర్టెస్‌ని అడిగారు. అప్పుడా విజేత, “నాకూ, నా సహచరులకీ గుండె జబ్బు ఉంది. బంగారంతోనే దానికి చికిత్స చెయ్యటం సాధ్యమౌతుంది,” అని జవాబు చెప్పాడు.

స్పెయిన్ వాసులు ఆఫ్రో-ఆసియా ప్రపంచం నుంచి వచ్చారు. అక్కడ బంగారం పట్ల వ్యామోహం ముందే ఒక మహమ్మారిలా వ్యాపించి ఉంది. ఆగర్భ శత్రువులకి సైతం పనికిమాలిన ఆ పసుపుపచ్చని లోహం పట్ల తీవ్రమైన కోరిక ఒకే రకంగా ఉండేది. మెక్సికో విజయానికి మూడు శతాబ్దాలకు ముందు, కోర్టెస్, అతని సైన్యం తాలూకు పూర్వీకులు ఐబీరియాలోనూ, ఉత్తర ఆఫ్రికాలోనూ ఉన్న ముస్లిం రాజ్యాలతో మత సంబంధమైన యుద్ధాలు చేసి రక్తపుటేరులు ప్రవహింపచేశారు. అల్లా అనుయాయులూ, ఏసుక్రీస్తు అనుయాయులూ ఒకర్నొకరు పెద్దసంఖ్యలో హతమార్చారు, పొలాలనీ, పళ్ళ తోటలనీ

ధ్వంసం చేశారు, అభివృద్ధి సాధించిన నగరాలని రగిలే శిథిలాలుగా మార్చివేశారు - ఇదంతా అల్లా గొప్పా, ఏసుక్రీస్తు గొప్పా అన్న వివాదం కోసమే.

క్రమంగా క్రైస్తవులది పైచెయ్యి అవటం మొదలవగానే, తమ విజయానికి చిహ్నంగా వాళ్ళు మసీదులని కూలగొట్టి చర్చిలు కట్టటమే కాక, కొత్త వెండి, బంగారు నాణేలని చెలామణీ చేశారు. వాటిమీద శిలువ బొమ్మ వేయించి మతద్రోహులతో పోరాడేందుకు తమ దేవుడి సాయానికి కృతజ్ఞతలు తెలిపారు. అయినా ఈ కొత్త నాణేలతో బాటు విజేతలు మరో రకమైన నాణేలు కూడా టంకశాలలో ముద్రించారు. వాటిని మిల్లెర్స్ అన్నారు. వాటిమీద ఉన్న సందేశంలో కాస్త తేడా కనిపిస్తుంది. క్రైస్తవ విజేతలు ముద్రించిన ఈ నాణేలు నలుచదరంగా ఉంది, వాటిమీద మెరిసే అరబిక్ అక్షరాలలో "అల్లా తప్ప ఎక్కడా మరో దేవుడు లేడు, ముహమ్మద్ అల్లా దూత," అని రాయించారు. మెల్గుయిల్‌లోనూ, అగ్డేలోనూ ఉన్న బిషప్పులు అంతటా ప్రచారంలో ఉన్న ఈ ముస్లిం నాణేల నకళ్ళని విడుదల చేస్తే, దేవుడంటే భయం భక్తీ ఉన్న క్రైస్తవులు వాటిని ఆనందంగా ఉపయోగించుకున్నారు.

కొండకి అవతలివైపు కూడా త్వరగానే ఓర్పు పెంపొందింది. ఉత్తర ఆఫ్రికాలోని ముస్లిం వర్తకులు ఫ్లోరెన్స్‌లోని ఫ్లోరిన్, వెనిస్‌లోని డకాట్, నేపుల్స్‌లోని గిగిలియాతోలాంటి క్రైస్తవ నాణేలతో వ్యాపారం కొనసాగించారు. మతద్రోహులైన క్రైస్తవులకు వ్యతిరేకంగా జిహాద్ చెయ్యమని పిలుపునిచ్చిన ముస్లిం రాజులు కూడా ఏసుక్రీస్తుని, అతని తల్లి మేరీనీ ప్రార్థించే నాణేలని పన్ను రూపంలో సంతోషంగా స్వీకరించారు.

అది ఎంత?

వేటాడుతూ ఆహార సేకరణ చేస్తూ జీవించిన ఆటవికుల దగ్గర డబ్బు ఉండేది కాదు. ప్రతి ఒక్క జట్టులోని మనుషులూ వేటాడి ఆహారసేకరణ చేస్తూ, తమకి కావలసిన, మాంసం, మందులూ, చెప్పులూ, మంత్రతంత్రాలూ అన్నీ తామే తయారుచేసుకునేవారు. వేర్వేరు జట్లలోని మనుషులు కొన్ని రకాల పనులలో నైపుణ్యం సంపాదించుకునేవారు, కానీ వాళ్ళందరూ తాము తయారుచేసిన వస్తువులని పంచుకునేవారు, ఒకరికొకరు సాయం చేసుకునే వారు. వాళ్ళ ఆర్థిక వ్యవస్థ సాయాలూ, బాధ్యతల రూపంలో ఉండేది. ఎవరైనా ఉచితంగా మాంసం అందుకుంటే, ఆ వ్యక్తి ఆ ఋణం ఇంకేదైనా ఇచ్చి తీర్చుకుంటాడని నమ్మకం ఉండేది. మాంసానికి బదులు ఏ మందో మాకో ఇచ్చి సహాయపడేవారు. ప్రతి జట్టుకీ ఆర్థికంగా స్వేచ్ఛ ఉండేది; స్థానికంగా దొరకని అరుదైన వస్తువులు, సముద్రపు గవ్వలూ, రంగులూ, గట్టిపడిన లావా ముక్కలూ లాంటివాటిని బైటివాళ్ల దగ్గరనుంచి తీసుకోవలసి వచ్చేది. వస్తువుల మార్పిడితో ఇలాంటివి సంపాదించుకునేవారు : 'మేము మీకు అందమైన గవ్వలిస్తాం, మీరు మాకు నాణ్యమైన చెకుముకి రాళ్లివ్వండి'.

వ్యవసాయ విప్లవం రాక వల్ల ఇందులో పెద్ద మార్పేమీ రాలేదు. జనం చిన్న చిన్న సమూహాలలో కలసిమెలసి ఉండేవారు. ఆటవికులలాగే, ప్రతి గ్రామానికీ ఆర్థిక స్వావలంబన

ఉండేది. ఒకరికొకరు సహాయపడుతూ, బాధ్యత వహిస్తూ, అప్పుడప్పుడూ కొంత బైటివారినుంచి వస్తుమార్పిడి చేసుకుంటూ మనుగడ సాగించారు. ఒక గ్రామస్థుడికి చక్కగా జోళ్ళు తయారుచేయటం వస్తే, మరొకడికి వైద్యం చెయ్యటం బాగా చేతనయేది. గ్రామస్థులకు జోళ్ళు కావలసినా, జబ్బు చేసినా ఎవరి దగ్గరకి వెళ్లాలో తెలిసేది. కానీ ఆ గ్రామాలూ చిన్నవి, ఆర్థికంగా ఎక్కువ అభివృద్ధి సాధించినవి కావు, అందుకే జోళ్ళు తయారుచెయ్యటం, వైద్యం చెయ్యటం ఒక స్థిరమైన వృత్తిగా రూపుదిద్దుకోలేదు.

నగరాలూ, రాజ్యాలూ పుట్టుకురావటం, రవాణా వ్యవస్థలో మౌలిక సదుపాయాలు ఏర్పడటం వల్ల ప్రత్యేక నైపుణ్యం సంపాదించుకునే అవకాశాలు లభించసాగాయి. నగరాలలో జనం కిక్కిరిసిపోవటంతో ఒక్క జోళ్ల వ్యాపారులకీ, వైద్యులకే కాక వడ్రంగులకీ, పురోహితులకీ, సైనికులకీ, లాయర్లకీ కూడా చేతినిండా పని దొరకసాగింది. మంచి ద్రాక్ష సారా, ఆలివ్ నూనె, పింగాణీ పాత్రలూ తయారుచేస్తాయని పేరు సంపాదించుకున్న గ్రామాలు ఇక ఆ పనిలో మాత్రమే మరింత నైపుణ్యం సాధించి, తాము తయారుచేసే ఉత్పత్తులతో పొరుగు గ్రామాలతో తమకి అవసరమైన వస్తుమార్పిడి చేసుకుంటే బావుంటుందనీ అనుకున్నాయి. ఆ ఆలోచన చాలా బావుందనిపించింది. వాతావరణం, మట్టి ప్రాంతాలనిబట్టి మారతాయి, మరి ద్రాక్ష తోటలు పండేందుకు అనువైన మరో ప్రదేశంలో తయారయే సారా వదిలేసి, తమ పెరటి ద్రాక్షపళ్లతో చేసుకునే తక్కువరకం సారా తాగటంలో అర్థమేముంది? మీ పెరట్లోని బంకమట్టి దిట్టమైన పాత్రలు తయారు చేసేందుకు పనికివచ్చేదైతే, వాటితో మార్పిడి చేసుకోవచ్చు. అంతే కాక, ద్రాక్షతోటలు పెంచటం, మట్టిపాత్రలు చెయ్యటం లాంటివి వృత్తిగా స్వీకరించినవాళ్లు - వైద్యులూ, లాయర్ల విషయం సరే సరి - తమ వృత్తి నైపుణ్యంతో అందరికీ లాభం చేకూరేట్టు చెయ్యచ్చు కదా! కానీ ఇలా నైపుణ్యం సాధించటం వల్ల ఒక సమస్య తలెత్తింది - ఈ నిపుణుల మధ్య వస్తుమార్పిడి ఏ విధంగా చేసుకోవాలి?

పెద్ద సంఖ్యలో అపరిచితులు సహకరించాలనుకున్నప్పుడు సహాయాలూ, బాధ్యతలతో నడిచే ఆర్థిక వ్యవస్థ సాధ్యం కాదు. ఒక సోదరికి గాని పొరుగునున్న మనిషికి గాని సహాయం చెయ్యటం వేరు, కానీ ఎన్నడూ మీరు చేసే ఉపకారానికి తిరిగి ఏమీ చెయ్యలేని విదేశీయుల విషయం పూర్తిగా వేరు. కొందరు వస్తుమార్పిడికి ఇష్టపడకపోవచ్చు. కానీ వస్తువులు పరిమితంగా ఉన్నప్పుడే వస్తుమార్పిడి సాధ్యమౌతుంది. సంక్లిష్టమైన ఆర్థిక వ్యవస్థకి అది ఎన్నడూ ఆధారం కాలేదు.

వస్తుమార్పిడికి గల పరిమితులని అర్థం చేసుకోవాలంటే మీరు ఇలా ఊహించుకోండి, మీరు ఒక పర్వతప్రాంతంలో నివసిస్తున్నారు. అక్కడ ఆపిల్ తోటల్లో పండే ఆపిల్ పళ్ళలాంటివి, అంత తియ్యగా, కొరికితే రసం కారేట్టుండేవి మరెక్కడా పండవు. మీరు చెప్పులరిగిపోయేలా మీ తోటలో శ్రమిస్తారు. మీ గాడిదని బండికి కట్టి నది ఒడ్డునున్న ఊళ్లోని అంగడిలో పళ్ళని అమ్మటానికి బయలుదేరుతారు. అంగడి దక్షిణం కొసన జోళ్లు తయారుచేసే మనిషి ఉంటాడనీ, అతను అమ్మే జోళ్లు చాలా కాలం మన్నుతాయనీ, తన జోళ్లు ఐదేళ్లయినా ఇంకా చెక్కుచెదరలేదనీ మీ పొరుగున ఉన్న మనిషి మీకు చెపుతాడు.

మీరు ఆ జోళ్ళమ్మే అతన్ని వెతుక్కుంటూ వెళ్లి ఆపిల్ పళ్లకి బదులు జోళ్ళు ఇమ్మని అడుగుతారు.

అతను కాస్త వెనకాడతాడు. జోళ్ళకి బదులు ఎన్ని ఆపిల్ పళ్ళు అడగాలి? ప్రతిరోజూ అతను ఎంతోమంది కొనుగోలుదార్లని చూస్తూ ఉంటాడు, కొందరు సంచులనిండా ఆపిల్ పళ్ళు తెస్తారు, మరికొందరు గోధుమలూ, మేకలూ లేదా బట్టల తాన్లూ తీసుకొస్తారు - అన్నీ రకరకాల నాణ్యత గలవే. ఇంకా కొంతమంది రాజుగారికి అర్జీలు పెట్టటంలో దిట్టలు, వెన్నునొప్పి తగ్గించటం తెలిసినవాళ్ళూ ఉంటారు. మూడునెలలక్రితం జోళ్ళమ్మే మనిషి జోళ్ళకి బదులు ఆపిల్ పళ్ళు తీసుకున్నాడు, అప్పుడు మూడు బస్తాల ఆపిల్ పళ్ళు ఇమ్మని అడిగాడు... లేక నాలుగు బస్తాలా? కానీ ఆ పళ్ళు చాలా పుల్లగా ఉన్నాయని అతనికి జ్ఞాపకం ఉంది. అవి పర్వతప్రాంతాల్లో పండే తియ్యటి పళ్ళు కావు. పైగా క్రితం సారి, చిన్నపాదాలున్న ఆడవాళ్ళ జోళ్ళకి బదులు తీసుకున్న పళ్ళు అవి. ఇతను మగవాళ్ళు తొడుక్కునే పెద్ద బూట్లు అడుగుతున్నాడు. అంతే కాక, ఈ మధ్య కొన్ని వారాలుగా ఊళ్ళో మందలకి ఏదో రోగం పట్టుకుని చనిపోతున్నాయి. తోళ్ళు దొరకటం కష్టమైపోతోంది. తోళ్ల వ్యాపారాలు తాము ఇచ్చే తోళ్ల పరిమాణం పెంచకపోగా, తోళ్ళకి బదులు రెండు రెట్లు జోళ్ళు తయారుచేసి ఇమ్మని గొడవచేస్తున్నారు. మరి అవన్నీ లెక్కలోకి తీసుకోవాలిగా?

వస్తు మార్పిడి ఉన్న ఆర్థిక వ్యవస్థలో జోళ్ళు కుట్టే మనిషి గాని, ఆపిల్ తోటలు పెంచే వ్యక్తి గాని ప్రతిరోజూ కొన్ని డజన్ల వస్తువుల ధరల గురించి తెలుసుకోవాలి. అంగడిలో వంద రకాల వస్తువులు అమ్ముడుపోతూ ఉన్నట్టయితే, కొనుగోలుదార్లూ, అమ్మకందార్లూ 4,950 మార్పిడి ధరలు తెలుసుకోవాలి. ఒకవేళ 1,000 సరుకులు అంగడిలో అమ్మకానికి ఉన్నట్టయితే, వాళ్ళు 4,99,500 రకాల వేర్వేరు ధరలతో కుస్తీ పట్టాల్సి ఉంటుంది. మరి దాన్ని అర్థం చేసుకోవటం ఎలా?

ఇది ఇంకా అధ్వాన్నంగా తయారవుతుంది. ఒకవేళ మీరు ఒక జత జోళ్ళకి ఎన్ని ఆపిల్స్ ఇచ్చుకోవాలో అంచనా వేసుకోగలిగినా, ఎల్లపుడూ వస్తుమార్పిడి అనేది సాధ్యం కాదు. ఎంతైనా వ్యాపారం అంటే ఇద్దరూ తాము తీసుకునే వస్తువు తమకి అవసరమని అనుకోవాలి. జోళ్ళ వ్యాపారికి ఆపిల్ పళ్ళు ఇష్టం లేకపోతే ఏమౌతుంది? బహుశా ఆ క్షణంలో అతనికి కావలసింది విడాకులేమో! నిజమే, పళ్ళతోటలున్న మనిషి ఆపిల్ పళ్లంటే ఇష్టపడే ఒక లాయర్ని వెతికిపెట్టచ్చు. అప్పుడు ముగ్గురి వ్యాపారమూ సాఫీగా సాగిపోతుంది. కానీ ఆ లాయర్ ఇంట్లో బోలెడన్ని ఆపిల్ పళ్ళు ఉండి, అతనికి ఆ సమయంలో మంగలి దగ్గరకెళ్ళాల్సిన అవసరం ఉందేమో?

కొన్ని సమాజాలు ఈ సమస్యని పరిష్కరించేందుకు కేంద్ర వస్తుమార్పిడి వ్యవస్థని స్థాపించాయి. పళ్ళలాంటి ఉత్పత్తులనీ, ఇతర వస్తువులనీ సేకరించి వాటిని ఆ సంస్థ ద్వారా అవసరమైన వారికి అందజేస్తారు. ఈ ప్రయోగం అతి పెద్ద స్థాయిలో మొట్టమొదట సోవియట్ యూనియన్‌లో జరిగి చాలా ప్రాముఖ్యం సంపాదించుకుంది.కానీ అది ఘోర పరాజయం పొందింది. 'ప్రతివాడూ తన సామర్థ్యాన్ని బట్టి పనిచేస్తాడు. తన అవసరాన్ని బట్టి ఫలితాన్ని పొందుతాడు' అనేది వ్యవహారంలోకి వచ్చేసరికి, 'ప్రతివాడూ ఎంత తక్కువ

పనిచేసి తప్పించుకోగలిగితే అంత చేస్తాడు, కానీ ఎంత దోచుకోగలిగితే అంత దోచు కుంటాడు,' అని మారిపోయింది. ఆ తరవాత ఒక మోస్తరు ప్రయోగాలు ఎక్కువ సాఫల్యం సాధించగలిగాయి. ఉదాహరణకి ఇన్ కా సామ్రాజ్యంలో అలాంటిది విజయవంతంగా జరిగింది. అయినప్పటికీ అధికశాతం సమాజాలు ఎక్కువమంది నిపుణులని కలిపేందుకు ఒక సులువైన మార్గం కనిపెట్టాయి – అవి డబ్బుని ఆవిష్కరించాయి.

గవ్వలూ, సిగరెట్లూ

చాలాసార్లు చాలాచోట్ల డబ్బుని సృష్టించటం జరిగింది. దాన్ని అభివృద్ధి చేసేందుకు గొప్ప సాంకేతిక నైపుణ్యం అవసరం కాలేదు – అది పూర్తిగా మానసిక విప్లవానికి సంబంధించినది. మనుషుల ఊహల్లో మాత్రమే ఉనికి గల ఒక వాస్తవాన్ని సృష్టించటంతో ప్రమేయం ఉన్న ఒక వస్తువు డబ్బు.

డబ్బంటే నాణేలూ, బ్యాంక్ నోట్లూ కాదు. ఇతర వస్తువుల విలువకి ఒక పద్ధతి ప్రకారం ప్రాతినిధ్యం వహించే దేన్నైనా ఉపయోగించటానికి జనం ఇష్టపడటం. దాని ద్వారా వస్తుమార్పిడి చేసుకునేందుకు గాని సేవలు అందుకునేందుకు గాని పనికివచ్చే ఒక సాధనం డబ్బు. రకరకాల వస్తువుల విలువని త్వరగానూ సులువుగానూ పోల్చి చూసుకునేందుకూ (ఆపిల్ పళ్ళు, జోళ్ళు, విడాకులు లాంటివి), ఒక వస్తువుకి మరో వస్తువు సులభంగా మార్చుకునేందుకూ, సంపదని దాచుకునేందుకు సౌకర్యమైన పద్ధతినీ డబ్బు సాధ్యం చేస్తుంది. డబ్బులో ఎన్నో రకాలున్నాయి. అన్నిటికన్నా ఎక్కువగా తెలిసినది నాణెం, ప్రామాణికత గల అచ్చు వేసిన లోహం ముక్క అది. అయినా నాణేలు కనుగొనక ముందునుంచే డబ్బు ఉండేది. ఇతర వస్తువులని డబ్బుగా వాడి సంస్కృతులు అభివృద్ధి చెందాయి. గవ్వలూ, పశువులూ, తోళ్ళూ, ధాన్యం, పూసలూ, బట్టలూ, రుణపత్రాలూ లాంటివి డబ్బుగా ఉపయోగించేవారు. ఆఫ్రికా, దక్షిణ ఆసియా, తూర్పు ఆసియా, ఓషియానియాలాంటి దేశాల్లో గవ్వలని డబ్బు కింద దాదాపు 4,000 సంవత్సరాలపాటు ఉపయోగించారు. బ్రిటిష్ యుగాండాలో ఇరవైయో శతాబ్దం ప్రారంభంలో సైతం పన్నులు కట్టేందుకు గవ్వలని ఉపయోగించారు.

ఆధునిక కాలంలో జైళ్లలోనూ, యుద్ధఖైదీల శిబిరాలలోనూ డబ్బుకి బదులు సిగరెట్లు చెలామణీ అవటం తరచూ కనబడుతుంది. పొగ తాగని ఖైదీలు కూడా డబ్బుకి బదులు సిగరెట్లు తీసుకునేందుకు సిద్ధమవుతారు. మిగిలిన వస్తువులన్నిటి ధరనీ సిగరెట్లతో అంచనా వేస్తారు. ఆశ్విట్జ్ జైలు నుంచి బతికిబయటపడ్డ ఒక ఖైదీ ఆ క్యాంప్‌లో సిగరెట్లని నగదు రూపంలో వాడటం గురించి ఇలా చెప్పాడు : మా నగదు వేరే రకంగా ఉండేది. దాన్ని ఎవరూ ప్రశ్నించేవారు కారు : అదే సిగరెట్లు. ప్రతి వస్తువు ధరా సిగరెట్లలోనే లెక్కకట్టేవాళ్ళం... అంతా 'సామాన్యంగా' ఉన్నప్పుడు, అంటే గ్యాస్ చేంబర్లకి వచ్చేవాళ్ళు ఒక కాలవ్యవధిలో వస్తూ ఉన్నప్పుడు, ఒక బ్రెడ్ ఖరీదు పన్నెండు సిగరెట్లు ఉండేది; 300 గ్రాముల వెన్న ప్యాకెట్ ముప్ఫయి సిగరెట్లు; ఒక చేతి గడియారం ఎనభై నుంచి 200; ఒక లీటర్ మద్యం 400 సిగరెట్లు!"

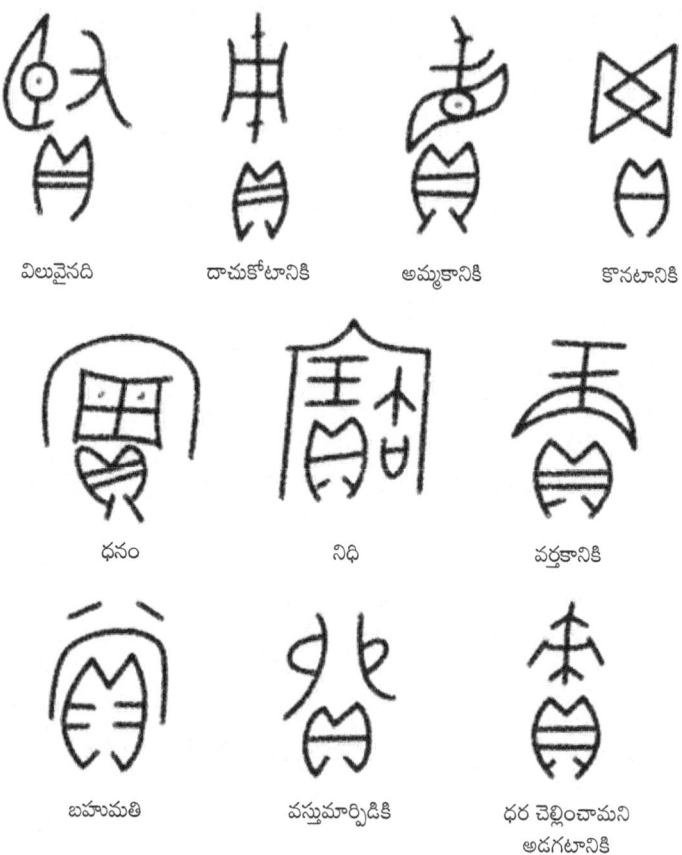

26. ప్రాచీన చైనా లిపి. గవ్వల గుర్తు డబ్బుకి ప్రతీక; "అమ్మటం" లేక "బహుమతి" అనే మాటల్లాంటి వాటికి.

నిజానికి ఈనాడు కూడా నాణేలూ, బ్యాంక్ నోట్లూ చాలా అరుదైనవి. 2006లో ప్రపంచంలోని మొత్తం ధనరాశి 473 లక్షల కోట్ల డాలర్లు, కానీ నాణేల రూపంలోనూ, బ్యాంక్ నోట్ల రూపంలోనూ ఉన్న ధనం 47 లక్షల కోట్ల డాలర్లు మాత్రమే. అంటే, 90 శాతానికి పైగా – 400 లక్షల కోట్లకన్నా ఎక్కువగా మన లెక్కల్లో కనిపించిన ధనం – కేవలం కంప్యూటర్లలో మాత్రమే ఉంది. అధికశాతం వ్యాపార లావాదేవీలు ఒక కంప్యూటర్ నుంచి మరో కంప్యూటర్‌కి పంపిస్తూ ఉన్నవే. వాటిలో రుసుము అనేది ఉండదు. ఉదాహరణకి, ఒక సూటుకేస్ నిండా నోట్లకట్టలు ఇచ్చి ఇల్లు కొనటం నేరస్తుడు మాత్రమే చెయ్యగలడు. ఎలక్ట్రానిక్ డేటాకి బదులు వస్తువులూ, ఇతర సేవలూ అందుకోవటం సాధ్యం అయినంతవరకూ, అది మెరిసే నాణేలకన్నా, కరకరలాడే కొత్త నోట్లకన్నా మంచిదే – తేలికైనది, బరువులేనిది, ఆ లెక్కలని ఎప్పుడు కావాలంటే అప్పుడు చూసుకోవటం కూడా సులభం.

సంక్లిష్టమైన వాణిజ్య వ్యవస్థలు సవ్యంగా పనిచేయాలంటే, ఏదో ఒక రకమైన డబ్బు ఎంతైనా అవసరం. డబ్బుతో కూడుకున్న ఆర్థిక వ్యవస్థలో జోళ్ళు తయారుచేసే వ్యక్తికీ వేర్వేరు రకాల జోళ్ళ ధరలు మాత్రం తెలిస్తే సరిపోతుంది - జోళ్ళకి బదులు ఎన్ని ఆపిల్ పళ్ళు తీసుకోవాలో, ఎన్ని మేకలు అడగాలో తెలియక్కర్లేదు. ఆపిల్ పళ్ళు పెంచే నిపుణులు ఆపిల్ కోసం తహతహలాడే జోళ్ల వ్యాపారిని వెతుక్కోవక్కర్లేదు, ఎందుకంటే అందరికీ, ఎప్పుడూ డబ్బు అవసరం ఉంటుంది. ఇదే బహుశా అన్నిటికన్నా ప్రధాన గుణం. ప్రతి మనిషికీ ఎల్లప్పుడూ డబ్బు కావాలి, ఎందుకంటే ఇతరులందరికీ కూడా దబ్బవసరం ఎప్పుడూ ఉంటుంది. అంటే మీకు ఏ వస్తువు అవసరమైనా డబ్బిచ్చి పొందొచ్చు. జోళ్ల వ్యాపారి మీదగ్గర సంతోషంగా డబ్బు తీసుకుంటాడు, ఎందుకంటే అతనికి ఆపిల్ పళ్ళు కావలసినా, మేకలు గాని, విడాకులు గాని అవసరమైనా డబ్బుతో మార్పిడి చేసుకో గలుగుతాడు.

ఆ రకంగా మార్పిడి చేసుకునేందుకు డబ్బు ఒక సార్వత్రిక సాధనం. అది దాదాపు దేన్నైనా దేనిలోకైనా మార్పిడి చేసుకునేందుకు సాయం చేస్తుంది. రిటైర్ అయినా సైనికుడు సైన్యంలో పనిచేసినప్పుడు సంపాదించిన లాభాలతో కండబలాన్ని బుద్ధిబలంగా మార్చుకునేందుకు కాలేజీలో చేరగలుగుతాడు. ఒక జమీందారు తన సేవకులకు మద్దతు ఇచ్చేందుకు తన స్థిరాస్తిని అమ్మితే అప్పుడు అతని భూమి విధేయతగా మారిపోతుంది. ఒక లాయర్ని నియమించేందుకో, న్యాయమూర్తికి లంచం ఇచ్చేందుకో ఒక డాక్టర్ తన ఫీజు డబ్బు ఖర్చు పెడితే అప్పుడు ఆరోగ్యశాఖ న్యాయశాఖగా మారుతుంది. లైంగికతని మోక్షం కిందికి మార్చుకోవటం కూడా సాధ్యమే. పదిహేనో శతాబ్దంలో వేశ్యలు డబ్బుకోసం మగాళ్ళకి తమ శరీరాల్ని సమర్పించి కాథలిక్ చర్చి నుంచి అనుగ్రహం పొందేందుకు ఆ డబ్బుని వాడుకున్నారు.

డబ్బుని ఆదర్శంగా వాడుకోవాలంటే, ఒక వస్తువుకి బదులు దాన్ని ఖర్చుపెట్టటం కాదు, సంపదని పోగుచేసి నిల్వచేసుకోవటం కూడా ఒక పద్ధతి. అనేక రకాల విలువైన వస్తువులని నిల్వచెయ్యటం సాధ్యం కాదు - కాలం, అందం లాంటివి. కొన్నిటిని కొంతకాలం వరకే నిల్వ ఉంచగలం, స్ట్రాబెరీలలాంటివి. మిగిలినవి ఎక్కువకాలం మన్నుతాయి, కానీ అవి ఎక్కువ స్థలాన్ని ఆక్రమించటమే కాక వాటికి ఖరీదైన సౌకర్యాలూ, సంరక్షణ అవసరమవుతాయి. ఉదాహరణకి ధాన్యాన్ని కొన్ని సంవత్సరాలవరకూ నిల్వ చెయ్యవచ్చు, కానీ అందుకోసం మీరు పెద్ద పెద్ద ధాన్యపు కొట్లని కట్టాలి, ఎలుకలూ, బూజు, నీళ్లు, నిప్పు, దొంగలనుంచి కాపాడాలి. డబ్బు అనేది కాయితమైనా, కంప్యూటర్ 'బిట్స్' అయినా, గవ్వలయినా ఈ సమస్యలని పరిష్కరిస్తుంది. గవ్వలు కుళ్లిపోవు, ఎలుకలు వాటిని తినవు, నిప్పు వాటిని ఏమీ చెయ్యదు, పైగా ఒక చిన్న పెట్టెలో తాళం వేసి పెట్టుకునేందుకు అనువుగా ఉంటాయి.

సంపదని ఉపయోగించుకోవాలనుకుంటే దాన్ని భద్రంగా నిల్వచేసి ఉంచుకుంటే సరిపోదు. దాన్ని తరచు ఒక చోటినుంచి మరోచోటికి మారుస్తూ ఉండాలి. స్థిరాస్తిలాంటి కొన్నిటిని మరోచోటికి రవాణా చెయ్యటం బొత్తిగా సాధ్యంకాదు. వరి, గోధుమలలాంటి

ఉత్పత్తులని మరోచోటికి రవాణా చెయ్యవచ్చు కానీ అది కష్టమైన పని. ఒక వ్యవసాయదారు ఉన్నాడనుకుందాం. అతని దగ్గర నేల తప్ప మరో రూపంలో డబ్బు లేదు. ధనవంతుడైన ఆ రైతు మరో సుదూర ప్రాంతానికి వలస వెళ్లాడని ఊహించుకుందాం. అతనివద్ద ఉన్న సంపద మొత్తం కేవలం అతని ఇల్లూ, వరి ధాన్యమూ. తన పొలాలని గాని, ఇంటిని గాని అతను వెంట తీసుకువెళ్ళలేడు. ధాన్యాన్ని అతను బియ్యంగా మార్చి టన్నులకొద్దీ బస్తాలని వెంట తీసుకుపోవచ్చు. కానీ అన్ని బస్తాల బియ్యాన్ని రవాణా చెయ్యటం ఖర్చుతో కూడుకున్నది, పైగా చాలా కష్టం. ఈ సమస్యలన్నిటినీ డబ్బు పరిష్కరిస్తుంది. తన ఆస్తిని బస్తాడు గవ్వలకి అమ్మేసి, దాన్ని తన వెంట ఎక్కడికి కావలసినా సులభంగా తీసుకెళ్ళచ్చు.

సంపదని మార్పిడి చేసుకునేందుకూ, నిల్వ చేసేందుకూ, సులువుగానూ, ఎక్కువ ఖర్చు లేకుండానూ మరోచోటికి తీసుకెళ్లేందుకూ డబ్బు పనికివస్తుంది కాబట్టే సంక్లిష్టమైన వాణిజ్య సంబంధాలకీ, అంగడిలో వ్యాపారం చురుగ్గా సాగేందుకూ అది సౌకర్యంగా ఉంటుంది. డబ్బు లేనట్టయితే వాణిజ్య సంబంధాలూ, మార్కెట్లూ ఒక చిన్న పరిధిలో ఉండిపోయి ఎక్కువ సమర్థంగానూ, చురుగ్గానూ వ్యాపారం సాగే వెసులుబాటు ఉండదు.

డబ్బు ఎలా పనిచేస్తుంది?

గవ్వలకీ, డాలర్లకీ మన ఉమ్మడి ఊహల్లో మాత్రమే విలువ ఉంది. గవ్వల్లో, కాయితంలో ఉండే రసాయనాల నిర్మాణంలోనూ, రంగుల్లోనూ, ఆకారాల్లోనూ వాటి విలువ నిక్షిప్తమై లేదు. ఇంకోలా చెప్పాలంటే డబ్బు ఒక పదార్థ వాస్తవికత కాదు. అది ఒక మానసిక నిర్మాణం. పదార్థాన్ని మనసుగా మార్చటం ద్వారా అది పనిచేస్తుంది. కానీ అది ఎలా విజయం సాధిస్తుంది? ఎవరైనా సారవంతమైన వరిపొలాన్ని ఇచ్చి పనికిమాలిన గుప్పెడు గవ్వలెందుకు తీసుకుంటారు? కాసిని పిచ్చి రంగు కాయితాలకోసం హామ్‌బర్గర్లు వండటం, ఆరోగ్యబీమా అమ్మటం, ముగ్గురు రౌడీ పిల్లల్ని చూసుకోవటం (బేబీ సిట్టింగ్) లాంటి పనులు ఎందుకు చేయాలనుకుంటారు?

సామూహికంగా మనుషుల మనసుల్లో నాటుకున్న ఊహలని నమ్మినప్పుడే జనం ఇలాంటివి చేసేందుకు ఇష్టపడతారు. నమ్మకం అనే ముడిసరుకునుంచే అన్నిరకాల డబ్బూ ముద్రించబడుతుంది. ఒక బస్తాడు గవ్వలకోసం ఒక భూస్వామి తన ఆస్తినంతా అమ్మేసి వాటిని తీసుకుని మరో ప్రాంతానికి వెళ్ళినప్పుడు, ఆ ప్రాంతానికి చేరుకోగానే అతనికి అక్కడివాళ్లు గవ్వలకి బదులు తనకి బియ్యం, ఇల్లూ, పొలాలూ అమ్ముతారని గట్టిగా నమ్ముతాడు. ఆ విధంగా డబ్బు ఒకరినొకరు నమ్మేటటువంటి వ్యవస్థ, అది ఏదో ఒక నమ్మకం మీద ఆధారపడిన వ్యవస్థ కాదు : ఒకరినొకరు నమ్మేటటువంటి ఇలాంటి వ్యవస్థని ఎవరూ ఎప్పుడూ కనిపెట్టలేదు. అన్నిటికన్నా సార్వత్రికమైన, సామర్థ్యం గల అలాంటి ఒక వ్యవస్థ డబ్బు.

ఇలాంటి నమ్మకాన్ని కలిగించినది రాజకీయ, సామాజిక, ఆర్థిక సంబంధాల ఒక అతిసంక్లిష్టమైన, దీర్ఘకాలిక నెట్‌వర్క్. నేను గవ్వలని గాని, బంగారు నాణేన్ని గాని, డాలర్

నోటుని గాని ఎందుకు నమ్ముతాను? ఎందుకంటే నా పొరుగువారు వాటిని నమ్ముతారు. వాళ్లెందుకు నమ్ముతారంటే, నేను నమ్ముతాను కాబట్టి. అందరం వాటిని నమ్మటానికి కారణం మా రాజు వాటిని నమ్మి పన్నురూపంలో వాటిని వసూలు చేస్తాడు. మా మతాచార్యులు వాటిని నమ్ముతూ వాటిలో దశమాంశము ఇమ్మని అడుగుతారు. ఒక డాలర్ నోటుని తీసుకుని దాన్ని జాగ్రత్తగా చూడండి. అది కేవలం ఒక రంగుకాయితంలా కనిపిస్తుంది. ఒకవైపు అమెరికా కోశాధికారి సంతకం ఉంటుంది, రెండోవైపు 'దేవుణ్ణి నమ్ముతాం' అనే సందేశం ఉంటుంది. మనకి దేవుడిమీదా, అమెరికా కోశాధికారిమీదా నమ్మకం ఉంది కనుక మనం దాన్ని మనకి రావలసిన రుసుముగా స్వీకరిస్తాం. మన ఆర్థిక వ్యవస్థ మన రాజకీయ, సామాజిక, సైద్ధాంతిక వ్యవస్థలతో అంతగా ఎందుకు ముడిపడి ఉందో, ఎందుకు ఆర్థిక సంక్షోభాలని తరచు రాజకీయ పరిణామాలు రగిలిస్తాయో, ఒకానొక ఉదయాన వాణిజ్య వ్యాపారాలు చేసేవారి మానసిక స్థితిని బట్టి షేర్ మార్కెట్లు పైకి పోవటమూ, పడిపోవటమూ జరుగుతుందో, ఈ నమ్మకం తాలూకు కీలకమైన పాత్రని పరిశీలిస్తే అర్థమౌతుంది.

మొట్టమొదటిసారి డబ్బు ఒక రూపంలో సృష్టించబడినప్పుడు, మనుషులకి దానిమీద ఇలాటి నమ్మకం ఉండేది కాదు. అందుచేత నిజమైన విలువగల వస్తువులకు 'డబ్బు' అనే నిర్వచనం ఇవ్వాల్సిన అవసరం ఏర్పడింది. చరిత్రకి తెలిసిన మొట్టమొదటి డబ్బు – సుమేరియాలోని బార్లీ డబ్బు – ఒక మంచి ఉదాహరణ. సుమారు క్రీ.పూ. 3000 సంవత్సరంలో అది సుమేర్‌లో కనబడింది. రాయటం కనిపించిన అదే కాలంలో, అదే ప్రాంతంలో ఇది కూడా కనిపించింది. పరిపాలనా కార్యకలాపాలను తీవ్రతరం చేసేందుకు అవసరమైన రాతకోతలు అభివృద్ధి చెందినట్టే, ఆర్థిక కార్యకలాపాలను తీవ్రతరం చేసేందుకు అవసరమైన బార్లీ డబ్బు అభివృద్ధి చెందింది.

బార్లీ డబ్బంటే కేవలం బార్లీయే – మిగిలిన అన్ని వస్తువులతోనూ, సేవలతోనూ విలువకట్టి మార్పిడి చేసుకునేందుకు ఇంత బార్లీ గింజల మొత్తాన్ని ఇవ్వాలని సార్వత్రికంగా చేసుకున్న నిర్ణయం. సామాన్యంగా ఈ పరిమాణాన్ని సిలా అనేవారు. అది సుమారు ఒక లీటరుకు సమానం. ఒక సిలా పట్టేంత గిన్నెలు చెలామణీలో ఉండేవి. జనం వస్తువులు అమ్మటానికీ, కొనటానికీ పనికివస్తాయని బార్లీ గింజల్ని సులభంగా కొలుచుకునేందుకు వాటిని భారీ సంఖ్యలో ఉత్పత్తి చేసేవారు. జీతాలు కూడా బార్లీ గింజల్లోనే లెక్కకట్టి ఇన్ని సిలాలని ఇచ్చేవారు. ఒక మగకూలీకి నెలకి అరవై సిలాల జీతం, అడ్డాకూలీకి ముప్ఫయి సిలాల జీతం ఇచ్చేవారు. పర్యవేక్షకుడికి 1,200 నుంచి 5.000 సిలాల వరకు ముట్టేది. ఎంత తిండిపోతు పర్యవేక్షకుడైనా నెలకి 5 సిలాల బార్లీ తినలేడు. తినగా మిగిలిన బార్లీతో అతను అవసరమైన వస్తువులు కొనుక్కునేవాడు – నూనె, మేకలు, బానిసలు, బార్లీ కాకుండా మరేవైనా తినే పదార్థాలూ.

బార్లీకి దానికంటూ ఒక విలువ ఉన్నప్పటికీ, దాన్ని కేవలం ఒక వస్తువుగా కాకుండా డబ్బుగా ఉపయోగించమని జనాన్ని ఒప్పించటం కష్టమైంది. ఎందుకు కష్టమనిపించిందో తెలుసుకోవాలంటే ఇలా ఊహించండి, మీరు ఒక బస్తా నిండా బార్లీ నింపుకుని మార్కెట్‌కి

వెళ్లి దానికి బదులు ఒక షర్ట్‌నో పిజ్జానో కొనుక్కోవాలనుకున్నారని అనుకుందాం. అంగళ్లలో అమ్మకందార్లు సెక్యూరిటీవాళ్ళని పిలుస్తారు. అయినా మొట్టమొదటి డబ్బుగా బార్లీని నమ్మటమే కొంత సులువుగా తోచింది. ఎందుకంటే బార్లీలో అంతర్గతంగా ఒక జీవశాస్త్రానికి సంబంధించిన విలువ ఉంది. మనుషులు వాటిని తినగలరు, కానీ మరో పక్క బార్లీని నిల్వ ఉంచటం, రవాణా చెయ్యటం కష్టమైంది. ద్రవ్యరాశి చరిత్రలో గొప్ప మార్పు వచ్చినది అంతర్గతంగా ఎటువంటి విలువా లేని డబ్బుని జనం నమ్మటం మొదలెట్టాక, ఆ డబ్బుని నిల్వ చెయ్యటం, రవాణా చెయ్యటం చాలా సులభమనిపించింది. ఇలాంటి డబ్బు మొట్టమొదట మెసొపొటేమియాలో కనిపించింది. క్రీ.పూ. మూడువేల సంవత్సరం మధ్యకాలంలో కనిపించిన ఆ డబ్బే వెండి తులం.

వెండి తులం నాణెం కాదు, అది 8.33 గ్రాముల వెండి. హమ్మురాబి చట్టం ఒక బానిస స్త్రీని హత్యచేసిన ఉన్నతవర్గం వ్యక్తి ఆమె యజమానికి ఇరవై తులాల వెండి ఇచ్చుకోవాలని అంటే అతను ఇరవై వెండి నాణేలు కాదు, 166 గ్రాముల వెండి చెల్లించాలని అర్థం. ఓల్డ్ టెస్టమెంట్‌లో కనిపించే డబ్బుకి సంబంధించిన పదాలలో ఎక్కువశాతం నాణేలకి బదులు వెండి గురించే తెలియజేస్తాయి. జోసెఫ్ సోదరులు అతన్ని ఇరవై తులాల, లేదా 166 గ్రాముల వెండికి ఇష్మాయేలైట్స్‌కి అమ్మేశారు. (బానిస స్త్రీకి ఇచ్చిన మొత్తమే- ఎంతైనా అతను యువకుడు కదా).

బార్లీ సిలాకి ఉన్న అంతర్గత విలువ వెండి తులాలకి లేదు. మీరు వెండి తినలేరు, తాగలేరు, ఒంటికి తొడుక్కోలేరు, పనికివచ్చే పరికరాలు చేసేందుకు వీలులేనంత మెత్తగా ఉంటుంది...నాగలి కర్రులనీ, కత్తులనీ వెండితో చేస్తే అల్యూమినియం రేకుతో చేసిన వాటిలా చిటికెలో వంగి విరిగిపోతాయి. వెండి, బంగారం లాంటి లోహాలని ఉపయోగించి నగలూ, కిరీటాలు, లేక పదవులనీ, హోదాలనీ తెలియజేసే ఇతర వస్తువులు తయారు చెయ్యవచ్చు - సమాజంలో ఉన్నత వర్గానికి గుర్తింపుగా కొన్ని సంస్కృతుల్లో విలాస వస్తువులని సొంతం చేసుకుంటారు. వాటి విలువ కేవలం సంస్కృతికే పరిమితం.

విలువైన లోహాల బరువుని నిర్ణయించాక నాణేలు పుట్టుకొచ్చాయి. చరిత్రలో మొట్టమొదటి నాణెం ముద్రించింది క్రీ.పూ.640లో. దాన్ని ముద్రించిన రాజు పాశ్చాత్య అనటోలియాలోని లిడియాని పరిపాలించిన ఆలీయాటీస్. ఈ నాణేలు వెండి, బంగారంతో ప్రామాణికమైన బరువు కలిగి ఉండేవి. దానిమీద గుర్తింపుగా ఒక చిహ్నం ముద్రించి ఉండేది. ఆ చిహ్నం రెండిటిని సూచించేది. మొదటిది, ఆ నాణెంలో విలువైన లోహం ఎంత ఉందో తెలిపేందుకు. రెండోది, ఆ నాణేన్ని విడుదల చేసి, దానిలోని లోహానికి హామీ ఇచ్చే అధికారిని సూచించేది. ఈనాడు వాడుకలో ఉన్న దాదాపు అన్ని నాణేలూ ఆ లిడియా నాణేలకు వారసులే.

లోహాన్ని కరిగించి ఎటువంటి ముద్రలూ లేని చిన్న దిమ్మలకన్నా నాణేలని ఉపయోగించటంలో ఎక్కువ వెసులుబాటు ఉంది. దిమ్మలని ప్రతిసారీ తూచవలసి వచ్చేది. పైగా వాటిని తూస్తే సరిపోదు. జోళ్ళు అమ్మే వ్యక్తికి నేను అందించే వెండి దిమ్మ స్వచ్ఛమైన వెండితో తయారైనదేనని నమ్మకం ఏమిటి? లోపల సీసం ఉండి పైన పల్చని

27. క్రీ.పూ.ఏడో శతాబ్దపు లిడియా నాణెం. చరిత్రలో అతి ప్రాచీనమైన నాణేలలో ఒకటి.

వెండిపూత అయుండొచ్చు కదా? నాణేలు ఈ సమస్యని పరిష్కరిస్తాయి. వాటిమీద ముద్రించిన చిహ్నం వాటి విలువని కచ్చితంగా తెలియజేస్తుంది. జోళ్ళమ్మే వ్యక్తి తన దుకాణం బల్లమీద త్రాసు పెట్టుకోవలసిన అవసరం ఉండదు. అన్నిటికన్నా ముఖ్యమైన విషయం, నాణెం మీది చిహ్నం దాని విలువకి హామీ ఇచ్చే ఒక రాజకీయ అధికారి సంతకం.

చరిత్రని తిరగేస్తే నాణేలు రకరకాల ఆకారాలలోనూ, పరిమాణాలలోనూ కనిపిస్తాయి. కానీ అందులోని సందేశం మాత్రం ఒకటే : 'ఈ నాణెంలో కచ్చితంగా అయిదు గ్రాముల బంగారం వుందని, నేను ఫలానా మహారాజుని సాధికారంగా తెలియజేస్తున్నాను. ఎవరైనా ఇలాంటి నకిలీ నాణేలు తయారుచేసే సాహసం చేస్తే వాళ్ళు నా సంతకాన్ని నకలు చేస్తున్నారని అర్థం, అది నాకు అప్రతిష్ఠ తెచ్చిపెడుతుంది. అలాటి నేరానికి నేను అతిపెద్ద కఠినశిక్ష విధిస్తాను'. అందుకే నకిలీ డబ్బు తయారుచెయ్యటమనేది మిగిలిన అన్ని మోసాలకన్నా పెద్ద నేరంగా పరిగణింపబడుతోంది. నకిలీ డబ్బు తయారుచెయ్యటం కేవలం మోసగించటం కాదు, అది సార్వభౌమాన్ని ఉల్లంఘించటం, రాజుకున్న అధికారాన్ని, ప్రత్యేక హక్కులనీ, అతని వ్యక్తిత్వాన్నీ కూలదోయటం. దీనికి చట్టపరమైన పదం, రాజు గౌరవానికి భంగం కలిగించటం. దీనికి సామాన్యంగా విధించే శిక్ష చిత్రహింసలూ, మరణం. రాజు శక్తినీ, నిజాయితీనీ ప్రజలు నమ్మినంత కాలం అతను ముద్రించిన నాణేలని కూడా నమ్మారు. రోమన్ దెనారియస్ నాణెం విలువని పూర్తి అపరిచితులు సైతం సులభంగా నమ్మేవారు ఎందుకంటే వాళ్ళకి రోమన్ సామ్రాట్టు నిజాయితీలో నమ్మకం ఉంది. మరి ఆ నాణెం మీద ఆయన బొమ్మ, పేరు ఉన్నాయి.

మరోవైపు ఆ సామ్రాట్టు అధికారం ఆ దెనారియస్ మీదే ఆధారపడింది. నాణేలు లేకుండా రోమన్ సామ్రాజ్యాన్ని నిర్వహించటం ఎంత కష్టమై ఉండేదో ఒకసారి ఊహించండి. ఆ సామ్రాట్టు పన్నుల్ని విధించేందుకూ, జీతాలు ఇచ్చేందుకూ బార్లీనీ, గోధుమలనీ ఉపయోగించవలసి వచ్చిఉంటే? సిరియాలో బార్లీ పన్నుల్ని వసూలు చేసి, ఆ మొత్తాన్ని రోంలోని కేంద్ర కోశాగారానికి తరలించటం, బ్రిటన్‌లో ఉండే సైన్యానికి వాటిని మళ్ళీ రవాణా చెయ్యటం అసాధ్యమయేది. ఇక కేవలం రోములోని నివాసులు

మాత్రమే ఆ నాణేలని నమ్మినా, అక్కడ నివసించే గాల్, గ్రీక్, ఈజిప్ట్, సిరియా దేశపు పౌరులు ఈ నాణేలని తిరస్కరించి గవ్వలనీ, దంతపు పూసలనీ, వస్త్రాల చుట్టలనీ డబ్బుగా భావించినా ఆ సామ్రాజ్యాన్ని నిర్వహించటం కష్టమే అయేది.

సువర్ణ శుభవార్త (గాస్పెల్)

రోమ్‌లో తయారైన నాణేలమీద జనానికి ఎంత నమ్మకం ఉండేదంటే ఆ సామ్రాజ్యం బైట దేశాలలో ఉండేవారు కూడా దేనారాలలో తమకు రావలసిన డబ్బు సంతోషంగా తీసుకునేవారు. క్రీ.శ. మొదటి శతాబ్దంలో రోమ్ కొన్ని వేల కిలోమీటర్ల దూరంలో ఉండే ప్రాంతమైనప్పటికీ భారతదేశంలో కూడా రోమన్ నాణేలతో అంగళ్ళలో వ్యాపారం జరిగేది. దెనారియస్ నాణేలని భారతీయులు ఎంత గట్టిగా నమ్మారంటే అక్కడి సామ్రాట్టులు తమ దేశపు నాణేలని ముద్రించినప్పుడు, అవి దెనారియస్‌ని పోలి ఉండేవి. వాటిమీద ముద్రించిన రాజు బొమ్మ కూడా చూసేందుకు రోమన్ రాజులలాగే ఉండేది! 'దెనారియస్' అనేది అన్ని నాణేలకీ ఒక సామాన్యమైన పదంగా వాడుకలోకి వచ్చింది. ముస్లిం ఖలీఫాలు దాన్ని అరబ్ భాషా పదం చేసి 'దీనార్లు' అని పేరు పెట్టారు. జోర్డాన్, ఇరాక్, మేసిడోనియా, ట్యునీషియాలాంటి మరెన్నో దేశాలలో దీనార్ అనే పదాన్ని అధికారికంగా ఉపయోగిస్తారు.

లిడియాలో తయారైన నాణేల లాంటివి మధ్యధరా ప్రాంతంనుంచి హిందూ మహాసముద్రం వరకూ విస్తరించసాగాయి. చైనాలో కంచు నాణేలూ, ముద్రలేవీ లేని వెండి, బంగారు బిళ్ళలతో వేరే రకమైన ద్రవ్య వ్యవస్థ అభివృద్ధి చెందింది. అయినా ఆ రెండు రకాల డబ్బుకీ సంబంధం ఉండేది (ముఖ్యంగా వెండి, బంగారం మీద ఆధారపడటం). దానివల్ల ద్రవ్య, వ్యాపార సంబంధాలు చైనా, లిడియా దేశాల మధ్య బలపడ్డాయి. ముస్లిం, యూరోపియన్ వర్తకులు, విజేతలు కాలక్రమాన లిడియన్ వ్యవస్థనీ, సువర్ణ శుభవార్తనీ భూగోళం నలుమూలలకీ విస్తరించేట్టు చేశారు. ఆధునిక యుగం చివర్లో ప్రపంచమంతటా ఒకటే ద్రవ్య మండలంగా ఉండేది. మొదట్లో వెండి, బంగారం మీద ఆధారపడి ఆ తరవాత బ్రిటిష్ పౌను, అమెరికన్ డాలర్ లాంటి కొన్ని నమ్మదగిన కరెన్సీల మీద ఆధారపడ్డారు.

దేశాల మధ్య, సంస్కృతుల మధ్య ఒకే రకమైన ద్రవ్యమండలం ఏర్పడిన తరవాత ఆఫ్రో-ఆసియా కలయికకు పునాది పడింది. చివరికి మొత్తం భూమండలం ఒకే ఆర్థిక, రాజకీయ గోళంగా రూపొందింది. జనం ఒకరికొకరు అర్థం కాని భాషల్లోనే మాట్లాడుకో సాగారు, వేర్వేరు రాజుల ఆజ్ఞలను శిరసావహించారు, రకరకాల దేవుళ్ళని పూజించారు, కానీ అందరూ బంగారాన్నీ, వెండిని, ఆ లోహాలతో చేసిన నాణేలనీ నమ్మారు. ఇలాటి ఉమ్మడి నమ్మకం లేకపోయుంటే ప్రపంచవ్యాప్తంగా వాణిజ్య వర్తకాలు జరగటం సాధ్యమై ఉండేది కాదు. పదహారో శతాబ్దంలో దండెత్తివచ్చిన వాళ్ళు అమెరికాలో బంగారం, వెండి కనుగొనటం వల్ల యూరప్ దేశపు వర్తకులు పట్టువస్త్రాలు కొనగలిగారు, తూర్పు ఆసియాలో పింగాణీ, సుగంధద్రవ్యాలూ కొనగలిగారు. ఆ విధంగా యూరప్‌లోనూ,

తూర్పు ఆసియాలోనూ ఆర్థిక అభివృద్ధి రథచక్రాలు వేగంగా ముందుకి సాగాయి. మెక్సికోలోనూ ఆండీస్‌లోనూ తయారైన వెండి, బంగారం లోహాల్లో ఎక్కువభాగం యూరప్ దేశపు చేతుల్లోంచి జారి చైనాలోని పట్టు, పింగాణీ తయారుచేసేవాళ్ళ జేబుల్ని నింపాయి. కోర్టెస్‌నీ అతని అనుచరులనీ పట్టి పీడించిన 'గుండె జబ్బు' చైనా వాసులకి కూడా అంటుకుని వాళ్ళు దానితో బాధపడకపోతే ప్రపంచవ్యాప్తంగా ఆర్థిక వ్యవస్థ గతి ఏమై ఉండేది? వాళ్ళు తమ సేవలకు జీతంగా వెండి, బంగారం తీసుకునేందుకు నిరాకరించి ఉంటే ఏమయేది?

అయినా చైనీయులూ, భారతీయులూ, ముస్లిములూ, స్పెయిన్ దేశస్థులూ, వీళ్ళందరూ వేర్వేరు సంస్కృతులకు చెందినవారు, సామాన్యంగా ఏ విషయంలోనూ ఏకాభిప్రాయం లేనివాళ్ళు, కానీ బంగారం మీద మాత్రం అందరికీ ఒకే రకమైన నమ్మకం ఉంది, అది ఎలా సాధ్యం? స్పెయిన్ వాసులు బంగారాన్నీ, ముస్లిములు బార్లీనీ, భారతీయులు గవ్వలనీ, చైనావాళ్ళు పట్టు తానులనీ ఎందుకు నమ్మలేదు? ఆర్థిక శాస్త్రవేత్తల దగ్గర దీనికి సమాధానం సిద్ధంగా ఉంది. ఒకసారి వర్తకం రెండు ప్రాంతాలని కలిపితే సరఫరా, గిరాకీకి సంబంధించిన శక్తులు రవాణా చేయదగిన సరుకుల ధరల్ని సమానంగా ఉండేట్టు చేస్తాయి. ఆలా ఎందుకు జరుగుతుందో తెలుసుకోవా లంటే ఒక సందర్భాన్ని ఊహించుకోండి, భారతదేశం, మధ్యధరా ప్రాంతం మధ్య వ్యాపారం కొనసాగుతూ ఉందని అనుకుందాం, భారతీయులకి బంగారం మీద ఆసక్తి లేదు, అందుకని అది దాదాపు పనికిమాలిన వస్తువే అయింది. కానీ మధ్యధరా ప్రాంతంలో బంగారం ఉన్నత హోదాకి చిహ్నంగా భావించి అందరూ కోరుకునే వస్తువైంది. దాని విలువ అక్కడ చాలా హెచ్చు. ఆ తరవాత ఎం జరుగుతుంది?

ఈ రెండు దేశాల మధ్యా ప్రయాణం చేసే వర్తకులకు బంగారం విలువలో ఉన్న ఆ తేడా తెలుస్తుంది. లాభం చేసుకునేందుకు భారతదేశంలో బంగారం చవగ్గా కొని మధ్యధరా ప్రాంతంలో దాన్ని హెచ్చు ధరకి అమ్ముతారు. దానివల్ల భారతదేశంలో బంగారం గిరాకీ ఆకాశాన్నంటుతుంది దాని విలువ కూడా విపరీతంగా పెరిగిపోతుంది. అదే సమయంలో మధ్యధరా ప్రాంతంలో బంగారం అవసరాన్ని మించి నిండిపోయి దాని విలువ పడిపోతుంది. త్వరలోనే ఆ రెండు దేశాలలోనూ బంగారం విలువ సమానస్థాయికి చేరుకుంటుంది. మధ్యధరా ప్రాంతంలో ఉండేవాళ్ళు బంగారాన్ని నమ్మటంవల్ల భారతీయులు కూడా దాన్ని నమ్మటం ప్రారంభిస్తారు. నిజానికి భారతీయులకి బంగారంవల్ల ఎటువంటి ఉపయోగమూ లేకపోయినప్పటికీ, మధ్యధరా ప్రాంతంలో దానికి గిరాకీ ఉందని తెలిసి వీళ్ళు కూడా దానికి విలువనివ్వటం మొదలుపెడతారు.

అదే విధంగా మరో వ్యక్తి గవ్వలనిగాని, ఎలెక్ట్రానిక్ డేటానిగాని నమ్ముతాడని తెలిస్తే చాలు, మనకి కూడా వాటిలో నమ్మకం బలపడుతుంది. ఆ వ్యక్తి పట్ల మనకి ద్వేషం, అసహ్యం, లేదా చిన్నచూపు ఉన్నా అదేమీ లెక్కలోకి రాదు. మతపరమైన నమ్మకాల విషయంలో విభేదించే క్రైస్తవులూ, ముస్లిములూ డబ్బు విషయంలో మాత్రం ఏకాభిప్రాయం

ప్రకటిస్తారు. ఎందుకంటే మతం మనని ఏదో ఒక విషయాన్ని నమ్మమని అంటుంది, కానీ డబ్బు మాత్రం ఇతరులు నమ్మేదాన్ని నమ్మమని అంటుంది.

డబ్బు వెల

డబ్బు రెండు సార్వత్రిక సూత్రాలపైన ఆధారపడి ఉంటుంది :

అ. **సార్వత్రిక మార్పిడికి సంబంధించిన అనుకూలత :** డబ్బుని రసవాది (ఆల్కెమిస్ట్)గా చేసుకుని, భూమిని విశ్వాసపాత్రతగానూ, న్యాయాన్ని ఆరోగ్యంగానూ, హింసని జ్ఞానంగానూ మార్చుకోవచ్చు.

ఆ. **సార్వత్రిక నమ్మకం :** డబ్బుని మాధ్యమంగా చేసుకుని ఎటువంటి ప్రణాళికలో నైనా ఏ ఇద్దరైనా సహకరిస్తూ పనిచెయ్యవచ్చు.

వ్యాపారాల్లోనూ, పరిశ్రమల్లోనూ కొన్ని లక్షలమంది అపరిచితులు సహకరిస్తూ పనిచేయటాన్ని ఈ సూత్రాలు సాధ్యం చేశాయి. కానీ ఏ మాత్రం హాని చెయ్యనట్లుగా కనిపించే ఈ సూత్రాలకి ఒక చీకటి కోణం కూడా ఉంది. ప్రతిదీ మార్పిడి చేసుకోగలదే అయినప్పుడు, ఊరూపేరూ లేని నాణేల మీదా, గవ్వల మీదా నమ్మకమనేది ఆధారపడి ఉన్నప్పుడు అది స్థానికమైన సంప్రదాయాలనీ, సన్నిహిత సంబంధాలనీ, మానవ విలువలనీ నాశనం చేసి వాటి స్థానంలో సరఫరా గిరాకీ లాంటి క్రూరమైన నియమాలని అమలు చేస్తుంది.

మానవ సముదాయాలూ, కుటుంబాలూ ఎప్పుడూ 'అమూల్యమైన' గౌరవం, విధేయత, నైతికత, ప్రేమ లాంటివాటిని నమ్మటం మీదే ఆధారపడ్డాయి. ఇవి వ్యాపార రంగం పరిధికి వెలుపల ఉండే భావనలు. వాటిని డబ్బిచ్చి కొనకూడదు. బజారు మంచి ధర ఇస్తానన్నా, కొన్ని పనులు జరగటం సాధ్యం కాదంతే. తల్లిదండ్రులు తమ పిల్లల్ని బానిసలుగా అమ్మకూడదు, శ్రద్ధాళువైన ఒక క్రైస్తవుడు ఒక ప్రాణాంతకమైన పాపం చెయ్యకూడదు. నమ్మకస్థుడైన యోధుడు తన రాజుకి ద్రోహం చెయ్యకూడదు, తెగలకి వారసత్వంగా అందుతున్న భూముల్ని ఎప్పుడూ విదేశీయులకి అమ్మకూడదు.

ఆనకట్టలో ఏర్పడిన పగుళ్ళలోంచి నీళ్లు కారిపోయినట్లు డబ్బు ప్రతిసారీ ఈ అడ్డంకులను ఛేదించేందుకే ప్రయత్నించింది. తమ పిల్లల్లో కొంతమందిని అమ్మితేగాని మిగిలినవారి కడుపులు నింపలేని దుస్థితి తల్లిదండ్రులకి ఏర్పడింది. శ్రద్ధాళువులైన క్రైస్తవులు హత్యలు చేశారు, దొంగతనాలు చేశారు, మోసాలు చేశారు. ఆ తరవాత ఆ సంపదతో చర్చినుంచి క్షమాపణ కొనుక్కున్నారు. తీవ్రమైన ఆకాంక్ష గల యోధులు తమ విధేయతలని వేలంపాటలో ఎక్కువ పాడినవారికి ఇచ్చివేశారు, మరోవైపు తమ అనుచరుల విధేయతలని పటిష్టం చేసుకునేందుకు వాళ్ళకి డబ్బులిచ్చారు. ప్రపంచం మరోవైపు నుంచి తెగలకి సొంతమైన భూముల్ని విదేశీయులకి అమ్మటం జరిగింది. ఆ విధంగా వాళ్లు ప్రపంచ ఆర్థిక వ్యవస్థలో తమకొక స్థానం సంపాదించుకున్నారు. డబ్బుకి ఇంకా

ఘోరమైన పార్శ్వం ఒకటుంది. డబ్బు అపరిచితుల మధ్య సార్వత్రిక విశ్వాసాన్ని నిర్మించినప్పటికీ, దాన్ని మనుషులకోసం, సముదాయాలకోసం లేక పవిత్రమైన విలువలకోసం మదుపు పెట్టటం జరగదు. మదుపు పెట్టేది మళ్ళీ డబ్బుకోసమూ, వ్యక్తితో సంబంధం లేకుండా దాన్ని సమర్థించే వ్యవస్థలకోసమూ, మనం అపరిచితుణ్ణి గాని మన పొరుగునున్న మనిషినిగాని నమ్మం. వాళ్ళ దగ్గరున్న నాణేలని మాత్రం నమ్ముతాం. వాళ్ళ దగ్గర నాణేలు అయిపోతే మన నమ్మకమూ తగ్గిపోతుంది. సముదాయాల, మతాల, రాజ్యాల ఆనకట్టలని డబ్బు కూల్చటంవల్ల ఈ ప్రపంచం మొత్తం హృదయం లేని ఒక పెద్ద బజారుగా మారిపోయే ప్రమాదముంది. అందువల్ల మానవజాతి ఆర్థిక చరిత్ర చాలా సున్నితమైన ఒక నాట్యం. అపరిచితుల సహకారం అందుకునేందుకు మనుషులు డబ్బుని ఆశ్రయిస్తారు, కానీ మరోపక్క అది మానవ విలువలనీ, ఆత్మీయ సంబంధాలనీ భ్రష్టు పట్టిస్తుందన్న భయం కూడా ఉంటుంది. డబ్బు కదలికలు విచ్చలవిడిగా సాగకుండా ఆపే సముదాయాలనే ఆనకట్టలని మనుషులు ఎంతోకాలంగా ఒకచేత్తో ధ్వంసం చేస్తూనే ఉన్నారు. అయినా మరోచేత్తో సమాజాన్నీ, మతాన్నీ, పర్యావరణాన్నీ వ్యాపారశక్తులకి దాసులు కాకుండా కాపాడేందుకు కొత్త ఆనకట్టలు నిర్మిస్తున్నారు.

ఎప్పుడూ వ్యాపారానిదే పైచెయ్యి అనీ, రాజులూ, మతాచార్యులూ, సముదాయాలూ నిర్మించే ఆనకట్టలు ఉధృతంగా పారే ధనప్రవాహాన్ని ఎక్కువకాలం నిలిపి ఉంచలేవనీ జనం నమ్మటం ఈ రోజుల్లో సామాన్యమై పోయింది. అది మూర్ఖత్వం. క్రూరమైన యోధులూ, మతపిడివాదం ఉన్నవాళ్ళూ, బాగుకోరే ప్రజలూ ఎప్పుడూ స్వార్థంతో నిండిన వ్యాపారస్థులని అణచివేస్తూనే ఉన్నారు, వాళ్ళు ఆర్థిక వ్యవస్థని కూడా పునర్నిర్మించారు. అందుచేత మానవజాతి ఆర్థిక ప్రక్రియ ద్వారా మాత్రమే ఏకమౌతుందన్న విషయాన్ని అర్థం చేసుకోవటం అసాధ్యం. ఈనాటి ప్రపంచ గ్రామం (గ్లోబల్ విలేజ్) కాలక్రమేణా రూపొందేందుకు వేలకొద్దీ వేర్వేరు సంస్కృతులు ఎలా కలగలిసిపోయాయో అర్థం చేసుకునేందుకు మనం బంగారం, వెండి పోషించిన పాత్రని అర్థం చేసుకోవలసి ఉంటుంది, కానీ వాటితో సమానంగా క్రూరమైన పాత్ర పోషించిన ఉక్కుని విస్మరించలేం.

అధ్యాయం 11

సామ్రాజ్యవాద దృష్టి

ప్రాచీన రోమన్లు చాలాసార్లు ఓడిపోతూనే ఉండేవారు. చరిత్రలో కనిపించే గొప్ప సామ్రాజ్యాలన్నిటిలాగే వాళ్ళు పోరుల్లో ఓడిపోయినప్పటికీ యుద్ధంలో గెలిచేవారు. దెబ్బతిన్నాక నిలదొక్కుకుని కొనసాగలేని సామ్రాజ్యం అసలు సామ్రాజ్యమే కాదు. కానీ క్రీ.పూ. రెండో శతాబ్దంలో ఉత్తర ఐబీరియా నుంచి అందిన వార్తని జీర్ణం చేసుకోవటం రోమన్ సామ్రాజ్యానికి సైతం కష్టమైంది. ఏ ప్రత్యేకతా లేని పర్వతప్రాంతపు చిన్న ఊరు నుమాన్షియా. అక్కడి ద్వీపకల్పంలో నివసించే సెల్ట్ జాతి మనుషులు రోమన్ల ఆధిపత్యాన్ని ధిక్కరించే సాహసం చేశారు. ఆ సమయంలో మధ్యధరా ప్రాంతమంతా రోమన్ల ఆధిపత్యాన్ని అంగీకరించి వాళ్ళకి లోబడి ఉండేది. రోమన్ సేనలు మేసిడోనియా, సెలెయూసిడ్ సామ్రాజ్యాలని జయించి, ఆత్మగౌరవంతో జీవిస్తున్న గ్రీస్‌ని అణచివేసి కార్తేజ్‌ని తగలబెట్టి నేలమట్టం చేసేశాయి. నుమాన్షియన్లకి తమ పక్షాన స్వాతంత్ర్యం కావాలన్న కోరిక, వాసయోగ్యం కాని భూభాగం తప్ప మరో ఆధారమేదీ లేదు. అయినా వాళ్ళు తమమీదికి దండెత్తి వచ్చిన సేనలని తమ ఆధీనంలోకి తీసుకున్నారు లేదా ఓడిపోయి వెనక్కి వెళ్లిపోయేట్టు చేశారు.

చివరికి క్రీ.పూ. 134 లో రోమన్ల ఓర్పు నశించింది. కార్తేజ్‌ని ధ్వంసం చేసిన గొప్ప రోమన్ సేనానాయకుడు షిపియో ఎమిలియోనాస్‌ని అక్కడికి పంపించాలని సెనేట్ తీర్మానించింది. అతనివెంట 30,000 మంది సైనికులు నుమాన్షియన్లని అణచేందుకు బయలుదేరారు. షిపియోకి నుమాన్షియన్ల పోరాటపటిమ మీదా, యుద్ధకౌశలం మీదా చాలా గౌరవం ఉండేది. అందుకే అనవసరమైన పోరాటంలో తన సైనికుల్ని అతను వృథాగా కోల్పోకూడదనుకున్నాడు. దానికి బదులు షిపియో తన సైన్యాన్ని ఒక కోటలాగా తయారుచేసి నుమాన్షియాని ముట్టడించి బైటి ప్రపంచంతో దానికి సంబంధం లేకుండా చేశాడు. అతను చెయ్యదల్చుకున్న పని ఆకలి చేసింది. ఒక ఏడాది దాటాక వాళ్ళు నిల్వ చేసుకున్న ఆహారం ఖాళీ అయిపోయింది. ఇక ఆశ పూర్తిగా అడుగంటిందని గ్రహించి నుమాన్షియన్లు తమ ఊరిని దగ్ధం చేసేశారు; రోమన్లు నమోదు చేసిన సమాచారం

ప్రకారం వాళ్లలో అధికశాతం రోమన్లకు బానిసలవకుండా తప్పించుకునేందుకు ఆత్మహత్య చేసుకున్నారు.

ఆ తరవాత నుమాన్షియా స్పానిష్ స్వాతంత్ర్యానికి, ధైర్యానికీ ప్రతీకగా మారింది. డాన్ కిహోటే మిగేల్ డి సెర్వాంటెస్ ద సీజ్ ఆఫ్ నుమాన్షియా అనే విషాదాంత నాటకం రాశాడు. ఆ నాటకం ఊరు నాశనవటంతో ముగుస్తుంది, కానీ స్పెయిన్ భవిష్యత్తులో ఎంత గొప్ప స్థితికి చేరుకుంటుందో కూడా సూచిస్తుంది. గొప్ప సాహసంతో దేశాన్ని రక్షించేందుకు పోరాడినవారిని కీర్తిస్తూ కవులు పాటలు రాశారు, ఆ ముట్టడిని చిత్రకారులు కాన్వాసుల్లో గొప్పగా చిత్రించారు. 1882లో అక్కడి శిథిలాలను 'జాతీయ స్మారకం'గా ప్రకటించారు. స్పెయిన్ దేశభక్తులు అక్కడికి తీర్థయాత్రలకు వచ్చినట్టు తండోపతండాలుగా వచ్చేవారు. 1950, 1960లలో స్పెయిన్‌లో అన్నిటికన్నా ఎక్కువ ప్రజాదరణ పొందిన కామిక్ పుస్తకాలు సూపర్ మాన్ లేదా స్పైడర్ మాన్ కావు. ప్రాచీన ఐబీరియాకి చెందిన కల్పిత పాత్ర, ఎల్ జబాతో రోమన్ నియంతలతో చేసిన సాహసవంతమైన పోరు గురించిన కథలనే ఎక్కువగా చదివేవారు. ఈనాటికీ ప్రాచీన నుమాన్షియన్లే స్పెయిన్ దేశపు గొప్ప సాహసానికీ, దేశభక్తికీ ప్రతీకగానూ, దేశంలోని యువతరానికి ఆదర్శప్రాయమైన ఉదాహరణగానూ నిలిచిఉన్నారు.

అయినా స్పెయిన్ దేశస్థులు నుమాన్షియన్లని స్పానిష్ భాషలోనే పొగుడుతారు. స్పానిష్ భాష షిపియో లాటిన్ నుంచి పుట్టిన ఒక ప్రేమభాష. నుమాన్షియన్లు ప్రస్తుతం ఎవరూ మాట్లాడని సెల్టిక్ భాషలో మాట్లాడుకునేవాళ్ళు. ద సీజ్ ఆఫ్ నుమాన్షియా నాటకం సెర్వాంటెస్ లాటిన్ లిపిలో రాశాడు. అది గ్రాక్కో–రోమన్ కళలని అనుసరించే ఒక నమూనా. నుమాన్షియాలో ప్రదర్శనశాలలు లేవు. నుమాన్షియన్ల సాహసాన్ని అభిమానించే స్పెయిన్ దేశస్థులు రోమన్ కాథలిక్ చర్చికి కూడా వెళ్తారు – అందులో మొదటి పదాన్ని గమనించటం మరిచిపోకండి – ఆ చర్చి అధిపతి ఇంకా రోంలోనే కూర్చుని ఉంటాడు. ఆ దేవుడితో లాటిన్ భాషలో మాట్లాడితేనే అయనకి నచ్చుతుంది. అలాగే, ఆధునిక స్పానిష్ చట్టం రోమన్ చట్టం నుంచి వచ్చినదే; స్పానిష్ రాజకీయాలు రోమన్ పునాదిమీదే నిర్మించబడ్డాయి; స్పానిష్ వంటకాలు, వాస్తుకళ ఐబీరియాకి చెందిన సెల్ట్‌ల కన్నా రోమన్ వారసత్వానికే ఎక్కువ రుణపడి ఉన్నాయి. నిజానికి నుమాన్షియా లోని శిథిలాలు తప్ప అక్కడ ఇంకేమీ మిగల్లేదు. అసలు దాన్ని గురించిన వివరాలు మనకి తెలిశాయంటే అది రోమన్ చరిత్రకారుల వల్లనే. రోమన్ శ్రోతల అభిరుచికి తగినట్టు వాటిలో మార్పులూ, చేర్పులూ చేశారు. రోమన్లకి స్వేచ్ఛని ప్రేమించే అనాగరికుల కథలు వినటమంటే చాలా ఇష్టం. నుమాన్షియా మీద రోమ్ పరిపూర్ణమైన విజయాన్ని సాధించినప్పటికీ విజేతలు పరాజితులైనవారి జ్ఞాపకాలను భద్రపరచుకున్నారు.

ఇది మనకి నచ్చే కథ కాదు. మనకి పీడితులు గెలవాలని ఉంటుంది. కానీ చరిత్రలో న్యాయం అనేది లేదు. అధికశాతం ప్రాచీన సంస్కృతులు నిర్దయులైన సామ్రాట్టుల సైన్యాలకి బలై నామరూపాల్లేకుండాపోయాయి. సామ్రాజ్యాలు కూడా చివరికి కూలిపోవలసిందే, కానీ అవి పోయినా వాటి తాలూకు గొప్ప వారసత్వం ఎప్పటికీ మిగిలే

ఉంటుంది. ఇరవైఒకటో శతాబ్దంలో ఉన్నవారందరూ ఏదో ఒక సామ్రాజ్యం తాలూకు సంతానమే.

సామ్రాజ్యమంటే ఏమిటి?

సామ్రాజ్యమనేది ఒక రాజకీయ క్రమం. దానికి రెండు ముఖ్యమైన లక్షణాలుంటాయి. మొదటిది, భిన్నమైన సాంస్కృతిక గుర్తింపు కలిగి, వేర్వేరు ప్రాంతాలలో ఉండే విశిష్టమైన మనుషులని పరిపాలించేందుకు ఆ బిరుదును సంపాదించుకునే అర్హత ఉండాలి. ఆ మనుషులు కచ్చితంగా ఎందరుండాలి? ఇద్దరో ముగ్గురో ఉంటే సరిపోదు. ఇరవై ముప్ఫయి మంది ఉంటే మరీ ఎక్కువ. ఈ రెండు సంఖ్యలకీ మధ్య ఎక్కడో సామ్రాజ్యవాద సరిహద్దు ఉంటుంది.

రెండోది, సామ్రాజ్యాల సరిహద్దులు మార్పులకి లోనవుతూ ఉంటాయి, వాటి ఆకలికి హద్దంటూ ఉండదు. అవి ఎన్ని రాజ్యాలనైనా, ప్రాంతాలనైనా కబళించి జీర్ణం చేసుకోగలవు. అయినా వాటి నిర్మాణానికి గాని, గుర్తింపుకి గాని ఎటువంటి తేడా రాదు. ఈనాడు బ్రిటన్‌కి స్పష్టమైన సరిహద్దులున్నాయి. ఆ రాజ్యం నిర్మాణాన్ని, గుర్తింపుని మార్చకుండా ఆ సరిహద్దుల్ని అధిగమించటం సాధ్యం కాదు. ఒక శతాబ్దం క్రిందటి ఈ భూమ్మీది ఏ ప్రాంతమైనా బ్రిటిష్ సామ్రాజ్యంలో భాగమై ఉండినదే.

సంస్కృతుల్లోని తేడాలూ, ప్రాదేశిక సౌలభ్యతా సామ్రాజ్యాలకు తమదైన ఒక విశిష్టతని కలగజేయ్యటమే కాకుండా చరిత్రలో అవి ముఖ్యమైన భూమిక నిర్వహించేందుకు కూడా దోహదం చేస్తాయి. ఈ రెండు విశిష్టమైన లక్షణాల వల్లే సామ్రాజ్యాలు విభిన్న జాతులనీ, పర్యావరణ ప్రదేశాలని ఒకే రాజకీయ ఛత్రం కిందికి తీసుకురాగలిగాయి. ఆ విధంగా అవి ఎన్నో రకాల మానవ జాతులనీ, భూభాగాలనీ ఒకటిగా జోడించగలిగాయి.

సాంస్కృతిక వైవిధ్యాన్ని బట్టీ, ప్రాదేశిక సౌలభ్యం బట్టీ సామ్రాజ్యాన్ని విశ్లేషించటం అవసరమనీ, దాని పుట్టుక, ప్రభుత్వం, ప్రదేశం తాలూకు విస్తృతి, లేదా జనాభాని బట్టి కాదనీ నొక్కి వక్కాణించవలసి ఉంది. ఒక సామ్రాజ్యం సైనిక విజయంనుంచే రూపుదిద్దుకో నక్కరలేదు. ఏథెన్స్ సామ్రాజ్యం స్వచ్ఛందంగా చేసుకున్న ఒక కట్టుబాటుతో ప్రారంభమైంది. హాబ్స్ బర్గ్ సామ్రాజ్యానికి నాంది పలికింది ఒక వివాహబంధం. ఆ తరవాత తెలివిగా బోలెడన్ని వివాహబంధాలు ఏర్పరచుకోవడం వల్ల అది పటిష్ఠమైంది. అలాగే ఒక సామ్రాజ్యాన్ని పాలించే రాజు నియంత కానక్కర్లేదు. చరిత్రలోకెల్లా పెద్దదైన బ్రిటిష్ సామ్రాజ్యాన్ని పరిపాలించింది ప్రజాస్వామ్యం. మిగిలిన ప్రజాస్వామ్య (లేక గణతంత్రం అతి తక్కువగా ఉన్న రాజ్యాలు) సామ్రాజ్యాలు ఆధునిక డచ్, ఫ్రెంచ్, బెల్జియన్, అమెరికన్ సామ్రాజ్యాలు. ఇవి కాక ప్రజాస్వామ్యాన్ని అవలంబించే రాజ్యాలు నోవగోరోడ్, రోమ్, కార్తేజ్, ఏథెన్స్.

పరిమాణం కూడా అంత ముఖ్యం కాదు. సామ్రాజ్యాలు చాలా చిన్నవి కావచ్చు. ఏథెన్స్ సామ్రాజ్యం అతి ఉచ్ఛ దశలో ఉన్నప్పుడు అది ఈనాటి గ్రీస్ కన్నా పరిమాణం

దృష్ట్యా, జనాభా దృష్ట్యా చాలా చిన్నది. అజ్టెక్ సామ్రాజ్యం ఈనాటి మెక్సికో కన్నా చిన్నది.అయినప్పటికీ రెండూ కూడా సామ్రాజ్యాలే. కానీ ఆధునిక కాలంలోని గ్రీస్, మెక్సికో సామ్రాజ్యాలు కావు. ఎందుకంటే సామ్రాజ్యాలు వందలకొద్దీ రాజ్యాంగాలని తమ ఆధీనంలోకి తీసుకున్నాయి, ఇప్పటి దేశాలు ఆ పని చేయటంలేదు. ఒకప్పుడు స్వతంత్రంగా బతికిన వంద కన్నా ఎక్కువ నగరాలని ఏథెన్స్ ఏలింది. అజ్టెక్ సామ్రాజ్యం పన్నుల వివరాలను మనం నమ్మినట్టయితే, అది 371 వేర్వేరు జాతులనీ, దేశాలనీ పరిపాలించింది.

ఒక చిన్న ఆధునిక రాజ్యంలో అన్ని రకాల జాతులకు చెందిన మనుషులని ఎలా కుదించగలిగారు? గతంలో ఈ ప్రపంచంలోని ఎన్నో దేశాలలో చాలా మంది విశిష్టమైన ప్రజలు ఉండేవారు. ఒక్కొక్క దేశంలోనూ జనాభా తక్కువ ఉండేది, ఈనాటితో పోలిస్తే భూవిస్తారం కూడా తక్కువే కాబట్టి అది సాధ్యమైంది. మధ్యధరా ప్రాంతానికీ, జోర్డాన్ నదికి మధ్యనున్న నేల ఈనాడు కేవలం రెండు దేశాల సంఘర్షణకి గురై ఉంది. అదే స్థలం బైబిల్ నాటి కాలంలో సులభంగా డజన్లకొద్దీ దేశాలనీ, మానవ జాతులనీ, చిన్న రాజ్యాలనీ, నగరాలనీ తనలో ఇముడ్చుకోగలిగింది.

మానవజాతి వైవిధ్యం సాధించకుండా దాన్ని అతిచిన్న పరిధిలో కుదించటానికి సామ్రాజ్యాలు కారణమయ్యాయి. సామ్రాజ్యవాద అణచివేత క్రమంగా విభిన్న దేశాలకి గల విశిష్ట లక్షణాలని తుడిచిపెట్టేసి (నుమాన్షియన్ల లాగ) వాళ్ళనుంచి మరిన్ని కొత్త, పెద్ద సమూహాలని తయారుచేసింది.

దుష్ట సామ్రాజ్యాలు

రాజకీయ భాషలోని పెద్ద తిట్లలో 'సామ్రాజ్యవాది' అనేది 'నియంతృత్వ వాది' అనే తిట్టు తరవాతే వస్తుంది. సమకాలీన సందర్భంలో సామ్రాజ్యాల మీద విమర్శ రెండు రకాలుగా ఉంటుంది.

1. సామ్రాజ్యాలు పనికిరావు. తాము గెలుచుకున్న దేశంలోని అధిక జనాభాని ఎక్కువ కాలం పరిపాలించటం వాటికి సాధ్యం కాదు.
2. అది ఒకవేళ సాధ్యమయినా, ఆలా చెయ్యటం భావ్యం కాదు. ఎందుకంటే సామ్రాజ్యాలు విధ్వంసాన్నీ, దోపిడీనీ సృష్టించే దుష్ట వ్యవస్థలు.

చరిత్ర దృష్టితో చూస్తే మొదటిది పూర్తిగా అర్థంలేని మాట, రెండోది లోతైన సమస్యలతో కూడుకున్నది.

గత 2,500 సంవత్సరాలుగా ఈ ప్రపంచంలో అందరికీ చెందిన రాజకీయ వ్యవస్థ సామ్రాజ్యం ద్వారానే సాధ్యమైందనేది వాస్తవం. ఈ రెండున్నర వేల ఏళ్ళలోనూ ఎక్కువ మంది మనుషులు సామ్రాజ్యాలలోనే నివసించారు. సామ్రాజ్యమనేది చాలా నిలకడ గల పరిపాలనా విధానం. అనేక సామ్రాజ్యాలు తిరుగుబాట్లని ఎంత సులువుగా అణచివేశాయో

చూస్తే ఆశ్చర్యం వేస్తుంది. సాధారణంగా సామ్రాజ్యాలని కూలదోసింది బైటినుంచి జరిగిన ఆక్రమణలు, లేదా ప్రభుత్వంలో ఉన్నత పదవులు చేపట్టినవారిలో ఏర్పడిన చీలికలు. దీనికి వ్యతిరేకంగా, ఓడిపోయిన ప్రజలు తమ సామ్రాట్టుల నుంచి విడుదల పొందిన ఉదాహరణలు ఎక్కువగా కనిపించవు. అధికశాతం శతాబ్దాల కొద్దీ రాజులకి అణగిమణగి ఉండటమే చూస్తాం. సామాన్యంగా గెలిచిన సామ్రాజ్యం నెమ్మది నెమ్మదిగా ఓడిన ప్రజల సంస్కృతిని జీర్ణించుకుని దాన్ని పూర్తిగా తుడిచిపెట్టేసేది.

ఉదాహరణకి క్రీ.శ.476లో జర్మనీకి సంబంధించిన తెగలు పశ్చిమ రోము సామ్రాజ్యం మీద దాడి చేసినప్పుడు అది కూలిపోయింది. ఆ సమయంలో నుమాన్షియన్లు, ఆర్వేర్నీలు, హెల్వెషియన్లు, సాంనైట్లు, లూసిటేనియన్లు, అంబ్రియన్లు, ఎట్రుస్కన్లు, ఇంకా శతాబ్దాల కిందట రోము ఓడించి మరుగున పడిపోయిన వందలకొద్దీ దేశాలు, తిమింగలం కడుపులోంచి పైకి వచ్చిన జోనాలాగ తిరగబడలేదు. ఒకప్పుడు తాము ఆ దేశప్రజలమని చెప్పుకుని, అక్కడి భాష మాట్లాడుతూ, అక్కడి దేవుళ్ళని పూజిస్తూ, అక్కడి కల్పిత గాథలనీ, కథలనీ చెప్పుకుని, ఇప్పుడు రోమాన్లుగా గుర్తింపు పొందిన వాళ్ళెవరూ అసలు మిగిలి లేరు.

చాలా సందర్భాలలో, ఒక సామ్రాజ్యం ధ్వంసమైంది అంటే అక్కడి ప్రజలకి స్వేచ్ఛ లభించినట్టు కాదు. పాత సామ్రాజ్యం కూలిపోయినా, ఆ రాజు ఓడిపోయినా, ఆ శూన్యాన్ని భర్తీ చేసేందుకు మరో సామ్రాజ్యం ముందుకొస్తుంది. దీనికి మధ్యప్రాచ్య ప్రాంతంలో కనబడినంత స్పష్టమైన ఉదాహరణ మరెక్కడా కనబడదు. ఆ ప్రదేశంలో ప్రస్తుతం ఉన్న రాజకీయ కూటమి – అనేక స్వతంత్ర రాజకీయ సంస్థల మధ్య సమతౌల్యం, దాదాపు స్థిరంగా ఉండే సరిహద్దులూ – కి సరితూగేది దాదాపు లేదనే అనాలి. గత కొన్ని వేల సంవత్సరాలలో అలాటిది ఎప్పుడూ, ఎక్కడా కనబడలేదు. మధ్యప్రాచ్యంలో అలాటి ఒడిదుడుకులు గతసారి కనిపించింది క్రీ.పూ.ఎనిమిదో శతాబ్దిలో – అంటే దాదాపు 3,000 సంవత్సరాల కిందట!

క్రీ.పూ.ఎనిమిదో శతాబ్దంలో నియో–అసిరియా సామ్రాజ్యం ఏర్పడినప్పటినుంచీ, ఇరవైయ్యో శతాబ్దం మధ్యకాలంలో బ్రిటిష్, ఫ్రెంచ్ సామ్రాజ్యాలు కూలిపోయేదాకా, రిలే రేస్‌లో దండం చేతులు మారినట్టు మధ్యప్రాచ్యం సామ్రాట్టుల చేతులు మారుతూనే ఉంది. బ్రిటిష్, ఫ్రెంచ్ దేశాలు చివరికి దండాన్ని కింద పడేసే వేళకి, అరమీయన్లూ, అమ్మోనైట్లూ, ఫినీషియన్లూ, ఫిలిస్తీన్లూ, మోయాబైట్లూ, ఏడోమైట్లూ లాంటి అసిరియన్లు జయించిన ఇతర రాజ్యాలూ అంతకుముందే అంతరించిపోయాయి.

నిజమే, ఈనాటి యూదులూ, ఆర్మేనియన్లూ, జార్జియన్లూ తాము ప్రాచీన మధ్య ప్రాచ్యదేశాల వారసులమని చెప్పుకోవటంలో కొంత న్యాయం లేకపోలేదు. అయినా ప్రతి నియమానికీ ఒక మినహాయింపు ఎప్పుడూ ఉంటుంది. అయినా ఈ మాటల్లో కూడా కొంత అతిశయోక్తి ఉందనే అనాలి. ఉదాహరణకి, ఆధునిక యూదుల రాజకీయ, ఆర్థిక, సామజిక ప్రవర్తన పూర్వకాలపు యూదు రాజ్యాల సంప్రదాయాలకన్నా, గత రెండు వేల సంవత్సరాలుగా తాము జీవిస్తున్న సామ్రాజ్యాలకే ఎక్కువగా రుణపడి ఉన్నాయి. ఆధునిక

జెరూసలేంలోని యూదుల అత్యాధునిక సంప్రదాయాలని పాటించే ప్రార్థనాలయంలోకి ఒకవేళ రాజు డేవిడ్ రావటం జరిగితే, అక్కడి జనం తూర్పు యూరపియన్ దుస్తులు తొడుక్కుని ఉండటం, జర్మన్ యాస (యిడ్డిష్) లో మాట్లాడటం, బాబిలోనియా న్యాయ వ్యవస్థకి సంబంధించిన తాల్ముడ్ గురించి అనంతంగా వాదించుకోవటం చూసి నిర్ఘాంతపోయేవాడు. ప్రాచీన యూదుల కాలంలో మూడు ప్రార్థనాలయాలు గాని, తాల్ముడ్ ఉద్గ్రంథాలుగాని, తోరా కాయితాల చుట్టాలుగాని లేనేలేవు.

ఒక సామ్రాజ్యాన్ని నిర్మించి కొనసాగించాలంటే నిర్దాక్షిణ్యంగా జనాన్ని ఊచకోత కొయ్యాలి, ప్రాణాలతో మిగిలి ఉన్న వాళ్ళని క్రూరంగా అణచివేయాలి. యుద్ధాలనీ, అణచివేతనీ, బహిష్కరణనీ, మారణహోమాన్నీ తనకి అనుకూలంగా ఉపయోగించుకునేదే సామ్రాజ్యవాదమంటే. క్రీ.శ.83లో రోమన్లు స్కాట్లాండ్‌ని ఆక్రమించినప్పుడు స్థానికంగా ఉన్న కెలెడోనియన్ తెగలు వాళ్ళతో ఘోరంగా పోరాడి అడ్డుకున్నారు. దానికి జవాబుగా రోమన్లు ఆ దేశాన్ని నేలమట్టం చేసేశారు. రోమన్ల శాంతి ప్రస్తావనలకి జవాబుగా ఆ తెగ పెద్ద కాల్గకస్ వాళ్ళని 'ప్రపంచంలోని అతిపెద్ద దౌర్జన్యులు' అనీ, 'దోపిడీలకీ, నరమేధాలకీ, దొంగతనాలకీ సామ్రాజ్యమని అబద్ధపు పేరు పెడతారు; దేశాన్ని ఎడారి చేసేసి దాన్ని శాంతి స్థాపన అంటారు,' అనీ అన్నాడు.

సామ్రాజ్యాలు నశించాక లోకంలో అసలు విలువైనవాటిని వదిలి వెళ్లవని అనుకోకూడదు. అన్ని సామ్రాజ్యాలకీ మసిపూసి, వాటి వారసత్వాన్ని నిరాకరించటం సరికాదు. అలా చేస్తే అధికశాతం మానవ సంస్కృతుల్ని నిరాకరించినట్టే అవుతుంది. సామ్రాజ్యవాదులు ఆక్రమణలు చేసి సంపాదించుకున్న లాభాలని సైన్యాన్నీ, కోటలనీ నిర్మించుకునేందుకు కాదు, తత్వశాస్త్రం, కళలూ, న్యాయం, దానధర్మాలూ అభివృద్ధి చేసేందుకు కూడా ఉపయోగించుకున్నారు. ఆక్రమించి లోబరచుకున్న దేశ వనరులని ఉపయోగించుకోవటంవల్లే మానవ సంస్కృతి సాధించిన విజయాలు ముఖ్యంగా సాధ్యమయ్యాయి. రోమన్ సామ్రాజ్యవాదం తీసుకొచ్చిన లాభాలూ, సమృద్ధీ సిసిరోకీ, సెనెకాకీ, సెయింట్ అగస్టిన్‌కీ ఆలోచించేందుకూ, రాసేందుకూ తీరిక సమయాన్ని అందించ గలిగాయి. భారతీయ ప్రజలని అధీనం చేసుకోకపోయుంటే మొగల్ సామ్రాట్టులకి అంత సంపద దొరికేది కాదు. అంత ధనరాశి లేకపోయుంటే తాజ్‌మహల్ కట్టించటం వాళ్లకి సాధ్యమయేది కాదు; స్లావిక్, హంగేరియన్, రోమేనియన్ భాషలు మాట్లాడే ప్రాంతాలని పాలించి అక్కడి వనరులతో లాభాలు సంపాదించి ఉండకపోతే హాబ్స్ బర్గ్ సామ్రాజ్యం జోసెఫ్ హైడెన్, మొజార్ట్ లాంటి సంగీత విద్వాంసుల కమిషన్లకి జీతాలు ఇవ్వలేకపోయి ఉండేది. కాల్గకస్ ఉపన్యాసాన్ని రాబోయే తరాలకోసం కాలడోనియన్ రచయిత లెవరూ రాసి ఉంచలేదు. రోమన్ చరిత్రకారుడు టాసిటస్ పుణ్యమా అని దాన్ని గురించి మనమందరం తెలుసుకున్నాం. బహుశా టాసిటస్ దాన్ని తానే సృష్టించాడేమో. ఈనాటి అధ్యయనకారుల్లో చాలామంది ఆ ఉపన్యాసాన్ని టాసిటస్ సృష్టించటమే కాక అసలు కాల్గకస్ అనే వ్యక్తి కూడా ఆయన కల్పనే అని అంటారు. ఆ కెలెడోనియన్ పెద్దని ఉపయోగించుకుని అతనూ, ఉన్నత వర్గానికి చెందిన రోమన్లూ తమ దేశం గురించి

ఏమనుకుంటున్నారో తెలియజేసేందుకు ఆ కెలెడోనియన్ పెద్దని ఉపయోగించుకున్నాడన్నది వారి అభిప్రాయం.

ఉన్నతవర్గపు సంస్కృతినీ, గొప్ప కళలనీ దాటి దృష్టి సారించి సామాన్య ప్రజల ప్రపంచాన్ని చూసినా అధికశాతం ఆధునిక సంస్కృతుల్లో మనకి సామ్రాజ్యవాదం తాలూకు లక్షణాలు కనిపిస్తాయి. మనలో చాలామంది ఈనాటికీ సామ్రాజ్యవాద భాషలో మాట్లాడతాం, ఆలోచిస్తాం, కలలుకంటాం. కానీ గతంలో అలా చెయ్యకపోతే ఊరుకోమని మన పూర్వీకుల కంఠాలకి కత్తి గురిపెట్టి మరీ ఒత్తిడి చేశారు. ప్రాచ్య ఆసియావాసులలో ఎక్కువమంది హాన్ సామ్రాజ్య భాషనే మాట్లాడతారు, ఆ భాషలోనే కలలు కంటారు. వాళ్ళ మూలాలు ఏవైనప్పటికీ రెండు అమెరికన్ భూఖండాలలోనూ నివసించే మనుషులు, అలాస్కాలోని బార్రో ద్వీపఖండం నుంచి మాగెల్లాన్ జలసంధి దాకా మాట్లాడుకునేది కేవలం ఈ నాలుగు భాషలలో ఒకదానిలో : స్పానిష్, పోర్చుగీస్, ఫ్రెంచ్ లేదా ఆంగ్లం. ఈనాటి ఈజిప్షియన్లు అరబిక్‌లో మాట్లాడుతూ తాము అరబ్బులని అనుకుంటారు. ఏడో శతాబ్దంలో తమ ఆధిపత్యాన్ని ధిక్కరిస్తూ మళ్ళీ మళ్ళీ జరిగిన ప్రజల తిరుగుబాట్లని ఉక్కు పిడికిలితో అణచివేసి ఈజిప్ట్‌ని జయించిన అరబ్ సామ్రాజ్యంలో తాము కూడా భాగమని భావిస్తారు. దక్షిణ ఆఫ్రికాలోని కోటిమంది జులూ జాతివాళ్లు, వాళ్లలో చాలా మంది జులూ సామ్రాజ్యంతో పోరాడి దాన్ని ఓడించినవారి సంతతే అయి నప్పటికీ, బోలెడంత రక్తపాతం సృష్టించిన సైన్యం వాళ్ళని తమ సామ్రాజ్యంలో కలుపుకున్నప్పటికీ, ప్రాచీన జులూ సువర్ణయుగాన్ని పంతొమ్మిదో శతాబ్దంలో కూడా తలుచుకుని గర్వించారు.

ఇది మీ మంచికోసమే

దాన్ని గురించి మనకి కచ్చితమైన సమాచారం అందింది అని చెప్పగల మొట్టమొదటి సామ్రాజ్యం అక్కాడియన్ సామ్రాజ్యం. దాన్ని స్థాపించినవాడు సర్గోన్ మహారాజు (క్రీ.పూ. 2250). మొదట సర్గోన్ కిష్ అనే చిన్న రాజ్యానికి రాజుగా తన పరిపాలన మొదలుపెట్టాడు. కిష్ మెసొపొటేమియాలో ఒక చిన్న నగరం. కొన్ని దశాబ్దాల కాలంలోనే అతను మెసొపొటేమియాలోని ఇతర నాగరాలని జయించటమే కాక, దానికి వెలుపల ఉండే పెద్ద భూభాగాలని తన రాజ్యంలో కలుపుకున్నాడు. తాను ప్రపంచం మొత్తాన్ని జయించానని సర్గోన్ గొప్పలు చెప్పుకునేవాడు. కానీ వాస్తవానికి అతను పరిపాలించినది పర్షియన్ గల్ఫ్ నుంచి మధ్యధరా ప్రాంతం వరకే. ఈనాటి ఇరాక్, సిరియా తోబాటు ఆధునిక ఇరాన్, టర్కీలో కొన్ని చిన్న భాగాలని కూడా అతను పరిపాలించాడు.

దాన్ని స్థాపించిన వ్యక్తి మరణించాక అక్కాడియన్ సామ్రాజ్యం ఎక్కువ కాలం నిలబడలేదు. కానీ సర్గోన్ వదిలి వెళ్లిన రాజచిహ్నాన్ని అందిపుచ్చుకోవటమనేది తరచు జరుగుతూనే ఉండింది. అతని మరణం తరవాత 1,700 సంవత్సరాలపాటు అసిరియన్లు, బాబిలోనియన్లు, హిట్టైట్ రాజులు సర్గోన్‌ని తమ ఆదర్శంగా భావించి, తాము కూడా ప్రపంచం మొత్తాన్ని జయించామని డంబాలు పలికారు. ఆ తరవాత క్రీ.పూ. 550 ప్రాంతాల పర్షియాకి చెందిన సైరస్ ద గ్రేట్ మరింత ఆకట్టుకునే గొప్పలు పలికాడు.

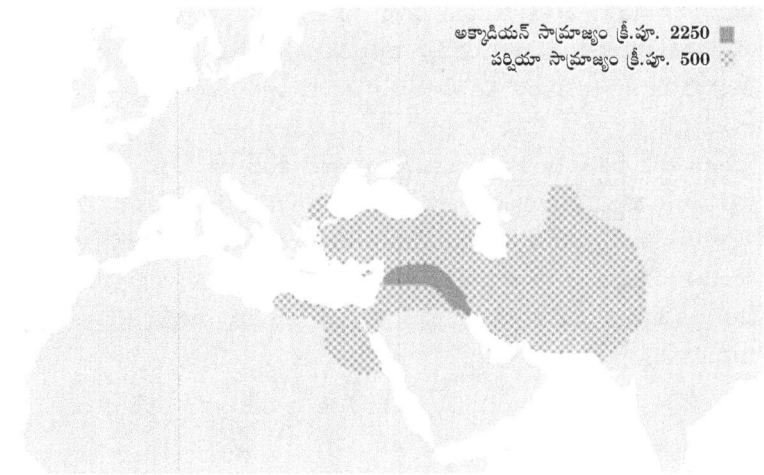

అక్కాడియన్ సామ్రాజ్యం క్రీ.పూ. 2250
పర్షియా సామ్రాజ్యం క్రీ.పూ. 500

పటం 4. అక్కాడియన్ సామ్రాజ్యం, పర్షియా సామ్రాజ్యం

అసిరియా రాజులు ఎప్పటికీ అసిరియా రాజులుగానే ఉండిపోయారు. మొత్తం ప్రపంచాన్ని తామే పరిపాలిస్తున్నామని చెప్పుకున్నప్పుడు కూడా వాళ్ళు అసిరియా దేశం గొప్పదని అనిపించుకోవాలని అలా చేశారనేది స్పష్టంగా తెలుస్తోంది. దాన్ని గురించి వాళ్ళు క్షమాపణ ఎప్పుడూ చెప్పలేదు. కానీ సైరస్ మొత్తం ప్రపంచాన్ని పరిపాలిస్తున్నానని చెప్పటంతో ఆపలేదు, తన ప్రజలకోసమే ఆ పని చేస్తున్నానని కూడా చెప్పాడు. 'మీకు లాభం చేకూర్చేందుకే మీమీద విజయం సాధిస్తున్నాం,' అనేవారు పర్షియన్లు. తాను జయించిన రాజ్యాలు తనని ప్రేమించాలనీ, పర్షియాకి సామంతరాజ్యాలుగా ఉండటం తమ అదృష్టంగా భావించాలనీ సైరస్ ఆశించాడు. తన అధీనంలో ఉండే రాజ్యం తనని ప్రశంసించాలన్న కోరికతో సైరస్ చేసిన అతి వినూత్న ప్రయత్నం ఏమిటో చూడండి – బాబిలోనియాలో ఉన్న యూదు బహిష్కృతులని తమ దేశానికి తిరిగి వెళ్లనివ్వాలనీ, మాతృభూమికి వెళ్లి అక్కడ తమ ఆలయాన్ని పునర్నిమించుకోనివ్వాలనీ ఆదేశించాడు. వాళ్లకి అవసరమైన ఆర్థికసాయం చేస్తానని కూడా అన్నాడు. సైరస్ తాను యూదులని పరిపాలించే పర్షియన్ రాజునని అనుకోలేదు, యూదులకి కూడా తాను రాజుననీ, అందుకే వాళ్ళ సంక్షేమం బాధ్యత తనదేననీ అనుకున్నాడు.

ఈ లోకంలో ఉండే మనుషులందరి సంక్షేమం కోసం మొత్తం ప్రపంచాన్ని తానే పరిపాలిస్తున్నానన్న అహంకారం ఉలికిపాటు కలిగిస్తుంది. పరిణామక్రమం హోమో సేపియన్లని కూడా సమూహాలలో జీవించే ఇతర క్షీరదాలలాగే అపరిచితులని చూసి భయపడేట్టు తయారుచేసింది. సేపియన్లు సహజసిద్ధంగానే మానవజాతిని రెండు భాగాలుగా విభజిస్తారు, 'మనం', 'వాళ్ళు'. మనం అంటే ఒకే భాష, మతం, పద్ధతులూ గల మీరు, నేను. మనమందరం ఒకరి బాధ్యత మరొకరు తీసుకుంటాం, కానీ వాళ్ళ బాధ్యత మనది కాదు. మనకీ వాళ్ళకీ ఎప్పుడూ చాలా తేడా ఉంటూనే ఉంది, ఏ

విధంగానూ మనం వాళ్లకి రుణపడి లేము. మనం ఉండే ప్రాంతం పరిసరాల్లో వాళ్ళు కనిపించటం మనకి ఇష్టం ఉండదు, వాళ్ళుండే ప్రాంతంలో ఏం జరుగుతున్నదనేది తెలుసుకోవలసిన అవసరం మనకి లేదు. అసలు వాళ్ళు మానవమాత్రులనే మనం అనుకోము. సుడాన్‌లో నివసించే డింకా జాతి మనుషుల భాషలో 'డింకా' అనే మాటకి 'ప్రజలు' అని అర్థం. డింకా కాని వాళ్ళు మనుషుల కిందే లెక్క కాదు. డింకాల ఆగర్భ శత్రువులు న్యూఅర్లు. న్యూఅర్ భాషలో ఆ పదానికి అర్థం ఏమిటి? న్యూఅర్లంటే 'మూలవాసులు'. సుడాన్ ఎడారులనుంచి వేల కిలోమీటర్ల దూరంలో, గడ్డకట్టిన మంచుతో నిండిన అలాస్కాలోనూ, ఈశాన్య దిశలో ఉన్న సైబీరియాలోనూ యుపిక్స్ అనే జాతి మనుషులు నివసిస్తారు. యుపిక్ భాషలో యుపిక్లు అంటే అర్థం, 'నిజమైన మనుషులు'.

ఇలాటి జాతికి సంబంధించిన ప్రత్యేకతలకి వ్యతిరేకంగా, సైరస్ కాలం నుంచీ సామ్రాజ్యవాదం అందరినీ కలుపుకుంటూ, తమలో చేర్చుకుంటూ వెళ్ళటం అనే ఆదర్శాన్ని అనుసరించింది. తరచు పరిపాలకులూ, ప్రజలూ వేర్వేరు జాతులకీ, సంస్కృతులకీ సంబంధించినవారని నొక్కి వక్కాణించి నప్పటికీ, ఈ ప్రపంచం సమస్తం ఒకటేననీ, అన్ని ప్రాంతాలనీ, అన్ని కాలాల్లోనూ శాసించేవి ఒకే రకమైన నియమాలనీ, మనుషులు పరస్పరం బాధ్యత వహించి జీవించాలనే ప్రాథమిక సూత్రాన్ని సామ్రాజ్యవాదం గుర్తించింది. మానవజాతి మొత్తం ఒకే పెద్ద కుటుంబంగా గుర్తించబడింది: తలిదండ్రులకు ఉండే అధికారాలతో బాటు పిల్లల సంక్షేమం గురించి వాళ్ళు తీసుకోవలసిన బాధ్యత కూడా దాని వెంటే ఉంటుంది.

ఈ కొత్త సామ్రాజ్యవాద దృష్టి సైరస్ నుంచీ, పర్షియన్ రాజులనుంచీ అలెగ్జాండర్ ద గ్రేట్ దాకా కొనసాగింది. అతని నుంచి హెల్లెనిస్టు రాజులకీ, రోమన్ సామ్రాట్టులకీ, ముస్లిం ఖలీఫాలకీ, భారతదేశపు రాజవంశీయులకీ, చివరిగా సోవియెట్ ప్రధానులకీ, అమెరికా అధ్యక్షుడికీ పాకింది. ఈ ఉదార సామ్రాజ్యవాద దృష్టి సామ్రాజ్యాల మనుగడ న్యాయమే అన్న అభిప్రాయాన్ని కలిగించింది. దానివల్ల లొంగిపోయిన దేశాలే కాక, స్వతంత్ర దేశాలు కూడా వాటికి ఎదురుతిరగలేదు. సామ్రాజ్యాలు విస్తరించటాన్ని అడ్డుకోలేదు.

పర్షియన్ ఉదాహరణే కాకుండా ప్రపంచవ్యాప్తంగా ఇలాంటి అనేక రకాల సామ్రాజ్యవాద దృష్టి మనకి కనిపిస్తుంది, ముఖ్యంగా మధ్య అమెరికాలో, ఆండియన్ ప్రాంతంలో, చైనాలో. చైనాలోని సాంప్రదాయ రాజకీయ సిద్ధాంతం దృష్ట్యా, ఈ భూమ్మీది న్యాయమైన ఆధిపత్యాలన్నింటికీ స్వర్గమే (ఢియాన్) మూలం. అందరికన్నా అర్హమైన కుటుంబాన్నో, వ్యక్తినో స్వర్గమే ఆదేశించి అధికారం అందజేస్తుంది. ఆ తరవాత ఆ వ్యక్తిగాని, కుటుంబంగాని స్వర్గం కింద (ఢియాన్షియా) ఉండే ప్రదేశాన్ని, అక్కడి నివాసుల సంక్షేమం కోసం పరిపాలిస్తారు. ఆ రకంగా న్యాయసమ్మతమైన అధిపత్యానికి నిర్వచనం చెప్పాలంటే, అది సార్వత్రికమైనదని అనాలి. స్వర్గం నుంచి ఆదేశం అందని రాజుకి ఒక్క నగరాన్ని పరిపాలించే అధికారం కూడా ఉండదు. అదే ఒక రాజుకి ఆదేశం లభిస్తే అతనికి

ప్రపంచమంతటా న్యాయమూ, ఐకమత్యమూ నెలకొనేట్టు చూడవలసిన బాధ్యత ఉంటుంది. స్వర్గం నుంచి వచ్చే ఆదేశం ఒకే సమయంలో ఎక్కువమంది అభ్యర్థులకు అందే అవకాశం ఉండదు. తత్ఫలితంగా ఒకే ఒక స్వతంత్ర రాజ్యం కన్నా ఎక్కువ నెలకొల్పే అధికారం ఎవరికీ లభించదు.

సంయుక్త చైనా సామ్రాజ్యాన్ని పాలించిన మొట్టమొదటి సామ్రాట్టు, చిన్ షి హ్వాన్ డి (ఈ విశ్వం తాలూకు) ఆరుదిక్కులలోనూ ఉన్నదంతా సామ్రాట్టుకే సొంతం...ఎక్కడైనా ఒక మనిషి అడుగుజాడ ఉందంటే ఆ మనిషి (సామ్రాట్టుకి) లొంగిపోయిన ప్రజలలో ఒకడే... సామ్రాట్టు దయాదాక్షిణ్యాలు ఎద్దులకీ, గుర్రాలకీ కూడా అందుతాయి. లాభం పొందని ప్రాణి అంటూ ఏదీ ఉండదు. ప్రతి మనిషీ తన పైకప్పుకింద సురక్షితంగా జీవిస్తాడు. చైనా రాజకీయ సంబంధమైన ఆలోచనల్లోనూ, చైనా చరిత్ర జ్ఞాపకాలలోనూ, సామ్రాజ్యవాద యుగాలు న్యాయం చట్టం విలసిల్లిన స్వర్ణయుగాలుగా నమోదయ్యాయి. ప్రపంచంలో న్యాయం వర్ధిల్లాలంటే విడివిడి రాజ్యాలు ఉండాలన్న ఆధునిక పాశ్చాత్య దృష్టికి వ్యతిరేకంగా చైనాలో రాజకీయ విభజనలని గందరగోళంతోనూ, అన్యాయంతోనూ నిండిన చీకటి యుగాలుగా భావించారు. ఇలాంటి దృష్టికోణం చైనా చరిత్ర మీద చాలాకాలం వరకూ ప్రభావం చూపింది. ఒక సామ్రాజ్యం కూలిపోయిన ప్రతిసారీ, ఆధిపత్యంలో ఉన్నవారి రాజకీయ సిద్ధాంతం అధికారంలో ఉన్నవారిని పనికిమాలిన స్వతంత్ర రాజ్యాలుగా విడిపోయేందుకు సిద్ధం కావద్దనీ, మళ్ళీ ఒకటిగా కలిసిపోయేందుకు ప్రయత్నించమనీ అదేపనిగా గొడవ చేయసాగాయి. కాలక్రమాన ఈ ప్రయత్నాలు ఫలించాయి.

వాళ్ళు మనంగా మారినప్పుడు

అనేక చిన్న చిన్న సంస్కృతులని కొన్ని పెద్ద సంస్కృతులుగా కలపటంలో సామ్రాజ్యాలు కచ్చితమైన పాత్ర పోషించాయి. రాజకీయంగా విడిపోయిన ప్రాంతాలలో కన్నా ఒక సామ్రాజ్యం సరిహద్దుల్లో యోచనలూ, ప్రజలూ, వస్తువులూ, సాంకేతిక పరిజ్ఞానమూ సులభంగా విస్తరించాయి. తరచు సామ్రాజ్యాలు బుద్ధిపూర్వకంగానే ఆలోచనలనీ, సంస్థలనీ, అచారాలనీ, నిబంధనలనీ విస్తరింపజేసేవి. తమ జీవితాన్ని ఒడిదుడుకులు లేకుండా గడపవచ్చన్నది ఒక కారణం. ఒక సమరాజ్యంలోని ప్రతి చిన్న జిల్లా తనవైన చట్టాలనీ, రాసే పద్ధతినీ, భాషనీ, డబ్బునీ అనుసరిస్తే ఆ సామ్రాజ్యాన్ని పరిపాలించటం కష్టమౌతుంది. ప్రామాణికత అనేది సామ్రాట్టులకి వరప్రసాదమయింది.

సామ్రాజ్యాలు అందరికీ వర్తించే సంస్కృతిని తమ సామ్రాజ్యమంతటా విస్తరింప జేయటానికి మరో కారణం, అప్పుడు అది చట్టబద్ధమౌతుంది. సైరస్, చిన్ షి హ్వాన్గ్ డి కాలం నుంచీ సామ్రాజ్యాలు తమ చర్యలని సమర్థించుకుంటూ వచ్చాయి, అది వీధుల నిర్మాణాలు కావచ్చు, రక్తపాతం సృష్టించటం కావచ్చు. ఆ పనులని విరివిగా వ్యాప్తి చెయ్యటం వల్ల ఉత్తమమైన సంస్కృతి నెలకొంటుందని, అది పరిపాలించేవారికన్నా ప్రజలకే ఎక్కువ మేలు చేస్తుందనీ ఆ పనులని వాళ్ళు సమర్థించుకున్నారు.

ఆ లాభాలు ఒక్కోసారి ప్రధానమైనవనే అనిపించేది – చట్టాలు అమలు చెయ్యటం, నగర నిర్మాణానికి ప్రణాళికలు, కొలతలకీ, బరువులకీ ప్రామాణికత కల్పించటంలాంటివి. కానీ ఒక్కోసారి వాటిని ప్రశ్నించవలసిన అవసరమూ ఉండేది – పన్నులు, నిర్బంధ సైనిక శిక్షణ, సామ్రాట్టుని ఆరాధించటం. కానీ అధికశాతం సామ్రాజ్యవాదులు తాము తమ సామ్రాజ్యంలో ఉండే ప్రజల సంక్షేమం కోసమే ప్రయత్నిస్తున్నామని మనస్ఫూర్తిగా నమ్మారు. చైనాలోని పాలక వర్గం తమ దేశం పొరుగునున్న ప్రాంతాలలో నివసించే విదేశీయులు ఘోరమైన అనాగరికులనీ, వాళ్ళకి సంస్కృతివల్ల కలిగే లాభాలని అంద జేయాలనీ భావించారు. ఒక సామ్రాట్టుకి స్వర్గాదేశం అందజేసేది అతను ప్రపంచాన్ని దోచుకునేందుకు కాదు, మానవజాతిని విద్యావంతులుగా తీర్చిదిద్దేందుకు. అనాగరికులకి శాంతి, న్యాయం అందించి నాగరికమైన ప్రవర్తన అబ్బేట్టు చేస్తున్నామని రోమన్లు కూడా తమ ఆధిపత్యాన్ని సమర్థించుకున్నారు. రోమన్లు పూనుకుని వాళ్లకి చట్టం గురించి తెలియజేసి, బహిరంగ స్నానాల గదుల్లో వాళ్ళని పరిశుభ్రపరచి, తత్వశాస్త్రం నేర్పి వాళ్ళని బాగుచేసేవరకూ, ఆటవికులైన జెర్మన్లు, ఒళ్ళంతా రంగులు పూసుకునే గాల్‌లూ, అపరిశుభ్రమైన పరిసరాల్లో, అజ్ఞానంతో బతుకుతూ ఉండేవాళ్ళు. క్రీ.పూ. 3 శతాబ్దంలో మౌర్య సామ్రాజ్యం అజ్ఞానంతో నిండిన ప్రపంచానికి బుద్ధుడి బోధనలను ప్రసరింప జేయటమే తన లక్ష్యంగా పెట్టుకుంది. ప్రవక్త వెల్లడిచేసిన ఉపదేశాలని వీలయితే శాంతియుతంగా, అవసరమైతే కత్తితో బెదిరించైనాసరే లోకమంతా వ్యాపింపజేయమని ముస్లిం ఖలీఫాలను స్వర్గం ఆదేశించింది. ఇండీస్‌లోనూ, అమెరికాలోనూ తాము కోరుకునేది ధనం కాదనీ, నిజమైన మతానికి అక్కడి మనుషులు మారటమేననీ స్పానిష్, పోర్చుగీస్ సామ్రాజ్యాలు ప్రకటించాయి. ఉదారవాదం, స్వేచ్ఛావిపణి అనే రెండు ఉద్బోధనలనూ నిరంతరం బ్రిటిష్ సామ్రాజ్యం ప్రచారం చేస్తూనే ఉంది. పెట్టుబడిదారీ విధానం నుంచి శ్రామికవర్గం మీద నియంతృత్వం చెలాయించాలని ఆదర్శం వైపు అనూహ్యమైన చరిత్ర గమనాన్ని సులభతరం చేయాలన్నది తమ కర్తవ్యంగా భావించారు సోవియెట్లు. ఇంకా అభివృద్ధి సాధించని దేశాలకి తమ ప్రభుత్వం ప్రజాతంత్రం, మానవహక్కుల ద్వారా లాభం చేకూర్చాలని ఈనాడు చాలామంది అమెరికన్లు నమ్ముతున్నారు. అవి నౌకా క్షిపణుల ద్వారా అయినా, ఎఫ్-16 ద్వారా అయినా ఏమీ అభ్యంతరం లేదు.

సామ్రాజ్యాలు ప్రసరింపజేసే సాంస్కృతిక యోచనలు ఉన్నతవర్గానికి చెందిన పాలకుల మనసులో తలెత్తటమనేది అరుదుగా జరిగేది. సామ్రాజ్యవాద దృష్టి సార్వత్రికమైనదీ, అందరినీ కలుపుకుని వెళ్ళేదీ కాబట్టి ఉన్నతవర్గానికి మొండిగా ఒకే సంప్రదాయానికి కట్టుబడకుండా, కొత్త ఆలోచనలూ, నిబంధనలూ, సంప్రదాయాలూ ఎక్కడ కనిపించినా వాటిని స్వీకరిస్తూ ముందుకి సాగటం సులభంగానే అనిపించేది. కొంతమంది సామ్రాట్టులకి తమ సంస్కృతిని శుద్ధి చేసి తమ మూలాలు అనుకున్నవాటిని పునరుద్ధరించడం నచ్చితే, చాలావరకు సామ్రాజ్యాలు తమ అధీనంలో ఉన్న ప్రజలనుంచి కొత్త మిశ్రమజాతి నాగరికతని సొంతం చేసుకున్నాయి. రోము సామ్రాజ్యపు సంస్కృతిలో గ్రీకు సంస్కృతి కలగలిసిపోయింది. అబసిడ్ సామ్రాజ్యపు సంస్కృతిలో కొంత భాగం పర్షియన్, కొంత

గ్రీకు, కొంత అరబ్బు. మంగోల్ సామ్రాజ్యంలోని సంస్కృతి చైనా సంస్కృతికి నకలు. సంయుక్త రాష్ట్రాలలో సామ్రాజ్యవాదం ఉన్న సమయంలో, కెన్యాలో పుట్టిన ఒక అమెరికన్ అధ్యక్షుడు టర్కీలో తిరుగుబాటు చేసిన అరబ్బులగాథ ఆధారంగా బ్రిటిషువాళ్ళు తీసిన ఒక సినిమాని, పిజ్జా నములుతూ చూసేవాడు.

ఇలా సంస్కృతుల కలగూరగంప తయారుచేసినంత మాత్రాన అన్ని సంస్కృతులనీ ఓడిపోయిన ప్రజలు సంతోషంగా సొంతం చేసుకున్నారనటానికి లేదు. సామ్రాజ్యవాద నాగరికత ఎన్నో దేశాలని జయించి అక్కడి సంస్కృతిని సొంతం చేసుకుని ఉండవచ్చు, అయినప్పటికీ దానివల్ల కలిగిన మిశ్రమ ఫలితం అధికసంఖ్యాకులకి అపరిచితంగానే ఉండిపోయింది. దాన్ని సొంతం చేసుకోవటం బాధాకరమైన అనుభవంగా మారింది. కొత్త సంస్కృతిని అర్థం చేసుకుని సొంతం చేసుకోవటం ఒత్తిడి కలగజేస్తుంది. అది కష్టమైనట్టే, మనకి పరిచయమున్న, మనం ప్రేమించే సంప్రదాయాన్ని వదులుకోవడం అంత సులభం కాదు. ఒకవేళ ఓడిపోయిన దేశప్రజలు సామ్రాజ్యవాద సంస్కృతిని కొన్ని దశాబ్దాల తరవాత స్వీకరించినప్పటికీ, రాజ్యానికి చెందిన ఉన్నతవర్గం వాళ్ళని 'మన వాళ్ళు'గా గుర్తించకపోవటం ఇంకా ఘోరమైన విషయం. విజయానికీ, అంగీకరణకీ మధ్య జీవించిన తరాలు రెంటికి చెడ్డ రేవడిలా ఉండిపోయాయి. వాళ్ళు ఎంతో ఇష్టపడిన వాళ్ళ సంస్కృతిని కోల్పోయారు, అయినప్పటికీ సామ్రాజ్యవాద ప్రపంచంలో వాళ్లు విజేతలతో సమానంగా అన్నిటినీ పంచుకునేందుకు అనుమతి లభించలేదు. పైగా వాళ్ళు సొంతం చేసుకున్న కొత్త సంస్కృతి వాళ్ళని అనాగరికులుగానే గుర్తించటం కొనసాగించింది.

నుమాన్షియా పతనమయిన ఒక శతాబ్దం తరవాత మంచి కుటుంబానికి చెందిన ఒక ఐబీరియన్ జీవితం ఎలా ఉండిఉంటుందో ఊహించండి. అతను తన తలిదండ్రులతో తన మాతృభాష సెల్టిక్‌లోనే మాట్లాడతాడు, కానీ కొంచెం యాసతో లాటిన్ భాషనీ ధారాళంగా మాట్లాడే నేర్పు సంపాదించాడు. తన వ్యాపారం నడిపేందుకూ, అధికారులతో వ్యవహరించేందుకూ అతనికి లాటిన్ భాష అవసరం. తళుకుబెళుకులతో తయారైన చవకరకం నగలంటే అతని భార్యకి తగని ఇష్టం, ఆమె కోరికని అతను తీరుస్తాడు కానీ ఇతర సెల్టిక్ స్త్రీలలాగా ఆమెకి కూడా ఇలాంటి అభిరుచి ఉండటం అతనికి ఇబ్బంది కలిగిస్తుంది.ఆమె కూడా రోమన్ గవర్నర్ భార్యలాగా ఆడంబరంగా లేని తేలికపాటి నగలు వేసుకుంటే బాగుండునని అనుకుంటాడు. అతను స్వయంగా రోమన్లు తొడుక్కునే ట్యూనిక్ (బిగుతైన చొక్కా) తొడుక్కుంటాడు. పశువుల వ్యాపారంలో బాగా అభివృద్ధి సాధించటం చేతనూ, రోమన్ వ్యాపార చట్టానికి సంబంధించిన అన్ని మెళకువలూ బాగా తెలిసిఉండటం చేతనూ అతను ఒక అందమైన రోమన్ విల్లా (భవంతి) కట్టుకోగలిగాడు. వర్జిల్ రాసిన జార్జిక్స్ మూడవ సంపుటాన్ని కంఠస్థం చేసి వల్లించగలిగినప్పటికీ, అతను పూర్తిగా నాగరికత సంతరించుకోని మనిషిలాగే రోమన్లు అతనితో వ్యవహరిస్తారు. తనకి ఈ జన్మలో ప్రభుత్వోద్యోగం దొరకదనీ, ప్రదర్శనశాలలో తనకి ఉన్నత స్థానం దొరకదనీ తెలిసి అతను తీవ్రమైన నిరాశకు లోనవుతాడు.

పంతొమ్మిదో శతాబ్దం చివర్లో చాలామంది భారతీయులకి బ్రిటిష్ యజమానులు ఇలాంటి పాఠాలే నేర్పారు. అందరికీ తెలిసిన ఒక ఉదంతం గురించి చెప్పాలనుకుంటున్నాను. తీవ్రమైన ఆశయాలు గల ఒక భారతీయుడు ఆంగ్లభాషలో అతిక్లిష్టమైన అంశాలన్నిటిలోనూ గొప్ప నైపుణ్యం సాధించాడు. పాశ్చాత్య నృత్యం నేర్చుకున్నాడు. ఫోర్క్ కత్తి ఉపయోగించి తినటం కూడా నేర్చాడు. తాను కొత్తగా నేర్చుకున్న విద్యల దర్పంతో అతను ఇంగ్లాండ్‌కి ప్రయాణమయ్యాడు. లండన్ యూనివర్సిటీ కాలేజ్‌లో న్యాయశాస్త్రం అధ్యయనం చేసి బారిస్టర్ అయ్యాడు. సూటు వేసుకుని టై కట్టుకుని ఉన్నప్పటికీ ఈ బారిస్టర్ యువకుణ్ణి మూడో తరగతి బోగీలో కాకుండా మొదటి తరగతిలో మాత్రమే ప్రయాణం చేస్తానన్నందుకు దక్షిణ ఆఫ్రికాలోని బ్రిటిష్ వలస ప్రాంతంలో రైల్లోంచి బైటికి తోసివేశారు. తెల్లతోలు లేని అతనిలాంటివాళ్ళు మూడో తరగతిలో మాత్రమే ప్రయాణం చెయ్యాల్సి ఉంటుంది మరి! అతని పేరు మోహన్‌దాస్ కరంచంద్ గాంధీ.

కొన్ని సందర్భాలలో ఇలా తమ సంస్కృతిలో కలిపేసుకోవటమనేది కొత్తగా వచ్చిన వాళ్ళకీ, పాత ఉన్నతవర్గానికీ మధ్యనున్న అడ్డుగోడని కూలగొట్టింది. ఓడిపోయినవాళ్లు గెలిచిన సామ్రాజ్యాన్ని పరాయి రాజ్యంగా భావించలేదు, గెలిచినవాళ్లు కూడా తమకి లొంగిపోయిన ప్రజలని తమతో సమానంగానే భావించారు. పాలించేవాళ్లూ, ప్రజలూ కూడా 'వాళ్ళని' 'మనం'లా చూడటం మొదలుపెట్టారు. కొన్ని శతాబ్దాల సామ్రాజ్యవాద పరిపాలన తరవాత రోము ప్రజలకి రోము దేశ పౌరసత్వం లభించింది. రోమన్లు కానివాళ్ళకి రోమన్ సైన్యంలో ఉన్నత అధికార పదవులు లభించ సాగాయి, వాళ్ళకి రాజ్యసభలో స్థానం కూడా లభించసాగింది. క్రీ.శ. 48లో సామ్రాట్టు క్లాడియస్ రాజ్యసభలో అనేకమంది గిల్ దేశ ప్రముఖులకు స్థానం కల్పించాడు. వాళ్ళ గురించి ఒక ఉపన్యాసంలో ఇలా అన్నాడు, 'ఆచారాలు, సంస్కృతీ, వివాహసంబంధాలు, అన్నీ మా అందరిలో కలగలిసిపోయాయి.' దురహంకారంగల రాజ్యసభ సభ్యులు ఒకప్పటి ఆ శత్రువులని రోమన్ రాజకీయ వ్యవస్థకి ప్రధాన స్థానమైన రాజ్యసభలో సభ్యులుగా చేర్చుకునేందుకు అభ్యంతరం తెలిపారు. క్లాడియస్ వాళ్ళకి ఒక ఇబ్బందికరమైన వాస్తవాన్ని గుర్తుచేశాడు. రాజ్యసభలో సభ్యులుగా ఉన్నవారిలో అధికశాతం ఇటలీ దేశపు వారసులే ననీ, రోముతో ఒకప్పుడు పోరాడిన ఇటాలియన్ తెగలకు చెందినవారేననీ, ఆ తరవాత రోము పౌరసత్వాన్ని వాళ్ళకి ఇవ్వటం జరిగిందనీ చెప్పాడు.

క్రీ.శ. రెండో శతాబ్దంలో రోముని ఐబీరియాలో పుట్టిన సామ్రాట్టులే వరసగా పాలించారు. వాళ్ళ సిరల్లో కొన్ని చుక్కలైనా ఐబీరియా పూర్వీకుల రక్తం ఉండి ఉంటుంది. ట్రేజన్ నుంచి మార్కస్ అరీలియస్‌లాంటి సామ్రాట్టులు పరిపాలించిన కాలాన్ని స్వర్ణ యుగంగా పేర్కొంటారు. ఆ తరవాత జాతిపరమైన ఆనకట్టలన్నిటినీ పడగొట్టేశారు. సామ్రాట్టు సెప్టిమియస్ సెవెరస్ (193-211) లిబియాకి చెందిన పునిక్ కుటుంబం వారసుడు. అల్జెబేలస్ (218-22) సిరియన్. సామ్రాట్టు ఫిలిప్ (244-9)ని స్థానికులు 'అరబ్బు ఫిలిప్' అనేవారు. సామ్రాజ్యంలోని కొత్త పౌరులు ఎంత ఉత్సాహంతో రోమన్ సంస్కృతిని స్వీకరించారంటే, ఆ సామ్రాజ్యం కూలిపోయిన వేల సంవత్సరాల తరవాత

కూడా ఆ సామ్రాజ్యపు భాషే మాట్లాడటం కొనసాగించారు, లెవాంటిన్ ప్రాంతానికి చెందిన ఏ క్రైస్తవ దేవుణ్ణి ఆ సామ్రాజ్యం నమ్మిందో ఆ దేవుణ్ణే నమ్మారు. ఆ సామ్రాజ్యం నెలకొల్పిన చట్టాలని అనుసరిస్తూనే జీవించారు.

ఇటువంటి ప్రక్రియే అరబ్బు సామ్రాజ్యంలో కూడా చోటుచేసుకుంది. క్రీ.శ. ఏడో శతాబ్దం మధ్యకాలంలో దాన్ని స్థాపించినప్పుడు అరబ్ ముస్లిం పాలకులకీ, అణచివేయబడిన ఈజిప్టు, సిరియా, ఇరాన్, బర్బర్ ప్రజలకీ మధ్య స్పష్టమైన విభజన రేఖ మీద అది ఆధారపడి ఉండేది. వాళ్ళందరూ అరబ్బులూ కారు, ముస్లిములూ కారు. సామ్రాజ్యంలోని ప్రజలు చాలామంది ముస్లింమతానికి మారిపోయారు. అరబ్ భాష నేర్చుకుని సామ్రాజ్యవాద మిశ్రమ సంస్కృతిని స్వీకరించారు. పాతతరం ఉన్నతవర్గపు అరబ్బులు వీళ్ళని గర్భశత్రువుల్లా చూసేవాళ్ళు. వీళ్ళ వల్ల తమ ఉనికికీ, విశిష్టమైన హోదాకీ భంగం కలుగుతుందేమోనని భయపడుతూ ఉండేవాళ్ళు. మతం మార్చుకున్నవాళ్ళు సామ్రాజ్యంలోనూ, ఇస్లామ్ ప్రపంచంలోనూ తమకి సమానమైన భాగం కోసం వెంపర్లాడుతూ నిస్పృహకి లోనయేవాళ్ళు. చివరికి వాళ్ళు కోరుకున్నది దక్కించుకున్నారు. సిరియన్లనీ, మెసొపొటేమియన్లనీ అరబ్బులుగా గుర్తించటం ఎక్కువయింది. అరేబియాలోని 'నిఖార్సయిన' అరబ్బులూ, కొత్తగా తయారయిన ఈజిప్టు, సిరియా అరబ్బులూ అరబ్బులు కానీ ముస్లిముల – ముఖ్యంగా ఇరానియన్ల, టర్కీల, బర్బరుల – ఆధిపత్యానికి గురి అవటం ఎక్కువైంది. అరబ్ సామ్రాజ్యవాద ప్రణాళిక విజయం సాధించిందనటానికి, అది సృష్టించిన సామ్రాజ్యవాద సంస్కృతిని అరబ్బులు కానివాళ్ళు కూడా మనస్ఫూర్తిగా స్వీకరించి, అరబ్బు సామ్రాజ్యం పతనమయి, అరబ్బులు ఒక జాతిగా తమ ఆధిపత్యాన్ని కోల్పోయాక కూడా దాన్ని అభివృద్ధి చేసి వ్యాపింపజేశారన్నదే నిదర్శనం.

చైనాలో సామ్రాజ్యవాద ప్రణాళిక మరింత పరిపూర్ణమైన సాఫల్యం సాధించింది. 2,000 సంవత్సరాలకి పైగా ప్రత్యేకమైన జాతికీ, సంస్కృతికీ చెందిన సమూహాలని విజయవంతంగా చైనా సంస్కృతిలో కలిపేసుకున్నారు. ఆ సమూహాలని ఒకప్పుడు చైనీయులు అనాగరికులని అనుకునేవారు. కానీ తమ సంస్కృతిలో కలిసిపోయాక వాళ్లని హాన్ చైనీయులుగా (క్రీ.పూ. 206 నుంచి క్రీ.శ. 220 దాకా చైనాని పరిపాలించిన హాన్ రాజవంశం పేరిట) గుర్తించారు. చైనా సామ్రాజ్యం సాధించిన అత్యంత ఘన విజయం, ఈనాటికీ అది గొప్పగా కొనసాగుతూనే ఉంది. అయినా దాన్ని ఒక సామ్రాజ్యంగా చైనాకి బైట ఉన్న టిబెట్‌లోనూ షీన్ జాన్‌లోనూ మాత్రమే చూడగలం. 90 కన్నా అధికశాతం చైనీయులు తాము హాన్ రాజవంశీయులమనే అను కుంటారు. బైటి దేశాలవాళ్ళూ అలాగే అనుకుంటారు.

గత కొన్ని దశాబ్దాలుగా జరుగుతున్న వలస రాజ్యాల ఉపసంహరణని కూడా మనం ఇదే విధంగా అర్థం చేసుకోవచ్చు. ఉన్నతమైన పాశ్చాత్య సంస్కృతిని వ్యాప్తి చేస్తున్నామన్న కుంటిసాకుతో ఆధునిక యుగంలో యూరప్ దేశస్థులు ఈ భూమ్మీది అనేక ప్రాంతాలని జయించారు. కొన్ని కోట్లమంది ఆ సంస్కృతిని క్రమ క్రమంగా స్వీకరించటం మొదలు పెట్టటమే ఆ పనిలో వాళ్ళు ఘనవిజయం సాధించారనటానికి నిదర్శనం. భారతీయులు,

ఆఫ్రికన్లు, అరబ్బులు, చైనీయులు, మావోరీలు, విద్యావంతులైన ఫ్రెంచ్‌వాళ్ళు, ఆంగ్లేయులు, స్పెయిన్ దేశస్థులు. వాళ్ళందరూ మానవ హక్కులనీ, స్వీయ నిర్ణయాన్నీ నమ్మసాగారు. ఉదారవాదం, పెట్టుబడిదారీ విధానం, సామ్యవాదం, స్త్రీవాదం, జాతీయవాదంలాంటి పాశ్చాత్య ఆదర్శాలని స్వీకరించారు.

ఇరవయ్యో శతాబ్దంలో పాశ్చాత్య విలువలని స్వీకరించిన మానవ సమూహాలు తమమీద విజయం సాధించిన యూరప్‌వాసులని ఆ విలువల పేరు చెప్పి తాము వాళ్ళతో సమానమేనని అన్నారు. స్వీయ నిర్ణయం, సామ్యవాదం, మానవ హక్కులులాంటి పాశ్చాత్య దేశాలనుంచి వారసత్వంగా పొందిన విలువల పేరున ఎన్నో వలస వ్యతిరేక సంఘర్షణలు జరిగాయి. ఈజిప్టు, ఇరాన్, టర్కీ దేశస్థులు అరబ్బు విజేతలనుంచి వాళ్ళ మూల సంస్కృతిని అందుకుని స్వీకరించినట్టే, ఈనాటి భారతీయులు, ఆఫ్రికన్లు, చైనీయులు మునుపు పరిపాలించిన పాశ్చాత్య ఏలికల సామ్రాజ్యవాద సంస్కృతిని చాలావరకూ స్వీకరించి, తమ అవసరాలకూ, సంప్రదాయాలకూ తగిన రీతిలో దానిలో మార్పులూ, చేర్పులూ చేసుకున్నారు.

సామ్రాజ్యవాద చక్రం

దశ	రోము	ఇస్లామ్	యూరప్ దేశాల సామ్రాజ్యవాదం
ఒక చిన్న సమూహం ఒక పెద్ద సామ్రాజ్యాన్ని స్థాపించింది	రోమన్లు రోము సామ్రాజ్యాన్ని స్థాపించారు	అరబ్బులు అరబ్బు ఖలీఫాల సామ్రాజ్యాన్ని నెలకొల్పారు	యూరప్ దేశస్థులు యూరప్ సామ్రాజ్యాన్ని స్థాపించారు
సామ్రాజ్యవాద సంస్కృతి రూపుదిద్దుకుంది	గ్రీకో రోమన్ సంస్కృతి	అరబ్బుల ముస్లిమ్ సంస్కృతి	పాశ్చాత్య సంస్కృతి
అణచివేతకు గురైన దేశాలు సామ్రాజ్యవాద సంస్కృతిని స్వీకరించాయి	ఓడిపోయిన దేశాలు లాటిన్‌నీ, రోమన్ చట్టాన్నీ, రోమన్ రాజకీయ ఆలోచనలనీ స్వీకరించాయి	ఓడిపోయిన దేశాలు అరబిక్, ఇస్లామ్ లాంటి వాటిని స్వీకరించాయి	ఓడిపోయిన దేశాలు ఆంగ్లం, ఫ్రెంచి, సామ్యవాదం, జాతీయవాదం, మానవహక్కులు లాంటివి స్వీకరించాయి

దశ	రోము	ఇస్లామ్	యూరప్ దేశాల సామ్రాజ్యవాదం
అందరికీ వర్తించే విలువల పేరు చెప్పి ఓడిపోయిన దేశాలు సమాన హక్కులు ఇవ్వమని అడిగాయి	ఇల్లీయన్లూ, గాల్‌లూ, పునిక్‌లూ, అందరికీ వర్తించే రోమన్ విలువల పేరు చెప్పి రోమన్‌లతో సమానమైన హక్కులు కావాలని అడిగారు	ఈజిప్షియన్లు, ఇరానియన్లు, బర్బరులూ అందరికీ వర్తించే ముస్లిమ్ విలువల పేరు చెప్పి అరబ్బులతో సమానమైన హక్కులు ఇవ్వమని అడిగారు	భారతీయులు, చైనీయులు, ఆఫ్రికన్లు, జాతీయవాదం, సామ్యవాదం, మానవహక్కులు లాంటి పాశ్చాత్య విలువల పేరు చెప్పి, యూరప్ దేశస్థులతో సమానమైన హక్కులు కావాలని కోరారు
సామ్రాజ్యాన్ని స్థాపించినవాళ్లు తమ ఆధిపత్యాన్ని కోల్పోయారు	రోమన్లు ఒక విశిష్టమైన సంప్రదాయానికి చెందిన జాతిగా తమ ఉనికిని కోల్పోతారు. సామ్రాజ్యం మీది ఆధిపత్యం ఒక కొత్త బహుళజాతి ఉన్నతవర్గం చేతుల్లోకి వెళ్లిపోయింది	ముస్లిమ్ ప్రపంచం మీద అరబ్బులు ఆధిపత్యాన్ని కోల్పోయారు. వాళ్ల స్థానంలో బహుళజాతి ఉన్నతవర్గం అధికారాన్ని తమ చేతుల్లోకి తీసుకుంది	ప్రపంచం మొత్తం మీద తమకి ఉండిన ఆధిపత్యాన్ని యూరప్ దేశస్థులు కోల్పోయారు. ఆ స్థానంలో పాశ్చాత్య విలువలకీ, ఆలోచనారీతికీ కట్టుబడిన బహుళజాతి ఉన్నతవర్గం అధికారాన్ని చేపట్టింది
సామ్రాజ్యవాద సంస్కృతి మూడు పూవులూ ఆరు కాయలుగా అభివృద్ధి చెందింది	ఇల్లీలియన్లూ, గాల్‌లూ, పునిక్‌లూ తాము స్వీకరించిన రోమన్ సంస్కృతినే కొనసాగిస్తారు	ఈజిప్షియన్లూ, ఇరానియన్లూ, బర్బరులూ తాము స్వీకరించిన అరబ్బు సంస్కృతిని అభివృద్ధి చేశారు	భారతీయులు, చైనీయులు, ఆఫ్రికన్లు తాము స్వీకరించిన పాశ్చాత్య సంస్కృతిని అభివృద్ధి చెయ్యటం కొనసాగించారు

చరిత్రలో మంచివాళ్ళూ, చెడ్డవాళ్లూ

చరిత్రని తీరుగా మంచివాళ్ళూ, చెడ్డవాళ్లూ అనే రెండు వర్గాలుగా విభజించాలని, అన్ని సామ్రాజ్యాలనీ చెడ్డవాళ్లుగా చూపించాలనే మనకి ఉబలాటం. ఎంతైనా ఈ సామ్రాజ్యాలన్నీ రక్తం పునాదిగా స్థాపించబడి, తమ ఆధిపత్యాన్ని అణచివేత, యుద్ధాల సహాయంతో నిలబెట్టుకున్నాయి. అయినప్పటికీ ఈనాటి అధికశాతం సంస్కృతులు సామ్రాజ్యవాద వారసత్వం మీద ఆధారపడి రూపొందినవే. ఒకవేళ సామ్రాజ్యాలన్నీ చెడ్డవేనని అంటే మరి మన గురించి ఏమనాలి?

కొన్ని ఆలోచనావిధానాలూ, రాజకీయ ఉద్యమాలూ మానవసంస్కృతిలోని సామ్రాజ్య వాదాన్ని ప్రక్షాళన చేసి, తాము పరిశుద్ధమూ, ప్రామాణికమూ అని నమ్మే, పాపం సోకని నాగరికత మాత్రమే మిగిలిఉండేట్టు చూడాలని అనుకుంటాయి. ఇలాంటి ఆదర్శాలని అమాయకత్వమనాలా, చిత్తశుద్ధి లేని మోటు జాతీయవాదమనో లేక మూఢనమ్మకమనో అనాలా? నమోదయిన చరిత్ర ప్రారంభకాలంలో బహుశా కొన్ని వేల సంస్కృతులు తలెత్తినప్పుడు అవి మిగిలిన సమాజాల ప్రభావం లేకుండా నిర్మలంగానూ, కల్తీ లేకుండానూ ఉండి ఉంటాయని మనం వాదించవచ్చు. కానీ ఆ తరవాత రూపుదిద్దుకున్న ఏ సంస్కృతీ తాను నిర్మలమైనదని బల్లగుద్ది చెప్పలేదు. ఈనాడు ఈ భూమ్మీద ఉన్న సంస్కృతులేవీ కచ్చితంగా ఆ మాట అనలేవు. అన్ని మానవసంస్కృతుల్లోనూ సామ్రాజ్యవాద సంస్కృతి ఒక భాగంగా కలిసిపోయింది. ఆ వారసత్వాన్నీ, నాగరికతనీ అధ్యయనకర్తలూ, రాజకీయవేత్తలూ కోసివేసి తొలగించాలనుకుంటే, రోగి మరణించకుండా అలాటి శస్త్రచికిత్స చెయ్యటం సాధ్యం కాదు.

ఉదాహరణకి ఈనాటి స్వతంత్ర భారత గణతంత్ర రాజ్యానికీ బ్రిటిష్ రాజ్‌కీ మధ్య నున్న సంబంధాన్నే తీసుకోండి, అందులో ప్రేమ-ద్వేషం రెండూ కలగలిసి ఉన్నాయి. బ్రిటిష్‌వాళ్ళు భారతదేశం మీదికి దండెత్తి వచ్చి, గెలిచి దేశాన్ని ఆక్రమించుకున్నప్పుడు కొన్ని లక్షలమంది భారతీయులు ప్రాణాలు కోల్పోయారు. మరిన్ని లక్షలమంది ఎడతెగని అవమానాలకీ, దోపిడీకీ గురయ్యారు. అయినప్పటికీ మార్పు కోరుకున్నవారిలా అమితోత్సాహంతో ఎంతో మంది భారతీయులు, స్వీయ నిర్ణయం, మానవ హక్కులు లాంటి పాశ్చాత్య ఆలోచనలని స్వీకరించారు. అయినా బ్రిటిష్ వాళ్ళు తాము ప్రకటించిన విలువలని పక్కనపెట్టి, బ్రిటిష్ రాజ్యపౌరుల్లాగా భారతీయులకి సమాన హక్కులుగాని, స్వేచ్ఛగాని ఇవ్వకపోవటం చూసి భారతీయులు నిర్ఘాంతపోయారు.

అయినప్పటికీ ఆధునిక భారతదేశం బ్రిటిష్ సామ్రాజ్యం తాలూకు సంతతనే అనాలి. ఈ ఉపఖండంలో నివాసులని బ్రిటిష్ వాళ్ళు చంపారు, గాయపరిచారు, హింసించారు, కానీ తమలో తాము పోరాడుకుంటున్న ఎన్నో రాజ్యాలనీ, ప్రభుత్వాలనీ, తెగలానీ ఒకటిగా జోడించి ఆశ్చర్యకరమైన జాతీయ భావనని సృష్టించారు. ఆ తరవాత దేశం దాదాపు ఒకే రాజకీయ వ్యవస్థలో ముందుకు సాగింది. భారతీయ న్యాయవ్యవస్థకి పునాది వేసిందీ, పరిపాలనా విధానాన్ని నిర్మించిందీ వాళ్ళే. ఆర్థిక అనుసంధానానికి

28. ముంబైలో ఛత్రపతి శివాజీ రైల్వే స్టేషన్. దీని జీవితం బొంబాయిలో విక్టోరియా స్టేషన్‌లో ప్రారంభమైంది. బ్రిటిష్ వాళ్ళు దాన్ని నియో గోథిక్ పద్ధతిలో కట్టారు. ఆ పద్ధతి పంతొమ్మిదో శతాబ్దం చివర్లో బ్రిటన్‌లో బాగా ప్రచారంలో ఉండేది. హిందూ జాతీయ ప్రభుత్వం నగరం పేరూ, స్టేషన్ పేరూ మార్చివేసింది. కానీ తమని హింసించిన విదేశీయులు నిర్మించినదైనప్పటికీ, అంత భవ్యంగా ఉన్న నిర్మాణాన్ని కూల్చివేసేందుకు వాళ్ళకి మనసొప్పలేదు.

అతిముఖ్యమైన రైల్వే లైన్లని దేశమంతటా వేసింది బ్రిటిష్ సామ్రాజ్యమే. స్వతంత్ర భారతదేశం పాశ్చాత్య ప్రజాతంత్రాన్ని, దాని బ్రిటిష్ అవతారంలో, ప్రభుత్వ విధానంగా స్వీకరించింది. ఇప్పటికీ ఆంగ్లం ఆ ఉపఖండంలో వాడుక భాషగా ఉంది. హిందీ, తమిళం, మలయాళం మాతృభాషగా కలవాళ్ళు ఈ భాషలో మాట్లాడుకోగలుగుతారు. భారతీయులకి క్రికెట్ అంటే పిచ్చి ఇష్టం, చాలామంది క్రికెట్ ఆటగాళ్లు ఉన్నారు. చాయ్ తాగుతారు. ఈ ఆటా, తేనీరూ కూడా బ్రిటిష్ వాళ్ళు ఇచ్చిన ఆస్తే. పంతొమ్మిదో శతాబ్దం మధ్య వరకూ, అంటే బ్రిటిష్ ఈస్ట్ ఇండియా కంపెనీ పరిచయం చేసేవరకూ, తేనీరు మొక్కల పెంపకం భారతదేశంలో ఒక వ్యాపారంగా ఉండేది కాదు. గర్విష్ఠులైన బ్రిటిష్ సాహబ్ లే ఆ ఉపఖండం అంతటా తేనీరు తాగటమనేది అలవాటు చేశారు.

తమకి ప్రజాతంత్రం, ఆంగ్ల భాష, రైల్వే లైన్లూ, న్యాయ వ్యవస్థ, క్రికెట్, తేనీరు అక్కర్లేదనీ, ఎందుకంటే అవి సామ్రాజ్యవాదం అందించిన వారసత్వ మనీ చెప్పి ఈనాడు ఎంతమంది భారతీయులు వాటికి వ్యతిరేకంగా ఓటు వేస్తారు? ఒకవేళ వాళ్ళు ఆ పని చేసినా, అసలు అలాటి ఓటు వెయ్యవలసి రావటం అనేది తమ మునుపటి ప్రభువులకి తాము రుణపడి ఉన్నామని తెలియజేయటం అనిపించుకోదా?

అంతకుముందు ఉండిన 'ప్రామాణికమైన' సంస్కృతిని పునర్నిర్మించి కాపాడు కునేందుకు హింసతో కూడిన వారసత్వాన్ని పూర్తిగా నిరాకరించినా, బహుశా మనం రక్షించాలనుకునేది మరింత పాత సంస్కృతినే, అది కూడా తక్కువ హింసాత్మకమైనదేమీ కాదు. భారతీయ సంస్కృతిని బ్రిటిష్ రాజ్ భ్రష్టు పట్టించిందని బాధపడేవాళ్లు, తమకి

29. తాజ్‌మహల్. ఇది 'ప్రామాణికమైన భారతీయ సంస్కృతికి ఉదాహరణా లేక ముస్లిం సామ్రాజ్యవాదపు పరాయి సృజనా?

తెలియకుండానే ముఘల్ సామ్రాజ్యం వారసత్వాన్నీ, తమమీద విజయం సాధించిన ఢిల్లీ సుల్తానుల పాలననీ పవిత్రమైనదిగా భావిస్తారు. ఇక ఈ ముస్లిం సామ్రాజ్యాల పరాయి ప్రభావం నుంచి 'ప్రామాణికమైన భారతీయ సంస్కృతిని' పరిరక్షించాలని ప్రయత్నించే వాళ్ళు గుప్తుల, కుషాణుల, మౌర్యుల సామ్రాజ్యాలకి పవిత్రత ఆపాదిస్తారు. భారతదేశాన్ని జయించి వదిలి వెళ్ళిపోయిన బ్రిటిష్‌వాళ్ళు నిర్మించిన అన్ని కట్టడాలనీ, అంటే ముంబైలోని ప్రధాన రైల్వేస్టేషన్‌లాంటి వాటిని, కూల్చి వేయాలని ఎవరైనా తీవ్ర హిందూ జాతీయవాది అనుకున్నట్టయితే, మరి భారతదేశంలో ముస్లిం విజేతలు వదిలి వెళ్ళిన తాజ్‌మహల్ లాంటి నిర్మాణాల మాటేమిటి?

వారసత్వంగా వచ్చిన ఈ క్లిష్టమైన సమస్యని ఎలా పరిష్కరించాలో ఎవరికీ తెలీదు. మనం ఏ దారిని ఎంచుకున్నా ఈ సందిగ్ధ పరిస్థితి చాలా క్లిష్టమైనది ఒప్పుకోవటం మొదటి మెట్టు. గతాన్ని మంచివాళ్ళు, చెడ్డవాళ్ళు అని చులాగ్గా విభజించటం వల్ల మనకి సరైన దారి దొరకదు. మనం చెడ్డవాళ్లనే అనుసరించేందుకు ఇష్టపడతామని ఒప్పుకుంటే, అది వేరే విషయం.

కొత్త ప్రపంచ సామ్రాజ్యం

క్రీ.పూ.200 దరిదాపులనుంచీ అధికశాతం మానవులు సామ్రాజ్యాలలోనే నివసించారు. భవిష్యత్తులో కూడా అధికశాతం మానవులు ఏదో ఒక సామ్రాజ్యంలోనే నివసించబోతున్నట్టు తోస్తుంది. ఈ సామ్రాజ్యాన్ని ఏ ఒక్క దేశమో, జాతికి సంబంధించినవాళ్ళో పరిపాలించక పోవచ్చు. ప్రాచీన రోమన్ సామ్రాజ్యంలాగో, చైనా సామ్రాజ్యంలాగో దాన్ని బహుళజాతి ఉన్నత వర్గం పరిపాలించవచ్చు. ఆ పాలకులందరిదీ ఒకే ఉద్దేశమూ, ఒకే సంస్కృతీ కావచ్చు.

ఇరవైఒకటో శతాబ్ది ప్రారంభంలో ప్రపంచం ఇంకా 200 రాజ్యాలుగా విభజించబడే ఉంది. కానీ వీటిలో ఏ రాజ్యమూ నిజంగా స్వతంత్రంగా లేదు. అవన్నీ ఒకదానిమీద మరొకటి ఆధారపడుతూనే ఉన్నాయి. వాళ్ళ ఆర్థిక వ్యవస్థ ఒకే ఒక ప్రపంచ వాణిజ్య ఆర్థిక విధానాల సమాహారమే. దానికి ఆకారమిచ్చేది పెట్టుబడి, శ్రమ, సమాచారమనే అతిశక్తివంతమైన ప్రవాహాలే. చైనాలో సంభవించే ఆర్థిక సంక్షోభం కాని, అమెరికానుంచి వెలువడే ఒక సాంకేతిక పరిజ్ఞానం కాని తక్షణం భూగోళానికి అవతలివైపున్న దేశాల ఆర్థిక వ్యవస్థని తలకిందులు చేసెయ్యగలవు.

సాంస్కృతిక పోకడలు కూడా మెరుపు వేగంతో వ్యాపిస్తాయి. మీరు ఎక్కడికి వెళ్ళినా మీకు తినేందుకు ఇండియన్ కర్రీ, చూసేందుకు హాలీవుడ్ సినిమాలూ, ఆడేందుకు ఇంగ్లీష్ స్టైల్ అసోసియేషన్ ఫుట్ బాల్, వినేందుకు ఈ మధ్యనే వచ్చిన కే-పాప్ హిట్ పాటలూ దొరుకుతాయి. ప్రత్యేకమైన దేశాల స్థానంలో బహుళజాతి ప్రపంచ సమాజం రూపుదిద్దు కుంటోంది. ప్రపంచవ్యాప్తంగా పారిశ్రామిక వేత్తలూ, ఇంజనీర్లూ, బ్యాంకర్లూ, విద్యావేత్తలూ ఒకే భాష మాట్లాడుతున్నారు, వాళ్ళందరిదీ ఒకే రకమైన దృష్టికోణమూ, అభిరుచీ.

అన్నిటికన్నా ముఖ్యంగా ఈ 200 రాజ్యాలవీ ఒకే రకమైన ప్రాపంచిక సమస్యలు. భూఖండాలన్నిటికీ సంబంధించిన క్షిపణులూ, అణు బాంబులూ సరిహద్దులని గుర్తించవు, పరమాణు యుద్ధాన్ని ఏ ఒక్క దేశమూ తానుగా నివారించలేదు. వాతావరణంలో జరిగే మార్పులు కూడా మానవుల వయస్సుకీ, మనుగడకీ కీడు చేకూరుస్తాయి, కానీ ఏ ఒక్క ప్రభుత్వమూ ఒంటరిగా భూగోళంలో పెరిగే ఉష్ణోగ్రతలని అరికట్టలేదు.

బయో ఇంజనీరింగ్, కృత్రిమ మేధస్సు (ఆర్టిఫిషియల్ ఇంటెలిజెన్స్) వంటి కొత్త సాంకేతిక విధానాల వల్ల కూడా మరింత పెద్ద సవాలుని ఎదుర్కోవలసిన పరిస్థితి ఏర్పడుతోంది. ఈ సాంకేతిక విధానాలని మన ఆయుధాలనీ, వాహనాలనీ మాత్రమే కాక, మన శరీరాలనీ, మనసులనీ కూడా ఎలా పునర్నిర్మించవచ్చో మనం చివరి అధ్యాయంలో చూద్దాం. నిజంగానే వీటిని పూర్తి కొత్త రకం ప్రాణులని సృష్టించేందుకూ, భవిష్యత్తులో పరిణామక్రమం పయనించే దారిని మార్చేందుకూ ఉపయోగించుకోవచ్చు. ఇలాటి దివ్యశక్తిగల సృజనని ఏవిధంగా ఉపయోగించుకోవాలో నిర్ణయించేది ఎవరు?

ప్రపంచ సహకారం లేకుండా మానవజాతి ఈ సవాళ్ళని ఎదుర్కోవటం సాధ్యం కాదు. అలాటి సహకారాన్ని ఎలా సంపాదించగలమో చూడాలి. బహుశా హింసాత్మకమైన

దాడులు జరిగి కాని, లేదా ఏదైనా ఒక కొత్త సామ్రాజ్యం అందరినీ ఓడించి కాని అలాటి సహకారాన్ని బలవంతంగా అమలుచేస్తే గాని అది సాధ్యం కాకపోవచ్చు. లేక మానవులే ఐకమత్యంతో మెలిగేందుకు ఏవైన శాంతియుత మార్గాలని కనిపెట్టవచ్చు. సైరస్ నుంచి ఎన్నో రకాల గొప్ప సామ్రాజ్యాలు మానవులందరికీ లాభం చేకూర్చే సార్వత్రిక రాజకీయ విధానాన్ని నిర్మిస్తామని వాగ్దానం చేస్తూనే వచ్చారు. వాళ్ళందరూ అబద్ధం చెప్పారు, అందరూ వైఫల్యం పొందారు. ఏ సామ్రాజ్యమూ నిజంగా సార్వత్రికంగా లేదు, అలాగే ఏ సామ్రాజ్యమూ మానవులందరికీ లాభమూ చేకూర్చలేదు. భవిష్యత్తులో మరే సామ్రాజ్యమైనా మెరుగ్గా పనిచేస్తుందా?

అధ్యాయం 12

మతం తాలూకు చట్టం

సమర్ కంద్‌లో మధ్య ఆసియాలోని ఒక ఒయాసిస్ మీద కట్టిన ఒక నగరంలో మధ్య యుగపు బజారు ఒకటుండేది. అక్కడ సిరియన్ వ్యాపారాలు నాణ్యమైన చీనా పట్టు వస్త్రాలని చేతులతో ముట్టుకుని చూపించేవారు, మైదానప్రాంతాలనుంచి వచ్చిన భయం కరమైన తెగలకు చెందిన మనుషులు, సుదూర పాశ్చాత్యదిక్కునుంచి తెచ్చిన, ఎండుగడ్డిలాంటి జుట్టున్న బానిసలని ప్రదర్శించేవారు, దుకాణదారులు విదేశీ లిపూలూ, పరిచయం లేని రాజుల ముఖాలూ ముద్రించిన బంగారు నాణేలని జేబుల్లో వేసుకునేవారు. తూర్పు పడమర, ఉత్తర దక్షిణలు వచ్చి కలిసే ఆ యుగానికి చెందిన ప్రధాన కూడళ్లలో ఒకటైన ఆ స్థలంలో, మానవజాతి కలయిక ఒక దైనందిన వాస్తవంగా ఉండేది. 1281లో కుబ్లయిఖాన్ తన సేనతో వెళ్లి జపాన్‌ని ఆక్రమించేందుకు ప్రయత్నించినప్పుడు కూడా ఇలాంటిదే కనబడింది. తోలు దుస్తులూ, బొచ్చు కొట్లూ తొడుక్కున్న మంగోల్ అశ్వ సైనికులు, వెదురు టోపీలు పెట్టుకున్న చైనా కాల్బలాలతో భుజం భుజం రాసుకున్నారు, పూటుగా తాగిన కొరియా సహాయకసేనలు పచ్చబొట్లు పొడిపించుకున్న దక్షిణ చైనా సముద్ర ప్రాంతపు నావికులతో గొడవలు పడ్డారు, మధ్య ఆసియా నుంచి వచ్చిన ఇంజనీర్లు, యూరప్ సాహసవీరులు చెప్పే అద్భుతమైన కథలను నోరువెళ్ళబెట్టి విన్నారు, వీళ్ళందరూ కూడా ఒకే సామ్రాట్టు ఆజ్ఞలని పాటించారు.

అదే సమయంలో మక్కాలోని పవిత్రమైన కాబాలో, మరో విధంగా మానవజాతి ఏకీకరణ కొనసాగింది. మీరు కూడా 1300 సంవత్సరంలో మక్కా యాత్రకు వెళ్లి, ఇస్లామ్‌కి చెందిన ఆ అతిపవిత్రమైన మక్కాషరీఫ్ చుట్టూ ప్రదక్షిణలు చేసి ఉంటే, మీతోబాటు కొంతమంది మెసొపొటేమియన్లు కూడా ప్రదక్షిణలు చెయ్యటం, అక్కడి గాలికి వాళ్ళ పొడవాటి దుస్తులు ఎగరటం చూసి ఉంటారు. వాళ్ల కళ్ళు మహదానందంతో తళతళలాడటం, వాళ్ళ పెదవులు అందరితోబాటు అల్లా తొంభైతొమ్మిది నామాలు ఉచ్చరించటం చూసి ఉంటారు. మీకు కొద్దిగా ముందర టర్కీ నుంచి వచ్చిన ఒక వృద్ధుడు, కర్ర సాయంతో నెమ్మదిగా నడుస్తూ, తన పొడవాటి గడ్డాన్ని నిమురుకుంటూ ఏదో దీర్ఘాలోచనలో ఉన్నట్టు కనిపించి ఉంటాడు. మరోపక్క కారునలుపు ఒంటిమీద ధగధగలాడే

బంగారు నగలు ధరించి, ఆఫ్రికాలోని మాలి రాజ్యం నుంచి వచ్చిన మనుషులు కనిపించి ఉంటారు. లవంగాలు, పసుపు, ఏలకులు, సముద్రపు ఉప్పు తాలూకు సువాసనలు మీకు భారతదేశంనుంచో, లేక ఇంకా సుదూర ప్రాచ్యదేశాల దీవులనుంచో వచ్చిన మీ సోదరుల ఉనికిని తెలియజేసి ఉంటాయి.

ఈనాడు మతం తరచు వివక్షనీ, విభేదాలనీ, వేర్పాటునీ సూచించేదిగా కనిపిస్తుంది. అయినప్పటికీ నిజం చెప్పాలంటే, మతం మానవులని కలిపి ఉంచే గొప్ప కారణాలలో మూడోది అనే అనాలి. మిగిలిన రెండూ డబ్బు, సామ్రాజ్యాలు. సామాజిక క్రమమూ, వర్గీకరణ ఊహాజనితమైనవి కాబట్టి అవన్నీ చాలా పెళుసైనవి. సమాజం పెద్దదైనకొద్దీ అవి మరింత పెళుసుగా తయారవుతాయి. చరిత్రలో మతం నిర్వహించిన పాత్ర ఈ పెళుసైన నిర్మాణాలకు మానవాతీతమైన చట్టబద్ధత కలగజేయటమే. మన చట్టాలు మనిషి చాపల్యం కారణంగా ఏర్పడలేదని, ఒక సంపూర్ణమైన, గొప్ప శక్తి ఆదేశమే వాటికి కారణమనీ మతం నొక్కి వక్కాణిస్తుంది. దీనివల్ల కనీసం కొన్ని ప్రాథమిక చట్టాలనైనా ప్రశ్నించే అవకాశం లేని పరిస్థితి నెలకొని సమాజం సుస్థిరంగా ఉండేందుకు మార్గం ఏర్పడుతుంది.

ఆ రకంగా మనం మతానికి ఈ విధమైన నిర్వచనం చెప్పుకోవచ్చు : ఒక మానవాతీతమైన శక్తిని నమ్ముకోవటం మీద మానవజాతి నిబంధనలూ, విలువలూ ఆధారపడటమే మతమంటే. దీనికి రెండు స్పష్టమైన ప్రమాణాలుంటాయి :

1. మతం మొత్తం నిబంధనలతోనూ, విలువలతోనూ కూడుకున్న ఒక వ్యవస్థే తప్ప విడిగా ఒక ఆచారంగాని, నమ్మకంగాని కాదు. అదృష్టం బాగుండాలని చెక్కవస్తువులమీద తట్టటం మతం అనిపించుకోదు. కొన్ని ప్రవర్తనా పరిమాణాలని ధ్రువీకరిస్తే తప్ప పునర్జన్మని నమ్మటం కూడా మతంలో భాగం కాదు.

2. దేన్నైనా మతం అని నమ్మాలంటే అది దాని తాలూకు నిబంధనలకీ విలువలకీ సంబంధించిన వ్యవస్థ మానవుడు తయారుచేసిన నియమాల మీద కాక మానవాతీతమైన నియమాల మీద ఆధారపడాలి. సాకర్ పోటీలు మతం కాదు, ఎందుకంటే ఆ క్రీడలో ఎన్నో రకాల తంతులూ, విచిత్రమైన ఆచారాలూ ఉన్నప్పటికీ, మనుషులే స్వయంగా ఆ ఆటని ఆవిష్కరించారని అందరికీ తెలుసు. FIFA ఏ క్షణాన్నైనా గోల్ ఆకారాన్ని పెంచగలదనీ, లేదా ఆటలో ఆఫ్‌సైడ్ నియమాన్ని రద్దు చెయ్యగలదనీ కూడా అందరికీ తెలుసు.

విస్తృతమైన సామాజిక, రాజకీయ క్రమాలని చట్టబద్ధం చేసే సామర్థ్యం ఉన్నప్పటికీ అన్ని మతాలూ ఆ సామర్థ్యానికి క్రియారూపం ఇవ్వలేకపోయాయి. విస్తారమైన ప్రాంతంలో వేర్వేరు సమూహాలలో నివసించే మనుషులని ఒకచోట చేర్చి పర్యవేక్షించేందుకు మతానికి మరో రెండు లక్షణాలు ఉండటం అవసరం. ఒకటి, ఎల్లప్పుడూ, అంతటా వర్తించే సార్వత్రిక

మానవాతీతక్రమాన్ని అది చేపట్టాలి. రెండు, తమ మతవిశ్వాసాన్ని ప్రతి ఒక్కరికీ అందేలా విస్తరింపజేయాలని గట్టిగా అనుకోవాలి. మరోలా చెప్పాలంటే మతమనేది సార్వత్రికమూ, ఒక ఉద్యమమూ అవాలి.

చరిత్రలో అన్నిటికన్నా బాగా పరిచయమున్న ఇస్లామ్, బౌద్ధంలాంటివి సార్వత్రికమైనవీ, ఉద్యమరూపం గలవీ. ఆ కారణంగా అన్ని మతాలూ అటువంటివేనని జనం అనుకుంటారు. నిజానికి ప్రాచీన యుగపు మతాలలో అధికశాతం స్థానికమైనవి, ప్రత్యేకత ఉన్నవి. ఆ మతాలని అనుసరించేవారు స్థానికంగా ఉండే దేవతలనీ, ఆత్మలనీ నమ్మారు. మొత్తం మానవజాతిని మార్చాలన్న ఆసక్తి వాళ్లకి లేకపోయింది. మనకి తెలిసినంతవరకూ సార్వత్రికమైన, ఉద్యమరూపం గల మతాలు క్రీ.పూ. మొదటి సహస్రాబ్దిలో మాత్రమే కనిపించసాగాయి. అవి ప్రారంభమవటం చరిత్రలో ఒక పెద్ద విప్లవం. ప్రపంచ సామ్రాజ్యాలలా, అర్వత్రిక దానంలా అది కూడా మానవజాతిని ఐక్యం చెయ్యటంలో ఒక అతిముఖ్యమైన పాత్ర పోషించింది.

గొర్రెలని చంపటం

సర్వాత్మవాదం అనేది మానవులకి అతిబలమైన విశ్వాసంగా ఉండినప్పుడు మానవులు పాటించిన నిబంధనలూ, విలువలూ, అనేక ఇతర ప్రాణుల సంక్షేమాన్ని కూడా లెక్కలోకి తీసుకోవలసిన పరిస్థితి ఏర్పడింది. ఈ వర్గంలో జంతువులూ, చెట్లూ, మొక్కలూ, అప్సరసలూ, దెయ్యాలూ కూడా చేర్చబడ్డాయి. ఉదాహరణకి, గంగానది లోయలో నివసించే ఒక ఆటవికుల జట్టు ఒక పెద్ద అత్తిచెట్టుని ఎవరూ నరకరాదనీ, అలా చేసినట్టయితే ఆ అత్తిచెట్టు ఆత్మకి కోపం వచ్చి ప్రతీకారం తీర్చుకుంటుందనీ, ఒక ఆదేశాన్ని జారీచేసి ఉండవచ్చు. సింధూనదీ లోయలో నివసించే మరో ఆటవికుల జట్టు తెల్లతోక ఉన్న నక్కలని చంపరాదన్న నియమాన్ని విధించి ఉండవచ్చు, ఎందుకంటే లావా ఎక్కడ లభిస్తుందో ఆ జట్టులోని ఒక తెలివైన వృద్ధ స్త్రీకి చెప్పింది తెల్లతోక గల ఒక నక్క.

అలాంటి మతాల దృష్టికోణం చాలామటుకు స్థానికంగా ఉండి ఒక ప్రత్యేకమైన ప్రాంతం తాలూకు విశిష్టమైన లక్షణాలని, వాతావరణాన్ని, అసాధారణమైన అంశాలనీ నొక్కివక్కాణిస్తాయి. అధికశాతం ఆటవికులు జీవితాంతం సుమారు వెయ్యి చదరపు కిలోమీటర్ల పరిధిలోనే జీవించారు. తమ మనుగడ కోసం ఒక లోయలో నివసించేవాళ్ళు తమ లోయని నియంత్రించే మానవాతీతక్రమాన్ని అర్థం చేసుకుని దానికి అనుగుణంగా తమ ప్రవర్తనని సర్దుకునే అవసరం ఉండేది. దూరంగా ఉన్న మరో లోయలో నివసించేవాళ్ళని ఇలాంటి నియమాలనే పాటించమని ఒప్పించటం వ్యర్థ ప్రయత్నమే ఐంది. సింధునదీ లోయలో ఉండేవాళ్ళు తెల్లతోకలున్న నక్కలని వేటాడవద్దని ప్రచారం చేసేందుకు గంగానది లోయకి ఎవరినీ పంపాలని అనుకోలేదు.

వ్యవసాయ విప్లవాన్ని వెన్నంటే ధార్మిక విప్లవం వచ్చినట్టు తోస్తుంది. వేటాడి ఆహారసేకరణ చేసే మనుషులు మొక్కలని సేకరించి జంతువులని వేటాడేవారు. అవి

హోమోసెపియన్లతో సమానహోదా కలవిగా అనిపిస్తుంది. పులులు మనిషిని వేటాడితే మనిషి వాటికన్నా హెన్నమైనవాడు కానట్టే, మనిషి గొర్రెలని వేటాడినంత మాత్రాన అవి మనిషికన్నా హీనమైనవి అనిపించుకోవు. ప్రాణులు ఒకదానితో మరొకటి నేరుగా సంబంధం పెట్టుకునేవి. కలిసి పంచుకున్న నివాసస్థానాల నిర్వహణకి సంబంధించిన నియమాల విషయంలో సర్దుకుపోయేవి. దీనికి వ్యతిరేకంగా వ్యవసాయదారులు మొక్కలనీ, జంతువులనీ తమ స్వార్థానికి ఉపయోగించుకున్నారు. వాటిని తమ ఆస్తి అనుకుని వాటితో సర్దుకుపోవటం నామోషీగా భావించేవారు. వ్యవసాయ విప్లవం ద్వారా పడిన మొట్టమొదటి ధార్మిక ప్రభావం, సర్వప్రాణులనీ ఒకే ఆత్మకి సంబంధించిన సభ్యులుగా భావించే ఈ ప్రపంచంలో, మొక్కలూ, జంతువులూ ఆస్తిగా మారటమే.

కానీ ఇది ఒక పెద్ద సమస్యని సృష్టించింది. వ్యవసాయదారులు గొర్రెల మీద సంపూర్ణమైన అధికారం కావాలని అనుకుని ఉండవచ్చు, కానీ ఆ అధికారం పరిమితమైనది వాళ్ళకి బాగానే తెలుసు. వాళ్ళు గొర్రెలని కొట్టాల్లో కట్టి, మేకపోతుల బీజాగ్రంథులని తొలగించి ఆడ గొర్రెలని తయారుచేసి ఉండవచ్చు. కానీ ఆ ఆడగొర్రెలు గర్భంతో ఉండి ఆరోగ్యంగా ఉండే గొర్రెపిల్లలని ఈనుతాయన్న హామీ ఇవ్వలేకపోయారు. ప్రాణం తీసే మహమ్మారులనీ నివారించలేకపోయారు. మరి మందల సంతానోత్పత్తి సామర్థ్యాన్ని పరిరక్షించటం ఎలా సాధ్యం?

దేవతలు ఎలా పుట్టుకొచ్చారనేదానికి ఒక గొప్ప సిద్ధాంతం ఉంది. ఈ సమస్యకి పరిష్కారం సూచించినందువల్లే దేవతలా ప్రాముఖ్యం పెరిగిందని ఆ సిద్ధాంతం వాదిస్తుంది. మొక్కలూ, జంతువులూ మాట్లాడే శక్తి కోల్పోయాక సంతానోత్పత్తి దేవత, ఆకాశదేవత, వైద్యదేవత ప్రముఖ స్థానాలు ఆక్రమించారు. మొక్కలూ, జంతువులూలాంటి మూగజీవాలు మనుషులతో మాట్లాడేందుకు దేవతలు మధ్యవర్తులుగా వ్యవహరించారు. ప్రాచీన పురాణగాథలన్నీ నిజానికి మొక్కలమీదా, జంతువులమీదా తమకి అధికారం ఇచ్చినట్లయితే తాము శాశ్వతంగా దేవతలపట్ల అంకితభావంతో ఉంటామని మానవులు దేవతలతో చేసుకున్న ఒప్పందమే. జెనెసిస్‌లోని మొదటి అధ్యయాలు దీనికి ముఖ్యమైన ఉదాహరణ. వ్యవసాయ విప్లవం జరిగిన కొన్ని వేల సంవత్సరాల వరకూ మతానికి సంబంధించిన సామూహిక ప్రార్థనల్లోని ముఖ్య విషయం గొర్రెపిల్లలని బలివ్వటం, దివ్యశక్తులకి సారా, కేకులు ఇవ్వటం, దానికి బదులుగా ఆ దివ్యశక్తులు మానవులకి సమృద్ధమైన పంటలూ, సంతానోత్పత్తి శక్తి గల గొర్రెల మందలూ ఇస్తామని మాటివ్వటం.

మొదట్లో సర్వాత్మవాద వ్యవస్థలోని రాళ్ళూ, వాగులూ, దెయ్యాలూ, రాక్షసులూ లాంటి వాటి హోదా మీద వ్యవసాయవిప్లవ ప్రభావం అంతగా పడలేదు. కానీ, క్రమ క్రమంగా కొత్త దేవతలని తృప్తిపరిచేందుకు వీటి హోదా కూడా పూర్తిగా అడుగంటింది. జనం తమ జీవితకాలమంతా కొన్ని వందల చదరపు కిలోమీటర్ల పరిధిలో గడిపినంత కాలం అక్కడ ఉండే ఆత్మలు వాళ్ళ అవసరాలు తీర్చగలిగాయి. కానీ ఒకసారి రాజ్యాలూ, వ్యాపార విస్తరణా ప్రారంభమయేసరికి జనానికి మొత్తం రాజ్యంలో కానీ, వ్యాపార క్షేత్రంలో కానీ ఉండే శక్తులతో సంపర్కం అవసరమైంది.

ఈ అవసరాలని తీర్చేందుకు బహుదేవతారాధన అనేది ప్రారంభమైంది. ఈ ప్రపంచం సంతానోత్పత్తి దేవత, వానదేవత, యుద్ధదేవతలాంటి శక్తివంతమైన దేవతల సమూహం అధికారంలో ఉందని ఈ మతాలకి అర్థమైంది. మానవులు ఈ దేవతలతో మొరపెట్టుకుంటే, వాళ్లకి మానవుల భక్తిశ్రద్ధలూ, బలులూ అందితే, వాళ్ళు వర్షం కురిపించవచ్చు, జయం కలగ జేయవచ్చు, ఆరోగ్యం ప్రసాదించవచ్చు.

బహుదేవతారాధన మొదలవగానే సర్వాత్మవాదం పూర్తిగా మాయమవ లేదు. రాక్షసులూ, అప్సరసలూ, దెయ్యాలూ, పవిత్ర శిలలూ, పవిత్ర నదులూ, పవిత్ర వృక్షాలూ దాదాపు బహుదేవతారాధన చేసే అన్ని మతాలలోనూ విడదీయలేని భాగంగా ఉండి పోయాయి. ఈ ఆత్మలు గొప్ప దేవతలకన్నా చాలా తక్కువ ప్రాముఖ్యం గలవి, కానీ చాలామంది సామాన్య జనం తమ లౌకిక అవసరాలకి అవి సరిపోతాయి. రాజధానిలో ఉండే రాజు కొన్ని వందల మేకపోతులను యుద్ధ దేవతకి బాలి ఇచ్చి అనాగరికులమీద తనకి విజయం కలిగేట్టు వరమివ్వమని ప్రార్థిస్తే, తన గుడిసెలోని రైతు అత్తిచెట్టు దేవత ముందు దీపం వెలిగించి అనారోగ్యంతో బాధపడుతున్న తన కొడుకు ఆరోగ్యం చక్కబరచ మని ప్రార్థిస్తాడు.

అయినప్పటికీ గొప్ప దేవతల ఆవిర్భావం హోమోసెపియన్ల హోదా మీదే తప్ప గొర్రెలమీదా, భూతాలమీద అత్యధికమైన ప్రభావం చూపలేదు. మానవులు కూడా ఇతర ప్రాణుల్లాగే ఈ ప్రపంచంలో జీవించే ఒక ప్రాణి జాతి అని సర్వాత్మవాదులు అనుకున్నారు. మరోవైపు బహుదేవతారాధకులు దేవతలకీ, మానవులకీ గల సంబంధమే ఈ ప్రపంచంలో ప్రతిబింబిస్తుందన్న నమ్మకాన్ని ఎక్కువగా వెలిబుచ్చారు. మన ప్రార్థనలూ, బలులూ, పాపాలూ, మంచి పనులూ మన చుట్టూ ఉండే పర్యావరణ వ్యవస్థని నిర్ణయిస్తాయి. కొందరు బుద్ధిలేని మానవులు దేవతలకి ఆగ్రహం తెప్పించటం వల్ల ఒక భయంకరమైన వరద చీమలని, గొల్లభామలని, తాబేళ్ళని, జింకలని, జిరాఫీలని, ఏనుగులనీ కోట్ల సంఖ్యలో తుడిచిపెట్టేయవచ్చు. ఆ విధంగా బహుదేవతారాధన దేవతలా హోదానే కాక మానవుల హోదాని కూడా పెంచింది. ప్రాచీన సర్వాత్మవాద సభ్యులు దురదృష్టవశాత్తూ తమ స్థాయిని కోల్పోయి మానవుడికి దేవతలకే ఉన్న సంబంధంలో అదనపు అలంకారంగా మౌనంగా మిగిలిపోయారు.

విగ్రహారాధన వల్ల లాభాలు

రెండు వేల సంవత్సరాలు ఏకేశ్వరోపాసన మాత్రమే సరైన ప్రార్థనావిధానమని నమ్ముతూ వచ్చిన పాశ్చాత్యులకి బహుదేవతారాధన అజ్ఞానం లాగానూ, బుద్ధిలేని విగ్రహారాధన లాగానూ అనిపించింది. ఇది ఒక మూస ధోరణి. బహుదేవతారాధనలోని నిగూఢమైన తర్కాన్ని అర్థం చేసుకోవటానికి, ఎక్కువమంది దేవతలమీద నమ్మకానికి ఆధారమైన ప్రధాన యోచన ఏమిటో గ్రహించాలి.

అస్తిత్వంలో ఉన్నది ఒకే ఒక శక్తి అనే వాదాన్నీ, ఈ సమస్త విశ్వాన్ని పాలించే నియమాలు అంతటా ఒకేరకమైనవనే నమ్మకాన్నీ బహుదేవతారాధన ఖండించదు. నిజానికి బహుదేవతారాధనా, సర్వాత్మవాదమూ అన్ని రకాల దేవుళ్ళకి, భూతాలకీ, పవిత్ర శిలలకీ వెనుక ఉన్నది అలాంటి మహాశక్తి అనే విషయాన్ని ఒప్పుకుంటాయి. ప్రాచీన గ్రీకు బహుదేవతారాధనలో జూస్, హేరా, అపోలో తదితర దేవతలందరూ సర్వశక్తిమంతమైన, సర్వవ్యాప్తమైన శక్తి - ఫేట్ (మొయిరా, అనాంకే)కి అధీనులన్న నమ్మకం ఉంది. నార్డిక్ (స్కాండినేవియా, ఫిన్లాండ్, ఐస్లాండ్ దేశాలు) దేవతలు సైతం ఫేట్‌కి దాసులే. ఫేట్ వాళ్ళని రాగ్నరాక్ వరదల్లో మునిగి చనిపొమ్మని శపించింది. పశ్చిమ ఆఫ్రికాలోని యోరుబా అనే బహుదేవతారాధకుల మతంలో దేవతలందరూ మహాదేవుడు ఓలోడోమేర్ నుంచి జన్మించారు. అతనికి అధీనులై ఉండి పోయారు. హిందూ బహుదేవతారాధన విధానంలో ఒకే ఒక సూత్రం, ఆత్మన్, రకరకాల అనేక దేవతలనీ, అన్ని ఆత్మలానీ, మానవజాతిని, జీవ ప్రపంచాన్నీ, భౌతిక ప్రపంచాన్నీ ఏలుతుంది. ఆత్మన్ ఈ సమస్త విశ్వానికీ కేంద్రమైన ఆత్మ, విశ్వ సారాంశం, అంతేకాక ప్రతి వ్యక్తిలోనూ, కనిపించే ప్రతి వస్తువులోనూ ఉండే ఆత్మ.

బహుదేవతారాధనను ఏకేశ్వరోపాసన నుంచి వేరుచేసే దాని విశిష్టమైన అంతర్దృష్టి, ఈ లోకాన్ని ఏలే మహాశక్తికి ఇష్టాలూ, పక్షపాతాలూ ఉండవనీ, అందుచేత అది మానవులకుండే లౌకికమైన కోరికలనీ, బాధలనీ, చింతలనీ లక్ష్యం చెయ్యదనీ అంటుంది. యుద్ధంలో విజయం చేకూర్చమనీ, ఆరోగ్యం, వర్షాలూ ప్రసాదించమనీ ఈ శక్తిని కోరటంలో అర్థం లేదు. ఎందుకంటే సర్వవ్యాప్తమైన దాని దృష్టిలో ఒకానొక రాజ్యం గెలుస్తుందా ఓడిపోతుందా, ఫలానా నగరం అభివృద్ధి సాధిస్తుందా, నాశనమైపోతుందా, ఫలానా వ్యక్తి కోలుకుంటాడా లేక చనిపోతాడా అనే విషయంలో దానికి ఏమీ తేడా ఉండదు. ఫేట్‌కి బలులిచ్చి గ్రీకులు ప్రాణాలని వ్యర్థం చెయ్యలేదు. అలాగే హిందువులు ఆత్మన్‌కి దేవాలయాలేవీ నిర్మించలేదు.

ఆ విశ్వవ్యాప్త మహాశక్తిని అందుకోవాలంటే, అన్ని కోరికలని త్యజించి మంచితోబాటు చెడుని కూడా - చివరికి ఓటమినీ, దారిద్ర్యాన్నీ, అనారోగ్యాన్నీ, మృతువునీ సైతం ఆలింగనం చేసుకోవాలి. ఆ విధంగా కొందరు హిందూ సాధువులూ, సన్యాసులూ తమ జీవితాన్నంతా ఆత్మన్‌తో ఐక్యమయి, జ్ఞానాన్ని ఆర్జించేందుకే వెచ్చిస్తారు. ఈ ప్రాథమిక సూత్రం దృష్టికోణం నుంచి ఈ ప్రపంచాన్ని చూసేందుకు ప్రయత్నిస్తారు. ఆ శాశ్వతమైన దృష్టికోణం నుంచి చూసినప్పుడు, అన్ని లౌకికేచ్ఛలూ, భయాలూ అర్థం లేనివిగానూ, అశాశ్వతమైన విషయాలుగానూ కనిపిస్తాయి.

అయినా అధికశాతం హిందువులు సాధువులేమీ కారు. లౌకిక విషయాల చిత్తడిలో నిండా మునిగి ఉంటారు. అక్కడ ఆత్మన్ వల్ల అట్టే సహాయం లభించదు. ఇలాంటి విషయాలలో సాయం పొందేందుకు హిందువులు అసంపూర్ణంగా శక్తులు గల దేవతలని ఆశ్రయిస్తారు. వాళ్లకున్న శక్తి సర్వవ్యాప్తం కానిదీ, అసంపూర్ణమైనదీ కనుకనే గణేశుడు, లక్ష్మి, సరస్వతి లాంటి దేవతలకి ఇష్టాలూ, పక్షపాతమూ ఉంటాయి. అందుచేత

హనుమంతుడు ఈ అసంపూర్ణ శక్తులతో లావాదేవీలు జరిపి యుద్ధాలలో గెలిచేందుకూ, వ్యాధినుంచి కోలుకునేందుకూ వీరి సాయం పొందగలడు. ఇలాంటి చిన్న చిన్న శక్తులు అనేకం ఉండటం అవసరమైంది. ఒకసారి సర్వవ్యాప్తమైన శక్తిని మీరు విభజించటం ప్రారంభించారు కనుక చివరికి మీకు ఒక దైవం కన్నా ఎక్కువే కనిపిస్తారు. అందుకే దేవుళ్ళు అనేకం అయ్యారు.

బహుదేవతారాధనలోని అంతర్దృష్టి మతసంబంధమైన సహనానికి ముఖ్యమైన మార్గం చూపుతుంది. బహుదేవతారాధన ఒకవైపు పూర్తిగా నిష్పాక్షమైన మహాశక్తిని నమ్ముతూనే మరోవైపు మరెన్నో అసంపూర్ణంగా శక్తి, పక్షపాతముగల దేవతలని నమ్ముతుంది. అందుచేత ఒక దేవతని నమ్మేవాళ్ళకి ఇతర దేవతల అస్తిత్వాన్నీ, సామర్థ్యాన్నీ నమ్మటానికి కష్టమేమీ ఉండదు. బహుదేవతారాధనలో విశాలదృష్టి ఉంది. చాల అరుదుగా అందులో సంప్రదాయ వ్యతిరేకులనీ, నాస్తికులనీ వేధించటం కనిపిస్తుంది.

బహుదేవతారాధకులు పెద్ద పెద్ద సామ్రాజ్యాలని జయించినా అక్కడి ప్రజల మతాన్ని మార్చేందుకు ప్రయత్నించలేదు. ఈజిప్షియన్లూ, రోమాన్లూ, అజ్టెక్లూ విదేశాలకి మతప్రబోధకులని పంపి ఓసిరిస్, జూపిటర్, (ఆటెక్ల ప్రధాన దేవత) హుట్జీలోపోచ్లీనీ ఆరాధించామని ప్రచారం చేయించలేదు. ఇక ఆ పనికి సేనలనైతే అసలే పంపించలేదు. సామ్రాజ్యంలో ఉండే అన్ని దేశాలకి చెందిన ప్రజలూ సామ్రాజ్యం పూజించే దేవుళ్ళనీ, ఆచారాలనీ గౌరవించాలని, ఆ దేవుళ్ళూ, ఆచారాలే సామ్రాజ్యాన్ని చట్టబద్ధం చేసి కాపాడతాయనీ సామ్రాజ్యం నమ్మింది. అయినా ప్రజలు తాము నమ్మిన దేవుళ్ళనీ, ఆచారాలనీ వదిలేయావలసిన అవసరం రాలేదు. లొంగిపోయిన దేశాలకి అజ్టెక్ సామ్రాజ్యంలో హుట్జీలోపోచ్లీకి దేవాలయాలు నిర్మించటం తప్పనిసరి అయింది, కానీ ఇతర దేవతాలయాల స్థానంలో కాకుండా వాటి పక్కనే వీటినీ నిర్మించేందుకు అనుమతించారు. చాల సందర్భాలలో సామ్రాజ్యంలోని ఉన్నత వర్గం తమకు లొంగిపోయిన దేశప్రజల దేవుళ్ళని పూజించటం, ఆచారాలు పాటించటం జరిగింది. రోమన్లు ఆసియాకి చెందిన దేవత సైబెల్నీ, ఈజిప్టు దేవత ఐసిస్నీ తమ ప్రార్థనామందిరంలో చేర్చుకున్నారు.

ఏకేశ్వరోపాసకులు పూజించి ప్రచారం చేసే క్రైస్తవ దేవుణ్ణి మాత్రమే రోమన్లు ఎక్కువకాలం భరించలేకపోయారు. రోము సామ్రాజ్యం క్రైస్తవులని తమ విశ్వాసాలనీ, ఆచారాలనీ వదిలుకోమని అనలేదు, కానీ సామ్రాజ్యాన్ని రక్షించే దేవతలపట్లా, సామ్రాట్టు దైవస్వరూపుడు కనుక అతనిపట్లా గౌరవం చూపాలని అన్నారు. దీన్ని వాళ్ళు రాజకీయ విశ్వాసం ప్రకటించటంగా పరిగణించారు. క్రైస్తవులు దీన్ని తీవ్రంగా ప్రతిఘటించి, ఏ రకంగానూ సర్దుకుపోయేందుకు సిద్ధం కాకపోయేసరికి, రోమన్లు దాన్ని తమను అడ్డుకునే కుట్రగా భావించి వాళ్ళని శిక్షించారు. కానీ ఆ పని వాళ్ళు మనస్ఫూర్తిగా చెయ్యలేదు. ఏసుక్రీస్తుని సిలువ వేసినప్పటి నుంచీ 300 సంవత్సరాల తరవాత సామ్రాట్టు కాన్స్టాన్టైన్ మతం మార్చుకునేదాకా బహుదేవతారాధకులైన రోమన్లు క్రైస్తవులకి కేవలం నాలుగుసార్లు మాత్రమే సామాన్యమైన శిక్షలు విధించారు. స్థానిక పాలనాధికారులూ, గవర్నర్లూ సొంతంగా క్రీస్తుకి వ్యతిరేకంగా కొంత హింసాకాండ జరిపారు. అయినప్పటికీ ఈ

వ్యతిరేకాలకీ, శిక్షలకీ బలైనవారినందరినీ కలిపినా, బహుదేవతారాధకులైన రోమన్లు చంపిన క్రైస్తవుల సంఖ్య ఈ మూడు శతాబ్దాలలోనూ కొన్ని వేలకి మించి ఉండదు. దీనికి విరుద్ధంగా ఆ తరువాతి 1,500 సంవత్సరాల కాలంలో ప్రేమకీ, కరుణకీ ప్రాధాన్యమిచ్చే క్రైస్తవ మతం వివరణకు సంబంధించి కొద్దిపాటి తేడాలున్నాయన్న కారణంగా క్రైస్తవులే ఇతర క్రైస్తవులని లక్షల సంఖ్యలో వధించారు.

పదహారు-పదిహేడో శతాబ్దంలో యూరప్ అంతటా కాథలిక్‌లకీ, ప్రొటెస్టెంట్‌లకీ మధ్య చెలరేగిన మతకలహాలు మరీ దారుణమైనవి. ఆ కలహాల్లో పాల్గొన్నవారందరికీ ఏసుక్రీస్తులోని దైవత్వం మీదా, ఆయన బోధించిన కరుణ, ప్రేమ అనే అంశాలమీదా నమ్మకం ఉంది. కానీ ఆ ప్రేమ ఎలాటిదనే విషయంలో ఇద్దరికీ అభిప్రాయభేదం ఉంది. ఆయనలోని దివ్యప్రేమ ఎంత గొప్పదంటే దేవుడు రక్తమాంసాలున్న మనిషిగా అవతరించి, సిలువమీద చిత్రహింసలు అనుభవించేందుకు సిద్ధమయ్యాడు. ఆ విధంగా ఆయన మనుషులందరూ ఆదినుంచీ చేసిన పాపాలకి విమోచనం కలిగించి, తనలో విశ్వాసం ఉంచిన వారందరికీ స్వర్గద్వారాలు తెరిపిస్తాడు అని ప్రొటెస్టెంట్‌లు నమ్ముతారు. విశ్వాసం ముఖ్యమే కానీ అది మాత్రమే సరిపోదని కాథలిక్‌ల నమ్మకం. స్వర్గంలో ప్రవేశించాలంటే మతాన్ని నమ్మేవారు చర్చిలో అన్ని ఆచారాలనీ పాటించాలి, మంచి పనులు చెయ్యాలి. ప్రొటెస్టెంట్‌లు దీన్ని అంగీకరించరు, ఇలాంటి లావాదేవీలు దేవుడి మహిమని, ప్రేమనీ అవమానించటమేనని అంటారు. తాము చేసే మంచిపనులవల్లే స్వర్గం ప్రాప్తిస్తుందని అనుకునేవారు తమ ప్రాముఖ్యాన్ని ఎన్నో రెట్లు పెంచినట్టే అనీ, సిలువమీద ఏసు అనుభవించిన చిత్రహింసలూ, మానవాళి పట్ల ఆయన ప్రేమా మాత్రమే సరిపోవనీ అనుకోవలసిఉంటుంది.

ఈ మతసంబంధమైన వాగ్వివాదాలు విపరీతమైన హింసగా మారి, పదహారు-పదిహేడో శతాబ్దంలో కాథలిక్‌లూ, ప్రొటెస్టెంట్‌లూ ఒకరినొకరు లక్షలసంఖ్యలో హతమార్చు కున్నారు. ఆగస్టు 23, 1572లో మంచిఅణులు చెయ్యటం మాత్రమే ముఖ్యమని నొక్కి వక్కాణించే ఫ్రెంచ్ కాథలిక్‌లు, మానవాళి పట్ల దేవుడి ప్రేమకి ప్రాధాన్యం ఇచ్చే ప్రొటెస్టెంట్‌ల మీద దాడి చేశారు. ఈ దాడి జరిగిన సెయింట్ బార్తోలోమ్యూ దినం మారణకాండలో ఇరవైనాలుగు గంటల్లోపల 5,000-10,000 మంది ప్రొటెస్టెంట్‌లు వధించబడ్డారు. ఫ్రాన్స్‌లో జరిగిన ఈ సంఘటన గురించి రోములో ఉండే పోప్ విన్నప్పుడు, ఆయన సంతోషం పట్టలేకపోయాడు. ఆ సందర్భాన్ని పండగలా జరుపు కునేందుకు ప్రార్థనోత్సవం ఏర్పాటు చేయించి, జార్జియో వసారిని పిలిపించి వాటికన్ గదుల్లో ఆ మారణకాండకి సంబంధించిన భిత్తి చిత్రాలు వేయించమని పురమాయించాడు (ఇప్పుడు అక్కడికి వచ్చే సందర్శకులు వాటిని చూసే వీలులేదు). బహుదేవతారాధన పాటించిన రోమన్ సామ్రాజ్యం వెల్లివిరిసిన మొత్తం కాలంలో చనిపోయిన క్రైస్తవులకన్నా తోటి క్రైస్తవుల చేతుల్లో మరణించిన క్రైస్తవుల సంఖ్యే ఎక్కువ.

దేవుడు ఒక్కడే

కాలక్రమాన బహుదేవతారాధకుల్లో కొందరు తాము ఆరాధించే దేవుళ్లలో ఒక ప్రత్యేకమైన దేవున్నో, దేవతనో అమితంగా ఇష్టపడి బహుదేవతా రాధకుల ప్రధాన దృష్టికోణాన్ని వదిలేశారు. తాము ఆరాధించే దేవుడొక్కడే అసలైన దేవుడనే, ఈ విశ్వాన్ని శాసించే మహాశక్తి అతనొక్కడేననీ నమ్మసాగారు. అదే సమయంలో అతనికి ఇష్టాయిష్టాలూ, పక్షపాతబుద్ధీ ఉందని, అతనితో లావాదేవీలు చెయ్యటం కూడా సాధ్యమేనని నమ్మారు. ఆ విధంగా ఏకేశ్వరోపాసన (అద్వైతం) ప్రారంభమైంది. ఆ మతాన్ని అనుసరించేవారు తమ వ్యాధుల్ని నయం చెయ్యమనీ, యుద్ధంలో విజయం చేకూర్చమనీ ఆ మహాశక్తిని వేసుకునేవారు.

మనకి తెలిసిన మొట్టమొదటి అద్వైతం ఈజిప్ట్‌లో కనిపించింది. క్రీ.పూ. 350లో ఈజిప్టు ప్రార్థనలయంలో ఉండే ఒక చిన్న దైవమే నిజానికి ఈ సమస్త విశ్వాన్నీ ఏలే మహాశక్తి అని ఫారో అఖేనాటెన్ ప్రకటించాడు. ఆ దేవుడే అటెన్. అటెన్‌ని తన రాజ్యానికి ప్రధాన దైవంగా ప్రకటించటమేకాక, ఇతర దేవతలని ఎవరూ పూజించకుండా అడ్డుకున్నాడు. అతని ఈ మత విప్లవం ఎక్కువకాలం కొనసాగలేదు. ఆటను మరణించిన తరవాత అటెన్‌ని అవతలకి నెట్టేసి పాత దేవుళ్ళని ప్రార్థించటం మొదలైంది.

బహుదేవతారాధన అక్కడక్కడా ఏకేశ్వరోపాసనకి దారులు వేసింది, కానీ అవి చాలా తక్కువే అనాలి. ఎందుకంటే అవి తమ మతాన్ని తామే జీర్ణించుకోలేకపోయాయి. ఉదాహరణకి యూదుల మతం (జుడాయిజం) విశ్వాన్ని శాసించే మహాశక్తి ఇష్టాయిష్టాలూ, పక్షపాతమూ ఉంటాయనీ, అయినా ఆ దేవుడికి అతిచిన్న దేశమైన ఇజ్రాయెల్ దేశం మీదే ఎక్కువ మక్కువ అనీ వాదించింది. జుడాయిజం వద్ద ఇతర దేశాలకి ఇవ్వటానికి పెద్దగా ఏమీ లేకపోయింది. అది ఉనికిలో ఉన్నంతకాలమూ పెద్దగా ప్రచారం కూడా చేసుకోలేదు. ఈ దశని 'స్థానిక ఏకేశ్వరోపాసన' అనవచ్చు.

అసలైన పెనుమార్పు క్రైస్తవం తీసుకొచ్చింది. ఈ మతం ఒక రహస్య యూదుశాఖగా ప్రారంభమైంది. నజారేత్‌కి సంబంధించిన జీససే వాళ్ళు ఎంతోకాలంగా ఎదురుచూస్తున్న మహాపురుషుడని యూదులని నమ్మించింది. కానీ, ఆ శాఖకి చెందిన మొట్టమొదటి నాయకుల్లో ఒకడైన పాల్ టార్సస్, నిజంగా ఆ దేవుడికి ఇష్టాయిష్టాలూ, పక్షపాతమూ ఉన్నట్టయితే, మానవాళి క్షేమం కోసం రక్తమాంసాలున్న మానవుడిగా అవతరించి సిలువమీద చిత్రహింసలు అనుభవించినవాడైతే, దీన్ని గురించి కేవలం యూదులే కాదు మిగిలినవాళ్లు అందరూ వినవలసి అవసరం ఉంది, అన్నాడు. అలా ఆ మంచి మాట (గోస్పెల్) ని ప్రపంచమంతటా ప్రచారం చెయ్యటం అవసరమైంది.

పాల్ చెప్పిన మాటలు బలంగా వేళ్ళూనుకున్నాయి. క్రైస్తవులు మానవు లందరినీ ఉద్దేశించి విస్తృతంగా మతప్రచార కార్యక్రమాలు మొదలుపెట్టారు. చరిత్రలో ఏర్పడిన ఒక చిత్రమైన మలుపులో యూదుల రహస్య శాఖ రోమ్ సామ్రాజ్యాన్ని తమ అధీనం చేసుకుంది.

క్రైస్తవుల ఈ విజయం మరో ద్వైత మతానికి నమూనాగా నిలిచింది. ఏడో శతాబ్దంలో అరేబియన్ ద్వీపకల్పంలో రూపుదిద్దుకున్న ఆ మతమే ఇస్లామ్. క్రైస్తవంలాగే ఇస్లామ్ కూడా ఈ ప్రపంచంలో ఒక మారుమూల చిన్న శాఖగా ప్రారంభమైంది. కానీ మరింత విచిత్రంగా అది అతిత్వరగా అరేబియా ఎడారులనుంచి బయలుదేరి అట్లాంటిక్ మహాసాగరం నుంచి భారతదేశం దాకా ఉన్న సమస్త సామ్రాజ్యాన్నీ జయించిందన్నది చారిత్రాత్మకమైన ఒక ఆశ్చర్య సంఘటన. అప్పట్నుంచీ ఏకేశ్వరోపాసన అనేది ప్రపంచ చరిత్రలో ముఖ్యపాత్ర నిర్వహించింది.

బహుదేవతారాధకులకన్నా ఏకేశ్వరోపాసకులు ఎక్కువ మూఢభక్తి గలవారు, ప్రచారకులు. ఇతర మతాలు కూడా చట్టబద్ధమైనవే అని నమ్మే మతం తాను పూజించే దేవుడు సర్వశక్తిమంతుడు కాదనీ, దేవుడి తాలూకు సార్వత్రిక సత్యంలో తనకి ఒక భాగం మాత్రమే లభించిందనీ ఒప్పుకుంటుందని మనం అనుకోవాలి. ఏకేశ్వరోపాసకులు ఉన్న ఒకే ఒక దేవుడి సందేశం తమకి మాత్రమే లభించిందని అనుకుని, ఇతర మాటలని లెక్కచెయ్యకపోవటం తప్పనిసరి అనుకుంటారు. గత రెండువేల సంవత్సరాలుగా, తమకి పోటీగా నిలిచిన వారందరినీ హింసతో సర్వనాశనం చేసి, మళ్ళీమళ్ళీ తమని తాము బలపరుచుకునేందుకు ప్రయత్నిస్తూనే ఉన్నారు.

అది ఫలితాలనిచ్చింది. క్రీ.శ. మొదటి శతాబ్దంలో ఈ లోకంలో ఏకేశ్వరోపాసకులనే వారు లేరనే అనాలి. క్రీ.శ.500లో ప్రపంచంలోని అతిపెద్ద సామ్రాజ్యాలలో ఒకటైన రోమ్ సామ్రాజ్యంలో రాజ్యాంగం క్రైస్తవ మతాన్ని పాటించేది, మతప్రచారకులు క్రైస్తవాన్ని పెద్దెత్తున యూరప్‌లోని ఇతర భాగాలలో, ఆసియాలో, ఆఫ్రికాలో ప్రచారం చేయసాగారు. క్రీ.శ. మొదటి సహస్రాబ్ది చివర్లో యూరప్, పశ్చిమ ఆసియా, ఉత్తర ఆఫ్రికాలో అధికసంఖ్యాకులు ఏకేశ్వరోపాసననే అనుసరించారు. అట్లాంటిక్ మహాసాగరం నుంచి హిమాలయాలవరకూ ఉన్న సామ్రాజ్యాలు ఒకే ఒక దేవుడి ఆదేశాలని పాటిస్తున్నామని చెప్పుకున్నాయి. పదహారో శతాబ్దం ప్రారంభమయి సమయానికి, ఒక్క ప్రాచ్య ఆసియా, ఆఫ్రికాలోని దక్షిణ ప్రాంతాలూ తప్ప, ఏకేశ్వరోపాసన ఆఫ్రో-ఆసియాలో అధికభాగాన్ని ఆక్రమించింది. అది తన పొడవాటి వేళ్ళని దక్షిణ ఆఫ్రికా వైపు, అమెరికా, ఓషియానియా వైపు విస్తరింపజేసింది. ఈనాడు ప్రాచ్య ఆసియా బైట ఉన్న అధికశాతం మనుషులు ఏదో ఒక దేవుణ్ణి మాత్రమే నమ్ముతున్నారు. ప్రపంచ రాజకీయ యంత్రాంగ నిర్మాణం ఏకేశ్వరోపాసన పునాదిమీదే జరిగింది.

అయినప్పటికీ, బహుదేవతారాధనలో సర్వాత్మవాదం ఉనికిని కొనసాగించినట్టే, ఏకేశ్వరోపాసనలో బహుదేవతారాధన కూడా కొనసాగింది. సిద్ధాంతరీత్యా, విశ్వాన్ని పాలించే మహాశక్తి ఇష్టాయిష్టాలూ, పక్షపాతమూ ఉంటుందని ఎవరైనా నమ్మినట్టయితే, ఇక పాక్షికంగా శక్తులని పూజించటంలో అర్థమేముంటుంది? అధ్యక్షుడి కార్యాలయంలోకి ప్రవేశం ఉన్నవాడు చిన్నా చితకా అధికారులవద్దకు ఎందుకు వెళ్తాడు? నిజమే, ఏకేశ్వరుపాసకులు తమ దేవుణ్ణి తప్ప మరో దేవుడి ఉనికిని నమ్మరు. ఎవరైనా అలాటి ధైర్యం చేస్తే వాళ్లకి ఈ భూమ్మీదే నరకం చూపిస్తారు.

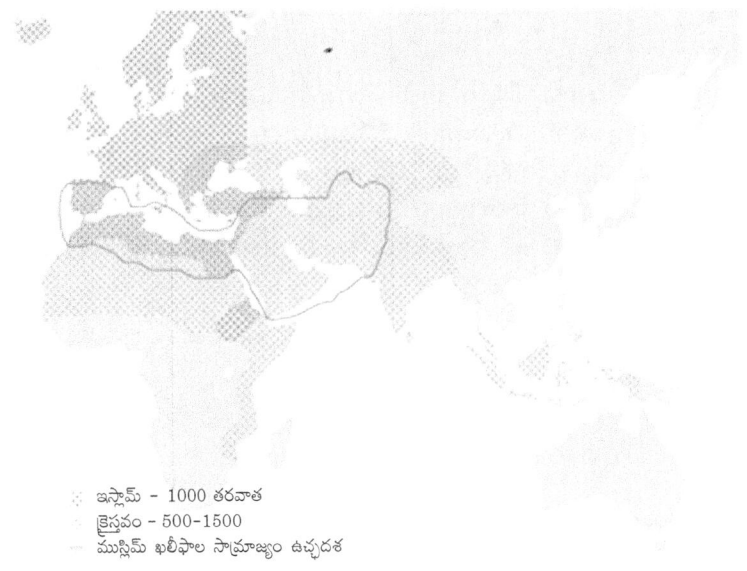

ఇస్లామ్ - 1000 తరవాత
క్రైస్తవం - 500-1500
ముస్లిమ్ ఖలీఫాల సామ్రాజ్యం ఉచ్ఛదశ

పటం 5. క్రైస్తవం, ఇస్లామ్ వ్యాప్తి.

అయినప్పటికీ ధర్మశాస్త్రాలకీ, చారిత్రాత్మకమైన వాస్తవాలకీ మధ్య ఎప్పుడూ ఒక అగాధం ఉంటూనే ఉంది. దేవుడొక్కడే అనే ఆలోచనని పూర్తిగా జీర్ణించుకోవటం ఎక్కువమందికి కష్టమనిపించింది. వాళ్ళు ప్రపంచాన్ని 'మనము', 'వాళ్ళు' అని విభజిస్తూనే ఉన్నారు. తమ రోజువారీ అవసరాలకు ఆ మహాశక్తి చాలాదూరంగా ఉన్నట్టూ, పరాయి దైనట్టూ భావించారు. ఏకేశ్వరోపాసన ఇతరదేవతలని ఆడంబరంగా వీధిగుమ్మంలోంచి బైటికి పంపారు, కానీ పక్కనున్న కిటికీలోనుంచి వాళ్ళని మళ్ళీ లోపలికి తీసుకెళ్లటం మానలేదు. ఉదాహరణకి క్రైస్తవం తమ సొంత సెయింట్‌లని సృష్టించింది. వాళ్ళ మతారాధనా విధానానికీ, బహుదేవతారాధకుల దేవుళ్ళ పూజలకీ కొద్దిపాటి తేడా మాత్రమే ఉండేది.

జుపిటర్ అనే దేవుడు రోమ్‌నీ, హుట్జిలోపోట్లి అజ్టెక్ సామ్రాజ్యాన్నీ కాపాడినట్టే, ప్రతి క్రైస్తవ సామ్రాజ్యానికీ సొంత పవిత్ర పోషకుడు ఉండేవాడు. అతను కష్టాలలో వాళ్ళని గట్టెక్కించి, యుద్ధాలలో వాళ్ళకి విజయం చేకూర్చేవాడు. ఇంగ్లాండ్‌ని సెయింట్ జార్జ్, స్కాట్లాండ్‌ని సెయింట్ ఆండ్రూ, హంగేరీని సెయింట్ స్టీఫెన్, ఫ్రాన్స్‌ని సెయింట్ మార్టిన్ రక్షించారు. నగరాలూ, ఊళ్ళూ, వృత్తులూ, చివరికి వ్యాధుల దాకా అన్నిటికీ తమకంటూ ఒక సెయింట్ ఉండేవాడు. మిలాన్ నగరానికి సెయింట్ ఆంబ్రోస్, వెనిస్‌కి సెయింట్ మార్క్, చిమ్నీ శుభ్రపరచేవారికి సెయింట్ ఆల్మో, సెయింట్ మాథ్యూ చిక్కుల్లో ఇరుక్కున్న పన్నువసూలుదార్లకీ సాయం చేసేవారు. మీకు తలనొప్పి వస్తే సెయింట్ అగాథియస్‌ని

ప్రార్థించాలి, అదే పన్నునొప్పయితే సెయింట్ అపోల్లోనియా మీ గోడు విని సాయం చేస్తుంది.

క్రైస్తవ సెయింట్లు కేవలం పాతకాలపు అనేక దేవుళ్ళని పోలి ఉండటమే కాక, చాలాసార్లు ఆ దేవతలే మారువేషాలు వేసుకుని వచ్చారని అనిపించేట్టు ఉండేవారు. ఉదాహరణకి, క్రైస్తవం రాకపూర్వం సెల్టిక్ ఐర్లాండ్‌లోని ముఖ్య దేవత పేరు బ్రిజిడ్. ఐర్లాండ్‌లో క్రైస్తవమతం ప్రాముఖ్యం పొందాక, బ్రిజిడ్‌కి కూడా కొత్తగా నామకరణం చేసి, ఆమెకి సెయింట్ బ్రిజిట్ అనే పేరు పెట్టారు. కాథలిక్ ఐర్లాండ్‌లో ఈనాటికీ అందరికన్నా ఎక్కువ గౌరవం ఈమెకే దక్కుతోంది.

మంచీ చెడుల పోరాటం మతాలు మంచి, చెడు అనే రెండు విరుద్ధమైన శక్తులని అంగీకరిస్తాయి.

మంచీ చెడుల పోరాటం

బహుదేవతారాధన ఏకేశ్వరోపాసనకే కాక ద్వైతానికి కూడా జన్మనిచ్చింది. ద్వైతాన్ని అనుసరించే మతాలు మంచి, చెడు అనే రెండు విరుద్ధమైన శక్తులని అంగీకరిస్తాయి. ఏకేశ్వరోపాసనలాగ కాకుండా చెడు అనేది ఒక స్వతంత్రశక్తి అనీ, అది దేవుడి సృష్టి కాదనీ, దేవుడికి లొంగి ఉండదనీ ద్వైతం నమ్ముతుంది. విశ్వం సమస్తం ఈ రెండు శక్తులకు కాదనరంగమనీ, లోకంలో జరిగే ప్రతి సంఘటనా ఈ సంఘర్షణలో భాగమేననీ ద్వైతం వివరిస్తుంది.

చెడు అనే ఒక ప్రసిద్ధమైన సమస్యకి క్లుప్తంగానూ, సరళంగానూ ఉండే సమాధానం ఇస్తుంది కనుకనే ద్వైతం ఒక ఆకర్షణీయమైన ప్రపంచ దృష్టి కోణం అనిపించుకుంటుంది. 'ఈ లోకంలో చెడు ఎందుకుంది? బాధలు ఎందుకున్నాయి? మంచివాళ్ళకి చెడు ఎందుకు జరుగుతుంది?' మానవుల మనసుల్లో ఇలాంటి ప్రశ్నలని సృష్టించే ప్రధానమైన ఆందోళనల్లో చెడు కూడా ఒకటి. అన్నీ తెలిసిన, సర్వశక్తిమంతుడైన, అతిమంచివాడైన దేవుడు మరి లోకంలో ఇన్ని బాధలని ఎలా అనుమతిస్తున్నారు, అనే ప్రశ్నకి సమాధానం చెప్పేందుకు ఏకేశ్వరోపాసకులు బుర్రలు బద్దలుకొట్టుకోవలసిందే. దేవుడు మనిషికి ఏంతుకునే స్వేచ్ఛ ఇచ్చాడనేది దీనికి ఒక వివరణ. చెడే లేకపోతే మనుషులు మంచి చెడులలో ఒకదాన్ని ఎలా ఎంచుకుంటారు? మరి అప్పుడు వాళ్ళకి ఎంచుకునే స్వేచ్ఛ లేనట్టే కదా? కానీ ఇది అసహజమైన సమాధానం. ఇది మరిన్ని ప్రశ్నలకి తావిస్తుంది. ఎంచుకునే స్వేచ్ఛ మానవులు చెడు ఎంచుకునేట్టు చేస్తుంది. నిజంగానే ఎక్కువమంది చెడునే ఎంచుకుంటారు. ఏకేశ్వరోపాసకుల ప్రామాణిక అంచనాల ప్రకారం, ఇలాంటి ఎంపిక చేసుకోవటంవల్ల వాళ్ళని దేవుడు శిక్షిస్తాడు. ఫలానా స్త్రీ చెడుని ఎంచుకుంటుందని, అలా చేసినందువల్ల ఆమె నరక యాతనాలని శాశ్వతంగా అనుభవించవలసి వస్తుందని దేవుడికి ముందే తెలిస్తే అసలామెని ఎందుకు సృష్టించినట్టు? ఇలాంటి ప్రశ్నలకి సమాధానం చెప్పేందుకు వేదాంతులు లెక్కలేనన్ని పుస్తకాలు రాశారు. కొందరికి ఆ

సమాధానాలు సబబుగానే ఉన్నట్టు అనిపిస్తుంది. మరికొందరికి అలా అనిపించదు. చెడు అనే సమస్యతో వ్యవహరించటం ఏకేశ్వరోపాసకులకి కష్టమనేది మాత్రం ఎవరూ కాదనలేని నిజం.

ఈ లోకాన్ని పాలించేది అన్నీ తెలిసిన సర్వశక్తిమంతుడైన, అతిమంచి దేవుడు కాదు కనకనే మంచివాళ్ళకి కూడా చెడు జరుగుతుందని ద్వైతులకి నమ్మకం. ఒక చెడ్డ శక్తి ఈ లోకంలో స్వతంత్రంగా సంచరిస్తోంది. ఆ చెడ్డ శక్తే చెడ్డపనులు చేస్తుంది.

ద్వైతుల ఈ దృష్టికోణంలో కూడా లోటుపాట్లు లేకపోలేదు. చెడు అనే సమస్యకి అది చాలా సరళమైన పరిష్కారాన్ని సూచిస్తుందన్నది నిజమే. కానీ దైవాదేశం అనే విషయం దాన్ని కలవరపరుస్తుంది. లోకంలో మంచీ చెడులనే రెండు విరుద్ధ శక్తులు ఉన్నట్టయితే వాటి మధ్య జరిగే సంఘర్షణని శాసించే విధానాలని ఆదేశించినదెవరు? ఒకే కాలంలో, ఒకే ప్రదేశంలో ఉంటాయి కాబట్టి రెండు శత్రుదేశాలు పోరాడుకోవచ్చు. ఆ రెండూ ఒకేరకమైన భౌతిక నియమాలని పాటిస్తాయి. పాకిస్తాన్ నుంచి ప్రయోగించిన ఒక క్షిపణి భారతదేశంలో ఒకానొక ప్రాంతాన్ని గురిగా కొట్టవచ్చు. రెండు దేశాలకే వర్తించే భౌతిక నియమాలు ఒకే రకమైనవి. మంచి చెడులు పోరాడుకున్నప్పుడు అవి పాటించే సాధారణ నియమం ఏమిటి, ఆ నియమాలను ఆదేశించినదెవరు?

దీనికి వ్యతిరేకంగా, ఆదేశం అనే సమస్యని ఏకేశ్వరోపాసకులు చక్కగా వివరించ గలరు, కానీ చెడు అనే సమస్యని వివరించలేరు. ఈ చిక్కుప్రశ్నని ఒక రకంగా విప్పవచ్చు, ఒకే ఒక సర్వశక్తిమంతుడైన దేవుడు ఈ విశ్వం సమస్తాన్నీ సృష్టించాడనీ, ఆ దేవుడు చెడుకి సంబంధించినవాడనీ వాదించ వచ్చు. కానీ ఇంతవరకూ మనకి కనిపించే చరిత్రలో ఎవరూ కూడా ఇలాంటి నమ్మకాన్ని జీర్ణించుకోలేదు.

ద్వైతాన్ని నమ్మే మతాలు వెయ్యేళ్లకన్నా ఎక్కువ కాలం వర్ధిల్లాయి. క్రీ.పూ. 1500,1000 మధ్యకాలంలో జొరాస్టర్ (జరాతుస్ట్ర) అనే ప్రవక్త మధ్యఆసియాలో చాలా చురుగ్గా పనిచేశాడు. అతని మతసిద్ధాంతం ఒక తరం నుంచి మరో తరానికి కొనసాగుతూ ద్వైత మాటల్లో ముఖ్యమైన జొరాస్ట్రియనిజం అయింది. జొరాస్ట్రియన్లు ఈ ప్రపంచం అంతరిక్షంలో మంచి దేవుడు అహుర మజ్దాకీ చెడ్డ దేవుడు అంగ్రా మైన్యూకీ మధ్య జరిగే పోరాటమని భావిస్తారు. మానవులు ఈ పోరాటంలో మంచి దేవుడికి సాయం చెయ్యవలసి వచ్చింది. పర్షియన్ సామ్రాజ్యం ఆకీమినిడ్స్ కాలంలో (క్రీ.పూ. 550–330) జొరాస్ట్రియనిజం చాలా ముఖ్యమైన మతంగా ఉండేది. తరవాత అది సస్సనిడ్ పర్షియన్ సామ్రాజ్యంలో (క్రీ.శ. 224–651) అధికారిక మతంగా ఉండింది. తరువాతి కాలంలో దాదాపు మధ్యప్రాచ్యంలోని మతాలనీ, మధ్యఆసియాలోని మతాలనీ అది ప్రభావితం చేసింది. దాని ప్రభావానికి గ్నోస్టిసిజం, మానికియనిజం లాంటివి గురయ్యాయి.

క్రీ.శ. మూడు, నాలుగు శతాబ్దాలలో, మానికియన్ మతం చైనా నుంచి ఉత్తర ఆఫ్రికాకి విస్తరించింది. రోమ్ సామ్రాజ్యంలో క్రైస్తవాన్ని పక్కకి నెట్టి అదే ఆధిపత్యం సాధిస్తుందేమోనని ఒక్క క్షణం అనిపించింది. అయినా మానియన్లు రోమ్ ఆత్మని

క్రైస్తవానికి అప్పగించవలసి వచ్చింది. జొరాష్ట్రియన్ సస్సనిడ్ సామ్రాజ్యాన్ని ముస్లిములు ఆక్రమించారు. ఇక ఆ తరవాత ద్వైతం జోరు తగ్గిపోయింది. ఈనాడు భారతదేశంలోనూ, మధ్యప్రాచ్యంలోనూ గుప్పెడు సమూహాలు మాత్రమే ద్వైతాన్ని కొనసాగిస్తున్నాయి.

ఏది ఏమైనప్పటికీ, ఉప్పెనలా ఎగసిన ఏకేశ్వరోపాసన ద్వైతాన్ని పూర్తిగా తుడిచి పెట్టేయ్యలేదు. యూదులు, క్రైస్తవులు, ముస్లిముల ఏకేశ్వరోపాసన ద్వైతుల నమ్మకాలని, ఆచారాల్ని అనేకం కలుపుకున్నారు. మనం 'ఏకేశ్వరోపాసన' అనే మతంలో ఉండే అత్యంత ప్రధాన ఆలోచనలు, నిజానికి ద్వైతంలోనుంచి పుట్టినవే. వాటికి అందిన స్ఫూర్తి ద్వైతంలోనే ఉంది. లెక్కలేనంతమంది క్రైస్తవులు, ముస్లిములు, యూదులు బలమైన చెడ్డ శక్తిని నమ్ముతారు. క్రైస్తవులు దాన్ని 'డెవిల్' (దుష్ట శక్తి) లేదా 'సైతాన్' అంటారు. అది స్వతంత్రంగా పనిచెయ్యగలదు, మంచి దేవుడితో పోరాడగలదు, దేవుడి ఆజ్ఞ లేకుండానే విధ్వంసం సృష్టించగలదు.

ఒక ఏకేశ్వరోపాసకుడు ఇలాంటి నమ్మకానికి ఎలా కట్టుబడి ఉండగలడు? (అన్నట్టు ఇలాంటిది ఓల్డ్ టెస్టమెంట్‌లో ఎక్కడా కనిపించదు). తర్కరీత్యా అది అసాధ్యం. మీరు సర్వశక్తిమంతుడైన ఒకే ఒక దేవుణ్ణి నమ్మాలి, లేదా ఏ ఒక్కటీ సర్వశక్తిమంతం కాని రెండు విరుద్ధ శక్తులు ఉన్నాయని నమ్మాలి. అయినా, మానవులకి వైరుధ్యాలని నమ్మే అద్భుతమైన సామర్థ్యం ఉంది. అందుకే కొన్ని లక్షలమంది పవిత్రమైన క్రైస్తవులు, ముస్లిములు, యూదులు ఒకే సమయంలో సర్వశక్తిమంతుడైన దేవుణ్ణీ, స్వతంత్రంగా ఉండే దుష్టశక్తినీ నమ్మగలుగుతున్నారు. లెక్కలేనంతమంది క్రైస్తవులు, ముస్లిములు, యూదులు దుష్టశక్తితో పోరాడేందుకు మంచి దేవుడికి మన సాయం అవసరమౌతుంది ఊహించేదాకా వెళ్లారు. ఇదే ఇతర విషయాలతోబాటు జిహాద్‌లకీ, క్రూసేడ్‌లకీ ప్రేరణ అయింది.

ముఖ్యంగా గ్నోస్టిజం, మానికియనిజంలో ఉండే మరో కీలకమైన భావన, శరీరానికీ, ఆత్మకీ, పదార్థానికీ, ఆత్మకీ గల స్పష్టమైన తేడా. మంచి దేవుడు ఆత్మని సృష్టించాడనీ, పదార్థాన్నీ, శరీరాన్నీ చెడ్డ దేవుడు సృష్టించాడనీ ఆ మతాలని అనుసరించేవాళ్ళు నమ్ముతారు. ఈ దృష్టికోణాన్ని బట్టి మనిషి మంచి ఆత్మకీ, చెడ్డ శరీరానికీ ఒక పోరాట భూమిగా నిలుస్తాడు. ఏకేశ్వరోపాసన దృష్టి నుంచి చూసినప్పుడు ఇవన్నీ అర్థంలేని మాటలు. ఆత్మనీ–శరీరాన్నీ, ఆత్మనీ–పదార్థాన్నీ ఎందుకిలా వేరుచేసి చూడాలి? శరీరమూ, పదార్థమూ చెడ్డవని వాదించటం ఎందుకు? ఎంతైనా అన్నిటినీ సృష్టించింది మంచి దేవుడే కదా? కానీ ద్వైతవాదుల వైరుధ్యాల ఆకర్షణ నుంచి ఏకేశ్వరోపాసకులు తప్పించుకోలేక పోయారు. ఎందుకంటే వాటి సాయంతో వాళ్ళు చెడు అనే సమస్యని పరిష్కరించగలిగారు. చివరికి అలాంటి వైరుధ్యాలు క్రైస్తవ భావనలకీ, ముస్లిం భావనలకీ మూలస్తంభాలుగా నిలిచాయి. స్వర్గాన్ని (మంచి దేవుడి రాజ్యం), నరకాన్ని (చెడ్డ దేవుడి రాజ్యం) నమ్మటం తాలూకు మూలాలు కూడా ద్వైతంలోనే ఉన్నాయి. దీని తాలూకు ఛాయలు ఓల్డ్ టెస్టమెంట్‌లో ఎక్కడా లేవు. శరీరం మరణించాక మనుషుల ఆత్మలు జీవిస్తూనే ఉంటాయన్న నమ్మకం కూడా అందులో కనబడదు.

నిజానికి, చరిత్రలో దాని గమనాన్ని చూస్తే, ఏకేశ్వరోపాసన ద్వైతం, బహుదేవతారాధన, సర్వాత్మవాదం తాలూకు వారసత్వాన్ని తనలో ఇముడ్చుకున్న ఒక రంగుల చిత్రదర్శిని (కెలైడోస్కోప్) లాంటిది. ఒకేఒక దివ్యఛత్రం కింద అన్నిటినీ కలగాలిపింది ఏకేశ్వరోపాసన. సగటు క్రైస్తవుడు ఒకే ఒక దేవుణ్ణి నమ్ముతాడు, కానీ ద్వైతవాదపు దుష్టశక్తిని, బహుదేవతారాధకుల్లా సెయింట్‌లని, సర్వాత్మవాదుల్లా దెయ్యాలనీ కూడా నమ్ముతాడు. ఇలా ఒకే సమయంలో విభిన్నమూ, విరుద్ధమూ అయిన యోచనలకీ, విభిన్న మూలాలనుంచి స్వీకరించిన ఆచారాల కలయికకీ మతం గురించి పరిశోధనలు చేసే అధ్యయనకర్తలు ఒక పేరు పెట్టారు. అది ఏకీకరణవాదం. నిజానికి ఏకీకరణవాదం మాత్రమే ఒక గొప్ప ప్రపంచ మతం అయిఉండవచ్చు.

ప్రకృతి నియమం

మనం ఇంతవరకూ చర్చించిన మతాలన్నిటిలోనూ ముఖ్యమైన లక్షణం ఒకటుంది : అవన్నీ కూడా దేవుడిమీదా, అలౌకిక శక్తులమీదా దృష్టి కేంద్రీకరిస్తాయి. ముఖ్యంగా ఒకే ఒక దేవుణ్ణి ఆరాధించటం, బహుదేవతారాధన తాలూకు మతసిద్ధాంతాలతో బాగా పరిచయమున్న పాశ్చాత్యులకి ఇది ఒక మామూలు విషయంలా తోస్తుంది. అయినా నిజానికి ప్రపంచంలోని మతానికి సంబంధించిన చరిత్ర కేవలం దేవుళ్ళ చరిత్ర కాదు. క్రీ.పూ. మొదటి సహస్రాబ్దిలో ఆఫ్రో–ఆసియా అంతటా పూర్తిగా కొత్తరకం మతాలు వ్యాపించాయి. కొత్తగా వచ్చిన వాటిలో భారత దేశంలో జైనమతం, బౌద్ధమతం, చైనాలో దావోయిజం, కన్ఫ్యూషియనిజం, మెడిటరేనియన్ సముద్ర ప్రాంతాలలో స్టోఇసిజం, సినిసిజం, ఎపిక్యూరేనిజం లాంటి మతాల్లో దేవుణ్ణి లెక్కచెయ్యకపోవటమనే లక్షణం ఉండేది.

ఈ ప్రపంచాన్ని పాలించే మానవాతీతశక్తి దైవసంబంధమైన ఇష్టాలూ, చాపల్యాల ఫలితం కాదనీ, ప్రకృతినియమాల తాలూకు ఫలితమనీ ఈ మతాలు గట్టిగా నమ్ముతాయి. ప్రకృతి నియమాలని నమ్మే ఈ మతాలలో కొన్ని దేవుళ్ళ ఉనికిని అంగీకరించాయి, కానీ ఆ దేవుళ్లు మనుషుల్లా, జంతువుల్లా, మొక్కల్లా ప్రకృతి నియమాలని మాత్రమే అనుసరించేవారు. ఈ పర్యావరణ వ్యవస్థలో దేవుళ్ళకి కూడా ఏనుగుల్లా, ముళ్ళపందులా తమదంటూ ఒక స్థానం ఉండింది. కానీ ప్రకృతి నియమాలని ఏనుగులు మార్చలేనట్టే, ఈ దేవుళ్ళూ మార్చలేకపోయేవారు. దీనికి ఒక ప్రధానమైన ఉదాహరణ, బౌద్ధ మతం. ప్రాచీనకాలంలో ప్రకృతి నియమాలని నమ్మిన మతం. ఇది ముఖ్యమైన మతాల్లో ఒకటిగా నేటికీ భావించబడుతోంది.

బౌద్ధమతానికి కేంద్రం దేవుడు కాదు, మానవుడైన సిద్ధార్థ గౌతముడు. బౌద్ధమత సంప్రదాయాన్ని అనుసరించి, క్రీ.పూ.500 ప్రాంతంలో గౌతముడు హిమాలయాలలోని ఒక చిన్న రాజ్యానికి వారసుడు. తనచుట్టూ జనం పడే బాధలని చూసి ఆ యువరాజు తీవ్రమైన కలతకి గురయ్యాడు. పురుషులూ, స్త్రీలూ, పిల్లలూ, వృద్ధులూ, అందరూ

కేవలం అప్పుడప్పుడూ తలెత్తే యుద్ధాలూ, మహమ్మారీలాంటి విపత్తుల వల్లనే కాకుండా ఆందోళన, నిస్పృహ, అసంతృప్తిలాంటి మనోభావాలవల్ల కూడా బాధపడటం చూశాడు. ఇవన్నీ మానవుల జీవితంలోని పరిస్థితుల్లో విడదీయరాని భాగాలని గ్రహించాడు. మానవులు ధనం వెంటపడతారు, అధికారాన్ని కాంక్షిస్తారు, జ్ఞానాన్నీ, ఆస్తిపాస్తులనీ ఆర్జిస్తారు, కొడుకులనీ, కూతుళ్ళనీ కంటారు, ఇళ్లూ, భవంతులూ నిర్మించుకుంటారు. కానీ వాళ్ళు ఎంత సాధించినా, వాళ్లకి సంతృప్తి అనేది ఉండదు. పేదరికంలో బతికేవాళ్లు సంపద గురించి కలలు కంటారు. పదిలక్షలు సంపాదించినా మనిషి ఇరవై లక్షలు కావాలనుకుంటాడు. ఇరవై లక్షలున్నవాడు కోటి కావాలనుకుంటాడు. దానం, పేరు ప్రఖ్యాతులు సంపాదించుకున్నవాళ్ళు కూడా తృప్తిగా జీవించటం అరుదు. వ్యాధులూ, వార్ధక్యం, మృత్యువు వాటిని అంతమొందించేదాకా వాళ్ళని అంతులేని విచారాలూ, ఆందోళనలూ వెంటాడుతూనే ఉంటాయి. వ్యక్తి ఆర్జించినదంతా మంచుతెరలా కరిగి మాయమైపోతుంది. జీవితం అర్థంలేని పరుగుపందెం లాంటిది. కానీ దాన్ని తప్పించుకోవటం ఎలా?

ఇరవైతొమ్మిదేళ్ళ వయసులో గౌతముడు అర్ధరాత్రి తన కుటుంబాన్నీ, ఆస్తిపాస్తులనీ వదిలేసి రాజభవనం వదిలి వెళ్ళిపోయాడు. బాధలనుంచి విముక్తి కోసం వెతుకుతూ ఉత్తరభారత దేశమంతా దేశద్రిమ్మరిలా సంచరించాడు. ఆశ్రమాలకు వెళ్లి గురువుల పదాలని ఆశ్రయించాడు, కానీ ఏదీ కూడా అతనికి పూర్తి విముక్తిని ప్రసాదించలేదు, ఎప్పుడూ కొంత అసంతృప్తి మిగిలి ఉండేది. కానీ అతను నిరాశపడలేదు. పూర్తి విముక్తిని కనిపెట్టేదాకా బాధలనుంచి తప్పించుకునే ఉపాయాన్ని తానే స్వయంగా పరీక్షించాలని నిర్ణయించుకున్నాడు. మానవులు అనుభవించే వేదనకి సారం, కారణాలు, ఉపశమనం ఎక్కడున్నాయో తెలుసుకునేందుకు ఆరేళ్ళు ధ్యానం చేస్తూ ఉండిపోయాడు. చివరికి దురదృష్టంవల్లా, సామజిక అన్యాయంవల్లా, దేవతల ఆగ్రహానుగ్రహాలవల్లా బాధలు కలగవనీ, వ్యక్తి మనసు ప్రవర్తించే తీరుని బట్టే బాధలు కలుగుతాయనీ గ్రహించాడతను.

గౌతముడు అర్థం చేసుకున్నదేమిటంటే, మనసు ఎలాంటి అనుభవాలకు గురైనప్పటికీ, సామాన్యంగా దానికి ఇంకా ఏదో కావాలన్నా ఆశ ఉంటూనే ఉంటుంది. అలాటి ఆశలో ఎప్పుడూ అసంతృప్తి ఉంటుంది. మనసుకి నచ్చనిదేదైనా దాని అనుభవంలోకి వస్తే ఆ విసుగుని పోగొట్టుకోవాలని అది తహతహలాడుతుంది. అదే ఇష్టమైన అనుభవం దొరికినప్పుడు ఆ ఆనందం అలాగే ఉండాలనీ, ఇంకా పెరగాలనీ ఆశపడుతుంది. అందుకే మనసు ఎప్పుడూ అసంతృప్తితో అస్థిమితంగా ఉంటుంది. నొప్పిలాంటి బాధాకరమైన అనుభవం కలిగినప్పుడు ఇది స్పష్టంగా అర్థమౌతుంది. నొప్పి ఉన్నంతకాలం మనం అసంతృప్తిగా ఉంటూ, దానినుంచి తప్పించుకునేందుకు చెయ్యవలసినదంతా చేస్తాం. అయినా ఆనందాన్నిచ్చే అనుభవాలు కలిగినప్పుడు కూడా మనకి ఎప్పుడూ తృప్తి ఉండదు. ఆ ఆనందం మాయమౌతుందేమోనని భయపడతాం, లేదా అది మరింత పెరగాలని ఆశిస్తాం. ఏళ్లతరబడి ప్రేమ గురించి కలలు కంటూ, చివరికి అది దొరికినా తృప్తి పడేవాళ్ళు అరుదుగా కనబడతారు. తమ జీవితభాగస్వామి తనని విడిచి వెళ్లిపోవచ్చని

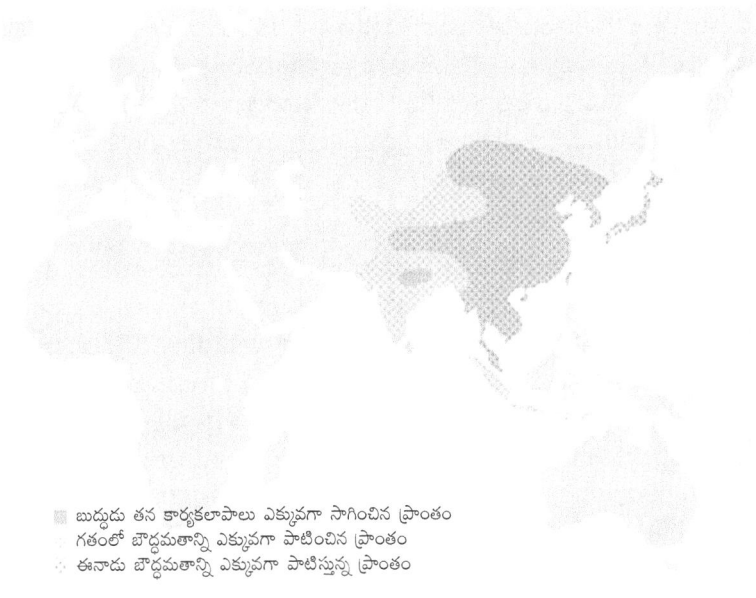

బుద్ధుడు తన కార్యకలాపాలు ఎక్కువగా సాగించిన ప్రాంతం
గతంలో బౌద్ధమతాన్ని ఎక్కువగా పాటించిన ప్రాంతం
ఈనాడు బౌద్ధమతాన్ని ఎక్కువగా పాటిస్తున్న ప్రాంతం

పటం 6. బౌద్ధమతం వ్యాప్తి.

ఆదుర్దా పడతారు. ఇంకొందరు తాము తొందరపడ్డామనీ, ఇంకా మంచి వ్యక్తి దొరికి ఉండవచ్చనీ అనుకుంటారు. మనకి ఈ రెండు రకాల మనస్తత్వాలతో వ్యవహరించే మనుషులూ పరిచయమే.

మహిమగల దేవతలు మనకోసం వానలు కురిపించగలరు, సామాజిక సంస్థలు మనకి న్యాయాన్నీ, ఆరోగ్యవ్యవస్థనీ అందించగలవు, అదృష్టం బావుంటే మనం లక్షాధికారులమైపోవచ్చు, కానీ ఇవేవీ మనలోని మానసిక ధోరణిని మార్చలేవు. అందుకే రాజాధిరాజులు సైతం భయపడుతూ బతుకుతారు. ఎప్పుడూ దుఃఖాన్నీ, వ్యథనీ తప్పించుకోవాలనీ, మరింత ఆనందాన్ని పొందాలనీ ప్రయత్నిస్తూ ఉంటారు.

ఈ విషవలయం నుంచి తప్పించుకెందుకు మార్గం ఉందని గౌతముడు తెలుసుకున్నాడు. మనసు ఆహ్లాదాన్నిగాని, అయిష్టాన్నిగాని అనుభవించినప్పుడు, విషయాన్ని ఉన్నదున్నట్టు అర్థం చేసుకుంటే ఇక బాధ అనేదే ఉండదు. బాధకి గురైనప్పుడు అది తొలగిపోవాలన్న ఆరాటం లేనట్టయితే, మీరు బాధపడతారు కానీ అది మీకు మనోవ్యథ కలిగించాదు. నిజానికి బాధలో ఒక గొప్పతనం ఉంది. ఆనందం కొనసాగాలనే, ఇంకా ఎక్కువ ఆనందాన్ని పొందాలనే తహతహ లేకుండా ఉండగలిగితే మీరు మనశ్శాంతి పోగొట్టుకోకుండా ఆ ఆనందాన్ని అనుభవించటం కొనసాగిస్తారు.

కానీ ఇంకా కావాలన్న ఆరాటం లేకుండా మనసు ఏ విషయాన్నైనా ఉన్నదున్నట్టు ఎలా స్వీకరించగలదు? బాధని బాధలా, ఆనందాన్ని ఆనందంలా, వేదనని వేదంలా ఎలా

స్వీకరించటం? తహతహలాడకుండా వాస్తవాన్ని ఉన్నదున్నట్టు అనుభవించగలిగేట్టు మనసుకి శిక్షణ ఇవ్వటానికి గౌతముడు ధ్యానానికి సంబంధించిన కొన్ని పద్ధతులను సృష్టించాడు. "నేను ఎలాంటి అనుభవం కావాలనుకుంటున్నాను?" అనే ప్రశ్నకి బదులు "ఇప్పుడు నేనేం చేస్తున్నాను?" అనే ప్రశ్న మీద మనసుని కేంద్రీకరించేందుకు ఈ అభ్యాసాలు శిక్షణనిస్తాయి. ఇలాటి మనస్థితిని సంపాదించటం కష్టమైనప్పటికీ అసాధ్యం మాత్రం కాదు.

మనుషులు అసలుసిసలు అనుభవాలమీద దృష్టి కేంద్రీకరించాలేతప్ప తృష్ణలకీ, అభూతకల్పనలకీ తావివ్వకూడదన్న ఉద్దేశంతో గౌతముడు ఈ ధ్యానానికి సంబంధించిన పద్ధతులను కొన్ని నైతిక నియమాల ఆధారంగా నెలకొల్పాడు. హత్యలు, విచక్షణారహితమైన లైంగిక సంబంధాలు, దొంగతనం లాంటి చర్యలకి దూరంగా ఉండమని తన శిష్యులకి చెప్పాడు. ఎందుకంటే అలాంటి గుణాలు అధికారం, శారీరక సుఖం, ధనం లాంటివి కావాలన్న కోరికలని రగిలిస్తాయి. ఆ జ్వాలలు పూర్తిగా అణిగిపోయిన తరవాత, ఆ కోరికల స్థానంలో సంపూర్ణమైన సంతృప్తి, ప్రశాంతత చోటుచేసుకుంటాయి. దాన్నే నిర్వాణం అంటారు. ఆ పదానికి అసలు అర్థం 'అగ్నిని ఆర్పివేయటం'. నిర్వాణం పొందిన వాళ్లు బాధలనుంచి పూర్తి విముక్తి సాధిస్తారు. వాస్తవికతని ఎటువంటి అభూతకల్పనలూ, భ్రమలూ లేకుండా అత్యంత స్పష్టంగా చూస్తారు. ఆ స్థితిలో కూడా వాళ్ళు అయిష్టాలనీ, బాధలనీ అనుభవించినప్పటికీ, అవి వాళ్లకి వేదన కలిగించవు. కోరిక లేని మనిషి బాధపడలేదు.

బౌద్ధ సంప్రదాయం ప్రకారం గౌతముడు స్వయంగా నిర్వాణం పొంది పూర్తిగా బాధలనుంచి విముక్తి సాధించాడు. అందుకే అతన్ని 'బుద్ధుడు' అంటారు. ఆ మాటకి 'జ్ఞానోదయం పొందినవాడు' అని అర్థం. ఆ తరవాత బుద్ధుడు తన జీవితాన్ని తాను కనుగొన్న సత్యాలను ఇతరులకి తెలియజేస్తూ, వాళ్లకి బాధలనుంచి విముక్తి కలిగించేందుకే అంకితం చేశాడు. ఒకే ఒక నియమంలో తానూ కనుగొన్న విషయాలన్నింటినీ క్రోడీకరించాడు: బాధలకి కారణం తృష్ణ; బాధల నుంచి విముక్తి పొందేందుకు గల ఏకైక మార్గం తృష్ణ నుంచి విముక్తి పొందటమే; ఇక తృష్ణ నుంచి విముక్తి పొందటానికి గల ఏకైక మార్గం అనుభవాలని యథాతథంగా అంగీకరించేందుకు మనసుకి శిక్షణ ఇవ్వటం.

ధర్మం, లేక ధమ్మం అనే ఈ నియమం బౌద్ధుల దృష్టిలో సార్వత్రికమైన ఒక ప్రకృతి నియమం. ఆధునిక భౌతికశాస్త్రంలో emc^2 కి ఎప్పుడూ సమానమైనట్టే, 'కోరికలవల్ల బాధలు తలెత్తుతాయి' అనేది ఎప్పుడైనా, ఎక్కడైనా వాస్తవమే. బౌద్ధులందరూ ఈ నియమాన్ని తాము చేసే పనులన్నింటికీ ఆధారమని నమ్ముతారు. దేవుళ్ళని నమ్మటమనేది వాళ్లకి అంత ముఖ్యం కాదు. ఏకేశ్వరవాద మతాల మొట్టమొదటి సిద్ధాంతం, 'దేవుడున్నాడు. నానుంచి ఆయన ఏమాశిస్తున్నాడు?' బౌద్ధమతం మొట్టమొదటి సిద్ధాంతం, 'బాధలున్నాయి. వాటినుంచి నేను ఎలా విముక్తి పొందగలను?'

బౌద్ధం దేవుళ్ళ ఉనికిని కాదనదు – వాళ్ళు శక్తిమంతులనీ, వర్షాలూ, విజయాలూ కలిగించగలరనీ ఒప్పుకున్నప్పటికీ, కోరికలవల్ల బాధలు తలెత్తుతాయన్న నియమం మీద

వాళ్ళ ప్రభావాన్ని మాత్రం అంగీకరించదు. ఒక మనిషి మనసులో కోరికలనేవి లేనట్టయితే ఏ దేవుడూ అతన్ని బాధలకి గురిచెయ్యలేడు. దీనికి మారుగా మనిషి మనసులో కోరికలు తలెత్తితే, ఈ విశ్వంలోని దేవుళ్ళందరూ కలిసి ప్రయత్నించినా అతన్ని బాధలనుంచి విముక్తుణ్ణి చెయ్యలేరు.

అయినప్పటికీ ఇతర ఏకేశ్వరవాద మతాల్లాగే, ఆధునిక కాలానికి ముందు ప్రకృతి నియమాల ఆధారంగా ఏర్పడిన బౌద్ధమతం లాంటివి నిజంగా దేవుణ్ణి పూజించటమనే ఆచారాన్ని వదులుకోలేకపోయాయి. జీవనమార్గంలో ఆర్థిక సమృద్ధి, రాజకీయ అధికారం లాంటి వాటికోసం ఆగకుండా బాధలనుంచి విముక్తి పొందటామనే అంతిమలక్ష్యం కోసం జనం ప్రయత్నించాలని బౌద్ధమతం జనానికి బోధించింది. అయినప్పటికీ బౌద్ధులలో 99 శాతం నిర్వాణం సాధించలేదు. ఒకవేళ రాబోయే జన్మలలో దాన్ని పొందాలని ఆశించినా, ప్రస్తుత జన్మలో వాళ్ళు లౌకికమైన సాధనల వెంటే పరిగెత్తారు. అందుచేత రకరకాల దేవుళ్ళని పూజించటం కొనసాగించారు. భారతదేశంలో హిందూ దేవుళ్ళనీ, టిబెట్‌లో బోన్ దేవుళ్ళనీ, జపాన్‌లో షింటో దేవుళ్ళనీ పూజించారు.

అంతేకాక కాలక్రమాన బౌద్ధమతంలోని ఎన్నో శాఖలు బుద్ధుళ్ళకీ, బోధిసత్త్వులకీ దేవాలయాలు నిర్మించాయి. వీళ్ళు బాధలనుంచి పూర్తిగా విముక్తి పొందే సామర్థ్యం ఉన్నప్పటికీ, బాధల వలయంలో చిక్కుకున్న లెక్కలేనంతమందికి సహాయం చేసేందుకని సానుభూతితో ఆ సామర్థ్యాన్ని వదులుకునే మానవ, మానవేతర జీవులు. దేవుళ్ళని పూజించటానికి బదులు చాలామంది బౌద్ధులు ఈ జ్ఞానులని ఆరాధించటం మొదలుపెట్టారు. నిర్వాణం పొందేందుకు వాళ్ళ సాయం కోరటమేకాక, లౌకిక సమస్యల పరిష్కారం కోసం కూడా వాళ్ళనే ఆశ్రయించటం మొదలెట్టారు. అందుకే తూర్పు ఆసియా అంతటా వర్షాలు కురిపించేందుకూ, మహమ్మారులని అడ్డుకునేందుకూ, చివరికి భయంకరమైన యుద్ధాలలో విజయం సాధించేందుకూ కూడా చాలామంది బుద్ధులూ, బోధిసత్త్వులూ ప్రార్థనలు చేస్తూ, రంగురంగుల పూవులూ, అగరొత్తులూ, బియ్యం, మిఠాయిలూ సమర్పించుకోవడం మనకి కనిపిస్తుంది.

మనిషిని పూజించటం

గత మూడువందల సంవత్సరాలని లౌకికవాదం అభివృద్ధి చెందుతున్న యుగమనీ, ఈ యుగంలో మతాల ప్రాముఖ్యం తీవ్రంగా తగ్గుముఖం పట్టిందనీ అంటారు. ఒకవేళ మనం ఆస్తిక మాటల గురించి మాట్లాడుతూ ఉన్నట్టయితే ఇది చాలామటుకు నిజం. కానీ ప్రకృతి నియమాలని నమ్మే మతాలని కూడా లెక్కలోకి తీసుకుంటే ఈ ఆధునికత తీవ్రమైన మతారాధనకి, అనన్యమైన మతప్రచారాలకి, చరిత్రలో ఇంతవరకూ జరిగిన అతిభయంకర మైన మాట యుద్ధాలకి సంబంధించిన యుగమని అనిపిస్తుంది. ఆధునిక యుగంలో ప్రకృతి నియమాల ఆధారంగా తలెత్తిన కొత్త మతాలెన్నో కనిపిస్తాయి. ఉదారవాదం, సామ్యవాదం, పెట్టుబడిదారీ విధానం, జాతీయవాదం, నాజీవాదం లాంటివి. ఈ

సిద్ధాంతాలేవీ మతం అనిపించుకునేందుకు ఇష్టపడవు. అవి భావజాలాలని అంటాయి. కానీ ఇదొక పదాల గారడీ మాత్రమే. మానవాతీతశక్తిని విశ్వసించటమే ఆధారంగా ఏర్పడిన మానవ నిబంధనలతోనూ, విలువలతోనూ కూడిన వ్యవస్థే మతమయితే, సోవియట్ సామ్యవాదం ఇస్లామ్ మతానికి ఏ విధంగానూ తీసిపోదు.

అయినా ఇస్లామ్‌కీ సామ్యవాదానికీ తేడా ఉంది. ఈ లోకాన్ని శాసించే మానవాతీతశక్తి సర్వశక్తిసంపూర్ణమైన దేవుడని ఇస్లామ్ నమ్ముతుంది. సోవియట్ సామ్యవాదం దేవుళ్ళని నమ్మలేదు. కానీ బౌద్ధమతం కూడా దేవుళ్ళని లక్ష్యపెట్టకపోయినా దాన్ని మనం మతమనే అంటాం. బౌద్ధులలాగే సామ్యవాదులు కూడా ప్రకృతిసిద్ధమైన శాశ్వత నియమాలతో కూడిన మానవేతర శక్తినీ, మనిషి చేసే పనులకి అది దిశానిర్దేశం చేస్తుందనీ నమ్మారు. ప్రకృతి నియమాన్ని కనుగొన్నది సిద్ధార్థ గౌతముడని బౌద్ధులు నమ్మినట్టే, దాన్ని కార్ల్ మార్క్స్, ఫ్రీడ్రిచ్ ఎంగెల్స్, వ్లాదిమిర్ ఇల్యిచ్ లెనిన్ కనుగొన్నారని సామ్యవాదులు నమ్ముతారు. ఈ సామ్యం అక్కడితో ఆగదు. మిగిలిన మతాలలాగే సామ్యవాదానికి కూడా కార్ల్ మార్క్స్ రాసిన దాస్ కాపిటల్‌లాంటి పవిత్రమైన రాతప్రతులూ, ప్రవచన గ్రంథాలూ ఉన్నాయి. త్వరలో శ్రామికవర్గం విజయసాధనతో చరిత్ర ముగుస్తుందని అవి భవిష్యవాణి చెప్పాయి. సామ్యవాదానికి కూడా సెలవ దినాలూ, పండగలూ ఉండేవి. ఉదాహరణకి మే నెల ఒకటో తేదీ, అక్టోబర్ విప్లవం వార్షికోత్సవం లాంటివి. మార్క్స్‌వాద మాండలికంలో నిష్ణాతులైన వేదాంతులుండేవారు, సోవియట్ సైన్యంలో ఒక్కొక్క దళానికీ ఒక గురువు ఉండేవాడు. అతన్ని కమ్మిస్సార్ అనేవాళ్ళు. సైనికులూ, అధికారులూ పవిత్రంగా ఉంటున్నారా లేదా అని గమనించటమే అతని పని. సామ్యవాదంలో అమరులైన వీరులుండేవారు, పవిత్ర యుద్ధాలుండేవి, ట్రోట్స్కీయిజంలాంటి నాస్తికత్వముండేది. సోవియట్ సామ్యవాదం మూఢమైన ప్రచారానికి ప్రాధాన్యమిచ్చింది మతం. సామ్యవాదం పట్ల భక్తి శ్రద్ధలున్న మనిషి క్రైస్తవుడో, బౌద్ధుడో అయేందుకు వీలులేదు. ప్రాణాలని పణంగా పెట్టే పరిస్థితిలో కూడా అతను మార్క్స్, లెనిన్ ధర్మోపదేశాలని ప్రచారం చెయ్యాలనే సామ్యవాదం ఆశించేది.

ఇలాంటి తర్కం కొందరు చదువరులకు ఇబ్బందిగా అనిపించవచ్చు. సామ్యవాదం మతం కాదనీ, అది ఒక భావజాలం మాత్రమే అనీ అనుకోవటం మీకు నచ్చితే దాన్ని అలా అనుకునే స్వేచ్ఛ మీకు ఉంది. దానివల్ల ఎటువంటి తేడా రాదు. మత సిద్ధాంతాలని మనం దేవుడే కేంద్రంగా ఉన్న మతాలుగానూ, ప్రకృతి నియమాలమీద ఆధారపడి ఉన్నామనే దేవుడితో సంబంధంలేని భావజాలాలుగానూ విభజించవచ్చు. కానీ ఒకే రీతిలో ఆలోచించాలంటే కొన్ని బౌద్ధ, దావోవాద, స్టాయిక్ శాఖలని మతాలుగా కాక భావజాలాలుగా వర్గీకరించవలసి ఉంటుంది. దీనికి వ్యతిరేకంగా, ఎన్నో ఆధునిక భావ జాలాలలో దేవుళ్ళ మీద నమ్మకం కొనసాగుతూనే ఉందని గమనించాలి. ఆ నమ్మకం లేనట్టయితే వాటిలో ఉదారవాదంలాంటివాటికి ఎలాంటి అర్థమూ లేకుండా పోతుంది.

ఇక్కడ అన్ని కొత్త ఆధునిక మతాలనీ పరిశీలించటం సాధ్యం కాని పని. ముఖ్యంగా వాటి మధ్య స్పష్టమైన విభజన రేఖలు లేకపోవటం ఒక కారణం. ఏకేశ్వరవాదం,

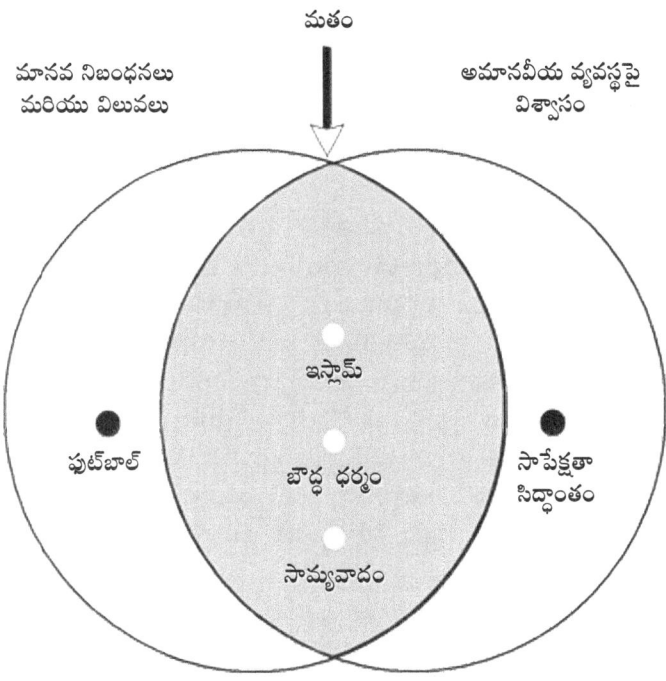

మానవాతీత శక్తిని విశ్వసించటమే ఆధారంగా ఏర్పడిన మానవ నిబంధనలతోనూ, విలువలతోనూ కూడిన వ్యవస్థే మతం. సాపేక్ష సిద్ధాంతం మతం కాదు, ఎందుకంటే (కనీసం ఇప్పటివరకూ) ఎటువంటి మానవ నిబంధనలూ, విలువలూ దానిమీద ఆధారపడలేదు. ఫుట్‌బాల్ కూడా మతం కాదు, దాని నియమాలు మానవాతీతశక్తి నిర్దేశాలని ప్రతిబింబిస్తాయని ఎవరూ వాదించరు. ఇస్లామ్, బౌద్ధమతం, సామ్యవాదం ఇవన్నీ మతాలే, కారణం ఇవన్నీ మానవాతీత శక్తి మీద నమ్మకం ఆధారంగా ఏర్పడిన వ్యవస్థకి సంబంధించిన విధానాలూ, విలువలు. ('మానవాతీత' అనే మాటకీ, 'అతీంద్రియ' అనే మాటకీ ఉన్న తేడాని గమనించండి. బౌద్ధమతానికి సంబంధించిన ప్రకృతి నియమమూ, మార్క్సిస్టు చారిత్రిక నియమాలూ మానవాతీతమైనవి, కారణం వాటిని మానవులు చట్టబద్ధం చెయ్యలేదు. అయినప్పటికీ అవి అతీంద్రియమైనవి కావు.)

ప్రజారంజకమైన బౌద్ధమతం కన్నా తక్కువ ఏకీకరణం పొందినవి కావవి. బౌద్ధులు హిందూ దేవుళ్ళని పూజించినట్టే, ఏకేశ్వరవాది సైతానుని నమ్మినట్టే ఈనాటి ఒక అమెరికన్ మహిళ ఒకే సమయంలో జాతీయవాదిగా (అమెరికాకి ఒక దేశంగా ఉనికి ఉందనీ, చరిత్రలో అది ఒక ముఖ్యమైన పాత్ర పోషించవలసి ఉందనీ నమ్ముతుంది), స్వేచ్ఛావిపణిని అందించే పెట్టుబడిదారీ వ్యవస్థకి సంబంధించిన మనిషిగా (సమృద్ధికరమైన సమాజాన్ని సృష్టించాలంటే అందరికీ పోటీచేసే వెసులుబాటు, తనకి ఉపయోగపడే పనులు చేసేందుకు ప్రయత్నించటం అవసరమని నమ్ముతుంది), ఆమె ఒక ఉదార మానవతావాదిగా (సృష్టికర్త మానవులందరికీ కొన్ని శాశ్వతమైన హక్కులు ప్రసాదించాడని నమ్ముతుంది).

జాతీయవాదం గురించి 18వ అధ్యాయంలో చర్చిస్తాను. ఆధునికమతాల్లోకెల్లా అత్యంత సాఫల్యం సాధించిన పెట్టుబడిదారీ విధానానికి ఒక అధ్యాయం మొత్తం కేటాయించాను– అధ్యాయం 16. అందులో ఆ విధానానికి సంబంధించిన ముఖ్యమైన నమ్మకాల గురించీ, ఆచారాల గురించీ వివరణ ఉంటుంది. ఈ అధ్యాయంలో మిగిలిన పుటల్లో మానవతావాద మతాల గురించి మాట్లాడతాను.

ఆస్తిక మతాలు దేవుళ్ళని పవిత్రంగా చిత్రిస్తాయి. మానవతావాద మతాలు మానవత్వానికి పవిత్రత ఆపాదిస్తాయి, ఇంకా సరిగా చెప్పాలంటే, హోమో సేపియన్లు పవిత్రమైనవారని అంటాయి. హోమోసేపియన్లు అసాధారణమైనవారనీ, వారి స్వభావం పవిత్రమైనదనీ నమ్మటమే మానవత్వ మంటే. ఆ స్వభావం మిగిలిన ప్రాణులన్నిటికన్నా, ఇతర వస్తువులన్నిటిటికన్నా ప్రధానంగా భిన్నంగా ఉంటుందన్న నమ్మకం. హోమో సేపియన్ల ఈ అసాధారణ స్వభావం ఈ లోకంలో అన్నిటికన్నా ముఖ్యమనీ, ఈ విశ్వంలో జరిగే సంఘటనలన్నిటికీ అర్థాన్ని అదే నిర్ణయిస్తుందని మానవతావాదులు నమ్ముతారు. హోమోసేపియన్ల సంక్షేమమే అన్నిటికన్నా శ్రేష్ఠమైనది. లోకంలోని ఇతర ప్రాణులూ, మిగిలినదంతా ఈ జాతికి లాభం చేకూర్చేందుకే మనుగడ సాగిస్తోంది.

మానవతావాదులందరూ మానవత్వాన్ని పవిత్రంగా భావిస్తారు, కానీ దాని నిర్వచనం విషయంలో మాత్రం వారికి ఏకాభిప్రాయం లేదు. దేవుడికి సరైన నిర్వచనం విషయంలో క్రైస్తవ ప్రత్యర్థి శాఖలు పోట్లాడుకున్నట్టే, 'మానవత్వం' అనే పదానికి సరైన నిర్వచనం విషయంలో మూడు మానవతా వాద ప్రత్యర్థి శాఖలు కొట్లాడుకున్నాయి. ఈనాడు అన్నిటికన్నా ముఖ్యమైన మానవతావాద శాఖ ఉదారవాద మానవతావాదానికి సంబంధించినది. మానవత్వమనేది వ్యక్తికి సంబంధించిన గుణమనీ, అందుకే వ్యక్తి స్వాతంత్ర్యం అత్యంత పవిత్రమైనదనీ వాళ్ళు నమ్ముతారు. ఉదారవాదుల దృష్టిలో పవిత్ర గుణమనేది ప్రతి ఒక్క హోమోసేపియన్ వ్యక్తిలోనూ ఉంటుంది. వ్యక్తిలోని అంతర్భాగం ఈ లోకానికి అర్థం చేకూరుస్తుంది. అదే అన్ని నైతిక, రాజకీయ అధికారాలకీ మూలం. మనకి ఒక నైతిక సమస్య గాని, రాజకీయ సమస్య గాని ఎదురైనప్పుడు, మనం మనసులోకి తొంగి చూసి, అంతరాత్మ ఏం చెపుతోందో వినాలి. అదే మానవత్వపు గొంతు. ఏవైనా మన దారికి అడ్డు వచ్చినప్పుడూ, హాని కలిగించే పరిస్థితి ఎదురైనప్పుడూ ఈ లోపలి గొంతుని కాపాడటమే ఉదారవాద మానవత్వం ఇచ్చే ప్రధానమైన ఆదేశాలు. ఈ ఆదేశాలన్నీ కలిపితే దాని పేరు 'మానవ హక్కులు'.

ఉదాహరణకి, ఇందువల్లే ఉదారవాదులు, చిత్రహింసలనీ, మరణ దండననీ వ్యతిరేకిస్తారు. ఆధునిక యూరప్ తొలిదశలో హంతకులు విశ్వం తాలూకు క్రమాన్ని ఉల్లంఘిస్తారనీ, అస్థిరపరుస్తారనీ, అనుకునేవారు. ఆ అస్థిరత్వాన్ని సరిచేసేందుకు, ఆ నేరస్తుణ్ణి చిత్రహింసలు పెట్టటం, బహిరంగంగా మరణదండన విధించటం అవసరమయ్యేది. అప్పుడే అన్నీ సవ్యంగా సరిదిద్దినట్టు అందరికీ తెలుస్తుందని వాళ్ళ ఉద్దేశం. షేక్స్పియర్, మోలియే కాలంలో దారుణమైన ఆ మరణదండనాలని చూసేందుకు హాజరవడం లండన్ ప్రజలకీ, పారిస్ ప్రజలకీ గొప్ప వినోదంగా ఉండేది. ఈనాడు యూరప్‌లో హత్యని

మానవత్వం తాలూకు పవిత్రతని ఉల్లంఘించటంగా భావిస్తున్నారు. క్రమాన్ని సరిచేసేందుకు ఈనాటి యూరప్ దేశవాసులు చిత్రహింసలనీ, మరణదండననీ అమలుచేయటంలేదు. పైగా ఆ హంతకుణ్ణి వీలైనంత మానవత్వం చూపిస్తూ శిక్ష విధిస్తున్నారు. ఆ విధంగా అతనిలోని మానవ స్వభావం తాలూకు పవిత్రతని కాపాడుతూ, పునర్నిర్మించే ప్రయత్నం జరుగుతోంది. హంతకుడిలోని మానవ స్వభావం పట్ల గౌరవం చూపించటం వల్ల మానవుడి పవిత్రతని అందరికీ గుర్తుచేస్తూ దారితప్పిన క్రమాన్ని పునరుద్ధరిస్తున్నారు. హంతకుడి పక్షం వహించటం వల్ల ఆటను చేసిన తప్పుని మనం సరిదిద్దుతున్నాం.

ఉదార మానవతావాదం మానవులకి పవిత్రత ఆపాదించినప్పటికీ, అది దేవుడి అస్తిత్వాన్ని కాదనదు పైగా అది ఆధారపడింది ఏకేశ్వరవాద విశ్వాసాలమీద. ప్రతి వ్యక్తిలోనూ స్వతంత్రమైన, పవిత్రమైన స్వభావం ఉందన్న నమ్మకం వ్యక్తి ఆత్మ స్వతంత్రమైనదనీ, శాశ్వతమైనదనీ నమ్మే సాంప్రదాయ క్రైస్తవ విశ్వాసం నుంచి సూటిగా అందినది. శాశ్వతమైన ఆత్మలూ, సృష్టికర్త అయినా దేవుడూ సాయం లేకపోయినట్లయితే, సిపియం వ్యక్తులకి అంత ప్రాముఖ్యం ఎందుకుందో వివరించటం ఉదారవాదులకి కష్టమై ఇబ్బందికి గురవుతారు.

మరో ముఖ్యమైన శాఖ సామజిక మానవత్వం. సామ్యవాదులు 'మానవత్వం' వ్యక్తిగతం కాదనీ, సామూహికమైనదనీ నమ్ముతారు. పవిత్రమైనది వ్యక్తి లోపలి గొంతు కాదనీ, హోమోసేపియన్స్ జాతి మొత్తమనీ అంటారు. ఉదార మానవతావాదం వ్యక్తులకి వీలైనంత స్వేచ్ఛ ఉండాలని అంటుంది, కానీ సామ్యవాద మానవత్వం అందరు మానవుల మధ్యా సమానత్వాన్ని కోరుతుంది. సామ్యవాదుల దృష్టిలో మానవుల పవిత్రతని దూషించే ఘోరమైన విషయం అసమానత్వమే. అది మానవులకుండే పై పై గుణాలవల్ల కలిగే లాభాలనే చూస్తుంది తప్ప సార్వత్రికంగా వాళ్లలో ఉండే సారాన్ని చూడదు. ఉదాహరణకి, పేదవారికన్నా ధనవంతులు ఎక్కువ సౌకర్యాలూ, అధికారమూ అనుభవిస్తున్నప్పుడు మనం మానవులందరిలో సమానంగా ఉండే సార్వత్రికమైన సారానికి కాక డబ్బుకే ఎక్కువ విలువిస్తున్నామని అర్థం.

ఉదార మానవతావాదంలాగే సామ్యవాద మానవరావడం కూడా ఏకేశ్వరవాదం పునాది మీదే నిర్మించబడింది. మానవులందరూ సమానమే అనే ఆలోచన, దేవుడి ముందు అన్ని ఆత్మలూ సమానమే అనే ఏకేశ్వరవాద విశ్వాసానికి పునరుద్ధరణే. సాంప్రదాయ ఏకేశ్వరవాదం నుంచి విడివడిన ఒకే ఒక మానవతావాద శాఖ పరిణామక్రమాన్ని నమ్మే మానవతావాదం. దీనికి ప్రముఖ ప్రతినిధులుగా నిలిచినవారు నాజీలు. నాజీలని ఇతర మానవతావాద శాఖలనుంచి వేరుచేసినది 'మానవత్వానికి' వాళ్ళు చెప్పిన నిర్వచనం. అది పరిణామక్రమం సిద్ధాంతం తాలూకు ప్రభావానికి చాల లోతుగా గురైనది. మిగిలిన మానవతావాదులకి వ్యతిరేకంగా, మానవజాతి సార్వత్రికమైనదీ, శాశ్వతమైనదీ కాదనీ, మార్పు చెందే జాతి అనీ, అది పరిణామం చెందగలదనీ, లేక క్షీణించిపోగలదనీ నాజీలు నమ్మారు. మనిషి మనవాతీతుడుగానూ ఎదగగలడు, లేదా సగటు మానవుడికన్నా దిగజారిపోగలడు.

మానవతావాద మతాలు - మానవత్వానికి పవిత్రతని ఆపాదించే మతాలు

ఉదారవాద మానవతావాదం	సామ్యవాద మానవతావాదం	పరిణామక్రమానికి సంబంధించిన మానవతావాదం
మిగిలిన ప్రాణులకీ, వస్తువులకీ ప్రధానంగా భిన్నంగా హోమో సేపియన్లది అద్వితీయమైన, పవిత్రమైన స్వభావం. అన్నిటికన్నా ఉన్నతమైన మంచి మానవాళికి సంబంధించినది.		
"మానవత్వం" వ్యక్తిపరమైనది, ప్రతి ఒక్క హోమో సేపియన్లలోనూ అది నివాసముంటుంది	"మానవత్వం" అందరికీ సంబంధించినది, మొత్తం హోమో సేపియన్ల జాతిలో అది నివసిస్తుంది	"మానవత్వం" మార్పుకి లోనయే ఒక జాతి. మానవులు నీచమానవులు గానూ, ఉత్తమ మానవులు గానూ మారే అవకాశం ఉంది
హోమో సేపియన్లలోని ప్రతి వ్యక్తీ తనలో అంతర్గతంగా ఉన్న ముఖ్యభాగాన్నీ, స్వేచ్ఛనీ కాపాడుకోవాలన్నది అత్యుత్తమమైన ఆదేశం	హోమో సేపియన్ల జాతి సమానత్వాన్ని కాపాడుకోవాలన్నది అత్యుత్తమమైన ఆదేశం	మానవజాతి నీచస్థితికి దిగజారకుండా కాపాడటం, ఉత్తమ మానవులుగా ఎదగటానికి ప్రోత్సహించటం అత్యుత్తమమైన ఆదేశం

మానవజాతి దిగజారకుండా చూసి ప్రగతిశీల పరిణామక్రమాన్ని సాధించాలని ప్రయత్నించటమే నాజీల ప్రధాన ఆకాంక్ష. అందుకే యూదులు, రోమా జాతి, సమలయింగికులు, మానసికరోగులులాంటి నీచజాతి హోమోసేపియన్లని దిగ్బంధం చేసి నిర్మూలించాలనీ, అన్నిటికన్నా ఉన్నతస్థాయిలో ఉన్న ఆర్యన్ జాతిని కాపాడాలనీ నాజీలు అన్నారు. ప్రాచీన మానవులు పరిణామం చెందినప్పుడే హోమోసేపియన్లు 'ఉన్నతమైన' మనుషులుగా పరిణతి చెందారనీ, 'తక్కువ జాతి' నియాండర్తాల్‌లు అంతరించిపోయారనీ నాజీలు వివరించారు. ఈ భిన్నమైన మనుషులు మొదట్లో కేవలం వేర్వేరు జాతులుగా ఉండేవారు. తమదైన పరిణామక్రమమార్గంలో స్వతంత్రంగా వికాసం సాధించారు. ఇది మళ్ళీ జరిగే అవకాశం ఉంది. హోమోసేపియన్లు అప్పటికే రకరకాల ప్రత్యేకమైన జాతులుగా విడిపోయారనీ, ఒక్కొక్క జాతికీ తనకే సొంతమైన లక్షణాలు ఉండేవనీ అంటారు నాజీలు. ఆర్యన్ జాతి వీటిలో ఒకటి. దానికి హేతువాదం, అందం, నిజాయితీ, శ్రద్ధగా పాటుపడటంలాంటి అత్యుత్తమమైన లక్షణాలు ఉన్నాయి. అందువల్ల ఆర్యన్ జాతికి మామూలు మానవుణ్ణి ఉత్తమమైన మానవుడిగా మార్చే శక్తి ఉంది. యూదులు, నల్లజాతివారులాంటి ఇతరులు ఈనాటి నియాండర్తాల్‌లు, తక్కువజాతి లక్షణాలు

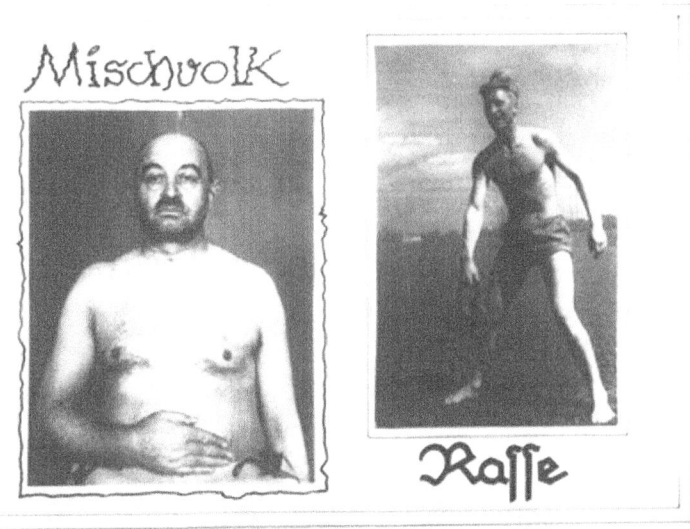

30. నాజీ ప్రచారం కోసం తయారుచేసిన ఒక పోస్టర్. ఇందులో కుడివైపు ఉన్నది 'జాతి దృష్ట్యా సంకరం చెందని అసలు సిసలు ఆర్యన్', ఎడమవైపున్న వ్యక్తి 'సంకరజాతి' మనిషి. నాజీలు మానవ శరీరాన్ని ఎంతగా ఆరాధించేవారో తెలుస్తోంది. అదే సమయం తక్కువ జాతులు మానవ జాతిని భ్రష్టు పట్టిస్తాయేమోనన్న భయం కూడా స్పష్టంగా కనిపిస్తోంది.

గలవాళ్ళు. వాళ్ళకి పునరుత్పత్తి జరిపే అవకాశం ఇచ్చినా, ముఖ్యంగా ఆర్యన్ జాతివారితో వివాహాలు చేసుకోనిచ్చినా, వాళ్ళు మొత్తం జనాభాని కలుషితం చేసి హోమో సేపియన్లు అంతరించిపోవటానికి కారణమవగలరు.

జీవశాస్త్రవేత్తలు మాత్రం నాజీలు ప్రతిపాదించిన జాతి సిద్ధాంతం అబద్ధమని అన్నారు. ముఖ్యంగా 1945 తరవాత జరిపిన జన్యు పరిశోధనలలో, విభిన్న మానవవంశాల మధ్యగల తేడాలు నాజీలు ప్రతిపాదించినదానికన్నా చాలా చిన్నవని వివరించటం జరిగింది. కానీ ఈ అభిప్రాయాలు కొత్తగా వెలిబుచ్చినవి. 1933లో ఉండిన శాస్త్రీయ పరిజ్ఞానం దృష్ట్యా నాజీలకుండిన నమ్మకాలు తోసిపుచ్చలేనివే. వేర్వేరు జాతులున్నాయనీ, తెల్లజాతి అన్నిటికన్నా ఉత్తమమైనదని, దాన్ని కాపాడుకుంటూ అభివృద్ధి చెయ్యటం అవసరమనీ దాదాపు అన్ని పాశ్చాత్య ఉన్నతవర్గాలూ నమ్మాయి. పేరున్న ఎన్నో పాశ్చాత్య విశ్వవిద్యాలయాల్లో ఉండే విద్యావంతులు ఆనాటి సాంప్రదాయకమైన శాస్త్రీయ పద్ధతులని ఉపయోగిస్తూ, తెల్లజాతి మనుషులు ఎక్కువ తెలివైన వాళ్ళనీ, నైతికత పాటించేవాళ్ళనీ, ఆఫ్రికన్ల కన్నా, రెడ్ ఇండియన్ల కన్నా ఎక్కువ నైపుణ్యం కలవారని నిరూపించేందుకు అధ్యయనాలు ప్రచురించారని అంటారు. వాషింగ్టన్‌లోనూ, లండన్‌లోనూ, కాన్బెర్రాలోనూ ఉండే రాజకీయ నాయకులు తెల్లజాతి పాడుకాకుండానూ, కలుషితం కాకుండానూ

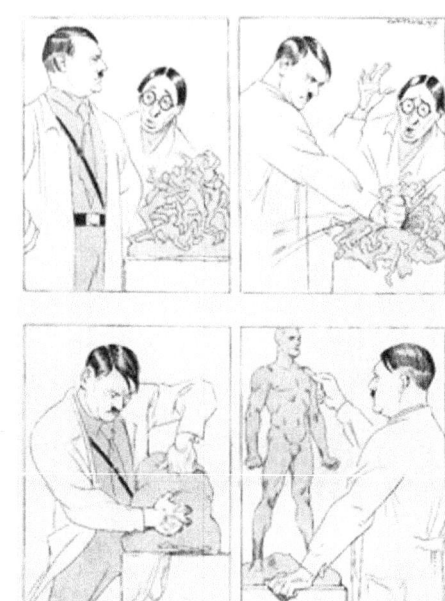

31. 1933 నాటి ఒక నాజీ కార్టూన్. ఇందులో హిట్లర్‌ని ఒక ఉత్తమ మానవుని సృష్టికర్తగా చిత్రించారు. ఆ ఉత్తమ మానవుణ్ణి సృష్టించేందుకు అవసరమైన హింసని చూసి ఒక ఉదారవాద మేధావి నిర్ఘాంతపోతున్నాడు. (మానవ శరీరం తాలూకు శృంగారాన్ని అటు గొప్పగా చిత్రించారన్నది గమనించదగ్గది).

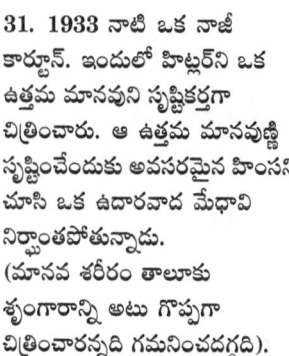

చూడటమనే బాధ్యతను తమమీద వేసుకున్నారు. ఉదాహరణకి అమెరికా, ఆస్ట్రేలియా లాంటి 'ఆర్యన్' దేశాలకి చైనా వారినీ, చివరికి ఇటలీ దేశస్థులనీ కూడా వలసలు పోకుండా ఆపటంలాంటి పనులు చేపట్టారు.

ఈ స్థితులు మారటానికి కేవలం కొత్త పరిశోధనలు ప్రచురితం కావటం ఒక్కటే కారణం కాదు. సామాజికంగా, రాజకీయంగా జరిగిన శక్తివంతమైన మార్పులు దీనికి కారణమయ్యాయి. ఈ విధంగా చూస్తే, హిట్లర్ తన గొయ్యి మాత్రమే తానూ తవ్వుకోలేదు, మొత్తం జాతివాదానికే గొయ్యి తవ్వాడు. ఆటను రెండవ ప్రపంచయుద్ధం ప్రారంభించినప్పుడు, 'మనము', 'వాళ్ళు' అనే తేడాని స్పష్టంగా సృష్టించమని తన శత్రువులని బలవంతం చేశాడు. ఆ తరవాత నాజీ భావజాలంలో అంటే ఎక్కువ జాతివాదం ఉండటంవల్లే పాశ్చాత్యదేశాల్లో జాతివాదాన్ని తోసిపుచ్చటం జరిగింది. కానీ ఈ మార్పు జరిగేందుకు సమయం పట్టింది. కనీసం 1960 దాకా అమెరికా రాజకీయాల్లో తెల్లజాతి ఉన్నతమైనదన్న భావజాలం ప్రముఖంగా ఉంటూ వచ్చింది. ఆస్ట్రేలియాలో తెల్లజాతి పాలిసీ 1966 వరకూ తెల్లజాతికి చెందనివాళ్ళని ఆస్ట్రేలియాకి వలసపోకుండా అడ్డుకుంటూనే వచ్చింది. ఆస్ట్రేలియాలో అనాదిగా ఉంటూ వచ్చిన మూలవాసులకి 1960 వరకూ ఇతరులతో సమానమైన రాజకీయ హక్కులు లభించలేదు. వాళ్ళు దేశ నాగరికులుగా ఉండేందుకు పనికిరారని చెప్పి వాళ్ళకి ఓటు హక్కు కూడా ఇవ్వలేదు.

నాజీలు మానవత్వాన్ని ద్వేషించలేదు. మానవత్వాన్ని ఆరాధిస్తారు కనుకనే, మానవ జాతికి గల సంభావ్యతను నమ్ముతారు కనుకనే వాళ్ళు ఉదార మానవవాదాన్నీ, మానవ

హక్కులనీ, సామ్యవాదాన్నీ ఎదుర్కొన్నారు. కానీ డార్విన్ చెప్పిన పరిణామక్రమంలో ఉండే తర్కాన్ని అనుసరిస్తూ, సహజమైన ఎంపిక (నాచురల్ సెలెక్షన్) పనికిమాలిన వ్యక్తులని ఏరి పారవేయటానికీ, యోగ్యమైనవారిని మాత్రమే మనుగడ సాగించటానికీ, పునరుత్పత్తి చెయ్యటానికి అనుమతించాలనీ వాదించారు. బలహీనులకీ, ఉదారవడానికీ, సామ్యవాదానికీ సాయం చెయ్యటంవల్ల యోగ్యతలేని మనుషులు మనుగడ సాగించటమే కాకుండా వాళ్ళకి పునరుత్పత్తి చేసే అవకాశం కూడా ఇచ్చినట్టూ, ఆ విధంగా సహజమైన ఎంపికకి ప్రాధాన్యం ఇవ్వనట్టూ అవుతుంది. అలాంటి ప్రపంచంలో యోగ్యమైన మానవులు యోగ్యతలేని తక్కువజాతి మనుషుల సముద్రంలో మునిగిపోతారు. కొత్త తరం పుట్టుకొచ్చినప్పుడల్లా మానవజాతి మరింత క్షీణించిపోయి చివరికి అది అంతరించిపోయే ప్రమాదం ఉంటుంది.

1942 సంవత్సరం ప్రచురితమైన ఒక జర్మన్ పాఠ్యపుస్తకంలోని 'ప్రకృతి నియమాలూ, మనుష్యజాతి' అనే అధ్యాయంలో ఇలా ఉంది – అన్ని ప్రాణులూ మనుగడకోసం నిర్దయగా సంఘర్షిస్తూ ఉంటాయి. మొక్కలు తమ జాగా కోసం ఎలా సంఘర్షిస్తాయి, పేడపురుగులు తమ జోడీ కోసం ఎలా సంఘర్షిస్తాయి అనే విషయాలు వివరించాక, ఆ పాఠ్యపుస్తకం ఇలా ఆ అధ్యాయాన్ని ముగిస్తుంది :

> అస్తిత్వ పోరాటం చాల కష్టమైనదీ, ఎవరినీ క్షమించనిదీ,కానీ ప్రాణాలతో ఉండాలంటే అదొక్కటే మార్గం. జీవితానికి పనికిరానిదంతటినీ ఈ సంఘర్షణ తొలగిస్తుంది, మనుగడ సాగించే యోగ్యతా ఉన్నదాన్ని మాత్రమే అది ఎంచుకుంటుంది. [...] ఈ ప్రకృతి నియమాలని మార్చటం అసాధ్యం; ప్రాణులు వాటిని తాము మనగలగటం ద్వారానే ప్రదర్శిస్తాయి. అవి క్షమించవు. వాటికి ఎదురుతిరిగినవి తుడిచిపెట్టుకుపోతాయి. జీవశాస్త్రం మనకి జంతువుల గురించీ, మొక్కల గురించీ మాత్రమే చెప్పదు, మనం జీవితంలో పాటించవలసిన నియమాల గురించి కూడా తెలియజేస్తుంది, ఆ నియమాలని అనుసరిస్తూ జీవించేందుకూ, పోరాడేందుకూ మన మనసులకి ఉక్కులాంటి బలాన్నిస్తుంది. జీవించటమే ఒక సంఘర్షణ. ఈ నియమాలని అనుసరించకుండా పాపం చేసేవాడు దుఃఖాన్ని అనుభవిస్తాడు.

మైన్ కాంఫ్ రాసిన పుస్తకంలోని ఒక ఉదాహరణ : 'ప్రకృతి విధించే ఉక్కు తర్కాన్ని ఎదిరించేందుకు ప్రయత్నించే మనిషి, ఒక మానవుడిగా తాను జీవించి ఉన్నందుకు కృతజ్ఞతలు తెలియజేయవలసిన సిద్ధాంతాలతో పోరాడుతున్నట్టే అనుకోవాలి. ప్రకృతికి విరుద్ధంగా పోరాడటమంటే తన వినాశనాన్ని స్వయంగా కొనితెచ్చుకున్నట్టే.'

మూడో సహస్రాబ్ది ప్రారంభంలో మానవత్వపు పరిణామక్రమం భవిష్యత్తు ఏమిటో అస్పష్టంగా ఉంది. హిట్లరుకి విరుద్ధంగా యుద్ధం జరిగిన 60 ఏళ్ల తరవాత వరకూ మానవత్వాన్ని పరిణామక్రమంలో జోడించడం, హోమోసేపియన్లని నవీకరించేందుకు జీవశాస్త్ర పద్ధతులను ఉపయోగించటం నిషిద్ధంగా ఉండేది. కానీ ఈనాడు అలాంటి ప్రణాళికలు మళ్ళీ ప్రారంభమయ్యాయి. తక్కువజాతివారినీ, తక్కువరకం మనుషులనే నిర్మూలించటం విషయం ఎవరూ మాట్లాడటం లేదు. కానీ మానవ జీవశాస్త్రం గురించి

పెరుగుతున్న మన జ్ఞానాన్ని ఉపయోగించి ఉత్తమమైన మానవుని సృష్టించాలని మాత్రం చాలామంది ఆలోచిస్తున్నారు.

అదే సమయంలో ఉదార మానవవాద సిద్ధాంతాలకీ, జీవశాస్త్రం జరిపిన తాజా పరిశోధనలకీ మధ్య పెద్ద అగాధం ఏర్పడుతోంది. దాన్ని మనం ఎక్కువకాలం నిర్లక్ష్యం చెయ్యలేం. ప్రతి వ్యక్తిలోనూ ఒక పవిత్రమైన స్వభావం ఉన్నదన్న నమ్మకం మీద మన ఉదారవాద రాజకీయాలూ, న్యాయవ్యవస్థా ఆధారపడ్డాయి. ఆ స్వభావం విభజించేందుకూ, మార్చేందుకూ సాధ్యం కానిది. అది ఈ లోకానికి అర్థం చేకూరుస్తుంది, అన్ని నైతిక, రాజకీయ అధికారాలకీ అదే మూలం. ప్రతి మనిషిలోనూ ఒక స్వతంత్రమైన, శాశ్వతమైన ఆత్మ ఉంటుందన్న క్రైస్తవ సాంప్రదాయ విశ్వాసానికి ఇది పునర్జన్మ. అయినప్పటికీ గత 200 ఏళ్లుగా జీవశాస్త్రం ఈ విశ్వాసాన్ని పట్టించుకోలేదు. ప్రాణుల శరీరం లోపల జరిగే క్రియలని అధ్యయనం చేసే శాస్త్రవేత్తలకి అక్కడ ఆత్మ కనిపించలేదు. చింపాంజీలు, తోడేళ్లు, చీమలు లాంటి ప్రాణుల ప్రవర్తనని నిర్ధారించే హార్మోనులూ, జన్యువులూ, నాడీకణాలూ మానవుల ప్రవర్తనని కూడా నిర్ణయిస్తాయే తప్ప స్వేచ్ఛ కాదని వాళ్ళు అదే పనిగా వాదిస్తున్నారు. ఇలాంటి ఇబ్బందికరమైన ఆవిష్కరణలను దాచిపెట్టేందుకు మన న్యాయవ్యవస్థ, రాజకీయ వ్యవస్థ బాగా ప్రయత్నిస్తాయి. కానీ ఉన్నదున్నట్టు చెప్పాలంటే, జీవశాస్త్ర విభాగాన్నీ, న్యాయ, రాజకీయ విభాగాలనీ విభజించే గోడని మనం ఎంతకాలం నిలిపి ఉంచగలం?

అధ్యాయం 13

విజయరహస్యం

ఆర్థిక కార్యకలాపాలూ, సామ్రాజ్యాలూ, సార్వత్రిక మతాలూ ప్రతి ఒక్క భూఖండం మీదా నివసించే ప్రతి ఒక్క సేపియన్లనీ ఈనాడు మనం జీవిస్తున్న ప్రపంచంలోకి తీసుకువచ్చాయి. ఈ విధమైన విస్తారమూ, ఏకీకరణమూ ఒకే రీతిలో, ఒడిదుడుకులు లేకుండా జరిగాయని అనుకోకూడదు. మొత్తం విషయాన్నీ లెక్కలోకి తీసుకున్నప్పుడు, అనేక చిన్న చిన్న సంస్కృతులు కొన్ని పెద్ద సంస్కృతులుగానూ, చివరికి ఒక ప్రపంచ సమాజంగానూ మారతాయనేది బహుశా మానవ చరిత్ర తాలూకు తప్పనిసరి గతిశీలత ఫలితమే అనుకోవాలి.

ప్రపంచ సమాజం తప్పనిసరి అనటం, మనం ఇప్పుడు జీవిస్తున్నటు వంటి ప్రపంచ సమాజమే తుది ఫలితమనటం ఒకటే కాదు.మనం ఇతర ఫలితాలను కూడా తప్పకుండా ఊహించవచ్చు. ఈనాడు డానిష్‌కి బదులు ఆంగ్లం ఇంతగా ఎందుకు వ్యాప్తి చెందింది? ప్రపంచంలో 20 కోట్ల క్రైస్తవులూ, 12.5 కోట్ల ముస్లిములూ, కేవలం 1,50,000 జొరాష్ట్రియన్లూ, ఎందుకున్నారు? మనీకియన్లు ఒక్కరు కూడా ఎందుకు లేకుండా పోయారు? మనం 10,000 సంవత్సరాలు వెనక్కి వెళ్లగలిగి మళ్ళీ ఈ ప్రక్రియని మళ్ళీ మళ్ళీ ప్రారంభిస్తే ప్రతిసారీ ఏకేశ్వరవాదం బలపడటం, ద్వైతం అణగి పోవటమే కనిపిస్తుందా?

మనం అలాంటి ప్రయోగం చెయ్యలేం, అందుకే మనకి నిజంగా ఆ విషయం తెలీదు. కానీ చరిత్ర తాలూకు రెండు కీలకమైన లక్షణాలని పరీక్షిస్తే మనకి కొన్ని ఆధారాలు దొరుకుతాయి.

1. వెనక్కి చూసుకోవటమనే పొరపాటు

చరిత్రలో ప్రతిదీ ఒక కూడలే. గతం నుంచి వర్తమానానికి సాగేది ఒకే ఒక మార్గం, కానీ అక్కణ్ణుంచి లెక్కలేనన్ని మార్గాలు భవిష్యత్తు వైపుకి చీలిపోతాయి. వాటిలో కొన్ని వెడల్పుగా, సాఫీగా, చక్కటి దిశానిర్దేశాలతో ఉండటంవల్ల వాటి వెంబడే ఎక్కువమంది

ముందుకి పోయే అవకాశం ఉంటుంది. కానీ కొన్నిసార్లు చరిత్ర లేదా చరిత్రని సృష్టించే మనుషులు ఊహించని మలుపు తిరుగుతారు.

క్రీ.శ. నాలుగో శతాబ్దం ప్రారంభంలో రోము సామ్రాజ్యం విస్తృతమైన మతాల సంభావ్యతకి గురైంది. అది సాంప్రదాయకమైన తన రంగురంగుల బహుదేవతారాధనకే పరిమితమై ఉండి ఉండవచ్చు. కానీ సామ్రాట్టు కాన్స్టెంటైన్ అంతర్యుద్ధం కారణంగా ఛిన్నాభిన్నమైన గత శతాబ్దాన్ని గుర్తుచేసుకుని, రకరకాల జాతులతో నిండిన తన దేశం ఒకతాటిమీద నడవాలంటే స్పష్టమైన సిద్ధాంతాలు గల ఒకే ఒక మతాన్ని అనుసరించటం మంచిదని అనుకున్నాడు. తన జాతీయ మతంగా అతను అప్పుడు చెలామణీలో ఉన్న ఏ మాతాన్నయినా ఎంచుకుని ఉండవచ్చు - మనీకియిజం, మిత్రాయిజం, ఐసిస్ లేదా సైబెల్ మత శాఖలు, జొరాస్ట్రియనిజం, జుడాయిజం, చివరికి బౌద్ధం సైతం అందుబాటులో ఉండేవి. అతను ఏసుక్రీస్తునే ఎందుకు ఎంచుకున్నాడు? క్రైస్తవ మతశాస్త్రంలో అతన్ని వ్యక్తిగతంగా ఆకట్టుకున్న అంశమేమైనా ఉండిందా? లేదా ఆ మతంలో ఉండే ఏదో ఒక అంశం ఉపయోగించుకోవడానికి తనకి అనువుగా ఉందని అనుకున్నాడా? అతనికి స్వయంగా మత పరమైన అనుభవమేదైనా కలిగిందా లేక క్రైస్తవ మతాన్ని అనుసరించేవారు ఎక్కువవుతున్నారని, అతను కూడా దాన్ని అనుసరిస్తే మంచిదని అతని సలహాదారులు చెప్పారా? చరిత్రకారులు ఊహాగానాలు చెయ్యవచ్చు, కానీ స్పష్టమైన సమాధానం మాత్రం చెప్పలేరు. క్రైస్తవ మతం రోము సామ్రాజ్యాన్ని ఎలా ఆక్రమించిందో వివరించగలరేమో కానీ అలాటి నిర్ణయం ఎందుకు తీసుకోవలసి వచ్చిందో చెప్పలేరు.

'ఎలా' అనేదీ, 'ఎందుకు' అనేదీ వివరించటంలో గల తేడా ఏమిటి? 'ఎలా' అనేది వివరించేందుకు ఒక స్థితి నుంచి మరో స్థితి దాకా జరిగిన ప్రత్యేకమైన సంఘటనలని పునర్నిర్మించవలసి ఉంటుంది. 'ఎందుకు' అనేది వివరించాలంటే మిగిలిన సంఘటనలన్నిటినీ పక్కనపెట్టి ఈ ప్రత్యేకమైన సంఘటనలు జరగటానికి గల కారణాలని కనుగొనవలసి ఉంటుంది.

అప్పటికీ కొందరు అధ్యయనకర్తలు కొన్ని కచ్చితమైన వివరాలు ఉన్నాయనే అంటారు. ఉదాహరణకి క్రైస్తవ మతం ఉద్భవించటంలాంటివి. మానవ చరిత్రని వాళ్ళు జీవశాస్త్ర, పర్యావరణ, ఆర్థికశక్తుల క్రియాకలాపాలకి కుదించివేస్తారు. రోమన్ మధ్యధరా ప్రాంతానికి పరిమితమైన భౌగోళికమైన, జన్యుసంబంధమైన, ఆర్థికపరమైన కారణాలేవో అక్కడ ఏకేశ్వరవాదం పుట్టటం అనివార్యం చేశాయని వాళ్ళు వాదిస్తారు. కానీ ఎక్కువమంది చరిత్రకారులు ఇలాంటి కచ్చితమైన సిద్ధాంతాలను నమ్మటానికి ఇష్టపడరు. విద్యాశాఖకు సంబంధించిన ఒక విషయంగా చరిత్రకున్న విలక్షణమైన గుర్తింపు ఇది - ఒక చారిత్రక కాలావధి గురించి మనకి ఎంత ఎక్కువ తెలిస్తే ఆ యుగంలో సంఘటనలు ఒకలా కాక మరోలా ఎందుకు జరిగాయో వివరించటం మరింత కష్టమౌతుంది. ఒక కాలావధి గురించి ఆషామాషీగా తెలిసినవాళ్ళు సంభావ్యత సంఘటనగా మారిన తరవాత జరిగిన దానిమీదే దృష్టి కేంద్రీకరిస్తారు. వెనక్కి చూసి ఆ ఫలితం ఎందుకు అనివార్యమైందో వివరిస్తారు. ఆ కాలావధి గురించి మరింత లోతుగా తెలుసుకున్నవాళ్ళకి అప్పటివాళ్ళు ఎంచుకోని మార్గాల గురించి ఎక్కువ అవగాహనా ఉంటుంది.

నిజానికి ఆ కాలం గురించి అందరికన్నా ఎక్కువ తెలిసినవాళ్ళకి,అంటే అప్పుడు జీవించి ఉన్నవాళ్ళకి, అసలు ఏమీ తెలీదు. కాన్స్టెంటైన్ కాలంలో జీవించిన సగటు రోమన్‌కి భవిష్యతు అస్పష్టంగానే ఉండేది. వెనక్కి తిరిగి చూసుకున్నప్పుడు అనివార్యంగా కనిపించేది ఆ కాలంలో అసలు స్పష్టంగా ఉండేదే కాదన్నది చరిత్ర తాలూకు ఉక్కు నియమం. ఈనాడు కూడా పరిస్థితిలో తేడా లేదు. మనం ప్రపంచ ఆర్థిక సమస్య నుంచి బైటపడ్డామా లేక పరిస్థితి ఇంకా అధ్వాన్నంగా మారబోతోందా? చైనా ప్రపంచంలోకెల్లా అత్యుత్తమమైన శక్తిగా తయారయేవరకూ ఇలా అభివృద్ధి చెందుతూనే ఉంటుందా? అమెరికా తన ఆధిపత్యాన్ని కోల్పోతుందా? ఏకేశ్వరవాదం ఒక సంప్రదాయంగా భవిష్యత్తులో మరింత ఉధృతమౌతుందా లేక ఒక చిన్న సుడిగుండంలా ఒక ప్రాంతానికి పరిమితమై దీర్ఘకాలిక ప్రాముఖ్యం లేకుండా అణగారిపోతుందా? మనం సాగేది పర్యావరణ విధ్వంసం వైపా లేక సాంకేతిక నందనవనం వైపా? ఈ ఫలితాలన్నిటి గురించీ మంచి వాదనలు చేసే అవకాశం ఉంది, కానీ కచ్చితంగా తెలుసుకోవటం మాత్రం సాధ్యం కాని పని. కొన్ని దశాబ్దాలలో జనం వెనక్కి చూసుకుని ఈ ప్రశ్నలన్నిటికీ సమాధానాలు స్పష్టంగా ఉన్నాయనే అనుకుంటారు.

సమకాలీనులకి అవి జరిగే అవకాశం ఏమాత్రం లేదనిపించే సంభావ్యతలు తరచు జరుగుతాయని గట్టిగా చెప్పటం చాలా అవసరం. 306లో కాన్స్టెన్‌టైన్ సింహాసనం అధిష్ఠించినప్పుడు క్రైస్తవమతం ఎవరికీ అంతగా తెలియని ఒక ప్రాచ్యమతం. అది రోమ సామ్రాజ్యపు ప్రముఖ మతం కాబోతోందని ఆ కాలంలో మీరు కనక అని ఉంటే, 2050లో అమెరికాలో ముఖ్యమైన మతం హరే కృష్ణ అవుతుందని ఈనాడు మీరంటే అందరూ మిమ్మల్ని చూసి నవ్వినట్టే ఆనాడు నవ్వి ఉండేవారు. 1913 అక్టోబర్‌లో బోల్షెవిక్‌లు ఒక చిన్న రష్యన్ తీవ్రవాదుల కూటమి. కేవలం రాబోయే నాలుగేళ్లలో వాళ్ళు దేశాన్ని మొత్తం తమ అధీనంలోకి తెచ్చు కుంటారని బుద్ధున్న ఏ వ్యక్తీ అనుకుని ఉండడు. ఎడారిలో జీవించే అరబ్బుల ఒక దళం క్రీ.శ.600లో అంత త్వరగా అట్లాంటిక్ మహాసముద్రం నుంచి భారతదేశం దాకా విస్తరించిన ప్రాంతాన్ని జయిస్తారని ఎవరైనా అని ఉంటే అది మరీ అర్థంలేని మాట అనిపించేది. నిజంగానే మొదటి దాడిని బైజాంటైయిన్ సేన అడ్డగించి ఉంటే, ఇస్లామ్ అంత ప్రాచుర్యం లేని కొందరికి మాత్రమే తెలిసిన చిన్న మతంగా ఉండిపోయేది. మధ్యవయస్కుడైన ఒక వర్తకుడికి కలిగిన జ్ఞానోదయం మీద ఆధారపడ్డ ఒక మతం ఎందుకు ప్రాచుర్యం పొందలేకపోయిందో వివరించటం అధ్యయనకర్తలకి చాలా సులభమయేది.

అన్నీ సాధ్యమౌతాయని అనలేం. భౌగోళికంగా, జీవశాస్త్రపరమైన, ఆర్థికపరమైన శక్తులు అడ్డంకుల్ని సృష్టిస్తాయి. అయినప్పటికీ ఈ అడ్డంకులు ఆశ్చర్యకరమైన మార్పులకి బోలెడంత అవకాశమిస్తాయి. ఆ మార్పులని బంధించే కచ్చితమైన నియమాలేవీ ఉన్నట్టు తోచదు.

చరిత్రలో జరిగే సంఘటనలు కచ్చితంగా ఉండాలని అనుకునేవారికి ఇలాంటి నిర్ణయం నిరాశ కలిగిస్తుంది. కచ్చితంగా దేన్ని గురించైనా అనుకోవటం బాగుండటానికి

కారణం మన చుట్టూ ఉన్న ప్రపంచం, మన నమ్మకాలూ చరిత్ర తాలూకు సహజమైన, అనివార్యమైనా ఫలితాలని అనిపించటమే. మనం దేశాలలో నివసిస్తున్నాం, మన ఆర్థిక వ్యవస్థని పెట్టుబడిదారీ సిద్ధాంతాలకు అనుగుణంగా ఏర్పరచుకున్నాం, మానవ హక్కులలో మనకి ఎనలేని నమ్మకం ఉంది, ఇవన్నీ మనకి సహజమే అనిపిస్తాయి. చరిత్రలోని సంఘటనలు కచ్చితమైనవి కావని ఒప్పుకుంటే ఈనాడు అధికశాతం జాతీయతనీ, పెట్టుబడిదారీ వ్యవస్థనీ, మానవ హక్కులనీ నమ్ముతున్నారనేది యాదృచ్ఛికమని ఒప్పుకోవలసివస్తుంది.

చరిత్రని కచ్చితమైన రీతిలో వివరించటం సాధ్యం కాదు, అది అస్తవ్యస్తంగా ఉంటుంది కాబట్టి దాన్ని ముందే అంచనా వెయ్యటం కూడా సాధ్యం కాదు. దాని వెనుక ఎన్నో శక్తులు పనిచేస్తూ ఉంటాయి, అవి కలిసి పనిచేసే విధానం చాలా సంక్లిష్టంగా ఉంటుంది. ఆ శక్తుల బలంలో గాని, అవి కలిసి పనిచేసే తీరులోగాని ఏ అతిచిన్న మార్పు ఏర్పడినా ఫలితాలలో గొప్ప తేడా వచ్చేస్తుంది. అంతే కాదు, చరిత్రని 'రెండో స్థాయి' అస్తవ్యస్తమైన వ్యవస్థ అని అంటారు. ఏమైనా అది రెండు రూపాల్లో వస్తుంది. ముందుగా వేసే అంచనాలకి ప్రభావితం కాని అస్తవ్యస్తం మొదటి స్థాయికి చెందుతుంది. ఉదాహరణకి వాతావరణం మొదటి స్థాయి అస్తవ్యస్త వ్యవస్థ. దాన్ని ప్రభావితం చేసే కారణాలు అనేకం ఉన్నప్పటికీ, మనం దాన్ని మరింత కచ్చితంగా అంచనా వేయగల కంప్యూటర్లని నిర్మించవచ్చు, వాతావరణానికి సంబంధించిన సూచనలను మరింత చక్కగా ముందే తెలియజేయవచ్చు.

రెండో స్థాయి అస్తవ్యస్తం దాన్ని గురించిన అంచనాలకు జరిగే ప్రతిక్రియలే. అందుకే దాన్ని కచ్చితంగా అంచనా వెయ్యటం సాధ్యం కాదు. ఉదాహరణకి మార్కెట్లు రెండో స్థాయి అస్తవ్యస్త వ్యవస్థ కిందికి వస్తాయి. రేపు చమురు ధర ఎంత ఉండబోతోందో నూటికి నూరుపాళ్లు కచ్చితంగా తెలియజేసే కంప్యూటర్ ప్రోగ్రాంని మనం తయారుచేస్తే ఏమౌతుంది? ఆ అంచనాకి వెంటనే చమురు ధర మీద ప్రతిక్రియ కనిపిస్తుంది. తత్ఫలితంగా అది అమలు జరగటం అసాధ్యమౌతుంది. ప్రస్తుతం చమురు ధర బ్యారెల్ 90 డాలర్లు ఉన్నట్టయితే, అసలు పొరపాటే చెయ్యని కంప్యూటర్ ప్రోగ్రాం రేపు దాని ధర 100 డాలర్లుంటుందని అంచనా వేస్తే, తక్షణం వర్తకులు చమురు కొనేందుకు పరిగెత్తి పెరగబోయే ధరవల్ల లాభం పొందాలని చూస్తారు. తత్ఫలితంగా, రేపటికి బదులు ఈరోజే బ్యారెల్ చమురు ధర 100 డాలర్లకి పెరిగిపోతుంది. మరి రేపు ఏం జరుగుతుంది? అది ఎవరికీ తెలీదు.

రాజకీయాలు కూడా రెండో స్థాయి అస్తవ్యస్త వ్యవస్థ. సోవియట్ రాజకీయవేత్తలు 1989లో జరిగిన విప్లవాన్ని ముందే అంచనా వెయ్యలేకపోయినందుకు చాలామంది వాళ్ళని విమర్శిస్తారు. అలాగే 2011లో అరబ్ స్ప్రింగ్ విప్లవాలని అంచనా వెయ్యలేక పోయినందుకు మధ్యప్రాచ్యానికి చెందిన నిపుణుల్ని నిందిస్తారు. అది అన్యాయం. విప్లవాలకు నిర్వచనం చెప్పాలంటే అవి హఠాత్తుగా అనుకోకుండా జరిగే సంఘటనలని అనాలి. ముందుగా విప్లవం రగులుతుందని ఊహించగలిగితే అసలది తలెత్తటమే జరగదు.

ఎందుకు జరగదు? 2010లో కొందరు మేధావులైన రాజకీయ శాస్త్రజ్ఞులు ఒక కంప్యూటర్ మేధావితో కుమ్మక్కయి తిరుగులేని ఒక కలన గణితం (అల్గోరిథం) సృష్టించి దానికి ఆకర్షణీయమైన సమన్వయం (ఇంటర్ఫేస్) కల్పించినట్టయితే విప్లవాన్ని ముందే తెలియజేసే వస్తువుగా దాన్ని అమ్ముకోగలుగుతారు. వాళ్ళు ఈజిప్ట్ అధ్యక్షుడు హోస్నీ ముబారక్‌కి సేవలందిస్తామని అంటారు. దానికి బదులుగా ఆయన పెద్ద మొత్తాన్ని రుసుముగా ఇచ్చుకోవలసి ఉంటుందనీ, రాబోయే సంవత్సరంలో ఈజిప్ట్‌లో పెద్ద విప్లవం చోటుచేసుకో బోతున్నట్టు తమ అంచనాలు తెలియజేస్తున్నాయనీ వాళ్ళు ముబారక్‌కి చెపుతారు. దానికి ముబారక్ ఎలా స్పందిస్తాడు? బహుశా పన్నుల మొత్తాన్ని వెంటనే తగ్గిస్తాడు, కొన్ని కోట్ల డాలర్లని ప్రజలకి పంచుతాడు, దానితోబాటు అవసరమైతే సాయం చేస్తారని తన రహస్య పోలీసు దళాలని మరింత పటిష్ఠం చేసుకుంటాడు. ఈ ముందు జాగ్రత్తలు పనికివస్తాయి. ఆ ఏడాది వచ్చి వెళ్ళిపోతుంది. ఆశ్చర్యం, విప్లవం జాడలు ఎక్కడా కనిపించలేదు. తాను ఇచ్చిన సొమ్ము వెనక్కి ఇచ్చెయ్యమని ముబారక్ అడుగుతాడు. "మీ అల్గోరిథం పనికిమాలినది!" అని శాస్త్రజ్ఞులమీద మండిపడతాడు. "ఆ డబ్బు మొత్తం మీకివ్వకుండా ఉంటే దానితో మరో భవంతి కట్టుకుని ఉండేవాణ్ణి!" అంటాడు. శాస్త్రజ్ఞులు తమని సమర్థించుకుంటూ, "మేము ముందే విప్లవం వస్తుందని చెప్పటంవల్లే అది రాలేదు," అంటారు. "ప్రవక్తలు భవిష్యత్తు గురించి వేసే అంచనాలు ఎప్పుడైనా జరగకుండా పోయాయా?" వాళ్ళని పట్టుకోమని తన కాపలాదార్లకు సైగ చేస్తూ అంటాడు ముబారక్. "కైరో మార్కెట్‌లో డజనుపైగా అలాంటి అంచనాలను ఉచితంగా పొందేవాణ్ణి."

మరైతే చరిత్ర అధ్యయనం చెయ్యటం ఎందుకు? భౌతికశాస్త్రం లాగానో, ఆర్థికశాస్త్రం లాగానో చరిత్ర కచ్చితమైన అంచనాలు వేసేందుకు పనికివచ్చే సాధనం కాదు. భవిష్యత్తుని తెలుసుకునేందుకు కాదు మనం చరిత్రని అధ్యయనం చేసేది, మన దృష్టిని విస్తృతం చేసుకునేందుకు, మన ప్రస్తుత పరిస్థితి సహజమైనదీ, అనివార్యమూ కాదని తెలుసుకునేందుకు, మనం ఊహించినదానికన్నా ఎక్కువ సంభావ్యతలు మన ఎదుట ఉన్నాయని గ్రహించేందుకు. ఉదాహరణకి, ఆఫ్రికన్లమీద యూరోపియన్ల ఆధిపత్యం ఎలా నెలకొందన్న విషయాన్ని అధ్యయనం చేసినప్పుడు, జాతుల వర్గీకరణం సహజమైనది ఎంతమాత్రం కాదనీ, ఈ లోకం మరో విధంగా ఏర్పడి ఉండ వచ్చునీ మనకి అర్థమౌతుంది.

అంధుడు క్లియో

చరిత్ర చేసే ఎంపికలని మనం వివరించలేము, కానీ వాటి గురించి ముఖ్యమైన విషయాలు కొన్ని చెప్పగలం : చరిత్ర చేసే ఎంపికలు మానవులు లాభం పొందేందుకు కాదు. చరిత్ర గమనంతో బాటు సంక్షేమం తప్పకుండా మెరుగవుతుందనటానికి నిదర్శనాలు లేవు. మానవులకి మంచి చేసే సంస్కృతులు తప్పనిసరిగా విజయాన్ని సాధించి అంతటా విస్తరిస్తాయనీ, లాభసాటి కాని సంస్కృతులు మాయమవుతాయనీ అనటానికి కూడా రుజువులు లేవు. మనీకియిజం కన్నా క్రైస్తవ మతం మెరుగైన ఎంపిక

అనటానికి గాని, సాస్సనిద్ పర్షియన్ల కన్నా అరబ్ సామ్రాజ్యం ఎక్కువ లాభం చేకూర్చిందనటానికి గాని రుజువులు లేవు.

చరిత్ర మానవుల లాభం కోసమే పనిచేస్తుందనటానికి రుజువు లేదని అనటానికి కారణం అటువంటి లాభాన్ని కొలిచే నిష్పక్షమైన త్రాసులేవీ మనదగ్గర లేవు. వేర్వేరు సంస్కృతులు మంచి అనే మాటకి వేర్వేరు నిర్వచనాలు చెప్పుకుంటాయి. వాటిలో ఏది సరైనది అని నిర్ణయించేందుకు మన దగ్గర కొలబద్ద ఏదీ లేదు. విజేతలెప్పుడూ తాము ఇచ్చే నిర్వచనమే సరైనదని అనుకోవటం సహజం. కానీ మనం విజేతల మాట ఎందుకు నమ్మాలి? మనీకియిజం మీద క్రైస్తవమతం సాధించిన విజయం మానవాళికి లాభం చేకూర్చిందని క్రైస్తవులు నమ్ముతారు, కానీ క్రైస్తవమతానికున్న ప్రపంచ దృష్టిని మనం నమ్మనట్టయితే వాళ్లతో ఏకీభవించాల్సిన అవసరం లేదు. సాస్సనిద్ సామ్రాజ్యం ముస్లిముల హస్తగతమవటం మానవాళికి లాభం చేకూర్చిందని ముస్లిములు నమ్ముతారు. కానీ మనం ముస్లిం ప్రపంచ దృష్టిని అంగీకరించినప్పుడే ఈ లాభాలు మనకి కనబడతాయి. క్రైస్తవం, ఇస్లామ్ మరుగున పడిపోయినా, పరాజయం పొందినా ఇంతకంటే మెరుగైన జీవితం గడిపే వాళ్ళమేమో.

మరింతమంది అధ్యయనకర్తలు సంస్కృతి అనేది ఏమరుపాటుగా ఉన్న మానవజాతిని పట్టి పీడించే మానసిక జాడ్యమో, పరాన్నజీవో అని అభిప్రాయపడుతున్నారు. వైరస్‌లలాంటి సేంద్రీయ పరాన్నజీవులు ప్రాణుల శరీరాలలో నివసిస్తాయి. తమ సంఖ్యని పెంచుకుంటూ ఒక శరీరం నుంచి మరో శరీరానికి వ్యాపిస్తాయి, ఆ శరీరాలను తమకి ఆహారంగా చేసుకుని, బలహీనపరచి ఒక్కోసారి చంపివెయ్యటం కూడా కద్దు. పరాన్నజీవిని మరో శరీరంలోకి పంపేదాకా మొదటి ప్రాణి జీవించి ఉన్నట్టయితే, అది ఆ ప్రాణి పరిస్థితిని పట్టించుకోదు. ఇదే విధంగా సంస్కృతికి సంబంధించిన ఆలోచనలు మానవుల మనస్సులో నివసిస్తాయి. అవి కూడా తమ సంఖ్యని పెంచుకుంటూ ఒకరినుంచి మరొకరికి వ్యాపిస్తాయి. ఒక్కోసారి ఆ ప్రాణులని బలహీనపరిచి, వాటి మరణానికి కూడా కారణమవుతాయి. సంస్కృతికి సంబంధించిన ఒక ఆలోచన – మేఘాలమీద ఉండే క్రైస్తవ స్వర్గం, లేదా కమ్యూనిస్టులు చెప్పే భూతల నందనవనం – ఎవరినైనా ఆ ఆలోచనని వీలైనంత ఎక్కువగా ప్రచారం చేసేందుకు తన మొత్తం జీవితాన్ని అంకితం చేసేందుకూ, ప్రాణాలు సైతం అర్పించేందుకూ ప్రేరేపించవచ్చు. మనిషి మరణిస్తాడు కానీ ఆలోచన వ్యాపిస్తుంది. ఈ దృష్టికోణంనుంచి చూస్తే సంస్కృతులనేవి ఇతరులు తమకు అనుకూలంగా ఉండేందుకు కొంతమంది చేసిన కుట్రలు కావు (మార్క్సివాదులు అనుకున్నట్టు). అసలు సంస్కృతులు మానసిక పరాన్నజీవులు, అవి అనుకోకుండా తలెత్తుతాయి, ఆ తరవాత అవి సోకినవాళ్ళవల్ల లాభం పొందటానికి ప్రయత్నిస్తాయి.

ఇలాంటి ప్రయత్నాన్ని ఒక్కోసారి 'మిమెటిక్స్' అని కూడా అంటారు. జన్యువులనే జీవకణాలు అందించుకునే సమాచారం మీద వాటి సంఖ్య పెరగటం, తద్వారా సేంద్రీయ పరిణామక్రమం ఆ ప్రక్రియ మీద ఆధారపడటం జరిగినట్టే, 'మిమెస్' అనే సంస్కృతికి చెందిన సమాచారానికి ప్రతికృతి జరగటం మీదే సంస్కృతి పరిణామక్రమం ఆధారపడుతుంది

ఈ మిమెటిక్స్ అభిప్రాయం. తాము ఆశ్రయించిన మానవుల కష్టనష్టాలను పట్టించుకోకుండా తమ మిమెస్‌ను అద్వితీయమైన నేర్పుతో పునరుత్పత్తి చెయ్యగల సంస్కృతులే సాఫల్యం సాధించగలవు.

హ్యూమానిటీస్ (విజ్ఞానానికి సంబంధించని విషయాలు) అధ్యయనం చేసే అధికశాతం అధ్యయనకర్తలు మిమెటిక్స్‌ని ఏహ్యాభావంతో చూస్తారు. మోటైన జీవశాస్త్ర ఉదాహరణలతో పోల్చి సాంస్కృతిక ప్రక్రియలను అసమగ్రంగా వివరించేందుకు ప్రయత్నిస్తారని అంటారు. కానీ వీళ్లలోనే చాలామంది అధ్యయనకర్తలు మిమెటిక్స్ కవల అనబడే ఆధునికోత్తరవాదాన్ని సమర్థిస్తారు. సంస్కృతిని నిర్మించేవి మిమేస్ కావనీ, ప్రసంగాలనీ ఆధునికోత్తరవాద మేధావులు అంటారు. అయినప్పటికీ మానవ శ్రేయస్సుని ఎంతమాత్రం పట్టించుకోకుండానే సంస్కృతులు తమని తాము ప్రచారం చేసుకుంటాయని వాళ్ళకీ తెలుసు. ఉదాహరణకి, జాతీయవాదం ప్రాణాంతకమైన మహమ్మారి అనీ, అది పంతొమ్మిది, ఇరవై శతాబ్దాలలో ప్రపంచమంతటా విస్తరించి యుద్ధాలకీ, అణచివేతకీ, ద్వేషానికీ, మారణహోమాలకీ కారణమైందని ఆధునికోత్తరవాదులు వివరిస్తారు. ఒక దేశంలో ప్రజలకి ఆ అంటువ్యాధి సోకగానే ఆ వ్యాధి తాలూకు వైరస్ పొరుగు దేశాలకి కూడా పాకే అవకాశం కనిపించింది. జాతీయవాదమనే ఆ వైరస్ మానవులకి లాభం చేకూర్చినట్టే కనిపించింది, కానీ మొత్తం మీద దానివల్ల ఎక్కువ లాభం పొందినది మాత్రం ఆ వాదమే.

సామజిక శాస్త్రాలకు సంబంధించి కూడా ఇలాంటి వాదాలే ఉన్నాయి. 'గేమ్ థియరీ' అనే కవచం వెనక అవి దాక్కుంటాయి. ఎక్కువమంది క్రీడాకారులు ఆటలో పాల్గొన్నప్పుడు అందరు ఆటగాళ్ళకీ హాని కలిగించే అభిప్రాయాలూ, ప్రవర్తనాధోరణులూ ఎలాగో ఒకలా వేళ్లూనుకుని విస్తరిస్తాయి అనే విషయాన్ని ఈ గేమ్ థియరీ వివరిస్తుంది. ఆయుధాలు సంతరించు కోవడంలో పోటీ (ఆర్మ్స్ రేస్) ఒక ప్రముఖమైన ఉదాహరణ. ఈ పోటీలు వాటిలో పాల్గొనేవారందరినీ దివాలా తీయిస్తాయి, కానీ మిలిటరీలో ఉండే పై అధికారులని ఇవి బాధించవు. పాకిస్తాన్ అత్యాధునిక విమానాలు కొనుగోలు చేస్తే, భారతదేశం అదే విధంగా స్పందిస్తుంది. భారతదేశం అణుబాంబులు తయారుచేస్తే, పాకిస్తాన్ కూడా అదే పనిచేస్తుంది. పాకిస్తాన్ తన నౌకాదళాన్ని పెంచుకుంటే, భారతదేశం ప్రతికూలంగా స్పందిస్తుంది. ఈ ప్రక్రియ ముగిసే సమయానికి అధికారంలో ఎటువంటి తేడా రాకపోవచ్చు కానీ, విద్యకీ, ఆరోగ్యానికీ ఉపయోగపడే కొన్ని కోట్ల డాలర్లు ఈలోపల ఆయుధాలకి ఖర్చయిపోతాయి. అయినప్పటికీ ఆయుధాల పోటీని అడ్డుకోవటం చాల కష్టం. 'ఆయుధాల పోటీ' అనేది వైరస్‌లాగా ఒక దేశంనుంచి మరో దేశానికి పాకే ప్రవర్తనా ధోరణి. అది అందరికీ హాని కలిగిస్తుంది కానీ మనుగడ సాధించటం, పునరుత్పత్తి చెయ్యటం అనే పరిణామక్రమానికి చెందిన సూత్రాలని అనుసరించి తనకి తాను లాభం చేకూర్చుకుంటుంది. (జన్యువులాగే ఆయుధాల పోటీకి కూడా అవగాహన లేదని గుర్తుంచుకోండి – అది బుద్ధిపూర్వకంగా మనుగడ సాగించాలని, పునరుత్పత్తి చేయాలనీ అనుకోదు. శక్తివంతమైన గతిశీలత తాలూకు విస్తారం అనుకోకుండా జరగటమే దీనికి కారణం.)

దాన్ని మీరు ఏ పేరుతో పిలిచినా సరే - గేమ్ థియరీ, ఆధునికోత్తర వాదం లేదా మిమెటిక్స్ అనండి - కానీ చరిత్ర గమనశక్తులు మానవుల శ్రేయస్సుని పెంచే దిశగా మాత్రం పనిచేయటం లేదు. అన్నిటికన్నా ఎక్కువ విజయాన్ని సాధించిన సంస్కృతులే హోమోసేపియన్లకి అత్యధికంగా ఉపయోగకరమైనవి అనే అభిప్రాయానికి సరైన ఆధారం లేదు. పరిణామ క్రమంలాగే చరిత్ర కూడా జీవుల వ్యక్తిగతమైన ఆనందాన్ని లెక్కచెయ్యదు. మానవులు వ్యక్తులుగా చరిత్ర గమనాన్ని తమకి అనుకూలంగా ఉండేట్టు ప్రభావితం చెయ్యటంలో నేర్పుగాని, తెలివితేటలుగాని లేనివారు.

చరిత్ర ఒక కూడలి నుంచి తరువాతి కూడలికి ముందుకి సాగుతుంది. ఎవరికీ తెలియని కారణమేదో దాన్ని ముందు ఒక మార్గం ఎంచుకుని ఆ తరవాత మరో మార్గానికి మారేందుకు ప్రేరేపిస్తుంది. క్రీ.శ.1500 ప్రాంతాల చరిత్ర చిరస్మరణీయమైన ఒక ఎంపిక చేసింది. దానివల్ల మానవజాతి తలరాత మారటమే కాకుండా బహుశా ఈ భూమ్మీది ప్రాణికోటి మొత్తం తలరాతనే మార్చివేసింది అనాలేమో. దాన్ని మనం శాస్త్రీయ విప్లవం అని పిలుస్తాం. అది యూరప్ పశ్చిమ ప్రాంతంలో ప్రారంభమైంది, ఆ ప్రాంతం ఆఫ్రో-ఆసియాకి పశ్చిమాన ఉన్న ద్వీపకల్పపు కొన. అప్పటివరకూ అది చరిత్రలో అంత ప్రధానపాత్ర పోషించలేదు. చైనా, భారతదేశం లాంటి మిగిలిన ప్రాంతాలన్నింటినీ వదిలి శాస్త్రీయ విప్లవం అక్కడే ఎందుకు తలెత్తింది? క్రీ.శ.రెండువేల సంవత్సరం మధ్యలో ఎందుకు ప్రారంభమైంది? రెండు శతాబ్దాలు ముందుగానో, మూడు శతాబ్దాల తరవాతో ఎందుకు ప్రారంభమవలేదు? కారణం మనకి తెలీదు. అధ్యయనకర్తలు డజన్లకొద్దీ సంభావ్యతలని సూచించారు, కానీ వాటిలో ఒక్కటి కూడా ఆమోదయోగ్యంగా అనిపించడం లేదు.

చరిత్రకి సంబంధించి అనేక విస్తృతమైన సంభావ్యతలు ఉన్నాయి, వాటిలో చాలామటుకు వెలుగుచూడలేదు. క్రైస్తవం లేని, రోము సామ్రాజ్యం లేని, బంగారు నాణేలు లేని చరిత్రని ఊహించినట్టే కొన్ని తరాల వెంబడి శాస్త్రీయ విప్లవాన్ని దాటుకుంటూ చరిత్ర ముందుకి సాగుతూనే ఉండిందని ఊహించటం సాధ్యమే.

నాల్గవ భాగం

శాస్త్రీయ విప్లవం

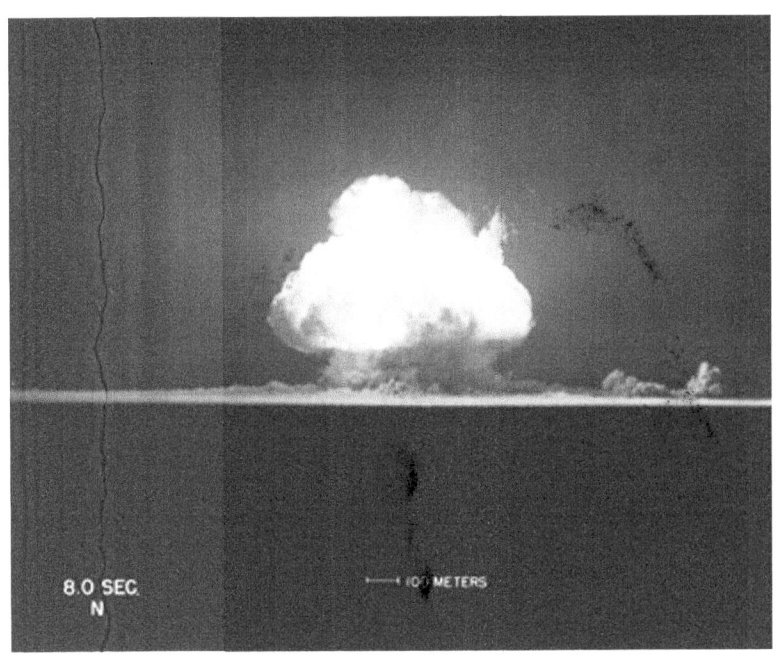

32. అలామొగోర్డో, జులై 16, 1945, 5:29:53 ఉదయం. మొదటి అణుబాంబు పేల్చిన ఎనిమిది సెకన్ల తరవాత. అణుభౌతిక శాస్త్రవేత్త రాబర్ట్ ఒప్పెన్ హాయిమర్ ఈ పేలుడు చూసిన వెంటనే భగవద్గీత శ్లోకాన్ని ఉచ్చరించాడు : "ఇప్పుడు నేను మృత్యువునయ్యాను, లోకాలను నాశనంచేసే మృత్యువు."

అధ్యాయం 14

అజ్ఞానాన్ని కనుగొనటం

స్పెయిన్‌లో ఉండే ఒక రైతు క్రీ.శ.1000లో నిద్రపోయి 500 సంవత్సరాల తరవాత మేలుకున్నాడనుకుందాం, అతనికి నిద్రాభంగం కలిగించినది కొలంబస్ నావికులు. వాళ్ళు నీనా, పింతా, సంతా మరియా నావలు ఎక్కుతూ చేసిన గోలకి అతను మేలుకున్నాడు. అతనికి తాను చూస్తున్న ప్రపంచం పరిచితమైనదానిలాగే కనిపించి ఉండేది. సాంకేతికంగానూ, నడవడి పరంగానూ, రాజకీయ సరిహద్దుల పరంగానూ ఆ మధ్యకాలపు రిప్ వాన్ వింకల్‌కి ఏమీ కొత్తగా అనిపించి ఉండేది కాదు. కానీ అదే కొలంబస్ నావికుల్లో ఒకరు అలాటి నిద్రలో ఉండిపోయి, 21వ శతాబ్దపు ఐఫోన్ రింగ్ టోన్ చప్పుడుకి మేలుకుని ఉన్నట్టయితే, అతనికి ఆ విచిత్రమైన ప్రపంచాన్ని అర్థం చేసుకోవటం అసాధ్యమయేది. "ఇది స్వర్గమా...లేక ఒకవేళ నరకమా?" అని తనని తాను ప్రశ్నించుకుని ఉండేవాడు.

గత 500 సంవత్సరాలలో మానవ శక్తి అసాధారణంగా, ఇంతకు ముందెప్పుడూ లేనంతగా పెరిగిపోయింది. 1500 సంవత్సరంలో మొత్తం ప్రపంచంలో 50 కోట్ల హోమో సేపియన్లు ఉండేవారు. ఈనాడు 700 కోట్లమంది ఉన్నారు. మానవజాతి 1500 సంవత్సరంలో ఉత్పత్తి చేసిన వస్తువులు, అందించిన సేవలని ఈనాడు విలువ కడితే 25 వేల కోట్ల డాలర్లు. ప్రస్తుతం మానవులు ఒక ఏడాదిలో చేసే ఉత్పత్తుల విలువ దాదాపు 60 లక్షల కోట్ల డాలర్లు. 1500 లో మానవాళి రోజుకి 13 లక్షల కోట్ల క్యాలరీలు గల ఆహారం తీసుకునేవారు. ఈనాడు అది 1500 లక్షల కోట్ల క్యాలరీలకి పెరిగింది. (ఈ లెక్కలని మళ్ళీ ఒకసారి చూడండి – మనుషుల జనాభా 14 రెట్లు పెరిగింది, ఉత్పత్తి 240 రెట్లు, ఆహారం తీసుకోవటం 115 రెట్లు పెరిగాయి.)

ఒకవేళ ఒకే ఒక ఆధునిక యుద్ధనౌకని కొలంబస్ కాలానికి పంపించటం జరిగితే, కొన్ని క్షణాలలో అది నీనా, పింతా, సంతా మరియాలని ముక్కలు చెక్కలు చేసి, ఆ కాలంలోని గొప్ప ప్రపంచ శక్తులని ఒక్కొక్కదాని తాలూకు నౌకాదళాలనీ ముంచేసి, తనకి ఎటువంటి హానీ కలగకుండా బైటపడగలదు. ప్రపంచమంతటా ఉన్న వ్యాపార నౌకలలోని

మొత్తం వాడసరకులని రవాణా చేసే అయిదు ఆధునిక నౌకలలో కుదించవచ్చు. మధ్య యుగపు గ్రంథాలయాల్లో ఉండే ప్రాచీన రాతప్రతులలోనూ, పత్రాల కాగితపు చుట్టలలోనూ ఉన్న ఒక్కొక్క పదమూ, సంఖ్యా ఈనాటి కంప్యూటర్‌లో నిల్వ చేసి ఉంచుకోవచ్చు, పైగా ఇంకా చోటు మిగులుతుంది. ఆధునిక కాలానికి ముందుండిన ప్రపంచ రాజ్యాలన్నీ కలిపినా అక్కడ ఉండిన ధనం కన్నా ఈనాటి ఏ పెద్ద బ్యాంకులోనైనా ఎక్కువ డబ్బు ఉంటుంది.

1500 సంవత్సరంలో లక్షమంది కన్నా ఎక్కువమంది నివసించిన నగరాలు లేవు. అధికశాతం కట్టడాలు మట్టితో, చెక్కతో, గడ్డితో నిర్మించినవే; మూడంతస్తుల కట్టడం ఆకాశాన్నంటే భవనంలో సమానం. వీధులు గుంతలతో నిండిఉండేవి. వేసవిలో దుమ్ముతోనూ, చలికాలంలో బురదతోనూ నిండి ఉండేవి. వాటిమీద పాదచారులు కాక, గుర్రాలూ, మేకలూ, కోళ్ళూ, అడపా దడపా బళ్ళూ వెళ్ళేవి. అక్కడ సామాన్యంగా ఎక్కువగా వినిపించేవి మనుషుల, లేదా జంతువుల గొంతులే. సుత్తి, రంపం చప్పుళ్ళు అరుదుగా వినబడేవి. సూర్యాస్తమయం అవగానే ఊరంతా చీకటి కమ్ముకునేది. ఆ మసక చీకట్లో ఎక్కడైనా ఒక కొవ్వొత్తి వెలుగో, చిన్న కాగడా మంటో మిణుకుమిణుకు మనేది. అలాటి నగరంలో నివసించిన మనిషి ఈనాటి టోక్యో, న్యూయార్క్ లేదా ముంబైని చూస్తే ఏమనుకుంటుందో?

పదహారో శతాబ్దానికి ముందు ఏ మనిషీ భూమిని చుట్టి రాలేదు. 1522లో ఇది మారింది. మాగెల్లాన్ 72,000 కిలోమీటర్లు సాహసయాత్ర చేసి స్పెయిన్‌కి తిరిగి చేరుకున్నాడు. ఈ యాత్ర మూడేళ్లు సాగింది, మాగెల్లాన్‌తో కలిసి ప్రయాణం చేసిన తోటి యాత్రీకులందరూ మరణించారు. ఫిలియాస్ ఫాగ్ అనే డబ్బున్న సాహసికుడు 80 రోజుల్లో ఈ భూమిని చుట్టి రాగలుగుతాడని జూల్స్ వెర్న్ 1873లో ఊహించగలిగాడు. ఈనాడు మధ్య తరగతి సంపాదన గల ఎవరైనా కేవలం 48 గంటల్లో సురక్షితంగానూ, సులభంగానూ ఈ భూలోకాన్ని చుట్టి రావచ్చు.

1500 సంవత్సరంలో మానవులు భూతలానికే పరిమితమై ఉండేవారు. వాళ్ళు టవర్లని కట్టగలిగారు, పర్వతాలెక్కగలిగారు, కానీ ఆకాశం మాత్రం పక్షులకీ, దేవతలకీ, దేవుళ్ళకే సొంతమైంది. 1969 జులై 20న మానవులు చంద్రుడి మీద దిగారు. ఇది కేవలం ఒక చారిత్రిక సాఫల్యమే కాదు, పరిణామక్రమం సాధించిన అంతరిక్ష అద్భుతం. అంతకుముందు 400 కోట్ల సంవత్సరాలపాటు జరిగిన పరిణామ క్రమంలో ఏ జీవీ కూడా భూమి వాతావరణ పొరని దాటి వెళ్లలేకపోయింది. ఇక చంద్రమండలం మీద కాలి గుర్తు వదలటమనేది కచ్చితంగా జరగనేలేదు.

చరిత్ర పుటలు తిరగేస్తే, భూమ్మీద జీవించిన జీవుల్లో 99.99 శాతం మానవునికి తెలియదని అర్థమౌతుంది. వాటి పేరే సూక్ష్మజీవులు. ఇలా జరగటానికి కారణం వాటిని పట్టించుకోవలసిన అవసరం మనకి లేకపోవటం కాదు. మన ఒక్కొక్కరిలోనూ కోట్లకొద్దీ ఏకకణ జీవులు ఉన్నాయి, అవి ఊరికే మన శరీరాల్ని ఆశ్రయించలేదు. అవి మనకి ఆప్తమిత్రులు, అదే సమయంలో ప్రాణాలు తీసే శత్రువులు కూడా. వాటిలో కొన్ని మనం

తినే ఆహారాన్ని జీర్ణం చేసి మన పేగులని శుభ్రం చేస్తాయి, మరికొన్ని మనకి వ్యాధుల్ని కలుగజేసి మహమ్మారులకి కారణమౌతాయి. అయినప్పటికీ మానవుడి కన్ను మొదటిసారి సూక్ష్మజీవులను చూడగలిగింది 1674లో. ఆంటోని వాన్ లియువెన్ హుక్ అనే శాస్త్రజ్ఞుడు తాను స్వయంగా తయారుచేసిన సూక్ష్మదర్శిని ఉపయోగించి ఒక నీటిచుక్కలో లక్షలకొద్దీ సూక్ష్మ ప్రాణులు హడావిడిగా కదులుతూ ఉండటం చూసి నిర్ఘాంతపోయాడు. ఆ తరువాతి 300 సంవత్సరాలలో మానవులు సూక్ష్మదర్శినిలో అనేక సూక్ష్మజీవులని పరిచయం చేసుకున్నారు. అవి మనకి కలిగించే ప్రాణాంతకమైన రోగాలని చాలామటుకు ఓడించగలిగాం. మందుల తయారీలోనూ, పరిశ్రమలలోనూ ఉపయోగపడేట్టు సూక్ష్మజీవులను అదుపుచెయ్యగలిగాం. ఈనాడు మనం సూక్ష్మజీవులని (బాక్టీరియా) మందులు ఉత్పత్తి చేసేందుకూ, జీవ ఇంధనం (బయో ఫ్యూయెల్స్) తయారుచేసేందుకూ, పరాన్నజీవులని తుదముట్టించేందుకూ ఉపయోగించుకుంటున్నాం.

కానీ గత 500 సంవత్సరాల్లో అన్నిటికన్నా ఎక్కువగా చెప్పుకోదగిన, అతి ముఖ్యమైన క్షణం జులై 16, 1945లో ఉదయం 5:29:45కి సంభవించింది. కచ్చితంగా అదే క్షణాన, అమెరికన్ శాస్త్రజ్ఞులు న్యూ మెక్సికోలోని అలామొగోర్డోలో మొట్టమొదటి అణుబాంబు పేల్చారు. ఆ క్షణం నుంచీ, మానవులకి చరిత్ర గమనాన్ని మార్చే శక్తే కాక, దాన్ని అంతంచేసే శక్తి కూడా వచ్చింది.

అలామొగోర్డో సంఘటనకీ, చంద్రుడి మీద మనిషి కాలు మోపటానికీ దారితీసిన చారిత్రాత్మక ప్రక్రియని శాస్త్రీయ విప్లవం అంటారు. ఈ విప్లవకాలంలో తమకి అందుబాటులో ఉన్న వనరులని శాస్త్రీయ పరిశోధనలకు ఉపయోగించుకుని మానవజాతి బ్రహ్మాండమైన కొత్త శక్తులని సంపాదించుకుంది. దాన్ని విప్లవమని ఎందుకంటున్నామంటే, సుమారు క్రీ.శ.1500 వరకూ ప్రపంచ వ్యాప్తంగా ఉండిన మానవులు కొత్త వైద్య, సైనిక, ఆర్థిక శక్తులని సంపాదించుకోగల సామర్థ్యం తమకి ఉందని అనుకోనేలేదు. ప్రభుత్వమూ, ధనవంతులైన దాతలూ విద్యకీ, అధ్యయనాలకీ అయ్యే ఖర్చు నిధుల ద్వారా అందజేస్తూ ఉంటే, ఉన్న సామర్థ్యాన్ని కాపాడుకోవాలని తప్ప కొత్తవి సంపాదించుకోవాలన్న లక్ష్యం సామాన్యంగా ఎక్కడా కనబడేది కాదు. ఆధునిక యుగానికి ముందు ఉండిన రాజులు పురోహితులకీ, తత్వవేత్తలకీ, కవులకీ డబ్బులిచ్చేవాళ్ళు. అలా చేస్తే వాళ్ళు తమ పరిపాలనని చట్టబద్ధం చేసి, సమాజం ఒడిదుడుకులు లేకుండా ముందుకి సాగుతుందని ఆశించారు. వాళ్ళు కొత్త మందుల్ని కనుగొనాలనీ, కొత్త ఆయుధాల్ని ఆవిష్కరించాలనీ, ఆర్థిక వ్యవస్థ మరింత పుంజుకునేట్టు చేయాలనీ ఆశించలేదు.

గత అయిదు శతాబ్దాలలో శాస్త్రీయ పరిశోధనల మీద సమయాన్నీ, వనరులనీ వెచ్చిస్తే తమలో ఉన్న రకరకాల సామర్థ్యాలని పెంపొందించుకోవచ్చని మానవులకి నమ్మకం పెరుగుతూ వచ్చింది. ఇది కేవలం గుడ్డిగా నమ్మటం కాదు, మళ్ళీ మళ్ళీ అనుభవం ద్వారా రుజువయింది. ఎక్కువ రుజువులు కనిపించినకొద్దీ ధనవంతులూ, ప్రభుత్వమూ శాస్త్రీయ పరిశోధలకి మదుపు పెట్టేందుకు ముందుకొచ్చారు. ఇలాంటి సాయమే లేకపోయుంటే మనం ఎప్పటికీ చంద్రుడి మీద నడవగలిగేవాళ్ళం కాదు,

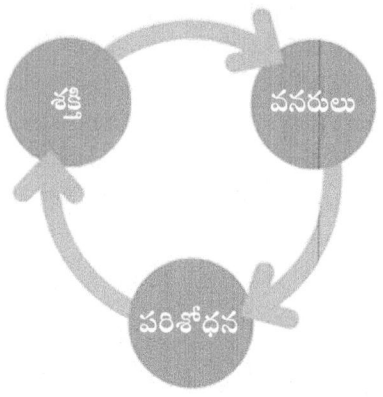

శాస్త్రీయ విప్లవం తాలూకు ప్రతిక్రియను సూచించే వలయాకారం. శాస్త్రాలు పురోగతి సాధించాలంటే కేవలం పరిశోధనలు చేస్తే సరిపోదు. శాస్త్రాలూ, రాజకీయాలూ, ఆర్థిక వ్యవస్థ కలిసి పటిష్ఠంగా పనిచేయటం మీద అది ఆధారపడి ఉంటుంది. రాజకీయ, ఆర్థిక సంస్థలు అందించే వనరులే లేకపోతే శాస్త్రీయ పరిశోధనలు జరగటం దాదాపు సాధ్యం కాదు. ఈ సాయానికి ప్రతిగా శాస్త్రీయ పరిశోధనలు కొత్త శక్తులని అందిస్తాయి, వాటిని ఉపయోగించే విభిన్న విధానాలలో ఒకటి కొత్త వనరులని సంపాదించుకోవడం, ఆ వనరులలో కొన్నిటిని మళ్ళీ పరిశోధనలకు ఉపయోగించటం.

సూక్ష్మజీవులను ఉపయోగించుకోగలిగేవాళ్ళం కాదు, అణువుని ఛేదించగలిగేవాళ్ళం కాదు. ఉదాహరణకి అమెరికా ప్రభుత్వం ఈ మధ్య దశకాలలో కొన్ని కోట్ల డాలర్లు అణు భౌతిక శాస్త్రం అధ్యయనానికి కేటాయించింది. ఈ పరిశోధనలద్వారా అందిన జ్ఞానం అణుశక్తి కేంద్రాల నిర్మాణానికి దోహదం చేసింది. ఆ కేంద్రాలు పరిశ్రమలకి విద్యుత్తును చవకగా అందిస్తాయి, పరిశ్రమలు అమెరికా ప్రభుత్వానికి పన్నులు చెల్లిస్తాయి, ప్రభుత్వం ఈ పన్నుల్లో కొంత భాగాన్ని అణుభౌతికశాస్త్రంలో మరిన్ని పరిశోధనలు జరిపించేందుకు వాడుకుంటుంది.

పరిశోధనల ద్వారా కొత్త శక్తిని సంపాదించుకోగలమన్న నమ్మకం ఆధునిక మానవులకి ఎందుకు పెరిగిపోతోంది? శాస్త్రాలకీ, రాజకీయాలకీ, ఆర్థిక వ్యవస్థకీ మధ్య ఇంత గట్టి సంబంధం ఏర్పడటానికి కారణమేమిటి? ఆధునిక శాస్త్రీయ విజ్ఞానానికి గల విలక్షణమైన స్వభావాన్ని అర్థం చేసుకుంటూ ఈ ప్రశ్నలకి పాక్షికంగా సమాధానం చెప్పేందుకు ఈ అధ్యాయం ప్రయత్నిస్తుంది. ఆ తరవాతి రెండు అధ్యాయాలూ శాస్త్రాలకీ, యూరప్ సామ్రాజ్యాలకీ, పెట్టుబడిదారీ ఆర్థిక వ్యవస్థకీ గల సంబంధం ఎలా ఏర్పడిందనేదాన్ని పరీక్షిస్తాయి.

అజ్ఞాని

జ్ఞాన విప్లవం ప్రారంభమైనప్పట్నుంచీ మానవులు ఈ విశ్వాన్ని అర్థం చేసుకునేందుకు ప్రయత్నిస్తూనే ఉన్నారు. ప్రకృతిని నియంత్రించే నియమాలని కనుగొనేందుకు మన పూర్వీకులు బోలెడంత సమయాన్నీ, ప్రయాసనీ వెచ్చించారు. కానీ వాళ్ళు ప్రతిపాదించిన సాంప్రదాయమైన జ్ఞానాన్ని మూడు కీలకమైన విధానాలతో ఆధునిక శాస్త్రీయ విజ్ఞానం విభజిస్తుంది :

1. **అజ్ఞానాన్ని ఒప్పుకునేందుకు ఇష్టపడటం.** ఆధునిక శాస్త్రాలు లాటిన్ పదం ఇగ్నోరేమస్ మీద ఆధారపడ్డాయి. ఆ పదానికి అర్థం 'మాకు తెలియదు'. అంటే మనకి అన్ని విషయాలూ తెలీదని అనుకోవాలని అర్థం. ఇంకా విమర్శనాత్మకంగా పరిశీలించాలంటే, మన జ్ఞానం పెరిగేకొద్దీ మనకి తెలుసని అనుకునే విషయాలు తప్పని రుజువు చేసే అవకాశం ఉంటుంది. ఏ భావనా, ఆలోచనా, సిద్ధాంతమూ పవిత్రమైనదీ, సవాలుకి లొంగనిదీ కాదు.
2. **పరిశీలనకీ, గణితానికీ కేంద్రబిందువు.** తనకి జ్ఞానం లేదని ఒప్పుకున్నాక ఆధునిక శాస్త్ర విజ్ఞానం కొత్త జ్ఞానాన్ని సంపాదించుకోవాలన్న లక్ష్యాన్ని అనుసరిస్తూ ముందుకి సాగుతుంది. పరిశీలనలని పోగుచేసుకుని, వాటిని గణిత సంబంధమైన పరికరాలతో జోడించి సమగ్రమైన సిద్ధాంతాలని రూపొందించే ప్రయత్నం చేస్తుంది.
3. **కొత్త శక్తులను సంపాదించుకోవడం.** ఆధునిక విజ్ఞానం కేవలం సిద్ధాంతాలను సృష్టించటంతో తృప్తిపడదు. కొత్త శక్తులను, ముఖ్యంగా సాంకేతిక పరిజ్ఞానాన్ని సంపాదించుకునేందుకు ఆ సిద్ధాంతాలను ఉపయోగించుకుంటుంది.

శాస్త్రీయ విప్లవం జ్ఞానానికి సంబంధించిన విప్లవం కాదు. అది అన్నిటికన్నా అజ్ఞాన విప్లవంగానే తోస్తుంది. మానవులకి తమ అతిముఖ్యమైన ప్రశ్నలకి సమాధానాలు తెలియవని కనుగొనటమే శాస్త్రీయ విప్లవానికి దారితీసింది.

ఇస్లామ్, క్రైస్తవం, బౌద్ధం, కంఫ్యూషియనిజం లాంటి ఆధునిక కాలానికి ముందుండిన సంప్రదాయాలు ఈ లోకం గురించి తెలుసుకోవలసిన ముఖ్యమైన విషయాలన్నీ ముందే మానవులకి తెలుసని చాటిచెప్పాయి. మహిమగల దేవుళ్ళకీ, లేక ఒకే ఒక సర్వశక్తిమంతుడైన దేవుడికీ, లేదా గతంలో నివసించిన జ్ఞానులకీ అన్ని విషయాలలోనూ అపారమైన జ్ఞానం ఉండేది. దాన్ని వాళ్ళు పవిత్ర గ్రంథాలలోనూ, మౌఖిక సంప్రదాయాల ద్వారానూ మనకి తెలియజేశారు. సామాన్య మానవులు ఈ గ్రంథాలనీ, సంప్రదాయాలనీ లోతుగా పరిశీలించి, వాటిని సరిగ్గా అర్థం చేసుకుని జ్ఞానం సంపాదించుకున్నారు. ఈ విశ్వం గురించిన కీలకమైన రహస్యాన్ని బైబిల్, ఖురాన్, వేదాలు అర్థం చేసుకోలేదన్న నిజం ఊహకి అందనిదనీ, అయినా రక్త మాంసాలున్న ప్రాణులే ఆ రహస్యాన్ని భవిష్యత్తులో కనిపెట్టగలుగుతారనీ వాళ్ళకి అనిపించలేదు.

ప్రాచీన సంప్రదాయాలు రెండు రకాల అజ్ఞానాన్ని మాత్రమే ఆమోదించాయి. మొదటిది, ఎవరైనా ఒక వ్యక్తికి ముఖ్యమైన విషయమేదైనా తెలియకపోయి ఉండవచ్చు. అవసరమైన ఆ విషయాన్నీ తెలుసుకునేందుకు అతను చేయవలసిందల్లా తనకన్నా తెలివైన వ్యక్తిని అడగటమే. ఇంతవరకూ ఎవరికీ తెలియని విషయాన్ని కనుగొనటం అనవసరం. ఉదాహరణకి, పదమూడో శతాబ్దంలో, యార్క్ షైర్‌లో ఉండే ఒక రైతు మానవజాతి ఎలా ఉద్భవించిందో తెలుసుకోవాలనుకుంటే క్రైస్తవ సంప్రదాయం దానికి కచ్చితమైన సమాధానం చెప్పగలదని అతను అనుకునుంటాడు. ఊళ్ళో ఉండే మతాధికారిని అడిగితే సమాధానం దొరికేది.

రెండోది, సంప్రదాయం మొత్తం అనవసరమైన విషయాల గురించి అజ్ఞానంలో ఉంది ఉండవచ్చు. మహిమగల దేవుళ్ళూ, ప్రాచీనకాలం నాటి జ్ఞానులూ మనకి తెలియ జేయనిదంతా కచ్చితంగా అనవసరమైనదే. ఉదాహరణకి పైన చెప్పిన యార్క్ షైర్ రైతు సాలెపురుగు తన గూడు ఎలా అల్లుతుందో తెలుసుకోవాలనుకుంటే, ఆ విషయం మతాధికారిని అడగటంలో అర్థం లేదు. ఆ ప్రశ్నకి సమాధానం ఏ క్రైస్తవ మతగ్రంథంలోనూ లేదు. అంటే క్రైస్తవంలో లోటుపాట్లున్నాయని కాదు. సాలెపురుగు గూడెల కదుతుందో తెలుసుకోవలసిన అవసరం లేదన్నమాట. ఎంతైనా అవి ఆ పనెల చేస్తాయో దేవుడికి స్పష్టంగా తెలుసు. మానవుల సమృద్ధికీ, మోక్షానికీ ఇది అతిముఖ్యమైన సమాచారం అయినట్లయితే, బైబిల్‌లో దేవుడు దీన్ని గురించి కూడా సమగ్రంగా చెప్పి ఉండేవాడే.

సాలెపురుగులని అధ్యయనం చెయ్యకూడదని క్రైస్తవులు ఎవరినీ నిషేధించలేదు. కానీ సాలెపురుగుల అధ్యయనకర్తలు అనేవారెవరైనా మధ్యయుగంలో యూరప్‌లో ఉండి ఉంటే, సమాజం సివార్లలో నిర్వహించే తమ భూమికకీ, క్రైస్తవమతానికి సంబంధించిన శాశ్వత సత్యాలకి ఎంతమాత్రం వర్తించని తమ ఆవిష్కరణలూ ఎందుకూ పనికిరావని అంగీకరించవలసి ఉండేది. సాలీళ్ల గురించీ, సీతాకోకచిలుకల గురించీ, ద్వీపసమూహాల్లో ఉండే పిచ్చుకజాతి పక్షుల గురించీ అధ్యయనకర్తలు ఎంత గొప్ప విషయాలు కనిపెట్టి నప్పటికీ, అది పనికిమాలిన ప్రయత్నం కన్నా ఎక్కువనిపించుకోదు. సమాజానికీ, రాజకీయాలకీ, ఆర్థిక వ్యవస్థకీ సంబంధించి ప్రాథమిక సత్యాలకీ, దానికీ ఏమాత్రం సంబంధం ఉండబోదు.

నిజానికి ఏదీ అంత సరళంగా ఉండదనే అనాలి. ప్రతి యుగంలోనూ, అది ఎంత పవిత్రమైన, సంప్రదాయబద్ధమైన యుగమైనా, తమ సంప్రదాయానికి పూర్తిగా తెలియని కొన్ని ముఖ్యమైన విషయాలు ఉన్నాయని వాదించేవాళ్లు కొంతమంది ఉంటూనే వచ్చారు. అయినా సామాన్యంగా అలాంటివాళ్లని దూరంగా ఉంచటమో, హతమార్చటమో జరిగేది, లేదా వాళ్లు ఒక కొత్త సంప్రదాయాన్ని స్థాపించి, తెలియవలసినదంతా తమకి తెలుసని వాదించి ఉంటారు. ఉదాహరణకి, తోటి అరబ్బులకి దైవీకమైన సత్యం తెలియదనీ, అటువంటి అజ్ఞానంలో వాళ్లు జీవిస్తున్నారనీ నిందించటంతో మహమ్మద్ ప్రవక్త తన మతపరమైన వృత్తిని ప్రారంభించాడు. అయినా మహమ్మద్ కొద్దికాలానికే తనకి పూర్తి సత్యం తెలిసిపోయిందని వాదించటం మొదలుపెట్టాడు. అతని అనుచరులు

అతన్ని "చివరి ప్రవక్త" అని పిలవసాగారు. అప్పట్నుంచీ మహమ్మద్ తెలియపరిచిన సత్యాలకి మించి ఏమీ తెలుసుకోనవసరం లేకపోయింది.

ఆధునిక విజ్ఞానశాస్త్రం ఒక విలక్షణమైన జ్ఞాన సంప్రదాయం ఎందుకంటే అది అన్నిటికన్నా ముఖ్యమైన ప్రశ్న గురించి జనానికి సామూహికంగా ఏమీ తెలీదని బాహాటంగా అంగీకరిస్తుంది. తాను 'చివరి జీవశాస్త్రవేత్త' అని డార్విన్ ఏనాడూ వాదించ లేదు. జీవితం గురించిన చిక్కు ప్రశ్నకి తాను శాశ్వతమైన పరిష్కారం కనుగొన్నానని కూడా అనలేదు. ఎన్నో శతాబ్దాలపాటు విస్తృతంగా శాస్త్రీయ పరిశోధనలు జరిపాక, మెదడు స్పృహ అనేదాన్ని ఎలా ఉత్పత్తి చేస్తుందో తమకింకా అంతుపట్టలేదనే అంటారు జీవ శాస్త్రవేత్తలు. 'బిగ్‌బాంగ్'ని సృష్టించినదేమిటో, లేదా సాపేక్ష సిద్ధాంతం సహాయంతో క్వాంటమ్ మెకానిక్స్‌తో ఎలా సర్దుకుపోవాలో తమకి తెలీదని భౌతిక శాస్త్రవేత్తలు ఒప్పుకుంటారు.

ఇతర సందర్భాలలో పోటీపడే శాస్త్రీయ సిద్ధాంతాలు నిరంతరం కొత్తగా లభిస్తున్న రుజువులని ఆధారం చేసుకుని, తీవ్రంగా చర్చిస్తూనే ఉన్నాయి. ఆర్థిక వ్యవస్థని ఎలా నడపాలన్న చర్చలు ఒక ముఖ్యమైన ఉదాహరణ. ఆర్థిక శాస్త్రవేత్తలు వ్యక్తిగతంగా తాము సూచించే పద్ధతే అన్నిటికన్నా ఉత్తమమైనదని అన్నప్పటికీ, ప్రతి ఆర్థిక సంక్షోభం వల్లనో స్టాక్ ఎక్స్చేంజీల అనిశ్చిత పరిస్థితుల వల్లనో, శాస్త్రసమ్మతమైన పద్ధతులు మారుతూనే ఉంటాయి. ఆర్థిక వ్యవస్థకి సంబంధించి చివరిగా ప్రకటించవలసిన నిర్ణయం ఇంకా చాలా దూరంలో ఉందన్నది సామాన్యంగా అందరూ అంగీకరించే విషయం.

ఇంకా ఇతర సందర్భాల్లో కొన్ని సిద్ధాంతాలని దొరికిన రుజువుల ఆధారంగా నిరంతరం సమర్థిస్తూ ఉండటంవల్ల ప్రత్యామ్నాయాలేవైనా ఉన్నట్టయితే వాటిని నిర్లక్ష్యం చెయ్యటం జరిగింది. అలాటి సిద్ధాంతాలని యథార్థమని నమ్మినప్పటికీ, ఆ సిద్ధాంతానికి వ్యతిరేకంగా కొత్త రుజువులేవైనా కనిపిస్తే వాటికి పునశ్చరణ చెయ్యటమో, వాటిని వదిలివెయ్యటమో సమంజస మౌతుందని అందరూ అంగీకరిస్తారు. ప్లేట్ టెక్టోనిక్స్ (భూమి ఉపరితలం మీద ఉండే భూభాగాల కదలిక)కి సంబంధించిన సిద్ధాంతమూ, పరిమాణక్రమం తాలూకు సిద్ధాంతమూ దీనికి చక్కటి ఉదాహరణలు.

అజ్ఞానాన్ని అంగీకరించటమనే గుణం, మునుపటి సాంప్రదాయ జ్ఞానం ద్వారా తెలుసుకున్నదానికన్నా, ఆధునిక శాస్త్ర విజ్ఞానాన్ని మరింత గతిశీలంగానూ, తర్కానికి లొంగేటట్టుగానూ, జిజ్ఞాసువుగానూ తయారుచేసింది. ప్రపంచం ఎలా పనిచేస్తుందో అర్థం చేసుకునే సామర్థ్యాన్ని పెంచి, సాంకేతిక రంగంలో కొత్త ఆవిష్కరణలు చేసే సామర్థ్యాన్ని ఇది విపరీతంగా విస్తృతం చేసింది. కానీ మన పూర్వీకులకు ఎదురవని ఒక పెద్ద సమస్యని ఇది సృష్టించింది. మనకి అన్ని విషయాలూ తెలీవనీ, మనకి తెలిసిన విషయాలు కూడా తాత్కాలికమైనవనీ ప్రస్తుతం మనం అనుకుంటున్నాం. ఇది మనమందరం నమ్ముతున్న కల్పితగాథల వరకూ విస్తరించి కొన్ని లక్షలమంది అపరిచితులు సహకరిస్తూ పనిచేసేందుకు దోహదం చేస్తుంది. ఆ కల్పిత గాథల్లో చాలామటుకు సందేహింపవలసినవని మనకి రుజువు దొరికితే, మనం సమాజాన్ని ఏకతాటిమీద ఎలా నడిపించగలుగుతాం?

ఒకే ప్రాంతంలో నివసించే జన సమూహాలూ, దేశాలూ, అంతర్జాతీయ వ్యవస్థా ఎలా పనిచెయ్యగలవు?

సామాజిక–రాజకీయ వ్యవస్థని పటిష్ఠం చేసేందుకు జరిగే ఆధునిక ప్రయత్నాలన్నీ కింద పేర్కొన్న రెండు అశాస్త్రీయమైన పద్ధతుల్లో ఏదో ఒకదాన్ని ఎంచుకుని దానిమీద ఆధారపడక తప్పలేదు.

1. ఒక శాస్త్రీయ సిద్ధాంతాన్ని తీసుకోండి, సామాన్యంగా మనం అవలంబించే శాస్త్రీయ పద్ధతులకు వ్యతిరేకంగా, అదే సంపూర్ణమైన అంతిమ సత్యమని ప్రకటించండి. నాజీలు ఇదే పద్ధతిని అవలంబించి (జాతికి సంబంధించిన విధానాలు జీవశాస్త్ర తథ్యాల ఫలితాలేనని) సామ్య వాదులు (మార్క్స్, లెనిన్ ఎవరూ ఖండించలేని సంపూర్ణమైన ఆర్థిక తథ్యాలని కనుగొన్నారని) నొక్కి వక్కాణించారు.
2. శాస్త్రీయ విజ్ఞానాన్ని వదిలేసి శాస్త్రీయేతర సంపూర్ణ సత్యాన్ని అనుసరిస్తూ జీవించాలి. ఉదార మానవతావాదం ఇదే యుక్తిని పాటించింది. అది మానవులకి అపూర్వమైన విలువ, హక్కులూ ఉన్నాయన్న పిడివాదం, నమ్మకం మీద ఆధారపడింది. హోమో సేపియన్లకి సంబంధించిన శాస్త్రీయ అధ్యయనానికీ, ఈ సిద్ధాంతానికి అసలు సంబంధమే లేదు.

కానీ ఈ విషయాలు విని మనం ఆశ్చర్యపోవక్కర్లేదు. శాస్త్రీయ విజ్ఞానం కూడా పరిశోధనలూ, వాటికి అయ్యే ఖర్చులూ అవసరమే అని నిరూపించు కునేందుకు మతం మీదా, సైద్ధాంతిక విశ్వాసాల మీదా ఆధారపడుతుంది.

ఇంతకు మునుపు ఉండిన మరే సంస్కృతీ సిద్ధంగా లేనంతగా ఆధునిక సంస్కృతి అజ్ఞానాన్ని స్వీకరించేందుకు సిద్ధంగా ఉంటుంది. ఆధునిక సామజిక వ్యవస్థ ఇంత పటిష్ఠంగా ఉండటానికి గల కారణాలలో ఒకటి, సంపూర్ణమైన నమ్మకాల స్థానంలో ఎలాగో వచ్చి చేరిన సాంకేతిక పరిజ్ఞానాన్నీ, శాస్త్రీయ పరిశోధనా విధానాలనీ గాఢంగా విశ్వసించటమే.

శాస్త్రీయ సిద్ధాంతం

ఆధునిక విజ్ఞానానికి ఒక సిద్ధాంతమంటూ లేదు. అయినప్పటికీ దాని కేంద్రంలో పరిశోధనారీతులు ఉన్నాయి. అవన్నీ ప్రయోగాలద్వారా సేకరించిన పరిశీలనలమీద ఆధారపడతాయి. వాటిని మనం కనీసం ఒక జ్ఞానేంద్రియం సాయంతో పరిశీలించ గలుగుతాం, గణితశాస్త్రం సహాయంతో వాటిని ఒక చోట నమోదు చేయగలుగుతాం.

చరిత్ర తిరగేస్తే, మనుషులు ఇలాటి ప్రయోగాత్మకమైన పరిశీలనలని సేకరించినట్టు తెలుస్తుంది, కానీ సామాన్యంగా ఈ పరిశీలనల ప్రాముఖ్యం పరిమితంగా ఉండేది. మనకి

కావలసిన సమాధానాలన్నీ ముందే దొరికినప్పుడు ఇక కొత్త పరిశీలనలకోసం మన శక్తినీ, సమయాన్నీ ఎందుకు వృథాచెయ్యటం? కానీ కొన్ని అతిముఖ్యమైన ప్రశ్నలకి సమాధానాలు తమకి తెలియవని ఆధునిక మానవులు అంగీకరించే స్థితికి చేరుకున్నప్పుడు, పూర్తిగా కొత్తదైన జ్ఞానం కోసం వెతకటం అవసరమని వాళ్ళకి అనిపించింది. తత్ఫలితంగా, ప్రబలమైన ఆధునిక పరిశోధనా విధానం పాత జ్ఞానం సరిపోదనే నిర్ణయానికి వస్తుంది. ప్రాచీన సంప్రదాయాలని అధ్యయనం చెయ్యటానికి బదులు, ప్రస్తుతం కొత్త పరిశీనలకీ, ప్రయోగాలకీ ఎక్కువ ప్రాధాన్యం ఇస్తున్నారు. ఈనాటి పరిశీలనలు మునుపటి సంప్రదాయాలతో తలపడినప్పుడు, మనం వర్తమాన పరిశీలనలకే ప్రాముఖ్యం ఇస్తాం. అయినా, సుదూరాన ఉన్న నక్షత్రమండలాల వర్ణ విశ్లేషణం చేసే భౌతిక శాస్త్రవేత్తలూ, తామ్ర యుగానికి చెందిన నగరంలో లభించిన వస్తువులను విశ్లేషించే పురాతత్వవేత్తలూ, పెట్టుబడిదారీ వ్యవస్థ పుట్టుకని అధ్యయనం చేసే రాజకీయ శాస్త్రజ్ఞులూ సంప్రదాయాన్ని నిర్లక్ష్యం చెయ్యరు. ప్రాచీన కాలంలో జ్ఞానులు ఏం చెప్పారో, ఏం రాశారో తెలుసుకోవటంతో ప్రారంభిస్తారు వాళ్ళు. కానీ కాలేజీలో చేరిన మొదటి ఏడాది నుంచీ, భౌతిక శాస్త్రం, పురాతత్వ శాస్త్రం, రాజకీయ శాస్త్రం అధ్యయనం చేసే విద్యార్థులకి, ఐన్‌స్టీన్, హెన్రిచ్, స్లీమన్, మాక్స్ వెబర్‌కి తెలిసిన జ్ఞానాన్ని అధిగమించటమే వాళ్ళ లక్ష్యమని నేర్పిస్తారు.

కేవలం పరిశీలనలు జ్ఞానమనిపించుకోవు. ఈ విశ్వాన్ని అర్థం చేసుకోవాలంటే పరిశీలనలని సమగ్రమైన సిద్ధాంతాలతో జోడించాలి. ప్రాచీన సంప్రదాయాలు సామాన్యంగా తమ సిద్ధాంతాలకు కథల రూపం కల్పించేవి. ఆధునిక శాస్త్ర విజ్ఞానం గణితాన్ని ఉపయోగించు కుంటుంది.

బైబిల్‌లో, ఖురాన్‌లో, వేదాల్లో లేదా కన్ఫ్యూషియస్ రాసిన ప్రాచీన గ్రంథాలలో సమీకరణాలూ, గ్రాఫులూ, లెక్కలూ చాలా తక్కువగా కనిపిస్తాయి. ప్రాచీన పురాణ గాథలూ, పవిత్ర గ్రంథాలూ కొన్ని సాధారణ చట్టాలు విధించాయి. వీటిని గణితం ఆధారంగా కాకుండా కథల్లాగా చెప్పారు. మనీకియన్ మతం తాలూకు ప్రధాన సిద్ధాంతం ఈ విధంగా ఈ ప్రపంచం మంచీ చెడుల యుద్ధరంగమని ప్రతిపాదించింది. చెడ్డ శక్తి పదార్థాన్ని సృష్టిస్తే మంచి శక్తి ఆత్మని సృష్టించింది. మానవులు ఈ రెండు శక్తుల మధ్యా చిక్కుకుపోయి, మంచినో చెడునో ఎంపిక చేసుకోవలసిన స్థితికి చేరుకున్నారు. ప్రవక్త మానీ ఈ రెండిటికీ ఉన్న తమతమ శక్తులని పరిగణనలోకి తీసుకుని మానవులు ఎంపిక చెయ్యగల గణిత సూత్రాన్ని ప్రతిపాదించే ప్రయత్నమేదీ చెయ్యలేదు. 'ఒక మనిషి మీద పనిచేసే శక్తి అతని ఆత్మకుండే వేగవృద్ధిని అతని శరీర రాశితో విభజిస్తే వచ్చే ఫలితంతో సమానం' అని అయన ఎన్నడూ లెక్కలు వెయ్యలేదు.

శాస్త్రజ్ఞులు సాధించాలనుకునేది సరిగ్గా ఇదే. 1687లో న్యూటన్ ద మేథమెటికల్ ప్రిన్సిపుల్స్ అఫ్ నేచురల్ ఫిలాసఫీని ప్రచురించాడు. అది ఆధునిక చరిత్రకి సంబంధించిన అన్నిటికన్నా ముఖ్యమైన పుస్తకమని కొందరి అభిప్రాయం. కదలికలు, మార్పుల గురించి న్యూటన్ ఒక సాధారణ సిద్ధాంతాన్ని సమర్పించాడు. కింద పడే ఆపిల్ పళ్ళ దగ్గర్నుంచి

రాలిపడే తారలవరకూ గల ఈ విశ్వంలోని అన్నిటి కదలికలనీ వివరించటం, ఊహించటం ఈ సిద్ధాంతానికి గల సామర్థ్యం. అందుకే మూడు సరళమైన గణిత నియమాలని ఉపయోగించి రూపొందించిన ఈ సిద్ధాంతం అంత గొప్పదయింది.

1. $\sum \vec{F} = 0$

2. $\sum \vec{F} = m\vec{a}$

3. $\vec{F}_{1,2} = -\vec{F}_{2,1}$

ఆ తరవాత నుంచీ ఒక ఫిరంగి గుండు,లేదా ఒక గ్రహం కదలికల్ని ఎవరైనా అర్థం చేసుకోవాలని గాని, ఊహించాలని గాని అనుకుంటే వాళ్ళు ఆ వస్తువు రాశినీ, కదులుతున్న దిశనీ, వేగాన్నీ, దానిమీద పనిచేస్తున్న శక్తులనీ కొలిస్తే చాలు. ఈ అంకెలని న్యూటన్ చెప్పిన సమీకరణాలలోకి జొప్పిస్తే, భవిష్యత్తులో ఆ వస్తువు స్థితిని అంచనా వెయ్యవచ్చు. అది ఇంద్రజాలంలా పనిచేసింది. పంతొమ్మిదో శతాబ్దం చివరిలో మాత్రమే న్యూటన్ నియమాలలో అంత బాగా ఇమడని కొన్ని పరిశీలనలు శాస్త్రజ్ఞుల దృష్టికి వచ్చాయి. అవి భౌతిక శాస్త్రంలో ఆ తరవాత వచ్చిన విప్లవానికి దారితీశాయి. అవే సాపేక్ష సిద్ధాంతం, క్వాంటమ్ మెకానిక్స్.

ప్రకృతి పుస్తకం గణిత భాషలో రాసి ఉందన్న విషయం న్యూటన్ తెలియజేశాడు. ఉదాహరణకి కొన్ని అధ్యయాలు స్పష్టమైన సమీకరణాలని మాత్రమే చెపుతాయి; కానీ జీవశాస్త్రాన్నీ, అర్థశాస్త్రాన్నీ, మనస్తత్వశాస్త్రాన్నీ న్యూటన్ చెప్పిన సమీకరణాలలో కుదించేందుకు ప్రయత్నించినప్పుడు, ఈ రంగాలు అలాటి ప్రయత్నాన్ని సాగనియ్యనంత సంక్లిష్టమైనవని అధ్యయన కర్తలు కనుగొన్నారు. అంటే వాళ్ళు గణితాన్ని పూర్తిగా వదిలేశారని అనటంలేదు. వాస్తవికతకు సంబంధించిన క్లిష్టమైన అంశాలను వివరించేందుకు గత 200 సంవత్సరాలలో గణితశాస్త్రానికి చెందిన ఒక కొత్త శాఖని అభివృద్ధి చేశారు. అదే గణాంక శాస్త్రం (స్టాటిస్టిక్స్).

1774లో స్కాట్లాండ్‌లో నివసించిన అలెగ్జాండర్ వెబ్స్ టర్, రాబర్ట్ వాల్లస్ అనే ఇద్దరు ప్రెస్బిటేరియన్ మతాచార్యులు, చనిపోయిన మతాచార్యుల భార్యల కోసమూ, పిల్లల కోసమూ ఒక జీవిత బీమా నిధిని స్థాపించాలని నిశ్చయించుకున్నారు. ప్రతి చర్చిలోని మతాచార్యుడూ తన సంపాదనలో కొంత డబ్బు ఈ నిధికి చందా రూపంలో ఇవ్వాలనీ, దాన్ని చర్చి మదుపు పెట్టాలనీ వాళ్ళు సూచించారు. ఎవరైనా మతాచార్యుడు చనిపోతే అతని భార్యకి ఆ నిధి ద్వారా వచ్చిన లాభాలలో కొంత ఇస్తారు. ఆ డబ్బుతో

ఆమె జీవితాంతం సుఖంగా బతకగలుగుతుంది. కానీ ఒక్కో మతాచార్యుడూ నిధికి ఎంత చందా ఇస్తే తాము అనుకున్న పని సాధ్యమవుతుందో నిర్ణయించేందుకు వెబ్స్ టర్, వాల్లస్ ఏటా ఎంతమంది మతాచార్యులు చనిపోతారో, ఎంతమంది వితంతువులకీ, అనాథలైన పిల్లలకీ డబ్బు అవసరం వస్తుందో, ఆ స్త్రీలు భర్త చనిపోయాక ఎంత కాలం బతికి ఉంటారో అంచనా వెయ్యవలసి వచ్చింది.

ఆ మతాచార్యులిద్దరూ చెయ్యని పనేమిటో ఒకసారి గమనించండి. తమ ప్రశ్నలకి జవాబు తెలియజేయమని వాళ్ళు దేవుణ్ణి ప్రార్థించలేదు. పవిత్ర గ్రంథాలలోనూ, ప్రాచీన వేదాంతుల రచనలలోనూ కూడా వాళ్ళు సమాధానాలకు వెతకలేదు. అలాగే అస్పష్టమైన తత్వశాస్త్ర వాగ్వివాదాల జోలికి పోలేదు. స్కాట్లాండ్ వాసులు కాబట్టి ఆచరణకే ప్రాధాన్యం ఇచ్చారు. అందుకే వాళ్ళు ఎడిన్బర్గ్ యూనివర్సిటీలో పనిచేసే కోలిన్ మెక్లారిన్ అనే గణితశాస్త్రాచార్యుణ్ణి సంప్రదించారు. ముగ్గురూ కలిసి కూర్చుని మనుషులు సామాన్యంగా ఏ వయసులో చనిపోతారన్న విషయాన్ని పరిశీలించి వివరాలు సేకరించారు. వాటి ఆధారంగా ఒక ఏడాదిలో ఎంతమంది మతాచార్యులు చనిపోయే అవకాశం ఉంటుందో అంచనా వేశారు.

వాళ్ళు చేసిన ఈ శోధన, గణాంకశాస్త్రమూ, సంభావ్యతా అనే రంగాలలో ఆ సమయంలో జరిగిన అనేక కొత్త ఆవిష్కరణల మీద ఆధారపడింది. వీటిలో ఒకటి జాకబ్ బెర్నాలీ ప్రతిపాదించిన లా ఆఫ్ లార్జ్ నంబర్స్. ఒక వ్యక్తి చనిపోవటం లాంటి సంఘటన ఎప్పుడు జరుగుతుందో స్పష్టంగా ముందే చెప్పటం కష్టమైనప్పటికీ, అటువంటివే ఎన్నో సంఘటనల సగటు ఫలితాలు ఎలా ఉంటాయో కచ్చితంగా చెప్పటం సాధ్యమౌతుంది అనే సిద్ధాంతాన్ని బెర్నాలీ క్రోడీకరించాడు. వెబ్స్ టర్, వాల్లస్ పై ఏడాది చనిపోతారో లేదో చెప్పేందుకు మెక్లారిన్ గణితశాస్త్రాన్ని ఉపయోగించలేకపోయాడు, కానీ పై ఏడాది స్కాట్లాండులో ఉండే ఎంతమంది ప్రెస్బిటేరియన్ మతాచార్యులు చనిపోతారనేదాన్ని గురించి వాళ్ళకి తగినన్ని కచ్చితమైన వివరాలు అందించగలిగేవాడే. అదృష్టంకొద్దీ ఉపయోగించుకునేందుకు వివరాలు సిద్ధంగా వాళ్ళ దగ్గర ఉన్నాయి. నిజానికి 50 ఏళ్ళ క్రితం ఎడ్మన్డ్ హ్యాలీ ప్రచురించిన పట్టికలు ముఖ్యంగా వాళ్లకి ఉపయోగపడ్డాయి. హ్యాలీ నమోదైన 1,238 జననాలనీ, 1,174 మరణాలనీ విశ్లేషించాడు. వాటిని అతను జర్మనీలోని బ్రెస్లు అనే నగరంనుంచి సేకరించాడు. 20 ఏళ్ల వ్యక్తి ఒకానొక ఏడాదిలో చనిపోయే అవకాశం 1:100 అనీ, అదే 50 ఏళ్ల వ్యక్తికి ఆ అవకాశం 1:39 ఉంటుందనీ హ్యాలీ తయారుచేసిన పట్టికల ద్వారా తెలుసుకోవటం సాధ్యమైంది.

ఈ సంఖ్యలని ఆధారం చేసుకుని, ఏ సమయంలోనైనా జీవించి ఉండేది సామాన్యంగా 930 మంది ప్రెస్బిటేరియన్ మతాచార్యులనీ, ప్రతి ఏడాదీ సగటున 27 మంది మతాచార్యులు చనిపోతారనీ, వారిలో 18 మంది భార్యలు వాళ్ళ తరవాత కూడా జీవితం కొనసాగిస్తారనీ, వెబ్స్ టర్, వాల్లస్ నిర్ధారించారు. మిగిలిన అయిదుగురి భార్యలూ ముందే చనిపోయినా, వాళ్ళ పిల్లలు అనాథలైపోతారు. మరో ఇద్దరి భార్యలు బతికే ఉన్నా, మొదటి వివాహం ఫలితంగా కలిగిన వాళ్ళ పిల్లలకి పదహారేళ్లు కూడా

నిండనందున, వాళ్ళు తలిదండ్రులకన్నా ఎక్కువకాలం బతుకుతారు. ఆ వితంతువు చనిపోవటానికీ, పునర్వివాహం చేసుకోవటానికీ ఎంత సమయం పడుతుందో వాళ్ళు అంచనా వేశారు (అలాంటిది జరిగితే పెన్షన్ సొమ్ము అందటం ఆగి పోతుంది). ఈ లెక్కలని పరిశీలించిన తరవాత మరణించిన తరవాత తమ సొంతవాళ్ళకోసం ఒక్కొక్క మతాచార్యుడూ నిధికి ఎంత మొత్తం ఇవ్వాలనేది వెబ్స్ టర్‌కీ వాల్లస్‌కీ తెలిసింది. ఏటా 2 పౌన్ల 12 షిల్లింగుల 2 పెన్నీలు చందా ఇస్తే తన భార్యకి ఏడాదికి 10 పౌన్లు అందుతాయన్న హామీ ప్రతి మతాచార్యుడికీ ఉంటుంది, ఆ రోజుల్లో అది చాలా పెద్ద మొత్తం. అది సరిపోదనిపిస్తే అతను ఎక్కువ సొమ్ము నిధికి సమర్పించుకోవచ్చు, అధిక శాతం ఏటా 6 పౌన్ల 11 షిల్లింగుల 3 పెన్నీలు. అప్పుడు అతను చనిపోయాక అతని భార్యకి ఏకంగా ఏడాదికి 25 పౌన్ల మొత్తం అందుతుంది.

వాళ్ళ లెక్కల ప్రకారం 1765 సంవత్సరం నాటికి మరణించిన మతాచార్యులు భార్యలకీ, పిల్లలకీ కేటాయించిన నిధిలో మొత్తం 58,348 పౌన్లు జమ అవుతాయి. వాళ్ళ లెక్కలు ఎంత కచ్చితంగా ఉన్నాయో చూస్తే ఆశ్చర్యం వేస్తుంది. వాళ్ళు చెప్పిన ఆ ఏడాదికి చేరుకోగానే నిధిలో జమ అయిన మొత్తం పౌన్లు 58,347, వాళ్ళ అంచనాకి కేవలం ఒక్క పౌను తక్కువ! ఈ అంచనాలు హబక్కుక్, జెరెమియా, సెయింట్ జాన్ చెప్పిన భవిష్యత్వాని కన్నా మెరుగైనవి. ఈనాడు వెబ్స్ టర్, వాల్లస్ స్థాపించిన నిధి పేరు 'స్కాటిష్ విడోస్'. అది ప్రపంచంలోకెల్లా పెద్ద పెన్షన్, బీమా కంపెనీగా పేరుగాంచింది. ఆ కంపెనీ ఆస్తులు 10,000 కోట్ల పౌన్లు. అది కేవలం స్కాట్లాండ్‌లో ఉండే వితంతువులకు కాక, వాళ్ళ పాలిసీలు కొనేవారెవరికైనా సాయం చేస్తుంది.

ఈ ఇద్దరు స్కాట్లాండ్ మతాచార్యులూ ఉపయోగించిన సంభావ్యత తాలూకు లెక్కలు కేవలం పెన్షన్‌కీ, బీమా వ్యాపారానికీ కేంద్రమైన బీమా లెక్కింపు శాస్త్రానికే పరిమితం కాకుండా, జనాభా శాస్త్రానికి కూడా కేంద్రమైంది (దీన్ని స్థాపించిన వ్యక్తి ఆంగ్లికన్ రాబర్ట్ మాల్తస్ అనే మరో మతాచార్యుడు) చార్లెస్ డార్విన్ (కొంచెంలో ఆంగ్లికన్ చర్చ్‌లో ఉపదేశకుడు కావలసింది) తన పరిణామక్రమమనే సిద్ధాంతాన్ని నిర్మించింది జనాభా శాస్త్రం అనే పునాది మీదే. కొన్ని ప్రత్యేకమైన పరిస్థితుల్లో ఏ జీవి పరిణామం చెందుతుందో అంచనా వేసేందుకు ఎటువంటి సమీకరణలూ లేవు, కానీ జన్యుశాస్త్రజ్ఞులు సంభావ్యత అనే లెక్కల ద్వారా ఒక రకమైన జీవుల సమూహంలో ఏదైనా ప్రత్యేకమైన మార్పు చోటుచేసుకోవచ్చని అంచనా వెయ్యగలుగుతారు. ఇటు వంటి సంభావ్యతని సూచించే నమూనాలే ఆర్థికశాస్త్రానికీ, సామాజికశాస్త్రానికీ, మనస్తత్వశాస్త్రానికీ, రాజకీయ శాస్త్రానికీ, ఇతర సమాజం, ప్రకృతికి సంబంధించిన శాస్త్రాలకి కూడా కేంద్రంగా ఉంది. న్యూటన్ ప్రతిపాదించినా శాస్త్రీయ సమీకరణలని కూడా చివరికి క్వాంటం మెకానిక్స్ అనే మబ్బులు కమ్మేశాయి.

ఈ ప్రక్రియ మనని ఎంత దూరం తీసుకుపోయిందో తెలుసుకోవాలంటే మనం కేవలం విద్య తాలూకు చరిత్రని తిరగేస్తే చాలు. నమోదయిన చరిత్రలో చాలామటుకు గణితశాస్త్రం గూఢమైన రంగంగా ఉండి విద్యావంతులు కూడా దాన్ని అరుదుగా లోతుగా

అధ్యయనం చేసినట్టు తెలుస్తుంది. మధ్యయుగపు యూరప్‌లో తర్కం, వ్యాకరణం, సాహిత్య మీమాంస విద్యాభ్యాసంలో కేంద్రంగా ఉండేవి. గణితశాస్త్రం బోధించటమనేది అంకగణితం, రేఖాగణితం తాలూకు సామాన్య స్థాయి దాటలేదు. గణాంక శాస్త్రాన్ని ఎవరూ అధ్యయనం చెయ్యలేదు. అన్ని శాస్త్రాలకీ రారాజు వంటిది వేదాంతమని అందరూ అంగీకరించారు.

ఈ రోజుల్లో సాహిత్య మీమాంస చదివే విద్యార్థులెవరూ లేరు; తర్కశాస్త్రం తత్వశాస్త్ర విభాగానికీ, వేదాంతం శిక్షణ సంస్థలకీ మాత్రమే పరిమితమయింది. కానీ గణితశాస్త్రం చదవమని ఎక్కువమంది విద్యార్థులను ప్రోత్సహించటం, బలవంతపెట్టటం కనిపిస్తోంది. కచ్చితమైన నియమాలూ, ఫలితాలూ గల శాస్త్రాలవైపు ఆపలేనంత మొగ్గు కనిపిస్తోంది. ఈ శాస్త్రాలు గణితానికి సంబంధించిన ఉపకరణాలని ఉపయోగిస్తాయి కాబట్టి వీటిని 'కచ్చితమైన' శాస్త్రాలు అంటారు. విజ్ఞాన శాస్త్రానికి సంబంధించని, అంటే మానవ భాష (భాషాశాస్త్రం), మానవుడి మనసు (మనస్తత్వశాస్త్రం) లాంటి విషయాల అధ్యయనం సైతం గణితం మీద ఆధారపడటం ఎక్కువై, అవి కూడా కచ్చితమైన శాస్త్రాలే అని నిరూపించుకోవాలని ప్రయత్నిస్తున్నాయి. గణాంకశాస్త్రానికి సంబంధించిన పాఠ్యాంశాలు కేవలం భౌతికశాస్త్రానికీ, జీవశాస్త్రానికీ అవసరమైన ప్రాథమిక విషయాలు కాకుండా, మనస్తత్వ శాస్త్రానికీ, సామాజికశాస్త్రానికీ, అర్థశాస్త్రానికీ, రాజకీయశాస్త్రానికీ కూడా అవసరమయ్యాయి.

నేను స్వయంగా చదువుకున్న విశ్వవిద్యాలయం మనస్తత్వశాస్త్ర విభాగంలో, మొదటి పాఠ్యాంశంలో చదవాల్సిన పాఠం 'మనస్తత్వ శాస్త్ర పరిశోధనల్లో గణాంకశాస్త్రానికీ, అధ్యయన రీతులకీ పరిచయం'. మనస్తత్వ శాస్త్రం రెండో సంవత్సరంలో చదివే విద్యార్థులు 'మనస్తత్వశాస్త్ర పరిశోధనల్లో గణాంకశాస్త్ర రీతులు' అనే పాఠ్యాంశాన్ని ఎంచుకోవాలి. మనిషి మనసుని అర్థం చేసుకుని, మానసిక వ్యాధులకు చికిత్స చెయ్యాలంటే ముందు గణాంకశాస్త్రాన్ని అధ్యయనం చెయ్యాలని చెప్పివుంటే, కన్ఫ్యూషియస్, బుద్ధుడు, ఏసుక్రీస్తు, ముహమ్మద్ నివ్వెరపోయి ఉండేవారు.

జ్ఞానమే శక్తి

దానిలో ఉండే గణితశాస్త్రానికి సంబంధించిన భాష అర్థం చేసుకోవటం మన మెదళ్ళకి కష్టం కనుకనే ఆధునిక విజ్ఞాన శాస్త్రం చాలామందికి సులభంగా మింగుడు పడదు. అది కనుగొనే అంశాలు తరచు మన ఇంగిత జ్ఞానానికి వ్యతిరేకంగా ఉంటాయి. ప్రపంచంలో ఉన్న 700 కోట్లమందిలో ఎంతమందికి నిజంగా క్వాంటం మెకానిక్స్, కణ జీవశాస్త్రం (సెల్ బయాలజీ) లేదా స్థూల ఆర్థికశాస్త్రం (మాక్రో ఎకనామిక్స్) అర్థమౌతాయి? అయినప్పటికీ అది మనకి కలగజేసే కొత్త శక్తుల వల్ల విజ్ఞానశాస్త్రం చాలా గొప్పదిగా పరిగణించబడుతుంది. దేశాధ్యక్షులూ, సేనానులూ అణుభౌతిక శాస్త్రాన్ని అర్థం చేసుకోకపోవచ్చు, కానీ అణుబాంబులు ఏం చెయ్యగలవనే దాన్ని గురించి వాళ్ళకి మంచి అవగాహనే ఉంది.

1620లో ఫ్రాన్సిస్ బేకన్ ద న్యూ ఇన్‌స్ట్రుమెంట్ (కొత్త పరికరం) అనే శాస్త్రీయ ప్రకటన పత్రం (మేనిఫెస్టో) ప్రచురించాడు. అందులో ఆయన 'జ్ఞానమే శక్తి' అని వాదించాడు. 'జ్ఞానానికి సరైన పరీక్ష అది మనకి సాధికారత ఇవ్వగలదా లేదా అన్నదే తప్ప అది వాస్తవమా కాదా అనేది కాదు. శాస్త్రజ్ఞులు సామాన్యంగా ఏ సిద్ధాంతమూ 100 శాతం సరైనదై ఉండదనే అనుకుంటారు. అందుచేత జ్ఞానాన్ని పరీక్షించేందుకు నిజం పనికిరాదు. నిజమైన పరీక్ష దాని ఉపయోగం. కొత్త పనులు చేసేందుకు సశక్తపరచే సిద్ధాంతం ఏదైనా జ్ఞానం కిందే పరిగణించాలి.

శతాబ్దాలనుంచీ విజ్ఞాన శాస్త్రం మనకి కొత్త పరికరాలు అందిస్తూనే ఉంది. వాటిలో మరణాల సంఖ్య, ఆర్థిక అభివృద్ధి అంచనా వెయ్యటం లాంటివి మానసికమైనవి. అంతకన్నా ముఖ్యమైనవి సాంకేతిక విజ్ఞానానికి పనికివచ్చే పరికరాలు. విజ్ఞానశాస్త్రానికీ, సాంకేతిక పరిజ్ఞానానికి గల దృఢమైన సంబంధం ఎంత బలమైనదంటే ఈనాడు జనం రెండూ ఒకటేనని భ్రమపడతారు. శాస్త్రీయ పరిశోధనల సహాయం లేకుండా కొత్త సాంకేతిక విజ్ఞానాన్ని అభివృద్ధి చెయ్యటం సాధ్యం కాదనీ, కొత్త సాంకేతిక విజ్ఞానం అభివృద్ధి చెయ్యలేకపోతే పరిశోధనలు చేసి ప్రయోజనం లేదనీ అనుకుంటాం.

నిజానికి విజ్ఞాన శాస్త్రానికీ, సాంకేతికతకీ మధ్య సంబంధమనేది ఈ మధ్యనే కనిపిస్తోంది. 1500 సంవత్సరానికి ముందు ఆ రెండూ పూర్తిగా భిన్నమైన రంగాలుగా ఉండేవి. పదిహేడో శతాబ్దం ప్రారంభంలో బేకన్ ఆ రెంటినీ జోడించినప్పుడు, అది ఒక విప్లవాత్మకమైన ఆలోచన అనుకున్నారు. పదిహేడు, పద్దెనిమిదో శతాబ్దాలలో ఈ సంబంధం మరింత గట్టిపడింది. అయినా రెంటికీ ముడిపడింది పంతొమ్మిదో శతాబ్దంలోనే. 1800 సంవత్సరంలో కూడా తమకి బలమైన సైన్యం కావాలనుకున్న రాజులూ, వ్యాపారంలో రాణించాలనుకున్న ప్రముఖ వ్యాపారవేత్తలూ, భౌతికశాస్త్రంలో, జీవశాస్త్రంలో, అర్థశాస్త్రంలో పరిశోధనలకు డబ్బు మదుపుపెట్టాలనుకోలేదు.

ఈ నియమానికి మినహాయింపు లేదని నేననటంలేదు. ఒక మంచి చరిత్రకారుడు ప్రతి సంఘటనా ఇంతకూ ముందే జరిగిందని నిదర్శనం చూపించగలడు. కానీ అతనికన్నా మెరుగైన చరిత్రకారుడికి, ఆ మునుపటి సంఘటనలు కేవలం కుతూహలం వ్యక్తపరచటమే అనీ, అవి అసలు విషయాన్ని స్పష్టంగా కనిపించకుండా చేస్తాయనీ తెలుస్తుంది. అసలు ఏం జరిగిందంటే, ఆధునిక కాలానికి ముందుండిన రాజులూ, వ్యాపారులూ కొత్త సాంకేతిక జ్ఞానాభివృద్ధికి ఈ విశ్వం గురించి పరిశోధనలు చేసేందుకు డబ్బు వెచ్చించలేదు, ఎక్కువమంది మేధావులు కూడా తాము కనుగొన్న విషయాలను సాంకేతిక పరికరాలుగా మార్చుకోలేదు. ప్రస్తుతం ఉన్న వ్యవస్థని మరింత పటిష్ఠం చేసేందుకు అవసరమైన సాంప్రదాయిక జ్ఞానాన్ని మాత్రమే వ్యాప్తి చేసేందుకు రాజులు విద్యాసంస్థలకు ధనసహాయం చేశారు.

అక్కడక్కడా జనం కొత్త సాంకేతికతని అభివృద్ధి చేశారు, కానీ వీటిని తయారుచేసిన వారు చదువుసంధ్యలు లేని చేతిపనులు చేసేవాళ్ళు వాళ్ళు ఒక పద్ధతిలో శాస్త్రీయ పరిశోధనలు చెయ్యలేదు, కేవలం తమ కల్పనాశక్తితో పనిచేసేవారు. బళ్ళు తయారు

చేసేవాళ్ళు ఏళ్ల తరబడి ఒకే రకమైన వస్తువులు ఉపయోగించి ఒకే రకమైన బళ్ళు నిర్మించేవాళ్ళు. కొత్త బళ్ల నమూనాలు తయారుచేసేందుకు అవసరమైన పరిశోధనలకు వాళ్ళు తమకు వచ్చిన లాభాలలో కొంతభాగం విడిగా పెట్టలేదు. ఎప్పుడైనా ఒకసారి బండి రూపం కొద్దిగా మెరుగయేది. ఆ పని స్థానికంగా ఉండే వడ్రంగి ఎవరో చేసేవాడు. అతను ఎన్నడూ విశ్వవిద్యాలయంలో అడుగుపెట్టి ఉండడు. బహుశా చదవటం కూడా రాకపోయి ఉండవచ్చు.

ఇది ప్రభుత్వ రంగానికీ, ప్రైవేట్ రంగానికి కూడా వర్తిస్తుంది. జాతీయ విధానాలకు సంబంధించిన దాదాపు అన్ని సమస్యలకీ పరిష్కారాలు సూచించ మని ఆధునిక దేశాలు తమ శాస్త్రజ్ఞులని అడగటం పరిపాటి. అది శక్తి నుంచి ఆరోగ్యం, చెత్త నిర్మూలించటం దాకా ఉండవచ్చు. ప్రాచీన రాజ్యాలు ఇలాటి పనులు అరుదుగా చేసేవి. అప్పటికీ ఇప్పటికీ స్పష్టమైన తేడా కనిపించేది ఆయుధాలలో. సైనిక పరిశ్రమ భవన సమూహం అధికారం పెరిగిపోతున్నదని 1961లో పదవీ విరమణ చేసిన అధ్యక్షుడు డ్వైట్ ఐసెనోవర్ హెచ్చరించాడు, కానీ సమీకరణలో ఒక భాగాన్ని వదిలేశాడు.ఆయన సైనిక పరిశ్రమ శాస్త్రీయ భవన సమూహం అధికారం పెరిగిపోతున్నదని తన దేశాన్ని హెచ్చరించి ఉండవలసింది. ఎందుకంటే ఈనాటి యుద్ధాలు విజ్ఞాన శాస్త్రం తాలూకు ఉత్పత్తులే. ప్రపంచ వ్యాప్తంగా సైనిక బలాలు మానవులు చేసే శాస్త్రీయ పరిశోధనలకు, సాంకేతిక అభివృద్ధికి శ్రీకారం చుడతాయి, నిధులు సమకూరుస్తాయి, వాటిని ఎక్కువ సంఖ్యలో ముందుకి నడిపిస్తాయి.

మొదటి ప్రపంచ యుద్ధం అంతులేని పోరాటంగా కొనసాగినప్పుడు, ఎటూ తెగని ఆ యుద్ధాన్ని ఆపి దేశాలని కాపాడేందుకు ఇరుపక్షాల వాళ్ళూ శాస్త్రజ్ఞుల సహాయం కోరారు. తెల్లకోట్లు వేసుకున్న శాస్త్రజ్ఞులు సాయం చేసేందుకు ముందుకొచ్చి తమ ప్రయోగశాలలలోంచి కొత్త ఆయుధాల్ని ప్రవాహంలా వెలికితీస్తూ పోయారు: యుద్ధ విమానాలు, విషవాయువు, ట్యాంకులు, సబ్ మరీన్లు, ఇంకా బాగా పనిచేసే మిషన్ గన్లు, ఫిరంగులు, తుపాకులు, బాంబులు.

రెండో ప్రపంచ యుద్ధంలో విజ్ఞాన శాస్త్రం మరింత ముఖ్య పాత్ర వహించింది. 1944 చివర్లో జర్మనీ యుద్ధంలో ఓడిపోసాగింది. ఓటమి తప్పనిసరి ఆయే పరిస్థితి నెలకొంది. ఒక ఏడాది క్రితం జర్మనీతో మైత్రి కొనసాగించిన ఇటాలియన్లు ముస్సోలిని ప్రభుత్వాన్ని పడదోసి మిత్ర రాజ్యాలకి లొంగిపోయారు. కానీ బ్రిటిష్, అమెరికన్, సోవియట్ సేనలు అన్నివైపులనుంచీ ఆక్రమిస్తున్నప్పటికీ జర్మనీ పోరాటాన్ని కొనసాగించింది. జర్మన్ శాస్త్రజ్ఞులు పరిస్థితిని తారుమారు చేసేందుకు V2 రాకెట్, జెట్ విమానాలూ లాంటి అద్భుతమైన ఆయుధాల్ని సృష్టిస్తారన్న నమ్మకం వల్లే జర్మన్ సైనికులు, నాగరికులూ ఇంకా గెలిచే అవకాశం ఉందని అనుకున్నారు.

జర్మన్లు రాకెట్లు, జెట్‌విమానాలూ తయారుచెయ్యటంలో మునిగి ఉండగా, అమెరికన్ మన్‌హట్టన్ ప్రణాళిక అణుబాంబులు తయారుచెయ్యటంలో విజయం సాధించింది. ఆగష్టు 1945లో ఆ బాంబు తయారై ప్రయోగించేందుకు సిద్ధంగా ఉండే వేళకి జర్మనీ

33. ప్రయోగించేందుకు సిద్ధంగా ఉన్న జర్మన్ వీ-2. మిత్రరాజ్యాలని అది ఓడించలేదు. కానీ జర్మన్లకి సాంకేతిక అద్భుతం జరగబోతోందన్న ఆశని చివరి రోజులవరకూ నిలిపి ఉంచింది.

ముందే లొంగిపోయింది కానీ జపాన్ ఇంకా పోరాడుతూనే ఉంది. అమెరికా సేనలు జపాన్ ద్వీపాలమీద దాడి చేసేందుకు సిద్ధంగా ఉన్నాయి. ఆ ఆక్రమణని అడ్డుకుంటామనీ, ప్రాణాలు పోయేదాకా పోరాడతామనీ జపాన్ ప్రతిజ్ఞ చేసింది. అది ఉత్తుత్తి బెదిరింపు కాదని నమ్మటానికి తగిన అధరాలు కనిపించాయి. జపాన్‌ని ఆక్రమిస్తే కొన్ని లక్షలమంది సైనికులు ప్రాణాలు కోల్పోవలసి వస్తుందనీ, ఆ తరవాత యుద్ధం 1946 వరకూ కొనసాగుతుందని అమెరికన్ సేనాపతులు దేశాధ్యక్షుడు హ్యారీ ఎస్. ట్రూమన్‌కి చెప్పారు. ట్రూమాన్ కొత్త బాంబు ప్రయోగించాలని నిశ్చయించాడు. రెండు వారాలు గడిచి రెండు బాంబులు వేశాక జపాన్ బేషరతుగా లొంగిపోయింది. యుద్ధం ముగిసింది.

కానీ విజ్ఞానశాస్త్రం కేవలం ప్రమాదకరమైన ఆయుధాలు సృష్టించేందుకే ఉపయోగపడదు. మన రక్షణ వ్యవస్థకి సంబంధించిన విషయాలలో కూడా అది ముఖ్య పాత్ర నిర్వహిస్తుంది. ఉగ్రవాదానికి పరిష్కారం రాజకీయాలు కాదనీ, సాంకేతిక అభివృద్ధి అనీ ఈనాడు చాలామంది అమెరికన్లు నమ్ముతారు. నానో టెక్నాలజీ పరిశ్రమ కోసం కొన్ని లక్షలు అదనంగా ఖర్చు పెడితే చాలు, ఆఫ్ఘన్‌లోని ప్రతి కొండ గుహలోకీ, యెమెన్ కోటలోకీ, ఉత్తర ఆఫ్రికా సైనిక శిబిరంలోకీ, అమెరికా సంయుక్త రాష్ట్రాలు 'బయోనిక్ స్పై ఫ్లయిలని' పంపగలవు అనేది కూడా వాళ్ళ నమ్మకం. ఒకసారి ఆ పని చేసి ముగిస్తే, ఉదాహరణకి ఒసామా బిన్ లాడెన్ వారసులు ఒక కప్పు కాఫీ తయారు చేశారనుకుందాం,

లాంగ్లేలోని ముఖ్య కార్యాలయానికి ఈ కీలకమైన సమాచారం సీఐఏ స్పై ఫ్లై చేరవేస్తుంది. అంటే స్పై ఫ్లై కి తెలీకుండా వాళ్ళు కప్పు కాఫీ కూడా తాగలేరన్నమాట. మెదడుకి సంబంధించిన పరిశోధనలకు మరిన్ని లక్షలు కేటాయిస్తే, ప్రతి విమానాశ్రయంలోనూ అత్యాధునిక FMRI స్కానర్లు అమరిస్తే చాలు, అవి మనుషుల మస్తిష్కాలలో ద్వేషం, కోపంతో నిండిన ఆలోచనలను వెంటనే పసిగట్టేయ్యగలవు. అది నిజంగా పనిచేస్తుందా? ఎవరికి తెలుసు? బయోనిక్ ఫ్లై లనీ, ఆలోచనలని పసికట్టే స్కానర్‌లనీ తయారుచేయటం తెలివైన పనేనా? కాకపోవచ్చు. ఏది ఎలా ఉన్నప్పటికీ, మీరు ఈ పంక్తులు చదువుతున్న సమయంలో అమెరికా రక్షణ శాఖ కొన్ని లక్షల డాలర్లని నానోటెక్నాలజీ అభివృద్ధికీ, మస్తిష్కానికి సంబంధించిన ప్రయోగశాలలకూ ఇంకా అటువంటి ప్రయోగాల కోసమూ తరలిస్తోంది.

మిలిటరీ సాంకేతికత గురించిన ఈ అమితమైన ఆసక్తి - ట్యాంకుల నుంచి బాంబులు, ఆ తరవాత స్పై ఫ్లై లూ - ఈమధ్యనే ప్రారంభమైన చాలా ఆశ్చర్యకరమైన విషయం. పంతొమ్మిదో శతాబ్దం వరకూ అధిక శాతం సైనిక విప్లవాలు సంస్థాగతమైన మార్పులే తప్ప సాంకేతికమైనవి కావు. పరాయి సంస్కృతులు మొదటిసారి కలుసుకున్నప్పుడు, సాంకేతికమైన తేడాలు ఒక్కొక్కసారి చాలా ముఖ్యమైన పాత్ర నిర్వహించాయి. కానీ అటువంటి సందర్భాలలో కూడా ఆ తేడాలని బుద్ధిపూర్వకంగా మరింత పెంచాలని ఎవరూ అనుకోలేదు. అధికశాతం సామ్రాజ్యాలు సాంకేతిక నైపుణ్యానికి ధన్యవాదాలు సమర్పించలేదు, సామ్రాట్టులు సాంకేతిక అభివృద్ధి గురించి పెద్దగా ఆలోచించలేదు. తమ దగ్గర మెరుగైన విల్లంబులూ, కత్తులూ ఉన్నాయని అరబ్బులు సస్సనిద్ సామ్రాజ్యాన్ని ఓడించలేదు. బైజాంటైన్స్ కన్నా సాంకేతికపరంగా సెల్జుక్ సామ్రాజ్యం మెరుగ్గా ఉండలేదు, అలాగే మంగోల్ దేశస్థులు ఏవో తెలివైన ఆయుధాల్ని ఉపయోగించి చైనాని వశపరుచుకోలేదు. నిజానికి, ఈ సందర్భాలన్నిటిలోనూ ఓడిపోయినవారి దగ్గరే సేనకీ, నాగరికులకీ సంబంధించిన గొప్ప సాంకేతిక పరిజ్ఞానం ఉండేది.

దీనికి ఒక మంచి ఉదాహరణ రోమన్ సైన్యం. ఆ రోజుల్లో అది అన్నిటికన్నా గొప్ప సైన్యం అని పేరు పడింది. కానీ సాంకేతికపరంగా చూస్తే అది కార్తేజ్, మేసిడోనియా, సెల్యూసిడ్ సామ్రాజ్యాలకన్నా మిన్న అయినదేమీ కాదు. సమర్థమైన సంస్థాగత నిర్మాణ వ్యవస్థ, కఠిన క్రమశిక్షణ, బోలెడంత అంగబలం మీద ఆధారపడటం దానికి లాభాన్ని చేకూర్చాయి. రోము సైన్యం ఎన్నడూ పరిశోధనలకీ, అభివృద్ధికీ శాఖలు కేటాయించలేదు. కొన్ని శతాబ్దాల వరకూ అది ఉపయోగించిన ఆయుధాలలో కూడా ఎటువంటి మార్పూ లేదు. క్రీ.పూ. రెండో శతాబ్దంలో కార్తేజ్‌ని నేలమట్టం చేసి నుమాన్షియన్లని ఓడించిన సేనాపతి షిపియో ఎమిలియానుస్ సేనలు 500 సంవత్సరాల తరవాత కాన్స్టాంటిన్ ద గ్రేట్ కాలంలో హఠాత్తుగా ఊడిపడితే, అప్పుడు కూడా షిపియో కాన్స్టాంటిన్‌ని ఓడించే అవకాశమే ఎక్కువ అనాలి. ఇక కొన్ని శతాబ్దాల క్రితం ఉండిన ఒక సైన్యాధిపతిని ఊహించుకోండి, ఉదాహరణకి నెపోలియన్‌నే తీసుకుందాం. ఆయన ఈనాటి సాయుధ బ్రిగేడ్‌తో పోరాడేందుకు తన సైన్యంతో బయలుదేరితే ఎలా ఉంటుందో ఊహిద్దాం.

నెపోలియన్ అద్భుతమైన తెలివి గలవాడు. మంచి వ్యూహాలు పన్నగల సమర్థుడు, అతని సైనికులు యుద్ధ విద్యల్లో నిష్ణాతులు. కానీ ఆధునిక ఆయుధాల ముందు వాళ్ళ నైపుణ్యం ఎందుకూ కొరగాదు.

రోములో లాగే ప్రాచీనకాలపు చైనాలో కూడా కొత్త ఆయుధాల్ని తయారుచేయటం తమ బాధ్యత అని సేనానులూ, తత్వవేత్తలూ భావించలేదు. చైనా దేశపు చరిత్రలో అతిముఖ్యమైన ఆవిష్కరణ మందుగుండు సామాను. అయినా, మనకి తెలిసినంతవరకూ మందుగుండు సామాను హఠాత్తుగా ఆవిష్కరించబడింది. సంజీవని లాంటి ప్రాణాలు కాపాడే ఔషధాన్ని కనిపెడు తూండగా డావోవాదాన్ని నమ్మే రసవాదుల (ఆల్కెమిస్ట్స్) కి అది అనుకోకుండా దొరికింది. ఆ తరవాత మందుగుండుని మనిషి ఉపయోగించిన విధానం చెప్పుకోదగినది. ఆ రసవాదులు చైనాని ఈ ప్రపంచానికే అధిపతిని చేసి ఉండవచ్చని ఎవరైనా అనుకోవచ్చు. నిజానికి, ఆ కొత్త సామగ్రిని చైనా దేశస్థులు టపాసులు తయారుచేసేందుకు వాడుకున్నారు. మంగోల్ దేశం దాడి చేసినప్పుడు సాంగ్ సామ్రాజ్యం కూలిపోయిన తరవాత కూడా తన రాజ్యాన్ని కాపాడుకునేందుకు ప్రళయాన్ని సృష్టించే ఆయుధాలతో మన్‌హట్టాన్ ప్రణాళికని మధ్యకాలపు ఏ సామ్రాట్టూ తయారుచేయించలేదు. పదిహేనో శతాబ్దంలో మాత్రమే, అంటే మందుగుండు సామాను ఆవిష్కరించిన 600 సంవత్సరాలకి, ఆఫ్రో-ఆసియా యుద్ధభూముల్లో ఫిరంగులు నిర్ణయాత్మకమైన పాత్ర వహించాయి. ఈ ప్రాణాంతకమైన పదార్థాన్ని సైన్యంలో అంత కాలం ఎందుకు ఉపయోగించలేదు? కారణం ఉంది, అది వెలువడిన సమయంలో కొత్త మిలిటరీ సాంకేతికత తమని కాపాడుతుందని గాని, తమని ధనవంతులుగా చేస్తుందని గాని రాజులూ, విద్యావేత్తలు, వర్తకులు అనుకోలేదు.

పదిహేను-పదహారో శతాబ్దాలలో పరిస్థితి మారింది, అయినా రాజులు కొత్త ఆయుధాలు కనిపెట్టేందుకు అవసరమైన పరిశోధనలకీ, అభివృద్ధికీ ఆర్థిక సహాయం చెయ్యాలని అనుకునేందుకు ఇంకొక 200 సంవత్సరాలు పట్టింది. సాంకేతిక పరిజ్ఞానం కన్నా సైనికులకు ఆహార సామగ్రి సరఫరా చెయ్యటం, వ్యూహరచన చెయ్యటం లాంటివి యుద్ధం తాలూకు ఫలితాలమీద చాలా ఎక్కువ ప్రభావం చూపేవి. 1805లో ఆస్టెర్లిట్జ్ దగ్గర యూరప్ బలాలను నెపోలియన్ సేనలు అణచివేసినప్పుడు, వాళ్ళ దగ్గర ఉన్న ఆయుధాలు 16వ లూయీ సేనలు వాడినలాంటివే. నెపోలియన్ స్వయంగా ఫిరంగుల గురించి బాగా తెలిసినవాడైనప్పటికీ, అతను కొత్త ఆయుధాలలో ఆసక్తి కనబరచలేదు. శాస్త్రజ్ఞులు గాలిలో ఎగిరే యంత్రాలూ, సబ్‌మెరీన్లూ, రాకెట్లో తయారుచేసేందుకు నిధులు సమకూర్చమని అతన్ని ఒప్పించేందుకు శతవిధాలా ప్రయత్నించినప్పటికీ అతను వినిపించుకోలేదు.

విజ్ఞానశాస్త్రం, పరిశ్రమలు, మిలిటరీ సాంకేతికత కలిసిపోయి పనిచేసింది పెట్టుబడిదారీ వ్యవస్థ, పారిశ్రామిక విప్లవం ప్రారంభమయిన తరవాతే. ఈ సంబంధం బాగా పటిష్ఠం అయిన తరవాత, అది చాలా త్వరగా ఈ ప్రపంచాన్ని మార్చివేసింది.

ప్రగతి తాలూకు ఆదర్శం

శాస్త్రీయ విప్లవం వచ్చేదాకా మానవ సంస్కృతులేవీ ప్రగతి అనే అంశాన్ని అంతగా నమ్మలేదు. స్వర్ణయుగం గతానికి సంబంధించినదని అనుకునేవారు. ప్రపంచం మరింత అధ్వాన్నంగా అవకపోయినా, ఒకే చోట కదలకుండా ఉండిపోయిందని అనుకున్నారు. యుగాల తరబడి అందుతున్న వివేకం బహుశా మళ్ళీ మంచిరోజులు తీసుకొస్తుందని, మనిషికున్న చాతుర్యం దైనందిన జీవితంలో ఏదో ఒక విషయాన్ని మెరుగుపరచవచ్చనీ నమ్మారు వాళ్ళు. కానీ, ఈ లోకంలో ప్రధానంగా ఉండే సమస్యలని మానవుల జ్ఞానం రూపుమాపటం అసాధ్యమనుకున్నారు. అన్నీ తెలిసిన ముహమ్మద్, ఏసుక్రీస్తు, బుద్ధుడు, కన్ఫ్యూషియస్ సైతం కరువు కాటకాలనీ, వ్యాధులనీ, పేదరికాన్నీ, యుద్ధాలనీ ఈ లోకం నుంచి బహిష్కరించలేనప్పుడు మనం ఆ పని చేయగలమని ఎలా ఆశించగలం?

ఏదో ఒకరోజు ఒక మహాపురుషుడు అవతరించి ఈ ప్రపంచంలోని అన్ని యుద్ధాలనీ, కరువు కాటకాలనీ, చివరికి మృత్యువుని సైతం అంతం చేస్తాడని ఎన్నో మతాలు నమ్మాయి. కానీ, కొత్త జ్ఞానం సంపాదించి, కొత్త పరికరాలు ఆవిష్కరించి మానవుడే ఆ పని చెయ్యగలడన్న ఆలోచన హాస్యాస్పదంగా తోచింది, అది అహంకార మనిపించుకుంటుంది. మనిషికున్న పరిమితులని అధిగమించే ప్రయత్నం చేస్తే ఫలితం నిరాశ, చేటు తప్ప ఇంకేమీ ఉండదని టవర్ ఆఫ్ బాబెల్, ఇకారస్, గోలెం లాంటి లెక్కలేనన్ని కట్టుకథలు మనకి నేర్పాయి.

తనకి తెలియని విషయాలు ఇంకా చాలా ఉన్నాయని ఆధునిక సంస్కృతి అంగీ కరించిన తరవాత, ఆ అంగీకృతితో బాటు శాస్త్రీయ ఆవిష్కరణలు మనకి కొత్త శక్తులని అందించగలవు అనే ఆలోచనని జోడించాక, నిజమైన ప్రగతి బహుశా సాధ్యమేనేమో అన్న సందేహం మనుషులకి రాసాగింది. పరిష్కారానికి నోచుకోని సమస్యలని విజ్ఞాన శాస్త్రం ఒకటొకటిగా పరిష్కరిస్తూ ఉండటం చూసి, కొత్త జ్ఞానాన్ని పనికిపెట్టి ఎటువంటి కష్టాన్నైనా సమస్యనైనా పరిష్కరించవచ్చున్న నమ్మకం మానవాళికి కలిగింది. పేదరికం, అనారోగ్యం, యుద్ధాలు, కరువు కాటకాలు, వార్ధక్యం, చివరికి మరణం కూడా మనిషి తప్పించుకోలేని తలరాత అనుకోకూడదన్న నమ్మకం కలిగింది. అవి మన అజ్ఞానానికి ఫలితాలు, అంతే.

ఒక సుప్రసిద్ధ ఉదాహరణ మెరుపులు. అవి క్రోధంతో మండిపడే దేవుడి సుత్తి అనీ, పాపులను శిక్షించేందుకు దేవుడు దాన్ని ఉపయోగిస్తాడనీ అనేక సంస్కృతులు నమ్మాయి. పద్దెనిమిదో శతాబ్దం మధ్యభాగంలో, శాస్త్రీయ ప్రయోగాల చరిత్రలో అతిప్రసిద్ధి సాధించినవాటిలో ఒకటి, బెంజమిన్ ఫ్రాంక్లిన్ ఎగురవేసిన గాలిపటం. మెరుపులు, విద్యుత్ ప్రవాహాలు తప్ప మరేమీ కావని నిరూపించేందుకు ఆయన మెరుపులతో కూడిన వర్షం వస్తున్నప్పుడు గాలిపటాన్ని ఎగురవేశాడు. ప్రయోగాల ఆధారంతో ఆయన కనుగొన్న విషయాలు, విద్యుచ్ఛక్తి లక్షణాల గురించి ఆయనకి ఉన్న పరిజ్ఞానము, ఆయనచేత దేవుళ్ళని నిరాయుధుల్ని చెయ్యగల విద్యుత్ కడ్డీ (ఎలక్ట్రిక్ రాడ్) ని ఆవిష్కరింపజేశాయి.

34. దేవుళ్ళని నిరాయుధులుగా చేస్తున్న బెంజమిన్ ఫ్రాంక్లిన్.

ఇక్కడ మనం పేదరికం గురించి కూడా చెప్పుకోవాలి. ఈ అసంపూర్ణమైన లోకంలో పేదరికం తప్పించుకోలేనిదని అనేక సంస్కృతులు నమ్మాయి. న్యూ టెస్టమెంట్ ప్రకారం, క్రీస్తుని సిలువ వేసేముందు ఒక స్త్రీ అయన శరీరానికి 300 దీనారాల ఖరీదు చేసే విలువైన నూనె మర్దన చేసింది. అంత పెద్ద మొత్తాన్ని పేదలకు పంచకుండా అలా వ్యర్థం చేసినందుకు క్రీస్తు శిష్యులు ఆమెని కోప్పడ్డారు. కానీ ఏసుక్రీస్తు ఆమెని సమర్థిస్తూ, “పేదలు ఎప్పుడూ నీవెంటే ఉంటారు, ఎప్పుడు కావాలనుకుంటే అప్పుడే నువ్వు వాళ్ళకి సాయం చెయ్యవచ్చు. కానీ నీవెంట నేను ఎల్లప్పుడూ ఉండను” అన్నాడు (మార్క్ 14:7). ఈనాడు చాలా తక్కువమంది, వారిలో క్రైస్తవుల సంఖ్యా తక్కువే, ఈ విషయంలో క్రీస్తుతో ఏకీభవిస్తారు. పేదరికాన్ని ఒక పారిభాషిక సమస్యగా చూడటం ఎక్కువైంది. అది జోక్యం కలిగించుకునేందుకు అనువైనది. వ్యవసాయ విజ్ఞానం, అర్థశాస్త్రం, వైద్యం, సమాజశాస్త్రం లాంటి రంగాలలో ఈ మధ్యనే కనుగొన్న విషయాల ఆధారంతో రూపొందించిన విధానాలు పేదరికాన్ని నిర్మూలించగలవన్నది తెలివైనవారెవరైనా గ్రహించగలరు.

నిజంగానే, ఈ ప్రపంచంలో చాలా చోట్ల భయంకరమైన లేమితో బాధపడేవారికి ఉపశమనం లభించింది. చరిత్రని తిరగేస్తే సమాజాలు రెండు రకాల పేదరికంతో బాధ పడ్డాయని తెలుస్తుంది: సామజికమైన పేదరికం, ఇది అందరికీ దొరికే అవకాశాలు కొంత మందికి మాత్రం దొరక్కుండా అడ్డుకుంటుంది; జీవశాస్త్రానికి సంబంధించిన పేదరికం వ్యక్తులకి తగినంత ఆహారం, ఆశ్రయం లేకుండా చేసి, వాళ్ళ ప్రాణాలకి ముప్పు తెస్తుంది. బహుశా సామాజికంగా పేదరికం ఎన్నటికీ నిర్మూలనకు నోచుకోకపోవచ్చు. కానీ

ప్రపంచంలోని అనేక దేశాలలో జీవశాస్త్రానికి సంబంధించిన పేదరికం గతానికి చెందిన విషయం.

ఈ మధ్యకాలం వరకూ, అధికశాతం జనం జీవశాస్త్ర పేదరికం అంచుకి చాల దగ్గరగా మాసిలారు, ఆ అంచుకన్నా కిందికి జారితే ఎక్కువ కాలం ప్రాణాలతో ఉండేందుకు సరిపోయేటన్ని క్యాలరీలు అందవు. చిన్న చిన్న తప్పులూ, దురదృష్ట సంఘటనలూ జనాన్ని సులభంగా ఆ అంచు కిందికి తోసివేస్తాయి. వాళ్ళు పస్తులుండవలసి వస్తుంది. ప్రకృతి వైపరీత్యాలూ, మనిషి సృష్టించే విపత్తులూ తరచు పెద్ద సంఖ్యలో జనాన్ని అగాధంలోకి త్రోసివేసి కొన్ని లక్షలమంది మరణానికి కారణమవుతాయి. ఈనాడు ప్రపంచంలో ఉండే అధికశాతం మనుషులకి కింద తమని రక్షించే రక్షణవల లాంటిది ఉంది. వ్యక్తిగతంగా దెబ్బతింటే రక్షించేందుకు బీమా ఉంది, దేశం అందించే సామజిక రక్షణ (సోషల్ సెక్యూరిటీ) ఉంది, ఇవి కాక స్థానికంగానూ, అంతర్జాతీయంగానూ బోలెడన్ని ప్రభుత్వేతర సంస్థలున్నాయి. ఇక ప్రాంతం మొత్తాన్ని ఏదైనా విపత్తు దెబ్బతీస్తే, ఎక్కువ నష్టం కలగకుండా చూసేందుకు ప్రపంచవ్యాప్తంగా ఉపశమన ప్రయత్నాలు ముమ్మరంగా ప్రారంభమై సత్ఫలితాలనిస్తాయి. జనం ఇప్పటికీ రకరకాల హైన్యాన్నీ, అవమానాలనీ, పేదరికం వల్ల కలిగే అనారోగ్యాలనీ భరించలేక బాధపడుతూనే ఉన్నారు. కానీ ఏ దేశంలోనూ మనుషులు ఆకలిచావులకి గురవటంలేదు. నిజానికి అనేక సమాజాలలో జనం ఆకలి బాధకన్నా ఊబకాయంతో బాధపడటం వల్ల చనిపోయే ప్రమాదాన్ని కొనితెచ్చుకుంటున్నారు.

గిల్గమెష్ ప్రణాళిక

మానవాళి విషయంలో పరిష్కారం లేదనిపించే సమస్యల్లో ఒకటి అన్నిటికన్నా చికాకు పరిచేది, ఆసక్తికరమైనది, ముఖ్యమైనదిగా తోస్తుంది : అదే మరణమనే సమస్య. ఆధునిక యుగం ప్రారంభమవక మునుపు అధికశాతం మతాలూ, వేదాంత తత్వాలూ మరణమనేది మనిషి తప్పించుకోలేని విధి అని తీర్మానించాయి. అంతే కాదు, ఎక్కువ మతాలు మరణమే జీవితానికి సార్థకత ఇస్తుందని కూడా అన్నాయి. మరణం లేని ప్రపంచంలో ఇస్లామ్, క్రైస్తవం, ప్రాచీన ఈజిప్టు మతాలూ ఉండటాన్ని ఊహించుకోండి. మృత్యువుని జయించి ఈ భూమ్మీద ఎల్లకాలం జీవించాలని అనుకోకుండా, మరణాన్ని అంగీకరించమనీ, మరణానంతర జీవితం మీద ఆశలు పెట్టుకోమనీ ఈ మతాలు జనానికి బోధించాయి. అందరికన్నా తెలివైనవాళ్లు మరణానికి అర్థం చెప్పేందుకే తప్ప మరణాన్ని ఎలా తప్పించుకోవాలో చెప్పేందుకు తమ తెలివితేటల్ని వాడుకోలేదు.

ప్రాచీన సుమేరు చెప్పిన కల్పిత కథ, గిల్గమెష్ మనకి అందిన అతిప్రాచీన కల్పిత గాథ. ఈ గాథలో ఉన్నది ఈ నేపథ్యమే. దీనిలోని కథానాయకుడు ప్రపంచంలోకెల్లా బలశాలి, సమర్థుడు. అతనే ఊరుక్ దేశాన్ని ఏలిన రాజు గిల్గమెష్. అతను యుద్ధంలో ఎలాటివారినైనా ఓడించగలిగేవాడు. ఒకరోజు గిల్గమెష్ ప్రాణస్నేహితుడు ఎన్కిడు

చనిపోయాడు. గిల్గమెష్ అతని శవం పక్కన కూర్చుని చాలారోజులు జాగరణ చేశాడు. ఒకరోజు తన స్నేహితుడి ముక్కులోంచి ఒక పురుగు బైటికి రావటం కనిపించింది. ఆ సమయంలో గిల్గమెష్‌ని భయంకరమైన హడలు కమ్మేసింది. తాను ఎప్పటికీ చనిపోనని తీర్మానించుకున్నాడు. మృత్యువుని జయించేందుకు ఏదో ఒక మార్గాన్ని కనుక్కుంటాను, అనుకున్నాడతను. ఆ తరవాత ప్రపంచం అంచుకి చేరుకునేందుకు ప్రయాణమయ్యాడు. దారిలో ఎదురొచ్చిన సింహాలనీ, సగం తేలు, సగం మనిషి ఆకారంలో ఉన్న జంతువులనీ చంపుతూ పాతాళలోకానికి దారి కనుక్కున్నాడు. అక్కడికి చేరుకున్నాక ఎవరికీ తెలియని 'రాతి వస్తువులని' పగలగొట్టాడు. అవి ఉర్షనబికి చెందిన వస్తువులు. అతను మరణించిన వారికి నది దాటించే నావికుడు. అతని సాయంతో గిల్గమెష్ ఆదిమ వరదల్లో ప్రాణాలు కోల్పోని ఆఖరి వ్యక్తి, ఉత్నపిష్టిమ్‌ని కలుసుకున్నాడు. అయినా గిల్గమెష్ అనుకున్న పని సాధించలేకపోయాడు. ఉత్త చేతులతో, మామూలు మానవుడిలా ఇల్లు చేరాడు. కానీ ఈ అనుభవం అతనికి ఒక కొత్త పాఠం నేర్పింది. దేవుడు మనుషులని సృష్టించినప్పుడు మృత్యువుని మానవుడికి తప్పనిసరి గమ్యంగా నిర్ణయించాడు. మనిషి దాన్ని అంగీకరిస్తూ జీవించాలి అనేదే అతను నేర్చుకున్న పాఠం.

ప్రగతిని అనుసరించేవాళ్ళు ఈ ఓటమి ధోరణిని అంగీకరించరు. శాస్త్రజ్ఞులకు మృత్యువు తప్పనిసరి గమ్యం కాదు, అది కేవలం ఒక సాంకేతికమైన సమస్య. మనుషులు చనిపోయేది దేవుళ్ళు నిర్ణయించటంవల్ల కాదు, రకరకాల సమస్యలవల్ల. అది గుండెపోటో, క్యాన్సరో, ఇంకేదైనా అంటువ్యాధివల్లో కావచ్చు. సాంకేతికమైన ప్రతి సమస్యకీ పరిష్కారం సాంకేతిక పరిజ్ఞానమే చూపెడుతుంది. గుండె సరిగ్గా కొట్టుకోకపోతే పేస్ మేకర్‌తో దానికి స్పందన కలిగించవచ్చు, లేదా గుండె మార్పిడి చెయ్యవచ్చు. క్యాన్సర్ ప్రబలితే, దాన్ని మందులతోనూ, రేడియేషన్‌తోనూ నయం చెయ్యవచ్చు. సూక్ష్మక్రిములు వేగంగా విస్తరిస్తే ఏంటిబయాటిక్ మందులతో వాటిని అణచివెయ్యవచ్చు. ప్రస్తుతం మనం అన్ని సమస్యలని పరిష్కరించే స్థితిలో లేమన్నది నిజమే. కానీ ఆ విషయమై ప్రయత్నాలు జరుగుతున్నాయి. మృత్యువుకి అర్థం చెప్పేందుకు అత్యధికమైన తెలివిగలవాళ్ళు కాలాన్ని వృథా చేయటం లేదు. దానికి బదులు వ్యాధులకీ, వార్ధక్యానికీ మనస్తత్వం, హార్మోన్లూ, జన్యు వ్యవస్థా ఏవిధంగా కారణమౌతాయో కనుగొనడంలో తమ కాలాన్నీ, తెలివినీ ఖర్చు చేస్తున్నారు. కొత్త మందులు కనిపెడుతున్నారు, విప్లవాత్మకమైన చికిత్సలని కనుగొంటున్నారు, నకిలీ అవయవాలతో జీవితాన్ని పొడిగించే ప్రయత్నాలు చేస్తున్నారు. ఏదో ఒకనాడు గ్రిమ్ రీపర్ (మృత్యువుకి ప్రతినిధి- యమధర్మరాజు)నే ఓడించగలుగుతారేమో.

ఇంతక్రితం వరకూ శాస్త్రజ్ఞులుగాని, వేరెవరైనాగాని ఇంత నిర్మొహ మాటంగా మాట్లాడటం మీరు వినివుండరు. "మృత్యువుని ఓడించటమా?! ఏమిటా అర్థంలేని మాటలు? మేము కేవలం కాన్సర్, క్షయ, అల్జీమిర్స్ లాంటి వ్యాధుల్ని నయం చేసేందుకు ప్రయత్నిస్తున్నాం," అనేవారు. గమ్యం అంతు చిక్కకపోవటంవల్ల జనం మృత్యువు గురించి మాట్లాడేవారు కాదు. ఎందుకు లేనిపోని ఆశలు కల్పించటం? కానీ ఈనాడు మనం దాన్ని గురించి ఉన్నదున్నట్టు మాట్లాడగల స్థితిలో ఉన్నాం. శాస్త్రీయ విప్లవం తాలూకు అతిముఖ్యమైన ప్రణాళిక మానవాళికి శాశ్వతమైన జీవితాన్ని ఇవ్వటం.

మరణాన్ని హతమార్చటమనే లక్ష్యం ఇంకా చాలాదూరంలో ఉన్నప్పటికీ, కొన్ని శతాబ్దాల క్రితం ఊహించేందుకు కూడా సాధ్యంకాని విషయాలను మనం ఇప్పటికే సాధించాం. 1199లో లయన్ హార్ట్ అని పిలవబడే రాజు రిచర్డ్‌కి ఎడమభుజంలో బాణం దిగబడింది. అతనికి తగిలిన ఆ గాయం చాలా చిన్నదని ఈనాడు మనం అనుకోవచ్చు. కానీ 1199లో ఏంటిబయాటిక్స్, మంచి స్టెరిలైజేషన్ (సూక్ష్మజీవులను హతమార్చే) పద్ధతులు లేనందువల్ల ఈ చిన్న గాయం కోతిపుండు బ్రహ్మరాక్షసిలా తయారైంది. ఆ గాంగ్రీన్ (మాంసాన్ని తినేసే పుండు) మరింత వ్యాపించకుండా చెయ్యాలంటే పన్నెండో శతాబ్దంలో యూరప్‌లో ఒకటే మార్గం, ఆ అవయవాన్ని తొలగించటం. కానీ ఆ పుండు భుజంలో ఉంటే దాన్ని తొలగించటం అసాధ్యం. అందుచేత ఆ పుండు లయన్ హార్ట్ శరీరంలో వ్యాపించసాగింది. ఎవరూ ఆ రాజుకి సహాయం చేయలేకపోయారు. రెండు వారాలు యమయాతన అనుభవించి అతను మరణించాడు.

మొన్నటికి మొన్న, పంతొమ్మిదో శతాబ్దంలో సంక్రమణ వ్యాధుల్ని నివారించి కణజాలం క్షీణించిపోకుండా ఏం చెయ్యాలో డాక్టర్లకి తెలీలేదు. యుద్ధభూమి సమీపంలోని ఆస్పత్రుల్లో చిన్న చిన్న గాయాలు తగిలిన సైనికులకు కూడా మాంసం కుళ్లిపోతుందన్న భయంతో డాక్టర్లు చేతులూ, కాళ్ళూ తొలగించేవారు. ఇలాటి అంగవిచ్ఛేదనాలూ, ఇతర వైద్యప్రక్రియలూ (పళ్ళు పీకటం లాంటివి) మత్తుమందు లేకుండానే జరిగేవి. పంతొమ్మిదో శతాబ్దం మధ్యలో మాత్రమే ఈథర్, క్లోరోఫామ్, లేదా మోర్ఫిన్‌ని మత్తు మందులుగా ఉపయోగించటం పాశ్చాత్య వైద్యరంగంలో విరివిగా జరిగింది. క్లోరోఫామ్ ఆవిష్కరించక మునుపు నలుగురు సైనికులు తమ తోటి సైనికుణ్ణి కదలకుండా పట్టుకుంటే డాక్టర్ అతని గాయపడ్డ అవయవాన్ని రంపంలాంటి పరికరంతో నరికేవాడు. 1815లో వాటర్‌లూ యుద్ధం జరిగిన మర్నాడు ఉదయం అక్కడి ఆస్పత్రుల పక్కనే నరికేసిన చేతులూ, కాళ్ళూ కుప్పపోసినట్టు కనిపించాయి. ఆ రోజుల్లో, సైన్యంలో చేరిన వడ్రంగులనీ, కసాయి వాళ్ళనీ తరచు ఇలాంటి పనులకి నియోగించేవారు. శస్త్రచికిత్సకు కత్తులూ, రంపాలూ ఉపయోగించటం తెలిస్తే సరిపోయేది.

వాటర్‌లూ యుద్ధం జరిగిన తరువాతి రెండు దశాబ్దాలలో అన్నీ గుర్తుపట్టలేనంతగా మారిపోయాయి. మాత్రలు, సూదిమందులు, అధునాతన శస్త్రచికిత్సలు మనని ఎన్నో రకాల వ్యాధులనుంచీ, గాయాలనుంచీ రక్షిస్తాయి. అవన్నీ ఒకప్పుడు తప్పించుకోలేని మరణదండనలుగా ఉండేవి. ఆధునిక కాలానికి పూర్వం జీవితంలో ఒక భాగంగా అందరూ అంగీకరించిన రోజువారీ నొప్పులనుంచీ, చిన్న చిన్న అనారోగ్యాలనుంచీ కూడా అవి మనని కాపాడతాయి. ప్రపంచవ్యాప్తంగా సగటు ఆయుర్దాయం 25-40 ఏళ్ళనుంచి ఒక్కసారిగా 67 ఏళ్ళకి, అభివృద్ధి సాధించిన దేశాలలో అది 80 దాకా పెరిగింది.

పిల్లలు మరణించటం అనేది ఈనాడు బాగా తగ్గిపోయింది. ఇరవయ్యో శతాబ్దం దాకా వ్యవసాయ సమాజంలో నాలుగోవంతు నుంచి మూడోవంతు పిల్లలు పెద్దవాళ్ళయ్యే వరకూ బతకలేదు. అధికశాతం చిన్నపిల్లలప్పుడు వచ్చే డిఫ్తీరియా, చిన్నమ్మవారు, అమ్మవారు లాంటి వ్యాధులతో చనిపోయేవారు. ఇంగ్లండ్‌లో పదిహేడో శతాబ్దంలో

ఏడాదిలోపు పిల్లలు 1000 మందిలో 150 మంది చనిపోయేవారు, మూడోవంతు పదిహేనో ఏడు రాకుండానే మరణించేవారు. ఈనాడు ఇంగ్లాండ్‌లో 1000 మంది పిల్లల్లో అయిదుగురు మాత్రమే మొదటి ఏడాదిలో చనిపోతున్నారు. పదిహేనో ఏడు రాకుండానే చనిపోయేవారి సంఖ్య 7.

గణాంకాలను పక్కన పెట్టి కొన్ని కథలు చెప్పుకుంటే మనం ఈ సంఖ్యల ప్రభావాన్ని మరింత బాగా అర్థం చేసుకోగలుగుతాం. ఇంగ్లాండ్ రాజు మొదటి ఎడ్వర్డ్ (1237-1307), అతని భార్య రాణీ ఎలీనార్ (1241-1290) కుటుంబం దీనికి ఒక మంచి ఉదాహరణ. మధ్యయుగపు యూరప్‌లో అత్యుత్తమమైన పరిస్థితుల్లో, ఎదుగుదలకు కావలసిన అనువైన పరిస్థితిలో వాళ్ళ పిల్లలు పుట్టి పెరిగారు. వాళ్ళు భవంతుల్లో నివసించారు, తమకిష్టమైన ఆహారం కావలిసినంత తినేవారు, చలికి తట్టుకునేందుకు ఉన్నిదుస్తులు తొడుక్కునేవారు, ఇంట్లో చలిమంట (ఫైర్ ప్లేస్) కి కావలసిన కట్టెలు ఎప్పుడూ ఉండేవి, శుభ్రమైన నీళ్లు దొరికేవి, పెద్ద సేవకుల తండా ఉండేది, అతినిపుణులైన డాక్టర్లుండేవాళ్లు. 1255-1284 మధ్య కాలంలో ఎలీనార్ పదహారుమంది పిల్లల్ని కన్నట్టు ఆధారాలున్నాయి :

1. పేరులేని ఒక కూతురు 1255లో పుట్టగానే చనిపోయింది.
2. క్యాథెరిన్ అనే కూతురు ఏడాదప్పుడో, మూడేళ్లకో చనిపోయింది.
3. జోన్ అనే కూతురు ఆరునెలలప్పుడు చనిపోయింది.
4. కొడుకు జాన్ 5 ఏళ్ళ వయసులో చనిపోయాడు.
5. కొడుకు హెన్రీ చనిపోయినప్పుడు వాడి వయసు 6.
6. కూతురు ఎలీనార్ 29వ ఏట చనిపోయింది.
7. ఇంకా పేరుపెట్టని ఒక కూతురు 5 నెలలప్పుడు చనిపోయింది.
8. కూతురు జోన్ 35 ఏళ్ళ వయసులో చనిపోయింది.
9. కొడుకు అల్ ఫోన్సో 10 సంవత్సరాల వయసులో చనిపోయాడు.
10. కూతురు మార్గరెట్ 58 ఏళ్ళకి చనిపోయింది.
11. కూతురు బెరెంజిరియా రెండేళ్లప్పుడు చనిపోయింది.
12. పేరుపెట్టకుండానే పుట్టగానే ఒక కూతురు చనిపోయింది.
13. కూతురు మేరీ 53 ఏళ్ళ వయసులో చనిపోయింది.
14. పుట్టగానే ఒక కొడుకు చనిపోయాడు.
15. కూతురు ఎలిజబెత్ 34 ఏళ్ళకి చనిపోయింది.
16. ఎడ్వర్డ్ అనే కొడుకు.

అందరికన్నా చిన్నవాడు ఎడ్వర్డ్ చిన్నతనపు ప్రమాదకరమైన ఏళ్ళని తప్పించుకుని బతికి బట్టకట్టిన మొదటి కొడుకు. తన తండ్రి మరణించాక రెండవ ఎడ్వర్డ్‌గా రాజు పదవి

స్వీకరించాడు. ఇంకో రకంగా చెప్పాలంటే, ఇంగ్లీష్ రాణిగా అతిముఖ్యమైన తన బాధ్యత నిర్వర్తించేందుకు, అంటే తన భర్తకి ఒక వారసుణ్ణి కని ఇచ్చేందుకు ఎలీనార్ 16 సార్లు ప్రయత్నించవలసి వచ్చింది. రెండవ ఎడ్వర్డ్ తల్లి అసాధారణమైన సహనానికీ, ధైర్యానికీ ప్రతిరూపమై ఉండాలి. కానీ ఎడ్వర్డ్ తన భార్యగా ఎంచుకున్న స్త్రీ, ఫ్రాన్స్ దేశపు ఇసాబెల్లాలో అలాంటి గుణాలు లేవు. అతను 43 ఏళ్ళవాడై ఉన్నప్పుడు ఆమె అతన్ని హత్య చేయించింది.

మనకి తెలిసినంతలో ఎలీనార్, మొదటి ఎడ్వర్డ్ ఆరోగ్యవంతులు. ప్రాణాంతకమైన వ్యాధులనేవీ వాళ్ళు తమ పిల్లలకి వారసత్వంగా ఇవ్వలేదు. అయినప్పటికీ 16 మందిలో పదిమంది, అంటే 62 శాతం, బాల్యంలోనే చనిపోయారు. ఆరుగురు మాత్రమే పదకొండేళ్ళ దాటి జీవించగలిగారు. ముగ్గురు మాత్రమే, కేవలం 18 శాతం, 40 ఏళ్లకు పైగా జీవించారు. ఈ కాన్పులు కాక ఎలీనార్‌కి ఎన్నోసార్లు గర్భవిచ్ఛిత్తి కూడా కలిగి వుండవచ్చు. సగటున ఎడ్వర్డ్, ఎలీనార్ మూడేళ్ళకొక సంతానాన్ని కోల్పోయారు, ఒకరి తరవాత ఒకరుగా పదిమంది పిల్లలు. ఈనాడు ఏ తలిదండ్రులూ అలాటి కష్టాన్ని ఊహించనుకూడా ఊహించలేరు.

అమరత్వం కోసం అన్వేషించటమనే గిల్గమెష్ ప్రణాళిక పూర్తయేందుకు ఎంతకాలం పడుతుంది? వందేళ్లా "అయిదువందల ఏళ్లా? వెయ్యి సంవత్సరాలా? 1900 సంవత్సరంలో మనకి మానవ శరీరం గురించి ఎంత తక్కువ తెలుసో, ఒక్క శతాబ్దంలో ఆ విషయంలో ఎంత జ్ఞానం సంపాదించుకున్నామో ఒకసారి గుర్తుచేసుకుంటే మనలో ఆశావాదం పెరుగుతుంది. జన్యు శాస్త్రజ్ఞులు సీనోహబ్ డైటీస్ ఎలెగాన్స్ అనే క్రిముల ఆయుర్దాయాన్ని ఈ మధ్యనే రెండింతలు పెంచారు. అదే పని వాళ్ళు హోమో సేపియన్స్ విషయంలో చెయ్యగలుగుతారా? నానో టెక్నాలజీ నిపుణులు కొన్ని లక్షల నానో రోబోట్స్ సహాయంతో ఒక బయోనిక్ రోగనిరోధకశక్తిని తయారుచేస్తున్నారు. ఆ రోబోట్స్ మన శరీరాలలో కాపురముండి, మూసుకుపోయిన రక్తనాళాలని తెరుస్తాయి, వైరస్‌లతోనూ, సూక్ష్మక్రిములతోనూ పోరాడుతాయి, కాన్సర్ కణాలని తొలగిస్తాయి, వృద్ధులను మళ్ళీ యువకులుగా సైతం చెయ్యగలుగుతాయి. 2050 నాటికి కొందరు మనుషులు అ-మర్త్యులు అవుతారు (అమరులు కాలేరు, ఎందుకంటే వాళ్ళు ఏ ప్రమాదంలోనో చనిపోవచ్చు. అంటే ప్రాణాంతకమైన గాయమేదీ తగలకపోతే వాళ్ళ జీవితాలు అనంతంగా కొనసాగే అవకాశం ఉండవచ్చు).

గిల్గమెష్ ప్రణాళిక విజయవంతమౌతుందో లేదో కానీ చారిత్రిక దృష్టితో చూసినప్పుడు కొన్ని శతాబ్దాలకు పూర్వం కనిపించే ఆధునిక మతాలు, సిద్ధాంతాలూ, ఆసరికే మరణాన్నీ, మరణానంతర జీవితాన్నీ తమ సమీకరణ నుంచి తొలగించివేయటం మనకి అచ్చెరువు కలిగిస్తుంది. పద్దెనిమిదో శతాబ్దం వరకూ, మరణాన్నీ, దానివల్ల కలిగే పరిణామాలనీ మతాలూ జీవితానికి కేంద్రంగా భావించాయి. పద్దెనిమిదో శతాబ్దంలో మొదలైన ఉదారవాదం, సామ్యవాదం, స్త్రీవాదం లాంటి మతాలూ, సిద్ధాంతాలూ మరణానంతర జీవితంలో ఆసక్తిని కోల్పోయాయి. ఒక సామ్యవాది చనిపోయాక ఏమౌతాడు? పెట్టుబడిదారు

చనిపోయాక అతను ఏమౌతాడు? స్త్రీవాదికి ఏమౌతుంది? వీటికి సమాధానాలు మార్క్స్, ఆడమ్ స్మిత్, సిమోన్ డి బోవోర్ లాంటివారి రచనల్లో వెతకడంలో అర్థం లేదు. మృత్యువుకి కేంద్రస్థానంలో పాత్ర కల్పించే ఒకే ఒక ఆధునిక రంగం జాతీయవాదం. ఏమీ చెయ్యలేకనో, లేదా కవిత్వ ధోరణిలోనే దేశం కోసం ప్రాణాలర్పించేవాళ్ళు ప్రజల జ్ఞాపకాల్లో ఎప్పటికీ నిలిచిపోతారని జాతీయ వాదం వాగ్దానం చేస్తుంది. ఈ వాగ్దానం ఎంత అస్పష్టంగా ఉంటుందంటే, అధికశాతం జాతీయవాదులకు కూడా దాన్ని ఎలా అర్థం చేసుకోవాలో బోధపడదు.

విజ్ఞానశాస్త్రం తాలూకు షుగర్ డాడీ
(చిన్నవయసు ఆడపిల్లలతో సరదాలు తీర్చుకునే మధ్యవయస్కుడు)

మనం జీవిస్తున్నది సాంకేతిక యుగంలో. మన సమస్యలన్నిటికీ సమాధానాలు విజ్ఞాన శాస్త్రం, సాంకేతిక పరిజ్ఞానం ఇవ్వగలవని చాలామంది నమ్ముతారు. శాస్త్రజ్ఞులనీ, సాంకేతిక నిపుణులనీ వాళ్ళ పనులు చేసుకునేందుకు వదిలేస్తే చాలు, వాళ్ళు ఈ భూలోకంలో స్వర్గాన్ని సృష్టిస్తారు. కానీ శాస్త్రాలు మానవులు చేసే మిగిలిన పనులకు అతీతంగా ఉండే ఏదో ఒక ఉన్నతమైన నైతిక, ఆధ్యాత్మిక సమతలంలో జరిగే వ్యవహారం కాదు. మన సంస్కృతిలో ఉండే మిగిలిన అన్నిటిలాగే దాన్ని కూడా రూపుదిద్దేది ఆర్థిక, రాజకీయ, ధార్మిక కారణాలే.

విజ్ఞానశాస్త్రం చాలా ఖర్చుతో కూడుకున్న వ్యవహారం. ఒక జీవశాస్త్ర నిపుణుడు మానవ శరీరంలోని రోగనిరోధ వ్యవస్థని అర్థం చేసుకోవాలంటే అతనికి ప్రయోగశాలలూ, పరీక్షానాళికలూ, రసాయనాలూ, ఎలెక్ట్రాన్ మైక్రో స్కోప్‌లూ, ఇవి కాక అతనికి సాయం చేసే సహాయకులూ, ఎలక్ట్రీషియన్‌లూ, ప్లంబర్‌లూ, గదులనీ, పరికరాలనీ శుభ్రం చేసేవాళ్ళూ అవసరం. ఒక ఆర్థిక నిపుణుడు క్రెడిట్ మార్కెట్ నమూనా తయారు చెయ్యాలంటే అతను కంప్యూటర్‌లు కొనుక్కోవాలి, బ్రహ్మాండమైన సంఖ్యలో వివరాలు పోగు చెయ్యాలి, క్లిష్టమైన వివరాలని క్రమపద్ధతిలో తయారుచేయాలి. పురాతన యుగపు ఆటవికులు ఎలా ప్రవర్తించేవారో తెలుసుకునేందుకు అధ్యయనం చేసే ఒక పురాతత్వవేత్త దూర ప్రాంతాలకు ప్రయాణాలు చెయ్యాలి, ప్రాచీన శిథిలాలలో తవ్వకాలు చెయ్యాలి, అక్కడ శిలాజాలలో దొరికిన ఎముకలూ, కళాఖండాలూ ఏ కాలానికి చెందినవో చెప్పగలగాలి. ఇవన్నీ చేసేందుకు డబ్బు ఖర్చవుతుంది.

గత 500 సంవత్సరాలుగా ప్రభుత్వాలూ, వ్యాపార సంస్థలూ, వ్యక్తులూ పూనుకోవటం వల్ల ఆధునిక విజ్ఞానశాస్త్రం అద్భుతాలు సాధించింది. వాళ్ళందరూ ఇచ్ఛాపూర్వకంగా కోట్ల డాలర్లు శాస్త్రీయ పరిశోధనలకు వెచ్చించటం వల్లే ఇది సాధ్యమైంది. గెలీలియో గెలీలీ, క్రిస్టఫర్ కొలంబస్, చార్లెస్ డార్విన్ చేసినదానికన్నా, ఈ విశ్వాన్ని గ్రాఫు ద్వారా చిత్రించటం, భూగోళాన్ని చిత్రపటంలా మార్చటం (టు మ్యాప్), జంతుప్రపంచానికి సూచీపత్రం (కాటలాగ్) తయారుచేయటంలాంటి పనులకు ఈ కోట్లు చాలా ఎక్కువ

సాయం చేశాయి. ఈ మేధావులు ఒకవేళ పుట్టి ఉండకపోతే, వాళ్ళు తెలుసుకున్న విషయాలు మరెవరికో తట్టివుండేవే. కానీ సరైన నిధులు దొరకని పక్షంలో ఎంత గొప్ప మేధో ప్రతిభ ఉన్నా సరిపోయేది కాదు. ఉదాహరణకి డార్విన్ అసలు పుట్టే ఉండకపోతే, ఈనాడు పరిణామక్రమం సిద్ధాంతం కనుగొన్నది ఆల్ఫ్రెడ్ రస్సెల్ వాల్లస్ అనేవాళ్ళం. ఆయన డార్విన్ సిద్దాంతం గురించి తెలియకుండానే, సొంతంగా అధ్యయనం చేసి, కేవలం కొన్నేళ్ల తరవాత పరిణామక్రమానికి సహజమైన ఎన్నిక (నేచురల్ సెలెక్షన్) కారణమని ప్రతిపాదించాడు. కానీ ప్రపంచవ్యాప్తంగా భౌగోళిక, జంతుశాస్త్ర, వృక్షశాస్త్ర పరిశోధనలకు యూరప్‌లోని అధికారవర్గం నిధులు సమకూర్చి ఉండినట్టయితే, పరిణామ క్రమం సిద్ధాంతాన్ని రూపొందించేందుకు ప్రయోగాధారమైన వివరాలు డార్విన్‌కి గాని, వాల్లస్‌కి గాని అందుబాటులో ఉండేవి కావు. బహుశా వాళ్ళు అలాటి ప్రయత్నమే చేసి ఉండేవారు కారేమో.

ప్రభుత్వం, వ్యాపారాలూ తమ ఖజానాలనుంచి కోట్లకి కోట్లు ప్రయోగశాలలకీ, విశ్వవిద్యాలయాలకీ ఎందుకు తరలించారు? విద్యారంగంలో చాలామంది ప్యూర్ సైన్స్ (కేవలం సిద్ధాంతాలమీదా, అంచనాలమీదా ఆధారపడే ప్రయోగాత్మకమైన విజ్ఞానశాస్త్రం) ని అమాయకంగా నమ్ముతారు. తమకి ఇష్టమైన శాస్త్రీయ ప్రణాళికలను కొనసాగించేందుకు ప్రభుత్వమూ, వ్యాపార సంస్థలూ తమకి నిధులు అందజేస్తున్నాయని వాళ్ళు అనుకుంటారు. కానీ శాస్త్రీయ పరిశోధనలకు ఈ ఉద్దేశంతో నిధులు అందించటమనేది నిజం కాదు.

ఏదో ఒక రాజకీయమైన, ఆర్థిక సంబంధమైన, మత సంబంధమైన లక్ష్యాన్ని సాధించేందుకు శాస్త్రీయ పరిశోధనలు సహాయం చెయ్యగలవన్న ఉద్దేశంతోనే అధికశాతం శాస్త్రీయ అధ్యయనాలకి నిధులు అందించటమనేది జరుగుతుంది. ఉదాహరణకి, పదహారో శతాబ్దంలో రాజులూ, బ్యాంకు అధికారులూ ప్రపంచవ్యాప్తంగా భూగోళాన్ని చుట్టివచ్చేందుకు చేసిన ప్రయాణాలకు బోలెడంత ధన సహాయం చేశారు, కానీ పిల్లల మనస్తత్వాన్ని అధ్యయనం చేసేందుకు ఒక్క పైసా కూడా ఖర్చుపెట్టలేదు. ఎందుకంటే, భూగోళాన్ని చుట్టివచ్చేవాళ్ళు, కొత్త ప్రదేశాలని కనిపెట్టినట్టయితే వీళ్ళు అక్కడికెళ్లి ఆక్రమించుకునేందుకు ఆ ప్రయాణాలు దోహదం చేస్తాయనీ, అప్పుడు అక్కడ కొత్త సామ్రాజ్యాలనీ, వర్తక వ్యాపారాలనీ ప్రారంభించవచ్చనీ వాళ్ళు అనుకున్నారు తప్ప పిల్లల మనస్తత్వాన్ని అర్థం చేసుకోవటం తమకి ఏవిధంగా లాభం చేకూరుస్తుందో వాళ్ళు గ్రహించలేదు.

1940లలో అమెరికా, సోవియట్ యూనియన్ దేశాలు నీటి అట్టడుగున ఉండే పురాతత్వశాస్త్రాన్ని అభివృద్ధి చెయ్యటం కన్నా అణుభౌతిక శాస్త్ర అధ్యయనానికే తమ నిధులనన్నిటినీ కేటాయించాలని అనుకున్నాయి. అణుభౌతిక శాస్త్రం అధ్యయనం వల్ల తమకు అణ్వాయుధాలు తయారుచేసే సామర్థ్యం వస్తుందని ఆశించారు వాళ్ళు. అదే నీటి అట్టడుగున ఉన్న పురాతత్వ అవశేషాలని అధ్యయనం చేస్తే అవి యుద్ధాలలో విజయం సాధించేందుకు ఏమాత్రం ఉపయోగపడవు కదా. శాస్త్రజ్ఞులకు ఎల్లప్పుడూ నిర్వికారంగా నిధులు అందటం వెనక ఉండే రాజకీయ, ఆర్థిక, ధార్మిక ప్రయోజనాలు తెలియవు.

నిజానికి చాలామంది శాస్త్రజ్ఞులు కేవలం తమ మేధస్సును పనికి పెట్టాలన్న కుతూహలం తోనే ఆ రంగంలోకి దిగుతారు. అయినా, శాస్త్రజ్ఞులు చాలా అరుదుగా మాత్రమే తమ ఆవిష్కరణలను ఎలాటి ప్రయోజనాలకు ఉపయోగించాలో శాసించగలుగుతారు.

రాజకీయాలతో, ఆర్థిక వ్యవస్థతో, మతాలతో సంబంధం లేని విజ్ఞాన శాస్త్రాన్ని అభివృద్ధి చేసేందుకు నిధులు కల్పించాలని ఒకవేళ మనం అనుకున్నప్పటికీ, బహుశా అది సాధ్యం కాకపోవచ్చు. ఎంతైనా మనకున్న వనరులు పరిమితమైనవి. ప్రాథమిక పరిశోధన కోసం జాతీయ విజ్ఞానశాస్త్ర సంస్థకు అదనంగా పదిలక్షల డాలర్లు ఇమ్మని ఒక అమెరికన్ రాజకీయవేత్తని అడిగి చూడండి, అతను ఆ డబ్బు తన జిల్లాలో అధ్యాపకుల శిక్షణకో, కష్టాల్లో ఉన్న ఒక ఫ్యాక్టరీకి పన్ను మినహాయించేందుకో వాడితే మంచిదేమో అన్నా అది సబబే. పరిమితమైన వనరులను ఉపయోగించుకునే ముందు మనం కొన్ని ప్రశ్నలు వేసుకోవాలి – 'ఏది ఎక్కువ ముఖ్యం?', 'ఏది మంచిది?' అనే ప్రశ్నలు. ఇవి శాస్త్రీయతకి సంబంధించిన ప్రశ్నలు కావు. విజ్ఞానశాస్త్రం ఈ ప్రపంచంలో ఏమేమున్నాయో, ఏ పని ఎలా జరుగుతుందో, భవిష్యత్తులో ఏం జరగబోతోందో వివరించగలదు. కానీ భవిష్యత్తు ఎలా ఉండాలో మాత్రం అది చెప్పలేదు. అలాటి ప్రశ్నలకి మతాలూ, భావజాలాలూ మాత్రమే జవాబులు వెతికేందుకు ప్రయత్నించగలవు.

ఈ క్లిష్ట పరిస్థితిని గురించి ఒకసారి ఆలోచించండి : ఇద్దరు జీవశాస్త్రజ్ఞులున్నారు. ఇద్దరూ ఒకే విభాగంలో పనిచేస్తున్నారు, ఇద్దరిదీ ఒకే రకమైన వృత్తి నైపుణ్యం. తాము చేపట్టిన పరిశోధనా కార్యక్రమానికి పదిలక్షల డాలర్లు ఇమ్మని ఇద్దరూ దరఖాస్తు పెట్టుకున్నారు. ప్రొఫెసర్ స్లగ్ హార్న్ ఆవుల పొదుగులకి సంక్రమించే ఒక వ్యాధి గురించి పరిశోధన చెయ్యాలని తలపెడతాడనుకుందాం. ఆ వ్యాధివల్ల ఆవులు పదిశాతం పాలు తక్కువగా ఇస్తున్నాయి. ఆవుల్ని వాటి దూడలనుంచి విడదీస్తే అవి మానసికంగా బాధ పడతాయా అనే విషయం మీద ప్రొఫెసర్ స్ప్రౌట్ పరిశోధన చేయాలనుకుంటాడు. నిధులు పరిమితంగా ఉన్నాయనీ, ఇద్దరికీ పరిశోధన చేసేందుకు ధనసహాయం సాధ్యం కాదనీ అనుకుందాం. ఇద్దరిలో ఆ సహాయం ఎవరికి అందాలి?

ఈ ప్రశ్నకి శాస్త్రీయమైన సమాధానం లేదు. కేవలం రాజకీయ, ఆర్థిక, ధార్మిక సమాధానాలే ఉన్నాయి. ఈనాటి ప్రపంచంలో ఆ ధనసహాయం స్లగ్ హార్న్‌కి అందే అవకాశమే ఎక్కువ అనేది స్పష్టంగా చెప్పవచ్చు. పొదుగులకి సోకే వ్యాధులు పశువుల మనస్తత్వం కన్నా శాస్త్రీయ దృష్టిలో ఎక్కువ ఆసక్తి గలవి కావటంవల్ల కాదు, పాలఉత్పత్తి పరిశ్రమ ఈ పరిశోధనలవల్ల లాభం పొందుతుంది. జంతువుల హక్కుల లాబీ కన్నా ఆ పరిశ్రమకి రాజకీయంగా, ఆర్థికంగా ఎక్కువ పలుకుబడి ఉండటమే అసలు కారణం.

కఠిన నియమాలు పాటిస్తూ ఆవులు పవిత్రమైనవని భావించే హిందూ సమాజంలో, లేక జంతువుల హక్కులపట్ల నిబద్ధత గల సమాజంలో ప్రొఫెసర్ స్ప్రౌట్‌కి ఎక్కువ అవకాశం ఉండవచ్చు. కానీ ఆవుల మనోభావాలకన్నా పాల వ్యాపారానికీ, నాగరికుల ఆరోగ్యానికీ ఎక్కువ విలువనిచ్చే సమాజంలో జీవిస్తున్నంత కాలం, దానికి తగ్గట్టు తన పరిశోధన గురించి నిధులిచ్చేవారికి నచ్చే ధోరణిలో రాయవలసి ఉంటుంది. ఉదాహరణకి

ఆమె ఇలా రాయవచ్చు, 'దిగులు వల్ల పాల ఉత్పత్తి తగ్గిపోయే ప్రమాదం ఉంది. పాడి ఆవుల మనో ప్రపంచం గురించి మనం అర్థం చేసుకోగలిగితే, మనస్తత్వానికి ఉపయోగపడే మందులు కనిపెట్టి ఆవుల దిగులు పోగొట్టవచ్చు. దానివల్ల పదిశాతం దాకా పాల ఉత్పత్తి పెరిగే అవకాశం ఉంటుంది. పశువుల మనస్తత్వానికి చికిత్స చేసే మందులకు ప్రపంచ వ్యాప్తంగా ఏటా 2,500 డాలర్ల కొనుగోలు జరుగుతోందని నా అంచనా'.

విజ్ఞానశాస్త్రం వేటికి ప్రాధాన్యత ఇవ్వాలో స్వయంగా నిర్ణయించుకోలేకపోతోంది. తన ఆవిష్కరణలను ఎలా ఉపయోగించుకోవాలో కూడా నిర్ణయించుకోలేకపోతోంది. ఉదాహరణకి, కేవలం శాస్త్రీయ దృష్టితో చూస్తే జన్యువుల గురించి మరింత ఎక్కువ జ్ఞానం సంపాదించి దానితో ఏం చెయ్యాలో మనకి తెలీదు. ఈ జ్ఞానాన్ని క్యాన్సర్ చికిత్సకి ఉపయోగించవచ్చా, జన్యు నిర్మాణంలో కొత్త యాంత్రిక ప్రయోగాలు చేసి గొప్ప మానవజాతిని సృష్టించవచ్చా, లేక మరింత మెరుగైన పొదుగులున్న ఆవులను తయారుచెయ్యవచ్చా? ఇదే శాస్త్రీయ ఆవిష్కరణను ఉదారవాద ప్రభుత్వమూ, ఒక నాజీ ప్రభుత్వమూ, ఒక సామ్యవాద ప్రభుత్వమూ, పెట్టుబడిదారీ వ్యాపార సంస్థల సమూహమూ పూర్తిగా భిన్నమైన ప్రయోజనాలకు ఉపయోగించుకుంటాయి. వాటిలో ఒకదానికన్నా మరొకటి మంచిదని ఎంపిక చేసుకోవటం వెనక శాస్త్రీయమైన కారణమేదీ ఉండదు.

క్లుప్తంగా చెప్పాలంటే, ఏదో ఒక ధార్మికమైన, భావజాలానికి సంబం ధించిన అంశంతో ముడిపడితేనే శాస్త్రీయ పరిశోధనలు పెంపొందుతాయి. భావజాలం పరిశోధనల కయే ఖర్చు సరైనదే అని నిరూపిస్తుంది. ఆ నిధులు సమకూర్చినందుకు ఆ పరిశోధనల కార్యక్రమ పట్టికని భావజాలం ప్రభావితం చేస్తుంది. ఆ ఆవిష్కరణతో ఏం చెయ్యాలో నిర్ణయిస్తుంది. అందుచేత, మరెన్నో గమ్యాలుండగా మానవజాతి అలామొగోర్డోకీ, చంద్రుడి మీదికీ మాత్రమే ఎలా చేసురుకుందో అర్థం చేసుకోవాలంటే, భౌతిక శాస్త్రవేత్తలూ, జీవ శాస్త్రవేత్తలూ, సమాజ శాస్త్రవేత్తలూ సాధించిన విజయాలు మాత్రం పరిశీలిస్తే సరిపోదు. భౌతికశాస్త్రానికీ, జీవశాస్త్రానికీ, సమాజశాస్త్రానికీ రూపమిచ్చిన భావజాల, రాజకీయ, సామజిక శక్తులని కూడా లెక్కలోకి తీసుకోవాలి. మిగిలినవాటిని నిర్లక్ష్యం చేస్తూ వీటిని మాత్రమే ఒక ప్రత్యేకమైన దిశగా నెడుతూ వచ్చిన ఆ శక్తులే ఈ పరిణామానికి కారణం.

మనం ముఖ్యంగా దృష్టి పెట్టవలసింది రెండు ప్రబలమైన శక్తులమీద: సామ్రాజ్య వాదం, పెట్టుబడిదారీ వ్యవస్థ. మనకి అందిన సమాచారం ప్రకారం, విజ్ఞానశాస్త్రానికీ, సామ్రాజ్యాలకీ, పెట్టుబడికీ ఉన్న అవినాభావ సంబంధం గత 500 సంవత్సరాలుగా చరిత్రను నడిపే ముఖ్యమైన యంత్రంగా కొనసాగుతోందని కొందరు అంటారు. రాబోయే అధ్యాయాలు అది ఎలా పనిచేస్తుందో విశ్లేషిస్తాయి. ముందుగా విజ్ఞానశాస్త్రం, సామ్రాజ్యం అనే రెండు చక్రాలు ఒకదానితో ఒకటి ఎలా ముడిపడ్డాయో చూద్దాం, ఆతరవాత ఆ రెండూ పెట్టుబడిదారీ తాలూకు డబ్బు పంపుకి ఎలా తగిలించబడ్డాయో తెలుసుకుందాం.

అధ్యాయం 15

విజ్ఞాన శాస్త్రానికీ సామ్రాజ్యానికీ గల విడదీయరాని బంధం

సూర్యుడు భూమికి ఎంత దూరంలో ఉన్నాడు? ఈ ప్రశ్న ఆధునిక కాలం ప్రారంభంలో చాలామంది ఖగోళశాస్త్రవేత్తలకి కుతూహలం రేకెత్తించింది, ముఖ్యంగా పరిభ్రమిస్తున్న గ్రహాలకి కేంద్రంగా ఉన్నది భూమి కాదనీ, సూర్యుడనీ కోపర్నికస్ వాదించటం మొదలుపెట్టాక. ఎంతోమంది ఖగోళశాస్త్రవేత్తలూ, గణితశాస్త్రజ్ఞులూ ఆ దూరాన్ని కొలిచేందుకు ప్రయత్నించారు, కానీ వాళ్ళు అనుసరించిన పద్ధతులు చాలా భిన్నమైన ఫలితాలని చూపెట్టాయి. పద్దెనిమిదో శతాబ్దం మధ్యలో కొలిచేందుకు ఒక నమ్మకమైన పద్ధతిని ప్రతిపాదించటం జరిగింది. కొన్ని సంవత్సరాలకొకసారి శుక్రగ్రహం సూర్యుడికీ భూమికీ మధ్యనుంచి వెళ్తుంది. భూతలం మీదినుంచి చూసేటప్పుడు, చూసే కోణాన్ని బట్టి అలా దాటిపోయేందుకు పట్టే సమయం మారుతుంది. విభిన్న భూఖండాల నుంచి ఆ దాటిపోవటాన్ని గమనించినట్లయితే మామూలు త్రికోణమితి (ట్రిగనోమెట్రీ)ని ఉపయోగిస్తే చాలు, మనం సూర్యుడికి ఎంత దూరంలో ఉన్నామో కచ్చితంగా చెప్పగలుగుతాం.

1761లోనూ, 1769లోనూ శుక్రుడు మళ్ళీ సూర్యుడికీ, భూమికీ మధ్యనుంచి దాటిపోవటం జరగవచ్చని ఖగోళశాస్త్రజ్ఞులు అంచనా వేశారు. వీలైనన్ని దూరప్రాంతాల నుంచి శుక్ర గ్రహాన్ని గమనించేందుకు వెంటనే యూరప్ నుంచి ప్రపంచం నలుమూలలకీ శాస్త్రజ్ఞులని పంపారు. 1761లో శాస్త్రజ్ఞులు సైబీరియా, ఉత్తర అమెరికా, మడగాస్కర్, దక్షిణ ఆఫ్రికా నుంచి శుక్ర గ్రహం చేసే ఈ ప్రయాణాన్ని గమనించారు. 1769లో మళ్ళీ అలాటిదే జరగబోయే సమయం ఆసన్నమైందని తెలియగానే యూరప్‌లోని శాస్త్రవేత్తలు బ్రహ్మాండమైన ప్రయత్నానికి శ్రీకారం చుట్టారు. ఉత్తర కెనడా, కాలిఫోర్నియా (అప్పుడది నిర్జన ప్రదేశం) లాంటి మారుమూల ప్రాంతాలకి శాస్త్రజ్ఞులని పంపించారు. రాయల్ సొసైటీ ఆఫ్ లండన్ సహజ జ్ఞానం మెరుగుపరచేందుకు ఇది సరిపోదన్న నిశ్చయానికి

వచ్చింది. కచ్చితమైన ఫలితాలు పొందాలంటే పసిఫిక్ మహాసాగరం నైరుతి దిక్కుకి ఒక ఖగోళశాస్త్రజ్ఞుణ్ణి పంపించటం తప్పనిసరి అన్న అభిప్రాయానికి వచ్చింది.

ప్రముఖ ఖగోళశాస్త్రజ్ఞుడు చార్ల్స్ గ్రీన్‌ని తాహితికి పంపాలని రాయల్ సొసైటీ తీర్మానించింది. అందుకోసం ప్రయత్నంలోగాని, డబ్బు ఖర్చు పెట్టటంలోగాని ఎటువంటి లోటూ రానివ్వలేదు. కానీ ఖరీదైన ఆ యాత్రకి అంత డబ్బు ఖర్చవుతోంది కాబట్టి, ఖగోళానికి సంబంధించిన ఒకే ఒక అధ్యయనానికి అంత డబ్బు ఖర్చు పెట్టటంలో అర్థం లేదనిపించింది. అందుచేత గ్రీన్ వెంట విభిన్న రంగాలకి చెందిన మరో ఎనిమిదిమంది శాస్త్రజ్ఞులని పంపాలనీ, ఆ బృందానికి వృక్షశాస్త్రవేత్తలు జోసెఫ్ బ్యాంక్స్, డేనియల్ సోలాండర్ నాయకత్వం వహించాలనీ తీర్మానించారు. ఆ బృందంలో కొత్త ప్రాంతాలను, అక్కడి మొక్కలనూ, జంతువులనూ, మనుషులనూ చిత్రించేందుకు కొందరు చిత్రకారులు కూడా ఉన్నారు. శాస్త్రజ్ఞులు వాటిని ఎలాగూ ఎదుర్కొంటారు. బ్యాంక్స్, రాయల్ సొసైటీ కొనగల అతిఖరీదైన పరికరాలతో బయలుదేరిన ఆ యాత్రకి కెప్టెన్ జేమ్స్ కుక్ కమాండర్. ఆయన అనుభవజ్ఞుడైన సముద్ర నావికుడు, అంతేకాక భూగోళశాస్త్రంలోనూ, మానవజాతి శాస్త్రంలోనూ నిష్ణాతుడు.

ఆ సాహస యాత్రికుల బృందం 1768లో ఇంగ్లాండ్ నుంచి బయలుదేరింది. 1769లో తాహితి నుంచి శుక్రుడి గమనాన్ని గమనించింది. ఎన్నో పసిఫిక్ ద్వీపాలని అధ్యయనం చేసింది, ఆస్ట్రేలియాకీ, న్యూజీలాండ్‌కీ వెళ్ళింది, 1771లో ఇంగ్లాండ్‌కి వెనక్కి వచ్చింది. ఆ బృందం బోలెడంత ఖగోళ, భూగోళ, వాతావరణ, వృక్ష, జంతు, మానవ శాస్త్రాలకు సంబంధించిన సమాచారాన్ని వెంటతెచ్చింది. ఆ బృందం కనుగొన్న వివరాలు ఎన్నో పాశ్చ సంబంధమైన విషయాలకి ముఖ్యమైన సమాచారాన్ని అందించాయి. దక్షిణ పసిఫిక్ ప్రాంతానికి సంబంధించిన ఆశ్చర్యకరమైన కథలు చెప్పి యూరప్ దేశవాసుల ఊహాశక్తిని రగిలించాయి, భావి తరాల ప్రకృతి వాదులకీ, ఖగోళశాస్త్రజ్ఞులకీ ప్రేరణనిచ్చాయి.

కుక్ చేసిన ఈ యాత్రల వల్ల ఒక రంగానికి లాభం చేకూరింది, అదే వైద్యరంగం. దూరతీరాలకు ఓడలు బైలుదేరినప్పుడే నావికుల్లో సగంకన్నా ఎక్కువమంది ప్రాణాలతో తిరిగిరారని వాళ్ళకి తెలుసు. దానికి కారణం స్థానికుల క్రోధమో, శత్రువుల యుద్ధనావలో, లేక ఇంటిమీద బెంగో కాదు. స్కర్వీ అనే వింతవ్యాధి వాళ్ళ ప్రాణాలు తీసింది. ఆ వ్యాధి సోకినవాళ్ళకి అలసట, దిగులు కమ్మాయి. వాళ్ళ పళ్ళ చిగుళ్ళనుంచీ ఇతర సున్నితమైన కణజాలాలనుంచీ రక్తం కారసాగింది. ఆ వ్యాధి ముదిరిన కొద్దీ వాళ్ళ పళ్ళు ఊడిపోవటం మొదలైంది, ఒంటిమీద పుళ్ళు లేచాయి, జ్వరం రావటం మొదలైంది, పచ్చకామెర్లు వచ్చాయి, అవయవాలమీద అదుపు కోల్పోయారు. పదహారు, పద్దెనిమిదో శతాబ్దాల మధ్యకాలంలో స్కర్వీ వ్యాధి దాదాపు ఇరవైలక్షలమంది నావికుల ప్రాణాలను బలిగొన్నటు అంచనా. ఆ వ్యాధి ఎందుకొస్తుందో ఎవరికీ తెలీలేదు, ఎన్ని రకాలుగా దాన్ని నయం చేద్దామని ప్రయత్నించినా నావికులు పెద్దసంఖ్యలో మరణించసాగారు. 1747లో ఒక పెద్ద మార్పు వచ్చింది. ఆ వ్యాధితో బాధపడుతున్న నావికుల మీద జేమ్స్ లిండ్ అనే బ్రిటిష్

వైద్యుడు ప్రయోగాలు చేశాడు. నావికులని అనేక సమూహాలుగా విభజించి ఒక్కొక్క సమూహానికీ వేర్వేరు రకమైన చికిత్స చేశాడు. ఒక సమూహాన్ని నిమ్మ, నారింజ, బత్తాయి లాంటి పళ్ళు తినమన్నాడు. అది స్కర్వీకి సామన్యంగా జనం వాడే నివారణోపాయం. ఈ సమూహంలోని రోగులు వెంటనే కోలుకున్నారు. నావికుల శరీరాలలో లోపించినది ఆ పళ్ళలో ఏముందో లిండ్‌కి తెలీలేదు. కానీ ఇప్పుడు అది విటమిన్ సీ అని మనకి తెలుసు. ఆ రోజుల్లో సాధారణంగా ఓడల్లో పెట్టే ఆహారంలో ఈ పోషకపదార్థం లోపించేది. దూర ప్రయాణాల్లో నావికులు సామాన్యంగా బిస్కెట్లూ, ఉప్పులో ఊరేసిన పశుమాంసం ఒరుగులూ తినేవారు. వాళ్ళ ఆహారంలో పళ్ళూ, కూరలూ దాదాపు ఉండేవే కావు.

లిండ్ చేసిన ప్రయోగాలని రాయల్ నేవీ నమ్మలేదు కానీ జేమ్స్ కుక్ నమ్మాడు. ఆ డాక్టర్ చెప్పింది నిజమే అని నిరూపించేందుకు నిర్ణయించుకున్నాడు. తన పడవ నిండా కాయగూరలూ, ఆకుకూరలతో చేసిన పచ్చళ్ళు నింపుకుని తీసుకెళ్ళి, తీరం చేరినప్పుడల్లా వీలైనన్ని పళ్ళూ, కూరలూ తినమని నావికులని ఆదేశించాడు. కుక్ ఓడలో వెళ్ళిన నావికుల్లో ఒక్కరికి కూడా స్కర్వీ వ్యాధి సోకలేదు. ఆ తరవాత వచ్చిన దశకాలలో ప్రపంచంలోని నౌకా దళాలన్నీ కుక్ సూచించిన ఆహారాన్నే తినటం మొదలుపెట్టాయి. ఆ విధంగా లెక్కలేనంతమంది నావికులూ, ప్రయాణీకులూ వ్యాధుల బారిన పడకుండా తప్పించుకున్నారు.

కుక్ చేసిన ఈ సాహసయాత్ర మరో అపాయకరమైన ఫలితాన్నిచ్చింది. కుక్ అనుభవజ్ఞుడైన నావికుడు, భూగోళశాస్త్రవేత్త, అది కాక నౌకాదళంలో ఒక ఆఫీసర్. ఆ యాత్రకి అవసరమైన ఖర్చులో అధికభాగాన్ని రాయల్ సొసైటీ భరించింది. ఓడని రాయల్ నేవీ ఇచ్చింది. నౌకాదళం 85 మంది సాయుధ నావికులనీ, మెరైన్ సైనికులనీ వెంట పంపింది. ఓడలో ఫిరంగులూ, పెద్ద తుపాకులూ, మందుగుండు సామాను, ఇతర ఆయుధాలూ సమకూర్చింది. ఆ సాహసయాత్రలో పోగుచేసిన సమాచారంలో అధికభాగం, ముఖ్యంగా ఖగోళశాస్త్రానికీ, భూగోళశాస్త్రానికీ, వాతావరణశాస్త్రానికీ, మానవజాతి శాస్త్రానికీ సంబంధించిన వివరాలు, రాజకీయాలకీ, సైన్యానికీ చాలా విలువయినవని స్పష్టంగా తెలుస్తూనే ఉంది. స్కర్వీకి ఉపయుక్తమైన చికిత్స కనిపెట్టటం ప్రపంచవ్యాప్తంగా సముద్రాలమీద బ్రిటిష్ వారికి ఆధిపత్యాన్ని ప్రసాదించింది. ప్రపంచం ఆవలివైపుకి కూడా వాళ్ళు సైన్యాన్ని పంపించ గలిగారు. తాను 'కనుగొన్న' ఎన్నో ద్వీపాలని కుక్ బ్రిటన్ కోసమేనని అన్నాడు, వాటిలో ముఖ్యంగా పేర్కొనవలసింది, ఆస్ట్రేలియా. కుక్ చేసిన యాత్ర బ్రిటిష్ వాళ్ళు పసిఫిక్ మహాసాగరం నైరుతి ప్రాంతాన్ని ఆక్రమించుకునేందుకు ఆధారం కల్పించింది; వాళ్ళు ఆస్ట్రేలియనీ, టాస్మానియానీ, న్యూజీలాండ్‌నీ జయించేట్టు చేసింది; ఆ కొత్త వలసప్రాంతాల్లో కొన్ని లక్షలమంది యూరప్ వాసులకి నివాసాలు కల్పించింది; అక్కడ స్థానికంగా ఉన్న సంస్కృతినీ, జనాలనీ అంతరించిపోయేలా చేసింది.

కుక్ చేసిన ఈ యాత్ర తరవాత ఒక శతాబ్దం గడిచాక, ఆస్ట్రేలియాలోనూ, న్యూజీలాండ్‌లోనూ ఉన్న అత్యంత సారవంతమైన భూములను యూరప్ నుంచి వెళ్ళి అక్కడ స్థిరనివాసం ఏర్పరచుకున్నవాళ్ళు స్థానికులనుంచి లాక్కున్నారు. స్థానికుల

35. చివరి టాస్మానియా మూలవాసి, ట్రుగనిని.

జనాభాలో 90 శాతం నశించిపోగా, ప్రాణాలతో మిగిలిఉన్న వాళ్లు ఘోరమైన జాతి వివక్షకి గురై అష్టకష్టాలూ పడ్డారు. ఆస్ట్రేలియాలోని మూలవాసులకీ, న్యూజీలాండ్‌లోని మావోరీలకీ కుక్ చేసిన యాత్ర ఒక మహావిపత్తుకి శ్రీకారం చుట్టింది. దానినుంచి వాళ్ళు ఇప్పటి వరకూ కోలుకోనేలేదు.

టాస్మానియాలో ఉండిన స్థానికులు అంతకన్నా ఘోరమైన దురదృష్టాన్ని చవి చూడవలసివచ్చింది. 10,000 సంవత్సరాలు అద్భుతమైన ఏకాంతవాసం అనుభవించాక, కుక్ అక్కడికి వచ్చిన ఒక శతాబ్దం లోపల దాదాపు అంతరించిపోయే స్థితికి చేరుకున్నారు. యూరప్ నుంచి వలసవచ్చినవాళ్లు ముందుగా ఆ ద్వీపంలో సమృద్ధివంతమైన ప్రాంతాల నుంచి వాళ్ళని తరిమేశారు, ఆ తరవాత మిగిలిన నిర్జన ప్రాంతాలని కూడా ఆక్రమించాలన్న అత్యాశతో వాళ్ళని వెంటాడి, వేటాడి పద్ధతి ప్రకారం హతమార్చారు. చివరగా ప్రాణాలతో మిగిలిన కొద్దిమందినీ క్రైస్తవ మతానికి సంబంధించిన కాన్సంట్రేషన్ క్యాంపుల్లోకి తరిమి, అక్కడ పిడివాదం ప్రదర్శించే మతాచార్యులచేత వాళ్లని ఆధునిక ప్రపంచానికి తగిన విధంగా మార్చేందుకు ప్రయత్నించటం జరిగింది. టాస్మానియన్లకు చదవటం, రాయటం నేర్పారు, క్రైస్తవ మతాన్ని బోధించారు. 'ఉత్పత్తికి అవసరమైన నైపుణ్యాలను', అంటే బట్టలు కుట్టటం, వ్యవసాయం చెయ్యటం లాంటివి నేర్పారు. కానీ వాళ్ళు నేర్చుకునేందుకు అయిష్టం చూపారు. వాళ్ళు మరింత దిగుల్లో కూరుకుపోయి, పిల్లలని కనటం మానేసి, జీవితం మీద ఆసక్తిని పూర్తిగా కోల్పోయారు. చివరికి ఆధునిక విజ్ఞానశాస్త్రం, ప్రగతిని బోధించే ఈ లోకంనుంచి పారిపోయేందుకు వాళ్లు ఎంచుకున్న ఒకే ఒక మార్గం మరణం.

పాపం, విజ్ఞానశాస్త్రం, ప్రగతి చనిపోయిన తరవాత కూడా వాళ్ళని వదల్లేదు. మానవజాతిని అధ్యయనం చేసేవాళ్ళూ, సంగ్రహాధ్యక్షులూ (క్యురేటర్స్) విజ్ఞానశాస్త్రం పేరుతో టాస్మానియన్ల శవాలను సొంతంచేసుకున్నారు. వాళ్ళు వాటిని నరికి, చీల్చి, తూచి, కొలిచి విశ్లేషిస్తూ గొప్ప వ్యాసాలు రాశారు. వాళ్ళ కపాలాలనీ, అస్థిపంజరాలనీ మ్యూజియంలలోనూ, మానవ జాతిశాస్త్రానికి సంబంధించిన సంగ్రహాలలోనూ ప్రదర్శనకి పెట్టారు. చివరికి 1976లో టాస్మానియా మ్యూజియం ట్రుగానిని అస్థిపంజరాన్ని పూడ్చి పెట్టేందుకు ఇచ్చివేసింది. ట్రుగానిని స్థానిక టాస్మానియన్లలో ధైర్యసాహసాలు గల చివరి వ్యక్తి అని తరచు అంటూ వుంటారు. ఆమె మరణించింది అప్పటికి వందేళ్ల క్రితం. ద ఇంగ్లీష్ కాలేజ్ ఆఫ్ సర్జన్స్ 2002 వరకూ ఆమె చర్మం, జుట్టు తాలూకు నమూనాలను తమ దగ్గరే ఉంచుకున్నారు.

కుక్ ఓడ చేసిన ఆ ప్రయాణం సైనిక బలాల రక్షణలో జరిగిన శాస్త్రీయ ప్రయాణమా, లేక కొంతమంది శాస్త్రజ్ఞులని వెంటపెట్టుకుని జరిగిన సైనిక ప్రయాణమా? మీ గ్యాస్ ట్యాంక్ సగం నిండి ఉందా సగం ఖాళీగా ఉందా అని అడిగినట్టు ఉంటుంది ప్రశ్న. నిజానికి ఆ ప్రయాణంలో ఆ రెండూ ఉన్నాయి. శాస్త్రీయ విప్లవమూ, ఆధునిక సామ్రాజ్యవాదమూ విడదీయలేనివి. కెప్టెన్ జేమ్స్ కుక్, వృక్షశాస్త్రజ్ఞుడు జోసెఫ్ బ్యాంక్స్ లాంటివాళ్లు విజ్ఞాన శాస్త్రానికీ, సామ్రాజ్యానికి గల తేడాని బొత్తిగా గుర్తించలేరు. పాపం దురదృష్టవంతురాలు, ట్రుగానిని పరిస్థితీ అంతే.

యూరప్ మాత్రమే ఎందుకు?

ఉత్తర అట్లాంటిక్‌లోని ఒక పెద్ద ద్వీపంలో నివసించే వాళ్ళు ఆస్ట్రేలియాకి దక్షిణాన ఉన్న ఒక పెద్ద ద్వీపాన్ని జయించారన్నది చరిత్రలో జరిగిన అతివిచిత్రమైన సంఘటనలలో ఒకటి. కుక్ చేసిన ఆ యాత్రకు మునుపు బ్రిటిష్ ఐల్స్, పశ్చిమ యూరప్ మధ్యధరా ప్రాంతంలో సుదూర ప్రాంతాలుగా మాత్రమే ఉండేవి. అక్కడ ముఖ్యమైన సంఘటనలేవీ జరిగేవి కావు. రోము సామ్రాజ్యం ఆధునిక యుగానికి ముందు ఉండిన ఒకే ఒక పెద్ద సామ్రాజ్యం. అది కూడా తన సంపదలో అధికశాతాన్ని ఉత్తర ఆఫ్రికన్, బాల్కన్, మధ్యప్రాచ్య ప్రాంతాలనుంచే పొందుతూ వచ్చింది. రోముకి పశ్చిమాన ఉండే యూరప్ ప్రాంతాలు పేదరికం తాండవించిన అరణ్య ప్రదేశాలు. అక్కడ ఖనిజాలూ, బానిసలూ తప్ప మరేమీ ఉండేది కాదు. ఉత్తర యూరప్ నివాసయోగ్యం కాని అనాగరిక ప్రాంతం అవటంతో దాన్ని జయించటం కూడా వ్యర్థం అనిపించింది.

పదిహేనో శతాబ్దం చివరకి చేరుకున్నప్పుడే యూరప్ సైనిక, రాజకీయ, ఆర్థిక, సాంస్కృతికమైన వికాసానికి ప్రముఖ కేంద్రంగా మారింది. 1500, 1750 సంవత్సరాల మధ్యలో పశ్చిమ యూరప్ ఊపందుకుని 'బైటి ప్రపంచానికి', అంటే రెండు అమెరికన్ భూఖండాలకీ, సముద్రాలకీ అధిపతి అయింది. అయినా అప్పటికీ ఆసియాలోని శక్తులకు యూరప్ దీటుగా నిలవలేకపోయింది. ఆసియాకి చెందిన శక్తులు అమెరికాలో ఇసుమంతైనా

ఆసక్తి కనబరచకపోవటం వల్లే యూరప్ అమెరికాని జయించి సముద్రం మీద ఆధిపత్యాన్ని చేజిక్కించుకోగలిగింది. మధ్యధరా ప్రాంతంలోని ఓట్టోమాన్, పర్షియాలోని సఫావిద్, భారతదేశంలోని ముఘల్, చైనాలోని మింగ్, కీన్గ్ సామ్రాజ్యాలకి ఆధునిక యుగారంభం ఒక స్వర్ణయుగం. వాళ్ళు తమ భూభాగాలని విశేషంగా విస్తృతపరచుకున్నారు. అంతకు ముందెన్నడూ ఎరగనంతగా జనాభా, ఆర్థిక వ్యవస్థ అక్కడ అభివృద్ధి సాధించింది. 1775లో ప్రపంచంలోని ఆర్థిక అభివృద్ధిలో 80 శాతం ఆసియాదే. భారతదేశం, చైనాలోని ఆర్థిక పరిస్థితులని కలిపిచూస్తే ప్రపంచం సాధించిన ఉత్పాదనలో మూడింట రెండో వంతుకి దోహదం చేసినవి అవేనని తెలుస్తుంది. వీటితో పోలిస్తే యూరప్ ఆర్థికంగా ఒక మరుగుజ్జు.

యూరప్ ఈ భూమ్మీద అధికార కేంద్రంగా మారటం 1750-1850 మధ్యలో జరిగింది. ఆ వందేళ్లలో యూరప్ ఆసియా శక్తులమీద వరసగా దాడులు జరిపి అక్కడి పెద్ద పెద్ద భూభాగాలని జయించి, వారిని అవమానించింది. 1900 నాటికి ప్రపంచ ఆర్థిక వ్యవస్థ మీదా, అధికశాతం ప్రాంతాలమీదా యూరప్ ఆధిపత్యం పటిష్ఠమైంది. 1950లో పశ్చిమ యూరప్, సంయుక్త రాష్ట్రాలూ కలిసి ప్రపంచవ్యాప్తంగా జరిగిన సగం పైగా ఉత్పాదనలో భాగస్వాములయ్యాయి. అప్పటికి చైనా భాగం అయిదు శాతానికి దిగిపోయింది. యూరప్ ఆధ్వర్యంలో ఒక కొత్త భూమండల అధికారం, సంస్కృతి ప్రారంభమయ్యాయి. సామాన్యంగా వాళ్ళు దాన్ని ఒప్పుకునేందుకు ఇష్టపడకపోయినా, అధికశాతం మనుషులు ఈనాడు వస్త్రధారణలో, ఆలోచనా విధానంలో, అభిరుచుల్లో యూరోపియన్లలాగే ప్రవర్తిస్తున్నారు. యూరప్‌కి వ్యతిరేకంగా వాళ్ళు పెద్ద పెద్ద మాటలు మాట్లాడినప్పటికీ, కానీ ఈ భూగోళం మీదున్న దాదాపు ప్రతిఒక్కరూ రాజకీయాలనీ, వైద్యాన్నీ, యుద్ధాన్నీ, ఆర్థిక వ్యవస్థనీ యూరప్ కళ్ళతోనే చూస్తారు. వాళ్ల సంగీతం కూడా యూరోపియన్ పద్ధతిలో, యూరోపియన్ భాషలో రాసినదే. ఈనాడు ముందుకి దూసుకుపోతున్న చైనా ఆర్థిక వ్యవస్థ త్వరలో ఈ ప్రపంచంలో ప్రాధాన్యత సాధించే అవకాశం ఉన్నప్పటికీ, అది కూడా యూరప్ తాలూకు ఉత్పాదన, ఆర్థిక వ్యవస్థకి నమూనాగానే ఉంది.

ఈ భూమ్మీద ఒక మారుమూల స్తబ్దుగా ఉండిన యూరేషియా అక్కణ్ణించి ఊడిపడి మొత్తం ప్రపంచాన్ని ఎలా జయించగలిగింది? యూరప్‌లోని శాస్త్రజ్ఞులే దీనికి కారణమని అంటారు. 1850 నుంచీ సైనిక-పారిశ్రామిక-విజ్ఞాన నిర్మాణం మీదా, సాంకేతిక ప్రతిభ మీదా యూరప్ ఆధిపత్యం వహించిందనటంలో ఏమాత్రం సందేహం లేదు.ఆధునిక కాలం చివర్లో సాఫల్యం సాధించిన సామ్రాజ్యాలన్నీ సాంకేతిక ఆవిష్కరణలని ఉత్పత్తి చెయ్యాలన్న ఆశతో శాస్త్రీయ పరిశోధనలకు పెద్దపీట వేశాయి. శాస్త్రజ్ఞులు ఆయుధాల గురించీ, వైద్యం గురించీ, యంత్రాల గురించీ, తమ సామ్రాట్టులకోసం పరిశోధనలు చెయ్యడంలోనే తమ సమయాన్నంతా గడిపారు. ఆఫ్రికన్ శత్రువులని ఎదుర్కొన్నప్పుడు యూరోపియన్ సైనికులు ఎప్పుడూ అనే మాటలు, "ఏమైనా సరే, మా దగ్గర మిషన్ గన్లు ఉన్నాయి, వాళ్ళ దగ్గర లేవు". నాగరికులకు ఉపయోగపడే సాంకేతిక ఆవిష్కరణలు కూడా ప్రాముఖ్యం లేనివేమీ కావు. రేకు డబ్బాల్లో నిల్వ ఉంచిన ఆహారం సైనికులు తినేవారు,

రైళ్ళూ, ఆవిరితో నడిచే నావలూ సైనికులనీ, ఆహార పదార్థాలని చేరవేసేవి, మందులు సైనికులకీ, నావికులకీ, రైలింజన్ నడిపేవారికీ వచ్చే వ్యాధుల్ని నయంచేసేవి. ముఖ్యంగా సైన్యానికి సంబంధించిన ఈ ముందడుగులు ఆఫ్రికాని యూరప్ జయించటానికి ముఖ్య కారణ మయ్యాయే తప్ప, వాళ్ళ దగ్గరున్న మిషన్ గన్లు కాదు.

కానీ 1850కి ముందు పరిస్థితి అలా లేదు. సైనిక–పారిశ్రామిక–శాస్త్రీయ నిర్మాణం అప్పటికి ఇంకా శైశవ దశలో ఉంది; శాస్త్రీయ విప్లవం తాలూకు సాంకేతిక ఫలాలు ఇంకా పచ్చిగానే ఉన్నాయి; యూరప్, ఆసియా, ఆఫ్రికా మధ్యనున్న సాంకేతికకి సంబంధించిన తేడాలు చాలా చిన్నవి. 1770లో జేమ్స్ కుక్‌కి ఆస్ట్రేలియన్ మూలవాసులకన్నా కచ్చితంగా మెరుగైన సాంకేతిక నైపుణ్యం ఉండేది. కానీ అది చైనీయులకీ, ఒట్టోమాన్స్‌కీ కూడా ఉండేది. మరైతే ఆస్ట్రేలియాని అన్వేషించటం, అక్కడ వలస ఏర్పాటు చేసుకోవటం లాంటి పనులు కెప్టెన్ జేమ్స్ కుక్ మాత్రమే ఎందుకు చేశాడు? కెప్టెన్ జెంగ్ షె గాని, కెప్టెన్ హుస్సేన్ పాషా గాని ఎందుకు చెయ్యలేదు? ఇంకా ముఖ్యంగా చెప్పాలంటే, 1770లో యూరోపియన్లకి ముస్లిముల కన్నా, భారతీయుల కన్నా, చైనీయుల కన్నా ఎక్కువ సాంకేతిక పరిజ్ఞానం లేకపోయుంటే, మరుసటి శతాబ్దంలో వాళ్ళు మిగిలిన ప్రపంచానికీ, తమకీ మధ్య అంత పెద్ద తేడాని ఎలా సృష్టించగలిగారు?

సైనిక - పారిశ్రామిక - శాస్త్రీయ సమష్టి నిర్మాణం భారతదేశంలో కాకుండా యూరప్‌లోనే ఎందుకు వికాసం చెందింది? బ్రిటన్ ముందుకి ఉరకగానే ఫ్రాన్స్, జర్మనీ, అమెరికా వెంటనే ఎందుకు దాన్ని అనుసరించాయి? మరి చైనా మాత్రం ఎందుకు వెనకబడింది? పారిశ్రామిక దేశాలకీ, పరిశ్రమలు అభివృద్ధి సాధించని దేశాలకీ మధ్య ఉండే అగాధం ఆర్థికతకీ, రాజకీయాలకే సంబంధించినదని విశదంగా తెలిసిపోయింది. రష్యా, ఇటలీ, ఆస్ట్రియా దాన్ని పూడ్చగలిగినప్పుడు, పెర్షియా, ఈజిప్ట్, ఒట్టోమాన్ సామ్రాజ్యాలు ఆ పని ఎందుకు చెయ్యలేకపోయాయి? ఎంతైనా పారిశ్రామికత తాలూకు సాంకేతిక దశ మొదట్లో చాలా సామాన్యంగా ఉండేది. చైనీయులకీ, ఒట్టోమాన్ శాస్త్రజ్ఞులకీ ఆవిరి యంత్రాలు కనిపెట్టటం, మిషన్ గన్లు తయారు చేయటం, రైలుమార్గాలు వెయ్యటం అంత కష్టంగా తోచిందా?

వాణిజ్యం కొరకు రైలుమార్గాన్ని తెరవటమనేది ఈ ప్రపంచంలో మొదటిసారి 1830లో, బ్రిటన్‌లో జరిగింది. 1850 నాటికి పాశ్చాత్యదేశాల్లో 40,000 కిలోమీటర్ల రైలు మార్గాలు అల్లుకున్నాయి. కానీ ఆసియా, ఆఫ్రికా, లాటిన్ అమెరికా మొత్తం కలిపినా 4,000 రైలుమార్గాల కన్నా ఎక్కువ తేలలేదు. 1880లో పాశ్చాత్య దేశాలు తమ దగ్గర 3,50,000 కిలోమీటర్ల రైలు మార్గాలున్నాయని గొప్పలు చెప్పుకున్నాయి. కానీ ప్రపంచం మొత్తంలో ఉన్న ఇతర దేశాలలో 35,000 కిలోమీటర్ల రైల్వే లైన్లు మాత్రమే ఉన్నాయి (వీటిలో చాలామటుకు భారతదేశంలో బ్రిటిష్ వాళ్ళు వేసిన లైన్లే). చైనాలో మొదటి రైలుమార్గం ప్రారంభమైంది 1876లో. దాని నిడివి 25 కిలోమీటర్లు. దాన్ని యూరోపియన్లు నిర్మించారు. కానీ మరుసటేడు చైనా ప్రభుత్వం దాన్ని నాశనం చేసింది. 1880లో చైనా సామ్రాజ్యంలో ఒక్క రైలుమార్గమూ లేదు. పర్షియాలో మొదటి

రైలుమార్గం నిర్మించింది 1888లో. అది తెహెరాన్‌నీ, రాజధానికి 10 కిలోమీటర్లు దక్షిణాన ఉన్న పుణ్యక్షేత్రాన్నీ కలిపింది. దాన్ని నిర్మించి నడిపింది ఒక బెల్జియన్ కంపెనీ. 1950లో పర్షియాలోని మొత్తం రైలుమార్గాల నెట్‌వర్క్ కేవలం 2,500 కిలోమీటర్లేనని తేలింది. ఆ దేశం విస్తారం బ్రిటన్ కన్నా ఏడింతలు.

చైనీయులకీ, పర్షియన్లకీ ఆవిరి యంత్రాల్లాంటి సాంకేతికమైన ఆవిష్కరణలు తెలియకపోలేదు (వాటికి సులువుగా నకళ్ళు తయారుచేయవచ్చు, లేదా కొనుగోలు చెయ్యవచ్చు). వాళ్ళ దగ్గర విలువలూ, కల్పిత గాథలూ, న్యాయ వ్యవస్థకి సంబంధించిన పరికరాలూ లోపించాయి. అదే విధంగా పాశ్చాత్య దేశాలలో రూపుదిద్దుకునేందుకు కొన్ని శతాబ్దాలు పట్టిన సామజిక- రాజకీయ నిర్మాణాలు వాళ్ళ దగ్గర లేవు. వాటికి త్వరగా నకళ్ళు తయారుచేసి అనుసరించటం సాధ్యం కాలేదు. ఫ్రాన్స్,అమెరికా త్వరగా బ్రిటన్ అడుగుజాడల్లో నడవగలగటానికి కారణం, ముఖ్యమైన బ్రిటిష్ కల్పిత గాథలనీ, సామజిక నిర్మాణాన్నీ అంతకు ముందే అవి బ్రిటన్లతో పంచుకున్నాయి. చైనీయులూ, పర్షియన్లూ తమ సమాజాలని తమ ఆలోచనలకి తగ్గట్టు ఏర్పాటు చేసుకోవటం వల్ల త్వరగా ఆ దేశాలని అందుకోలేకపోయాయి.

ఈ వివరణ 1500 నుంచి 1850 వరకూ గల కాలావధి గురించి మనకి కొత్తవిషయాలు తెలియజేస్తుంది. ఈ యుగంలో ఆసియా కన్నా యూరప్‌లో సాంకేతికంగా, రాజకీయంగా, సైనిక బలాల పరంగా, ఆర్థికంగా మెరుగైన పరిస్థితులేవీ లేవు. అయినప్పటికీ ఆ భూఖండం అసాధారణమైన శక్తిని నిర్మించుకుంది. దాని ప్రాముఖ్యం హఠాత్తుగా 1850 ప్రాంతాల తెలియవచ్చింది. 1770లో యూరప్, చైనా, ముస్లిం ప్రపంచం మధ్య సమానత్వం ఉండేదన్న మాట కేవలం ఎండమావిలాంటిదే. ఇద్దరు భవన నిర్మాతలున్నారనీ, ఇద్దరూ చాలా ఎత్తైన టవర్లు కడుతున్నారనీ ఊహించండి. ఒకరు చెక్క, ఇటుకలూ వాడతారు, ఇంకొకరు ఉక్కూ, కాంక్రీట్ వాడతారు. మొదట్లో ఆ రెండు పద్ధతులకీ పెద్ద తేడా లేదనిపిస్తుంది. రెండు టవర్లూ ఒకే సమయంలో ఒకే ఎత్తుకి చేరుకుంటాయి. కానీ ఒక ప్రమాదకరమైన స్థాయి దాటినప్పుడు మాత్రం చెక్క ఇటుకలతో కట్టిన కట్టడం ఒత్తిడికి తట్టుకోలేక కూలిపోతుంది. ఉక్కు కాంక్రీట్‌తో కట్టిన టవర్ మాత్రం ఒక్కొక్క అంతస్తుగా చూపు అనినంత ఎత్తువరకూ పైకిలేస్తుంది.

ఆధునిక కాలం ప్రారంభంలో యూరప్ ఎలాంటి సంభావ్యతని అభివృద్ధి చేసుకోవటం వల్ల తరువాతి ఆధునిక ప్రపంచం మీద ఆధిపత్యం సాధించగలిగింది? ఈ ప్రశ్నకి ఒకదాన్నొకటి పూరించే రెండు సమాధానాలున్నాయి : ఆధునిక విజ్ఞాన శాస్త్రం, పెట్టుబడిదారీ వ్యవస్థ. సాంకేతికంగా విశేషమైన ప్రగతి సాధించాక ముందునుంచే యూరోపియన్లకు శాస్త్రీయమైన, పెట్టుబడిదారీ మార్గంలో ఆలోచించటం, ప్రవర్తించటం అలవడింది. సాంకేతికంగా సమృద్ధి ప్రారంభమయ్యాక, మిగిలిన వారందరి కన్నా యూరప్ వాసులు దాన్ని మెరుగైన పద్ధతిలో ఉపయోగించుకోగలిగారు. ఈనాడు ఇరవైఒకటో శతాబ్దంలో కూడా విజ్ఞానశాస్త్రం, పెట్టుబడిదారీ వ్యవస్థ మనకి యూరప్ సామ్రాజ్యవాదం ఇచ్చిన వారసత్వంగా కొనసాగుతోందంటే అది యాదృచ్ఛికం కాదు.

యూరప్, యూరోపియన్లూ ఇప్పుడు మన ప్రపంచాన్ని ఏలటంలేదు, కానీ విజ్ఞాన శాస్త్రం, పెట్టుబడిదారీ విధానం రోజు రోజుకీ బలపడుతూనే ఉన్నాయి. పెట్టుబడిదారీ వ్యవస్థ విజయాల గురించి రాబోయే అధ్యాయంలో చూద్దాం. ఈ అధ్యాయం యూరోపియన్ సామ్రాజ్యవాదానికీ, ఆధునిక విజ్ఞానశాస్త్రానికీ మధ్య నడిచిన ప్రేమకథకు అంకితం.

విజయం తాలూకు మనస్తత్వం

యూరోపియన్ సామ్రాజ్యాల ధర్మమా అని ఆధునిక విజ్ఞానశాస్త్రం వర్ధిల్లింది. ఈ శాస్త్రీయ అధ్యయనం, గ్రీస్, చైనా, భారతదేశం, ఇస్లాంలోని ప్రాచీన శాస్త్రీయ సంప్రదాయానికి ఎంతగానో రుణపడి ఉన్నదనటంలో సందేహం లేదు. అయినప్పటికీ దాని అసాధారణమైన లక్షణాలు ఆధునిక కాలం ఆరంభదశలో మాత్రమే రూపుదిద్దుకోసాగాయి. స్పెయిన్, పోర్చుగల్, బ్రిటన్, ఫ్రాన్స్, రష్యా, నెదర్లాండ్స్ సామ్రాజ్యాల విస్తరణ కూడా విజ్ఞానశాస్త్రంతో చెట్టాపట్టాలేసుకుని నడిచింది. ఆధునిక కాలం ఆరంభంలో చైనీయులూ, భారతీయులూ, ముస్లిములూ, అమెరికాలోని స్థానికులూ, పోలినేషియన్లూ శాస్త్రీయ విప్లవానికి ముఖ్యమైన సహకారాన్ని అందిస్తూనే వచ్చారు. ముస్లిం అర్థశాస్త్రజ్ఞుల అంతర్దృష్టిని ఆడమ్ స్మిత్, కార్ల్ మార్క్స్ అధ్యయనం చేశారు. స్థానిక అమెరికన్ డాక్టర్లు మొట్టమొదట కనుగొన్న చికిత్సలు ఇంగ్లీష్ వైద్యవిద్యకి సంబంధించిన పాఠ్యపుస్తకాల్లోకి వచ్చి చేరాయి. పాలినేషియన్ గూఢచారులనుంచి సేకరించిన సమాచారం పాశ్చాత్య మానవజాతి శాస్త్రాన్ని విప్లవాత్మకంగా మార్చివేసింది. కానీ ఇరవయ్యో శతాబ్దం మధ్య వరకూ రకరకాల శాస్త్రీయ ఆవిష్కరణలను తరచి చూసినవాళ్ళూ, ఆ ప్రక్రియ ద్వారా కొత్త శాస్త్రీయ అధ్యనాలని సృష్టించినవాళ్ళూ ప్రపంచవ్యాప్తంగా ఉండిన యూరప్ సామ్రాజ్యంలోని మేధావి వర్గానికి చెందిన పాలకులు. దూర ప్రాచ్య దేశాలలోనూ, ఇస్లాం ప్రపంచంలోనూ యూరప్‌లో ఉన్నంత తెలివైనవాళ్ళూ, కుతూహలం గల మేధావులూ లేకపోలేదు. అయినప్పటికీ 1500కీ 1950కీ మధ్య న్యూటన్ భౌతికశాస్త్రానికీ, డార్విన్ జీవశాస్త్రానికీ దీటైనది ఏదీ వెలుగు చూడలేదు.

విజ్ఞాన శాస్త్రానికి సంబంధించిన ప్రత్యేకమైన జన్యువేదో యూరోపియన్లకి ఉందనటం లేదు. అలాగే ఎప్పటికీ భౌతికశాస్త్రానికీ, జీవశాస్త్రానికీ సంబంధించిన అధ్యయనాల్లో వాళ్ళదే పైచేయిగా ఉంటుందనీ కాదు. ఇస్లాం ప్రారంభంలో కేవలం అరబ్బుల చేతుల్లోనే ఉన్నప్పటికీ కాలక్రమాన టర్కీ, పర్షియా దాన్ని హస్తగతం చేసుకున్నట్టే, ఆధునిక విజ్ఞాన శాస్త్రం యూరోపియన్‌లకే ప్రత్యేకమైన విషయంగా ప్రారంభమైంది, కానీ అది ప్రస్తుతం బహుళజాతికి చెందిన వ్యాపారంగా మారింది.

ఆధునిక విజ్ఞానశాస్త్రాన్నీ, యూరప్ సామ్రాజ్యవాదాన్నీ ఏ చారిత్రాత్మక బంధం కలిపి ముడివేసింది? పంతొమ్మిది, ఇరవై శతాబ్దాల్లో సాంకేతికత ఒక ముఖ్య కారణ మయింది. కానీ ఆధునిక యుగారంభంలో దానికి పరిమితమైన ప్రాముఖ్యం ఉండేది. అసలు కీలకమైన విషయం ఏమిటంటే, మొక్కలను వెతికే వృక్షశాస్త్రజ్ఞుడూ, నివాసాలు ఏర్పాటుచేసుకోవాలనుకునే నౌకాదళ అధికారీ ఒకే విధంగా ఆలోచించారు. శాస్త్రజ్ఞుడూ,

ఆక్రమణదారూ కూడా ఆరంభంలో, "అక్కడ ఏముందో నాకు తెలీదు," అనే అన్నారు. ఇద్దరూ బైటికెళ్లి కొత్త విషయాలు కనుగొనటం తమకి తప్పదనుకున్నారు. అలాగే తాము తెలుసుకునే కొత్త విషయాలు తమని ఈ ప్రపంచానికే అధిపతిని చేస్తాయని ఆశించారు.

యూరోపియన్ సామ్రాజ్యవాదం చరిత్రలో మిగిలిన సామ్రాజ్య ప్రణాళికలన్నిటికన్నా పూర్తిగా భిన్నమైనది. అంతక్రితం సామ్రాజ్యాన్ని స్థాపించాలనుకున్న వాళ్ళు తమకి ఈ ప్రపంచం గురించి అంతా తెలుసని అనుకునేవాళ్లు. విజయం కేవలం ప్రపంచం గురించి వాళ్ళకున్న దృష్టికోణాన్ని ఉపయోగించుకుని వ్యాప్తి చేస్తుందనుకున్నారు. ఒక ఉదాహరణ చెప్పాలంటే, అరబ్బులు ఈజిప్ట్‌నీ, స్పెయిన్‌నీ, లేదా భారతదేశాన్నీ జయించింది తమకి తెలియని విషయాలని ఆవిష్కరించేందుకు కాదు. రోమన్లూ, మంగోల్‌లూ, అజ్టెక్‌లూ అధికారం, సంపద కోసం కొత్త ప్రదేశాలని ఆబగా ఆక్రమించారు తప్ప జ్ఞానం కోసం కాదు. దీనికి వ్యతిరేకంగా యూరోపియన్ సామ్రాజ్యవాదులు కొత్త ప్రదేశాలతోబాటు కొత్త విషయాలని సంపాదించుకునేందుకు కూడా సుదూర తీరాలకి ప్రయాణాలు చేశారు.

ఇలా ఆలోచించిన అన్వేషకుల్లో జేమ్స్ కుక్ మొదటివాడు కాదు. పదిహేను పదహారో శతాబ్దంలో పోర్చుగీస్, స్పానిష్ నావికులు ఇలాటిది ముందే చేశారు. యువరాజు హెన్రీ, వాస్కోడాగామా ఆఫ్రికా తీరాలకి వెళ్లి అక్కడి ద్వీపాలనీ, రేవులనీ తమ వశం చేసుకున్నారు. క్రిస్టఫర్ కొలంబస్ అమెరికాని 'కనుగొని' స్పెయిన్ రాజు కోసం ఆ కొత్తగా కనుగొన్న భూములు ఆయనవని ప్రకటించాడు. ఫెర్డినాండ్ మాగెల్లాన్ ప్రపంచాన్ని చుట్టివచ్చే మార్గం కనుగొని, వెంటనే ఫిలిపైన్స్ మీదికి స్పెయిన్ దాడి చేసేందుకు పునాది కల్పించాడు.

కాలం గడిచే కొద్దీ, జ్ఞానాన్నీ, ప్రాంతాలనీ అధీనం చేసుకోవటం అనేది మరింత గట్టిగా ఒకదానితో ఒకటి ముడిపడింది. పద్దెనిమిది, పంతొమ్మిదో శతాబ్దాలలో యూరప్ నుంచి దూరప్రాంతాలకు ప్రయాణం చేసిన ప్రతి ముఖ్యమైన సైనిక యాత్రలలోనూ ఓడల్లో శాస్త్రవేత్తలను వెంటపెట్టుకుని వెళ్ళటం పరిపాటయింది. వాళ్ళు వెళ్ళింది యుద్ధం చేసేందుకు కాదు, కొత్త శాస్త్రీయ ఆవిష్కరణలు చేసేందుకు. 1798లో నెపోలియన్ ఈజిప్ట్‌ని ఆక్రమించినప్పుడు, తనవెంట 165 మంది విద్యావేత్తలను తీసుకెళ్లాడు. మిగిలిన ఆవిష్కరణలతోబాటు వాళ్ళు ఈజిప్టాలజీ అనే కొత్త విషయాన్ని కనుగొని, మతం, భాషాశాస్త్రం, వృక్షశాస్త్రం లాంటివాటిని అధ్యయనం చేసేందుకు ముఖ్యమైన సహకారాన్ని అందించారు.

1831లో దక్షిణ అమెరికా తీరాలకీ, ఫాక్లాండ్స్ ద్వీపాలకీ, గాలాపగోస్ ద్వీపాలకీ పటాలు (మ్యాప్స్) తయారుచేసేందుకు రాయల్ నేవీ హెచ్.ఎమ్.ఎస్ బీగల్ అనే ఓడని పంపింది. దక్షిణ అమెరికా మీద బ్రిటిష్ సామ్రాజ్యం ఆధిపత్యం పటిష్ఠంగా ఉండేందుకు నౌకాదళానికి ఈ పరిజ్ఞానం అవసరమైంది. ఆ నౌక కెప్టెన్ ఒక ఔత్సాహిక శాస్త్రజ్ఞుడు. దారిలో తమకి ఎదురొచ్చే కొత్త ప్రాంతాలలోని భూఆకృతులను అధ్యయనం చేస్తాడని అతను తనవెంట ఒక భూగర్భశాస్త్రజ్ఞుణ్ణి తీసుకువెళ్లాలని నిశ్చయించాడు.

చాలామంది భూగర్భశాస్త్రజ్ఞులు వెంట వెళ్లేందుకు నిరాకరించిన తరవాత, కెప్టెన్ ఆ పనిని చార్లెస్ డార్విన్ అనే 22 ఏళ్ళ కేంబ్రిడ్జ్ గ్రాడ్యుయేట్‌కి అప్పజెప్పాడు. డార్విన్ చదివింది ఆంగ్లికన్ చర్చిలో ఉపదేశకుడిగా ఉద్యోగం చేసేందుకు. కానీ అతనికి బైబిల్‌లో కన్నా భూగర్భశాస్త్రంలోనూ, ప్రకృతిశాస్త్రంలోనూ ఎక్కువ ఆసక్తి ఉండేది. ఆ అవకాశాన్ని అతను వెంటనే అందిపుచ్చుకున్నాడు, ఆ తరవాత జరిగింది అందరికీ తెలిసిన చరిత్రే. కెప్టెన్ ప్రయాణంలో సైన్యానికి సంబంధించిన మ్యాపులు వేస్తూ ఉండిపోయాడు, డార్విన్ ప్రయోగాలకి అవసరమైన వివరాలన్నింటినీ సేకరించి, వాటిలోని అంతరార్థాలకి రూప మిచ్చాడు. అదే కాలక్రమాన పరిణామక్రమం సిద్ధాంతంగా రూపొందింది.

1969, జులై 20న నీల్ ఆర్మ్‌స్ట్రాంగ్, బజ్ ఆల్డ్రిన్ చంద్రుడి మీద దిగారు. ఆ ప్రయాణం ప్రారంభించే ముందు, అపోలో 11 వ్యోమగాములు పశ్చిమ అమెరికాలో, చంద్రుడి మీది వాతావరం లాంటిది ఉండే ఒక ఎడారిలో శిక్షణ పొందారు. ఆ ప్రాంతం చాలామంది అమెరికన్ మూలవాసి సమూహాలకు నివాసస్థలం. ఒక మూలవాసికీ, వ్యోమగాములకీ మధ్య జరిగిన ఒక సంఘర్షణ గురించి కథగా చెప్పుకుంటారు.

ఒకరోజు శిక్షణ పొందే సమయంలో వ్యోమగాములకి ఒక వయసు మళ్ళిన మూలవాసి తగిలాడు. వాళ్ళక్కడ ఏం చేస్తున్నారని అడిగాడతను. తాము ఒక పరిశోధనా కార్యక్రమంలో శిక్షణ పొందేందుకు వచ్చామనీ, త్వరలో చంద్రుడి మీదికి ప్రయాణం చేసేందుకు ఆ శిక్షణ పొందుతున్నామనీ అన్నారు. అది విని ఆ వృద్ధుడు కొంతసేపు మౌనంగా ఉండిపోయాడు. ఆ తరవాత నాకు కాస్త సాయం చెయ్యగలరా అని ఆ వ్యోమగాములని అడిగాడు.

"ఏం చెయ్యాలి?" అన్నారు వాళ్ళు.

"ఏం లేదు కానీ, మా తెగవాళ్ళు చంద్రుడి మీద పవిత్ర ఆత్మలు ఉంటాయని నమ్ముతారు. మీరు మా తెగ తరపున వాళ్లకి ఒక ముఖ్యమైన సందేశం అందించగలరేమోనని అడుగుదామనుకుంటున్నాను" అన్నాడతను.

"ఏమిటది?" అన్నారు వాళ్లిద్దరూ.

ఆ మనిషి తన తెగ భాషలో ఏదో అన్నాడు. ఆ తరవాత సరిగ్గా కంఠస్థం అయేదాకా ఆ మాటల్ని పదే పదే అంటూ ఉండమని వాళ్లకి చెప్పాడు.

"ఆ మాటలకి అర్థం ఏమిటి?" అన్నారు వ్యోమగాములు.

"ఓ, అది మీకు చెప్పలేను. మా తెగవాళ్లకీ, చంద్రుడి మీద ఉండే ఆత్మలకీ మాత్రమే ఆ రహస్యం తెలుసుకునే హక్కుంది."

వాళ్ళు మళ్ళీ తమ స్థావరానికి చేరుకొని ఆ తెగవాళ్ళు మాట్లాడే భాష తెలిసిన వ్యక్తి దొరికే వరకూ తెగ వెతికారు. ఆ రహస్య సందేశాన్ని తర్జుమా చెయ్యమని అతన్ని కోరారు. తాము కంఠస్థం చేసిన మాటలు వల్లెవేయగానే ఆ మనిషి పగలబడి నవ్వటం మొదలెట్టాడు. అతను కాస్త స్థిమితపడ్డాక, ఆ మాటలకి అర్థం ఏమిటని వ్యోమగాములిద్దరూ

అడిగారు. అంత జాగ్రత్తగా అతను వాళ్ళని కంఠస్థం చేయమన్న వాక్యాలకి అర్థం, "వీళ్ళు చెప్పే మాట ఒక్కటి కూడా నమ్మద్దు. వీళ్ళు మీ భూముల్ని లాక్కునేందుకు వచ్చారు," అని చెప్పాడతను.

ఖాళీ పటాలు

ప్రపంచపటాల పెరుగుదల చూసినప్పుడు "అన్వేషించు-జయించు" అనే ఆధునిక మనస్తత్వాన్ని అది ఎలా ప్రకటిస్తుందో చక్కగా అర్థమౌతుంది. ఆధునిక యుగానికి ముందే ఎన్నో సంస్కృతుల్లో ప్రపంచపటాలు గీయటమనేది ఉండేది. కానీ వాళ్లలో ఒక్కరికి కూడా పూర్తి ప్రపంచం తెలీదన్న విషయం స్పష్టంగా అర్థమౌతుంది. ఆఫ్రో-ఆసియా సంస్కృతుల్లో దేనికీ అమెరికా గురించి తెలీదు. అలాగే అమెరికన్ సంస్కృతికి ఆఫ్రో-ఆసియా గురించి తెలీదు. కానీ తెలియని ప్రదేశాలని వదిలేయటమో, కల్పన జోడించి అక్కడ రాక్షసులనీ, అద్భుతాలనీ చిత్రించటమో జరిగింది.ఆ పాతాలలో ఖాళీ జాగాలు లేవు. తమకి పూర్తి ప్రపంచమంతా తెలుసన్న భావన చూసేవారికి కలగాలని అనుకున్నారు.

పదిహేను పదహారు శతాబ్దాలలో యూరోపియన్లు బోలెడన్ని ఖాళీ జాగాలని వదులుతూ ప్రపంచపటాలు గీయటం మొదలుపెట్టారు. శాస్త్రీయమైన ఆలోచనావిధానం, దానితోబాటు యూరోపియన్ సామ్రాజ్యవాదం ముందుకి తోసుకుని పోవటం ఈ మార్పుకి సంకేతాలు. ఖాళీలున్న పటాలు గీయటమనేది మనస్తత్వం రీత్యా, భావజాలం రీత్యా పెద్ద మార్పు. యూరోపియన్లకి ప్రపంచంలో ఎన్నో పెద్ద భాగాల గురించి తెలీదని అంగీకరించటం.

కీలకమైన మలుపు 1492 లో కనిపించింది. ఆ ఏడాది క్రిస్టఫర్ కొలంబస్ స్పెయిన్ నుంచే పశ్చిమ దిశగా తూర్పు ఆసియాకి కొత్త మార్గం కనుగొనేందుకు సముద్రం మీద బయలుదేరాడు. కొలంబస్‌కి ఇంకా పాత 'సంపూర్ణమైన' ప్రపంచపటాల మీదే నమ్మకం. వాటిని ఉపయోగించి స్పెయిన్‌కి పశ్చిమాన జపాన్ 7,000 కిలోమీటర్ల దూరంలో ఉంటుందని అంచనా వేశాడతను.నిజానికి స్పెయిన్‌కీ, తూర్పు ఆసియాకీ మధ్య దూరం 20,000 కిలోమీటర్లు. అంతేకాక ఆ రెంటి మధ్యా పరిచయం లేని ఒక పూర్తి భూఖండం ఉంది. 1492, అక్టోబర్ 12న సుమారు అర్ధరాత్రి 2 గంటలకు కొలంబస్ ఓడలు ఆ అపరిచిత ఖండాన్ని ఢీకొన్నాయి. హుఆన్ రోడ్రిగే బెర్మహో ఒక పింతా అనే నావ తెరచాప స్తంభం మీదికెక్కి చూసేసరికి ఒక ద్వీపం కనిపించింది. దాన్నే ఇప్పుడు మనం బహమాస్ అంటున్నాం. పైనుంచే, "నేల! నేల!" అని అరిచాడతను.

తూర్పు ఆసియా తీరాన ఉన్న ఒక చిన్న ద్వీపానికి చేరుకున్నాననుకున్నాడు కొలంబస్. అక్కడ తనకి కనిపించిన మనుషులని అతను 'ఇండియన్లు' అన్నాడు. కారణం తాను దిగినది ఇండీస్‌లో అనుకున్నాడు. దాన్ని ప్రస్తుతం మనం ఈస్ట్ ఇండీస్, లేదా ఇండోనేషియన్ ఆర్చిపెలాగో (ద్వీపాల సమూహం) అంటున్నాం. ఈ పొరపాటుని కొలంబస్ జీవితాంతం సరిదిద్దుకోలేదు. తాను కనుగొన్నది పూర్తిగా పరిచయం లేని ఖండమని అతనికి నమ్మకం కుదరలేదు. అసలు ఆ తరం వారందరూ అలాగే ఉండేవారు.

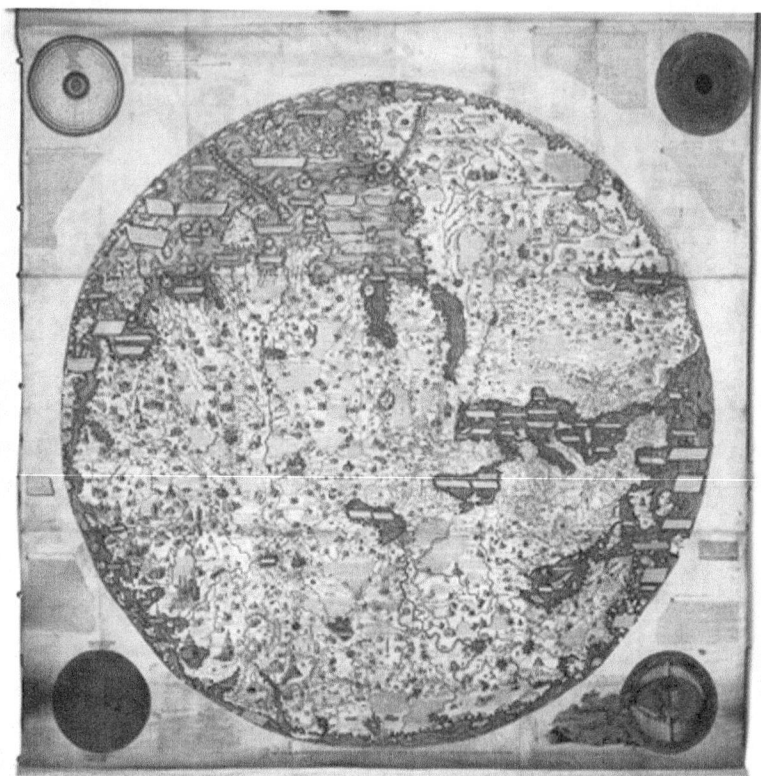

36. 1459లో వేసిన యూరోపియన్ ప్రపంచపటం. యూరప్ చిత్రం పైభాగంలో ఎడమవైపు ఒక మూలనుంది; మధ్యధరా ప్రాంతం, ఆఫ్రికా దాని కింద ఉన్నాయి; ఆసియా కుడివైపున ఉంది. దక్షిణ ఆఫ్రికా వంటి ప్రదేశాలు యూరప్ వాసులకి పూర్తిగా పరిచయం లేనివే అయినప్పటికీ అలాటి ప్రదేశాలను గీసేటప్పుడు కూడా పటం నిండా ఏవేవో చిత్రాలు నింపారు.

కొన్ని వేల సంవత్సరాల పాటు గొప్ప మేధావులకీ, అధ్యయనకర్తలకీ మాత్రమే కాదు, అసలు పొరపాట్లే ఉండవనుకునే పవిత్ర గ్రంథాలకి సైతం యూరప్, ఆఫ్రికా, ఆసియా తప్ప మరో ప్రపంచం తెలీదు. వాళ్ళందరూ పొరబడి ఉంటారా? బైబిల్ ప్రపంచంలో సగభాగాన్ని పొరపాటున వదిలేసిందా? అదెలా ఉంటుందంటే, ఇంతక్రితం చేసిన పరిశీలనలన్నీ రెండో చంద్రుడు భూమి చుట్టూ తిరగటం గమనించనట్టూ, 1969లో అపోలో 11 చంద్రుడి మీదికి వెళ్తూ దారిలో ఆ రెండో చంద్రుడికి ఢీకొని కూలిపోయినప్పుడే దాని విషయం తెలియవచ్చినట్టూ ఉంటుంది. తన అజ్ఞానాన్ని ఒప్పుకోవటానికి ఇష్టపడని కొలంబస్ ఎంతైనా మధ్యయుగం మనిషి. తనకి ప్రపంచం పూర్తిగా తెలుసని అతను నమ్మాడు. ఆ చిరస్మరణీయమైన ఆవిష్కరణ కూడా అతని మనసు మార్చలేకపోయింది.

మొదటి ఆధునిక మానవుడి పేరు అమెరిగో వెస్పుచి. 1499-1504 మధ్యలో అతను అమెరికాకి చాలాసార్లు సముద్ర ప్రయాణాలు చేశాడు. 1502-1504 మధ్యలో ఆ యాత్రలను వర్ణిస్తూ రాసిన రెండు పుస్తకాలు యూరప్‌లో ప్రచురింపబడ్డాయి. అవి వెస్పుచి రాశాడని అంటారు. కొలంబస్ కనుగొన్న భూభాగాలు తూర్పు ఆసియా తీరాన ఉన్న ద్వీపాలు కావనీ, పవిత్ర గ్రంథాలకీ, భూగోళ శాస్త్రజ్ఞులకీ, సమకాలీన యూరోపియన్లకీ తెలియని పూర్తిగా ఒక కొత్త ఖండమనీ ఈ పుస్తకాలు వాదించాయి. 1507లో ఈ వాదనలని అంగీకరిస్తూ అందరూ గౌరవించే మార్టిన్ వాల్డెసీమ్యులర్ అనే దేశపటాల చిత్రకారుడు, ఒక కొత్త ప్రపంచపటాన్ని తయారుచేసి ప్రచురించాడు. అందులో యూరప్ నుంచి పశ్చిమానికి వెళ్లిన నావలు విడిగా ఉన్న ఒక ఖండం మీద దిగాయని మొదటిసారి చూపించటం జరిగింది. ఆ పటాన్ని చిత్రించాక వాల్డసీమ్యులర్ దానికి ఒక పేరు పెట్టవలసి వచ్చింది. అమెరిగో వెస్పుచి దాన్ని కనుగొన్నాడని పొరబడి వాల్డసీమ్యులర్ వెస్పుచి గౌరవార్థం దానికి అమెరికా అని పేరుపెట్టాడు. వాల్డసీమ్యులర్ గీసిన మ్యాప్ చాలా ప్రసిద్ధి పొందింది. పటాల రూపకర్తలు చాలామంది దానికి నకళ్లు తయారుచేశారు. అలా అతను ఆ భూభాగానికి పెట్టిన పేరు అందరికీ తెలియవచ్చింది. అనామకుడైనా "మనకి తెలీదు," అనే ధైర్యం ఉండటంవల్లనే ఖ్యాతి పొందిన ఇటాలియన్ పేరు నాలుగో వంతు భూగోళాన్ని ఆక్రమించిన భూమికీ, ఏడు ఖండాలలో రెండిటికీ పెట్టటం న్యాయమే అనిపించుకుంటుంది.

అమెరికాని ఆవిష్కరించటం అనే సంఘటన శాస్త్రీయ విప్లవానికి పునాది అయింది. గతంలోని సంప్రదాయాల కన్నా వర్తమానంలో చేసిన పరిశీలనలకి ప్రాధాన్యం ఇవ్వటం యూరోపియన్లకి నేర్పటమే కాకుండా, అమెరికాని ఆక్రమించాలన్న కోరిక కూడా కొత్త జ్ఞానాన్ని అతి వేగంగా వెతకాలన్న ఆకాంక్షని కూడా కలుగజేసింది. నిజంగా విశాలమైన కొత్త ప్రదేశాలని తమ ఆధీనంలోకి తెచ్చుకోవాలంటే, ఆ కొత్త ఖండానికి సంబంధించిన భౌగోళిక పరిస్థితులు, వాతావరణం, మొక్కలు, జంతు జాతులు, భాషలు, సంస్కృతులు, చరిత్ర లాంటి విషయాల గురించి వాళ్ళు బోలెడంత కొత్త సమాచారాన్ని సేకరించాలి. క్రైస్తవ మత గ్రంథాలూ, భూగోళాన్ని గురించిన పాత పుస్తకాలూ, ప్రాచీన మౌఖిక సంప్రదాయాలూ ఏమాత్రం సహాయం చెయ్యలేవు.

ఆ తరవాత నుంచీ యూరోపియన్ భూగోళ శాస్త్రవేత్తలే కాక జ్ఞానానికి సంబంధించిన మిగతా అన్ని రంగాల్లోని అధ్యయనకర్తలూ ఖాళీ జాగాలున్న పటాలను చిత్రించసాగారు. వాటిని కాలక్రమాన పూరించవచ్చని అనుకున్నారు. తమ సిద్ధాంతాలు కచ్చితమైనవి కావనీ, తమకి తెలియని ముఖ్యమైన విషయాలు ఎన్నో ఉన్నాయనీ ఒప్పుకోసాగారు.

యూరోపియన్లని పటాల మీది ఖాళీ జాగాలు అయస్కాంతల్లా ఆకర్షించాయి. వెంటనే వాళ్ళు వాటిని భర్తీ చెయ్యటం మొదలెట్టారు. పదిహేను, పదహారో శతాబ్దాల్లో యూరప్ నుంచి బయలుదేరిన సముద్ర యాత్రలు ఆఫ్రికాని చుట్టివచ్చి, అమెరికాని అన్వేషించి, పసిఫిక్, హిందూ మహాసముద్రాలని దాటి ప్రపంచమంతటా, మకాములూ, కాలనీల నెట్‌వర్క్ సృష్టించారు. మొదటిసారి నిజమైన ప్రపంచ సామ్రాజ్యాన్ని స్థాపించి, భూగోళం

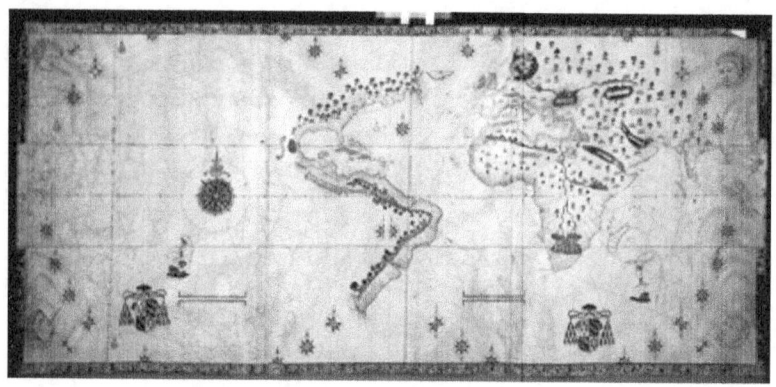

37. సాల్వియాతి ప్రపంచపటం, 1525. 1459 ప్రపంచపటం నిండా ఖండాలుండగా, సాల్వియాతి ప్రపంచపటం చాలామటుకు ఖాళీగా ఉంది. చూపు దక్షిణంవైపు అమెరికా తీరం వెంబడి సంచరిస్తూ, ఖాళీ జాగాకి చేరుకోగానే అక్కడ ఆగిపోతుంది. ఈ పటాన్ని చూసేవారికి ఇసుమంతైనా కుతూహలం ఉంటే, "ఈ స్థలానికి అవతల ఏముంది ?" అని అడగాలనిపిస్తుంది. కానీ పటం ఆ ప్రశ్నకి సమాధానం ఇవ్వదు. చూసేవారిని సముద్రం మీద ప్రయాణం చేసి కనుగొనమని ఆహ్వానిస్తుంది.

అన్ని మూలలకీ వాణిజ్య వ్యాపారాల దారాలని అల్లారు. యూరప్ సామ్రాజ్యవాద యాత్రలు ప్రపంచ చరిత్రనే మార్చివేశాయి. అక్కడక్కడా దూరదూరంగా ఉన్న కొన్ని ప్రాంతాలలో నివసించే మనుషులనీ, వాళ్ళ సంస్కృతినీ ప్రతిబింబించటం నుంచి, చరిత్ర ఒకే ఒక సమగ్రమైన మానవ సమాజపు చరిత్రగా రూపుదిద్దుకుంది.

అన్వేషించు-జయించు అనే ధోరణిలో యూరప్ చేసిన ఆ యాత్రలు మనకి బాగా పరిచయమైపోవటంవల్ల అవి ఎంత అసాధారణమైనవో మనం గమనించం. అంతకు ముందు అలాటివేవీ జరగలేదు. విజయాన్ని కాంక్షించి ప్రచారం చేసేందుకు దూరతీరాలకి వెళ్లటమనే ప్రయత్నం సహజమైనది కాదు. చరిత్ర పుటలనిండా స్థానిక సంఘర్షణలతో, ఇరుగుపొరుగువారితో కొట్లాటలతో సతమతమయ్యే మానవులే ఎక్కువగా కనిపిస్తారు. దూర ప్రాంతాలని అన్వేషించాలనీ, ఆక్రమించాలనీ వాళ్లెప్పుడూ అనుకోలేదు. అధికశాతం గొప్ప సామ్రాజ్యాలు తమ పక్కనే ఉన్న రాజ్యం పైన ఆధిపత్యం సాధించేందుకే ప్రయత్నించేవి. వాళ్ళ పొరుగు రాజ్యాలు మరీ విస్తరిస్తూ పోవటం వల్లే వాళ్ళు దూర ప్రాంతాలకు చేరుకున్నారు. ఆ విధంగా రోమన్లు రోముని రక్షించుకునేందుకు ఎట్రురియా మీద దాడి చేశారు (క్రీ.పూ. 350-300). తరవాత ఎట్రురియాని కాపాడుకునేందుకు పో లోయని జయించారు (క్రీ.పూ. 200). ఆ తరవాత పో లోయని కాపాడుకునేందుకు ప్రావెన్స్ మీద ఆక్రమణ జరిపారు (క్రీ.పూ. 120), ప్రావెన్స్‌ని రక్షించుకునేందుకు గాల్ మీద దాడి చేశారు (క్రీ.పూ. 50), గాల్‌ని కాపాడుకునేందుకు బ్రిటన్ మీద దండయాత్ర చేశారు(క్రీ.శ. 50). రోము నుంచి లండన్‌కి చేరుకునేందుకు వాళ్లకి 400 సంవత్సరాలు

పట్టింది. క్రీ.పూ.350లో రోమాన్లెవరూ తిన్నగా బ్రిటన్‌కి సముద్రప్రయాణం చేసి దాన్ని ఆక్రమించాలని అలోచించి ఉండరు.

ఎప్పుడైనా ఒక రాజుకి లేదా సాహసికుడికి దూరప్రయాణం చేసి కొత్త ప్రదేశాలని జయించాలన్న కాంక్ష కలిగి ఉండవచ్చు, కానీ అటువంటి దండయాత్రలు సామ్రాజ్యాలూ, వర్తక వాణిజ్యాలూ బాగా ఉపయోగించిన మార్గాలనే అనుసరించేవి. ఉదాహరణకి, అలెగ్జాండర్ ద గ్రేట్ చేసిన దండయాత్రలు కొత్త సామ్రాజ్యం నెలకొల్పేందుకు దోహదం చెయ్యలేదు, అప్పటికే నిలదొక్కుకున్న పర్షియన్ సామ్రాజ్యాన్ని అన్యాయంగా ఆక్రమించుకునేందుకే ఉపయోగపడ్డాయి. ఆధునిక యూరప్ సామ్రాజ్యాలని పోలినవేవైనా ఉన్నాయంటే అవి ఏథెన్స్, కార్తేజ్‌లో నావికులు స్థాపించిన ప్రాచీన సామ్రాజ్యాలు, పధ్నాలుగో శతాబ్దంలో ఇండోనేషియాలో అధికభాగం మీద ఆధిపత్యం వహించిన, నావికులు స్థాపించిన మజాపహిట్ సామ్రాజ్యం. కానీ ఈ సామ్రాజ్యాలు కూడా అరుదుగా సముద్రం మీదికి వెళ్ళేవి. ఆధునిక యూరోపియన్ల ప్రపంచ యాత్రలతో పోలిస్తే, అవి నావికులు చేపట్టిన స్థానిక ప్రయత్నాలే అనాలి.

యూరోపియన్లు చేపట్టిన సముద్ర యాత్రలని చైనాలోని మింగ్ వంశానికి చెందిన అడ్మిరల్ జన్ హ యాత్రలు అధిగమించాయని కొందరు అధ్యయనకర్తలు వాదిస్తారు. 1405కీ 1433కీ మధ్య జన్ ఏడు పెద్ద యుద్ధనౌకా సమూహాలని చైనా నుంచి హిందూ మహాసాగరంలోని సుదూర ప్రాంతాలకి పంపాడు. వీటిలో అతిపెద్ద సమూహంలో ఉన్నవి 300 నౌకలూ, సుమారు 30,000 మంది మనుషులూ. ఆ నౌకలు ఇండోనేషియాకీ, శ్రీలంకకీ, భారతదేశానికీ, పర్షియన్ గల్ఫ్‌కీ, ఎర్ర సముద్రానికీ, తూర్పు ఆఫ్రికాకీ వెళ్లాయి. చైనా నౌకలు హెజాజ్‌లోని ముఖ్య రేవుపట్టణం జెడ్డాలోనూ, కెన్యాతీరంలో ఉన్న మాలింది లోనూ లంగరు వేశాయి. 1492లో కొలంబస్ నౌకలు కేవలం మూడు, అందులోని నావికులు 120 మంది. జంగ్ హ పంపిన డ్రాగన్ల గుంపుతో పోలిస్తే కొలంబస్ నౌకలు మూడు దోమలతో సమానం.

అయినా రెంటికీ ఒక అతిముఖ్యమైన తేడా ఉంది. జన్ హ సముద్రాలని అన్వేషించాడు, చైనాని సమర్థించే రాజులకి సాయం చేశాడు, కానీ తాను వెళ్లిన దేశాలని ఆక్రమించేందుకు గాని, అక్కడ స్థిరపడేందుకు గాని ప్రయత్నించలేదు. అంతేకాక జన్ హ చేసిన యాత్రలకి చైనా రాజకీయాలతోనూ, సంస్కృతితోనూ అంత లోతైన సంబంధం లేదు. 1430లో పరిపాలనలో విభేదాలు వచ్చి బీజింగ్‌లో ఒక శాఖ విడిపోయినప్పుడు, కొత్తగా అధికారంలోకొచ్చిన ప్రభువులు ఆ యాత్రలని మధ్యలోనే ఆపించేశారు. ఆ అతిపెద్ద నౌకా సమూహాన్ని విడగొట్టారు. దానివల్ల అతిముఖ్యమైన సాంకేతిక సమాచారమూ, భౌగోళిక అంశాలూ శాశ్వతంగా పోగొట్టుకోవటం జరిగింది. ఆ తరవాత అలాంటి ఉన్నతస్థాయి అన్వేషకుడూ, అంత మంచి సాధనాలూ ఉన్నవారెవరూ చైనా రేవునుంచి మళ్ళీ బైలుదేరలేదు. ఆ తరవాతి శతాబ్దాల్లో చైనా రాజులు, అంతక్రితం శతాబ్దాల్లోని ప్రభువుల్లాగే కేవలం 'మిడిల్ కింగ్డమ్'కి సంబం ధించిన విషయాల వరకే ఆసక్తి చూపించారు.

38. కొలంబస్ ఓడ పక్కనే ఉన్న జెంగ్ హ ప్రధాన ఓడ.

యూరప్ దగ్గర అసాధారణమైన సాంకేతిక పరిజ్ఞానం లేదని జన్ హ చేసిన సాహసయాత్రలు నిరూపిస్తాయి. యూరోపియన్లని విలక్షణమైన స్థానంలో నిలబెట్టినవి అన్వేషించాలనీ, ఆక్రమించాలనీ వాళ్లకి ఉండిన అపురూపమైన తీరని దాహం. ఒకవేళ ఆ సామర్థ్యం ఉన్నప్పటికీ రోమన్లు భారతదేశాన్నీ, స్కాండినేవియానీ ఆక్రమించాలనీ, పర్షియన్లు మడగాస్కర్‌నీ, స్పెయిన్‌నీ ఆక్రమించాలనీ, చైనీయులు ఇండోనేషియానీ, ఆఫ్రికానీ జయించాలనీ ఎన్నడూ అనుకోలేదు. అధికశాతం చైనా రాజులూ పక్కనే ఉన్న జపాన్‌ని కూడా దానిమానాన దాన్ని వదిలిపెట్టారు. అందులో వింతేమీ లేదు. అసలు వింతేమిటంటే, ఆధునిక కాలం ప్రారంభంలో యూరోపియన్లకి ఒక రకమైన ఆవేశం ఆవహించి పూర్తి అపరిచితులుండే సుదూర ప్రదేశాలకి సముద్రం మీద ప్రయాణానికి సిద్ధపడ్డారు. అక్కడి తీరం మీద ఒక కాలు మోపగానే, “ఈ భూభాగాలన్నీ మా రాజుకి చెందుతాయి!” అని ప్రకటించారు.

అంతరిక్షం నుండి దాడి

1517 ప్రాంతాల కరీబియన్ దీవులలో స్థిరనివాసాలు ఏర్పరచుకున్న స్పెయిన్ దేశస్థులు మెక్సికో ప్రధాన భూభాగం మధ్యలో ఒక శక్తిమంతమైన సామ్రాజ్యం ఉన్నదన్న పుకార్లు విన్నారు. కేవలం నాలుగేళ్ళ తరవాత అజ్టెక్ రాజధాని రగులుకొని శిథిలమైపోయింది. అజ్టెక్ సామ్రాజ్యం గతకాలపు విషయంగా మారి, హెర్నన్ కోర్టెస్ మెక్సికోలోని విశాలమైన ఆ కొత్త స్పానిష్ సామ్రాజ్యానికి ప్రభువయ్యాడు.

స్పెయిన్ వాసులు తమని తాము అభినందించుకునేందుకు గాని, కాస్త ఊపిరి పీల్చుకునేందుకు గాని ఆగలేదు. వెంటనే అన్వేషణ-ఆక్రమణ అనే కార్యక్రమాన్ని అన్ని వైపులకీ కొనసాగించారు. మధ్య అమెరికాని ఇంతకు ముందు పరిపాలించిన అజ్టెక్‌లకీ, టోల్టేక్‌లకీ, మాయన్‌లకీ అసలు మధ్య అమెరికా అనేదొకటుందనే తెలీదు, రెండు వేల ఏళ్లు గడిచిపోయినా దాన్ని వశపరచుకోవాలని ప్రయత్నించనేలేదు. అయినా మెక్సికోని స్పెయిన్ జయించి పదేళ్ల సమయం దాటే వేళకి ఫ్రాన్సిస్కో పిజారో దక్షిణ అమెరికాలో ఉన్న ఇన్కా సామ్రాజ్యాన్ని కనుగొని, 1532లో దాన్ని ఓడించాడు.

అజ్టెక్ రాజులు, ఇన్కా రాజులూ తమ చుట్టూ ఉన్న ప్రపంచం గురించి ఇంకాస్త ఆసక్తి చూపించి, తమ పొరుగు దేశాలని స్పెయిన్ ఏం చేసిందో తెలిసుకుని ఉంటే, స్పానిష్ ఆక్రమణని మరింత శ్రద్ధగానూ, విజయవంతంగానూ అడ్డుకుని ఉండేవారు. కొలంబస్ మొదటిసారి అమెరికాకి ప్రయాణం చేసిన కాలానికీ (1492), కోర్టెస్ మెక్సికోలో కాలు పెట్టిన కాలానికీ (1519) మధ్య గడిచిన సంవత్సరాల్లో స్పెయిన్ దేశం కరీబియన్ దీవుల్లో చాలా భాగాన్ని చేజిక్కించుకుని, అక్కడ వరసగా కొత్త వలసలు ఏర్పాటుచేసుకుంది. లొంగి పోయిన మూలవాసులకి ఈ వలసలు ఈ లోకంలోనే నరకం చూపించాయి. వాళ్ళమీద అతికఠినమైన ఆధిపత్యం చెలాయిస్తూ, నీతీ నిజాయితీ లేని లోభులైన వలస పాలకులు వాళ్ళని బానిసలుగా చేసుకుని గనుల్లోనూ, ప్లాంటేషన్‌లలోనూ వాళ్ళచేత వెట్టి చాకిరీ చేయించుకున్నారు. ఏ కాస్త ఎదురుతిరిగినా ఆ మనిషి ప్రాణాలు పోయేవి. మూలవాసుల్లో చాలామంది కొద్దికాలానికే మరణించారు. ఘోరమైన పరిస్థితుల్లో పనిచేయవలసిరావటం, ఆక్రమణదారుల నౌకల్లో అమెరికాకి చేరుకున్న రోగాల తీవ్రతా వాళ్ళ ప్రాణాలు తీశాయి. ఇరవై ఏళ్లలో కరీబియన్ మూలవాసుల జనాభా దాదాపు పూర్తిగా తుడిచిపెట్టుకుపోయింది. ఆ ఖాళీని భర్తీ చేసేందుకు స్పానిష్ వలసదారులు ఆఫ్రికా నుంచి బానిసలని దిగుమతి చేసుకోవటం మొదలెట్టారు.

ఈ మారణహోమం సరిగ్గా అజ్టెక్ సామ్రాజ్యం ముంగిట్లో జరిగింది. అయినా కోర్టెస్ సామ్రాజ్యం తూర్పు తీరాన దిగినప్పుడు ఆ విషయం గురించి అజ్టెక్ వాసులకి బొత్తిగా ఏమీ తెలీలేదు. అంతరిక్షం నుంచి వేరే గ్రహవాసులు భూమిమీదికి దాడి చెయ్యటం లాంటిదే, స్పానిష్ ఆక్రమణదారులు అక్కడికి రావటం. తమకి మొత్తం ప్రపంచం తెలుసుననీ, అందులో అధికభాగం తమ పాలన కిందే ఉందనీ అజ్టెక్‌లు నమ్మారు. తమ రాజ్యం వెలుపల ఈ స్పానిష్ దేశవాసుల్లాంటి వాళ్ళు ఉంటారనేది వాళ్ళకి ఊహించటానికి కూడా సాధ్యం కాని విషయం. ఈనాడు మనం వేరా క్రూజ్ అని పిలుచుకునే ప్రాంతంలో ఉండే వెచ్చటి సముద్రతీరంలో కోర్టెస్, అతని అనుచరులూ దిగినప్పుడు, మొదటిసారి అజ్టెక్‌లు తమకు పరిచయం లేని మనుషులని చూశారు.

అజ్టెక్ వాసులకి ఎలా ప్రతిస్పందించాలో తెలీలేదు. ఆ కొత్తవాళ్లు ఎవరని నిర్ణయించటం వాళ్లకి కష్టమైంది. తమకి తెలిసిన మిగతా మనుషుల్లాగే వాళ్ళు కూడా తెల్లగా ఉన్నారు. వాళ్ళ ముఖాలమీద దట్టమైన గడ్డాలూ, మీసాలూ ఉన్నాయి. కొందరి జుట్టు సూర్యుడి రంగులో ఉంది. వాళ్ళ శరీరాల నుంచి భరించలేనంత దుర్గంధం

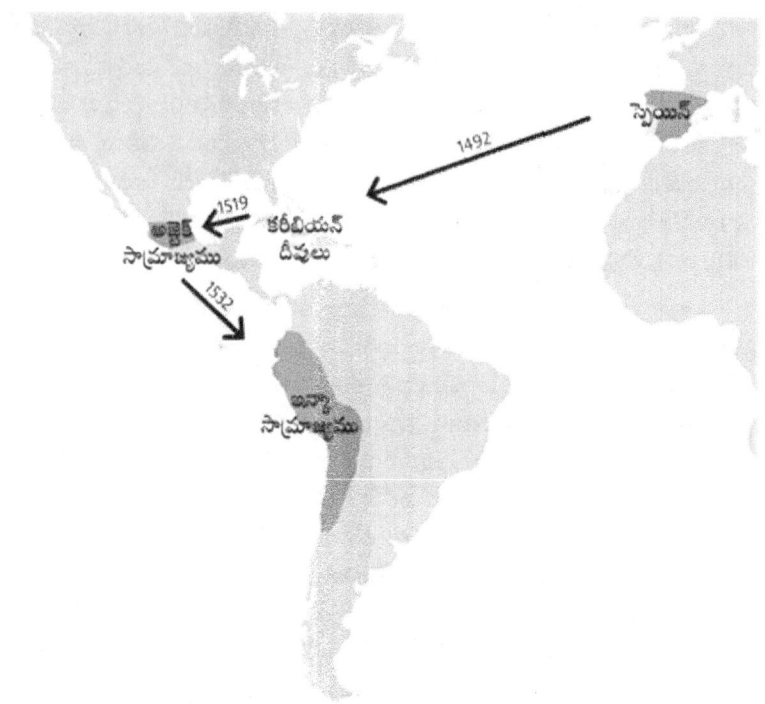

పటం 7. స్పానిష్ ఆక్రమణ కాలం నాటి అజ్టెక్, ఇన్కా సామ్రాజ్యాలు.

వస్తోంది. (స్పానిష్ మనుషుల కన్నా, మూలవాసులకి పరిశుభ్రత పట్ల ఎక్కువ శ్రద్ధ ఉండేది. మెక్సికోకి స్పెయిన్ దేశస్థులు మొదటిసారి వచ్చినప్పుడు, వాళ్ళు ఎక్కడికి వెళ్లినా అగరొత్తులూ, ధూప కణికలూ వెలిగించి వాళ్ళ వెంట వెళ్ళమని మూలవాసులని ఆదేశించేవారు. అది వాళ్ళని దేవుళ్ళలా గౌరవించటమని స్పెయిన్ వాసులు అనుకునే వారు. మూలవాసులు చెప్పిన విషయాలను బట్టి, కొత్తగా వచ్చిన వాళ్ళ నుంచి వచ్చే దుర్గంధాన్ని వాళ్ళు భరించలేకనే అలా చేశారని మనకి తెలుస్తోంది.)

ఆ అపరిచితుల భౌతికవాద సంస్కృతి మరింత విస్మయం కలిగించింది. వాళ్ళు బ్రహ్మాండమైన నౌకల్లో వచ్చారు, అలాటి నౌకాలుంటాయని అజ్టెక్‌లు చూడటం కాదు కదా ఎన్నడూ ఊహించను కూడా ఊహించలేదు. వాళ్ళు భయంకరమైన పెద్ద పెద్ద జంతువుల మీద సవారీ చేసేవారు. అవి వాయువేగంతో పరిగెట్టేవి. మెరిసే లోహపు కడ్డీలతో వాళ్ళు మెరుపులూ, ఉరుములూ సృష్టించేవాళ్ళు. తళతళ మెరిసే పొడవాటి కత్తులూ, ఛేదించలేని కవచాలూ ధరించేవాళ్ళు. వాటిముందు మూలవాసులు చెక్క కత్తులూ, రాతి మొనలున్న బల్లేలూ ఎందుకూ పనికొచ్చేవి కావు.

ఆ వచ్చిన వాళ్ళు దేవుళ్లయి ఉంటారని కొందరు అజ్టెక్ వాసులు అనుకున్నారు.

ఇంకొందరు దేవుళ్ళు కాదు, భూతాలు, చనిపోయినవారి దెయ్యాలో, శక్తివంతమైన మంత్రగాళ్ళో అయుంటారన్నారు. తమ దగ్గర ఉన్న బలాలన్నిటినీ కూడగట్టుకుని ఆ స్పానిష్ ఆక్రమణదారులని మట్టుపెట్టటం మీద దృష్టి కేంద్రీకరించకుండా అజ్టెక్ వాసులు ఆలోచిస్తూ, చర్చిస్తూ, సమస్యని వాయిదా వేస్తూ ఉండిపోయారు. తొందరపడవలసిన అవసరం వాళ్లకి కనబడలేదు. కోర్టెస్ వెంట 550 మంది కన్నా ఎక్కువ సైనికులు లేరు కదా, కొన్ని లక్షలమంది ప్రజలున్న సామ్రాజ్యాన్ని కేవలం 550 మంది ఏం చెయ్యగలరులే, అనుకున్నారు.

కోర్టెస్‌కి కూడా అజ్టెక్‌ల గురించి ఏమాత్రం అవగాహనా లేదు, అయినా అతనూ, అతని సైనికులూ తమ శత్రువులకన్నా అనుకూలమైన స్థితిలో ఉన్నారు. చూసేందుకు వింతగా ఉండి, దుర్గంధం వెదజల్లే ఈ అపరిచితులు తమ సామ్రాజ్యానికి వస్తారని అజ్టెక్‌లకి తెలీదు, అందుకే వాళ్ళు దానికి సిద్ధంగా లేరు. కానీ ఈ భూప్రపంచం నిండా అపరిచితులు నివసించే కొత్త ప్రాంతాలు ఉన్నాయనీ, తమలాగ కొత్త ప్రదేశాలమీదికి దండెత్తి వెళ్లి అక్కడ అనుకోని పరిస్థితులు ఎదురైతే వాటితో తలపడటంలో తమకున్నంత నైపుణ్యం ఇంకెవరికీ బొత్తిగా లేదనీ, స్పెయిన్ వాసులకి తెలుసు. ఆధునిక శాస్త్రవేత్తకి తెలియని విషయాలలోకి దూకటం ఎంత గగుర్పాటు కలిగించిందో, యూరప్ దేశపు అన్వేషకుడికి కూడా అలాటిది అంతే గగుర్పాటు కలిగించింది.

అలా ఆ వెచ్చటి సముద్రతీరాన కోర్టెస్ 1519లో లంగరు వెయ్యగానే, ఇక తరువాతి కార్యక్రమం వెంటనే ప్రారంభించేందుకు అతను వెనకాడలేదు. సైన్స్ ఫిక్షన్‌లో అంతరిక్ష యానంలోంచి అన్యగ్రహవాసి బైటికి వచ్చినట్టు, అవాక్కయి చూస్తూ ఉండిపోయిన అజ్టెక్ వాసులతో అతనిలా అన్నాడు : “మేము శాంతి కోరి వచ్చాము. మీ నాయకుడి దగ్గరకి మమ్మల్ని తీసుకెళ్లండి.” తాను స్పెయిన్ మహారాజు దగ్గర్నుంచి శాంతి దూతగా వచ్చానని అన్నాడతను. అజ్టెక్ రాజైన రెండవ మోంటెజుమాని కలుసుకుని రాజ్య వ్యవహారాల విషయం ఆయనతో మాట్లాడాలని అన్నాడు. (అదొక సిగ్గుమాలిన అబద్ధం. కోర్టెస్ లోభులైన సాహసికులతో కలిసి స్వతంత్రంగా ఈ యాత్రకి పూనుకున్నాడు. స్పెయిన్ రాజు కోర్టెస్ పేరు గాని, అజ్టెక్‌ల గురించి గాని, ఎన్నడూ వినలేదు). స్థానికంగా అజ్టెక్‌లకి శత్రువులుగా ఉంటున్నవాళ్ళు కోర్టెస్‌కి సాయం చేసేందుకు మనుషులని ఏర్పాటుచేశారు, అతనికి ఆహారం సరఫరా చేశారు, సైనికుల్ని కూడా సాయం పంపారు. అప్పుడతను అజ్టెక్ రాజధాని, టెనోచ్ టిట్లాన్ మహానగరం వైపు బయలుదేరాడు.

అజ్టెక్‌లు ఆ పరాయివాళ్ళని రాజధానిదాకా కదంతొక్కుతూ పోనిచ్చారు. ఆ తరవాత స్వయంగా ఆ పరాయి నాయకుణ్ణి సగౌరవంగా సామ్రాట్టు మోంటెజుమా వద్దకి తీసుకెళ్లారు. వాళ్ళిద్దరూ మాట్లాడుకుంటూ ఉన్నప్పుడు మధ్యలో కోర్టెస్ సైగచేశాడు, వెంటనే ఉక్కుకత్తులు పట్టుకున్న స్పెయిన్ సైనికులు మోంటెజుమా అంగరక్షకులని ముక్కలు ముక్కలుగా నరికి వదిలిపెట్టారు. (అంగరక్షకుల దగ్గర చెక్కగదలూ, రాతితో చేసిన కత్తులూ మాత్రమే ఉన్నాయి) గౌరవనీయుడైన ఆ అతిథి తనకి ఆతిథ్యం ఇచ్చిన మహారాజుని బంధించాడు.

కోర్టెస్ పరిస్థితి అప్పుడు చాలా ఇబ్బందికరంగా తయారైంది. అతను సామ్రాట్టుని పట్టుకున్నాడు, కానీ కోపంతో రగిలిపోతూ కొన్ని వేలమంది శత్రు సైనికులూ, కొన్ని లక్షలమంది నాగరికులూ అతన్ని చుట్టుముట్టారు. మొత్తం ఖండం ఖండమంతా అక్కడికి చేరుకుంది. అతనికి ఆ ఖండం గురించి ఏమీ తెలీదు. అతని వెంట కొన్ని వందలమంది సైనికులు ఉన్నారు అంతే, ఇక తమకి దగ్గరలో అదనపు బలగాలేవైనా ఉన్నాయంటే అవి 1500 కిలోమీటర్ల దూరంలో ఉన్న క్యూబాలోనే.

కోర్టెస్ మోంటేజుమాని రాజభవనంలోనే నిర్బంధంలో ఉంచాడు. రాజు స్వతంత్రంగానే ఉన్నాడనీ, తానే రాజ్యపాలన చేస్తున్నాడనీ, 'స్పానిష్ రాజదూత' కేవలం అతనికి అతిథి మాత్రమేననీ ప్రజలు అనుకోవాలని అతని ఉద్దేశం. అజ్టెక్‌లో రాజ్యాంగ వ్యవస్థ పూర్తిగా కేంద్రీకృతమై ఉండేది. ఎన్నడూ నెలకొనని ఇటువంటి పరిస్థితి ఆ వ్యవస్థని స్తంభింపజేసింది. మోంటేజుమా తానే రాజ్యాన్ని పరిపాలిస్తున్నట్టు ప్రవర్తించసాగాడు. అజ్టెక్‌లోని కులీనులు అతనిపట్ల వినయ విధేయతలతో ప్రవర్తించసాగారు. అంటే వాళ్ళు కోర్టెస్ చెప్పినట్టు వింటున్నారని అర్థం. ఈ పరిస్థితి ఎన్నో నెలలు ఇలాగే కొనసాగింది. ఆ సమయంలో కోర్టెస్ మోంటేజుమానీ, అతని సేవకులనీ రకరకాల ప్రశ్నలు వేసి వేధించాడు, స్థానిక భాషల్లో ఎందరో అనువాదకులకి శిక్షణ ఇప్పించాడు, అజ్టెక్ సామ్రాజ్యం గురించి, అంటే అక్కడి వేర్వేరు తెగల గురించీ, ప్రజల గురించీ, పట్టణాల గురించీ తెలుసుకునేందుకు చిన్న చిన్న సైనిక బృందాలని అన్నివైపులకీ పంపించాడు.

అజ్టెక్ కులీనులు చివరికి కోర్టెస్‌కీ, మోంటేజుమాకీ ఎదురుతిరిగారు. వాళ్ళు ఒక కొత్త సామ్రాట్టుని ఎంచుకుని స్పానిష్ సేనలను టెనోచ్ టిట్లాన్ నుంచి తరిమేశారు. కానీ ఆసరికే సామ్రాజ్యం పునాదుల్లో పగుళ్లు ఏర్పడ్డాయి. తాను సంపాదించిన పరిజ్ఞానాన్ని ఉపయోగించుకుని కోర్టెస్ ఆ పగుళ్ళని మరింత వెడల్పు చేసి, సామ్రాజ్యాన్ని లోపలినుంచి విడగొట్టాడు. తనకి లొంగిపోయిన ప్రజలని పరిపాలిస్తున్న, అతని అనుచరులూ అజ్టెక్ ఉన్నత వర్గానికి వ్యతిరేకంగా రెచ్చగొట్టి తనవైపు తిప్పుకున్నాడు. ప్రజలు కూడా చాలా తప్పుగా అంచనా వేశారు. వాళ్ళకి అజ్టెక్‌లంటే ద్వేషం ఉంది గానీ, స్పెయిన్ గురించి గాని, కరీబియన్‌లో జరిగిన మారణహోమం గురించి గానీ ఏమీ తెలీదు. స్పెయిన్ సాయంతో అజ్టెక్‌లు తమ మీద మోపిన కాడినుంచి తప్పించుకోవచ్చని ఆశించారు వాళ్ళు. స్పెయిన్ సేనలు తమ రాజ్యాన్ని ఆక్రమించవచ్చన్న విషయం వాళ్ళకి తట్టలేదు. కోర్టెస్, అతని కొన్ని వందల మంది అనుచరులూ ఏమైనా సమస్య సృష్టిస్తే తాము వాళ్ళని అణచివెయ్య గలమని అనుకున్నారు. తిరుగుబాటుదారులు కోర్టెస్‌కి కొన్ని వేలమంది సైనికుల్ని సాయం పంపారు. వాళ్ళ సాయంతో అతను టెనోచ్ టిట్లాన్‌ని చుట్టుముట్టి ఆ నగరాన్ని హస్తగతం చేసుకున్నాడు.

ఆ దశలో మరింతమంది స్పానిష్ సైనికులూ, అక్కడ స్థిరపడేందుకు వచ్చేవారూ మెక్సికోకి పెద్ద సంఖ్యలో రావటం మొదలెట్టారు. వారిలో కొందరు క్యూబా నుంచీ, ఇంకొంతమంది దూరప్రాంతమైన స్పెయిన్ నుంచీ వచ్చారు. జరుగుతున్నదేమిటో అజ్టెక్ ప్రజలకి అర్థమయేసరికి, జరగవలసిన ఆలస్యం జరిగిపోయింది. వేరా క్రూజ్‌లో దిగిన

ఒక శతాబ్దం లోపల అమెరికాస్‌లోని మూలవాసుల జనసంఖ్య 90 శాతం కుంచించుకు పోయింది. దానికి ముఖ్య కారణం దండెత్తి వచ్చినవారి వెంట అంతకు ముందు ఎవరికీ తెలీని రోగాలు అక్కడికి చేరుకొని ప్రజల ప్రాణాలు బలిగొన్నాయి. ప్రాణాలతో బైటపడ్డవాళ్లు లోభం, జాతి వివక్ష విపరీతంగా ఉన్న పాలకుల అధిపత్యానికి తలవొగ్గి, అజ్టెక్ పాలన కన్నా దారుణమైన పరిస్థితిలో చిక్కుకున్నారు.

కోర్టెస్ మెక్సికోలో అడుగుపెట్టిన పదేళ్లకి ఇన్కా సామ్రాజ్య తీరంలో పిజారో దిగాడు. కోర్టెస్ కన్నా అతని దగ్గరున్న సైనికుల సంఖ్య చాలా తక్కువ. అతని వెంట ఉన్నవాళ్లు కేవలం 168 మంది! అయినా అంతకు ముందు జరిగిన దాడులవల్ల సంపాదించుకున్న సమాచారం, అనుభవం పిజారోకి లభించింది. దీనికి విరుద్ధంగా ఇన్కా వాసులకి అజ్టెక్‌లకి పట్టిన దుర్గతి గురించి ఏమీ తెలీదు. కోర్టెస్ నుంచి పిజారో సమాచారాన్ని దొంగిలించాడు. తాను స్పెయిన్ రాజు దగ్గర్నుంచి వచ్చిన శాంతి దూతనని ప్రకటించాడు. ఇన్కా రాజు అటా ఉల్పాని రాజకీయ చర్చలకు ఆహ్వానించి అతన్ని అపహరించాడు. స్థానికంగా దొరికిన సహకారంతో అతను ఆ సామ్రాజ్యాన్ని స్తంభింపజేసి జయించాడు. మెక్సికో వాసులకి పట్టిన దుస్థితి గురించి ఇన్కా ప్రజలకి తెలిసుంటే, వాళ్ళు ఆక్రమణదారులకు సహకరించి ఉండేవారు కారు. కానీ వాళ్లకి ఆ విషయం తెలీలేదు.

తమ సంకుచితమైన దృష్టికోణానికి పెద్ద మూల్యం చెల్లించింది అమెరికా మూలవాసులు మాత్రమే కాదు. ఆసియాలోని మహాసామ్రాజ్యాలైన ఒట్టోమాన్, సఫావిద్, ముఘల్, చైనాకి యూరోపియన్లు ఏదో పెద్ద విషయాన్ని కనిపెట్టినట్టు తెలిసింది. అయినా ఆ విషయాలమీద వాళ్ళు ఏమీ ఆసక్తి కనబరచలేదు. ప్రపంచమంతా ఆసియా చుట్టూనే తిరుగుతోందని నమ్మి, అమెరికాని కాని, అట్లాంటిక్, పసిఫిక్ సముద్రాలలోని కొత్త పాయలని కాని అధీనం చేసుకునేందుకు యూరప్‌తో పోటీపడలేదు. స్కాట్లాండ్, డెన్మార్క్ లాంటి బుల్లి రాజ్యాలు సైతం అన్వేషణ-ఆక్రమణ కోసం అమెరికాకి కొన్ని యాత్రలు చేపట్టాయి. కానీ అన్వేషించి ఆక్రమించాలన్న ఉద్దేశంతో ఇస్లాం దేశాలు, భారతదేశం, చైనా అమెరికా వైపు ఒక్కసారైనా సాహసయాత్ర చెయ్యలేదు. యూరప్ కాకుండా అమెరికాకి సైనిక దళాన్ని పంపింది జపాన్ మాత్రమే. అది జూన్ 1942లో జరిగింది. ఆ ఏడాది జపాన్ సేనలు అలాస్కా ఆవలి తీరాన ఉన్న కిస్కా, అట్టు అనే రెండు చిన్న దీవులని ఆక్రమించి, పదిమంది అమెరికన్ సైనికులనీ, ఒక కుక్కనీ పట్టుకున్నాయి. జపాన్ సేనలు ప్రధాన భూభాగానికి చేరువగా వెళ్లనే లేదు.

ఒట్టోమాన్, చైనా చాలా దూరంగా ఉన్నాయనీ, వాళ్ళకి సాంకేతిక పరిజ్ఞానం, ఆర్థిక వనరులూ, సైనిక బలాలూ తక్కువనీ వాదించటం కష్టమే. 1940 ప్రాంతాల చైనా నుంచి తూర్పు ఆఫ్రికాకు జన్ హ ని పంపినప్పుడు వాళ్లకి అందుబాటులో ఉన్న వనరులు అమెరికా చేరుకునేందుకు కూడా సరిపోయేవి. చైనీయులకు ఆసక్తి లేదు, అంతే. అమెరికాని చూపించే మొదటి ప్రపంచపటం చైనాలో 1602 వరకూ కనిపించదు. ఆ పటాన్ని వేసింది కూడా ఒక యూరప్‌కి చెందిన మతప్రచారకుడు!

మూడువందల సంవత్సరాలపాటు యూరోపియన్లు అమెరికాలోనూ, ఓషియానియా లోనూ, అట్లాంటిక్‌లోనూ, పసిఫిక్‌లోనూ ఎదురులేని ఆధిపత్యాన్ని అనుభవించారు. ఆ ప్రదేశాల్లో చెప్పుకోదగ్గ పోరాటలేవైనా జరిగాయంటే అవి వేర్వేరు యూరప్ శక్తుల మధ్యే అనాలి. యూరోపియన్లు పోగుచేసుకున్న సంపదా, వనరులూ వాళ్ళకి ఆసియా మీదికి దండెత్తి వెళ్లే సామర్థ్యాన్నిచ్చాయి. వాళ్ళు అక్కడి సామ్రాజ్యాలని విభజించి పంచుకున్నారు. ఒట్టోమాన్, పర్షియా, చైనా, భారతదేశం మేలుకొని ఆ విషయాన్ని గమనించటం మొదలుపెట్టేసరికే ఆలస్యం అయిపోయింది.

యూరప్ కాక మిగిలిన దేశాలు ఇరవయ్యో శతాబ్దం నాటికి మాత్రమే నిజమైన ప్రాపంచిక దృష్టిని అలవరచుకోగలిగాయి. యూరప్ పెత్తనం కూలిపోయేందుకు ఇది ఒక ముఖ్యకారణ మైంది. ఆ విధంగా అల్జీరియా చేసిన స్వాతంత్ర్య పోరాటంలో (1954-62), అల్జీరియన్ గెరిల్లాలు సంఖ్యా బలంతో, సాంకేతిక నైపుణ్యంతో, ఆర్థిక పరిస్థితి అనుకూలించటంతో, ఫ్రెంచ్ సేనలని ఘోరంగా ఓడించారు. వలసవాదాన్ని వ్యతిరేకించే అనేక ప్రపంచ దేశాలు సమర్థించటంవల్లే అల్జీరియా గెలవగలిగింది. అంతేకాక ప్రపంచ ప్రసార మాధ్యమాలని తమ లక్ష్యానికి జోడించి ఉపయోగించుకునేందుకు పథకాలు వేశారు. ఫ్రాన్స్‌లో ఉండే ప్రజాభిప్రాయాన్ని కూడా తమకి అనుకూలంగా మార్చుకోగలిగారు. అమెరికన్ భీమకాయం మీద చిన్న వియత్నాం సాధించిన విజయం కూడా ఇలాంటి వ్యూహం ద్వారానే సాధ్యమైంది. స్థానికంగా రగులుకున్న సంఘర్షణకి ఒక ప్రాపంచిక లక్ష్యం ఉన్నట్లయితే అగ్రరాజ్యాలని కూడా ఓడించటం సాధ్యమేనని ఈ గెరిల్లా శక్తులు నిరూపించాయి. మాంటెజుమా స్పెయిన్‌లో ఉండే ప్రజల అభిప్రాయాన్ని తనకి అనుకూలంగా మలుచుకోగలిగి ఉంటే, స్పెయిన్ శత్రువులైన పోర్చుగల్, ఫ్రాన్స్, ఒట్టోమాన్ సామ్రాజ్యాలలో ఏ ఒక్కటైనా అతనికి సాయం చేసి ఉంటే ఏం జరిగేదో ఊహించుకోవటం మనలో ఆసక్తి రేకిస్తుంది.

అరుదైన సాలెపురుగులూ, విస్మరించిన లిపులూ

క్షితిజానికి ఆవల ముఖ్యమైనదేదో తమకోసం వేచివుందన్న వ్యాకులత ఆధునిక విజ్ఞాన శాస్త్రాన్నీ, సామ్రాజ్యాలనీ ప్రేరేపించింది. దాన్ని తాము అన్వేషించి స్వాధీనం చేసుకుంటే మంచిదని అనిపించింది. అయినా విజ్ఞానశాస్త్రానికీ, సామ్రాజ్యాలకీ ఉన్న సంబంధం అంతకన్నా లోతైనది. కేవలం ప్రేరణే కాదు, సామ్రాజ్య నిర్మాతల చర్యలు కూడా శాస్త్రజ్ఞులతో ముడిపడి ఉండేవి. ఆధునిక యూరోపియన్లకి సామ్రాజ్య నిర్మాణం అనేది ఒక శాస్త్రీయ ప్రణాళిక అయితే, మరోవైపు శాస్త్రీయ విషయాలను ముందుకి తీసుకుపోవటం అనేది ఒక సామ్రాజ్యవాద ప్రణాళిక.

ముస్లిములు భారతదేశాన్ని ఆక్రమించినప్పుడు భారతదేశపు చరిత్రని పద్ధతి ప్రకారం అధ్యయనం చేసేందుకు పురాతత్వవేత్తలని, భారతీయ సంస్కృతిని అధ్యయనం చేసేందుకు మానవజాతి శాస్త్రవేత్తలని, అక్కడి నేలని అధ్యయనం చేసేందుకు భూగర్భ శాస్త్రజ్ఞులనీ, భారతదేశంలో ఉండే జంతు జాతులని అధ్యయనం చేసేందుకు జంతు

శాస్త్రజ్ఞులనీ వెంటపెట్టుకు రాలేదు. కానీ బ్రిటిష్ వాళ్ళు భారతదేశాన్ని ఆక్రమించినప్పుడు ఇవన్నీ చేశారు. 1802, ఏప్రిల్ 10న ద గ్రేట్ సర్వే ఆఫ్ ఇండియా ప్రారంభమైంది. అది 60 ఏళ్లపాటు కొనసాగింది. కొన్ని వేలమంది స్థానిక శ్రామికుల, అధ్యయనకర్తల, గైడ్ల సాయంతో బ్రిటిష్‌వాళ్ళు మొత్తం భారతదేశానికి ఒక దేశపటం తయారుచేశారు. సరిహద్దులకి గుర్తులు పెట్టారు, దూరాలు కొలిచారు, ఇంకా ఎవరెస్టు శిఖరమూ, మిగిలిన హిమాలయ పర్వతాలూ ఎంత ఎత్తైనవో తెలుసుకునేందుకు మొదటిసారి కచ్చితమైన అంచనాలు వేశారు. దేశంలో పలు ప్రాంతాల్లోని సైనిక వనరులని అన్వేషించారు, బంగారు గనులు ఎక్కడున్నాయని వెతికారు, వీటన్నిటితో బాటు భారతదేశంలో అరుదైన సాలెపురుగుల గురించి సమాచారం సేకరించేందుకు, రంగురంగుల సీతాకోకచిలుకల వర్గీకరణకూ, అంతరించిపోయిన భారతీయ ప్రాచీన భాషల మూలాలను కనుగొనేందుకూ, విస్మరించిన శిథిలాలను తవ్వి తీసేందుకూ ప్రయత్నించారు.

మోహెంజదారో సింధులోయ నాగరికతకు సంబంధించిన ముఖ్య నగరాలలో ఒకటి. క్రీ.పూ. మూడువేల సంవత్సరంలో ఆ నగరం గొప్పగా వృద్ధి చెందింది, కానీ క్రీ.పూ. 1900లో విధ్వంసానికి గురైంది. బ్రిటిష్ ఆక్రమణకు ముందుండిన రాజులు - మౌర్యులూ, గుప్తులూ, ఢిల్లీ సుల్తానులూ, ముఘల్ పాదుషాలూ, ఎవరూ కూడా ఆ శిథిలాలవైపు కన్నెత్తి చూడలేదు. కానీ 1922లో బ్రిటిష్ ఆర్కియలాజికల్ సర్వే ఆ ప్రదేశాన్ని గమనించింది. బ్రిటిష్ బృందం ఒకటి ఆ ప్రదేశంలో తవ్వకాలు ప్రారంభించి, భారతదేశపు మొట్టమొదటి గొప్ప నాగరికతను కనుగొంది. దాన్ని గురించి అంతకుముందు భారతదేశంలో ఎవరికీ తెలీదు.

బ్రిటిష్ వాళ్ళకి శాస్త్రీయ విషయాలపై ఉన్న కుతూహలనానికి మరో చక్కటి ఉదాహరణ, వాళ్ళు చిత్రలిపిని చదివి అర్థం చేసుకోవటం. సుమారు 3000 సంవత్సరాలపాటు మధ్యప్రాచ్యం మొత్తం ఇదే లిపిని ఉపయోగించింది. కానీ దాన్ని చదవగలిగినవాళ్లలో ఆఖరి వ్యక్తి బహుశా క్రీ.శ. 1000 ప్రారంభంలో చనిపోయి ఉండవచ్చు. ఆ తరవాతనుంచీ భారతీయులకి స్మారకాలమీదా, రాతిస్తంభాలమీదా, ప్రాచీన శిథిలాలలోనూ, విరిగిపోయిన కుండపెంకుల మీదా చిత్రలిపిలో రాసిన శిలా శాసనాలు తరచు కనిపించసాగాయి. కానీ కోణాకారంలో ఉన్న ఆ వింత గీతలని ఎలా చదవాలో వాళ్ళకి అంతు పట్టలేదు. మనకి తెలిసినంతవరకూ, అసలు వాళ్ళు వాటిని చదివే ప్రయత్నమే చెయ్యలేదు. 1618లో స్పానిష్ రాయబారి పర్షియాలోని పెర్సెపొలిస్ అనే ప్రదేశంలో ఉండే ప్రాచీన శిథిలాలని చూసేందుకు వెళ్ళినప్పుడు అక్కడ అతనికి కొన్ని శిలాశాసనాలు కనిపించాయి. వాటి అర్థం ఎవరూ అతనికి చెప్పలేకపోయారు. అప్పుడు చిత్రలిపిని యూరోపియన్లు మొదటిసారి గమనించారు. పరిచితమైన ఆ లిపి గురించి యూరోపియన్ శాస్త్రవేత్తలకు వార్త అందగానే వాళ్లలో అది కుతూహలం రేకెత్తించింది. పెర్సెపొలిస్‌లో లభించిన మొట్టమొదటి చిత్రలిపిని యూరోపియన్ అధ్యయనకర్తలు ఉన్నదున్నట్టుగా ప్రచురించారు. ఆ తరవాత అలాటి ప్రచురణలు అనేకం వచ్చాయి. పాశ్చాత్య దేశాలలోని అధ్యయనకర్తలు సుమారు రెండు దశాబ్దాలలో ఆ లిపిలో ఉన్న

సమాచారాన్ని అర్థం చేసుకునేందుకు ప్రయత్నిస్తూ ఉండిపోయారు. కానీ అది ఒక్కరికీ సాధ్యం కాలేదు.

1830లో హెన్రీ రాలిన్సన్ అనే బ్రిటిష్ అధికారిని పర్షియా రాజు షా సైన్యానికి యూరప్ పద్ధతిలో శిక్షణ ఇచ్చేందుకు అక్కడికి పంపారు. తీరిక దొరికినప్పుడల్లా రాలిన్సన్ పర్షియా దేశాన్ని తిరిగి చూడటం ప్రారంభించాడు. ఒకరోజు అతన్ని స్థానిక గైడ్ ఒకడు జాగ్రోస్ పర్వతాలు చూసేందుకు తీసుకెళ్ళి అక్కడున్న అతిపెద్ద బెహిస్తన్ శిలాశాసనాన్ని చూపించాడు. దాని ఎత్తు 15 మీటర్లు, వెడల్పు 25 మీటర్లు. క్రీ.పూ. 500 ప్రాంతంలో మొదటి డేరియస్ రాజు ఆదేశం ప్రకారం చదునైన కొండరాతిమీద ఆ శిలాశాసనాన్ని చెక్కారు. దాన్ని మూడు భాషల చిత్రలిపిలో చెక్కారు : ప్రాచీన పర్షియన్, ఎలామైట్, బాబిలోనియన్. ఆ శిలాశాసనం గురించి స్థానికులకు బాగా తెలుసు, కానీ ఎవరికీ దాన్ని చదవటం సాధ్యం కాలేదు. తాను దాన్ని చదవగలిగితే తనకీ, తన తోటి అధ్యయనకర్తలకీ ఆ సమయంలో మధ్యప్రాచ్యమంతా బయట పడుతున్న లెక్కలేనన్ని శాసనాలనీ, రాతప్రతులనీ చదవటం సాధ్యమవుతుందనీ, అది అందరూ మరిచిపోయిన ప్రాచీన ప్రపంచానికి ద్వారాలు తెరుస్తుందనీ రాలిన్సన్ నమ్మాడు.

ఆ అక్షరాలని అర్థం చేసుకునేందుకు మొదటి మెట్టు దాన్ని యధాతథంగా నకలు చేసి యూరప్‌కి పంపించటం. రాలిన్సన్ ప్రాణాలకి ఒడ్డి ఆ పనికి పూనుకున్నాడు. ఆ లిపిని నకలు చేసేందుకు ఆ అతిఎత్తైన శిఖరాన్ని ఎక్కాడు. చాలామంది స్థానికులని తనకి సాయం చేసేందుకు జీతాలిచ్చి వెంటపెట్టుకెళ్ళాడు. వాళ్లలో ముఖ్యంగా చెప్పుకోదగ్గవాడు ఒక కుర్దిష్ కుర్రవాడు. వాడు కొండలో సులభంగా అందుబాటులో లేని భాగాలకి ఎక్కి పైభాగంలో శాసనాలని చూచిరాత రాసుకొచ్చాడు. 1847లో ఆ ప్రణాళిక పూర్తయింది. పూర్తిగా సరైన నకలుని యూరప్‌కి పంపించటం జరిగింది.

రాలిన్సన్ తాను సాధించిన విజయాన్నే తల్చుకుంటూ ఉండిపోలేదు. ఒక సైనికాధికారిగా అతనికి తీర్చుకోవాల్సిన సైనిక, రాజకీయ బాధ్యతలు ఉన్నాయి. కానీ ఒక్క క్షణం తీరిక దొరికినా అతను ఆ రహస్యలిపిని అర్థం చేసుకునేందుకు ప్రయత్నించసాగాడు. రకరకాల పద్ధతులని ఒకదాని తరవాత మరొకటి ప్రయోగిస్తూ చివరికి ఆ శాసనాల్లో ప్రాచీన పర్షియన్ భాషలో రాసిన విషయాలని పట్టుకోగలిగారు. ప్రాచీన పర్షియన్‌కీ ఆధునిక పర్షియన్‌కీ పెద్ద తేడా లేకపోవటం వల్ల ఇది అన్నిటికన్నా సులభం అయింది. రాలిన్సన్‌కి పర్షియన్ భాష బాగా వచ్చు. అలా ప్రాచీన పర్షియన్‌లో రాసిన శాసనాలని అర్థం చేసుకోవటం ఎలామైట్, బాబిలోనియన్ భాషల్లో రాసిన శాసనాలని అర్థం చేసుకునేందుకు పనికివచ్చింది. పెద్ద ద్వారం పూర్తిగా తెరుచుకుంది, అందులోంచి ఉల్లాసంతో నిండిన ప్రాచీనమైన కంఠాలు దూసుకొచ్చాయి. సుమేరియన్ అంగళ్ల సందడి, అసిరియా రాజుల ప్రకటనలూ, బాబిలోనియాలోని ప్రభుత్వోద్యోగుల వాదనలూ. రాలిన్సన్ లాంటి ఆధునిక యూరోపియన్ సామ్రాజ్యవాదులు ప్రయత్నించి ఉండకపోయి నట్టయితే, ప్రాచీన మధ్యప్రాచ్య సామ్రాజ్యాలు ఎలాంటి స్థితిలో ఉండేవో మనకి అంతగా తెలిసేది కాదు.

సామ్రాజ్యవాద యుగంలో జీవించిన మరో ప్రసిద్ధ అధ్యయనకర్త విలియం జోన్స్. బెంగాల్ హైకోర్టులో జడ్జిగా పనిచేసేందుకు జోన్స్ భారతదేశానికి 1783లో వచ్చాడు. భారతదేశంలోని అద్భుతాలు అతన్ని ఎంతగా ఆకట్టుకున్నాయంటే, ఆరు నెలలైనా గడవక ముందే జోన్స్ ఆసియాటిక్ సొసైటీని స్థాపించాడు. ఈ విద్యాసంస్థ ఆసియాలోని విభిన్న సంస్కృతులనీ, చరిత్రలనీ, సమాజాలనీ, ముఖ్యంగా భారతదేశానికి చెందిన ఆ శాఖలనీ అధ్యయనం చేయటానికే అంకితమైంది. రెండేళ్లలోగా జోన్స్ సంస్కృత భాష గురించి తాను తెలుసుకున్న విషయాలను పుస్తకంగా ప్రచురించాడు. తులనాత్మక భాషాశాస్త్రానికి సంబంధించినంతవరకూ అదే మొదటి గ్రంథం.

ప్రాచీన భారతదేశంలో హిందూ ఆచారాలలో ఉపయోగించే పవిత్రమైన భాషగా ఉండే సంస్కృతాన్నీ, గ్రీకు, లాటిన్ భాషలనీ పోల్చి, వాటిలో ఉండే ఆశ్చర్యకరమైన సామ్యాలని ఎత్తి చూపాడు జోన్స్. అలాగే ఈ భాషలకీ, గోథిక్, సెల్టిక్, ప్రాచీన పర్షియన్, జర్మన్, ఫ్రెంచ్, ఆంగ్ల భాషలకీ ఉండే సామ్యాన్ని కూడా ప్రస్తావించాడు. సంస్కృతంలో 'మదర్ (అమ్మ)'ని 'మాతర్' అనీ, లాటిన్‌లో 'మేటర్' ప్రాచీన సెల్టిక్ భాషలో 'మాథర్' అనీ అంటారు. ఈ భాషలన్నిటికీ ఒకటే మూలం ఉండి ఉండాలని, ప్రస్తుతం మనమందరం మర్చిపోయిన అతిప్రాచీన మూలభాష ఏదో ఉండి ఉంటుందనీ ఊహించాడు జోన్స్. ఆ తరవాత ఇండో-యూరోపియన్ భాషా కుటుంబమనే పేరు తెచ్చుకున్న ఆ భాషల సామ్యాన్ని మొట్టమొదట గుర్తించినవాడు జోన్స్.

జోన్స్ చేసిన ఆ అధ్యయనం ఒక ముఖ్యమైన మైలురాయి అనిపించు కుంటుంది. అది కేవలం అతను ధైర్యంగా సరిగ్గా పరికల్పన చెయ్యటం వల్లనే కాదు, భాషలను పోల్చేందుకు అతను కనిపెట్టిన క్రమబద్ధమైన విధానం వల్ల కూడా. దాన్ని ఇతర అధ్యయన కర్తలు స్వీకరించారు. ఆ రకంగా వాళ్ళు ప్రపంచ భాషలన్నిటి వికాసాన్నీ పద్ధతి ప్రకారం అధ్యయనం చేయగలిగారు.

భాషాశాస్త్రం అధ్యయనానికి సామ్రాజ్యం ఉత్సాహంగా మద్దతు కల్పించింది. చక్కగా పరిపాలించేందుకు తమ ప్రజల భాష, సంస్కృతి తమకి క్షుణ్ణంగా తెలియాలని యూరప్ సామ్రాజ్యాలు నమ్మాయి. భారతదేశానికి వచ్చే బ్రిటిష్ అధికారులు మూడేళ్లపాటు కలకత్తా విశ్వవిద్యాలయంలో బ్రిటిష్ చట్టంతోబాటు హిందూ చట్టం, ముస్లిం చట్టం అధ్యయనం చెయ్యవలసి ఉండేది; గ్రీకు లాటిన్‌తో బాటు సంస్కృతం, ఉర్దూ, పర్షియన్ భాషలు; తమిళం, బెంగాలీ, హిందుస్తానీ సంస్కృతి, గణితశాస్త్రం, అర్థశాస్త్రం భూగోళ శాస్త్రం అధ్యయనం చెయ్యవలసి ఉండేది. భాషాశాస్త్రం అధ్యయనం చెయ్యటం వల్ల స్థానికంగా జనం మాట్లాడే భాషల నిర్మాణము, వ్యాకరణము అర్థం చేసుకునేందుకు అమూల్యమైన సాయం లభించేది.

విలియం జోన్స్, హెన్రీ రాలిన్సన్ లాంటి వాళ్ళ ధర్మమా అని యూరోపియన్ విజేతలకు తమ సామ్రాజ్యాల గురించి బాగా తెలిసింది. ఇంతకు ముందు వచ్చిన ఆక్రమణదారులకన్నా, ఇంకా చెప్పాలంటే స్థానికంగా ఉన్న ప్రజలకన్నా మెరుగైన జ్ఞానాన్ని సంపాదించుకోగలిగారు వాళ్ళు. అలా మెరుగైన జ్ఞానం సంపాదించుకోవడం వాళ్లకి

బాగా లాభించింది. అలాటి జ్ఞానమే లేకపోయుంటే మరీ తక్కువమంది బ్రిటిష్ పాలకులు రెండు శతాబ్దాల కాలం అన్ని లక్షలమంది భారతీయుల్ని పరిపాలించి, అణచివేసి, తమ స్వార్థానికి ఉపయోగించుకోవటం సాధ్యమయేదే కాదు. పూర్తి పంతొమ్మిదో శతాబ్దం, ఇరవైయో శతాబ్దం ప్రారంభకాలంలో 30 కోట్ల భారతీయుల్ని జయించి, పరిపాలించేందుకు 5,000 కన్నా తక్కువమంది బ్రిటిష్ అధికారులు, 40 నుంచి 70 వేల బ్రిటిష్ సైనికులు, బహుశా మరో లక్షమంది బ్రిటిష్ వ్యాపారవేత్తలు, వాళ్ళవెంట ఉండే స్నేహితులు, భార్యలూ, పిల్లలూ సరిపోయారు.

కానీ రోజువారీ పనులకి పనికివచ్చే ఈ కారణాలవల్ల మాత్రమే సామ్రాజ్యాలు భాషాశాస్త్రం, వృక్షశాస్త్రం, భూగోళశాస్త్రం, చరిత్రలాంటి విషయాల అధ్యయనానికి నిధులు సమకూర్చలేదు. విజ్ఞానశాస్త్రం సామ్రాజ్యాలకు సైద్ధాంతికమైన సమర్థన ఇచ్చిందన్న వాస్తవం తక్కువ ప్రాముఖ్యం కలదేమీ కాదు. కొత్త విషయాలని తెలుసుకోవటం ఎప్పుడూ మంచిదే అన్న నమ్మకం యూరోపియన్లకి కలిగింది. ఎప్పటికప్పుడు కొత్త విషయాల గురించిన పరిజ్ఞానాన్ని అందిస్తూ ఉండటం వల్ల సామ్రాజ్యాలు ప్రగతిని సూచించే సానుకూలమైన సంస్థలుగా పేరుతెచ్చుకున్నాయి. ఈనాటికీ భూగోళశాస్త్రం, పురాతత్వశాస్త్రం, వృక్షశాస్త్రంలాంటి శాస్త్రాల చరిత్ర పరోక్షంగా యూరోపియన్ సామ్రాజ్యాలకే కృతజ్ఞతలు తెలుపుకుంటుంది. వృక్షశాస్త్రానికి సంబంధించిన చరిత్రలో ఆస్ట్రేలియా మూలవాసులు పడ్డ కష్టాల ప్రస్తావన ఉండదు, కానీ సామాన్యంగా జేమ్స్ కుక్ గురించీ, జోసెఫ్ బ్యాంక్స్ గురించీ నాలుగు మంచి మాటలు ఉంటాయి.

అంతే కాకుండా సామ్రాజ్యాలు సేకరించిన కొత్త పరిజ్ఞానం కనీసం సిద్ధాంతపరంగా, లొంగిపోయిన ప్రజలకి లాభం చేకూర్చేదిగానూ, ఆ 'ప్రగతి' వల్ల లాభం కలిగించేదిగానూ పనికివచ్చింది. అంటే వాళ్ళకి వైద్యమూ, విద్యా అందించటం, రైలు మార్గాలు, కాలువలూ నిర్మించటం, న్యాయం, సమృద్ధి అందరికీ అందుబాటులో ఉండేట్టు చూడటం సాధ్యమైంది. తమ సామ్రాజ్యాలు దోపిడీలు చేసే పెద్ద పెద్ద సంస్థలు కావనీ, యూరపేతర జాతులకు నిస్వార్థంగా సేవచేసే ప్రణాళికలనీ సామ్రాజ్యవాదులు అంటారు. రుడ్యార్డ్ కిప్లింగ్ మాటల్లో చెప్పాలంటే, అది 'తెల్లజాతి మనిషి మోసే భారం' :

తెల్లవాడి భారాన్ని తీసుకో
నీ సంతానంలో మెరుగైనవారిని పంపించు –
వెళ్ళు, నీ కుమారుల్ని వెలివెయ్యి
నిన్ను బంధించినవారి అవసరాలు తీర్చేందుకు;
బరువైన జీను తొడుక్కుని ఎదురుచూస్తూ
అల్లాడే జనం, మృగాలూ –
నువ్వు కొత్తగా బంధించిన విచారగ్రస్తులైన ప్రజలు
సగం దెయ్యం, సగం పిల్లవాడు.

కానీ వాస్తవాలు తరచు ఈ కల్పన అబద్ధమని నిరూపించాయి. 1764లో భారతదేశంలోకెల్లా ధనిక ప్రాంతమైన బెంగాల్‌ని బ్రిటిష్ వాళ్ళు ఆక్రమించారు. కొత్తగా వచ్చిన ప్రభువులకి

తాము ధనికులం కావాలన్న ఆశ తప్ప మరేదీ లేదు. వాళ్ళు చేపట్టిన ఘోరమైన ఆర్థిక విధానం కొన్నేళ్ళకి భయంకరమైన విధ్వంసాన్ని సృష్టించింది. బెంగాల్‌లో మహాకరువు (గ్రేట్ బెంగాల్ ఫ్యామిన్) ఏర్పడింది. 1769లో ప్రారంభమైన ఆ కరువు 1770కి విపత్కరమైన స్థితికి చేరుకుని 1773 దాకా కొనసాగింది. కోటిమంది ప్రజలు, అంటే ఆ ప్రాంతంలోని మూడోవంతు జనాభా, ఆ విపత్తులో మరణించారు.

నిజం చెప్పాలంటే, అణచివేత, దోపిడీకి సంబంధించిన కథనాలు గాని, 'తెల్లజాతి మనిషి మోసే భారం' గాని, వాస్తవాలని పూర్తిగా విప్పిచెప్పవు. యూరోపియన్ సామ్రాజ్యాలు రకరకాల పనులు పెద్దెత్తున చేశాయి, వాళ్ళ గురించి మీరు ఏ అభిప్రాయం వెలిబుచ్చాలన్నా దానికి తగిన ఉదాహరణలు కోకొల్లలుగా దొరుకుతాయి. సామ్రాజ్యాలంటే ఈ ప్రపంచమంతటా మరణాన్నీ, అణచివేతనీ, అన్యాయాన్నీ వ్యాప్తి చేసిన భయంకరమైన రాక్షసత్వం అని మీరనుకుంటున్నారా? వాళ్ళు చేసిన నేరాల వివరాలతో సమస్త శాస్త్రాలనీ పొందుపరిచే ఒక ఉద్గ్రంథం (ఎన్‌సైక్లోపీడియా) లాంటిది తయారవుతుంది. సామ్రాజ్యాలు తమ ప్రజల పరిస్థితిని మెరుగుపరిచేందుకు వైద్యం, విద్య, మెరుగైన ఆర్థిక పరిస్థితులు, మరింత రక్షణ కల్పించాయని వాదించాలనుకుంటున్నారా? వాళ్ళు సాధించిన విజయాలతో మీరు మరో ఉద్గ్రంథాన్ని నింపేయవచ్చు. విజ్ఞానశాస్త్రంతో అంత దగ్గరగా ముడిపడి ఉండటంవల్ల ఈ సామ్రాజ్యాలు బోలెడంత ఆధిపత్యం చెలాయించి, ఈ లోకాన్ని ఎంతగా మార్చేశాయంటే, వాటిని మంచి-చెడుగా వర్గీకరించటం సబబు కాదు. మనకి తెలిసిన ఈ ప్రపంచాన్ని సృష్టించింది సామ్రాజ్యవాదులే. వాళ్ళని గురించి అంచనా వేసేందుకు మనం ఉపయోగించుకునే సిద్ధాంతాలను తయారుచేసిందీ వాళ్ళే.

కానీ విజ్ఞానశాస్త్రాన్ని సామ్రాజ్యవాదులు ఇంకా అపకారం చేసేందుకు కూడా ఉపయోగించుకున్నారు. జీవశాస్త్రజ్ఞులూ, మానవజాతి శాస్త్రజ్ఞులూ, చివరికి భాషాశాస్త్రవేత్తలు సైతం యూరోపియన్లు మిగిలిన జాతులన్నిటికన్నా శ్రేష్ఠమైనవారనీ, తత్ఫలితంగా వాళ్ళమీద ఆధిపత్యం చెలాయించే హక్కు (బహుశా కర్తవ్యం కాకపోవచ్చు) వాళ్ళకుందనే శాస్త్రసమ్మతమైన రుజువులు చూపించారు. ఇండో-యూరోపియన్ భాషలన్నీ ఒకే ప్రాచీన భాష నుంచి వచ్చాయని విలియం జోన్స్ ప్రతిపాదించాక, ఆ భాష మాట్లాడినవాళ్లెవరో కనిపెట్టాలన్న కుతూహలం చాలామంది అధ్యయనకర్తలకి కలిగింది. 3000 సంవత్సరాల కన్నా ముందు మధ్య ఆసియానుంచి వచ్చి భారదేశాన్ని ఆక్రమించినవాళ్ళు తాము ఆర్యులమని చెప్పుకునేవారు. వాళ్ళు మాట్లాడిన భాష సంస్కృతం. పర్షియన్ మాట్లాడే అతిప్రాచీనులైన మనుషులు తాము ఐరియాలమని చెప్పుకున్నారు. చివరికి సంస్కృతానికీ, పర్షియన్‌కీ (గ్రీకు, లాటిన్, గోథిక్, సెల్టిక్‌కి కూడా) జన్మనిచ్చిన ఆదిమకాలపు భాష మాట్లాడిన మనుషులు తమని ఆర్యులనే పిలుచుకునేవారని యూరోపియన్ అధ్యయన కర్తలు ఊహించారు. అద్భుతమైన భారతీయ, పర్షియన్, గ్రీకు, రోమన్ నాగరికతలను నెలకొల్పినవారందరూ ఆర్యులు కావటం యాదృచ్ఛికమా?

ఆ తరవాత బ్రిటిష్, ఫ్రెంచ్, జర్మన్ అధ్యయనకర్తలు పరిశ్రమ చేసే ఆర్యులకి సంబంధించిన భాషాశాస్త్ర సిద్ధాంతాన్ని డార్విన్ ప్రతిపాదించిన సహజ ఎంపిక అనే

సిద్ధాంతానికి జోడించి, ఆర్యులు కేవలం భాషాశాస్త్రానికి సంబంధించిన సమూహం కాదనీ, వాళ్ళది జీవశాస్త్రానికి సంబంధించిన అస్తిత్వమనీ, అంటే అదొక జాతి అనీ సూత్రీకరించారు. కేవలం ఏదో ఒక జాతి కాదు, అదొక ఆధిపత్యం గల, పొడవైన, తెలికరంగు జుట్టున్న, నీలి కనులున్న, కష్టపడి పనిచేసే, అత్యంత హేతుబద్ధమైన ఆలోచనావిధానం గల మానవజాతి. ఉత్తరదిశలో కమ్ముకున్న పొగమంచుని చీల్చుకుంటూ వచ్చి, ప్రపంచమంతటా సంస్కృతికి పునాదులు వేసిన గొప్ప జాతి. దురదృష్టం కొద్దీ భారతదేశాన్నీ, పర్షియానీ ఆక్రమించిన ఆర్యులు అక్కడి మూలవాసులతో వివాహ సంబంధాలు కలుపుకుని, తమ తెలుపు రంగునీ, గోధుమ-బంగారు రంగు జుట్టుని పోగొట్టుకున్నారు. వాటితోబాటు వాళ్ళ హేతుబద్ధమైన ఆలోచనావిధానం, శ్రద్ధగా కష్టపడి పనిచేసే స్వభావం కూడా కనుమరుగయ్యాయి. భారతదేశం, పర్షియా నాగరికతలు కూడా కాలక్రమాన క్షీణించాయి. మరోవైపు యూరప్‌లో ఆర్యులు తమజాతి స్వచ్ఛతని కాపాడు కున్నారు. ఈ కారణం వల్లే యూరోపియన్లు ప్రపంచాన్ని జయించగలిగారు, దాన్ని పరిపాలించే అర్హత వాళ్ళకి అబ్బింది. కానీ ఇతర జాతులతో కలవకుండా వాళ్ళు జాగ్రత్త పడితేనే అది సాధ్యమయేది.

అలాంటి జాతివివక్షకి సంబంధించిన సిద్ధాంతాలకి ఎన్నో తరాలవరకూ ఎక్కువ ప్రాచుర్యం, గౌరవం లభించాయి. దానివల్ల ప్రపంచాన్ని ప్రాచ్య దేశాలు ఆక్రమించటం సబబే అన్న సమర్థన దొరికింది. చివరికి ఇరవయ్యో శతాబ్దం చివర్లో ప్రాచ్యసామ్రాజ్యాలు కూలిపోవటం ప్రారంభించాక జాతి వాదం శాస్త్రజ్ఞులకీ, రాజకీయవేత్తలకీ ఒకే రకమైన శాపంగా మారింది. కానీ పాశ్చాత్యులు మిగిలినవారికన్నా శ్రేష్ఠమైనవారన్న నమ్మకం పోలేదు. పైగా దానికి కొత్త రూపాలొచ్చాయి. జాతివాదం స్థానంలో 'సంస్కృతివాదం' వచ్చింది. అలాటి పదమేదీ లేదు కానీ దాన్ని సృష్టించే సమయం వచ్చింది. ఈ నాటి ఉన్నతవర్గం శ్రేష్ఠతని జాతుల మధ్య ఉండే జీవశాస్త్ర భేదాలకన్నా సంస్కృతుల మధ్య ఉండే చారిత్రాత్మక తేడాలుగానే సమర్థిస్తారు. మనం ఇప్పుడు, "అది వాళ్ళ రక్తంలోనే ఉంది", అనం, "వాళ్ళ సంస్కృతిలోనే ఉంది", అంటాం.

ముస్లిములు తమ దేశానికి వలస రావటం గురించి అభ్యంతరం తెలిపే యూరప్‌లోని సంప్రదాయవాద పక్షాలు సామాన్యంగా జాతికి సంబంధించిన పదాలను ఉపయోగించవు. మెరైన్ లే పెన్ కోసం ఉపన్యాసాలు తయారుచేసే రచయితలు ఒకవేళ 'ఆ సంకరజాతి మనుషులు మా ఆర్యుల రక్తాన్ని కలుషితం చేసి, మా నాగరికతని పాడుచెయ్యటం మాకిష్టం లేదు', అని రాసి, దాన్ని టెలివిజన్‌లో ఫ్రంట్ నేషనల్ అధినేత చెప్పాలని వాళ్ళు సూచించారనుకుందాం, అప్పుడు తక్షణం వాళ్ళని బైటికి నడవమని అనేవాళ్ళు. కానీ దానికి వ్యతిరేకంగా ఫ్రెంచ్ ఫ్రంట్ నేషనల్, డచ్ పార్టీ ఫర్ ఫ్రీడమ్, అలయన్స్ ఫర్ ఫ్యూచర్ ఆఫ్ ఆస్ట్రియా లాంటివి పాశ్చాత్య సంస్కృతి యూరప్‌లో పరిణామం సాధించింది కనక, దానికి ప్రజాతాంత్రిక విలువలూ, సహనశక్తి, లింగ సమానత్వం ఉంటాయనీ, అదే మధ్యప్రాచ్యంలో పరిణామం చెందిన ముస్లిం సంస్కృతికి వర్గశ్రేణి రాజకీయాలూ, మూఢభక్తి, స్త్రీలపట్ల ద్వేషమూ ఉంటాయనీ వాదిస్తాయి. రెండు

సంస్కృతులూ ఎంతో భిన్నమైనవి కాబట్టి, వలస వచ్చిన ముస్లిములలో చాలామంది పాశ్చాత్యదేశపు విలువలని సవీకరించేందుకు అయిష్టం చూపించేవారు (బహుశా వాళ్లకి సాధ్యం కాలేదేమో), వాళ్ళు ఆ దేశానికి వచ్చేందుకు వీల్లేదనీ, వస్తే యూరోపియన్ ప్రజాతంత్రాన్నీ, ఉదారవాదాన్నీ దెబ్బతీసేట్టు అంతర్యుద్ధాలని లేవదీస్తారనీ అన్నారు.

విజ్ఞానశాస్త్రానికి సంబంధించని విషయాలూ, సమాజశాస్త్రమూ చేసే అధ్యయనాల్లో ఇటువంటి సాంస్కృతికంగా వాదనలు కనిపిస్తాయి. అవి సంస్కృతుల మధ్య ఘర్షణ సృష్టిస్తాయనీ, విభిన్న సంస్కృతుల్లో మూలతః కొన్ని తేడాలు ఉండనే ఉంటాయనీ అంటాయి ఆ అధ్యయనాలు. కానీ ఈ సిద్ధాంతాలని అందరు చరిత్రకారులూ, మానవజాతి శాస్త్రజ్ఞులూ ఆమోదించరు, వాటిని రాజకీయంగా ఉపయోగించుకోవటాన్నీ సమర్థించరు. కానీ ఈనాడు జీవశాస్త్రజ్ఞులకి జాతివాదాన్ని తిరస్కరించటం సులభమైపోయింది. ఈనాటి మానవుల్లో జీవశాస్త్రానికి సంబంధించిన తేడాలు పెద్దగా లెక్కలోకి రావు, అని అంటారు వాళ్ళు. కానీ చరిత్రకారులకీ, మానవశాస్త్ర నిపుణులకీ సంస్కృతి వాదాన్ని తిరస్కరించటం కష్టమనిపిస్తుంది. నిజంగానే మానవ సంస్కృతుల్లోని తేడాలు పట్టించుకోదగ్గవి కానట్లయితే, మరి వాటిని అధ్యయనం చేసేందుకు చరిత్రకారులకీ, మానవజాతి శాస్త్రజ్ఞులకీ మనం డబ్బెందుకు ఇవ్వాలి?

శాస్త్రజ్ఞులు సామ్రాజ్యవాద ప్రణాళికలకు వ్యవహారానికి సంబంధించిన జ్ఞానాన్నీ, సైద్ధాంతికపరమైన సమర్థననీ, సాంకేతిక పరికరాలనీ అందించారు. ఇలాంటివి అందుబాటులో లేకపోయుంటే యూరోపియన్లు ప్రపంచాన్ని జయించేవారో లేదో చెప్పటం చాలా కష్టం. విజేతలు శాస్త్రజ్ఞులు చేసిన సహాయానికి బదులుగా వాళ్ళకి సమాచారం, రక్షణ అందించారు, అన్ని రకాల వింతైన, అద్భుతమైన ప్రణాళికలకు సహకరించారు, శాస్త్రీయ పద్ధతిలో ఆలోచించటమనేదాన్ని ప్రపంచం నలుమూలలకీ విస్తరింపచేశారు. సామ్రాజ్యం సహకారమే లేకపోతే ఆధునిక విజ్ఞానశాస్త్రం ఇంత ప్రగతి సాదించేదో లేదో అన్నది సందేహమే. సామ్రాజ్యాల పెంపుదలకు సేవకులుగా తమ జీవితాన్ని ప్రారంభించని, శాస్త్రీయ అధ్యయనానికి సంబంధించని విషయాలు చాలా తక్కువ. తమ అధికశాతం ఆవిష్కరణలకూ, సేకరణలకూ, కట్టడాలకూ, స్కాలర్‌షిప్‌లకూ సైనికాధికారులూ, నౌకాదళాధిపతులూ, సామ్రాజ్యానికి చెందిన గవర్నర్లూ చేసిన సహాయానికి శాస్త్రజ్ఞులు ఎంతో రుణపడి ఉంటారు.

నిజానికి అసలు విషయం ఇది మాత్రమే కాదు. విజ్ఞానశాస్త్రానికి సామ్రాజ్యాలే కాదు, ఇతర సంస్థలు కూడా సహకారాన్ని అందించాయి. ఇక యూరోపియన్ సామ్రాజ్యాల ఎదుగుదలకీ, అభివృద్ధికీ విజ్ఞానశాస్త్రం కాక వేరే కారణాలు కూడా ఉన్నాయి. ఆకాశం ఎత్తుకి ఎదిగిన విజ్ఞానశాస్త్రం, సామ్రాజ్యం వెనక మరో అతిముఖ్యమైన శక్తి దాగిఉంది : అదే పెట్టుబడిదారీ వ్యవస్థ. వ్యాపారాలు డబ్బు సంపాదించాలనుకోకపోతే, కొలంబస్ అమెరికా చేరుకునేవాడు కాదు, జేమ్స్ కుక్ ఆస్ట్రేలియా వెళ్ళేవాడు కాదు, నీల్ ఆర్మ్‌స్ట్రాంగ్ చంద్రుడిమీద ఆ ఒక్క అడుగు కూడా వేసేవాడు కాదు.

అధ్యాయం 16

పెట్టుబడిదారీ మతం

సామ్రాజ్యాలు నెలకొల్పేందుకూ, విజ్ఞానశాస్త్రాన్ని ముందుకి తీసుకుపోయేందుకూ డబ్బు చాలా అవసరం అయింది. ఆధునిక కాలంలో సైన్యాన్నీ, విశ్వవిద్యాలయాల్లో ప్రయోగశాలలనీ బ్యాంకులు లేనిదే పోషించటం సాధ్యం కాదు.

ఆధునిక చరిత్రలో అర్థశాస్త్రం పాత్ర నిజంగా ఎలాంటిదో అర్థం చేసుకోవటం సులభం కాదు. డబ్బు రాష్ట్రాలని ఎలా స్థాపించిందో, ఎలా నాశనం చేసిందో, కొత్త క్షితిజాలకి ఎలా దారులు తెరిచిందో, లక్షలమందిని బానిసలుగా ఎలా చేసిందో, పరిశ్రమల చక్రాలు ఎలా కదిపి వందలకొద్దీ ప్రాణిజాతులని ఎలా అంతరింపజేసిందో చెప్పేందుకు పుస్తకాలకి పుస్తకాలే రాశారు. అయినప్పటికీ, ఆధునిక ఆర్థిక చరిత్రని అర్థం చేసుకునేందుకు మీకు ఒక్క మాటకి అర్థం తెలిస్తే చాలు. ఆ మాటే ఎదుగుదల. ఆరోగ్యం బాగున్నా, బాగుండకపోయినా, ఆధునిక ఆర్థిక వ్యవస్థ యుక్తవయసులో హార్మోన్లలా విజృంభిస్తోంది. కనిపించిందల్లా కబళించేస్తోంది, దాని శరీరం మీ అంచనాకి దొరకనంతగా పెరిగిపోతోంది.

చరిత్ర క్రమంలో చాలాకాలం ఆర్థిక వ్యవస్థ ఒకే ఆకారంలో ఉండేది. భౌగోళికంగా ఉత్పత్తి పెరిగిన మాట నిజమే, కానీ అది చాలావరకూ జనాభా పెరిగి కొత్త ప్రాంతాలలో స్థిరనివాసాలు ఏర్పరచుకోవడం వల్లే. తలసరి ఉత్పత్తి స్థిరంగానే ఉండేది. కానీ అదంతా ఆధునిక యుగంలో మారిపోయింది. 1500లో ప్రపంచంలో వస్తువుల, సేవల ఉత్పత్తి సుమారు 2,500 కోట్ల డాలర్లు ఉండేది. ఈనాడు అది దరిదాపు 60 లక్షల కోట్ల డాలర్లు ఉంది. ఇంకా ముఖ్యమైన విషయమేమిటంటే, 1500లో ఏడాదికి తలసరి ఉత్పత్తి సుమారు 550 డాలర్లు ఉంటే, ఈనాడు ప్రతి స్త్రీ, పురుషుడు, పిల్ల/పిల్లవాడు సుమారు ఏటా 8,800 డాలర్లు ఉత్పత్తి చేస్తున్నారు. ఈ విపరీతమైన ఎదుగుదలకి కారణమేమిటి?

ఆర్థికశాస్త్రం క్లిష్టమైన విషయం కానీ దానికి ప్రపంచంలో గొప్ప ప్రచారం ఉంది. విషయం సులభంగా అర్థమయేందుకు ఒక సరళమైన ఉదాహరణని ఊహించుకుందాం.

శామ్యూల్ గ్రీడీ అనే ఒక తెలివైన పెట్టుబడిదారు కాలిఫోర్నియాలోని ఎల్ డొరాడోలో ఒక బ్యాంకు స్థాపిస్తాడు.

ఎల్ డొరాడోలో ఇప్పుడిప్పుడే పైకొస్తున్న ఎ.ఎ. స్టోన్ అనే దళారి తాను మొదటిసారి చేపట్టిన ఒక పెద్ద కాంట్రాక్ట్‌ని పూర్తిచేసి, పది లక్షల డాలర్లు సంపాదించుకుంటాడు. ఆ డబ్బుని అతను మిస్టర్ గ్రీడీ బ్యాంకులో వేస్తాడు. ఇప్పుడు బ్యాంకు దగ్గర పదిలక్షల డాలర్లు పెట్టుబడి ఉంది.

ఈ లోపల తన వృత్తిలో అనుభవజ్ఞురాలైన పేద వంటమనిషి జేన్ మాక్ డోనట్ అనే ఎల్ డొరాడో నివాసి తనకి వ్యాపారం ప్రారంభించేందుకు అవకాశం లభించవచ్చని అనుకుంటుంది. తను ఉండే పేటలో చుట్టుపక్కల ఎక్కడా మంచి బేకరీ లేదని గమనిస్తుంది. కానీ బేకరీ పరిశ్రమకి కావలసిన అవెన్లూ, గిన్నెలు కడిగేందుకు పెద్ద సింకులూ, కత్తులూ, గిన్నెలూ కొనేందుకు సరిపడా డబ్బు ఆమె దగ్గర లేదు. ఆమె బ్యాంకుకి వెళ్లి గ్రీడీకి తను చేయాలనుకుంటున్న వ్యాపారం వివరాలు తెలియజేస్తుంది. తన వ్యాపారానికి డబ్బు మదుపు పెడితే అతనికి లాభమేనని ఒప్పిస్తుంది. అతనామెకి పదిలక్షలు అప్పుగా ఇచ్చేందుకు ఆ మొత్తం తన బ్యాంకులో ఆమె పేర పెడతాడు.

మాక్ డోనట్ ఇప్పుడు కాంట్రాక్టర్ స్టోన్‌కి తనకోసం ఫ్యాక్టరీ నిర్మించి అందులో అవసరమైన అన్ని హంగులూ అమర్చే పని అప్పజెపుతుంది. అతనికి ఆమె ఇవ్వవలసిన మొత్తం పది లక్షల డాలర్లు.

తన ఖాతాలోంచి చెక్కు రూపంలో ఆ డబ్బు అతనికి ఇవ్వగానే స్టోన్ దాన్ని మళ్ళీ గ్రీడీ బ్యాంకులోని తన ఖాతాలో జమచేస్తాడు.

ఇప్పుడు స్టోన్ ఖాతాలో ఎంత డబ్బుంది? 20 లక్షలు, అవునా?

మరి బ్యాంకు లాకర్‌లో ఉన్న రుసుము ఎంత? పది లక్షలు, కదా?

అది అక్కడితో ఆగదు. అందరు కాంట్రాక్టర్ల లాగే పని ప్రారంభించిన రెండు నెలలకి, అనుకోని సమస్యలూ, ఖర్చులూ రావటం వల్ల బేకరీ నిర్మించేందుకు నిజానికి 20 లక్షల డాలర్లు అవసరమవుతాయని మాక్ డోనట్‌కి కబురుపెడతాడు స్టోన్. మాక్ డోనట్ ఈ వార్త విని విసుక్కుంటుంది కానీ పని మధ్యలో ఆపటం ఆమెకి సాధ్యం కాదు. అప్పుడామె మళ్ళీ బ్యాంకుకి వెళ్లి, తనకు మళ్ళీ అప్పివ్వటానికి గ్రీడీని ఒప్పిస్తుంది. అతను మళ్ళీ ఆమె ఖాతాలో మరో పదిలక్షలు జమచేస్తాడు. ఆమె దాన్ని కాంట్రాక్టర్ ఖాతాలోకి మారుస్తుంది.

ఇప్పుడు స్టోన్ ఖాతాలో ఎంత డబ్బుంది? 30 లక్షల డాలర్లు.

మరి బ్యాంకులో ప్రస్తుతం ఎంత డబ్బున్నట్టు? ఇంకా పదిలక్షల డాలర్లే. నిజానికి, మొదట్నుంచీ ఉన్న అవే పదిలక్షల డాలర్లు.

ప్రస్తుతం అమలులో ఉన్న అమెరికా బ్యాంకు చట్టం ఇలాటి పనిని ఇంకా ఏడుసార్లు చేసేందుకు అనుమతిస్తుంది. చివరికి బ్యాంకు లాకర్లో ఉండేది పది లక్షలే అయినా, కాంట్రాక్టర్ ఖాతాలో కోటి డాలర్లు చేరతాయి. తమ దగ్గరున్న ఒక్కో డాలర్‌కీ పది డాలర్లు

అప్పు ఇవ్వటానికి బ్యాంకులకి అనుమతి ఉంది, అంటే మన బ్యాంకు ఖాతాల్లో ఉండే 90 శాతం డబ్బు నాణేలు, బ్యాంకు నోట్ల రూపంలో లేదన్నమాట. బార్క్ లే బ్యాంకులోని ఖాతాదారులందరూ హఠాత్తుగా తమ డబ్బు తమకిచ్చేయమని అడిగితే ఆ బ్యాంకు వెంటనే దివాలా తీస్తుంది (ప్రభుత్వం ముందుకొచ్చి దాన్ని కాపాడితే తప్ప). లోయడ్స్, డోయ్ షే బ్యాంకు, సిటీబ్యాంక్, ప్రపంచంలో ఉండే మిగిలిన అన్ని బ్యాంకులదీ ఇదే పరిస్థితి.

ఇదేదో బ్రహ్మాండమైన పోంజి పథకం (దగా) లాగా అనిపిస్తుంది కదూ? కానీ ఒకవేళ ఇది దగా, మోసం అయితే ఆధునిక అర్థశాస్త్ర వ్యవస్థ మొత్తం మోసమే అనాలి. నిజానికి అది మోసం కాదు, మానవుల ఊహాశక్తికున్న అద్భుతమైన సామర్థ్యానికి గొప్ప ప్రశంస. బ్యాంకులనీ, మొత్తం ఆర్థిక వ్యవస్థనే మనుగడ సాగిస్తూ వర్ధిల్లేందుకు దోహదం చేసేది మనకి భవిష్యత్తు మీద ఉన్న నమ్మకం. ఈ నమ్మకమే ప్రపంచంలో ఉండే మొత్తం డబ్బుకి వెన్నుదన్నుగా ఉంది.

బేకరీ ఉదాహరణలో కాంట్రాక్టర్ ఖాతా గురించిన వివరాలకి, బ్యాంకులో ఉన్న మొత్తానికీ మధ్య ఉండే వైరుధ్యం మిసెస్ మాక్ డోనట్ బేకరీయే. మిస్టర్ గ్రీడీ ఏదో ఒకరోజు బ్యాంకుకి లాభాలు వస్తాయన్న నమ్మకంతో బ్యాంకు డబ్బుని ఆ వ్యాపారంలో మదుపు పెట్టాడు. బేకరీ ఇంతవరకూ ఒక్క బ్రెడ్డుని కూడా తయారుచెయ్యలేదు, కానీ మరో ఏడాదిలో ఆ బేకరీ ప్రతి రోజూ వేలకొద్దీ బ్రెడ్డులనీ, బన్నులనీ, కేకులనీ, బిస్కెట్లనీ మంచి లాభానికి అమ్ముతుందని మాక్ డోనట్, గ్రీడీ ఇద్దరూ ఆశించారు. అప్పుడు మాక్ డోనట్ తన బాకీ వడ్డీతో సహా తీర్చగలుగుతుందని అనుకున్నారు. సరిగ్గా అదే సమయానికి, మిస్టర్ స్టోన్ తన ఖాతాలో ఉన్న డబ్బు తీసేసుకోవాలని నిశ్చయించుకుంటే గ్రీడీ ఆ డబ్బు అతనికి ఇచ్చెయ్యగలుగుతాడు. ఊహించిన భవిష్యత్తు మీద ఆ మొత్తం వ్యవహారం ఆధారపడి ఉందన్నమాట. తాము కలలు కనే బేకరీ మీద పారిశ్రామికవేత్తకీ, బ్యాంకర్‌కీ ఉన్న నమ్మకం. దానితోబాటు భవిష్యత్తులో బ్యాంకు అప్పుతీరుస్తుందని ఆ కాంట్రాక్టరుకి ఉన్న నమ్మకం.

డబ్బు నమ్మశక్యం కాని వస్తువని మనం ఇంతకుముందే తెలుసుకున్నాం. అది అసంఖ్యాకమైన వేర్వేరు వస్తువులకు ప్రతినిధి. దాదాపు దేన్నైనా మరో దేనిలోకైనా మార్చెయ్యగలదు. అయినప్పటికీ, ఆధునిక యుగానికి ముందు డబ్బుకి ఆ సామర్థ్యం పరిమితంగా ఉండేది. చాలావరకు డబ్బు వర్తమానంలో ఉన్న వస్తువులకే ప్రాతినిధ్యం వహించి వాటిని మార్చగలిగేది. కొత్త పరిశ్రమలకి డబ్బు అందించటం చాలా కష్టమవటం చేత, ఎదుగుదలకి ఇది పెద్ద అడ్డంకి అయింది.

మళ్ళీ మన బేకరీ దగ్గరకొద్దాం. డబ్బు పరిగణనకి లొంగే వస్తువులకి మాత్రమే ప్రాతినిధ్యం వహించేట్టయితే మాక్ డోనట్ తన బేకరీని నిర్మించ గలిగేదా? లేదు. ప్రస్తుతం ఆమెకి ఎన్నో కలలున్నాయి, కానీ చూపించేందుకు వనరులేవీ లేవు. ఇవాళ పని చేసి, కొన్నేళ్లలో బేకరీ డబ్బు సంపాదించటం మొదలుపెట్టాక డబ్బు చెల్లింపు తీసుకునేందుకు ఒప్పుకునే కాంట్రాక్టర్ దొరికితేనే ఆమె బేకరీ నిర్మించగలదు. కానీ అలాటి కాంట్రాక్టర్లు

చాల అరుదుగా ఉంటారు. అందుచేత మన పారిశ్రామికవేత్త ఇబ్బందిలో చిక్కుకుంటుంది. బేకరీ లేకపోతే ఆమె కేకులు తయారుచెయ్యలేదు. కేకులు తయారుచెయ్యకపోతే ఆమె డబ్బు సంపాదించలేదు. డబ్బు లేకుండా ఆమె కాంట్రాక్టర్‌ని పనికి కుదుర్చుకోలేదు. కాంట్రాక్టర్ లేకపోతే బేకరీ ఉండదు.

మానవాళి కొన్ని వేల సంవత్సరాలు ఇలాంటి సంకటస్థితిలో చిక్కుకుని ఉండి పోయింది. తత్ఫలితంగా ఆర్థిక వ్యవస్థ కదలకుండా ఒకేచోట ఉండిపోయింది. ఆ ఉచ్చులోంచి బైటపడే మార్గం ఆధునిక యుగంలో మాత్రమే కనుగొనబడింది. భవిష్యత్తు మీద నమ్మకం అనే కొత్త వ్యవస్థ తలెత్తటంతో అది దాని మీద ఆధారపడింది. అందులో జనం ఊహించిన వస్తువులకు ప్రాతినిధ్యం వహించేందుకు ఒప్పుకున్నారు, అంటే ఆ వస్తువులకు వర్తమానంలో ఉనికే లేదు. 'రుణం' (క్రెడిట్) అనే కొత్త డబ్బుతో అది ప్రారంభ మైంది. భవిష్యత్తుని పణంగా పెట్టి మనం వర్తమానాన్ని నిర్మించుకునేందుకు ఈ డబ్బు ఉపయోగపడుతుంది. వర్తమానంలో మనకున్న వనరులకన్నా భవిష్యత్తులో ఉండబోయే వనరులు మరింత మెండుగా ఉంటాయన్న ఊహ మీద ఇది ఆధారపడింది. భవిష్యత్తులో మనం సంపాదించబోయే డబ్బుతో వర్తమానంలో మనం ఏదైనా నిర్మించగలిగితే బోలెడన్ని అద్భుతమైన కొత్త అవకాశాలు తలుపులు తెరుస్తాయి.

నిజంగానే రుణం అంత అద్భుతమైనదైతే, మునుపు ఎవరూ దాన్ని గురించి ఎందుకు ఆలోచించలేదు? వాళ్ళు ఆలోచించారు. అన్ని మానవ సంస్కృతుల్లోనూ రుణం ఏదో ఒక రూపంలో సుమేరు నాగరికత కాలం నుంచీ ఉంటూనే ఉంది. పూర్వం ఆ యుగాల్లో మనుషులకి అటువంటి ఆలోచన లేకపోవటం గాని, దాన్ని ఎలా ఉపయోగించు కోవాలో తెలియకపోవటం గాని అసలు కారణం కాదు. వర్తమానంకన్నా భవిష్యత్తు మెరుగ్గా ఉంటుందని అనుకోకపోవటమే వాళ్ళు డబ్బు జమ చెయ్యకపోవటానికి కారణం. సాధారణంగా గతమే వర్తమానం కన్నా బాగుండేదనీ, భవిష్యత్తు మరింత అధ్వాన్నంగానో, మహా అయితే వర్తమానం లాగేనో ఉంటుందని వాళ్ళు నమ్మేవాళ్ళు. దాన్ని అర్థశాస్త్రం భాషలో చెప్పాలంటే, మొత్తం సంపద తరిగిపోనప్పటికీ దానికి పరిమితి అంటూ ఉంటుందని వాళ్ళు నమ్మారు. పదేళ్ల తరవాత తాము వ్యక్తిగతంగా కాని, వాళ్ళ రాజ్యం గాని, లేదా ఈ మొత్తం ప్రపంచం గాని మరింత సంపదని సృష్టించటం సాధ్యమని అనుకోవటం బుద్ధిలేని పని అని వాళ్ళు అనుకున్నారు. వ్యాపారం అనే ఆటలో శూన్యమే దక్కుతుందని అనిపించింది. అయినా, ఏదో ఒక బేకరీ పెద్ద మొత్తంలో లాభాలు గడించ వచ్చు. కానీ దాని పక్కనే ఉన్న బేకరీ నష్టపోతేనే అది సాధ్యం. వెనిస్ నగరం అభివృద్ధి సాధించవచ్చు, కానీ జెనోవా పేదరికంలో మగ్గిపోతేనే అది సాధ్యం. ఇంగ్లాండ్ రాజు ధనవంతుడవచ్చు, అది ఫ్రాన్స్ రాజుని దోచుకుంటేనే సాధ్యం. మీరు పయి (pie) ని ఎన్నో రకాలుగా కోయవచ్చు, అంతమాత్రాన అది పెద్దది అవదు.

అందుకే అనేక సంస్కృతులు కట్టలు కట్టలు డబ్బు చేసుకోవటం పాపమని తేల్చాయి. ఏసుక్రీస్తు అన్నట్టు, "ధనవంతుడు దేవుడి రాజ్యంలో ప్రవేశించటం కన్నా ఒక ఒంటె సూది బెజ్జంలోంచి బైటికి నడవటం సులభం" (మాథ్యూ 19:24). పయి ఆకారం

అలాగే ఉండి నాకు పెద్ద ముక్క దొరికితే, నేను ఇంకొకరి ముక్కలో కొంతభాగాన్ని తీసుకున్నానన్నమాట. ధనవంతులకి తాము చేసిన దుష్కృత్యాలకి పరిహారంగా, తమ దగ్గర అదనంగా ఉన్న సంపదని దానధర్మాలకి వినియోగించక తప్పలేదు.

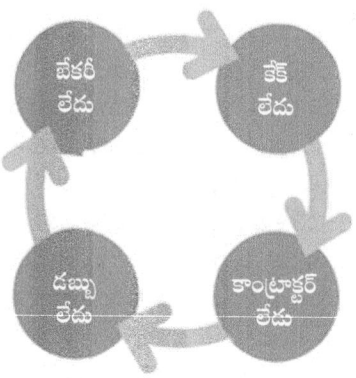

పారిశ్రామికవేత్త అనిశ్చిత స్థితి

ప్రపంచపరమైన పయి ఒకే ఆకారంలో ఉండినట్టయితే రుణం అనేదానికి అవకాశమే లేదు. రుణమే ఈనాటి 'పయి'కీ, రేపటి 'పయి'కీ గల తేడా. పయి అదే ఆకారంలో ఉంటే ఇక రుణం దేనికి? మీ దగ్గరున్న డబ్బు ఇమ్మని అడిగే బేకర్ గాని, రాజు గాని తన పోటీదారు దగ్గర్నుంచి ఒక ముక్క పయి దొంగిలిస్తే తప్ప అటువంటి ప్రమాదాన్ని ఎవరూ కోరి తెచ్చుకోరు. అందుకే ఆధునిక కాలానికి పూర్వం అప్పు దొరకటమనేది కష్టంగా ఉండేది. ఎవరికైనా అది దొరికినా, ఏ చిన్న మొత్తమో, కేవలం కొన్ని రోజులకి హెచ్చు వడ్డీకో దొరికేది. రాత్రికి రాత్రి పరిశ్రమలో పైకొచ్చినవాళ్లు కొత్త బేకరీలు తెరిచేందుకు కష్టపడేవాళ్లు. పెద్ద పెద్ద రాజభవనాలు కట్టించాలనీ, యుద్ధాలు చేయాలనీ అనుకున్న మహారాజులు ఆ పనులకి అవసరమ్యే నిధుల్ని సంపాదించేందుకు పెద్దెత్తున పన్నులూ, కప్పాలూ విధించవలసివచ్చేది. రాజులకి అదిపెద్ద విషయమేమీ కాదు. (వాళ్ళ ప్రజలు అణకువగా ఉన్నంతకాలం) కానీ అంట్లు తోముకునే ఒక పనిమనిషికి బేకరీ ప్రారంభించాలనీ, ప్రపంచంలో పేరుప్రతిష్ఠలు సంపాదించుకుని ఎదగాలనే గొప్ప ఆలోచన వస్తే, సామాన్యంగా ఆమె రాజభవనం వంటింట్లో నేల కడుగుతూ తన కోరిక నెరవేరేందుకు అవసరమైన డబ్బు గురించి కలలు కంటూ ఉండిపోవలసిందే.

అన్ని విధాలా అది నష్టమే కలిగిస్తుంది. చేతిలో డబ్బు తక్కువుండటం వల్ల జనానికి కొత్త వ్యాపారాలు ప్రారంభించేందుకు డబ్బు సమకూర్చుకోవడం కష్టమైంది. కొత్త వ్యాపారాలు తక్కువగా ఉండటంచేత ఆర్థిక పరిస్థితిలో ఎదుగుదల లేకుండా పోయింది. ఎదుగుదల లేకపోవటంవల్ల అది ఎప్పటికీ పుంజుకోదని జనం అనుకున్నారు, ఇక పెట్టుబడికి డబ్బు అందుబాటులో ఉన్నవాళ్లు డబ్బు అప్పు ఇచ్చి అవతలివారిని మోసం

చేసేందుకు ప్రయత్నించారు. ఎక్కడ వేసిన గొంగళి అక్కడే ఉంటుందన్న నమ్మకం వాస్తవంగా మారింది.

ఆధునిక ఆర్థిక వ్యవస్థ తాలూకు మాయావలయం

పెరిగే పయి (పైభాగం కరకరలాడే కేకులాంటి పదార్థం)

అప్పుడొచ్చింది శాస్త్రీయ విప్లవం, ప్రగతి అనే ఆలోచనా. మనకేమీ తెలీదని ఒప్పుకుని వనరులని పరిశోధనలకు ఉపయోగించుకుంటే పరిస్థితులు మెరుగవుతాయి, అలా అనుకోవటమే ప్రగతి అనే ఆలోచనకి ఆధారమైంది. ఈ ఆలోచన వెంటనే ఆర్థికపరమైన భాషలోకి తర్జుమా అయిపోయింది. ప్రగతిని నమ్మినవారెవరైనా సరే భౌగోళికంగా జరిగే ఆవిష్కరణలనీ, సాంకేతికపరమైన ఆవిష్కరణలనీ, సంస్థాగతమైన అభివృద్ధి మానవులు చేసే ఉత్పత్తినీ, వాణిజ్యాన్నీ, సంపదనీ మొత్తంగా పెంచుతుందని నమ్ముతారు. హిందూ మహాసముద్రంలో ఉండే పాత మార్గాలని నాశనం చెయ్యకుండా అట్లాంటిక్ వాణిజ్యానికి కొత్త మార్గాలు అభివృద్ధి చెయ్యగలిగింది. పాత వస్తువుల ఉత్పత్తిని తగ్గించకుండా కొత్తవి ఉత్పత్తి చెయ్యటం సాధ్యమైంది. ఉదాహరణకి చాక్లెట్ కేకులు, క్రొసాంట్లూ (తియ్యటి బన్నులు) చెయ్యటంలో నేర్పుగలవారెవరైనా కొత్త బేకరీలు తెరవచ్చు. దానివల్ల బ్రెడ్డులు మాత్రమే తయారుచేసే బేకరీలు దెబ్బతినవు. అందరూ కొత్త రుచులకి అలవాటు పడి ఎక్కువ పదార్థాలు తింటారంతే. నిన్ను పేదవాణ్ణి చెయ్యకుండా నేను ధనవంతుడినవచ్చు; నువ్వు ఆకలికి మాడి చనిపోకపోయినా, నాకు ఊబకాయం రావచ్చు. ప్రపంచమనే ఈ మొత్తం పయి పూర్తిగా పెరగవచ్చు.

గత 500 సంవత్సరాలుగా ప్రగతి అనే ఆలోచన వల్ల జనానికి భవిష్యత్తుమీద నమ్మకం పెరిగింది. ఈ నమ్మకమే క్రెడిట్‌ని సృష్టించింది; క్రెడిట్ వల్ల ఆర్థికంగా అభివృద్ధి చోటుచేసుకుంది; ఆ అభివృద్ధి భవిష్యత్తుమీద నమ్మకాన్ని పెంచి మరింత క్రెడిట్‌కి మార్గం

తెరిచింది. అది రాత్రికి రాత్రి జరిగిన సంఘటన కాదు. ఆర్థిక వ్యవస్థ బెలూన్‌లాగ ఒకేసారి పైకి పోలేదు, రోలర్ కోస్టర్ లాగ పైకీ కిందికీ కదులుతూ ముందుకి సాగింది. కానీ కాలక్రమాన, కుదుపులు ఆగిన తరవాత, అది దిశ మారకుండా సూటిగా కదిలింది. ఈనాడు లోకంలో ఎంత క్రెడిట్ ఉన్నదంటే, ప్రభుత్వాలూ, వ్యాపార సంస్థలూ, వ్యక్తులూ కూడా సులభంగా పెద్ద మొత్తాలు, ఎక్కువ కాలం, తక్కువ వడ్డీకి అప్పుగా తీసుకోగలుగుతున్నారు. ఆ మొత్తం వాళ్ళ ఆదాయంకన్నా చాలా ఎక్కువగా ఉంటుంది.

ప్రపంచ పయి (pie) ఎదుగుదలమీద నమ్మకం విప్లవాత్మకమైన దోవపట్టింది. 1776లో స్కాట్లాండ్ అర్థశాస్త్రజ్ఞుడు ఆడమ్ స్మిత్ ద వెల్త్ ఆఫ్ నేషన్స్ అనే పుస్తకం ప్రచురించాడు. ఆ పుస్తకం అన్నిటికన్నా ముఖ్యమైన ఆర్థిక ప్రకటన పత్రంగా ఎప్పటికీ నిలిచిపోవచ్చేమో. ఈ గ్రంథం మొదటి ఖండంలోని ఎనిమిదో అధ్యాయంలో స్మిత్ ఒక నూతన వాదాన్ని లేవదీశాడు : ఒక భూస్వామి, ఒక నేతగాడు, ఒక జోళ్ళు తయారుచేసేవాడు, తన కుటుంబాన్ని పోషించేందుకు అవసరమైనదానికన్నా ఎక్కువ లాభాలు సంపాదిస్తూ ఉన్నట్టయితే, ఆ అదనంగా ఉన్న డబ్బుతో తనకి సాయానికి మనుషులని పెట్టుకుని తన లాభాలని మరింత పెంచుకుంటాడు. లాభాలు పెరిగినకొద్దీ అతను సహాయానికి మరింత మందిని పనిలో పెట్టుకుంటాడు. వ్యక్తిగతమైన పరిశ్రమలకి లభించే లాభాలు పెరిగితే సామూహిక సంపద, సమృద్ధిలో కూడా పెరుగుదల ఉంటుందని అనుకోవాలి.

ఇది మౌలికమైన ఆలోచన అని మీకు అనిపించకపోవచ్చు. మనమందరం జీవించే ఈ పెట్టుబడిదారీ ప్రపంచం స్మిత్ అన్న మాటలకి అంత ప్రాధాన్యం ఇవ్వదు. ఇవే మాటలని మనం రోజూ వార్తల్లో రకరకాలుగా వింటూనే ఉంటాం. అయినప్పటికీ సొంత లాభాలని పెంచుకోవాలన్న స్వార్థం మానవుల్లో ఉండటం వల్లే అది సామూహిక సంపదకు పునాది అవుతుందన్న స్మిత్ వాదన మానవ చరిత్రలోనే అతివిప్లవాత్మకమైన ఆలోచన.

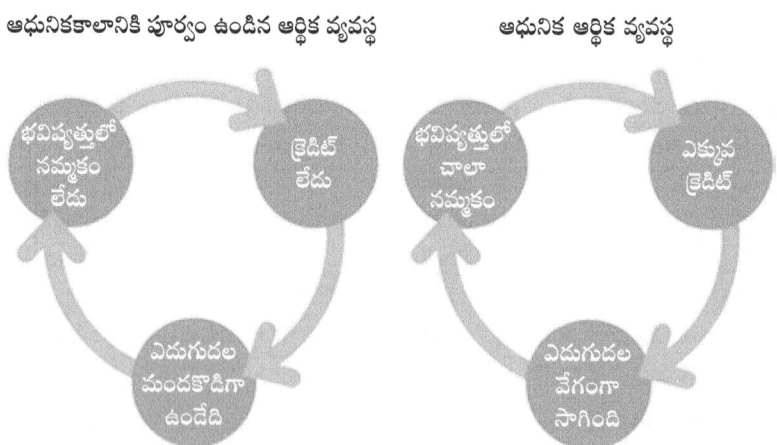

ఆధునికకాలానికి పూర్వం ఉండిన ఆర్థిక వ్యవస్థ **ఆధునిక ఆర్థిక వ్యవస్థ**

భవిష్యత్తులో నమ్మకం లేదు
క్రెడిట్ లేదు
ఎదుగుదల మందకొడిగా ఉండేది
భవిష్యత్తులో చాలా నమ్మకం
ఎక్కువ క్రెడిట్
ఎదుగుదల వేగంగా సాగింది

సంక్షిప్త ప్రపంచ ఆర్థిక చరిత్ర

కేవలం ఆర్థిక దృష్టితోనే కాదు, నైతిక, రాజకీయ దృష్టితో చూస్తే ఇది మరింత విప్లవాత్మకమని అనిపిస్తుంది. ఇంతకీ స్మిత్ అనేదేమిటంటే, లోభం మంచిదే, నేను ధనవంతుడినైతే నాకు మాత్రమే కాక అది అందరికీ లాభమే. స్వార్థమే నిస్వార్థం.

ఆర్థిక వ్యవస్థ 'అందరికీ లాభం చేకూర్చే పరిస్థితి' అని ఆలోచించటం నేర్పాడు స్మిత్. అటువంటి పరిస్థితిలో నాకు దక్కే లాభాలు నీకు కూడా దక్కినట్టే అనుకోవాలి. ఒకే సమయంలో ఇద్దరం 'పయి'లోంచి పెద్ద ముక్క తీసుకోవచ్చు, కానీ నీ ముక్క పెద్దదవాలంటే నాది కూడా పెద్దదవాల్సి ఉంటుంది. నేను పేదరికంలో ఉంటే నువ్వు ఉత్పత్తిచేసే వస్తువులు కాని, నీ సేవలు కాని కొనే స్థితిలో నేనుండను, అందువల్ల నువ్వు కూడా పేదవాడిగానే ఉండిపోతావు. నేను ధనవంతుడినైతే నువ్వు నాకేదైనా అమ్మి డబ్బు సంపాదించుకుని ధనవంతుడివవుతావు. సంపదకీ, నైతికతకీ సంప్రదాయం చెప్పే వైరుధ్యాన్ని స్మిత్ నిరాకరించి, ధనవంతులకి స్వర్గ ద్వారాలు తెరిచాడు. ధనవంతుడంటే నీతిగలవాడు. స్మిత్ చెప్పిన కథలో జనం తమ పొరుగువారికి నష్టం కలిగించటం ద్వారా ధనవంతులవరు. వాళ్ళు ధనవంతులయేది పయి ఆకారాన్ని అన్నివైపులనుంచీ పెంచటం వల్లనే. పయి పెరిగిన కొద్దీ అందరూ లాభం పొందుతారు. ఆ రకంగా చూస్తే, ధనవంతులు ఈ సమాజానికి అత్యంత ఉపయోగకరమైన దయాళువులు. వాళ్ళు ఎదుగుదల చక్రాలని అందరి లాభం కోసం ముందుకి తీసుకెళ్తారు.

కానీ ధనవంతులు తాము గడించిన లాభాలతో కొత్త కార్ఖానాలు తెరిచి, కొత్త వాళ్ళకి ఉద్యోగాలిస్తేనే గాని, ఆ డబ్బుని వ్యర్థంగా పనికిమాలిన పనులకి ఖర్చు పెడితే దానివల్ల ఎవరికీ మంచి జరగదు. అందుకే స్మిత్ 'లాభాలు పెరిగినప్పుడు ఒక భూస్వామి గాని, నేతగాడు గాని ఇంకా ఎక్కువ మందికి ఉద్యోగాలివ్వాలి', అనే వాక్యాన్ని మంత్రంలా జపించాడే తప్ప, 'లాభాలు పెరిగినప్పుడు స్క్రూజ్ ఒక పెట్టెలో తన డబ్బంతా దాచిపెడతాడు, నాణేలని లెక్కపెట్టేందుకు మాత్రమే దాన్ని బైటికి తీస్తాడు', అనలేదు. కొత్త నైతికత తలెత్తటం ఆధునిక పెట్టుబడిదారీ వ్యవస్థలోని ఒక ముఖ్య భాగం. ఆ నీతిని అనుసరించి లాభాలని మళ్ళీ ఉత్పత్తి చేసేందుకు మదుపు పెట్టటం తప్పనిసరి. దీనివల్ల మరిన్ని లాభాలు పొందటం సాధ్యమౌతుంది. ఆ పరంపర అనంతంగా అలా కొనసాగుతూనే ఉంటుంది. మదుపు పెట్టటమనేది ఎన్నో రకాలుగా ఉంటుంది : కార్ఖానాని ఇంకా పెద్దగా నిర్మించటం, శాస్త్రీయ పరిశోధనలు చేపట్టటం, కొత్త వస్తువులను తయారుచెయ్యటం. కానీ ఏది ఏమైనా ఈ మదుపు పెట్టిన డబ్బు ఉత్పత్తిని పెంచేదై ఉండాలి, దానివల్ల మరింత లాభం పొందగలగాలి. కొత్త పెట్టుబడిదారీ మతంలో మొదటిదీ, అన్నిటికన్నా పవిత్రమైనదీ ఈ కమాండ్ మెంట్ : 'ఉత్పత్తి వల్ల ఆర్జించే లాభాలని మరింత ఉత్పత్తి చేసేందుకు మళ్ళీ మళ్ళీ మదుపు పెట్టాలి'.

అందుకే పెట్టుబడిదారీ వ్యవస్థని 'పెట్టుబడిదారీ వ్యవస్థ' అంటారు. పెట్టుబడిదారీ వ్యవస్థ కేవలం సంపదని కాకుండా పెట్టుబడికి ప్రాధాన్యం ఇస్తుంది. పెట్టుబడి అంటే ఉత్పత్తి చేసేందుకు మదుపు పెట్టే డబ్బు, వస్తువులు, వనరులు. కానీ సంపద నేలలో పాతిపెట్టబడి ఉంటుంది, లేదా ఎటువంటి ఉత్పత్తికీ పనికిరాని కార్యకలాపాల్లో

వ్యర్థమైపోతుంది. తన వనరు లన్నిటినీ ఉత్పత్తికి పనికిరాని పిరమిడ్లకి ధారబోసిన ఫారో పెట్టుబడిదారు కాదు. సముద్రపు దొంగ ఒక స్పానిష్ నౌకని దోచుకుని ఆ తళతళలాడే నాణేలున్న పెట్టెని కరీబియన్ ద్వీపం సముద్రతీరాన ఉన్న ఇసుకలో పాతిపెడితే అతను పెట్టుబడిదారు అనిపించకోడు. కానీ కష్టపడి కార్ఖానాలో పనిచేసే ఒక కార్మికుడు తన ఆదాయంలో కొంత భాగాన్ని షేర్ మార్కెట్‌లో మదుపు పెడితే అతను పెట్టుబడిదారు అవుతాడు.

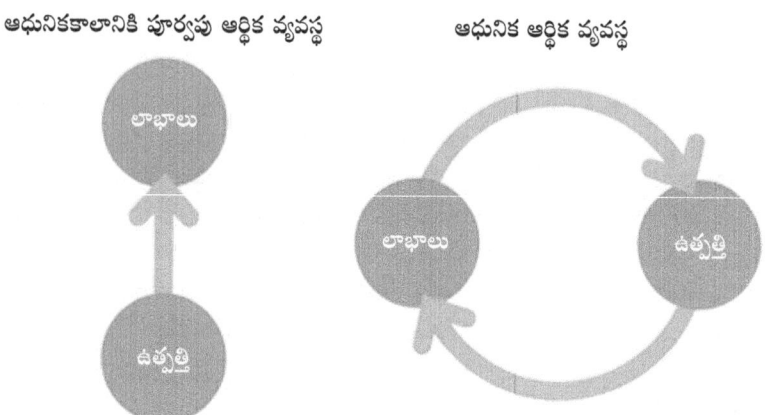

ఆధునికకాలానికి పూర్వపు ఆర్థిక వ్యవస్థ
ఆధునిక ఆర్థిక వ్యవస్థ

'ఉత్పత్తి వల్ల ఆర్జించిన లాభాలని మరింత ఉత్పత్తి చేసేందుకు మదుపు పెట్టాలి,' అనే మాటలు బోలుగా వినిపిస్తాయి. కానీ అది చరిత్ర క్రమంలో చాలామందికి పూర్తిగా అవగాహన లేని విషయం. ఆధునిక కాలానికి పూర్వం ఉత్పత్తి స్థాయి అటూ ఇటూగా ఒకే రకంగా ఉంటుందని జనం నమ్మారు. మీరేం చేసినా ఉత్పత్తిలో చెప్పుకోదగ్గ ఎదుగుదల ఉండనప్పుడు మీ లాభాలని మళ్ళీ మదుపు పెట్టటం దేనికి? మధ్యయుగపు రాజవంశీయులు ఉదారంగా విరాళాలివ్వటం, గొప్పగా ధనాన్ని ప్రదర్శిస్తూ అనుభవించటం నైతికత అని నమ్మారు. తమ ధనాన్ని వాళ్ళు క్రీడల పోటీలకీ, విందులకీ, పెద్ద పెద్ద భవనాలకీ, యుద్ధాలకీ, దానధర్మాలకీ, పెద్ద పెద్ద చర్చిలకీ ఖర్చుపెట్టారు. తమ భవంతి నుంచి జరిగే ఉత్పత్తిని పెంచేందుకూ, నాణ్యమైన గోధుమలు పండించేందుకూ, కొత్త వ్యాపార అవకాశాలకోసం వెతికేందుకూ లాభాలని మళ్ళీ మదుపు పెట్టాలన్న ఆలోచన మాత్రం ఎవరికీ రాలేదు.

ఆధునిక యుగంలో ఆ రాజవంశీయుల స్థానంలో కొత్త ఉన్నతవర్గం వచ్చింది. ఆ వర్గంలోని సభ్యులు పెట్టుబడిదారీ మతాన్ని మనస్ఫూర్తిగా నమ్ముతారు. ఈ కొత్త పెట్టుబడిదారీ ఉన్నతవర్గంలో రాజులూ, జమీందారులూ ఉండరు. ఇక్కడ ఉండేది బోర్డ్ ఛైర్మన్‌లూ, షేర్ల వ్యాపారులూ, పారిశ్రామిక వేత్తలూ. మధ్యయుగంనాటి ఉన్నతవర్గంకన్నా ఈ పారిశ్రామికవేత్తలు ఎక్కువ ధనవంతులు, కానీ వాళ్ళకి ఆడంబరంగా ఖర్చు

పెట్టటంలో ఆసక్తి లేదు. ఉత్పత్తికి దోహదం చెయ్యని కార్యకలాపాలకి వాళ్ళు తమ లాభాల్లో చాలా తక్కువ వంతు ఖర్చుచేస్తారు.

మధ్యయుగంలో ఉన్నతవర్గం మనుషులు రంగురంగుల పట్టు దుస్తులు వేసుకునేవారు, వాటిమీద బంగారు జరీతో కుట్టిన పువ్వులూ, లతలూ ఉండేవి. వాళ్ళు ఎక్కువ సమయాన్ని విందులకీ, వినోదాలకీ, ఆకర్షణీయమైన క్రీడల పోటీలకీ వెచ్చించేవారు. వాళ్ళతో పోలిస్తే ఆధునిక ప్రధాన అధికారి ఏమాత్రం అందంగా లేని సూట్లనే యూనిఫారాలు వేసుకుంటాడు. కాకి మూకకి ఎంత హుందాతనముంటుందో వీళ్ళకీ ఆ సూట్ల వల్ల అంతే ఉంటుంది. వాళ్ళకి సంబరాలు చేసుకునే తీరిక అసలే ఉండదు. సగటు వెంచర్ క్యాపిటలిస్ట్ (సాహసంగల పెట్టుబడిదారు) ఒక వ్యాపార సమావేశం నుంచి మరో సమావేశానికి పరుగులు పెడుతూ, తన పెట్టుబడిని ఎక్కడ మదుపు పెట్టాలో అర్థం చేసుకునేందుకు ప్రయత్నిస్తాడు. తన దగ్గరున్న బాండ్లూ, షేర్లూ పైకీ, కిందికీ పోతూ ఉండటాన్ని గమనిస్తూ ఉంటాడు. నిజమే, అతను తొడుక్కునే సూట్లు వెర్సేస్‌వి అయుండవచ్చు, అతను సొంత జెట్ విమానంలో ప్రయాణం చెయ్యవచ్చు, కానీ మానవ ఉత్పత్తులని పెంచేందుకు అతను మదుపు పెట్టే డబ్బుతో పోలిస్తే వీటికయే ఖర్చులు లెక్కలోకి రావు.

వెర్సేస్ తొడుక్కునే వ్యాపార దక్షులు మాత్రమే ఉత్పత్తిని పెంచేందుకు మదుపు పెట్టరు. సామాన్యులూ, ప్రభుత్వ ఏజెన్సీలూ కూడా ఈ విధంగానే ఆలోచిస్తాయి. మధ్యతరగతి ఇళ్ళల్లో భోజనాలు చేసేటప్పుడు కాసేపటికల్లా తాము పొదుపు చేసిన డబ్బుని షేర్ మార్కెట్లో పెట్టాలా, బాండ్లు కొనాలా లేక స్థిరాస్తి కొనటం మంచిదా అనే అంతులేని వాదనల్లోకి ఎన్నిసార్లు దిగటం మనం చూడలేదు? భవిష్యత్తులో ఆదాయం పెరుగుతుందని ప్రభుత్వాలు కూడా పన్ను రూపంలో కూడబెట్టిన డబ్బుని ఉత్పత్తిని చేపట్టే పరిశ్రమల్లో పెట్టాలని ప్రయత్నిస్తాయి. ఉదాహరణకి, కొత్త రేవు నిర్మించటంవల్ల కార్ఖానాలు తమ ఉత్పత్తులను సులభంగా ఎగుమతి చెయ్యగలుగుతాయి. అప్పుడు ఆదాయం పెరిగి వాళ్ళు కట్టే పన్ను రుసుము కూడా పెరుగుతుంది, అప్పుడు భవిష్యత్తులో ప్రభుత్వానికి కూడా ఎక్కువ డబ్బు లభిస్తుంది. మరో ప్రభుత్వం విద్యకి డబ్బు మదుపు పెట్టాలని అనుకోవచ్చు. విద్యావంతులు హైటెక్ పరిశ్రమలకి లాభకరమైన ఆధారం అవుతారన్న ఆశ ప్రభుత్వానికి ఉండవచ్చు. ఆ పరిశ్రమలు విశాలమైన రేవుల అవసరం లేకుండానే బోలెడంత పన్ను చెల్లించే స్థితిలో ఉంటాయి.

పెట్టుబడిదారీ వ్యవస్థ ఆర్థిక విధానం పనిచేసే ఒక సిద్ధాంతంగా ప్రారంభమైంది. అందులో వివరణలూ, నిర్దేశాలూ ఉండేవి. డబ్బు ఎలా పనిచేస్తుందో, లాభాలని మళ్ళీ మదుపు పెట్టటం వల్ల ఆర్థిక ఎదుగుదల ఎలా వేగవంతమౌతుందో అది చెప్పింది. కానీ క్రమక్రమంగా పెట్టుబడిదారీ విధానం కేవలం ఆర్థిక సూత్రాలకి కట్టుబడి ఉండిపోలేదు. ప్రస్తుతం అది ఒక నీతి సూత్రంగా మారింది. మనుషులు ఎలా ప్రవర్తించాలో, తమ పిల్లలని ఎలా చదివించుకోవాలో, చివరికి ఎలా ఆలోచించాలో కూడా నేర్పేందుకు కొన్ని పాఠాలని తయారుచేసింది. ఆర్థిక అభివృద్ధి అన్నిటికన్నా మంచిచేసే విషయమని, లేదా కనీసం మంచికి ప్రతినిధి అనీ చెప్పటమే దాని ముఖ్యోద్దేశం. ఎందుకంటే న్యాయం, స్వేచ్ఛ,

చివరికి సంతోషం కూడా ఆర్థిక అభివృద్ధి మీదే ఆధారపడి ఉంటాయి. జింబాబ్వేకి గాని, ఆఫ్ఘనిస్తాన్‌కి గాని న్యాయం, రాజకీయ స్వాతంత్ర్యం ఎలా అందజేయాలని ఒక పెట్టుబడిదారుని అడిగి చూడండి, ప్రజాతంత్ర సంస్థలు నిలకడగా ఉండాలంటే ఆర్థిక సంపన్నత, మధ్యతరగతి అభివృద్ధి సాధించటం, అలాగే ఆఫ్ఘాన్ తెగలకి స్వతంత్రంగా వ్యాపారం చేసుకోవటం, పొదుపు చెయ్యటం, స్వావలంబన ఎంత విలువైనవో తెలియ జేయటం ఎంత ముఖ్యమో అతను మీకు ఒక పెద్ద ఉపన్యాసమే ఇచ్చేస్తాడు.

ఆధునిక విజ్ఞానశాస్త్రం వికాసం చెందటం మీద ఈ కొత్త మతం తాలూకు ప్రభావం నిశ్చయంగా ఉందనే అనిపిస్తుంది. శాస్త్రీయ పరిశోధనలకి నిధులు అందజేసేది సామాన్యంగా ప్రభుత్వాలూ, లేదా ప్రైవేట్ వ్యాపారాలూ. పెట్టుబడిదారీ విధానాన్ని పాటించే ప్రభుత్వాలూ, వ్యాపార సంస్థలూ ఒక ప్రత్యేకమైన శాస్త్రీయ ప్రణాళిక కోసం నిధులు సమకూర్చాలనుకున్నప్పుడు, సాధారణంగా మొదట తలెత్తే ప్రశ్న, 'ఈ ప్రణాళిక వల్ల ఉత్పత్తి, లాభాలూ పెరుగుతాయా? ఇది ఆర్థిక అభివృద్ధికి దోహదం చేస్తుందా?' అనేదే. ఈ అడ్డంకులని అధిగమించలేని ప్రణాళికకి డబ్బు మదుపు పెట్టేవాళ్ళు దొరకరు. ఆధునిక విజ్ఞానశాస్త్రం చరిత్రలో పెట్టుబడిదారీ విధానం ప్రస్తావన లేకుండా ఉండదు.

దీనికి మరోవైపు విజ్ఞానశాస్త్రాన్ని లెక్కలోకి తీసుకోకపోతే పెట్టుబడిదారీ విధానం తాలూకు చరిత్ర అర్థం కాదు. ఈ ప్రపంచం గురించి మనకి తెలిసిన విషయాలన్నిటిలోనూ ఆర్థిక అభివృద్ధిలో పెట్టుబడిదారీ విధానానికున్న నమ్మకం కొట్టొచ్చినట్టు కనిపిస్తూనే ఉంటుంది. ఒక తోడేళ్ళ సమాజం తమకు గొర్రెలు సరఫరా అవటం ఎడతెగకుండా జరుగుతూనే ఉంటుందని నమ్మితే అది మూర్ఖత్వమే అనిపించుకుంటుంది. అయినా ఆధునిక యుగంలో మానవ సమాజంలో ఆర్థిక వ్యవస్థ అభివృద్ధి చెందుతూనే ఉంది, ఎందుకంటే శాస్త్రజ్ఞుల ధర్మమా అని ప్రతి కొన్నేళ్ళకీ ఒక కొత్త ఆవిష్కరణో, పరికరమో వెలువడుతూనే ఉంటుంది. ఉదాహరణకి అమెరికా భూఖండం, అంతర్దహన యంత్రం (ఇంటర్నల్ కంబషన్ ఇంజన్), లేదా జన్యుమార్పిడితో సృష్టించిన గొర్రెలు. బ్యాంకులూ, ప్రభుత్వాలూ డబ్బు ముద్రిస్తాయి, కానీ బిల్లు చెల్లించేది మాత్రం శాస్త్రజ్ఞులే.

గత కొన్నేళ్ళుగా బ్యాంకులూ, ప్రభుత్వాలూ వెర్రిగా డబ్బు ముద్రిస్తున్నాయి. ప్రస్తుతం నెలకొన్న ఆర్థిక సంక్షోభం ఆర్థిక వ్యవస్థని పెరగకుండా ఆపివేస్తుందేమోనని అందరికీ ఆదుర్దాగా ఉంది. అందుకే వాళ్ళు కొన్ని లక్షల కోట్ల డాలర్లు, యూరోలు, యెన్‌లూ శూన్యంలోంచి సృష్టిస్తున్నారు, వ్యవస్థలోకి చవకరకం క్రెడిట్‌ని పంపిస్తున్నారు, ఈ నీటిబుడగ పగిలిపోయే లోపల శాస్త్రజ్ఞులూ, సాంకేతిక నిపుణులూ, ఇంజనీర్లూ ఏదైనా పెద్ద పరిష్కారాన్ని కనిపెడతారన్న ఆశతో ఉన్నారు. అంతా ప్రయోగశాలలలో ఉండే వాళ్ళమీదే ఆధారపడి ఉంది. బయోటెక్నాలజీ, ఆర్టిఫిషల్ ఇంటెలిజెన్స్ (కృత్రిమ జ్ఞానం) పూర్తి కొత్త పరిశ్రమలను సృష్టించవచ్చు. బ్యాంకులకీ, ప్రభుత్వాలకీ 2008 నుంచీ లక్షలకోట్లు తమ దగ్గర ఉన్నాయన్న భ్రమని ఆ పరిశ్రమలు సంపాదించే లాభాలు సమర్థిస్తాయి. ఒకవేళ ప్రయోగశాలలు బుడగ బద్దలయే లోపల ఈ ఆశలని నెరవేర్చలేకపోతే మనం గొప్ప కష్టకాలం వైపు ప్రయాణం చేస్తున్నామని అనుకోవాలి.

కొలంబస్ ఒక పెట్టుబడిదారు కోసం వెతుకుతాడు

ఆధునిక విజ్ఞానశాస్త్రం అభివృద్ధి చెందేందుకు మాత్రమే కాకుండా పెట్టుబడిదారీ విధానం యూరోపియన్ సామ్రాజ్యవాదం పుట్టుకకి కూడా నిశ్చయంగా కారణమయింది. అసలు పెట్టుబడిదారీ క్రెడిట్ వ్యవస్థని సృష్టించిందే యూరోపియన్ సామ్రాజ్యవాదం. అయినా క్రెడిట్ కనుగొనబడింది ఆధునికయుగంలో యూరప్‌లో కాదు. అది వ్యవసాయ సమాజాలన్నిటిలోనూ ఉండేది. ఆ తరవాత ఆధునిక యుగారంభంలో యూరప్‌లో పుట్టిన పెట్టుబడిదారీ వ్యవస్థ ఆసియాలో జరిగిన ఆర్థిక అభివృద్ధితో దగ్గరగా ముడిపడి ఉండేది. ఇది కూడా గుర్తుంచుకోండి, పద్ధెనిమిదో శతాబ్దం ఆఖరి వరకూ ఆసియా ప్రపంచానికంతటికీ ఆర్థిక అధికార కేంద్రంగా ఉండేది. అంటే చైనా, ముస్లిమ్, భారతదేశాలకన్నా యూరప్ దగ్గర పెట్టుబడి చాలా తక్కువగా ఉండేది.

అయినప్పటికీ, చైనా, భారతదేశం, ముస్లిమ్ ప్రపంచంలోని సామాజిక-రాజకీయ వ్యవస్థల్లో క్రెడిట్‌కి అంత ప్రాముఖ్యం ఉండేది కాదు. ఇస్తాన్‌బుల్, ఇస్ ఫహాన్, ఢిల్లీ, బీజింగ్ అంగళ్ళలో ఉండే వర్తకులూ, బ్యాంకర్లూ పెట్టుబడిదారీ విధానంలోనే ఆలోచించి ఉండవచ్చు, కానీ భవనాలలో ఉండే రాజులూ, సేనాపతులూ వర్తకులనీ, వాళ్ళ ఆలోచనా ధోరణినీ లక్ష్యం చేసేవారు కాదు. ఆధునిక యుగారంభంలో యూరోపేతర సామ్రాజ్యాలని స్థాపించినవారు నరాసి, నాదెర్‌షా లాంటి మహావిజేతలూ, చిన్, ఒట్టోమాన్ సామ్రాజ్యలలోని ప్రభుత్వం లేదా సైన్యంలో పనిచేసే ఉన్నతవర్గ సభ్యులూ. పన్నులూ, దోపిడీల (రెంటికీ మధ్యగల సున్నితమైన తేడాని పట్టించుకోకుండా) ద్వారా యుద్ధాలకి నిధులు సమకూరుస్తూ, వాళ్ళు క్రెడిట్ వ్యవస్థని అసలు పట్టించుకోలేదు. బ్యాంకర్ల, పెట్టుబడిదారుల లాభాల గురించి ఇంకా తక్కువగా ఆలోచించారు.

మరోవైపు యూరప్‌లో, రాజులూ, సేనాపతులూ క్రమక్రమంగా వర్తకుల ఆలోచనా విధానాన్ని స్వీకరించారు, కానీ అది వర్తకులూ, బ్యాంకర్లూ ఆధిపత్యాన్ని చేపట్టి ఉన్నత వర్గంగా మారేవరకే. యూరప్ ప్రపంచాన్ని ఆక్రమించటానికి నిధులు సమకూర్చటమనేది పన్నుల ద్వారా కాకుండా, క్రెడిట్ ద్వారానే జరిగింది. తాము పెట్టిన పెట్టుబడికి వీలైనంత ఎక్కువ లాభాలు రావాలనే కోరికతో పెట్టుబడిదారులు దీనికి దిశానిర్దేశం చెయ్యటం ఎక్కువైంది. ఫ్రాక్ కోటులు వేసుకుని, పొడుగాటి టాప్ హ్యాట్లు పెట్టుకునే బ్యాంకర్లూ, వర్తకులూ నిర్మించిన సామ్రాజ్యాలు, బంగారు జరీ దుస్తులూ, మెరిసే కవచాలూ తొడుక్కున్న రాజులూ, రాజవంశీయులూ నిర్మించిన సామ్రాజ్యాలని ఓడించాయి. వర్తకులు నిర్మించిన సామ్రాజ్యాలు తమ విజయాలకి నిధులు సమకూర్చటంలో ఎక్కువ చాతుర్యం చూపాయి. పన్నులు కట్టటం ఎవరికీ ఇష్టముండదు, కానీ పెట్టుబడి పెట్టటానికి అందరూ సంతోషంగా ఒప్పుకుంటారు.

1484లో తూర్పు ఆసియాలో కొత్త వర్తక మార్గాలను కనుగొనేందుకు పడమటి దిశగా కొన్ని నావల సమూహం ప్రయాణించాలనుకుంటోందనీ, దానికి అవసరమైన నిధులు ఇమ్మనీ అడిగేందుకు క్రిస్టఫర్ కొలంబస్ పోర్చుగల్ రాజు దగ్గరకి వెళ్ళాడు.

అటువంటి అన్వేషణల కోసం చేసే యాత్రలు చాలా ప్రమాదకరమైనవీ, ఖర్చుతో కూడుకున్నవీ. నావలని నిర్మించేందుకు, ఆహార సరుకులు కొనేందుకు, నావికులకీ, సైనికులకీ జీతాలిచ్చేందుకు బోలెడంత డబ్బు కావాలి. ఇంతా చేస్తే అనుకున్న ఫలితం దక్కుతుందన్న హామీ ఉండదు. పోర్చుగల్ రాజు ఆ అభ్యర్థనని నిరాకరించాడు.

కొత్తగా రంగంలోకి దిగిన ఈనాటి పారిశ్రామికవేత్తలా కొలంబస్ తన ప్రయత్నాన్ని మానలేదు. ఈ ఆలోచనని అతను ఇటలీ, ఫ్రాన్స్, ఇంగ్లాండ్‌కీ, మళ్ళీ ఒకసారి పోర్చుగల్ వెళ్ళి పెట్టుబడి పెట్టగలరు అనుకున్నవారి ముందుంచాడు. ప్రతిసారీ అతనికి నిరాకరణే ఎదురైంది. తరవాత అతను కొత్తగా కలిసిపోయిన స్పెయిన్ రాజు ఫెర్డినాన్డ్, రాణి ఇసబెల్లా దగ్గరకెళ్ళి తన అదృష్టాన్ని పరీక్షకి పెట్టాడు. అవతలివాళ్ళని ఒప్పించటంలో బాగా అనుభవమున్న కొంతమందిని వెంటపెట్టుకుని వెళ్ళాడు. వాళ్ళ సాయంతో అతను రాణి ఇసబెల్లాని మదుపు పెట్టేందుకు ఒప్పించగలిగాడు. ఇసబెల్లాకి దానివల్ల ఎలాంటి లాభం కలిగిందో ప్రతి స్కూలు విద్యార్థికీ తెలుసు. ఆమె జాక్‌పాట్ కొట్టేసింది. కొలంబస్ ఆవిష్కరణలు స్పెయిన్ సేనలు అమెరికాని ఆక్రమించేందుకు దోహదం చేశాయి. అక్కడ వాళ్ళు బంగారం, వెండి గనులు స్థాపించటమే కాకుండా, పంచదార, పొగాకు తోటలు పెంచి స్పానిష్ రాజుల్నీ, బ్యాంకర్లనీ, వర్తకులనీ వాళ్ళు కలలు కన్నదానికన్నా గొప్ప ధనవంతులుగా చేశారు.

వందేళ్ళు గడిచాక యువరాజులూ, బ్యాంకర్లూ కొలంబస్ వారసులకి మరింత డబ్బు అందించేందుకు ముందుకొచ్చారు. అమెరికాలో సంపాదించిన నిధుల ధర్మమా అని మదుపు పెట్టేందుకు వాళ్ళకి మరింత ఎక్కువ పెట్టుబడి దొరికింది. అంతే ముఖ్యమైన మరో విషయం, అన్వేషణల్లో రాజులకీ, బ్యాంకర్లకీ నమ్మకం పెరిగి వాళ్ళు డబ్బు ఇచ్చేందుకు సుముఖత్వం చూపించారు. ఇదే సామ్రాజ్యవాద పెట్టుబడిదారీ వ్యవస్థ తాలూకు మాయా వలయం : క్రెడిట్ కొత్త ఆవిష్కరణలకి నిధులు సమకూర్చింది; ఆవిష్కరణలు కాలనీల నిర్మాణానికి దారితీశాయి; కాలనీలు లాభాలు చేకూర్చాయి; లాభాలు నమ్మకాన్ని పెంచాయి; నమ్మకం మరింత క్రెడిట్‌గా తర్జుమా అయింది. నర్సాసి, నాదెర్ షా బళ్ళలో కొన్నివేల కిలోమీటర్ల తరవాత చమురు అయిపోయింది. పెట్టుబడిదారీ పారిశ్రామికవేత్తలు తమ ఆర్థిక వేగాన్ని ఒక్కొక్క విజయం తరవాతా పెంచుకుంటూ పోయారు.

కానీ అన్వేషణ కోసం చేసిన ఈ యాత్రలు ఫలితాలు తప్పక లభిస్తాయన్న హామీ ఇవ్వలేకపోయాయి, అందుకని క్రెడిట్ మార్కెట్లు చాలా అప్రమత్తంగా ఉండేవి. ఎన్నో యాత్రలు విలువైన సమాచారం సేకరించకుండా ఉత్తచేతులతో యూరప్‌కి వెనక్కి వచ్చిన సందర్భాలున్నాయి. ఉదాహరణకి, ఆర్కిటిక్ గుండా ఆసియాకి వాయవ్య దిశగా మార్గం కనుక్కునేందుకు ఇంగ్లీష్ వాళ్ళు బోలెడంత పెట్టుబడిని వృథా చేశారు. మరెన్నో యాత్రలు చేపట్టినవాళ్లు అసలు వెనక్కిరానేలేదు. నౌకలు మంచు దిబ్బలను ఢీకొనేవి, ఉష్ణమండలాలలో చెలరేగే తుఫానుల్లో చిక్కుకుని దారితప్పేవి, లేదా సముద్రపు దొంగల పాల పడేవి. మదుపుపెట్టగల వాళ్ళ సంఖ్యని పెంచేందుకూ, తాము ఎదుర్కోబోయే ప్రమాదాలను

తగ్గించేందుకూ యూరోపియన్లు పరిమిత బాధ్యత (లిమిటెడ్ లయబిలిటీ) గల ఉమ్మడి షేర్ కంపెనీలని ఆశ్రయించారు. ఒకే ఒక డొక్కు నౌక మీద తన డబ్బునంతా మదుపు పెట్టే ఒకే ఒక పెట్టుబడిదారుకి బదులు, ఉమ్మడి షేర్ కంపెనీ బోలెడంతమంది పెట్టుబడిదారులనుంచి డబ్బు సేకరించి మదుపు పెట్టేది. దానివల్ల ఒక్కొక్క పెట్టుబడిదారూ తక్కువ డబ్బు కోల్పోయే ప్రమాదానికి సిద్ధపడేవాడు. ఆ రకంగా నష్టాలను తగ్గించేవారు కానీ లాభాలకి మాత్రం పరిమితి ఉండేది కాదు. సరైన నౌక మీద కొంచెం డబ్బు మదుపు పెట్టినా లక్షాధికారి అయే అవకాశం ఉండేది.

ఎన్నో దశబ్దాల పాటు పశ్చిమ యూరప్ అధునాతన ఆర్థిక వ్యవస్థ అభివృద్ధి కావటాన్ని చూస్తూనే ఉంది. తక్కువ వ్యవధిలో ఎక్కువ డబ్బు క్రెడిట్ రూపంలో సంపాదించి దాన్ని ప్రైవేట్ పరిశ్రమలకీ, ప్రభుత్వాలకీ అందజేయ గలిగింది. ఈ వ్యవస్థ రాజ్యాలకన్నా, సామ్రాజ్యాలకన్నా సమర్థంగా అన్వేషణ కోసం చేసే యాత్రలకీ, ఆక్రమణలకోసం చేసే యాత్రలకీ నిధులు సమకూర్చ గలిగింది. స్పెయిన్‌కీ, నెదర్‌లాండ్‌కీ జరిగిన భయంకరమైన పోరులో కొత్తగా కనుగొన్న ఈ క్రెడిట్ తాలూకు శక్తి కనిపిస్తుంది. పదహారో శతాబ్దిలో యూరప్‌లో అన్నిటికన్నా శక్తివంతమైన దేశం స్పెయిన్. ఈ ప్రపంచంలోకెల్లా పెద్ద సామ్రాజ్యాన్ని అది పరిపాలించింది. యూరప్‌లో చాలా భాగం, ఉత్తర అమెరికా, దక్షిణ అమెరికాలో అతిపెద్ద భూభాగాలూ, ఫిలిప్పైన్ ద్వీపాలు, ఆఫ్రికా, ఆసియా తీరాల వెంబడి అనేక స్థావరాలు దాని ఆధిపత్యం కిందే ఉండేవి. ప్రతి సంవత్సరం నౌకల్లో అమెరికా నుంచీ, ఆసియా నుంచీ అమూల్యమైన నిధులు సెర్విల్, కాడిజ్ రేవులకి తరలి వచ్చేవి. నెదర్‌లాండ్స్ అప్పట్లో గాలులతో నిండిన బురదనేలలు. అక్కడ ప్రకృతి వనరులు శూన్యం. స్పెయిన్ రాజు పరిపాలనాక్షేత్రంలో ఒక చిన్న మారుమూల ప్రాంతం అది.

1568లో ప్రొటెస్టెంట్ మతాన్ని ముఖ్యంగా అనుసరించే డచ్ ప్రజలు, కాథలిక్ ప్రభువులైన స్పానిష్ వారిపై తిరుగుబాటు చేశారు. డాన్ క్విక్సోటే పాత్ర వహిస్తూ అజేయమైన గాలివాటుని ధైర్యంగా పక్కకి మళ్ళించే ప్రయత్నం చేస్తున్నట్టు కనిపించింది. కానీ యెనభై యేళ్ళలోగా డచ్ ప్రజలు స్పానిష్ పరిపాలన నుంచి విముక్తి పొంది స్వాతంత్ర్యం సాధించటమే కాకుండా, స్పెయిన్, దాని మిత్రదేశం పోర్చుగీస్‌ని సముద్రమార్గాలనుంచి తొలగించి వాటిమీద ఆధిపత్యం సాధించారు. డచ్ ప్రపంచ సామ్రాజ్యాన్ని నెలకొల్పారు, అది యూరప్‌లో అత్యంత ధనిక దేశంగా పేరుపొందింది.

డచ్ విజయ రహస్యం క్రెడిట్. నేలమీద యుద్ధం చేసేందుకు ఎక్కువ ఇష్టపడని డచ్ నాగరికులు స్పానిష్ సైన్యంతో పోరాడేందుకు కిరాయి సైనికులని నియమించారు. ఈలోపల డచ్ వీరులు ఎప్పుడూ లేనంత పెద్ద నౌకా సమూహాలని సముద్రం మీదికి తీసుకెళ్ళారు. కిరాయి సైనికులకీ, ఫిరంగులతో నిండిన నౌకలకీ బోలెడంత డబ్బు ఖర్చయింది. కానీ శక్తివంతమైన స్పానిష్ సామ్రాజ్యంకన్నా డచ్ దేశం తన సైన్యానికి అయే ఖర్చులని సులభంగా భరించగలిగింది. స్పానిష్ రాజు నిర్లక్ష్యంగా ప్రవర్తించటం వల్ల ఆర్థిక వ్యవస్థ విశ్వాసాన్ని కోల్పోయిన అదే కాలంలో డచ్ దేశం అభివృద్ధి మార్గాన వేగంగా నడుస్తున్న ఆర్థిక వ్యవస్థ విశ్వాసాన్ని పొందగలిగింది. సైన్యాన్నీ, నౌకాదళాలనీ

సమకూర్చుకునేందుకు డచ్ దేశానికి మదుపుపెట్టే వాళ్ళు చాలా సహాయం చేశారు. ఈ సైన్యమూ, నౌకాదళాలూ ప్రపంచ వ్యాప్తంగా వాణిజ్య మార్గాలమీద పట్టు సాధించేందుకు పనికివచ్చాయి. దానివల్ల వాళ్ళకి మంచి లాభాలు వచ్చాయి. ఆ లాభాలతో డచ్ దేశం తాను తీసుకున్న అప్పులు తీర్చగలిగింది, ఆ రకంగా పెట్టుబడిదారులకి ఆ దేశం మీద నమ్మకం బలపడింది. ఆమ్స్టర్‌డామ్ యూరప్‌లో ఉండే ముఖ్యమైన రేవు పట్టణంగా మారటమే కాక, ఆ ఖండానికి ఆర్థిక మక్కాగా పేరుపడింది.

ఆర్థిక వ్యవస్థ విశ్వాసాన్ని డచ్ దేశం ఎలా సంపాదించగలిగింది? మొదటి కారణం, వాళ్ళు గడువులోపల అప్పు అణా పైసలతో సహా తీర్చటంలో ఎటువంటి ఆలస్యమూ చేసేవాళ్ళు కారు, దానివల్ల అప్పులిచ్చేవాళ్ళకి ఆలస్యమవుతుందేమోనన్న భయం ఉండేది కాదు. రెండోది, ఆ దేశంలోని న్యాయవ్యవస్థ స్వతంత్రంగా పనిచేసేది, ప్రైవేట్ హక్కులని అది పరిరక్షించేది, ముఖ్యంగా ప్రైవేట్ స్థిరాస్తి హక్కులని. నియంతృత్వం అమలులో ఉండే దేశాలలో వ్యక్తులనీ, వాళ్ళ ఆస్తుల్నీ కాపాడటం అనేది ఉండదు, అందుకే అక్కడ పెట్టుబడి పెట్టేందుకు ఎవరూ ముందుకి రారు. చట్ట నియమాలనీ, ప్రైవేట్ ఆస్తులనీ సమర్థించే దేశాలలోనే పెట్టుబడి వ్యవస్థ నిరాటంకంగా కొనసాగుతుంది.

మీరు జర్మనీలోని ఒక పెట్టుబడిదార్ల పెద్ద కుటుంబంలో పుట్టారని ఊహించుకోండి. యూరప్‌లోని ఇతర పెద్ద నగరాలలో తన వ్యాపారానికి సంబంధించిన శాఖలు తెరిచి దాన్ని అభివృద్ధి చేసే అవకాశం మీ తండ్రికి కనిపిస్తుంది. మిమ్మల్ని ఆమ్స్టర్‌డామ్‌కీ, మీ తమ్ముణ్ణి మాడ్‌రిడ్‌కీ పంపిస్తాడాయన. మీ ఇద్దరికీ చెరి 10,000 బంగారు నాణేలూ ఇచ్చి వాటిని మదుపు పెట్టమని చెపుతాడు. మీ తమ్ముడు తన స్టార్ట్ అప్ పెట్టుబడిని ఫ్రాన్స్ రాజుతో యుద్ధం చేసేందుకు సైన్యాన్ని సమకూర్చుకునేందుకు స్పెయిన్ రాజుకి వడ్డీకి అప్పుగా ఇస్తాడు. మీరు మీ దగ్గరున్న డబ్బుని ఒక డచ్ వ్యాపారికి ఇవ్వాలని నిశ్చయించు కుంటారు. ఆ వ్యాపారి మాన్హట్టన్ అనే మారుమూల దీవి దక్షిణాన పొదలతో నిండిన భూమిని కొనేందుకు ఆ డబ్బు వాడుకోవాలని అనుకుంటాడు. హడ్సన్ నది వాణిజ్యానికి ముఖ్య జలమార్గంగా మారుతుందనీ, దాంతో అక్కడ ఆస్తులు ఆకాశాన్నంటుతాయనీ అతను కచ్చితంగా నమ్ముతాడు. ఈ ఇద్దరూ ఇచ్చిన అప్పులు ఒక యేడాదిలో తీర్చాలని ఒప్పందం చేసుకుంటారు.

యేడాది గడుస్తుంది. డచ్ వ్యాపారి తను కొన్న భూమిని మంచి ధరకి అమ్మి, వడ్డీతో సహా అప్పు తీర్చి మాట నిలబెట్టుకుంటాడు. అది విని మీ నాన్న సంతోషిస్తాడు. కానీ మాడ్‌రిడ్‌లో ఉన్న మీ చిట్టి తమ్ముడు కంగారు పడి పోతున్నాడు. ఫ్రాన్స్‌తో స్పెయిన్ రాజు చేసిన యుద్ధం మంచి ఫలితాలనే ఇచ్చింది, కానీ ప్రస్తుతం అతను టర్కీతో యుద్ధానికి వెళ్ళి చిక్కుల్లో పడ్డాడు. కొత్త యుద్ధానికి ఏర్పాట్లు చేసేందుకు అతనికి ప్రతి పైసా అవసరం, పాత బాకీలు తీర్చటం కన్నా ఈ యుద్ధానికి సన్నాహాలు చెయ్యటం ముఖ్యమని అనుకుంటాడతను. మీ తమ్ముడు రాజుకి ఉత్తరాలు రాస్తాడు, రాజసభలో పరిచయాలున్న స్నేహితులని జోక్యం చేసుకోమని కోరతాడు, కానీ ఫలితం ఉండదు. మీ తమ్ముడికి రాజు

ఇస్తానని వాగ్దానం చేసిన వడ్డీ మాట అటుంచి అసలు కూడా దక్కదు. మీ నాన్నకి అసంతృప్తి అనిపిస్తుంది.

ఇక మూలిగే నక్కమీద తాటిపండు పడ్డట్టు, ఆ రాజు తనకి మునుపు ఇచ్చినంత పైకం తక్షణం అప్పుగా కావాలని స్పష్టంగా చెపుతూ తమ్ముడికి కోశాధికారి ద్వారా కబురు పెడతాడు. ఇచ్చేందుకు మీ తమ్ముడి దగ్గర డబ్బు లేదు. అతను ఇంటికి నాన్న పేర ఉత్తరం రాసి, ఈసారి రాజు మాట నిలబెట్టుకుంటాడని తండ్రిని ఒప్పించేందుకు ప్రయత్నిస్తాడు. తండ్రికి తన చిన్న కొడుకు మీద కొంచెం ప్రేమ ఎక్కువ. అందుకే మనసు భారంగా ఉన్నా, సరేనంటాడు. మరో 10,000 బంగారు నాణేలు మళ్ళీ కళ్ళకి కనిపించకుండా స్పానిష్ కోశాగారంలోకి మాయమైపోతాయి. ఈ లోపల ఆమ్‌స్టర్‌డామ్‌లో పరిస్థితి ఆశాజనకంగా ఉంటుంది. మీరు వ్యాపారంలో నిపుణులైన డచ్ వ్యాపారులకి మరింత డబ్బు అప్పుగా ఇస్తూ పోతారు. వాళ్ళు మీ అప్పుని గడువులోపల పూర్తిగా తీర్చేస్తూ ఉంటారు. కానీ మీ అదృష్టం ఎప్పటికీ అదే రీతిలో ఉండదు. మీ దగ్గర ఎప్పుడూ అప్పు తీసుకునే ఒక వ్యాపారికి పారిస్‌లో కఠ్ర జోళ్ళకి మంచి భవిష్యత్తు ఉండబోతోందన్న ఆలోచన వస్తుంది. ఫ్రెంచ్ రాజధానిలో పెద్ద జోళ్ళ దుకాణం తెరిచేందుకు మిమ్మల్ని డబ్బు అప్పివ్వమని అడుగుతాడు. మీరు అతను అడిగిన మొత్తం ఇస్తారు, కానీ దురదృష్టవశాత్తూ ఆ కఠ్రజోళ్ళు ఫ్రెంచ్ వనితలని ఆకర్షించలేకపోతాయి, వ్యాపారి కుంగిపోయి అప్పు తీర్చేందుకు నిరాకరిస్తాడు.

మీ నాన్న మండిపడతాడు, ఇక ఈ విషయం లాయర్లకి వదిలిపెట్టమని మీ ఇద్దరికీ చెపుతాడు. మీ తమ్ముడు మాడ్‌రిడ్‌లో స్పానిష్ రాజు మీద దావా వేస్తాడు, మీరేమో ఆమ్‌స్టర్‌డామ్‌లో కఠ్రజోళ్ళ మాయగాడి మీద దావా వేస్తారు. స్పెయిన్‌లో న్యాయస్థానాలు రాజుకి లోబడి ఉంటాయి. న్యాయమూర్తులని రాజు తన ఇష్టప్రకారం నియమిస్తాడు, రాజు చెప్పినట్టు వినకపోతే శిక్ష పడుతుందేమోనని వాళ్ళు భయపడుతూ ఉంటారు. నెదర్‌లాండ్స్‌లో న్యాయ స్థానాలు ప్రభుత్వం తాలూకు విడి శాఖలు. అవి దేశ నాగరికుల మీదా, రాజుల మీదా ఆధారపడి ఉండవు. మాడ్‌రిడ్‌లో ఉన్న న్యాయస్థానం మీ తమ్ముడు వేసిన దావాని నిరాకరిస్తుంది, కానీ ఆమ్‌స్టర్‌డామ్‌లోని న్యాయస్థానం మీకు అనుకూలంగా తీర్పు చెప్పి కఠ్రజోళ్ళ వ్యాపారి ఆస్తులని హస్తగతం చేసుకుని అతను అప్పు తీర్చేట్టు చూస్తుంది. మీ నాన్న నేర్చుకున్న గుణపాఠం నేర్చుకున్నాడు. రాజులతో కన్నా, వ్యాపారులతో వ్యాపారం చెయ్యటం మంచిది, అది కూడా మాడ్‌రిడ్‌లో కన్నా హాలాండ్‌లో చెయ్యటం మేలు.

మీ తమ్ముడి కష్టాలింకా తీరలేదు. సైనికులకి జీతాలిచ్చేందుకు స్పెయిన్ రాజుకి డబ్బు అత్యవసరంగా కావలసి వస్తుంది. మీ నాన్న దగ్గర ఇవ్వటానికి డబ్బులున్నాయని రాజుకి తెలుసు. అందుకోసం అతను మీ తమ్ముడు దేశద్రోహం చేశాడని అతనిమీద నేరారోపణ చేస్తాడు. వెంటనే 20,000 బంగారు నాణేలు ఇచ్చుకోకపోతే అతన్ని జీవితాంతం చీకటి కొట్లో బంధిస్తాననీ, అతను అక్కడే కుళ్ళి కుళ్ళి చావాలనీ అంటాడు.

మీ నాన్న ఇక భరించలేక తన కొడుకు మీది కడుపుతీపితో ఆ డబ్బు చెల్లిస్తాడు. కానీ ఇక మీదట స్పెయిన్‌తో ఎటువంటి వ్యాపార సంబంధాలూ పెట్టుకోనని ప్రమాణం చేస్తాడు. మాడ్‌రిడ్‌లో ఉన్న తన వ్యాపార శాఖని మూసేసి, మీ తమ్ముణ్ణి రాటర్ డామ్‌కి

పంపిస్తాడు. హాలాండ్‌లో రెండు శాఖలుండటం మంచి ఆలోచనే అనిపిస్తుంది. స్పానిష్ పెట్టుబడిదారులు కూడా తమ నిధులని రహస్యంగా దేశం బైటికి పంపిస్తున్నారని తెలుస్తుందతనికి. ఉదాహరణకి, నెదర్‌లాండ్స్‌లాంటి దేశంలో, తమ సొంత ఆస్తులకి గౌరవం లభిస్తుందనీ, చట్టమూ న్యాయమూ అమలు అవుతాయనీ, అలాంటిచోట తమ డబ్బుని మదుపు పెడితే తమ డబ్బు తమ దగ్గరే ఉంటుందనీ, మరింత ధనం సంపాదించేందుకు అది ఉపయోగపడుతుందనీ వాళ్ళు గ్రహిస్తారు.

స్పెయిన్ రాజు ఈ రకంగానే తనకి అప్పిచ్చేవాళ్ళ నమ్మకాన్ని పోగొట్టుకున్నాడు. అదే సమయంలో డచ్ వ్యాపారులు వాళ్ళ నమ్మకాన్ని మరింత ఎక్కువగా సంపాదించుకున్నారు. ఇక డచ్ సామ్రాజ్యాన్ని స్థాపించింది డచ్ వ్యాపారులే గాని, డచ్ ప్రభుత్వం కాదు. తన ఆక్రమణలని కొనసాగించేందుకూ, వాటికి అవసరమైన ధనాన్ని సంపాదించేందుకూ స్పెయిన్ రాజు అడ్డమైన పన్నులూ విధించి జనానికి చిరాకు కలిగించాడు. డచ్ వ్యాపారులు రుణాలు తీసుకునీ, కంపెనీకి దక్కే లాభాల్లో షేర్లు కొన్నవాళ్ళకి కొంతభాగం అందేట్టుగా తమ కంపెనీ షేర్లు అమ్మి, ఆక్రమణలకి నిధులు సమకూర్చారు. స్పెయిన్ రాజుకి ఎట్టి సందర్భంలోనూ తమ డబ్బులు ఇవ్వని, డచ్ ప్రభుత్వానికి కూడా డబ్బులిచ్చే ముందు రెండుసార్లు ఆలోచించే జాగ్రత్తపరులైన పెట్టుబడిదారులు, డచ్ ఉమ్మడి షేర్ల కంపెనీల్లో సంతోషంగా పెట్టుబడి పెట్టారు. సామ్రాజ్యానికి ఈ కంపెనీలే మూలస్తంభాలు.

ఒక కంపెనీ పెద్ద లాభాలు ఆర్జించబోతోందనీ, కానీ అప్పటికే తన షేర్లన్నిటినీ అమ్మేసిందనీ మీకు తెలుస్తుంది. ఆ షేర్లు కొన్నవాళ్ళ దగ్గర మీరు కొన్నిటిని కొనవచ్చు, కానీ వాళ్ళు కొన్న ధర కన్నా మీరు కాస్త ఎక్కువ చెల్లించవలసి రావచ్చు. మీరు ఆ షేర్లు కొన్నతరవాత ఆ కంపెనీ భయంకరమైన ఇబ్బందుల్లో పడిందని తెలిసి మీరు కొన్న షేర్లని తక్కువ ధరకి అమ్ముకునేందుకు ప్రయత్నించవచ్చు. కంపెనీ షేర్ల ఫలితంగా జరిగిన ఈ వ్యాపారం అత్యధికమైన యూరోపియన్ నగరాలలో కంపెనీ షేర్ల వ్యాపారం కొనసాగే షేర్ మార్కెట్లు స్థాపించటానికి కారణమయింది.

అన్నిటికన్నా ప్రసిద్ధమైన ఉమ్మడి షేర్ల కంపెనీ డచ్‌కి చెందిన వెరీనిగ్డే ఓస్టిన్ డిష్ కంపెనీ, దాన్ని కుదించి వీఓసీ అని అనవచ్చు. దాన్ని1602లో ప్రారంభించారు. డచ్ ఆ సమయంలో స్పానిష్ పరిపాలనని తొలగించే పనిలో ఉంది. స్పానిష్ ఫిరంగుల మోత అప్పటికీ ఆమ్‌స్టర్‌డామ్ ప్రాకారాలనుంచి వినిపిస్తూనే ఉంది. వీఓసీ షేర్లు అమ్మగా వచ్చిన డబ్బుని నౌకలు నిర్మించి వాటిని ఆసియాకి పంపి చైనా, భారతదేశం, ఇండోనేషియా నుంచి వస్తువులు తెప్పించింది. పోటీదార్లనీ, సముద్రపు దొంగలనీ ఎదుర్కొనేందుకు కంపెనీ నౌకలు చేపట్టిన చర్యలకి కూడా నిధులు సమకూర్చింది. చివరికి వీఓసీ డబ్బు ఇండోనేషియాని ఆక్రమించేందుకు కూడా ధనసహాయం చేసింది.

ఇండోనేషియా ప్రపంచంలోకెల్లా పెద్ద ద్వీప సమూహం. పదిహేడో శతాబ్దం ప్రారంభంలో అక్కడి వేలకు వేల ద్వీపాలని వందలమంది రాజులూ, రాజకుమారులూ, సుల్తానులూ, తెగలూ పరిపాలించేవారు. 1603లో మొదటిసారి వీఓసీ వ్యాపారులు ఇండోనేషియాకి వచ్చినప్పుడు, వాళ్ళ లక్ష్యం కేవలం వర్తకమే. అయినా వ్యాపారం

ఒడిదుడుకులు లేకుండా సాగాలన్న ఆసక్తితోనూ, షేర్‌హోల్డర్లకి ఎక్కువ లాభాలు దక్కేట్టు జేయాలన్న ఉద్దేశంతోనూ వీఓసీ వ్యాపారులు మరీ ఎక్కువ సుంకం వసూలుచేస్తున్న స్థానిక ప్రభువులతోనూ, యూరోపియన్ పోటీదారులతోనూ పోట్లాట పెట్టుకోసాగారు. వీఓసీ తన నౌకలలో ఫిరంగులని అమర్చింది; యూరప్, జపాన్, భారతదేశం, ఇండోనేషియా నుంచి కిరాయి సైనికుల్ని పిలిపించింది; కోటలు కట్టించి, పూర్తి స్థాయి పోరాటాలూ, ఆక్రమణలూ చేయించింది. ఈ పరిశ్రమ మనకి కాస్త వింతగా తోచవచ్చు, కానీ ఆధునిక యుగారంభంలో ప్రయివేట్ కంపెనీలు సైనికుల్ని అద్దెకి తెచ్చుకోవటమే కాదు, సేనాపతులనీ, నౌకాదళాధికారులనీ కూడా నియమించేవి. అంతేకాక ఫిరంగులనీ, నౌకలనీ, యుద్ధానికి సిద్ధంగా ఉన్న సైన్యాలనీ కూడా పనిలోకి తీసుకునేవి. అంతర్జాతీయ సమాజం దీన్ని మామూలు విషయంగా తీసుకుని, ఒక ప్రయివేట్ కంపెనీ సామ్రాజ్యాన్ని స్థాపించినప్పుడు ఎలాంటి ఆశ్చర్యమూ ప్రకటించలేదు.

ఒక్కొక్క ద్వీపమూ వీఓసీ సైన్యానికి లొంగిపోతూ వచ్చింది. ఇండోనేషియాలో ఎక్కువభాగం వీఓసీ కాలనీగా మారిపోయింది. వీఓసీ ఇండోనేషియాని సుమారు 200 సంవత్సరాలు పరిపాలించింది. 1800 లో మాత్రమే డచ్ రాజ్యం ఇండోనేషియాని తన ఆధీనంలోకి తెచ్చుకుంది. ఆ తరవాత అది 150 సంవత్సరాలపాటు డచ్ జాతీయ వలసరాజ్యంగా ఉండిపోయింది. ఈనాడు 21వ శతాబ్దపు కార్పొరేషన్లు మరీ ఎక్కువ అధికారాన్ని పోగుచేసుకుంటున్నాయని హెచ్చరిస్తున్నారు. ఈ వ్యాపారాలని తమ స్వార్థ చింతనతో కొనసాగనిస్తే అది ఎక్కడికి దారితీస్తుందో ఆధునిక యుగపు ఆరంభదశ చరిత్ర మనకి తెలియజేస్తుంది.

వీఓసీ హిందూ మహాసముద్రంలో తన నౌకా వ్యాపారాలని నడిపితే, డచ్ వెస్ట్ ఇండీస్ కంపెనీ, డబ్ల్యూఐసీ అట్లాంటిక్ సముద్రాన్ని తన కార్యక్షేత్రంగా చేసుకుంది. ముఖ్యమైన హడ్సన్ నది మీద వ్యాపారాన్ని అదుపులో ఉంచుకునేందుకు, డబ్ల్యుఐసీ నదీముఖం దగ్గర ఉన్న ఒక దీవిలో న్యూ ఆమ్స్టర్‌డామ్ అనే జనావాసం నిర్మించింది. ఆ జనావాసాన్ని ఇండియన్లు బెదిరించారు, దానిమీద దాడిచేసి చివరికి 1664లో దాన్ని ఆక్రమించుకున్నారు. బ్రిటిష్ వాళ్ళు దాని పేరు మార్చి న్యూయార్క్ అని పెట్టారు. డబ్ల్యుఐసీ ఆ జనావాసాన్ని ఇండియన్స్ నుంచి, బ్రిటిష్ నుంచి రక్షించుకునేందుకు కట్టిన గోడ తాలూకు అవశేషాలని నేలమట్టం చేసి అక్కడ ఈనాడు ప్రపంచంలోకెల్లా ప్రసిద్ధమైన వీధి, వాల్ స్ట్రీట్‌ని నిర్మించింది.

పదిహేడో శతాబ్దం ముగింపుకి వచ్చే వేళకి సంతృప్తి, ఖర్చుతో కూడుకున్న ఖండాంతర యుద్ధాలవల్ల డచ్ న్యూయార్క్‌ని కోల్పోవటమే కాకుండా యూరప్‌లో ఆర్థిక సామ్రాజ్యాధిపత్యాన్ని కూడా చేజార్చుకుంది. ఆ ఖాళీ కోసం ఫ్రాన్స్, బ్రిటన్ హోరాహోరీ పోట్లాడుకున్నాయి. మొదట ఫ్రాన్స్‌దే పైచేయిగా కనిపించింది. ఆ దేశం బ్రిటన్ కన్నా పెద్దది, ధనికంగా మెరుగైనది, జనాభా ఎక్కువ, దాని దగ్గర ఎక్కువమంది ఆరితేరిన సైనికులు ఉన్నారు. అయినప్పటికీ బ్రిటన్ ఆర్థిక వ్యవస్థ విశ్వాసాన్ని సాధించింది, ఫ్రాన్స్‌కి ఆ అర్హత దక్కలేదు. యూరప్‌లో పద్దెనిమిదో శతాబ్దంలో అన్నిటికన్నా పెద్ద ఆర్థిక

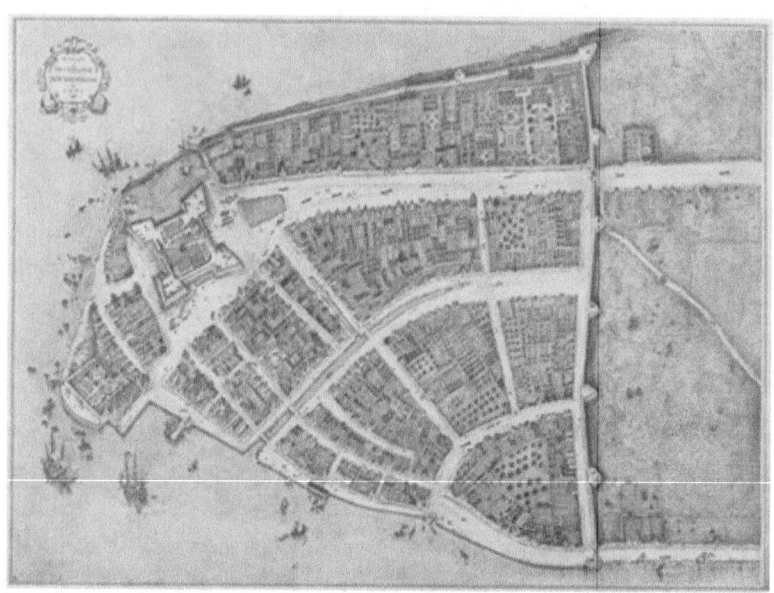

39. 1660లో మన్‌హట్టన్ దీవి కొసన ఉన్న న్యూ ఆమ్‌స్టర్‌డామ్. ఆ నివాసస్థలం చుట్టూ రక్షణ కోసం అప్పుడు కట్టిన గోడ మీద ఇప్పుడు వాల్ స్ట్రీట్ నిర్మించబడింది.

సంక్షోభం, మిస్సిస్సిపి బబుల్ తలెత్తినప్పుడు ఫ్రెంచ్ సింహాసనం చాలా ఘోరంగా ప్రవర్తించింది. ఆ కథ కూడా సామ్రాజ్యాన్ని స్థాపించిన ఉమ్మడి షేర్ల కంపెనీకి సంబంధించిందే.

1717లో మిస్సిస్సిపి కంపెనీ, ఫ్రాన్స్‌లో ప్రారంభమై దిగువ మిస్సిస్సిపి లోయలో వలసలు ఏర్పాటుచెయ్యటానికి పూనుకుని ఆ ప్రక్రియలో న్యూ ఆర్లియన్స్ అనే నగరాన్ని స్థాపించింది. తాను ఆశించిన ప్రణాళికలకి నిధులు సమకూర్చేందుకు, మహారాజు లూయిస్ 15 కొలువులోని ఉద్యోగులతో సత్సంబంధాలున్న ఆ కంపెనీ, పారిస్ షేర్ మార్కెట్‌లో షేర్లు అమ్మింది. కంపెనీ డైరెక్టర్ జాన్ లా ఫ్రాన్స్‌లో ఉన్న సెంట్రల్ బ్యాంకుకి కూడా గవర్నర్. అంతేకాక రాజు అతన్ని నిధులకి పరిశీలనాధికారిగా నియమించాడు. ఈనాడు ఆ పదవి ఆర్థిక మంత్రి పదవికి సమానమైనది. 1717లో దిగువ మిస్సిస్సిపి లోయలో బురదనేలలూ, మొసళ్ళూ తప్ప చెప్పుకోదగ్గవేమీ లేవు. అయినప్పటికీ మిస్సిస్సిపి కంపెనీ అక్కడ అద్భుతమైన ధనసంపద ఉన్నదనీ, లెక్కలేనన్ని అవకాశాలు ఉన్నాయనీ ప్రచారం చేసింది. ఫ్రెంచ్ ఉన్నతవర్గమూ, వ్యాపారవేత్తలూ, నగరాల్లో ఉండే బూర్జువా వర్గ సభ్యులూ ఈ మాయలో పడటంతో షేర్ ధరలు ఆకాశాన్నంటాయి. మొదట్లో ఒక్కొక్క షేర్ 500 లీవ్ర్ చొప్పున అమ్మారు. 1719 ఆగస్టు 1వ తేదీన షేర్ల ధర ఒక్కొక్కదానికీ 2,750 లీవ్ర్ అయింది. ఆగస్టు 30 కల్లా వాటి విలువ 4,100 లీవ్ర్‌కి పెరిగింది. ఇక సెప్టెంబర్ 4 తేదీకి ధర 5,000 లీవ్ర్‌కి చేరింది. డిసెంబర్ 2వ తేదీకి

మిస్సిస్సిపి షేర్ 10,000 లీవ్ర్‌ని దాటింది. పారిస్ వీధులు హర్షోల్లాసాలతో నిండిపోయాయి. జనం తమకున్న ఆస్తిపాస్తులన్నీ అమ్మేసి, మిస్సిస్సిపి షేర్లు కొనేందుకు పెద్ద మొత్తాలు అప్పు తీసుకున్నారు. ధనవంతులయేందుకు సులభమార్గం కనుక్కున్నామని అందరూ నమ్మారు.

కొన్ని రోజులు గడిచాక భయాందోళనలు మొదలయ్యాయి. షేర్ల ధరలు బొత్తిగా అవాస్తవికమైనవనీ, నిలకడగా ఉండవనీ కొందరు సట్టా వ్యాపారులు గ్రహించారు. షేర్ల ధరలు అత్యధికంగా ఉన్నప్పుడే వాటిని అమ్మెయ్యటం మేలని భావించారు. ఎక్కువ సంఖ్యలో షేర్లు దొరకటం మొదలయేసరికి వాటి ధర తగ్గిపోసాగింది. ధరలు తగ్గటం చూసిన మిగిలిన పెటుబడిదార్లు తాము కూడా త్వరగా ఆ పరిస్థితినుంచి బయటపడాలని అనుకున్నారు. షేర్ల ధర వేగంగా మరింత కిందికి దిగిపోయి హిమపాతాన్ని సృష్టించింది. ధరలు స్థిరంగా ఉండేట్టు చేసేందుకు ఫ్రాన్స్‌లోని సెంట్రల్ బ్యాంకు, గవర్నర్ జాన్ లా నిర్దేశానుసారం మిస్సిస్సిపి షేర్లు కొనేసింది, కానీ శాశ్వతంగా ఆ పనిచెయ్యటం దానికీ సాధ్యం కాలేదు. చివరికి అక్కడ కూడా డబ్బు ఖాళీ అయింది. అలా జరిగినప్పుడు ధనాన్ని నియంత్రించే ప్రధానాధికారి, అదే జాన్ లా, అదనంగా షేర్లు కొనేందుకు మరింత డబ్బుని ముద్రించామని సాధికారంగా చెప్పాడు. దీనివల్ల ఫ్రెంచ్ ఆర్థిక వ్యవస్థ పూర్తిగా అధోగతికి వెళ్ళిపోయింది. ఆర్థిక విషయానికి సంబంధించిన ఈ గారడీ కూడా ఎవరినీ కాపాడలేక పోయింది. మిస్సిస్సిపి షేర్ ధర 10,00 లీవ్ర్ నుంచి 1,000 లీవ్ర్‌కి పడిపోయి, త్వరలో పూర్తిగా కూలిపోయింది. షేర్ల విలువ చిల్లిగవ్వంత కూడా లేకుండా అయింది. ఆసరికి సెంట్రల్ బ్యాంకు, రాజ్యంలోని కోశాగారంలో పనికిమాలిన షేర్లు బోలెడన్ని చేరాయి కానీ, డబ్బుమాత్రం లేదు. పెద్ద సట్టా వ్యాపారులు దాదాపు సురక్షితంగానే బైట పడ్డారు, వాళ్ళు సరైన సమయంలో షేర్లు అమ్మారు. చిన్న మదుపుదారులు తమకున్నదంతా కోల్పోయారు, వాళ్లలో చాలామంది ఆత్మహత్య చేసుకున్నారు.

మిస్సిస్సిపి బబుల్ చరిత్రలో అన్నిటికన్నా బ్రహ్మాండమైన ఆర్థిక విధ్వంసం. ఆ దెబ్బనుంచి ఫ్రెంచ్ రాజవంశ ఆర్థిక వ్యవస్థ ఎప్పటికీ పూర్తిగా కోలుకోనేలేదు. షేర్ ధరలను తమకి అనుకూలంగా మార్చుకునేందుకు, కొనుగోళ్లను పిచ్చిగా పెంచేందుకు, మిస్సిస్సిపి కంపెనీ తన రాజకీయ పలుకుబడిని ఉపయోగించుకున్న పద్ధతి చూశాక ఫ్రెంచ్ బ్యాంకింగ్ వ్యవస్థ మీదా, ఆర్థిక విషయాలలో ఫ్రెంచ్ రాజుకున్న తెలివితేటల మీదా జనానికి నమ్మకం పోయింది. 15వ లూయిస్‌కి క్రెడిట్ సేకరించటం మరింత కష్టం కాసాగింది. విదేశీ ఫ్రెంచ్ సామ్రాజ్యం బ్రిటిష్ వారి హస్తగతం అవటానికి ఇది కూడా ఒక ముఖ్య కారణమైంది. బ్రిటిష్ వాళ్ళు తక్కువ వడ్డీలకి సులభంగా డబ్బు అప్పు తీసుకునేవారు, కానీ ఫ్రాన్స్‌కి అప్పు దొరకటం కష్టమై, తీసుకున్న అప్పులకి హెచ్చు వడ్డీ ఇవ్వవలసివచ్చింది. పెరిగిపోతున్న అప్పులు తీర్చేందుకు ఫ్రాన్స్ రాజు మరింత హెచ్చు వడ్డీకి ఇంకా అప్పులు చెయ్యటం మొదలెట్టాడు. 1780లో అతని తాత చనిపోయాక 16వ లూయిస్ రాజు పదవి స్వీకరించి నప్పుడు, ఏడాదికి సరిపోయే బడ్జెట్‌లో సగం ఆయన చేసిన అప్పులకి వడ్డీ తీర్చేందుకే ఖర్చయిపోతోందనీ, త్వరలో తాను దివాళా తీసే పరిస్థితి వస్తుందనీ తెలుసు కున్నాడు. 1789లో 16వ లూయిస్, ఒకటిన్నర శతాబ్దం పాటు కలవని ఫ్రెంచ్

పార్లమెంట్, ఎస్టేట్స్ జనరల్‌ని అయిష్టంగానే సమావేశపరిచి, ఆ సంకట పరిస్థితికి పరిష్కారం కనుక్కోవాలని ప్రయత్నించాడు. ఆ రకంగా ఫ్రెంచ్ విప్లవం ప్రారంభమైంది.

విదేశీ ఫ్రెంచ్ సామ్రాజ్యం కూలిపోతున్న సమయంలో బ్రిటిష్ సామ్రాజ్యం వేగంగా విస్తరించసాగింది. దానికి ముందుండిన డచ్ సామ్రాజ్యం లాగే బ్రిటిష్ సామ్రాజ్యాన్ని స్థాపించి ముందుకి నడిపించింది లండన్ స్టాక్ ఎక్స్చేంజికి చెందిన ఉమ్మడి షేర్ల కంపెనీలే. ఉత్తర అమెరికాలో లండన్ కంపెనీ, ప్లిమత్ కంపెనీ, డార్ చెస్టర్ కంపెనీ, మసాచుసెట్స్ కంపెనీ లాంటి మొట్టమొదటి ఇంగ్లీష్ స్థావరాలు ఉమ్మడి స్టాక్ కంపెనీల ద్వారా పదిహేడో శతాబ్దంలో స్థాపించబడ్డాయి.

ఇండియన్ ఉపఖండాన్ని ఆక్రమించింది బ్రిటిష్ రాజ్యం కాదు, బ్రిటిష్ ఈస్ట్ ఇండియా కంపెనీ నియమించిన కిరాయి సైన్యం. ఈ కంపెనీ వీఓసీ కన్నా కూడా బాగా పనిచేసింది. లండన్‌లోని లీడెనాల్ స్ట్రీట్ ముఖ్య కార్యాలయం నుంచి శక్తిమంతమైన భారతదేశ సామ్రాజ్యాన్ని అది సుమారు ఒక శతాబ్ద కాలం పరిపాలించింది. 3,50,000 మంది సైనికులతో ఉన్న పెద్ద సైన్యాన్ని పోషిస్తూ, బ్రిటిష్ ఏకాధిపత్యం దగ్గరున్న సైనిక బలగాలని మించిపోయింది. 1858లో మాత్రమే బ్రిటిష్ రాజ్యం భారతదేశాన్ని కూడా కంపెనీ తాలూకు ప్రయివేట్ సేనలతోబాటు జాతీయం చేసింది. నెపోలియన్ బ్రిటిష్ వాళ్ళని హేళనచేస్తూ వాళ్ళది దుకాణదారుల దేశమన్నాడు. కానీ ఈ దుకాణదారులు నెపోలియన్‌ని ఓడించారు. ప్రపంచం బ్రిటిష్ సామ్రాజ్యం కన్నా పెద్ద సామ్రాజ్యాన్ని చూడలేదు.

పెట్టుబడి పేరిట

ఇండోనేషియాకి డచ్ ప్రభుత్వమూ (1800), భారతదేశానికి బ్రిటిష్ ప్రభుత్వమూ (1858) జాతీయస్థాయి కల్పించినప్పటికీ పెట్టుబడిదారీ విధానం, సామ్రాజ్యం కౌగలించుకోటం ముగిసిపోలేదు. పైగా, ఆ సంబంధం పంతొమ్మిదో శతాబ్దంలో మరింత బలపడింది. ప్రయివేట్ కాలనీలని ఉమ్మడి షేర్ కంపెనీలు స్థాపించి నడపవలసిన అవసరం లేకుండాపోయింది. లండన్, ఆమ్‌స్టర్‌డామ్, పారిస్ లాంటి నగరాల్లో కంపెనీల మేనేజర్లూ, పెద్ద షేర్లున్నవాళ్ల చేతుల్లోకి అధికారం వెళ్ళింది. రాజ్యం తమని కనిపెట్టుకుని ఉంటుందన్న నమ్మకం వాళ్ళకుండేది. మార్క్స్, ఇతర సమాజ విమర్శకులూ చమత్కరించినట్టు, పాశ్చాత్య ప్రభుత్వాలు పెట్టుబడిదారీ వర్తక సంఘాలుగా మారిపోవటం మొదలెట్టాయి.

ప్రభుత్వాలు పెద్ద మొత్తాలని ఎలా వేలం వేశారో తెలియాలంటే దానికి ఒక సంచలనాత్మకమైన ఉదాహరణ మొదటి ఓపియమ్ యుద్ధం (ఫస్ట్ ఓపియమ్ వార్) అది బ్రిటన్‌కీ చైనాకీ జరిగింది (1840-1842). పంతొమ్మిదో శతాబ్దం మొదటి సగభాగంలో, బ్రిటిష్ ఈస్ట్ ఇండియా కంపెనీ, రకరకాల బ్రిటిష్ వ్యాపారవేత్తలూ మాదక ద్రవ్యాలను, ముఖ్యంగా నల్లమందుని చైనాకి ఎగుమతి చేస్తూ అత్యధికంగా ధనాన్ని ఆర్జించారు. కొన్ని

లక్షలమంది చైనీయులకు ఆ వ్యసనం పట్టుకుంది. ఆ దేశం, ఆర్థికంగానూ, సామాజికంగానూ బలహీనమైపోయింది. 1830 చివర్లో చైనా ప్రభుత్వం మాదకద్రవ్యాల రవాణాని నిషేధించింది, కానీ బ్రిటిష్ నల్లమందు వ్యాపారులు ఆ చట్టాన్ని పట్టించుకోలేదు. చైనా అధికారులు నల్లమందు ఉన్న సరుకులను జప్తు చెయ్యటం, నాశనం చెయ్యటం మొదలెట్టారు. నల్లమందు ఉత్పత్తిదారుల సంఘాలకి వెస్ట్ మిన్స్టర్‌తోనూ, డౌనింగ్ స్ట్రీట్‌తోనూ దగ్గరి సంబంధాలుండేవి. నిజానికి చాలామంది ఎం.పీ లకీ, క్యాబినెట్ మినిస్టర్లకీ ఈ నల్లమందు కంపెనీల్లో షేర్లుండేవి. అందుచేత వాళ్ళు చర్య తీసుకోమని ప్రభుత్వం మీద ఒత్తిడి తీసుకొచ్చేవాళ్ళు.

1840లో 'స్వేచ్ఛా వ్యాపారం' అనే పేరుతో బ్రిటన్ చైనా మీద యుద్ధం ప్రకటించింది. బ్రిటన్ తేలికగా గెలిచింది. బ్రిటన్ దగ్గరున్న స్టీమ్ బోట్లూ, పెద్ద పెద్ద ఫిరంగులూ, రాకెట్లూ, వేగంగా తూటాలని వదిలే రైఫిళ్ళూ లాంటి అద్భుతమైన ఆయుధాల ముందు మరీ ఎక్కువ ఆత్మవిశ్వాసం గల చైనా నిలవలేకపోయింది. ఆ తరవాత జరిగిన సంధి ఒప్పందం ప్రకారం మాదక ద్రవ్యాలని అమ్మే బ్రిటిష్ వర్తకులని తాము అడ్డుకోమనీ, చైనా పోలీసులవల్ల వాళ్లకి జరిగిన హానికి నష్టపరిహారం చెల్లించుకుంటామనీ చైనా ఒప్పుకుంది. అంటే కాక బ్రిటిష్ ప్రభుత్వం తమకి హాంగ్‌కాంగ్ మీద కూడా అధికారం కావాలని దబాయించి సాధించింది. దాన్ని వాళ్ళు నల్లమందు రవాణాకు సురక్షితమైన స్థావరంగా వాడుకోసాగారు. (1997 వరకూ హాంగ్ కాంగ్ బ్రిటిష్ ప్రభుత్వం ఆధీనంలోనే ఉంది) పంతొమ్మిదో శతాబ్దం చివర్లో, చైనా జనాభాలో పదోవంతు, అంటే 400 లక్షలమంది చైనీయులు నల్లమందు వ్యసనానికి బానిసలైపోయారు.

చాలా దూరం విస్తరించిన బ్రిటిష్ పెట్టుబడిదారీ విధానాన్ని ఈజిప్ట్ కూడా గౌరవించటం మొదలెట్టింది. పంతొమ్మిదో శతాబ్దంలో ఫ్రెంచ్, బ్రిటిష్ పెట్టుబడిదారులు ఈజిప్ట్ రాజులకి పెద్ద మొత్తాలు అప్పివ్వటం ప్రారంభించారు. ముందు సుయెజ్ కెనాల్ కట్టేందుకు ఇస్తున్నామని అన్నారు, ఆ తరవాత తక్కువ ఫలితాలిచ్చిన పరిశ్రమలకి కూడా అప్పులిచ్చారు. ఈజిప్ట్ దేశం అప్పుల్లో మునిగిపోయింది, అప్పిచ్చిన యూరోపియన్లు ఈజిప్ట్ సొంత వ్యవహారాల్లో జోక్యం కలిగించుకోవటం ఎక్కువైంది. 1881లో ఈజిప్ట్ జాతీయవాదులకు ఇక ఈ వ్యవహారం చాలనిపించి ఎదురుతిరిగారు. విదేశాలనుంచి తీసుకున్న అప్పులన్నిటినీ రద్దు చెయ్యాలని వాళ్ళు ఏకపక్ష నిర్ణయం తీసుకున్నారు. విక్టోరియా రాణికి అది ఏమాత్రం నచ్చలేదు. ఒక ఏడాది గడిచాక ఆమె తన సైన్యాన్నీ, నౌకాదళాన్నీ నైల్ నది ప్రాంతానికి పంపించింది. ఇక ఆ తరవాత రెండో ప్రపంచయుద్ధం ముగిసేవరకూ ఈజిప్ట్ బ్రిటిష్ సంరక్షణలో ఉండిపోయింది.

పెట్టుబడిదారుల ప్రయోజనాలని రక్షించేందుకు జరిగిన యుద్ధాలు కేవలం ఇవే కాదు. నిజం చెప్పాలంటే, నల్లమందులాగే యుద్ధమే ఒక వర్తకపు సరుకు కాగలదు. 1821లో గ్రీకులు ఓట్టోమాన్ సామ్రాజ్యం మీద తిరుగుబాటు చేశారు. బ్రిటన్‌లోని ఉదారవాద, రొమాంటిక్ వర్గాలలో ఆ తిరుగుబాటు గొప్ప సానుభూతిని సృష్టించింది. కవి లార్డ్ బైరన్

తిరుగుబాటుదారుల పక్షాన పోరాడేందుకు గ్రీస్‌కి వెళ్ళాడు. కానీ ఇందులో కూడా లండన్ మదుపుదారులకు ఒక అవకాశం కనిపించింది. లండన్ షేర్ మార్కెట్‌లో అమ్ముకునేందుకు వీలైన గ్రీక్ తిరుగుబాటు బాండ్‌లు కొనమని తిరుగుబాటుదారుల నాయకులతో ప్రస్తావించారు. గ్రీకులు స్వాతంత్ర్యం సంపాదించుకోగానే ఆ బాండ్‌ల విలువని వడ్డీతో సహా వెనక్కి ఇచ్చేస్తామని మాటివ్వవలసి ఉంటుంది. ప్రైవేట్ మదుపుదారులు లాభాలు గడించటం కోసం, లేదా గ్రీకుల పోరాటం మీద సానుభూతితో, లేదా ఆ రెండు కారణాల వల్ల బాండ్‌లు కొన్నారు. గ్రీకు తిరుగుబాటు బాండ్‌ల విలువ హెల్లాస్ యుద్ధభూముల్లో సైన్యం విజయం, పరాజయాన్ని బట్టి లండన్ స్టాక్ ఎక్స్చేంజిలో పెరుగుతూ, తరుగుతూ ఉండి పోయింది. టర్కీ దేశస్థులది క్రమంగా పైచెయ్యి అయింది. తిరుగుబాటుదారులు ఓడిపోవటం నిశ్చయమని తెలిపోయేసరికి, బాండ్‌లు కొన్నవాళ్ళకి భయం పట్టుకుంది. బాండ్‌లు కొన్నవాళ్ళ ప్రయోజనమంటే దేశ ప్రయోజనమే, అందుకని బ్రిటిష్ ప్రభుత్వం అంతర్జాతీయ నౌకాదళాన్ని తయారుచేసి, 1827లో నవరినో పోరాటంలో ఒట్టోమాన్ చిన్న ఓడల సమూహాన్ని ముంచివేసింది. కొన్ని శతాబ్దాలుగా అధీనులై ఉన్న గ్రీకులు చివరికి స్వేచ్ఛ సాధించారు. కానీ ఆ స్వేచ్ఛ వెంట బ్రహ్మాండమైన అప్పు కూడా వచ్చి చేరింది. దాన్ని ఆ కొత్తదేశం ఏ విధంగానూ తీర్చే మార్గం లేదు. ఆ తరవాత కొన్ని దశాబ్దాలపాటు గ్రీకు ఆర్థిక వ్యవస్థ బ్రిటిష్ అప్పులవాళ్ళకి తాకట్టులోనే ఉండిపోయింది.

పెట్టుబడి, రాజకీయాల ఆ బిగి కౌగిలి క్రెడిట్ మార్కెట్‌ని కనిపించని దీర్ఘకాలిక ప్రభావానికి గురిచేసింది. ఒక ఆర్థిక వ్యవస్థలో క్రెడిట్‌ని కేవలం కొత్త చమురు క్షేత్రాన్ని కనుగొనటం, కొత్త యంత్రాన్ని ఆవిష్కరించటంలాంటి ఆర్థిక విషయాల ద్వారానే కాకుండా, పరిపాలనా విధానంలో మార్పులు, లేదా మరింత అత్యాశతో కూడిన విదేశీ తంత్రాలులాంటి రాజకీయ సంఘటనల ద్వారా కూడా నిర్ధారణ చేస్తారు. నవరినో పోరాటం తరవాత, బ్రిటిష్ వాళ్ళు తమ డబ్బుని హామీ లేని విదేశీ వ్యాపారాల్లో సైతం మదుపు పెట్టేందుకు ఎక్కువ ఇష్టం చూపించారు. ఒక విదేశీ రుణగ్రస్తుడు అప్పు తీర్చేందుకు నిరాకరిస్తే, మహారాణి సైన్యం వెళ్ళి ఆ డబ్బుని వెనక్కి తెస్తుంది.

అందుకే ఈనాడు ఒక దేశంలోని ప్రకృతి వనరులకన్నా, ఆర్థిక సంక్షేమం కన్నా దాని క్రెడిట్ రేటింగ్ ఎక్కువ ముఖ్యమైపోయింది. క్రెడిట్ రేటింగ్ ఫలానా దేశం తన అప్పులు తీర్చగలదా లేదా అనేది సూచిస్తుంది. కేవలం ఆర్థికతకు సంబంధించిన వివరాలే కాకుండా రాజకీయ, సామజిక, చివరికి సాంస్కృతిక అంశాలను కూడా పరిగణనలోకి తీసుకుంటారు. చమురు సమృద్ధిగా ఉన్నఒక దేశం నిరంకుశ పాలనతో, స్థానిక యుద్ధాలతో, లంచగొండి న్యాయవ్యవస్థలో శాపగ్రస్తమైతే, దానికి క్రెడిట్ రేటింగ్ సామాన్యంగా తక్కువుంటుంది. తన దగ్గరున్న చమురు ఖజానాని సొంత ప్రయోజనానికి పూర్తిగా వాడుకోవాటానికి అవసరమైన పెట్టుబడిని అది పుట్టించలేదు, ఆ కారణంగా అది పేద దేశంగా మిగిలిపోయే అవకాశం ఉంది. ఎటువంటి ప్రకృతి వనరులూ లేని ఒక దేశంలో ఎప్పుడూ శాంతి నెలకొని ఉండి, అక్కడి న్యాయ వ్యవస్థ నిజాయితీగా ఉండి, పరిపాలనలో స్వేచ్ఛగా జీవించటం సాధ్యమైతే ఆ దేశానికి హెచ్చు క్రెడిట్ రేటింగ్ దొరికే

40. నవారినో పోరాటం (1827).

అవకాశం ఉంది. అది తక్కువ పెట్టుబడితో మంచి విద్యావ్యవస్థని నడపగలదు, ఉన్నత సాంకేతిక పరిశ్రమలకి ఆదరణ కల్పించగలదు.

స్వేచ్ఛా విపణి విధానం

పెట్టుబడి రాజకీయాలు ఒకదాన్నొకటి ఎంతగా ప్రభావితం చేస్తాయంటే, ఆ రెండిటి సంబంధం గురించీ అర్థశాస్త్రజ్ఞులూ, రాజకీయవేత్తలూ, సామాన్య జనమూ ఒకే రకంగా తీవ్రమైన వాగ్వివాదాల్లో పాల్గొంటారు. పెట్టుబడిదారీ విధానాన్ని గట్టిగా నమ్మేవాళ్ళు పెట్టుబడి రాజకీయాలమీద ప్రభావం చూపిస్తుందనీ, కానీ రాజకీయాల ప్రభావం పెట్టుబడి మీద ఉండకూడదనీ వాదిస్తారు. ప్రభుత్వాలు విపణిలో జోక్యం చేసుకుంటే, రాజకీయ ప్రయోజనాలు వాళ్లు తెలివితక్కువగా పెట్టుబడి పెట్టేట్టు చేస్తాయి. దానివల్ల అభివృద్ధి కుంటుపడుతుంది. ఉదాహరణకి, ఒక ప్రభుత్వం పారిశ్రామికవేత్తలమీద ఎక్కువ పన్ను విధించి ఆ డబ్బుని నిరుద్యోగులకు లాభం చేకూర్చేందుకు వినియోగించవచ్చు. అలా చేస్తే ఓటర్ల దృష్టిలో ఆ ప్రభుత్వం మంచిపేరు తెచ్చుకుంటుంది. చాలామంది వ్యాపారవేత్తలకి ఆ డబ్బుని ప్రభుత్వం తమ దగ్గర వదిలిపెడితేనే మంచిదనిపిస్తుంది. తాము ఆడబ్బుతో కొత్త ఫ్యాక్టరీలు తెరిచి నిరుద్యోగులకు పని కల్పిస్తామని అంటారు.

ఈ దృష్టితో చూస్తే, ఆర్థిక వ్యవస్థకి రాజకీయాలను దూరంగా ఉంచటం, పన్నులను తగ్గించి, ప్రభుత్వ నియమాలని వీలైనంత తక్కువ స్థాయిలో ఉంచటం, వాణిజ్యానికి సంబంధించిన కట్టుబాట్లని తొలగించి స్వేచ్ఛగా పనిచేసేందుకు అనుమతించటం అన్నిటి కన్నా తెలివైన ఆర్థిక తంత్రం. ప్రైవేట్ పెట్టుబడిదారులు రాజకీయాల గురించి ఆలోచించ వలసిన అవసరం లేకుండా, తమకు ఎక్కువ లాభసాటి అనిపించిన చోట డబ్బు మదుపు

పెడతారు. ఆర్థిక పెంపుదలకు ఆ మార్గం హామీ ఇస్తుంది, దానివల్ల అందరికీ, పారిశ్రామికవేత్తలకీ, కార్మికులకీ కూడా లాభమే. ఇందులో ప్రభుత్వం చేసేది అతితక్కువగా ఉంటుంది. ఈ నాడు స్వేచ్ఛావిపణి అనే ఈ సూత్రం పెట్టుబడిదారీ మతానికి సామాన్యంగా కనిపించే, మరో బలమైన రూపం. స్వేచ్ఛా విపణిని అతి ఉత్సాహంగా సమర్థించేవాళ్ళు విదేశాల్లో సైన్యం చేసే సాహసకృత్యాలనీ, తమ దేశంలో జరిగే సంక్షేమ కార్యక్రమాలనీ ఒకే రకమైన ఉత్సాహంతో విమర్శిస్తారు. కొత్తగా మొదలుపెట్టిన వారికి జెన్ గురువులు ఇచ్చే సలహానే ప్రభుత్వానికి ఇచ్చారు : ఏమీ చెయ్యకుండా ఊరుకోండి.

కానీ స్వేచ్ఛా విపణిలో నమ్మకం శృతి మించితే, అది శాంటా క్లాస్‌ని నమ్మినంత తెలివితక్కువే అనిపించుకుంటుంది. రాజకీయ పక్షపాతం లేని విపణి అనేది ఎక్కడా లేదు. అన్నిటికన్నా ముఖ్యమైన ఆర్థిక వనరు భవిష్యత్తు మీద నమ్మకం ఉండటం, ఈ వనరుకి ఎప్పుడూ దొంగల భయం, కుహనా మేధావుల భయం ఉంటూనే ఉంటుంది. విపణి తానుగా మోసాలనుంచీ, దొంగతనాలనుంచీ, హింస నుంచీ రక్షణ కల్పించలేదు. అది రాజకీయ వ్యవస్థ చెయ్యవలసిన పని. మోసగాళ్ళనుంచి కాపాడేందుకు ఆదేశాలు జారీ చెయ్యటం, చట్టాన్ని అమలుచేసే పోలీసు బలగాలని, న్యాయస్థానాలని, జైళ్ళని స్థాపించి వాటికి వెన్నుదన్నుగా ఉండటంవల్ల ప్రజల్లో నమ్మకం బలపడుతుంది. రాజులు తాము చెయ్యవలసిన పని చెయ్యకపోతే, మార్కెట్లని సవ్యంగా క్రమబద్ధీకరించకపోతే, దానివల్ల వాళ్ళు నమ్మకం కోల్పోతారు, క్రెడిట్ స్థిరంగా ఉండదు, ఆర్థిక మాంద్యం చోటు చేసుకుంటుంది. 1719లో వచ్చిన మిస్సిస్సిపి బబుల్ అలాటి పాఠమే నేర్పింది. దాన్ని ఎవరైనా మరిచిపోయి ఉంటే, 2007లో వచ్చిన యూఎస్ హౌసింగ్ బబుల్ (స్థిరాస్తికి సంబంధించినది), దాన్ని అనుసరించిన క్రెడిట్ పతనం, తిరోగమనం దాన్ని గుర్తుచేశాయి.

పెట్టుబడిదారుల నరకం

మార్కెట్లకు పూర్తి స్వేచ్ఛ ఇవ్వటం ఎందుకు ప్రమాదకరం అనేదానికి మరో పెద్ద మూల కారణం ఉంది. జోళ్ళు తయారుచేసేవాడు తన దగ్గరున్న అదనపు సొమ్ముని ఉపయోగించి మరింతమంది సహాయకులని పనిలో పెట్టుకుంటాడని ఆడమ్ స్మిత్ నేర్పాడు. లాభాలు ఉత్పాదనని పెంచి ఎక్కువ మందికి ఉద్యోగాలిచ్చేందుకు దోహదం చేస్తాయి కాబట్టి, అహంభావంతో కూడిన లోభం అందరికీ మేలు చేస్తుందని ఇది సూచిస్తుంది.

కానీ జోళ్ల వ్యాపారి లోభిగా మారి పనివాళ్ళకి తక్కువ జీతాలిచ్చి ఎక్కువ గంటలు పనిచేయించుకుంటే అప్పుడేమౌతుంది? దీనికి సామాన్యంగా ఇచ్చే సమాధానం, స్వేచ్ఛా విపణి పనివాళ్ళకి రక్షణ కల్పిస్తుందని. ఒకవేళ జోళ్ల వ్యాపారి మరీ తక్కువ డబ్బిచ్చి మరీ ఎక్కువ పనిచెయ్యమని దబాయిస్తేనో? అప్పుడు పనిలో బాగా నైపుణ్యం కలవాళ్ళు సహజంగానే అతన్ని వదిలేసి అతని పోటీదారుల దగ్గర పనిలో చేరుతారు. నిర్దయుడైన మన జోళ్ళవ్యాపారి దగ్గర పనికిమాలినవాళ్లు మాత్రమే మిగులుతారు, లేదా అసలు పనివాళ్ళే లేకుండా పోతారు. అతను తన ధోరణినైనా మార్చుకోవాలి, లేదా కొట్టు కట్టేసి

వెళ్ళిపోవాలి. అతని లోభగుణమే తన దగ్గర పనిచేసేవాళ్ళతో సరిగా ప్రవర్తించేందుకు అతన్ని బలవంతపెడుతుంది.

సిద్ధాంతంగా చూస్తే ఇది ఒక తిరుగులేని ఉపాయంగా కనిపిస్తుంది, కానీ వ్యవహారానికొచ్చేసరికి దాని అసలురంగు బైటపడుతుంది. రాజులూ, మతాధికారుల జోక్యం లేని పూర్తి స్వేచ్ఛ ఉండే విపణిలో ధనవ్యామోహం ఉండే పెట్టుబడిదారులు గుత్తాధిపత్యాన్ని నెలకొల్పగలరు, లేదా కార్మికులతో తలపడటానికైనా సిద్ధంగా ఉండగలరు. దేశంలోని అన్ని జోళ్ల ఫ్యాక్టరీలూ ఒకే ఒక కంపెనీ అధీనంలో ఉన్నట్టయితే, లేదా అన్ని ఫాక్టరీల యజమానులూ కుమ్మక్కయి ఒకేసారి కార్మికుల జీతాలు తగ్గిస్తామని నిర్ణయిస్తే, అప్పుడు కార్మికులు ఉద్యోగాలు మారి తమని తాము రక్షించుకోవటం సాధ్యం కాదు.

ఇంకా ఘోరమైనది, లోభులైన యజమానులు కార్మికుల్ని అప్పుల్లో ఇరికించి వాళ్ళచేత వెట్టిచాకిరీ చేయించుకోవటం, వాళ్ళని బానిసలని చెయ్యటం. మధ్యయుగం చివర్లో క్రైస్తవ మతం ప్రచారంలో ఉన్న యూరప్‌లో బానిసత్వమంటే ఏమిటో తెలీనే తెలీదు. ఆధునిక కాలం ప్రారంభంలో యూరప్‌లో పెట్టుబడిదారీ వ్యవస్థ మొదలయ్యాక అట్లాంటిక్ బానిస వ్యాపారంతో అది చెయ్యి కలిపింది. క్రూరులైన రాజులూ, జాతి వివక్షని నమ్మే సైద్ధాంతికుల కన్నా అదుపూఆజ్ఞా లేని మార్కెట్ శక్తులే ఈ విపత్తుకు కారణం.

యూరోపియన్లు అమెరికాని గెలిచినప్పుడు, వాళ్ళు బంగారం, వెండి గనులను తెరిచి, పంచదార (చెరుకు), పొగాకు, పత్తి తోటలని పెంచారు. అమెరికాలో ఉత్పాదనకీ, ఎగుమతికి ఈ గనులూ, తోటలే ముఖ్యంగా ఆధారమయ్యాయి. చెరుకు పంటలు అన్నిటి కన్నా ముఖ్యమయ్యాయి. మధ్యయుగంలో అమెరికాలో పంచదార చాలా అపురూపమైన వస్తువుగా ఉండేది. దాన్ని మధ్యప్రాచ్యం నుంచి నిషేధింపబడిన ధరలకు దిగుమతి చేసుకుని రహస్యంగా మిఠాయిల్లోనూ, స్నేక్ ఆయిల్ ఔషధాల్లోనూ మితంగా వాడేవారు. అమెరికాలో పెద్ద పెద్ద చెరుకు తోటలు పెంచటం మొదలయ్యాక, పంచదార ఎక్కువగా యూరప్‌కి చేరటం ప్రారంభమైంది. పంచదార ధర పడిపోయింది. యూరోపియన్లకి తీపి పదార్థాలు తినాలన్న తనివితీరని కోరిక పట్టుకుంది. వ్యాపారాలు వాళ్ళ ఈ కోరిక తీర్చేందుకని ఎప్పటికప్పుడు ఎక్కువ మోతాదులో తినుబండారాలు తయారుచెయ్యటం ప్రారంభించారు : కేకులూ, బిస్కెట్లూ, చాకోలెట్లూ, పిప్పరమెంట్లూ, కోకో, కాఫీ, టీ లాంటి తియ్యటి పానీయాలూ. పదిహేడో శతాబ్దంలో పంచదార అంటే ఏమిటో తెలీని ఇంగ్లీష్ వాళ్ళు పంతొమ్మిదో శతాబ్దం వచ్చేసరికి ఏటా ఎనిమిది కిలోల పంచదార తినటం మొదలుపెట్టాడు.

కానీ చెరుకు పండించటం, అందులోంచి పంచదార తయారుచేయటం చాలా శ్రమతో కూడుకున్న పని. మలేరియా ప్రబలిన చెరుకు తోటల్లో, మండుటెండలో పనిచేసేందుకు చాలా తక్కువమంది ముందుకొచ్చేవాళ్ళు. కాంట్రాక్ట్ కూలీలు జనాభా వినియోగానికి సరిపడా పంచదార తయారుచెయ్యాలంటే మరీ ఎక్కువ ఖర్చవుతుంది. మార్కెట్ శక్తుల విషయంలో సున్నితంగా తప్పించుకుపోతూ, లాభాలకోసం, ఆర్థిక

అభివృద్ధి కోసం అత్యాశకి పోయే యూరోపియన్ ప్లాంటేషన్ యజమానులు బానిసలచేత పనులు చేయించు కోవటం మొదలెట్టారు.

పదహారో శతాబ్దం నుంచి పంతొమ్మిదో శతాబ్దం వరకూ, కోటిమంది ఆఫ్రికన్ బానిసలని అమెరికాకి ఎగుమతి చేసుకున్నారు. వాళ్లలో 70 శాతం మంది చెరుకు తోటల్లోనే పనిచేసేవారు. కూలీల పరిస్థితి దారుణంగా ఉండేది. చాలామంది బానిసల దుర్భరమైన జీవితాలు మధ్యలోనే ముగిసి పోయేవి. అది కాక కొన్ని లక్షలమంది బానిసలని పట్టుకునేందుకు జరిగే యుద్ధాలలో చనిపోయేవారు, లేదా ఆఫ్రికా లోపలి ప్రాంతాలనుంచి అమెరికా తీరం వరకూ చేసే సుదీర్ఘమైన ప్రయాణంలో ప్రాణాలు కోల్పోయేవారు. ఇదంతా యూరోపియన్లు హాయిగా తియ్యటి తేనీరూ, పిప్పరమెంట్లూ తినేందుకూ, పంచదార వ్యాపార నిపుణులు పెద్దఎత్తున లాభాలు చేసుకునేందుకు.

బానిసల వ్యాపారాన్ని రాజ్యం కానీ, ప్రభుత్వం కానీ తమ అధీనంలో ఉంచుకోలేదు. అది పూర్తిగా ఆర్థికతకు సంబంధించిన, సరఫరా, గిరాకీ తాలూకు నియమాలననుసరించి స్వేచ్ఛా విపణి వ్యవస్థీకరించి, నిధులు సమకూర్చిన వ్యాపారం. ఆమ్‌స్టర్‌డామ్, లండన్, పారిస్ స్టాక్ ఎక్స్ఛేంజిలలో బానిసల వ్యాపారం చేసే ప్రైవేట్ కంపెనీలు షేర్లు అమ్మేవి. మంచి పెట్టుబడి పెట్టాలని చూసే మధ్యతరగతి ఈ షేర్లు కొనేది. ఆ డబ్బు ఆసరా చేసుకుని కంపెనీలు నౌకలు కొనేవి, నావికులనీ, సైనికులనీ పనికి నియోగించేవి, ఆఫ్రికాలో బానిసలని కొనేవి, వాళ్ళని అమెరికాకి తరలించేవి. అక్కడ ఆ బానిసలని ప్లాంటేషన్ల యజమానులకు అమ్మేవి, అలా వచ్చిన డబ్బుతో ప్లాంటేషన్లలో ఉత్పత్తి అయే పంచదార, కోకో, కాఫీ, పొగాకు, పత్తి, రమ్ము కొనేవి. అవి యూరప్‌కి వచ్చి పంచదార, పత్తీ మంచి ధరకి అమ్మేవి. తరవాత మళ్ళీ బానిసలకోసం ఆఫ్రికాకు ప్రయాణమయేవి. షేర్లున్నవాళ్ళు ఈ ఏర్పాటు చూసి చాలా సంతోషించారు. పద్దెనిమిదో శతాబ్దమంతా బానిస వ్యాపారంలో పెట్టుబడి పెట్టినవాళ్ళకి ఏటా 6 శాతం లాభాలు దక్కాయి. బానిసల వ్యాపారంలో పెట్టుబడులు పెట్టటమనేది విపరీతమైన లాభాలని ఇచ్చింది. ఆ విషయం ఈనాటి వృత్తిపరమైన సలహాదారుని ఎవరిని అడిగినా చెప్పగలుగుతారు.

స్వేచ్ఛా విపణికి సంబంధించిన పెట్టుబడిదారీ వ్యవస్థలో ఇది పాయసంలో ఈగ పడినట్టే ఉంటుంది. లాభాలు న్యాయంగా సంపాదించుకోవచ్చుని, వాటిని న్యాయంగా పంచుకోవచ్చని అది హామీ ఇవ్వదు. పైగా లాభాలూ, ఉత్పత్తీ పెంచుకోవాలన్న ఆత్రుత దారిలో అడ్డం వచ్చే ప్రతి విషయం వాళ్ళ కళ్ళకి కనబడకుండా చేస్తుంది. ఎదుగుదల అన్నిటికన్నా ఎక్కువ మంచి చేసేదిగా భావించినప్పుడు, దాన్ని మరే నైతిక ఉద్దేశమూ ఆపలేకపోయినప్పుడు, అది చాలా సులభంగా గొప్ప విపత్తుని సృష్టిస్తుంది. క్రైస్తవం, నాజీవాదం లాంటి కొన్ని మతాలు రగిలిపోయే ద్వేషంవల్ల లక్షలమందిని కడతేర్చాయి. పెట్టుబడిదారీ వ్యవస్థ క్రూరమైన నిర్లక్ష్యంతోనూ, లోభంతోనూ లక్షలమందిని హతమార్చింది. అట్లాంటిక్ బానిసల వ్యాపారం ఆఫ్రికన్లపట్ల జాతి ద్వేషంలోంచి పుట్టలేదు. షేర్లు కొన్న వ్యక్తులు, వాటిని అమ్మిన దళారులు, బానిసల వ్యాపారం చేసే కంపెనీ మేనేజర్లు అరుదుగా ఆఫ్రికన్ల గురించి ఆలోచించేవారు. చెరుకు తోటల యజమానులు కూడా వాళ్ళ

గురించి ఆలోచించలేదు. చాలా మంది యజమానులు తమ తోటలకి చాలా దూరంగా ఇళ్లలో ఉండేవాళ్ళు. వాళ్ళు కోరిందల్లా లాభనష్టాల లెక్కలు సరిగ్గా నమోదు చేసిన పద్దు పుస్తకాలు మాత్రమే.

ఎటువంటి మచ్చా లేని రికార్డు పుస్తకంలో అట్లాంటిక్ బానిస వ్యాపారం ఒక్కటే ఉల్లంఘన కాదని గుర్తుంచుకోవటం ముఖ్యం. కిందటి అధ్యాయంలో మనం మాట్లాడుకున్న బెంగాల్ మహాక్షామం ఇటువంటి కారణంవల్లే సంభవించింది. బ్రిటిష్ ఈస్ట్ ఇండియా కంపెనీ కోటిమంది బెంగాలీల ప్రాణాలకన్నా తన లాభాల గురించే ఎక్కువ ఆలోచించింది. తమ పిల్లలని ప్రేమించే, దాన ధర్మాలు చేసే, మంచి సంగీతాన్నీ, కళలనీ ఇష్టపడే ఉత్తమ డచ్ నాగరికులు ఇండోనేసియాలో జరిగిన వీఓసీ సైనిక ప్రచారానికి నిధులిచ్చారు. కానీ వాళ్లకి జావా, సుమత్రా, మలక్కాలో బాధలు పడే అక్కడి జనం గురించి లెక్కే లేకపోయింది. భూమ్మీద ఇతర ప్రాంతాలలో కూడా లెక్కలేనన్ని నేరాలూ, రకరకాల తప్పిదాలూ ఆధునిక ఆర్థిక అభివృద్ధిని అనుసరించాయి.

పంతొమ్మిదో శతాబ్దంలో కూడా పెట్టుబడిదారీ వ్యవస్థలో నైతికత మెరుగైన స్థితికి చేరుకోలేదు. యూరప్ అంతటా అలలా ఎగసిన పారిశ్రామిక విప్లవం బ్యాంకర్లనీ, పెట్టుబడిదార్లనీ మరింత ధనికులని చేసింది. మరోపక్క కొన్ని లక్షలమంది కార్మికుల్ని నిరుపేదలని చేసేసింది. యూరోపియన్ కాలనీలలో పరిస్థితులు ఇంకా అధ్వాన్నంగా ఉండేవి. 1876లో బెల్జియం రాజు రెండవ లెపర్డ్ ఒక ప్రభుత్వేతర మానవత్వ సంస్థని స్థాపించాడు. మధ్య ఆఫ్రికాని అన్వేషించటం, కాంగో నదీతీరాన జరుగుతున్న బానిసల వ్యాపారాన్ని ఎదుర్కోవటం ఆ సంస్థ లక్ష్యాలు. ఆ ప్రదేశంలో నివసించేవారికి సౌకర్యాలు కల్పించటం కోసం రోడ్లు, స్కూళ్లు, ఆస్పత్రులూ నిర్మించటం కూడా ఆ సంస్థ చేపట్టిన పనులు. 1885లో కాంగో నదీతీరాన ఈ సంస్థకి 23 లక్షల చదరపు కిలోమీటర్లు ఇస్తామని యూరప్‌లోని అధికారవర్గం అంగీకరించింది. బెల్జియంకి 75 రెట్లున్న ఈ ప్రదేశానికి ఆ తరవాత కాంగో ఫ్రీ స్టేట్ అని పేరొచ్చింది. ఆ ప్రాంతంలో నివసించే 2, 3 కోట్లమంది ప్రజలని మీ అభిప్రాయం ఏమిటని ఎవరూ అడగలేదు.

కొంతకాలానికే ఆ మానవతావాద సంస్థ వ్యాపార పరిశ్రమగా తయారయి దాని అసలు లక్ష్యం ఎదుగుదల, లాభాలు గడించటంగా మారిపోయింది. స్కూళ్ల విషయం ఆస్పత్రుల విషయం మరిచిపోయి కాంగో నదీతీరం నిండా గనులూ, తోటలూ మొలుచుకొచ్చాయి. బెల్జియం అధికారులు వాటికి యజమానులై స్థానికులని నిర్దయగా దోచుకుంటూ ఉండేవారు. రబ్బర్ పరిశ్రమ మరీ భయంకరంగా ఉండేది. రబ్బర్ చాలా వేగంగా ముఖ్యమైన పరిశ్రమగా మారసాగింది. రబ్బర్ ఎగుమతి చెయ్యటం కాంగోకి అన్నిటికన్నా ఎక్కువ ఆదాయాన్ని అందించసాగింది. రబ్బర్‌ని సేకరించే ఆఫ్రికాలోని గ్రామీణులు నిరంతరం ఎక్కువ కోటాలు ఇవ్వవలసివచ్చేది. తమ కోటా ఇవ్వలేని వాళ్ళని 'బద్ధకస్తులని' చెప్పి క్రూరంగా శిక్షించేవాళ్ళు. వాళ్ళ చేతులు నరికెయ్యటం, ఒక్కోసారి మొత్తం ఊళ్లోని వాళ్లందరినీ హతమార్చడం జరిగేది. ఎంత తక్కువ అంచనా వేసినా, 1885కీ 1908కీ మధ్య అభివృద్ధి, లాభాల పేరిట 60 లక్షలమంది ప్రాణాలని బలిగొంది

(అది కాంగో జనాభాలో ఎంత లేదన్నా 20 శాతం). కొన్ని అంచనాలు కోటిమంది ప్రాణాలు కోల్పోయారని అంటాయి.

1908 తరవాత ఈమధ్య దశాబ్దాలలో, మరీ ముఖ్యంగా 1945 తరవాత, పెట్టుబడిదారీ లోభాన్ని కాస్త అదుపులో ఉంచారు. దానికి కారణం సామ్యవాదమంటే భయం కాదు. అయినా ఇంకా అసమానతలు విజృంభిస్తూనే ఉన్నాయి. 1500 నాటి ఆర్థిక పయి కన్నా 2013 ది పెద్దది. కానీ దాన్ని అందరికీ సమంగా పంచటం లేదు. 500 ఏళ్ళక్రితం ఆఫ్రికన్ రైతులూ, ఇండోనేషియన్ కూలీలూ రోజంతా కష్టపడి పనిచేసి ఇంటికి చేరుకున్నాక వాళ్లకి దొరికిన ఆహారం కన్నా 2013లో తక్కువ ఆహారం దొరికింది. చాలా వరకు వ్యవసాయవిప్లవం లాగే, ఆధునిక ఆర్థిక అభివృద్ధి కూడా ఒక భారీ మోసంగా మారే అవకాశం ఉంది. మానవజాతి, ప్రపంచ ఆర్థిక వ్యవస్థ పెరుగుతూ పోవచ్చు గాక, కానీ ఎక్కువమంది ఆకలితో అలమటిస్తూ, లేమి అనుభవిస్తూ జీవిస్తారు.

ఈ విమర్శకి పెట్టుబడిదారీ వ్యవస్థ రెండు రకాల సమాధానాలిస్తుంది. మొదటిది, పెట్టుబడిదారీ విధానం సృష్టించిన ఈ ప్రపంచాన్ని పెట్టుబడిదారులు తప్ప ఇంకెవరూ ముందుకి నడపలేరు. ప్రపంచాన్ని నిర్వహించేందుకు జరిగిన మరో తీవ్రమైన ప్రయత్నం సామ్యవాదం. కానీ అది అన్ని రకాలుగానూ పెట్టుబడిదారీ విధానం కన్నా అధ్వాన్నమని తేలింది. అందుకే మళ్ళీ ఆ ప్రయత్నం చేపట్టేందుకు ఎవరికీ ధైర్యం లేదు. క్రీ.పూ. 8500లో వ్యవసాయ విప్లవాన్ని గురించి ఎవరైనా భోరుమని ఏడవటం సాధ్యమయేది. కానీ వ్యవసాయాన్ని వదులుకునే పరిస్థితి చెయ్యిదాటిపోయింది. అదే విధంగా, మనకి పెట్టుబడిదారీ విధానం నచ్చకపోవచ్చు, కానీ అది లేకుండా మనం జీవించలేం.

రెండో సమాధానం, మనకి ఇంకాస్త ఓర్పు అవసరం. పెట్టుబడిదారీ విధానం వాగ్దానం చేసే నందనవనం మలుపు తిరగ్గానే కనిపిస్తుంది. నిజమే, అట్లాంటిక్ బానిసల వ్యాపారం, యూరప్‌లోని శ్రామికవర్గాన్ని దోపిడీకి గురిచేయ్యటంలాంటి తప్పులు జరిగాయి. కానీ మనం గుణపాఠం నేర్చు కున్నాం, మనం ఇంకొన్నాళ్ళు ఆగి పయి ఇంకా పెద్దదయేవరకూ వేచి చూస్తే, అందరికీ మరింత లావాటి ముక్క దొరుకుతుంది. దోచుకున్నదాంట్లో సమానభాగం ఇవ్వటమనేది ఎన్నడూ జరగదు, కానీ కాంగోలో సైతం ప్రతి స్త్రీ, పురుషుడు, పిల్లవాడూ సంతృప్తి పడేందుకు సరిపడినంత ఉంటుంది.

ఎంతైనా కొన్ని సకారాత్మక సూచనలున్నాయి. కనీసం మనం పూర్తిగా భౌతిక ప్రమాణాలను ఉపయోగించినప్పుడు - అంటే ఆయుర్దాయం, పిల్లలు చనిపోవటం, ఆహారంలో తీసుకునే క్యాలరీలు లాంటివి పరిగణిస్తే మానవుల సంఖ్య అత్యంత వేగంగా పెరిగినప్పటికీ, 1913లో కన్నా 2013లో సగటు మానవుడి జీవిత ప్రమాణం చాలా హెచ్చు స్థాయిలో ఉందనే అనాలి.

అయినా ఈ ఆర్థిక పయి అనంతంగా అలా పెరుగుతూనే ఉండగలదా? ప్రతి పయికీ ముడిపదార్థాలు, శక్తి కావాలి. భవిష్యత్తులో అంతా సర్వనాశనం అవుతుందని చెప్పే 'ప్రవక్తలు' హోమోసేపియన్లు భూగోళంలో ఉండే ముడి సరుకులనీ, శక్తినీ పూర్తిగా వాడుకుని హరించేస్తారని హెచ్చరిస్తారు. మరి అప్పుడేమౌతుంది?

అధ్యాయం 17

పరిశ్రమను ముందుకు నడిపించే చక్రాలు

మనకి భవిష్యత్తు మీద ఉన్న నమ్మకం, పెట్టుబడిదారులు ఉత్పత్తి ద్వారా సాధించిన తమ లాభాలని మళ్ళీ మదుపు పెట్టాలనుకోవటం మూలాన ఆధునిక ఆర్థికత అభివృద్ధి చెందుతోంది. కానీ అది సరిపోదు. ఆర్థిక అభివృద్ధికి శక్తీ, ముడిసరుకులూ కూడా అవసరమే. వాటికి ఒక అంతంటూ ఉంటుంది. ఎప్పుడైతే ఒకవేళ అవి ఖాళీ అయిపోతాయో, ఇక మొత్తం వ్యవస్థ నేలకూలుతుంది.

కానీ గతంలో మనకి దొరికిన రుజువులని గమనిస్తే అవి సిద్ధాంత పరంగానే పరిమితమైనవని తెలుస్తుంది. లోకజ్ఞానానికి విరుద్ధంగా, గత కొన్ని శతాబ్దాలనుంచీ మానవజాతి శక్తినీ, ముడిపదార్థాలని ఉపయోగించటం విపరీతంగా పెరిగిపోయినప్పటికీ, నిజానికి మనం వినియోగించుకునేందుకు ఎక్కువ అందుబాటులో ఉన్నాయి. ఎప్పుడైనా వాటిలో ఒకటి తగినంత అందుబాటులో లేక అది ఆర్థిక అభివృద్ధి వేగాన్ని తగ్గిస్తుందన్న భయం కలిగితే, విజ్ఞానశాస్త్ర, సాంకేతిక పరిశోధనలకు నిధులు వెల్లువెత్తేవి. దీనివల్ల ఉన్న వనరులని మరింత సమర్థంగా వినియోగించుకోగలగటానికి అవకాశం దొరకటమే కాకుండా, పూర్తిగా కొత్తవైన శక్తులూ, పదార్థాలూ తయారయ్యాయి.

వాహనాల పరిశ్రమని తీసుకోండి. గత 300 సంవత్సరాలుగా మానవ జాతి కొన్ని కోట్ల వాహనాల్ని తయారుచేసింది – బళ్ళ నుంచి తోపుడుబళ్లు, రైళ్లు, కార్లు, సూపర్సోనిక్ జెట్లు, స్పేస్ షటిల్స్ దాకా. అంత పెద్ద సంఖ్యలో అన్ని రకాల వాహనాల తయారీకి అవసరమయిన ముడి సరుకులూ, శక్తీ ఖాళీ అయిపోయుంటుందనీ, ఈరోజు మనం అడుగూబొడుగూ ఊడ్చుకుంటూ ఉండిపోవాల్సిందేననీ ఎవరైనా అనుకుని ఉండవచ్చు. కానీ జరిగింది దీనికి పూర్తిగా విరుద్ధం. 1700లో ప్రపంచవ్యాప్తంగా వాహనాల పరిశ్రమ అత్యధికంగా చెక్క, ఇనుము మీద ఆధారపడి నడిచింది, కానీ ఈనాడు కొత్తగా కనుగొన్న ప్లాస్టిక్, రబ్బర్, అల్యూమినియం, టైటానియం లాంటి విలువైన వస్తువులు కుప్పలు

కుప్పలుగా ఉన్నాయి. వీటిలో ఏ ఒక్కటీ మన పూర్వీకులు ఎరుగరు. 1700లో వడ్రంగుల, కంసాలుల కండరాల బలంతోనే బళ్ళు తయారయేవి. ఈనాడు టయోటా, బోయింగ్ ఫ్యాక్టరీలలో పెట్రోలియం, దహన యంత్రాలు, న్యూక్లియర్ పవర్ స్టేషన్లూ నడిపే మిషన్లు ఉన్నాయి. ఇటువంటి విప్లవమే దాదాపు అన్ని పారిశ్రామిక రంగాలనీ ఆక్రమించింది. దీన్ని మనం పారిశ్రామిక విప్లవం అంటాం.

పారిశ్రామిక విప్లవానికి ముందు కొన్ని వేల సంవత్సరాల కాలం మానవులకు రకరకాల శక్తి వనరులని ఎలా ఉపయోగించాలో తెలుసు. లోహాన్ని కరిగించేందుకు, ఇల్లు వెచ్చగా ఉంచేందుకూ, కేకులు చేసేందుకూ కర్రలని కాల్చేవారు. తెరచాపలతో నడిచే నావలు గాలి సహాయంతో ముందుకు సాగేవి, నీటిమరలు నదీజలాలని ఉపయోగించి ధాన్యాన్ని పిండి చేసేవి. కానీ ఇవన్నీ పరిమితులతోనూ, సమస్యలతోనూ కూడుకున్నవి. చెట్లు అన్నిచోట్లా ఉండేవి కావు, మీకు అవసరమైనప్పుడు గాలి వీచేది కాదు, జలశక్తిని ఉపయోగించాలంటే మీరు నదీ సమీపంలో నివసిస్తూ ఉండాలి.

ఇంకా పెద్ద సమస్య, ఒక రకమైన శక్తిని మరో రకమైన శక్తిగా మార్చటం జనానికి తెలీలేదు. గాలినీ, నీటినీ నావలు నడిపేందుకూ, ధాన్యాన్ని పిండి చేసేందుకూ వాడటం తెలిసిందే తప్ప వాటిని నీళ్లు వేడి చేసేందుకూ, ఇనుము కరిగించేందుకూ వాడటం తెలీలేదు. కర్రలని కాల్చి ఉత్పత్తి చేసిన ఉష్ణశక్తిని పిండిమరలోని రాళ్ళని తిప్పేందుకు ఎలా ఉపయోగించాలో వాళ్ళకి తెలీలేదు. ఇలా శక్తిని మార్పిడి చేసుకోవటమనే యుక్తిని ప్రయోగించి పనులు సాధించేందుకు మనుషుల దగ్గర ఉన్న యంత్రం ఒక్కటే, అదే వాళ్ళ శరీరం. సహజంగా జరిగే జీవరసాయన క్రియ (మెటాబలిజం) లో మనుషుల, ఇతర జంతువుల శరీరాలు ఆహారమనే సేంద్రియ ఇంధనాన్ని జ్వలింపజేసి, ఆ వచ్చిన శక్తిని కండరాల కదలికకు ఉపయోగిస్తాయి. స్త్రీలు, పురుషులు, మృగాలు ధాన్యం, మాంసం తినగలవు. పిండి పదార్థాలని, కొవ్వునీ కరిగించి, ఆ శక్తిని మనుషులు రిక్షా లాగేందుకో, దిండుని దగ్గరకి లాక్కోవటానికో ఉపయోగించుకోగలరు.

శక్తిని ఒక సాధనంగా మార్చుకునేందుకు మానవ శరీరాలూ, జంతు శరీరాలూ మాత్రమే అందుబాటులో ఉండటంవల్ల మనుషులు చేసే దాదాపు అన్ని కార్యకలాపాలకీ కండబలమే కీలకంగా ఉండేది. మనిషి కండరాలు బళ్ళనీ, ఇళ్లనీ నిర్మించాయి, ఎద్దుల కండరాలు పొలాలని దున్నాయి, గుర్రాల కండరాలు వస్తువులని రవాణా చేశాయి. ఈ సేంద్రీయ కండరాల యంత్రాలకి శక్తి సమకూర్చిన ఒకే ఒక మూలం మొక్కలు. మొక్కలకి కావలసిన శక్తి సూర్యుడి నుంచి అందింది. కిరణజన్య సంయోగక్రియ అనే ప్రక్రియ ద్వారా అవి సూర్యుడిలో శక్తిని గ్రహించి సేంద్రీయ మిశ్రణాలుగా పోగుచేసుకున్నాయి. చరిత్ర మొత్తం చూస్తే మానవులు చేసినదంతా సౌరశక్తి నుంచి మొక్కలు గ్రహించినదాన్ని వాళ్ళు కండబలంగా మార్చుకోవటంవల్లే సాధ్యమైంది.

దాని ఫలితంగా మానవ చరిత్రని రెండు ముఖ్యమైన ఆవృత్తాలు శాసించాయి : మొక్కల ఎదుగుదలకి సంబంధించిన ఆవృత్తాలూ, మారుతూ ఉండే సౌర ఆవృత్తాలూ

(పగలూ రాత్రీ, వేసవి శీతాకాలం). సూర్యరశ్మి తక్కువగా ఉండి, గోధుమ పంట ఇంకా పక్వానికి రానప్పుడు మానవులలో శక్తి తక్కువగా ఉండేది. ధాన్యపుకొట్లు నిండుకునేవి, పన్నులు వసూలు చేసే అధికారులు పనిలేకుండా ఉండేవారు, సైనికులకు కదలటం, పోరాడటం కష్టమనిపించేది, రాజులు శాంతిని కాంక్షించేవారు. సూర్యుడు ధగధగ లాడేటప్పుడు, గోధుమపంట పక్వానికొచ్చినప్పుడు, రైతులు పంటలు కోసి ధాన్యపుకొట్లని నింపేవారు. పన్ను వసూలుదారులు తమ వాటా తీసుకునేందుకు హడావిడి పడేవారు. సైనికులు కండలు పెంచి కత్తులకి పదును పెట్టేవారు. రాజులు సభలు ఏర్పాటుచేసి తరువాతి దండయాత్రలకు ప్రణాళికలు వేసేవారు. అందరికీ సౌరశక్తి ఉత్సాహాన్నిచ్చేది. ఆ శక్తి గోధుమల్లో, వరిలో, బంగాళాదుంపల్లో నిండుకుని ఉండేది.

వంటింట్లో ఉండే రహస్యం

వేలకి వేల సంవత్సరాలు గడిచిపోయినా ఈ సుదీర్ఘ కాలంలో, శక్తి ఉత్పత్తికి సంబంధించిన చరిత్రలో అతిముఖ్యమైన ఆవిష్కరణని ప్రతిరోజూ మనుషులు ముఖాముఖి చూస్తూ కూడా దాన్ని గమనించకుండా ఉండిపోయారు. ఒక గృహిణి గాని, ఒక పనిమనిషి గాని స్టవ్ మీద ఒక కెటిల్‌లో నీళ్లు మరిగేందుకు పెట్టినప్పుడో, గిన్నె నిండా బంగాళాదుంపలు ఉడికించేందుకు పెట్టినప్పుడో అది సూటిగా వాళ్ళ కళ్ళలోకి చూసింది. నీళ్లు మరిగిన మరుక్షణం, లేదా దుంపలు ఉడికిన వెంటనే వాటిమీద పెట్టిన మూత ఎగిరెగిరి పడేది. వేడిమి కదలికగా మారుతున్న సందర్భం అది. కానీ అలా ఎగిరిపడే మూతలు విసుగు తెప్పిస్తాయి, ముఖ్యంగా గిన్నె స్టవ్ మీద పెట్టి మరిచిపోతే నీళ్లు పొంగి కిందకి కారినప్పుడు. కానీ ఆ ప్రక్రియలో ఉన్న అసలు సంభావ్యతని ఎవరూ చూడలేదు.

వేడిమిని కదలికగా మార్చవచ్చు అనేది కొంతవరకూ తొమ్మిదో శతాబ్దిలో చైనాలో తుపాకీ మందు కనిపెట్టినప్పుడు బైటపడింది. మొదట్లో ప్రక్షేపకాలని విసిరేందుకు తుపాకీ మందు ఉపయోగించవచ్చన్న ఆలోచన చాలా అసహజంగా కనిపించి, కొన్ని శతాబ్దాలపాటు దాన్ని ప్రధానంగా అగ్ని బాంబులని తయారుచేసేందుకు మాత్రమే వాడేవారు. కానీ చివరికి – బహుశా ఏ బాంబు నిపుణుడో తుపాకీ మందుని రోట్లో దంచుతూ ఉన్నప్పుడు, రోకలి బలంగా ఎగిరి దూరంగా పడిందేమో – తుపాకులు రూపుదాల్చాయి. తుపాకీమందు కనిపెట్టటానికీ, సమర్థమైన ఫిరంగులు తయారవటానికీ మధ్య ఆరువందల సంవత్సరాలు గడిచిపోయాయి.

వేడిమిని కదలికగా మార్చే ఆలోచన అప్పటికీ అసహజంగానే కనిపించింది. వేడిమి ఉపయోగించి వస్తువులని కదిలించే యంత్రాలను కనిపెట్టేందుకు మనిషికి మరో మూడు శతాబ్దాలు పట్టింది. ఈ కొత్త సాంకేతికత ప్రారంభమైంది బ్రిటన్‌లోని బొగ్గు గనుల్లో. బ్రిటన్లో జనాభా వెల్లువెత్తడంతో అడవులని నరికివేశారు, ఆ కర్రలని ఆర్థిక అభివృద్ధి కోసమూ, ఇళ్లూ పొలాలూ నిర్మించటం కోసమూ వాడుకున్నారు. వంటచెరకు లోపంతో బ్రిటన్ క్రమక్రమంగా కష్టాలకు గురికావలసివచ్చింది. దానికి బదులు వాళ్ళు బొగ్గుని మండించటం మొదలెట్టారు. నీళ్లు నిండిన నేలల్లోపల చాలా బొగ్గు నిక్షిప్తమై ఉందని

తెలుసుకున్నారు. తరచూ వరదలు రావటంవల్ల గనుల్లో పనిచేసేవాళ్ళు అట్టడుగు పొరకి చేరుకుని బొగ్గుని బైటికి తీయలేకపోయేవారు. ఈ సమస్యకి పరిష్కారం కనుక్కోవటం కష్టమైంది. 1700 ప్రాంతాల బొగ్గు బావులలోనుంచి ఒక వింత శబ్దం వెలువడసాగింది. ఆ శబ్దమే పారిశ్రామిక విప్లవానికి నాంది పలికిన దూత. మొదట్లో అది సన్నగా వినిపించినా, ఒక్కొక్క దశాబ్దం గడిచే కొద్దీ దాని గొంతు పెద్దదవటం మొదలెట్టింది. చివరికి అది మొత్తం ప్రపంచాన్ని కర్ణకఠోరమైన అరుపులతో చుట్టేసింది. ఆ శబ్దం వచ్చింది ఒక ఆవిరి యంత్రం నుంచి.

ఆవిరి యంత్రాలు ఎన్నో రకాలు, కానీ అన్నిటికీ ఉన్నది ఒకే సూత్రం. మీరు ఏదో ఒక ఇంధనాన్ని కాలుస్తారు, ఉదాహరణకి బొగ్గు, దానినుంచి వచ్చే వేడిమిని నీళ్ల కాచేందుకు ఉపయోగిస్తారు, అందులోంచి ఆవిరి ఉత్పత్తి అవుతుంది. ఆవిరి వ్యాకోచించి పిస్టన్ (చిమ్మన గొట్టంలో కదిలే కడ్డీ) ని తోస్తుంది. పిస్టన్ కదులుతుంది, పిస్టన్‌కి జోడించినదేదైనా సరే దానితోబాటు కదులుతుంది. మీరు వేడిమిని కదలికగా మార్చేశారు! పద్దెనిమిదో శతాబ్దపు బ్రిటిష్ బొగ్గు గనుల బావులలో అట్టడుగున ఉన్న నీటిని తొలగించేందుకు పిస్టన్‌కి ఒక పంపుని తగిలించారు. మొదట్లో తయారైన యంత్రాలు నమ్మ శక్యం కానంత అసమర్థంగా ఉండేవి. కొద్దిపాటి నీటిని బైటికి చేది పొయ్యాలంటే బోలెడంత బొగ్గుని కాల్చవలసివచ్చేది. కానీ గనుల్లో బొగ్గు చాలా ఎక్కువగా ఉండటంవల్ల ఎవరూ అంతగా పట్టించుకోలేదు.

ఆ తరవాత వచ్చిన దశాబ్దాలలో బ్రిటిష్ పారిశ్రామికవేత్తలు ఆవిరి యంత్రం సామర్థ్యాన్ని మెరుగుపరిచారు. బొగ్గు బావుల్లోంచి దాన్ని బైటికి తీసి దాన్ని మగ్గాలకీ, నూలు వడికే రాట్నాలకీ తగిలించారు. దీనివల్ల వస్త్ర పరిశ్రమలో విప్లవాత్మకమైన మార్పులు చోటుచేసుకుని ఎక్కువ మోతాదులో చవకగా బట్టలు తయారుచేయటం సాధ్యమైంది. రెప్పపాటులో బ్రిటన్ మొత్తం ప్రపంచానికి కర్మాగారంగా మారింది. ఇంకా ముఖ్యమైన విషయం, ఆవిరి యంత్రాన్ని గనుల్లోంచి బైటికి తియ్యటంవల్ల మనస్తత్వానికి సంబంధించిన ముఖ్యమైన అడ్డంకిని తొలగించటం సాధ్యమైంది. బొగ్గును కాల్చి బట్టలు నేసేందుకు మగ్గాలని కదిలించగలిగితే, అదే పద్ధతిని వాడి వాహనాల లాంటి మిగిలిన వస్తువులని కూడా కదిలించవచ్చు కదా?

1825లో ఒక బ్రిటిష్ ఇంజనీరు నిండుగా బొగ్గున్న గనుల్లోని బోగీలకి ఆవిరియంత్రాన్ని తగిలించాడు. ఆ ఇంజన్ బోగీలని ఇనప పట్టాల మీద గని నుంచి దగ్గరలోని రేవుకి, 20 కిలోమీటర్ల దూరం లాక్కెళ్ళింది. చరిత్రలో ఆవిరితో నడిచిన మొట్టమొదటి రైలు ఇదే. బొగ్గుని రవాణా చెయ్యటానికి ఆవిరి పనికివస్తే మరి మిగిలిన వస్తువులని ఎందుకు చెయ్యకూడదు? మరీ మాట్లాడితే మనుషులని ఎందుకు రవాణా చెయ్యకూడదు? 1830 సెప్టెంబర్ 15న వాణిజ్యానికి సంబంధించిన మొట్టమొదటి రైల్వే లైన్ లివర్‌పూల్‌నీ, మాంచెస్టర్‌నీ కలుపుతూ ప్రారంభమైంది. ఇంతకూ ముందు నీటిని పంప్ చేసినా, మగ్గాలని కదిపినా అదే ఆవిరి సహాయంతో ఈ రైళ్లు కూడా నడిచాయి. కేవలం 20 ఏళ్ళ తరవాత, బ్రిటన్లో కొన్ని వేల కిలోమీటర్ల రైల్వే లైన్లు పని చేయటం ప్రారంభించాయి.

అప్పట్నుంచీ యంత్రాలని ఉపయోగించి ఒక రకమైన శక్తిని మరో రకమైన శక్తిగా మార్చుకోవచ్చున్న ఆలోచన జనాన్ని వదలకుండా పట్టుకుంది. సరైన యంత్రాన్ని కనిపెడితే చాలు, ప్రపంచంలో ఏ మూల ఉన్న ఎటువంటి శక్తినైనా మన అవసరాలు తీర్చుకునేందుకు ఉపయోగించుకోవచ్చు. ఉదాహరణకి, భౌతిక శాస్త్రవేత్తలు అణువులో అపరిమితమైన శక్తి నిక్షిప్తమై ఉందని గ్రహించినప్పుడు, వెంటనే ఆ శక్తిని విడుదల చేసి విద్యుత్తునీ, పవర్ సబ్ మెరీన్లనీ నిర్మించటం, నగరాలకు నగరాలని ధ్వంసం చెయ్యటం ఎలా సాధ్యమౌతుందని ఆలోచించటం మొదలెట్టారు. చైనీయులు తుపాకీ మందు కనిపెట్టటానికీ, టర్కిష్ ఫిరంగులు కాన్‌స్టాంటినోపుల్ గోడలని ఛిద్రం చెయ్యటానికీ మధ్య ఆరువందల సంవత్సరాలు గడిచిపోయాయి. ఎటువంటి ద్రవ్యరాశినైనా శక్తిగా మార్చవచ్చుని ఐన్‌స్టీన్ నిర్ణయించటానికీ ($E = mc^2$ అంటే అదే) హిరోషిమా నాగసాకీని అణుబాంబులు నామరూపాల్లేకుండా చెయ్యటానికీ, భూగోళం మీద అంతటా అణుశక్తి కేంద్రాలు పుట్టగొడుగుల్లా పుట్టుకు రావటానికీ మధ్య 40 ఏళ్ళ కాలం గడిచింది.

మరో ముఖ్యమైన ఆవిష్కరణ అంతర్దహన యంత్రం. ఒక్క తరం మారగానే అది మన రవాణా పద్ధతిని విప్లవాత్మకంగానూ, పెట్రోలియంని ద్రవ్య రాజకీయ శక్తిగానూ మార్చివేసింది. గత కొన్ని వేల సంవత్సరాలనుంచీ మనిషికి పెట్రోలియం గురించి తెలుసు. దాన్ని పైకప్పులని వాననీటినుంచి కాపాడేందుకూ, ఇరుసులకి కందెన వేసేందుకూ వాడేవారు. అయినా దానివల్ల అంతకన్నా ఉపయోగం ఉంటుందని ఒక శతాబ్దం ముందటి వరకూ ఎవరూ అనుకోలేదు. చమురుకోసం రక్తం చిందించటమనే ఆలోచన పిచ్చిగా అనిపించి ఉండేది. భూమి కోసం, బంగారం కోసం, మిరియాలకోసం, లేదా బానిసలకోసం యుద్ధం చెయ్యవచ్చు, కానీ చమురు కోసం కాదు.

కానీ విద్యుచ్ఛక్తికి సంబంధించిన వృత్తి మరీ ఆశ్చర్యకరమైనది. రెండు శతాబ్దాల క్రితం ఆర్థిక వ్యవస్థలో విద్యుచ్ఛక్తి ఎలాంటి పాత్రా పోషించలేదు. దాని వాడకం మహా అయితే రహస్యంగా జరిగే శాస్త్రీయ ప్రయోగాలకీ, చవకబారు గారడీ యుక్తులకీ పరిమితమై ఉండేది. వరసగా జరిగిన ఆవిష్కరణలు ప్రపంచవ్యాప్తంగా దాన్ని అద్భుత దీపంలో ఉండే భూతంగా మార్చివేశాయి. మనం చిటికేస్తే చాలు, అది పుస్తకాలూ ముద్రిస్తుంది, బట్టలు కుడుతుంది, మన ఇంట్లో కూరలకి తాజాగా ఉంచుతుంది, ఐస్‌క్రీంలను గడ్డకట్టి ఉంచుతుంది, మనకోసం వంట చేస్తుంది, నేరస్తులకి మరణశిక్ష అమలుచేస్తుంది, మన ఆలోచనలని నమోదు చేస్తుంది, మన చిరునవ్వులని రికార్డు చేస్తుంది, రాత్రిళ్ళు మనకి వెలుగునిస్తుంది, లెక్కలేనన్ని టెలివిజన్ కార్యక్రమాలతో మనకి వినోదాన్ని పంచుతుంది. మనలో చాలామందికి విద్యుత్తు ఎలా పనిచేస్తుందో తెలీదు, కానీ ఎవరూ కూడా అది లేని జీవితాన్ని ఊహించలేరు.

శక్తి తాలూకు మహాసముద్రం

పారిశ్రామిక విప్లవం అసలు ఉద్దేశం శక్తి మార్పిడి విషయంలో విప్లవాత్మకమైన మార్పులు తీసుకురావటమే. మనం వాడుకునేందుకు అందుబాటులో ఉన్న శక్తి అపరిమితమైనదని

అది మళ్ళీ మళ్ళీ నిరూపించింది. ఇంకా స్పష్టంగా చెప్పాలంటే, దానికి పరిమితి విధించేది మన అజ్ఞానమే. ప్రతి కొన్ని దశాబ్దాలకీ మనం ఒక కొత్త శక్తికి మూలాన్ని కనుగొంటాం. దానివల్ల మనకు అందుబాటులో ఉన్నమొత్తం శక్తి అలా పెరుగుతూనే ఉంటుంది.

మన దగ్గరున్న శక్తి తరిగిపోతుందని అంతమంది ఎందుకు భయపడుతున్నారు? మనకి అందుబాటులో ఉన్న శిలాజ ఇంధనాలనన్నిటినీ ఖాళీ చేసేస్తే మనం పెద్ద విపత్తులో చిక్కుకుంటామని వాళ్ళెందుకు హెచ్చరిస్తూ ఉంటారు? ప్రపంచంలో శక్తికి కొరత లేదని స్పష్టంగా తెలుస్తోంది. మనకి తెలీనిదల్లా, దాన్ని నియంత్రించి మన అవసరాలకు ఉపయోగించుకోవటమే. భూమిలో నిక్షిప్తమై ఉన్న శిలాజ ఇంధనలన్నిటినీ పోగుచేసినా అందులోని శక్తి పెద్దగా లెక్కలోకి రాదు. అసలు శక్తికి మూలం సూర్యుడు. ప్రతిరోజూ, ఉచితంగా సూర్యుడు శక్తిని విడుదల చేస్తూ ఉంటాడు. ఆ శక్తిలో మరీ తక్కువ భూమికి చేరుతుంది. అయినప్పటికీ ఏటా దాని మొత్తం 3,766,800 ఎక్సజౌల్స్ (జౌల్ అనేది మెట్రిక్ సిస్టంలోని శక్తి తాలూకు యూనిట్, ఒక ఆపిల్ పండుని ఒక మీటర్ ఎత్తుకి ఎత్తేందుకు అవసరమ్యే శక్తికి అది సమానం. ఎక్సజౌల్ కొన్ని కోట్ల కోట్ల జౌల్స్ – అంటే అది బోలెడన్ని ఆపిల్స్). ప్రపంచంలోని అన్ని మొక్కలనీ కలిపినా కిరణజన్య సంయోగక్రియకి ఆ సౌర ఎక్సజౌల్స్‌లో కేవలం 3,000 ఉపయోగించుకోగలవు. మనుషుల కార్యకలాపాలూ, పరిశ్రమలూ కలిపి ఏటా 500 జౌల్స్ ఉపయోగించుకోవటం జరుగుతుంది. సూర్యుడి నుంచి భూమి 90 నిమిషాలలో అందుకునే శక్తికి అది సమానం. మనం మాట్లాడేది కేవలం సౌరశక్తి గురించి. అదనంగా మన చుట్టూ అపరిమితమైన శక్తి మూలాలు ఉన్నాయి. ఉదాహరణకి, అణుశక్తి, భూమ్యాకర్షణ శక్తి, రెండోది సముద్రం అలల్లో కనిపిస్తుంది. చంద్రుడి ఆకర్షణశక్తి భూమి మీద ప్రభావం చూపించినప్పుడు సముద్రం అలలు ఉవ్వెత్తున లేస్తాయి.

పారిశ్రామిక విప్లవానికి పూర్వం మానవులు శక్తిని వినియోగించు కునేందుకు పూర్తిగా మొక్కలమీదే ఆధారపడేవాళ్ళు. హరిత శక్తి జలాశయాల ఒడ్డున నివసించే వాళ్ళకి ఏటా 3,000 జౌల్స్ అందేవి. ఆ శక్తిని వీలైనంత ఎక్కువగా వాడుకోవడానికి ప్రయత్నించే వాళ్ళు. అయినా వాళ్ళు అందులోంచి గ్రహించగల శక్తికి ఒక నిర్దుష్టమైన పరిమితి ఉండేది. పారిశ్రామిక విప్లవ సమయంలో మనం ఒక శక్తి మహాసముద్రం తీరాన ఉంటున్నామనీ, అందులో కోటానుకోట్ల జౌల్స్ శక్తి ఉందనీ, దాన్ని మనం ఉపయోగించుకో వచ్చనీ గ్రహించాం. మనం ఇంకా మెరుగైన పంపులని ఆవిష్కరిస్తే చాలు.

శక్తిని గ్రహించి దాన్ని సమర్థంగా మార్పిడి చేసుకోవటం నేర్చుకున్నాక, ఆర్థిక అభివృద్ధిని నిదానంగా ముందుకి నడిపించే ముడిసరుకుల కొరత అనే మరొక సమస్య పరిష్కారమైంది. చవకగా దొరికే శక్తిని ఎక్కువ మోతాదులో ఎలా గ్రహించాలో తెలుసుకున్నాక మునుపు అందుబాటులో లేని ముడిసరుకుల నిక్షిప్తాల కోసం వెతకటం ప్రారంభించగలిగారు. (ఉదాహరణకి, సైబీరియా లోని బంజరు భూముల్లో గనులు తవ్వి ఇనుమును బైటికి తియ్యటం), లేదా మరింత దూర ప్రాంతాలనుంచి ముడిసరుకులను రవాణా చెయ్యటం (ఉదాహరణకి, ఒక బ్రిటిష్ బట్టల మిల్లుకు ఆస్ట్రేలియాలోని ఉన్నిని

రవాణా చెయ్యటం). అదే సమయంలో శాస్త్రీయ ఆవిష్కరణలు మానవులు ప్లాస్టిక్ లాంటి పూర్తి కొత్త ముడిసరుకులను, అంతకు పూర్వం ఎవరికీ తెలియని సిలికాన్, అల్యూమినియం లాంటి సహజంగా లభించే పదార్థాలని కను గొనేందుకు సహాయం చేశాయి.

రసాయన శాస్త్రవేత్తలు 1820లో అల్యూమినియంని కనుగొన్నారు, కానీ ధాతువు నుంచి ఆ లోహాన్ని విడదీయటం చాలా కష్టమనిపించింది, ఖర్చు కూడా ఎక్కువే. కొన్ని దశాబ్దాలపాటు అల్యూమినియం ధర బంగారం ధర కన్నా ఎక్కువుండేది. 1860లో ఫ్రెంచ్ సామ్రాట్టు మూడవ నెపోలియన్ విశిష్ట అతిథులకు భోజనం ఏర్పాటు చేసేప్పుడు అల్యూమినియం చెంచాలూ, కత్తులూ, ఫోర్క్‌లూ ప్రత్యేకంగా అందివ్వమని ఆదేశించేవాడు. తక్కువ ప్రాముఖ్యం గల అతిథులు బంగారం ఫోర్కులతోనూ, కత్తులతోనూ సరిపెట్టు కోవాల్సి వచ్చేది. కానీ పంతొమ్మిదో శతాబ్దం చివర్లో అంతులేనంత చవకరకం అల్యూమినియంని సంగ్రహించటం ఎలాగో రసాయన శాస్త్రవేత్తలు కనిపెట్టారు. ప్రస్తుతం ప్రపంచవ్యాప్తంగా అల్యూమినియం ఉత్పత్తి ఏడాదికి 3 కోట్ల టన్నులు. అతని ప్రజల వారసులు పల్చని చవకరకం అల్యూమినియం రేకుల్లో బ్రెడ్డు ముక్కలని చుట్టేందుకూ, మిగిలిన ఆహారపదార్థాలను పారవేసేందుకూ వాడుతున్నారని తెలిస్తే నెపోలియన్ ఆశ్చర్యపోతాడు.

రెండువేల ఏళ్ళ క్రితం మధ్యధరా సముద్ర తీరప్రాంతాల్లో ఉండే జనం చర్మం పొడిబారటంవల్ల బాధకి గురై ఆలివ్‌నూనెని తమ చేతులకి రాసుకునేవారు. ఈ రోజు వాళ్ళు చేతులకి రాసుకునే క్రీమ్ ట్యూబుని తెరుస్తారు. స్థానికంగా ఉన్న ఒక చిన్న దుకాణంలో నేను కొన్న అలాటి క్రీములో ఉన్న పదార్థాల జాబితా కింద ఇస్తున్నాను :

> డిఆయొనైజ్డ్ నీళ్లు, స్టియరిక్ ఆమ్లం, గ్లిసరిన్, కాప్రిలిక్/కాప్రిక్ట్రిగ్లిసరైడ్, ప్రొపిలిన్ గ్లైకాల్, ఐసోప్రొపిల్ మైరిస్టేట్, అరిస్టాస్టెఫిలిస్ జిన్సెంగ్ వేళ్ల సారం, ఫ్రాగ్రెన్స్, సెటైల్ ఆల్కహాల్, ట్రైఇథనాలమిన్, డైమెటికోన్, అర్క్ టస్టాఫైలోజ్ ఉవా-ఉర్సీ ఆకుల సారం, మెగ్నీషియం అస్కార్బిల్ ఫాస్ఫేట్, ఇమిడజొలిడినైల్ యూరియా, మిథైల్ పారాబిన్, కర్పూరం, ప్రొపిల్ పారాబిన్, హైడ్రాక్సీఅసోహెక్సైల్, 3-సైక్లోహెక్సీన్, కార్బొక్సాల్డిహైడ్, హైడ్రాక్సీసెక్టోనెల్లాల్, లినలూల్, బ్యూటైల్ఫినైల్ మిథైల్ ప్రొప్లనాల్, సిట్రోన్నెల్లాల్, లిమొనీన్, జెరేనియోల్

దాదాపు పైన చెప్పిన పదార్థాలన్నీ గత రెండు శతాబ్దాలలో కనుగొన్నవే.

మొదటి ప్రపంచయుద్ధం జరిగినప్పుడు, జర్మనీ ముట్టడికి గురైంది, ఆ కారణంగా అక్కడ తీవ్రమైన ముడిసరుకుల కొరత ఏర్పడింది, ముఖ్యంగా తుపాకీ మందులోనూ, ఇతర పేలుడు పదార్థాలలోనూ వాడే సురేకారం. అన్నిటికన్నా ముఖ్యమైన సురేకారం నిక్షేపాలు చిలీలోనూ, ఇండియాలోనూ ఉండేవి; జర్మనీలో బొత్తిగా లేవు. నిజమే సురేకారానికి బదులు అమోనియా వాడచ్చు, కానీ దాన్ని ఉత్పత్తి చేసేందుకు కూడా చాలా ఖర్చవుతుంది. జర్మన్లకి అదృష్టవశాత్తూ వాళ్ళ దేశ ప్రజల్లోనే ఒకరు, ఫ్రిట్జ్ హేబర్ అనే యూదు రసాయన శాస్త్రవేత్త, అక్షరాలా గాలిలోంచి అమోనియా ఉత్పత్తిచేసే పద్ధతిని 1908లో కనుగొన్నాడు. యుద్ధం ప్రారంభమవగానే, జర్మన్లు హేబర్ ఆవిష్కరణని

పేలుడు పదార్థాల పరిశ్రమలలో ఉత్పత్తుల కోసం ఉపయోగించటం మొదలెట్టారు. హేబర్ ఆ పదార్థాన్ని ఆవిష్కరించకపోతే, నవంబర్ 1918 కన్నా చాలా ముందుగానే జర్మనీ లొంగిపోవలసి వచ్చేదని కొందరు అధ్యయనకర్తల అభిప్రాయం. ఆ ఆవిష్కరణ హేబర్‌కి 1918లో నోబెల్ బహుమతిని తెచ్చిపెట్టింది (యుద్ధం జరుగుతున్నప్పుడు విషవాయువుని కనిపెట్టటంలో కూడా ఆద్యుడు ఆయనే). ఆ బహుమతి రసాయనశాస్త్రానికే గాని శాంతికి కాదు.

కన్వేయర్ బెల్ట్ మీద జీవితం

పారిశ్రామిక విప్లవం చవకగానూ, పెద్ద మోతాదులోనూ శక్తినీ, ముడి పదార్థాలనీ అందించింది. దాని ఫలితంగా మానవులు చేసే ఉత్పత్తిలో విస్ఫోటనం జరిగింది. దాని ప్రభావం మొట్టమొదట వ్యవసాయంలో కనిపించింది. సామాన్యంగా మనం పారిశ్రామిక విప్లవం అనే మాట వినగానే, మనం నగరాల గురించీ, వాటిలో పొగలు కక్కే చిమ్నీల గురించీ ఆలోచిస్తాం, లేదా భూగర్భంలో శ్రమ దోపిడీకి గురైన చెమటలు కక్కే బొగ్గు గనుల కూలీల దుస్థితి గురించి ఆలోచిస్తాం. అయినప్పటికీ పారిశ్రామిక విప్లవం అన్నిటికన్నా ముఖ్యంగా రెండో వ్యవసాయ విప్లవమనే అనాలి.

గత 200 సంవత్సరాలలో, పారిశ్రామిక ఉత్పత్తి విధానాలు వ్యవ సాయానికి మూలస్తంభాలయ్యాయి. అంతకుముందు కండ బలంతో చేసిన పనులు, లేదా అసలు ఎన్నడూ చెయ్యని పనులు ట్రాక్టర్లలాంటి యంత్రాలు చెయ్యటం ప్రారంభించాయి. కృత్రిమ ఎరువులూ, పారిశ్రామిక క్రిమినాశకాలూ, ఇంకా హార్మోన్లతోనూ, ఔషధ ప్రయోగాలతోనూ కూడిన ఆయుధశాల ధర్మమా అని పొలాలూ, జంతువులూ ఎక్కువ ఉత్పత్తి చేయసాగాయి. ఫ్రిజ్‌లు - నౌకలూ, విమానాలూ ఉత్పత్తి చేసిన వస్తువులని నెలల తరబడి నిల్వ ఉంచేందుకూ, ప్రపంచంలోని మరోవైపుకి చవగ్గానూ, త్వరగానూ రవాణా చేసేందుకూ సాయం చేశాయి. యూరోపియన్లు తమ భోజనంలో అర్జెంటీనా నుంచి వచ్చిన గొడ్డు మాంసము, జపాన్ దేశపు సుషీ తినటం మొదలెట్టారు.

చివరికి మొక్కలనీ, జంతువులనీ కూడా యాంత్రికంగా తయారు చేయసాగారు. మానవతావాద మతం హోమో సేపియన్లని ఇవతల స్థాయికి తీసుకెళ్లిన సమయంలో, పొలాలలో ఉండే జంతువులని ప్రాణం ఉన్న జీవుల్లా పరిగణించటం మానేశారు. వాటికి నొప్పి, బాధ ఉండవని అనుకోవటం చేత వాటిని యంత్రాల్లా చూసేవారు. ఈనాడు ఈ జంతువులని పెద్ద సంఖ్యలో ఫ్యాక్టరీల్లాంటి సౌకర్యాలున్న స్థలాల్లో తయారుచేస్తున్నారు. పరిశ్రమలకి అనుకూలంగా ఉండేలా వాటి శరీరాకృతిని మలుస్తున్నారు. జీవితాంతం బ్రహ్మాండమైన ఉత్పత్తి చక్రాల్లో శీలాల్లా బతుకుతాయి. వాటి జీవితపు నిడివి, నాణ్యత వ్యాపార కంపెనీల లాభనష్టాల మీద ఆధారపడి ఉంటాయి. పరిశ్రమ వాటిని ప్రాణాలతో ఉండేటట్టూ, ఆరోగ్యంగా ఉండేటట్టూ, కడుపు నిండా తిండి దొరికేటట్టూ జాగ్రత్తలు తీసుకున్నప్పటికీ, దానికి నిజంగా ఆ జంతువుల సామాజిక అవసరాల గురించీ,

41. **కృత్రిమంగా గుడ్లు పొదిగే వర్తక కేంద్రంలో కన్వేయర్ బెల్ట్ మీద కోడిపిల్లలు. మగ కోడి పిల్లలనీ, సవ్యంగా లేని ఆడకోడిపిల్లలనీ ఆ బెల్ట్ మీదనుంచి ఏరివేసి, గ్యాస్ ఛాంబర్లలో వాటికి ఊపిరాడకుండా చేసి చంపివేస్తారు. తరవాత వాటిని ముక్కలుగా కత్తిరించే ఆటోమాటిక్ యంత్రాలలో వేసి నలగ్గొట్టి, చెత్తలో పారేస్తారు. ఇటువంటి కేంద్రాల్లో ఏటా కొన్ని కోట్ల కోడిపిల్లలు చనిపోతాయి.**

మనస్తత్వానికి సంబంధించిన అవసరాల గురించీ ఆసక్తి ఉండదు (వాటి ప్రభావం సూటిగా ఉత్పత్తిమీద కనిపిస్తే తప్ప).

ఉదాహరణకి, గుడ్లు పెట్టే కోడిపెట్టల ప్రవర్తనకీ, ప్రేరణకీ సంబంధించిన చాలా సంక్లిష్టమైన అవసరాలుంటాయి. తమ చుట్టూ ఉన్న వాతావరణాన్ని జాగ్రత్తగా గమనిస్తూ ఉండాలన్న బలమైన కోరిక ఉంటుంది, అటూ ఇటూ తిరిగి మట్టిలోంచి ఏరుకుని తినాలనీ, సామాజిక వర్గశ్రేణిని నిర్ణయించాలనీ, గూళ్ళు కట్టుకోవాలనీ, ఈకల్ని శుభ్రం చేసుకుంటూ ఉండాలనీ ఉంటుంది. కానీ కోడిగుడ్ల పరిశ్రమ వాటిని తరచు ఇరుకైన గూళ్ళలోపల బంధిస్తుంది. ఒక్కొక్క కోడికీ 25/22 సెంటీమీటర్ల స్థలం కేటాయించి ఒక గూటిలో నాలుగేసి కోళ్ళని ఇరికించటం వాళ్లకి అరుదైన విషయమేమీ కాదు. కోళ్ళకి అవసరమైనంత తిండి దొరుకుతుంది, కానీ తమకంటూ స్థలం లేకుండా పోతుంది, గూడు కట్టుకోలేవు, సహజమైన ఇతర కార్యకలాపాలు చెయ్యలేవు. నిజంగానే, ఆ గూళ్ళు ఎంత ఇరుగ్గా ఉంటాయంటే కోళ్లు రెక్కలు టపాటపలాడించేందుకూ, ఇంకా చెప్పాలంటే నిటారుగా నిలబడేందుకు కూడా స్థలం సరిపోదు.

క్షీరదాలలో పెద్ద పెద్ద వానరాల తరవాత పందులు తెలివితేటలకీ, కుతూహలానికీ పెట్టింది పేరు. అయినప్పటికీ పారిశ్రామిక పందుల కొట్టాల్లో పాలిచ్చే పందులకి ఇచ్చే స్థలం చిన్న చెక్కపెట్టె, అది ఎంత చిన్నదంటే, అవి రెండోవైపు తిరిగేందుకు కూడా వీలుండదు. (నడవటం, ఆహారం వెతుక్కోవటం సంగతి దేవుడెరుగు). ఈనిన ఆడపందుల్ని అహర్నిశం ఆ పెట్టెల్లోనే నాలుగు వారాలపాటు ఉంచుతారు. తరవాత వాటి పిల్లల్ని బలిపించటానికి తీసుకెళతారు. వెంటనే ఆడపందులకి మళ్ళీ మైథునం జరిపించి పిల్లల్ని ఈనేందుకు సిద్ధం చేస్తారు.

పాల కేంద్రాలలోని ఎన్నో ఆవులు జీవితాంతం చిన్న కొట్టంలోనే గడుపుతాయి; నిలబడి, కూర్చుని, తమ మూత్రంలోనూ, మలంలోనూ నిద్రపోయి అక్కడే బందీ అయిపోతాయి. వాటికి అవసరమైన ఆహారం, హార్మోనులూ, ఔషధాలూ కొన్ని యంత్రాల ద్వారా అందుతూ ఉంటాయి. ప్రతి కొన్ని గంటలకీ మరో రకం యంత్రాలు వాటి పొదుగుల్లోని పాలని పిండుతాయి. మధ్యలో ఉండే ఆవుని ముడిపదార్థాలు గ్రహించే ఒక నోటికన్నా, పొదుగుని ఉత్పత్తి చేసే వర్తకపు సరుకుకన్నా భిన్నంగా చూడరు. క్లిష్టమైన భావనా ప్రపంచం ఉన్న జీవాలని యంత్రాలలాగా చూడటంవల్ల వాటికి శారీరికమైన ఇబ్బందులే కాక, గొప్ప సామాజిక ఒత్తిడీ, మానసికమైన నిస్పృహ కూడా కలిగే అవకాశం ఉంది.

అట్లాంటిక్ బానిస వ్యాపారం ఆఫ్రికన్ల పట్ల ద్వేషం తాలూకు ఫలితం కానట్టే, ఆధునిక జంతు పరిశ్రమ కూడా ద్వేషంతో ప్రేరేపించబడలేదు. కానీ, దానికి ఇంధనం నిర్లక్ష్యం. గుడ్లు, పాలు, మాంసం తినేవాళ్లలో చాలామంది కోళ్ల గురించీ, ఆవుల గురించీ, తాము తింటున్న మాంసం అందించిన పందుల గురించీ ఆగి ఆలోచించరు. ఆలోచించేవాళ్లు కూడా జంతువులకీ యంత్రాలకీ తేడా లేదనీ, వాటికి స్పందనలూ, భావావేశాలూ ఉండవనీ, బాధపడటం వాటికి సాధ్యం కాదనీ వాదిస్తారు. తమాషా ఏమిటంటే, మన పాల యంత్రాలనీ, గుడ్ల యంత్రాలనీ రూపొందించే అవే శాస్త్రీయ అధ్యయనాలు క్షీరదాలకీ, పక్షులకీ సంక్లిష్టమైన ఇంద్రియ, భావావేశాలతో నిండిన స్వభావం ఉంటుందని నిస్సందేహంగా నిరూపించాయి.

వ్యవసాయ జంతువుల భావావేశ, సామాజిక అవసరాలు అడవుల్లో పరిణామం చెందాయనీ, వాటి మనుగడకీ, పునరుత్పత్తికీ అవి చాలా అవసరం అయాయనీ పరిణామ క్రమం మనస్తత్వశాస్త్రం కచ్చితంగా నమ్ముతుంది. ఉదాహరణకి, అడవిలోని ఆవుకి ఇతర ఆవులతోనూ, ఎద్దులతోనూ దగ్గరగా ఎలా మెలగాలో తెలిసి ఉండటం అవసరం. లేకపోతే అది ప్రాణాలతో ఉండి పునరుత్పత్తికి సాయం చెయ్యలేదు. అవసరమైన నైపుణ్యాలను నేర్చుకునేందుకు పరిణామక్రమం ఇతర క్షీరదాల పిల్లల్లో లాగే దూడల్లో కూడా ఆడుకోవాలన్న బలమైన కోరికని నాటింది (క్షీరదాలు సామాజిక నైపుణ్యం నేర్చుకునేందుకు ఆడుకోవటమనేది ఒక మార్గం). అంతకన్నా బలంగా తమ తల్లులతో గాఢమైన సంబంధం పెట్టుకోవాలన్న కోరికని కూడా నాటింది. ప్రాణాలతో ఉండాలంటే తల్లుల పాలూ, సంరక్షణా పిల్లలకి అవసరం.

ఇప్పుడు వ్యవసాయదారులు ఒక చిన్న దూడని దాని తల్లినుంచి విడదీసి తీసుకెళ్లి ఒక బోనులో బంధించి, దానికి తిండి, నీళ్లు, రోగాలు రాకుండా టీకాలు ఇప్పించి, అది పెద్దదాయక ఎద్దు వీర్యం దాని యోనిలోకి పంపిస్తే ఏమౌతుంది? నిష్పక్షపాత దృష్టితో చూస్తే బతికి ఉండేందుకూ, పునరుత్పత్తి చేసేందుకూ ఈ దూడకి తల్లితో గాఢమైన సంబంధం కానీ, ఆడుకునేందుకు ఇంకొన్ని దూడలు కానీ అక్కర్లేదు. కానీ దాని వైపునుంచి ఆలోచిస్తే, దూడకి ఇంకా తల్లితో గాఢమైన సంబంధం కావాలన్న కోరిక బలంగా ఉంటుంది, మిగిలిన దూడలతో ఆడుకోవాలనీ ఉంటుంది. ఈ కోరికలు తీరకపోతే దూడ విపరీతంగా బాధపడుతుంది. పరిణామక్రమానికి సంబంధించిన మనస్తత్వశాస్త్రంలో ఇది అన్నిటికన్నా ప్రాథమిక పాఠం : అడవిలో రూపొందిన అవసరం, ప్రస్తుతం పారిశ్రామిక

42. హార్లో కోతుల్లో ఒక అనాథ లోహంతో చేసిన తల్లి దగ్గర పాలు తాగుతున్నప్పటికీ, బట్టతో చేసిన తల్లినే అంటిపెట్టుకుని ఉంది.

వ్యవసాయంలో మనటానికీ, పునరుత్పత్తికి అది నిజంగా అవసరం లేకపోయినప్పటికీ, మనసులో మెదులుతూనే ఉంటుంది. పారిశ్రామిక వ్యవసాయంలో విషాదం ఏమిటంటే, అది జంతువుల వస్తుపరమైన అవసరాలని తీర్చేందుకు చాలా శ్రద్ధ తీసుకుంటుంది, కానీ వాటికి తమకంటూ కావలసినవాటిని నిర్లక్ష్యం చేస్తుంది.

అమెరికన్ మనస్తత్వవేత్త హేరీ హార్లో కోతుల ఎదుగుదలను అధ్యయనం చేసినప్పటి నుంచీ, అంటే కనీసం 1950లనుంచీ ఈ సిద్ధాంతంలో ఎంత నిజం ఉందో తెలిసింది. పుట్టిన కొన్ని గంటలకి కోతిపిల్లలని తల్లులనుంచి అతను వేరుచేశాడు. ఆ కోతిపిల్లలని బోనుల్లో ఉంచి నకిలీ తల్లులు వాటిని పెంచేట్టు ఏర్పాటు చేశాడు. ప్రతి బోనులోనూ హార్లో రెండు నకిలీ తల్లికోతులని ఉంచాడు. ఒకటి లోహంతో చేసిన తీగలతో తయారైనది, పిల్లకోతి సీసాలోంచి పాలు తాగేట్టుగా దానికి ఒక పాలసీసాని తగిలించాడు. రెండో తల్లికోతి చెక్కతో చేసినది. దానిమీద ఒక బట్ట కప్పాడు. చూసేందుకు అది నిజం తల్లికోతిలా ఉంది. కానీ అది పిల్లకి కావలసిన భౌతిక అవసరాలు ఎంతమాత్రం తీర్చే స్థితిలో లేదు. ఎందుకూ పనికిరాని బట్టతల్లిని కాక, తమకి పోషణ అందించే తీగల తల్లిని పిల్లలు వదలకుండా పట్టుకుంటాయి అనుకున్నాడతను.

కానీ పిల్లకోతులు బట్టతో చేసిన తల్లికోతినే ఎంచుకోవటం, దానితోనే ఎక్కువ సమయం గడపటం చూసి హార్లో ఆశ్చర్యపోయాడు. రెండు తల్లులనీ దగ్గరగా పెట్టినప్పుడు, లోహపు తల్లిదగ్గర పాలు తాగటానికి శరీరాన్ని చాపినప్పుడు కూడా పిల్లకోతులు బట్టతో చేసిన కోతికే అంటిపెట్టుకుని ఉండిపోయాయి. కోతిపిల్లలు చలివల్ల బట్టతల్లికి అంటిపెట్టు కున్నాయని అను కున్నాడు హార్లో. వెంటనే అతను తీగతల్లి లోపల ఒక బల్బు వెలిగించి పెట్టాడు. అందులోంచి ఇప్పుడు వెచ్చదనం వెలువడసాగింది. మరీ పసికందులు తప్ప మిగిలిన కోతిపిల్లలన్నీ బట్టతో చేసిన తల్లినే ఇష్టపడ్డాయి.

అనాథలుగా పెరిగిన ఆ కోతిపిల్లల మనస్తత్వం సవ్యంగా లేదనీ, పూర్తి పోషణ అందినప్పటికీ వాటి మనసు చెదిరిపోయిందనీ ఆ తరవాత జరిగిన అధ్యయనాల్లో తెలిసింది. అవి మళ్ళీ కోతుల సమాజంలో ఇమడలేకపోయాయి, ఇతర కోతులతో తమ భావాలూ పంచుకోవటం వాటికి సాధ్యం కాలేదు, వాటికి తీవ్రమైన ఆదుర్దా, ఆక్రమణ చేసే లక్షణాలూ అబ్బాయి. చివరకు తేలిన విషయం కాదనలేనిది : కోతులకి మానసికమైన అవసరాలు, కోరికలూ ఉండి ఉండాలి. అవి భౌతిక అవసరాలకన్నా చాలా చాలా ముఖ్యమైనవి. అవి తీరకపోతే కోతులు తీవ్రమైన బాధకి లోనవుతాయి. హార్లో కోతిపిల్లలు బట్ట తల్లుల దగ్గరే ఎక్కువ సమయం గడపటానికి ఇష్టపడేవి, కారణం అవి కేవలం పాలకోసమే కాక మానసికమైన ఆసరా కోసం ఎదురుచూశాయి. ఆ తరువాతి దశాబ్దాలలో చేసిన అధ్యయనాల వల్ల, ఇలాటి అవసరాలు కోతులకే కాక ఇతర క్షీరదాలకీ, పక్షులకీ కూడా ఉంటాయని తేలింది. ప్రస్తుతం లక్షలకొద్దీ వ్యవసాయ జంతువులు హార్లో కోతుల పరిస్థితిలోనే జీవిస్తున్నాయి. వ్యవసాయ దారులు ఎప్పటికప్పుడు దూడలనీ, మేకపిల్లలనీ, ఇతర జంతువుల పిల్లలనీ తల్లులనుంచి విడదీసి ఏకాంతవాసంలో పెంచుతున్నారు.

మొత్తం మీద కోటానుకోట్ల వ్యవసాయ జంతువులు యాంత్రికమైన పద్ధతిలో భాగంగా జీవిస్తున్నాయి. వాటిలో ఏటా 5,000 కోట్ల జంతువులని చంపివేస్తారు. ఈ పాడిపశువుల పరిశ్రమ విధానం వ్యవసాయ ఉత్పత్తులనూ, మనుషులకి అవసరమైన ఆహారం నిల్వవుంచే పద్ధతినీ విపరీతంగా పెంచింది. మొక్కలను పెంచటంలో కూడా యాంత్రికమైన పద్ధతులను అనుసరించటం దీనికి తోడై ఆధునిక సామాజిక-ఆర్థిక వ్యవస్థ మొత్తం ప్రస్తుతం పారిశ్రామిక జంతువుల పశుపోషణ మీద ఆధారపడి ఉంది. వ్యవసాయాన్ని ఒక పరిశ్రమగా మార్చక మునుపు, పొలాలలోనూ, వ్యవసాయ భూముల్లోనూ ఉత్పత్తి ఆయే ఆహారంలో అధికభాగం కేవలం రైతులకీ, వ్యవసాయ భూముల్లోని పశువులకీ కడుపునింపుకోవటానికే పనికివస్తూ 'వ్యర్థమయేది'. అందులో కొంత భాగం మాత్రమే చేతిపనులు చేసుకునేవారికీ, అధ్యాపకులకీ, పురోహితులకీ, ప్రభుత్వోద్యోగులకీ తినేందుకు దొరికేది. ఆ కారణంగా దాదాపు అన్ని సమాజాలలోనూ జనాభాలో 90 శాతం రైతులే ఉండేవారు. వ్యవసాయం పరిశ్రమగా మారాక, పెరిగే గుమాస్తాలు, కార్మికులకు ఆహారం అందించేందుకు కుంచించుకుపోతున్న రైతుల సంఖ్య సరిపోయేది. ఈనాడు అమెరికాలో జనాభాలో రెండు శాతం మాత్రమే వ్యవసాయం చేసి జీవితం వెళ్లదీస్తున్నారు. అయినా ఈ రెండు శాతం మొత్తం అమెరికాకి సరిపడా ఆహారం ఉత్పత్తి చెయ్యటమే కాకుండా, మిగిలిన దేశాలకి అదనంగా ఉన్న ఉత్పత్తులను ఎగుమతి చేసేందుకు కూడా సహకరిస్తోంది. వ్యవసాయం పరిశ్రమగా మారి ఉండకపోయినట్టయితే నగరాల్లో పారిశ్రామిక విప్లవం వచ్చేదే కాదు. ఫ్యాక్టరీల్లోనూ, ఆఫీసుల్లోనూ అవసరమైనన్ని పనిచేసే చేతులూ, మెదళ్ళూ ఉండేవి కావు.

పొలాలనుంచి విడుదలైన కొన్నికోట్ల చేతులనీ, మెదళ్ళనీ ఆ ఫ్యాక్టరీలూ, ఆఫీసులూ సొంతం చేసుకున్నాయి. ఎప్పుడూ లేనన్ని ఉత్పాదనలు వెల్లువెత్తసాగాయి. మానవులు మునుపెన్నడూ లేనంత ఎక్కువ ఉక్కు ఉత్పత్తి చేస్తున్నారు, దుస్తులని తయారుచేస్తున్నారు, ఎన్నో కట్టడాలనీ నిర్మిస్తున్నారు. అది కాక మునుపు ఎవరూ ఊహించి కూడా ఉండని రకరకాల వస్తువులని, ఉదాహరణకి బల్బులనీ, సెల్‌ఫోన్లనీ, కెమెరాలనీ, డిష్ వాషర్లనీ ఉత్పత్తి చెయ్యటం చూస్తే బుర్ర తిరిగిపోతుంది. మానవ చరిత్రలో మొదటిసారి గిరాకీ కన్నా ఉత్పత్తి ఎక్కువగా కనిపిస్తోంది. దీనివల్ల పూర్తిగా కొత్తదైన ఒక సమస్య పుట్టుకొచ్చింది : ఈ వస్తువులన్నిటిని ఎవరు కొంటారు?

కొనుగోలు (షాపింగ్) యుగం

ఆధునిక పెట్టుబడిదారీ ఆర్థిక వ్యవస్థ మనగలగాలంటే అది నిరంతరం ఉత్పత్తిని పెంచుతూ ఉండాలి. అది ఒక సొరచేపలాంటిది, ఈదుతునే వుండాలి లేకపోతే ఊపిరి ఆడక చనిపోతుంది. కానీ కేవలం ఉత్పత్తి చేస్తే సరిపోదు. ఆ వస్తువులని ఎవరైనా కొనాలి, లేకపోతే పారిశ్రామికవేత్తలూ, పెట్టుబడిదారులూ తురుపులోకి లేకుండా పోతారు. ఈ విపత్తుని నివారించేందుకూ, పరిశ్రమ తయారుచేసే కొత్త సరుకుల్ని జనం కొనేట్టు చూసేందుకూ ఒక కొత్త రకమైన నీతి ప్రత్యక్షమైంది : వినిమయతత్వం.

చరిత్ర పుటలు తిరగేస్తే మొదటినుంచీ ఎక్కువమంది లేమిలోనే బతికినట్టు తెలుస్తుంది. పొదుపు అనేది వాళ్ళకి నినాదంగా మారింది. ప్యూరిటన్లూ, స్పార్టన్లూ పాటించిన కఠినమైన నీతి నియమాలు దీనికి ప్రసిద్ధమైన ఉదాహరణలు. సజ్జనుడైన మనిషి సుఖాలూ, భోగభాగ్యాలూ దగ్గరకి రాకుండా చూసుకుంటాడు, ఆహారం ఎన్నడూ పారవేయడు, చిరిగి పోయిన పంట్లాముకి అతుకులు వేసి కుడతాడే తప్ప కొత్తది కొనడు. అలాంటి విలువలని బాహాటంగా త్యజిస్తూ తమ ధనాన్ని అందరిముందూ ప్రదర్శించే అలవాటు రాజులకీ, ఉన్నతవర్గీయులకీ మాత్రమే ఉండేది.

వినిమయతత్వం మరిన్ని వస్తువులనీ, సేవలనీ ఎప్పటికప్పుడు ఎక్కువగా వినియోగించుకోవటాన్ని సానుకూలమైన విషయంగా భావిస్తుంది. జనాన్ని మరింత వస్తువులు కొనుగోలు చెయ్యమనీ, తమని తాము గారాబం చేసుకోమనీ, మరీ మాట్లాడితే అతిగా వినియోగించుకుని నెమ్మది నెమ్మదిగా ప్రాణాలు తీసుకోమనీ చెపుతుంది. పొదుపు అనేది నయం చేసుకోవలసిన వ్యాధి. వినియోగదారు నీతి చేసే పనులు చూసేందుకు మీరు ఎంతో దూరం వెళ్ళక్కర్లేదు – ఏదైనా ధాన్యం ప్యాకెట్ వెనకాల రాసి ఉన్నది చదవండి చాలు. నేను ఉదయం ఇష్టంగా తినే, ఇజ్రాయిల్‌లోని టెల్మా అనే ఒక కంపెనీ తయారు చేసే, ఆహారధాన్యం పెట్టెమీద రాసిఉన్నది చూడండి :

> ఎప్పుడైనా మీరు ట్రీట్ (రుచికరమైన పదార్థం) తినటం అవసరం. ఒక్కోసారి మీకు అదనపు శక్తి అవసరమౌతుంది. మీ బరువు గురించి ఆలోచించే సమయం వేరు, మీకు ఇష్టమైన పదార్థాలు తినే సమయం వేరు... అది ఈ క్షణమే! టెల్మా మీకోసం రకరకాల ధాన్యాలతో చేసిన రుచికరమైన పదార్థాలు మీ ముందుంచుతుంది- పశ్చాత్తాపపడకుండా తినే రుచికరమైన పదార్థాలు.

అదే ప్యాకేజి మీద మరో కంపెనీ ఆహారధాన్యాల ప్రకటన ఉంది, దానిపేరు హెల్త్ ట్రీట్స్ (ఆరోగ్యాన్నిచ్చే రుచికరమైన పదార్థం) :

> హెల్త్ ట్రీట్స్ అనేక రకాల ధాన్యాలు, పళ్ళు, పప్పుధాన్యాలూ మీకోసం తయారుచేస్తోంది. అవి తింటే మీకు రుచి, సంతోషం, ఆరోగ్యం, వీటన్నిటితో కలగలిసిన అనుభవం దొరుకుతుంది. మధ్యాన్నం హాయిగా ఆనందిస్తూ తినే ట్రీట్ కోసం, ఆరోగ్యకరమైన జీవితాన్ని గడిపేందుకు. *ఇంకా ఇంకా తినాలనిపించే అద్భుతమైన, నిజమైన ట్రీట్* [ప్యాకేజి మీద ఈ వాక్యం, నొక్కివక్కాణించేందుకు ఇటాలిక్స్‌లో ఉంది].

చరిత్ర గమనంలో ముందునుంచీ ఇలాటి వాక్యాలు చదివి జనం ఆకర్షింపబడటానికి బదులు అయిష్టమే ప్రదర్శించి ఉండేవారు. అది స్వార్థంతో, నైతిక పతనంతో భ్రష్టు పట్టినవాళ్ళు చెప్పే మాటలని నిందించి ఉండేవారు. వినిమయతత్వం ప్రచారంలో ఉన్న మనస్తత్వశాస్త్రం ("చెయ్యి, అంతే!) తో కలిసి లోలత్వం 'మీకు మంచిది, పొదుపు మిమ్మల్ని మీరు అణచివేసుకోవటం' అని జనాన్ని ఒప్పించేందుకు చాలా కష్టపడి పనిచేసింది.

అందులో అది సాఫల్యం సాధించింది. మనమందరం మంచి వినియోగదారులం. నిన్నటివరకూ అలాటివి ఉన్నాయని కూడా తెలియని, మనకి నిజంగా అవసరం లేని ఎన్నో వస్తువులు కొంటున్నాం. ఉత్పత్తిదారులు కావాలనే ఎక్కువకాలం మనని వస్తువులు తయారుచేసి, సంతృప్తికరంగా పనిచేసే వస్తువుల స్థానంలో అనవసరమైన కొత్త మోడల్స్ ఆవిష్కరించి, అందరూ మనం వెనకబడిపోయామని అనుకోకుండా ఉండాలంటే కొత్తవి కొనాలని పురెక్కిస్తారు. షాపింగ్ అనేది అందరికీ చాలా ఇష్టమైన కాలక్షేపంగా మారింది, వినియోగానికి ప్రదర్శించే వస్తువులు కుటుంబసభ్యుల మధ్యా, జీవిత భాగస్వాముల మధ్యా, స్నేహితుల మధ్యా ఉండే సంబంధాలకి ముఖ్యమైన మధ్యవర్తులుగా తయారయ్యాయి. క్రిస్మస్‌లాంటి ధార్మిక సెలవు దినాలు షాపింగ్ పండుగలుగా మారిపోయాయి. అమెరికాలో చివరికి ప్రాణాలు విడిచిన సైనికులను స్మరించుకునే గౌరవప్రదమైన మెమోరియల్ డే సైతం ఈనాడు ప్రత్యేక అమ్మకాలకు సందర్భంగా మారింది. ఎక్కువమంది ఈరోజుని గుర్తించేందుకు దుకాణాలకు వెళ్తారు. స్వాతంత్ర్యాన్ని రక్షించేందుకు ప్రాణాలర్పించినవారి త్యాగం వృథా పోలేదని నిరూపించేందుకేమో.

వినిమయతత్వానికి సంబంధించిన నీతి ఎంతగా వికాసం చెందిందో స్పష్టంగా కనిపించేది ఆహార వస్తువుల అమ్మకాలలో. సాంప్రదాయ వ్యవసాయ సమాజాలు భయంకరమైన పస్తుల నీడలో జీవించాయి. ఈనాటి ఐశ్వర్యవంతమైన ప్రపంచంలో, అన్నిటికన్నా పెద్ద ఆరోగ్య సమస్య ఊబకాయం, ధనవంతులకన్నా (వాళ్ళు సేంద్రీయ సాలడ్లూ, పళ్లరసాలూ సేవిస్తారు) అది పేదవారిని బాధిస్తుంది (వాళ్ళు హామ్ బర్గర్లూ, పిజ్జాలూ విపరీతంగా తింటారు). మిగతా ప్రపంచంలో ఆకలికి అలమటించేవారందరికీ ఆహారం అందించేందుకు ఖర్చయ్యే డబ్బు కన్నా అమెరికాలో జనాభా మితాహారం తినేందుకు ఎక్కువ ఖర్చవుతుంది. ఊబకాయం వినిమయతత్వానికి రెండు విధాలుగా విజయం చేకూరుస్తుంది. కొద్దిగా తినటం వల్ల ఆర్థిక పరిస్థితి కుదించుకుపోతుంది, అందుకని జనం ఎక్కువ తింటారు, ఆ తరవాత మితాహారం కోసం వేరే వస్తువులని కొంటారు – ఆర్థిక అభివృద్ధికి రెండు రెట్లు సాయం అందిస్తారు.

ఒక వ్యాపారవేత్త పెట్టుబడిదారీ నీతిని అనుసరించి లాభాలని వృథాగా పోనివ్వకూడదనీ, వాటిని మళ్ళీ ఉత్పత్తి చేసేందుకు మదుపు పెట్టాలనీ అనుకుంటాడు. మరి అతను అనుసరించే నీతితో వినిమయతత్వం అనుసరించే నీతిని ఎలా పొందుపరుస్తాం? చాలా తేలిక. పూర్వపు యుగాలలోలాగే, ఉన్నత వర్గానికీ, సామాన్య జనానికి మధ్య ఈనాడు కూడా శ్రమ విభజన ఉంది. మధ్యయుగపు యూరప్‌లో కులీనులు తమ ధనాన్ని భోగభాగ్యాల కోసం నిర్లక్ష్యంగా ఖర్చు చేసేవాళ్ళు, అదే సమయంలో రైతులు ఒక్కొక్క నాణాన్నీ జాగ్రత్త చేస్తూ పొదుపుగా బతికేవాళ్లు. ఈనాడు అంతా తలకిందులైంది. ధనవంతులు తమ ఆస్తిపాస్తులనీ, పెట్టుబడులనీ అతిజాగ్రత్తగా నిర్వహిస్తున్నారు, అంతగా డబ్బులేనివాళ్ళు అప్పులు చేసి, తమకి నిజంగా అవసరం లేని కార్లూ, టెలివిజన్లూ కొనుక్కుంటున్నారు.

పెట్టుబడిదారీ విధానం, వినిమయతత్వం తాలూకు నైతికత నిజానికి ఒకే నాణేనికి రెండు పార్శ్వాలు. రెండు ఆదేశాలు ఒకదానితో ఒకటి మమేక మవటం. ధనికులకు అందే అత్యున్నత ఆదేశం, "మదుపు పెట్టు!" మిగిలిన మనందరికీ అత్యున్నత ఆదేశం, "కొను!"

పెట్టుబడిదారీ-వినిమయతత్వ నీతి మరోరకంగా కూడా విప్లవాత్మక మైనది. మునుపటి నైతిక వ్యవస్థలు చాలామటుకు జనానికి చాలా కఠినమైన నిబంధనలు విధించేవి. వాళ్ళకి స్వర్గప్రాప్తి ఉంటుందని వాగ్దానం చేసేవారు, కానీ సానుభూతి, సహనం అలవరచుకుంటేనే, కోరికలని, క్రోధాన్నీ జయిస్తేనే, స్వార్థచింతనని అదుపులో పెట్టుకుంటేనే అది సాధ్యమని షరతులు విధించే వారు. చాలామందికి అది చాలా కష్టంగా తోచేది. నైతికత తాలూకు చరిత్ర జీవితంలో ఎవరూ పాటించలేని అద్భుతమైన ఆదర్శాల విషాద గాథ. అధిక శాతం క్రైస్తవులు యేసుక్రీస్తుని అనుకరించలేదు, అధికశాతం బౌద్ధులు బుద్ధుణ్ణి అనుసరించలేకపోయారు, కన్ఫ్యూషియస్‌ని అనుసరించిన వాళ్లలో అధికశాతం ఆయనకి విపరీతమైన కోపం తెప్పించి ఉండేవాళ్ళు.

దానికి విరుద్ధంగా, ఈనాడు అధికశాతం జనం పెట్టుబడిదారీ-వినిమయతత్వ ఆదర్శానికి అనుగుణంగా జీవించటంలో కృతార్థులవుతున్నారు. ధనికులు లోభంతో బతకాలని, ఇంకా ఎక్కువ దానం సంపాదించేందుకు సమయం కేటాయించాలని, జనం వాళ్ళ కోరికలకీ, ఆకాంక్షలకీ అడ్డురాకుండా ఉండాలనీ, ఇంకా ఎక్కువ వస్తువులు కొనుగోలు చేయాలనీ కొత్త నీతి బోధిస్తుంది. దీన్ని అనుసరించేవాళ్ళు తమని చేయమన్న పనులు పొల్లు పోకుండా చేసే ఈ మతం చరిత్రలోనే మొట్టమొదటిది. కానీ చేసే పనికి మారుగా స్వర్గం లభిస్తుందని మనకి ఎలా తెలుస్తుంది? మనం దాన్ని టెలివిజన్‌లో చూశాం.

అధ్యాయం 18

శాశ్వతమైన ఒక విప్లవం

పారిశ్రామిక విప్లవం శక్తిని ఉపయోగించుకునేందుకు కొత్త మార్గాలని కనిపెట్టి, కొత్త వస్తువులని తయారుచేసి, మానవజాతి తన చుట్టూ ఉన్న పర్యావరణం మీద ఎక్కువగా ఆధారపడే అవసరం లేకుండా చేసింది. మనుషులు అడవులని నరికివేశారు, చిత్తడినేలల్లో నీటిని పూర్తిగా తీసివేశారు, నదులమీద ఆనకట్టలు కట్టారు, మైదానాల్లో నీళ్లు ప్రవహింపజేశారు, కొన్ని వేల కిలోమీటర్ల రైల్వేలైన్లు పరిచారు, ఆకాశాన్నంటే కట్టడాలతో మహా నగరాలని నిర్మించారు. ప్రపంచాన్ని హోమోసేపియన్ల అవసరాలకి తగ్గట్టు తీర్చి దిద్దటంతో, ఆవాసాలని నాశనం చేసి అక్కడ నివసించే జంతువులు అంతరించిపోయేందుకు కారణమయ్యారు. ఒకప్పుడు నీలం, ఆకుపచ్చ రంగుల్లో ఉండిన మన భూగోళం ఒక కాంక్రీట్, ప్లాస్టిక్ మాల్‌గా మారిపోతోంది.

ఈనాడు భూగోళంలో ఉండే భూఖండాలలో 700 కోట్లమంది దాకా సేపియన్లు నివసిస్తున్నారు. వీళ్లందరినీ తీసి ఒక పెద్ద త్రాసులో వేస్తే, వాళ్ళందరి మొత్తం బరువు 30 కోట్ల టన్నులుంటుంది. ఆ తరవాత ఆవులూ, పందులూ, గొర్రెలూ, కోళ్ళూ లాంటి మన పెంపుడు వ్యవసాయ జంతువు లన్నిటినీ, అంతకన్నా పెద్ద త్రాసులో పెడితే, అవి మొత్తం 70 కోట్ల టన్నులు తూగుతాయి. దీనికి విరుద్ధంగా, ప్రస్తుతం జీవించి ఉన్న ముళ్ళపందులు, పెంగ్విన్ల నుంచి ఏనుగులు, తిమింగలాలు వరకూ ఉండే పెద్ద అడవి జంతువులన్నీ కలిపినా 10 కోట్ల టన్నులు కూడా తూగవు. మన పిల్లల పుస్తకాలూ, మన ప్రతిమా శాస్త్రమూ, మన టీవీ తెరల నిండా జిరాఫీలూ, తోడేళ్ళూ, చింపాంజీలూ కనిపిస్తాయి, కానీ వాస్తవ ప్రపంచంలో వాటి సంఖ్య చాలా తగ్గిపోయింది. ప్రపంచంలో 15 కోట్ల పశువులతో పోలిస్తే సుమారు 80,000 జిరాఫీలున్నాయి, 40 కోట్ల పెంపుడు కుక్కలతో పోలిస్తే 2,00,000 తోడేళ్లున్నాయి, కొన్ని కోట్లమంది మానవులతో పోలిస్తే చింపాంజీలు కేవలం 2,50,000. మానవజాతి నిజంగానే ఈ ప్రపంచాన్ని స్వాధీనం చేసుకుంది.

వనరుల లోటు, పర్యావరణ నాశనం ఒకటే కాదు. కిందటి అధ్యాయంలో మనం చూసినట్టే, మనుషులకి లభించే వనరులు నిరంతరం పెరుగుతూనే ఉన్నాయి, మరింత

పెరిగే అవకాశం కూడా ఉంది. అందుకే వనరులు తగ్గిపోయి ప్రపంచం అంతమైపోతుందన్న భవిష్యవాణి బహుశా సరైనది కాదు. మరోవైపు పర్యావరణ విధ్వాంసాన్ని గురించి భయపడటానికి సరైన కారణాలున్నాయి. భవిష్యత్తులో సేపియన్లు కొత్త పదార్థాలనీ, శక్తి మూలాలనీ స్వాధీనం చేసుకునే ఆస్కారం ఉంది. అదే సమయంలో జంతువుల సహజ ఆవాసాలలో మిగులూ తగులూ ఉంటే, దాన్ని కూడా నాశనం చేసి, మిగిలిన ప్రాణికోటిలో అధికశాతాన్ని పూర్తిగా నిర్మూలించే అవకాశమూ కనిపిస్తోంది.

నిజానికి పర్యావరణ సంక్షోభం హోమోసేపియన్ల మనుగడకే ప్రమాదం కలగజేయ వచ్చు. భూమి వేడెక్కటం, సముద్రాలు పొంగటం, అంతటా వ్యాపించిన కాలుష్యం ఈ భూమిని మనలాంటి వారికి నివాసయోగ్యం కాకుండా చెయ్యవచ్చు. దానివల్ల భవిష్యత్తులో మానవుడి శక్తికీ, మానవుడి వల్ల ఏర్పడిన ప్రకృతి వైపరీత్యాలకీ పరుగుపందెం పెరిగిపోయే లక్షణాలు కనిపిస్తున్నాయి. మానవులు తమ శక్తిని ఉపయోగించి ప్రకృతి శక్తులకు ఎదురు తిరిగి, పర్యావరణ వ్యవస్థని తమ అవసరాలకు, ఇష్టాలకు తగ్గట్టు స్వాధీనం చేసుకునేందుకు ప్రయత్నిస్తే, దానివల్ల మరిన్ని ఎదురుచూడని ప్రమాదకరమైన దుష్ఫలితాలు తలెత్తే ఆస్కారం ఉంది. వీటిని నియంత్రించాలంటే, పర్యావరణ వ్యవస్థ మీద మరింత తీవ్రమైన యుక్తులు ప్రయోగించాలి, కానీ అవి మరింత అల్లకల్లోలాన్ని సృష్టిస్తాయి.

చాలామంది ఈ ప్రక్రియని 'ప్రకృతిని నాశనం చెయ్యటం' అంటారు. కానీ ఇది నిజంగా నాశనం చెయ్యటం కాదు, మార్చటం. ప్రకృతిని ఎవరూ నాశనం చెయ్యలేరు. ఆరువందల యాభై లక్షల సంవత్సరాల క్రితం, ఒక గ్రహశకలం రాక్షస బల్లులను (డైనోసార్లను) పూర్తిగా తుడిచిపెట్టేసింది. కానీ అది క్షీరదాల సృష్టికి దారి తెరిచింది. ఈనాడు మానవజాతి అనేక జాతులు అంతరించిపోయేట్టు చేస్తోంది, బహుశా తనని తాను ధ్వంసం చేసుకోనూ వచ్చు. కానీ ఇతర జీవులు బాగానే ఉన్నాయి. ఉదాహరణకి, ఎలుకలకీ, బొద్దింకలకీ ప్రస్తుతం ఉచ్చదశ. పట్టువదలని ఈ జీవులు అణు మహాయుద్ధం తరవాత అంతటా లేస్తున్న పొగలోంచి బహుశా పాకుతూ బైటికి వచ్చి, తమ డీఎన్ఏని విస్తరించేందుకు సిద్ధంగా ఉంటాయేమో. రాక్షసబల్లులని నామరూపాల్లేకుండా చేసిన గ్రహశకలానికి ఈనాడు మనం ధన్యవాదాలు తెలుపు కుంటున్నట్టే, బహుశా ఇవాల్టినుంచి 650 లక్షల సంవత్సరాల తరవాత, తెలివైన ఎలుకలు మానవులు చేసిన విధ్వంసాన్ని కృతజ్ఞతతో వెనక్కి తిరిగి చూస్తాయేమో.

అయినా మనం అంతరించిపోతామని అంటూ వినిపిస్తున్న పుకార్లు అపరిపక్వమైనవి. పారిశ్రామిక విప్లవం వచ్చిన తరవాత నుంచీ మానవుల జనాభా ఎన్నడూ లేనంత వేగంగా పెరిగిపోతూ వస్తోంది. 1700లో ప్రపంచంలో 70 కోట్లమంది మానవులు ఉండేవాళ్ళు. మన సంఖ్య 1800 లో 95 కోట్లకి పెరిగింది. 1900కి ఆ సంఖ్య సుమారు రెండు రెట్లు పెరిగి 160 కోట్లకి చేరుకుంది. ఆ తరవాత 2000 సంవత్సరంలో అది నాలుగింతలై 600 కోట్లయింది. ఈనాడు సేపియన్ల సంఖ్య 700 కోట్లకి కాస్త దగ్గరగా వచ్చేసింది.

ఆధునిక కాలం

ఇంతమంది సేపియన్లు ప్రకృతి ఇష్టాయిష్టాలను పట్టించుకోని స్థితికి చేరుకున్నారు, కానీ ఆధునిక పరిశ్రమలూ, ప్రభుత్వమూ అందజేసే ఆజ్ఞలని ధిక్కరించలేకపోతున్నారు. పారిశ్రామిక విప్లవం మనుషుల సామాజిక వివరాలను చాతుర్యంతో సంపాదించే సుదీర్ఘమైన ప్రయోగాల పరంపరకు దార్లు వేసింది. అంతే కాక, రోజువారీ జీవితంలోనూ, మానవుల మనస్తత్వంలోనూ ఊహించలేని మార్పులని మరింత ఎక్కువగా తీసుకువచ్చింది. దీనికి ఎన్నో ఉదాహరణలున్నాయి, మనం ఒక ఉదాహరణ తీసుకుందాం, ఒక లయ ప్రకారం సాగే సాంప్రదాయబద్ధమైన వ్యవసాయం స్థానంలో పరిశ్రమ తాలూకు ఒకే రకంగా సాగే, తు.చ తప్పని కార్యక్రమం.

సంప్రదాయబద్ధమైన వ్యవసాయం ప్రకృతి సహజమైన ఆవృత్తాల మీదా, సేంద్రీయ ఎదుగుదల మీదా ఆధారపడేది. చాలామటుకు సమాజాలు స్పష్టంగా కాలపరిమితులని కొలవలేకపోయేవి. అసలు ఆ పని చెయ్యాలన్న ఆసక్తే ఉండేది కాదు. గడియారంలూ, క్యాలెండర్లూ లేకుండానే ప్రపంచం తన పనులు చేసుకునేది. సూర్యుడి గమనాన్ని అనుసరించే, మొక్కల ఎదుగుదలకి సంబంధించిన కాలపరిమితిని బట్టీ వాళ్ళు పనిచేసేవారు. ప్రతిరోజూ ఒకే రకమైన పనిదినంలాగ ఉండేది కాదు, ఋతువులని బట్టి రోజువారీ పనులన్నీ పూర్తిగా మారిపోయేవి. జనానికి సూర్యుడు ఎక్కడుంటాడో తెలిసేది, వర్షఋతువు ఆగమనాన్ని, కోతల సమయాన్ని తెలియజేసే సూచనల కోసం జనం ఆత్రుతగా ఎదురుచూసేవారు. కానీ వాళ్లకి గంటల గురించి తెలీదు, ఇక ఏడాది గురించి ఎప్పుడూ పట్టించుకోనే లేదు. టైం మిషన్‌లో ప్రయాణించే వారెవరైనా దారితప్పి మధ్యయుగపు గ్రామానికి చేరుకొని, అటుగా వెళ్తున్న వారిని, “ఇది ఏ సంవత్సరం?” అని అడిగితే, ఆ గ్రామస్థుడు అపరిచితుడైన ఆ మనిషి తొడుక్కున్న వింత దుస్తులు చూసి ఆశ్చర్యపోయినట్టే, అతని ప్రశ్న విని కూడా ఆశ్చర్యపోతాడు.

మధ్యయుగపు రైతులూ, జోళ్ళు తయారుచేసేవాళ్ళకి భిన్నంగా ఆధునిక పరిశ్రమ సూర్యుడి గురించీ, ఋతువుల గురించీ బొత్తిగా లెక్కచేయదు. కచ్చితంగానూ, ఏకరీతిగానూ ఉండటానికి అది పాటిస్తుంది. ఉదాహరణకి, మధ్యయుగపు కార్యశాలలో జోళ్ళు కుట్టే ఒక్కొక్క మనిషీ జోళ్ళని జోళ్ల అడుగుభాగం నుంచి బకిల్ దాకా తానే పూర్తిగా తయారు చేసేవాడు. ఒక పనివాడు ఆలస్యంగా వచ్చినా మిగిలినవాళ్లు ఆగవలసిన అవసరం ఉండేది కాదు. కానీ ఒక ఆధునిక జోళ్ల ఫ్యాక్టరీలో జోళ్ళని తయారుచేసేవాళ్లలో ప్రతి ఒక్కడూ ఒక యంత్రం దగ్గర పనిచేస్తాడు. ఆ యంత్రం జోడులోని ఒక చిన్న భాగాన్ని తయారుచేస్తుంది. ఆ తరవాత దాన్ని మరో యంత్రం దగ్గర పనిచేసే వ్యక్తికి పంపుతారు. 5వ నంబరు యంత్రం మీద పనిచేసే వ్యక్తి ఆలస్యంగా నిద్రలేస్తే, మిగిలిన యంత్రాలన్నీ ఆగిపోతాయి. ఇటువంటి ఆపదలని నివారించేందుకు ప్రతిఒక్కరూ కచ్చితమైన సమయాన్ని పాటించాలి. ఆకలిగా ఉన్నా లేకపోయినా అందరూ లంచ్ చేసేందుకు ఒకే సమయంలో వెళ్తారు. పనిచేసే సమయం ముగిసిపోయిందన్న సూచనగా ఈల వినబడితే అందరూ ఇళ్ళకి వెళ్ళిపోతారు, అంతేకాని చేస్తున్న పని పూర్తి కావాలన్న నియమమేమీ ఉండదు.

43. మోడర్న్ టైమ్స్ (1936) చిత్రంలో పారిశ్రామిక యంత్రాల చక్రాలలో చిక్కుకుపోయిన సామాన్య కార్మికుడిగా చార్లీ చాప్లిన్.

పారిశ్రామిక విప్లవం టైం టేబుల్‌కీ, వస్తువుల భాగాలను కూర్చే పనివాళ్ల క్రమానికి ఒక కచ్చితమైన ఆకారాన్నిచ్చింది. మనుషుల ప్రవర్తన మీద ఫ్యాక్టరీలు తమ కాలపరిమితిని విధించిన కొద్దికాలానికే స్కూళ్ళు కూడా కచ్చితమైన టైం టేబుళ్ళని అనుసరించటం మొదలెట్టాయి. ఆ తరవాత ఆస్పత్రులూ, ప్రభుత్వ కార్యాలయాలూ, కిరాణా దుకాణాలూ కూడా ఈ పద్ధతినే అనుసరించాయి. వస్తు భాగాలని విడివిడిగా కూర్చే పద్ధతులూ, యంత్రాలూ లేని చోట్ల కూడా టైం టేబుల్ అనేది రాజై కూర్చుంది. ఫ్యాక్టరీలో ఒక షిఫ్ట్ సాయంత్రం 5 గంటలకి ముగిస్తే, వ్యాపారం సాగాలంటే 5 గంటల 2 నిమిషాలకల్లా స్థానిక సారా దుకాణం తెరవాల్సిందే.

టైం టేబుల్ ఇలా అన్ని రంగాలకీ విస్తరించటంలో ప్రజా రవాణా వ్యవస్థ ఒక ముఖ్యమైన అనుసంధానంగా తన పాత్ర వహించింది. కార్మికులు తమ షిఫ్ట్‌ని ఉదయం 8 గంటలకి ప్రారంభించాలంటే, రైలు గాని, బస్సు గాని ఫ్యాక్టరీ గేటు దగ్గరకి 7:55 కల్లా చేరుకోవాలి. కొద్ది నిమిషాల ఆలస్యం ఉత్పత్తిని తగ్గించే అవకాశం ఉంది, దురదృష్టం కొద్దీ కార్మికుల ఉద్యోగం పోయినా పోవచ్చు. 1784లో బ్రిటన్లో ఒక గుర్రబ్బండీ సర్వీస్, ప్రచురించిన సమయ వివరాల జాబితాతో సహా ప్రారంభమైంది. దాని టైం టేబుల్‌లో నిష్క్రమణ సమయం మాత్రమే సూచించబడింది తప్ప ఆగమన సమయం లేదు. ఆ రోజుల్లో బ్రిటన్‌లోని ప్రతి నగరానికి, ఊరికీ తమదైన సమయం ఉండేది, దానికీ లండన్ సమయానికి దాదాపు అరగంట తేడా ఉండేది. లండన్‌లో 12 గంటలైతే లివర్‌పూల్‌లో బహుశా 12:20, కాంటర్బరీలో 11:50 అయేదేమో. టెలిఫోన్లూ, రేడియో, టెలివిజన్,

వేగంగా నడిచే రైళ్ళూ లేనందున, ఆ తేడా ఎవరికి తెలుస్తుంది? తెలిసినా ఎవరు పట్టించు కుంటారు?

వాణిజ్యం కోసం మొట్టమొదటి రైలు సేవలని 1830లో లివర్‌పూల్‌కీ మాంచెస్టర్‌కీ మధ్య ప్రారంభించారు. పదేళ్ల తరవాత మొదటి రైల్వే టైం టేబుల్ ప్రచురించారు. పాత గుర్రబ్బళ్ళకన్నా ఈ రైళ్లు చాలా వేగంగా నడిచేవి, అందుచేత సమయాలలో ఉండే వింత తేడా పెద్ద తలనొప్పిగా తయారైంది. 1847లో బ్రిటిష్ రైలు కంపెనీలు కలిసి కూర్చుని ఆలోచించి, లివర్‌పూల్, మాంచెస్టర్, లేదా గ్లాస్గోలో చూపించే సమయానికి తగ్గట్టు కాకుండా, ఇకమీదట అన్ని రైలు టైం టేబుళ్లూ గ్రీన్‌విచ్ అబ్సర్వేటరీలోని సమయానికి తగినట్టు తయారుచేయాలని నిర్ణయించాయి. ఒక్కొక్కటిగా మరిన్ని సంస్థలు రైలు కంపెనీలు మొదలుపెట్టిన ఈ పద్ధతినే పాటించసాగాయి. చివరికి 1880లో మునుపెన్నడూ జరగనిది జరిగింది. బ్రిటన్‌లోని అన్ని టైం టేబుళ్ళూ గ్రీన్‌విచ్ సమయాన్నే పాటించాలని బ్రిటిష్ ప్రభుత్వం ఒక చట్టాన్ని విధించింది. చరిత్రలో మొట్టమొదటిసారి, ఒక దేశం జాతీయ కాలాన్ని అవలంబించి జనం స్థానికమైన సమయాన్నీ, సూర్యోదయం, సూర్యాస్తమయం లాంటి వాటినీ పట్టించుకోకుండా ఆ కృత్రిమ గడియారం చూపించే సమయాన్నే పాటించాలని ఆదేశించింది.

ఇలా చిన్న స్థాయిలో ప్రారంభమైనది ప్రపంచవ్యాప్తంగా టైం టేబుళ్ళని విస్తరింప జేసింది. గడియారాలన్నీ క్షణంలో అల్పాంశంతో సహా సమకాలీ కరణం (సింక్రొనైజ్డ్) చేయబడ్డాయి. ప్రసార మాధ్యమాలు, మొదట రేడియో, తరవాత టెలివిజన్, మొదటిసారి ఉనికిలోకి వచ్చాక, టైం టేబుళ్ల ప్రపంచంలోకి ప్రవేశించి వాటిని అమలుచెయ్యటంలో అమితమైన శ్రద్ధాభక్తులు చూపించసాగాయి. రేడియో స్టేషన్లు మొట్టమొదట ప్రసారం చేసినవి సమయ సంకేతాలు, బీప్ బీప్ మనే ఆ శబ్దాలు సుదూర ప్రాంతాలలో నివసించే వారూ, సముద్రం మీద ప్రయాణం చేసే నౌకలూ తమ గడియారాలని సరిచూసుకునేందుకు ఉపయోగపడ్డాయి. తరవాత రేడియో స్టేషన్లు గంట కొకసారి వార్తలు ప్రసారం చెయ్యట మనేది అలవరచుకున్నాయి. ఈ రోజుల్లో వార్తల ప్రసారంలో మొదట వచ్చేది సమయం ఎంతయిందో తెలియజేయటం. ఎక్కడో యుద్ధం మొదలైంది అనే వార్త కన్నా గంట ఎంతైందో చెప్పటం ముఖ్యమైపోయింది. రెండవ ప్రపంచయుద్ధం జరుగుతున్న కాలంలో నాజీల అధీనంలో ఉన్న యూరప్‌లో, బీబీసీ వార్తలు ప్రసారమయ్యాయి. వార్తలకి సంబంధించిన ప్రతి ప్రత్యక్ష ప్రసార కార్యక్రమమూ బిగ్ బెన్ గడియారం మోగించే గంటలతో – అది స్వేచ్ఛ తాలూకు అద్భుతమైన ధ్వని – ప్రారంభమయ్యేది. తెలివైన జర్మన్ భౌతిక శాస్త్రవేత్తలు లండన్‌లో వాతావరణ పరిస్థితి గురించి సూచించే మార్గం కనిపెట్టారు. ప్రసారమయే గడియారం గంటల ధ్వనిలో చిన్న చిన్న తేడాలను ఆధారం చేసుకుని వాళ్ళు ఈ పని చేయగలిగారు. లుఫ్ట్ వాఫా (జర్మన్ వాయుసేన) కి ఇది చాలా ఉపయోగపడింది. బ్రిటిష్ గుప్తచర విభాగానికి ఈ విషయం తెలిసి, వాళ్ళు ప్రతిసారీ ఒకే రకంగా మోగే ఆ ప్రసిద్ధ గడియారం ధ్వనిని ప్రసారం చేయసాగారు.

టైం టేబుల్ నెట్వర్క్ పనిచేసేందుకని చవగ్గా వచ్చే, కచ్చితమైన సమయాన్ని చూపించే చేతిలో ఇమిడే చిన్న గడియారాలు అంతటా కనిపించ సాగాయి. అసిరియా, సస్సానిద్, ఇన్ కా నగరాల్లో మహా అయితే కొన్ని నీడ గడియారాలు (సన్ డయల్స్) ఉండేవేమో. మధ్యయుగంలో యూరోపియన్ నగరాల్లో సామాన్యంగా ఒకే ఒక గడియారం ఉండేది, ఊరి నడిమధ్య ఒక ఎత్తైన గోపురం మీద ఆ అతిపెద్ద గడియారాన్ని ఉంచేవారు. ఈ గడియారాలు ఎప్పుడూ సరైన సమయాన్ని చూపించేవి కావు. కానీ అవి తప్పని చెప్పేందుకు ఊళ్ళో మరో గడియారం లేకపోవటంవల్ల పెద్ద తేడా ఏమీ ఉండేది కాదు. ఈనాడు ఒక్క ధనిక కుటుంబం ఇంట్లో ఉన్నన్ని గడియారాలు మధ్యయుగంలో పూర్తి దేశంలోనే ఉండేవి కావు. మీ చేతి గడియారం వైపు చూసి మీరు సమయం ఎంతైందో చెప్పగలరు. మీ ఆండ్రాయిడ్ వైపు ఒక చూపు విసిరి, లేదా మంచం పక్కనున్న అలారం గడియారం వైపు చూసి, వంటింట్లో గోడకున్న గడియారం వైపు తేరిపార చూసి, మైక్రోవేవ్ వైపు కన్నార్పకుండా చూసి, టీవీ, డీవీడీ వైపు అలవోకగా చూసి, లేదా కనుకొలకులనుంచి కంప్యూటర్ టాస్క్ బార్ కేసి చూసి మీరు సమయం ఎంతైందో తెలుసుకోవచ్చు. సమయం ఎంతైందో తెలుసుకోకూడదనుకుంటే గట్టి ప్రయత్నం చెయ్యాల్సిందే.

ఒక సగటు మనిషి ఒక రోజులో గడియారాన్ని కొన్ని డజన్లసార్లు చూస్తాడు. మరి మనం చెయ్యవలసిన పనులన్నిటికీ సమయపాలన అవసరమౌతోంది. అలారం గడియారం మనల్ని ఉదయం 7 గంటలకి నిద్ర లేపుతుంది, ఫ్రిజ్‌లో గట్టిపడిపోయిన బన్నునో, బ్రెడ్డునో మనం సరిగ్గా 50 సెకన్లు మైక్రోవేవ్‌లో వేడిచేస్తాం, ఎలక్ట్రిక్ టూత్‌బ్రష్ బీప్ వినిపించేదాకా మూడు నిమిషాలపాటు పళ్ళు తోముకుంటాం, ఆఫీసుకెళ్లేందుకు 7:40కి రైలు పట్టుకుంటాం, బీపర్ మోగి అరగంట అయిపోయిందని తెలియజేసేదాకా, అరగంటసేపు ట్రెడ్‌మిల్ మీద పరిగెత్తుతాం. సాయంత్రం 7 గంటలకి మనకి ఇష్టమైన కార్యక్రమం చూసేందుకు టీవీ ముందు కూర్చుంటాం, ముందుగా నిర్ణయించిన ప్రకటనలు కార్యక్రమానికి అడ్డొస్తాయి, వాటికయే ఖర్చు క్షణానికి 1,000 డాలర్లు. చివరిగా మన ఆరాటాన్నంతా ఒక వైద్యుడి ముందు వెళ్లగక్కుతాం. ప్రస్తుత ప్రమాణాల ననుసరించి మన వాగుడు గంటలో 50 నిమిషాలకు మాత్రమే పరిమితమయేట్టు చూస్తాడాయన.

పారిశ్రామిక విప్లవం మానవ సమాజంలో కొన్ని డజన్ల పెనుమార్పులని సృష్టించింది. పారిశ్రామిక సమయానికి అనుకూలంగా మలుచుకోవడం వాటిలో ఒకటి. గుర్తింపదగ్గ మిగిలిన ఉదాహరణలు, నగరీకరణ, రైతాంగం మాయమవటం, పరిశ్రమల్లో పారిశ్రామిక వర్గం పెరగటం, సామాన్య మానవుడికి సాధికారత లభించటం, ప్రజాస్వామ్యం అమలు పరచటం, యువ సంస్కృతి, పురుషస్వామ్యం విచ్ఛిన్నమవటం.

మానవాళి విషయంలో జరిగిన అతిముఖ్యమైన సామాజిక విప్లవం ముందు ఇవన్నీ మరుగుజ్జులలాగే కనిపిస్తాయి. కుటుంబాలు, స్థానిక సముదాయాలూ కూలిపోవటం, వాటి స్థానంలో స్టేట్, మార్కెట్ వచ్చి చేరాయి. మనకి తెలిసినంతలో, అతిప్రాచీనకాలం

నుంచీ, అంటే లక్ష సంవత్సరాల కన్నా ఎక్కువగా, మానవులు చిన్న చిన్న సముదాయాలలో, సన్నిహితంగా జీవించారు. ఆ సముదాయాల్లో అధికశాతం ఒకరికొకరు బంధువులే. జ్ఞాన విప్లవం, వ్యవసాయ విప్లవం దాన్ని మార్చలేదు. కుటుంబాలనీ, సముదాయాలనీ అంటి పెట్టుకుని ఉండేలా చేసి తెగలనీ, నగరాలనీ, రాజ్యాలనే, సామ్రాజ్యాలనీ సృష్టించాయి. కానీ కుటుంబాలూ, సముదాయాలూ మానవ సమాజాన్ని నిర్మించే పునాదులుగా ఉండేవి. పారిశ్రామిక విప్లవం రెండు శతాబ్దాల కాలంలోనే, ఆ నిర్మాణాలని అణువు లుగా తుంచెయ్యగలిగింది. కుటుంబాలూ, సముదాయాలూ జరుపుకునే సాంప్రదాయసిద్ధమైన కార్యకలాపాలన్నిటినీ స్టేట్‌కీ, మార్కెట్‌కీ అందజేసింది.

కుటుంబమూ, సముదాయమూ కూలిపోవటం

పారిశ్రామిక విప్లవానికి ముందు అధికశాతం మానవుల జీవితం మూడు ప్రాచీన చట్రాలలో పరిమితమై ఉండేది : తలిదండ్రులూ, పిల్లలతో కూడిన చిన్న కుటుంబం, వాళ్ళ దగ్గర బంధువులతో ఏర్పడే పెద్ద కుటుంబం, స్థానికంగా సన్నిహితంగా మెలిగే సముదాయం.* ఎక్కువమంది తమ తాతా తండ్రులు చేసిన వృత్తినే కొనసాగించేవారు. ఉదాహరణకి, కుటుంబ వ్యవసాయం లేదా కార్యశాల. లేదా పొరుగువారు తరతరాలుగా చేస్తున్న వ్యాపారంలో పనికి కుదురుకునే వారు. కుటుంబం సంక్షేమ వ్యవస్థగా, ఆరోగ్య వ్యవస్థగా, విద్యా వ్యవస్థగా, నిర్మాణ పరిశ్రమగా, ట్రేడ్ యూనియన్‌గా, పెన్షన్ తాలూకు మూలధనంగా, బీమా కంపెనీగా, రేడియో, టెలివిజన్, వార్తాపత్రిక, బ్యాంకు, చివరికి పోలీస్‌గా కూడా పనిచేసేది.

ఎవరైనా జబ్బుపడితే, ఆమెకి కుటుంబం శుశ్రూష చేసేది. ఒక స్త్రీకి వృద్ధాప్యం వస్తే కుటుంబం ఆసరాగా నిలిచేది, ఆమె పిల్లలే ఆమె పెన్షన్ తాలూకు మూలధనం. ఎవరైనా చనిపోతే అనాథలని కుటుంబమే ఆదుకునేది. ఎవరైనా ఒక గుడిసె వేసుకోవాలంటే కుటుంబం సాయం చేసేది. వ్యాపారం చెయ్యాలనుకున్నవాడికి అవసరమైన పెట్టుబడి డబ్బు కుటుంబమే ఏర్పాటు చేసేది. ఎవరైనా పెళ్లిచేసుకోవాలనుకుంటే కుటుంబమే ఆ అమ్మాయినో, అబ్బాయినో ఎంపిక చేసేది, లేదా వివరాలు కనుక్కుని సాయం చేసేది. పొరుగువాడితో గొడవ తలెత్తితే కుటుంబం పక్కబలంగా ఉండేది. కానీ ఎవరికైనా కుటుంబం సాయం చెయ్యలేనంత తీవ్రమైన రోగం వచ్చినప్పుడు, లేదా వ్యాపారానికి అత్యధికంగా మదుపు పెట్టవలసివచ్చినప్పుడు, లేదా పొరుగువాడితో గొడవ హింసాత్మకంగా మారినప్పుడు మాత్రం సముదాయం కాపాడేందుకు వచ్చేది.

స్థానిక సంప్రదాయాలమీదా, స్వప్రయోజనాలమీదా ఆధారపడి సముదాయం సాయం చేసేందుకు ముందుకొచ్చేది. తరచు ఇది స్వేచ్ఛావిపణి ఆశించే సరఫరా–గిరాకీ అనే నియమాలకు భిన్నంగా ఉండేది. ప్రాచీన సంప్రదాయాలని పాటించే మధ్యయుగపు

---

* ఈ సముదాయంలో ఒకరితో ఒకరికి మంచి పరిచయాలున్న మనుషులు మనుగడకి ఒకరిమీద మరొకరు ఆధారపడుతూ జీవిస్తారు.

సముదాయంలో, నా పొరుగువాడికి సాయం అవసరమైనప్పుడు, అతని గుడిసె వేసుకునేందుకో, అతని గొర్రెలకు కాపలా కాసేందుకో ఎటువంటి చెల్లింపు ఆశించకుండా సాయం చేసేవాణ్ణి. నాకేదైనా అవసరం వచ్చినప్పుడు అతను నాకు సాయం చేసేవాడు. అదే సమయంలో మా ఊరి ప్రభువు ఒక్క కానీ కూడా చెల్లించకుండా ఊరి వారందరి సాయంతో తన కోసం కోట కట్టించుకునేవాడు. దానికి బదులుగా అయన మమ్మల్ని దొంగలనుంచీ, అనాగరికుల దాడినుంచీ రక్షిస్తాడని ఎదురుచూసేవాళ్ళం. గ్రామీణ జీవితంలో లావాదేవీలు ఎన్నో ఉండేవి కానీ డబ్బు చెల్లించటం ఉండేది కాదు. కొన్ని అంగళ్ళు ఉండేవి కానీ వాటి పాత్ర పరిమితంగా ఉండేది. అరుదుగా దొరికే సుగంధ ద్రవ్యాలు, బట్టలు, పరికరాలు బజారులో కొనుక్కోవచ్చు, లాయర్లు, డాక్టర్లు అందించే సేవలు పొందవచ్చు. కానీ సామాన్యంగా బజారులో కొనే వస్తువులూ, సేవలూ పది శాతంకన్నా తక్కువే. మనుషుల అవసరాలలో చాలావరకూ కుటుంబాలూ, సముదాయమూ తీర్చేవి.

రాజ్యాలూ, సామ్రాజ్యాలూ కూడా యుద్ధాలు చెయ్యటం, వీధులు నిర్మించటం, భవనాలు కట్టటం లాంటి ముఖ్యమైన పనులు చేసేవి. వీటి కోసం రాజులు పన్నులు విధించేవారు, అప్పుడప్పుడూ సైనికులనీ, కూలీలనీ భర్తీ చేసేవారు. అయినా ఎప్పుడో గాని కుటుంబాల, సముదాయానికి సంబంధించిన దైనందిన వ్యవహారాలలో కల్పించుకునేవారు కాదు. ఒకవేళ జోక్యం చెయ్యాలనుకున్నా, ఎక్కువమంది రాజులు అతికష్టం మీద ఆ పని చెయ్యగలిగేవారు. సాంప్రదాయ వ్యవసాయ ఆర్థిక వ్యవస్థలలో ప్రభుత్వోద్యోగుల మందలకీ, పోలీసులకి, సామజిక కార్యకర్తలకే, అధ్యాపకులకీ, డాక్టర్లకీ మింగబెట్టేందుకు అదనంగా డబ్బు ఉండేది కాదు. ఆ కారణం వల్లే ఎక్కువమంది ప్రభువులు జనం కోసం సంక్షేమ కార్యక్రమాలు, ఆరోగ్య పరిరక్షణ వ్యవస్థ, విద్య వ్యవస్థకి అవసరమైన కార్యక్రమాలేవీ తయారుచెయ్యలేదు. అలాటివి వాళ్ళు కుటుంబాలకీ, సముదాయానికీ వదిలేశారు. రైతాంగం దైనందిన వ్యవహారాలలో తలదూర్చాలని రాజులు అరుదుగా ప్రయత్నించినా (ఉదాహరణకి, చైనాలోని చిన్ సామ్రాజ్యంలో జరిగినట్టు), కుటుంబ పెద్దలనీ, సముదాయంలోని పెద్దలనీ ప్రభుత్వోద్యోగులుగా మార్చి ఆ పనిచేసేవారు.

తరచు రవాణా, సందేశాలు ఇచ్చిపుచ్చుకోవటంలోని సమస్యలు సుదూరాన ఉన్న సముదాయాల విషయంలో జోక్యం కలిగించుకునేందుకు వీలులేకుండా చేసేవి. దానివల్ల పన్నులు, హింసలాంటి రాజ్యానికుండే ప్రాథమిక విశేషాధికారాలని కూడా అవి వదిలి వేయటానికే ఇష్టపడేవి. ఉదాహరణకి, ఒట్టోమన్ సామ్రాజ్యంలో కుటుంబాల మధ్య ఉండే ప్రతీకారానికి అవే తీర్పు నిర్ణయించటానికి అనుమతి లభించేది. ఒక పెద్ద పోలీసు దళాన్ని పోషించటం కన్నా ఇదే మేలని రాజులు అనుకునేవారు. నా దాయాది ఎవరినైనా హత్య చేస్తే, దానికి ప్రతీకారం తీర్చుకునేందుకు చనిపోయిన వ్యక్తి సోదరుడు నన్ను హత్య చెయ్యవచ్చు. హింస హద్దుమీరకుండా ఉన్నంత కాలం అటువంటి కలహాలలో ఇస్తాంబుల్‌లో ఉండే సుల్తాను, లేదా ఆ ప్రాంతంలో ఉండే పాషా జోక్యం చేసుకునేవారు కాదు.

చైనాలోని మింగ్ సామ్రాజ్యంలో (1368-1644) జనాభాని బావోజియా వ్యవస్థలో,

పదేసి కుటుంబాలు ఒక జియా చొప్పున, పది జియాలు ఒక బావో చొప్పున విభజించింది. బావోకి చెందిన వారెవరైనా నేరం చేస్తే, బావోలోని ఇతర సభ్యులని ఆ నేరానికి ముఖ్యంగా బావోలో ఉండే పెద్దలని శిక్షించవచ్చు. బావోకి పన్నులు కూడా విధించేవారు. ఒక్కొక్క కుటుంబమూ ఎంత పన్ను చెల్లించాలో నిర్ణయించే బాధ్యత రాజ్యాధికారులది కాదు, అది కూడా బావో పెద్దలదే. ఒక్కొక్క కుటుంబ పరిస్థితిని అంచనా వేసి పన్ను రుసుము ఎంత కట్టాలో వల్లే నిర్ణయిస్తారు. సామ్రాజ్యం వైపునుంచి చూస్తే ఇలాంటి వ్యవస్థ వాళ్లకి చాలా సదుపాయంగా కనిపించేది. ఒక్కొక్క కుటుంబమూ సంపాదించే ఆదాయమూ, వ్యయమూ లెక్కలు వేసి, పద్దులు రాసే కొన్ని వేలమంది రెవెన్యు అధికారులని, పన్నులు వసూలు చేసేవారిని పోషించటం బదులు ఇలాంటి బాధ్యతలని సముదాయంలోని పెద్దలకే వదిలేసేవారు. ఆ పెద్దలకి ఒక్కొక్క గ్రామస్తుడి దగ్గరా ఎంత డబ్బుందో తెలిసేది, సామాన్యంగా రాజ్యం దగ్గరుండే సైన్యం కల్పించుకోకుండానే పన్నులు వసూలు చేసే పనివాళ్ళే చూసుకునేవారు.

నిజానికి అనేక రాజ్యాలూ, సామ్రాజ్యాలూ రక్షణ పేరిట జరిగే పెద్ద కుతంత్రాలే. రాజు బాసులకే బాస్. అతనే రక్షణ రుసుము వసూలు చేస్తాడు. దానికి మారుగా పొరుగునున్న నేరస్థుల కూటములు, స్థానికంగా ఉండే చిల్లర దొంగలు వాళ్లకి హాని కలగకుండా కాపాడేవాడు. అతను చేసినది అంతకన్నా ఏమీ లేదు.

కుటుంబం, సముదాయం ఈ రెండింటిలోకీ తొంగిచూస్తే అక్కడి జీవితాలు పెద్ద గొప్పగా ఏమీ ఉండేవి కావు. ఆధునిక రాజ్యాలూ, మార్కెట్లూ చేసినట్టే కుటుంబాలూ, సముదాయాలూ తమ సభ్యులని క్రూరంగా హింసించేవి. వాటిలో జరిగే పనులు తరచు ఒత్తిడితో, హింసతో కూడుకుని ఉండేవి. అయినా జనానికి వేరే మార్గం లేకపోయింది. 1750లో కుటుంబాన్నీ, సముదాయాన్నీ పోగొట్టుకున్న మనిషి చనిపోయిన మనిషితో సమానం. ఆమెకి ఉద్యోగం ఉండదు, చదువుసంధ్యలుండవు, అనారోగ్యం పాలయినా, విపత్తులో చిక్కుకున్నా సాయం చేసేవారెవరూ ఉండరు. ఎవరూ అప్పివ్వరు, ఏదైనా సమస్య వస్తే ఆమె తరఫున ఎవరూ మాట్లాడరు. పోలీసులు లేరు, సామాజిక కార్యకర్తలు లేరు, అనివార్య విద్య లేదు. బతికుండాలంటే అలాటి మనిషి త్వరగా మరో కుటుంబాన్నో, సముదాయాన్నో వెతుక్కోవలసిందే. ఇంట్లోంచి పారిపోయిన అబ్బాయిలూ, అమ్మాయిలూ మహా అయితే ఒక కొత్త కుటుంబంలో నౌకర్లుగా చేరే అవకాశం కోసం ఎదురుచూడవచ్చు. అన్నిటికన్నా అధ్వాన్న పరిస్థితి సైన్యం చేతికో, వేశ్యాగృహం నడిపే వారి చేతికో చిక్కటం.

గత రెండు శతాబ్దాల్లో ఇదంతా నాటకీయమైన మార్పుకి లోనయింది. పారిశ్రామిక విప్లవం మార్కెట్‌కి విపరీతమైన అధికారం ఇచ్చింది, రాజ్యానికి సందేశాలు ఇచ్చిపుచ్చుకునే కొత్త విధానాలనీ, రవాణా సదుపాయాలనీ అందించింది, ప్రభుత్వం ఉపయోగించుకునేందుకు గుమాస్తాలు, అధ్యాపకులూ, పోలీసులూ, సామజిక కార్యకర్తలతో ఒక పెద్ద సైన్యాన్ని సమకూర్చింది. మొదట్లో తమ దారికి సాంప్రదాయికమైన కుటుంబాలూ, సముదాయాలూ అడ్డు తగులుతున్నారనీ, వాళ్లకి బైటివాళ్ళు తమ విషయాలలో జోక్యం కలిగించుకోవటం నచ్చటం లేదనీ వ్యాపార సంస్థలకీ, రాజ్యానికీ అర్థమైంది. యువతరానికి

జాతీయ విద్యావ్యవస్థని అనుసరించి చదువు నేర్పటం, వాళ్ళని సైన్యంలో భర్తీ చెయ్యటం, ఎటువంటి మూలాలూ లేని శామికవర్గ నాగరికులుగా తయారుచేయటం తలిదండ్రులకీ, సముదాయంలోని పెద్దలకీ అయిష్టమనిపించింది.

కాలక్రమాన రాజ్యాలూ, వ్యాపార సంస్థలూ పెరుగుతున్న తమ అధికారాన్ని ఉపయోగించుకుని కుటుంబాలలోనూ, సముదాయంలోనూ ఉన్న గట్టి సంబంధాలను బలహీనపరిచాయి. కుటుంబ కలహాలని ఆపేందుకు రాజ్యం పోలీసులని పంపి, ఆ కలహాలని తీర్చేందుకు న్యాయస్థానాలని నెలకొల్పింది. ఏనాటినుంచో వస్తున్న స్థానిక సంప్రదాయాలని తుడిచి పెట్టేందుకు, వాటి స్థానంలో ఎప్పటికప్పుడు మారే వాణిజ్య ధోరణులను ప్రవేశపెట్టేందుకు వ్యాపార సంస్థలు వీధుల్లో తిరుగుతూ అమ్మకాలు చేసేవారిని పంపాయి. కానీ అది సరిపోలేదు. నిజంగా కుటుంబాల, సముదాయాల శక్తిని బలహీనం చేసేందుకు వాళ్ళకి ఒక శత్రువు అవసరమైంది.

రాజ్యం, వ్యాపార సంస్థలూ జనం కాదనలేని ప్రస్తావనతో వాళ్ళ ముందుకి వెళ్లారు. "వ్యక్తులుగా మారండి," అన్నారు. "మీ తలిదండ్రుల అనుమతి కోరకుండా మీకిష్టమైనవారిని పెళ్లిచేసుకోండి. సముదాయంలోని పెద్దలు నొసలు చిట్లించినా సరే, మీకు తగినదని అనిపించిన ఉద్యోగాన్నే ఎంచుకోండి. ప్రతివారం కుటుంబంతో కలిసి రాత్రి భోజనం చేయలేకపోయినా పరవాలేదు, మీరు కోరుకున్నచోటే నివసించండి. మీరు ఇక మీ కుటుంబం మీదా, సముదాయం మీదా ఆధారపడి లేరు. వాళ్లకి బదులు మేము, రాజ్యం, వ్యాపార సంస్థలూ మిమ్మల్ని జాగ్రత్తగా చూసుకుంటాం. మేమే మీకు ఆహారం, ఆశ్రయం, విద్య, ఆరోగ్యం, సంక్షేమం, ఉద్యోగం దొరికేట్టు చూస్తాం. మీకు పెన్షన్, బీమా, రక్షణ అందజేస్తాం."

కల్పనాసాహిత్యం తరచు వ్యక్తి రాజ్యం, వ్యాపారాలని వ్యతిరేకించే సంఘర్షణలో చిక్కుకున్నట్టు చూపిస్తుంది. అంతకన్నా పెద్ద అబద్ధం మరొకటి ఉండదు. రాజ్యం, వ్యాపారం వ్యక్తికీ తల్లీ, తండ్రి లాంటివి, వాటి ధర్మమా అని వ్యక్తి జీవించి ఉండగలడు. వ్యాపార సంస్థలు మనకి పని కల్పిస్తాయి, బీమా, పెన్షన్ అందిస్తాయి. మనం ఏదైనా వృత్తి విద్య నేర్చుకోవాలంటే మనకి నేర్పేందుకు ప్రభుత్వ పాఠశాలలు ఉన్నాయి. ఏదైనా వ్యాపారం ప్రారంభించాలనుకుంటే బ్యాంకు మనకి రుణాలిస్తుంది. ఇల్లు కట్టుకునేందుకు నిర్మాణ సంస్థ మనకి సాయం చేస్తుంది, బ్యాంకు తాకట్టు పెట్టుకుంటుంది. ఆ తాకట్టుకి కొన్నిసార్లు రాజ్యం రాయితీలిచ్చి బీమా చేస్తుంది. ఎక్కడైనా హింస ప్రబలితే పోలీసులు మనని రక్షిస్తారు. కొన్ని రోజులు మనం జబ్బుపడితే మన ఆరోగ్య బీమా చికిత్స విషయం చూసుకుంటుంది. కొన్ని నెలలపాటు నీరసానికీ, నిస్త్రాణకీ గురైతే జాతీయ సామాజిక సేవలు మనకి సాయం చేసేందుకు వస్తాయి. ఇరవైనాలుగుగంటలూ మనకి ఎవరైనా సాయం చేసేవాళ్ళు కావాలంటే, మనం బైటికెళ్లి జీతమిస్తానని చెప్పి ఒక నర్సుని పిలుచుకు రావచ్చు. ఆ నర్సు సామాన్యంగా మరో దూరదేశం నుంచి వచ్చిన అపరిచితురాలే అయి ఉంటుంది. మన పిల్లలదగ్గరనించి కూడా ఎదురుచూడలేనంత శ్రద్ధతో ఆమె మనకి సపర్యలు చేస్తుంది. మనకి వసతి ఉంటే వయసు మళ్ళిన తరవాత ఏ వృద్ధాశ్రమంలోనో

గడపవచ్చు. పన్ను విధించే అధికారులు మనని వ్యక్తులుగా చూస్తారు, మనం పొరుగువాడి పన్ను కట్టాలని అనుకోరు. న్యాయస్థానాలు కూడా మనని వ్యక్తులకిందే పరిగణిస్తాయి, మన దాయాదులు చేసిన నేరాలకు మనని శిక్షించవు.

మగవాళ్లనే కాక, స్త్రీలనీ పిల్లలనీ కూడా వ్యక్తులకిందే పరిగణిస్తారు. చరిత్ర సమస్తాన్నీ పరిశీలిస్తే, పూర్వం స్త్రీలని కుటుంబానికి గాని, సముదాయానికి గాని చెందిన ఆస్తిలా చూసేవారని తెలుస్తుంది. ఆధునిక రాజ్యాలు ఆలా కాకుండా స్త్రీలని వ్యక్తులుగా చూస్తాయి, స్త్రీలు తమ కుటుంబంతో గాని, సముదాయంతో గాని సంబంధం లేకుండా స్వతంత్రంగా ఆర్థికమైన, చట్టానికి సంబంధించిన హక్కులని అనుభవించటం కనిపిస్తుంది. వాళ్ళకి తమకంటూ బ్యాంకులో ఖాతా ఉంటుంది, ఎవరిని వివాహం చేసుకోవాలో తామే నిర్ణయించుకుంటారు, చివరికి విడాకులు తీసుకోవాలన్నా, ఒంటరిగా జీవించాలనుకున్నా ఆ నిర్ణయం కూడా వాళ్లదే.

కానీ వ్యక్తి స్వేచ్ఛకి మూల్యం చెల్లించవలసి ఉంటుంది. మనలో చాలామందిమి కుటుంబం, సముదాయంలోని బలమైన విలువలని కోల్పోయి నందుకు విచారిస్తున్నాం. మన జీవితాల మీద వ్యక్తిగతం కాని రాజ్యం, వ్యాపార సంస్థలూ చెలాయించే అధికారాన్ని చూసి పరాధీనులమైపోయామని భయపడిపోతున్నాం. బలమైన కుటుంబ సంబంధాలూ, సముదాయాలూ ఉన్న రాజ్యం, వ్యాపారసంస్థలకన్నా పరాధీనులైన వ్యక్తులమీద అవి అతి సులభంగా అధికారం చెలాయించగలవు. బహుళ అంతస్తుల కట్టడంలో నివసించేవాళ్ళు దానికి కాపలా కాసే వ్యక్తికి ఎంత జీతం ఇవ్వాలన్నది కూడా నిర్ణయించలేనప్పుడు, వాళ్ళు రాజ్యానికి ఎదురుతిరుగుతారని ఎలా ఆశించగలం?

రాజ్యం, వ్యాపారం, వ్యక్తుల మధ్య నడిచే వ్యవహారం చాలా ఇబ్బంది కరంగా ఉంటుంది. రాజ్యం, వ్యాపారం పరస్పరం ఉన్న హక్కులనీ, బాధ్యతలనీ అంగీకరించవు. ఆ రెండూ తమనుంచి మరీ ఎక్కువ కావాలంటాయనీ, చాలా తక్కువ ఇస్తాయనీ వ్యక్తులు ఫిర్యాదు చేస్తారు. చాలా సందర్భాలలో వ్యాపార సంస్థలూ, రాజ్యాలూ వ్యక్తులను దోచుకుంటాయి. రాజ్యాలు వ్యక్తులని రక్షించటానికి బదులు వేధించటానికే తమ సైన్యాలనీ, పోలీసు బలగాలనీ నియోగిస్తారు. ఈ వ్యవహారం, ఎంత అరకొరగా సాగినా పని చెయ్యటమే ఆశ్చర్యం. లెక్కలేనన్ని తరాలుగా కొనసాగుతున్న సామాజిక ఏర్పాటును అది ఉల్లంఘిస్తుంది. కొన్ని లక్షల సంవత్సరాలనుండీ పరిణామ క్రమం మనని సముదాయంలో సభ్యులుగా జీవించేందుకూ, అలా ఆలోచిం చేందుకూ తగినట్టు రూపొందించింది. కేవలం రెండు శతాబ్దాలలో మనం పరధీన వ్యక్తులుగా మారిపోయాం. సంస్కృతికున్న అద్భుతమైన శక్తిని నిరూపించేందుకు ఇంతకన్నా ఆధారమేదీ అక్కర్లేదు.

ఆధునిక ప్రపంచంలోనుంచి చిన్న కుటుంబం పూర్తిగా మాయమవలేదు. కుటుంబానికి సంబంధించిన దాదాపు అన్ని ఆర్థిక, రాజకీయ వ్యవహారాలనీ రాజ్యం, వ్యాపారం చేతుల్లోకి తీసేసుకున్న తరవాత, భావోద్రేకాలకి సంబంధించిన కొన్ని అంశాలని మాత్రం దానికే వదిలిపెట్టారు. రాజ్యం, వ్యాపార సంస్థలూ (ఇంతవరకూ) అందించలేని ఆంతరంగిక

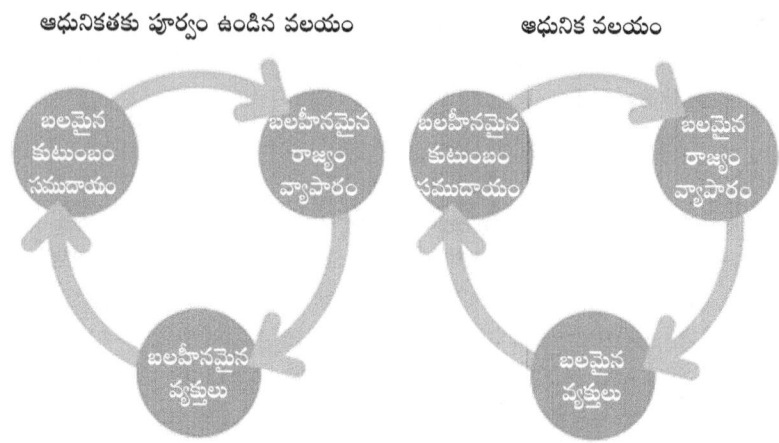

కుటుంబం మరియు సముదాయం రాజ్యం మరియు వ్యాపార సంస్థలు.

అవసరాలని ఆధునిక కుటుంబం అందించాలని అందరూ కోరుకుంటారు. కానీ ఆ విషయంలో కూడా కుటుంబ వ్యవహారాలలో బైటివారి జోక్యం ఉంటుంది. మనుషులు తమ ప్రణయ జీవితంలోనూ, లైంగిక జీవితంలోనూ ప్రవర్తించే విధాన్ని వ్యాపారమే చాలామటుకు రూపొందిస్తుంది. సంప్రదాయం ప్రకారం వధూ వరులను ఎంపిక చేసేది కుటుంబం, కానీ ఈనాడు వ్యాపార సంస్థలు ప్రణయం గురించీ, లైంగికత గురించీ మన ఇష్టాయిష్టాలకి ఆకారం కల్పించేది వ్యాపార సంస్థలే. ఎవరికి కావలసింది వారికి అందజేసేందుకు పెద్ద మొత్తాన్ని తీసుకుని అవి సాయం చేస్తాయి. పూర్వం అమ్మాయీ, అబ్బాయీ కుటుంబ సభ్యులతో బాటు ఇంట్లో కలుసుకునేవారు. ఒక తండ్రి చేతిలో ఉండే డబ్బు మరో తండ్రి చేతిలోకి వెళ్ళేది. ఈనాడు అమ్మాయిలూ, అబ్బాయిలూ కలుసుకునేది కేఫ్‌లలో, లేదా బార్‌లలో, ఆ ప్రేమికుల చేతుల్లోని డబ్బు వైట్రెస్‌ల చేతుల్లోకి వెళ్తోంది. వ్యాపార సంస్థల దృష్టిలో ఏది అందమో, దాని ప్రకారం తయారై కేఫ్‌లకి చేరుకునేందుకు ఫ్యాషన్ డిజైనర్లకీ, జిమ్ మేనేజర్లకీ, మితాహార నిపుణులకీ, సౌందర్య నిపుణులకీ, ప్లాస్టిక్ సర్జన్లకీ ఉండే బ్యాంకు ఖాతాల్లోకి మరింత ఎక్కువ డబ్బు జమ చెయ్యవలసివస్తుంది.

రాజ్యం కూడా కుటుంబ సంబంధాల మీద ఒక కన్నేసి ఉంచుతుంది, ముఖ్యంగా తలిదండ్రులకీ, పిల్లలకీ ఉన్న సంబంధాల మీద. పిల్లలకి చదువు నేర్పించేందుకు తలిదండ్రులు వాళ్ళని రాజ్యం దగ్గరకే పంపించాల్సి ఉంటుంది. తలిదండ్రులు పిల్లలని పీడించినా, హింసించినా రాజ్యం వాళ్ళని కట్టడి చేస్తుంది. అవసరమనుకుంటే తలిదండ్రులని జైల్లో పెట్టి, పిల్లలని వేరే ఇళ్లలో పెంచే ఏర్పాటు చేస్తుంది. కొంత కాలం క్రితం వరకూ, తలిదండ్రులు తమ పిల్లలని కొట్టకుండా, అవమానపరచకుండా నివారించాలని అంటే అది సాధ్యం కాదని అందరూ నవ్వి ఉండేవారు. అధికశాతం సమాజాల్లో తలిదండ్రుల అధికారానికి తిరుగులేదు. తలిదండ్రులపట్ల గౌరవం, వాళ్ళు చెప్పినట్టు వినటం అన్నిటి కన్నా పవిత్రమైన విలువలు. తలిదండ్రులు దాదాపు ఎలా కావాలంటే అలా ప్రవర్తించ

గలరు. పురిటి కందులని చంపినా, పిల్లలని బానిసలుగా అమ్మినా, తనకన్నా రెండింతలు వయసున్న మగవాడికిచ్చి అమ్మాయికి పెళ్ళిచేసినా అడిగేవాడుండడు. ఈనాడు తలిదండ్రుల అధికారం పూర్తిగా వెనక్కి వెళ్ళిపోయింది. పిల్లలు తలిదండ్రుల మాట వినకపోయినా క్షమిస్తున్నారు, కానీ పిల్లల జీవితాలు ఎక్కడైనా గాడి తప్పితే అది తలిదండ్రుల బాధ్యతే అంటున్నారు. స్టాలిన్ విచారణలో ప్రతివాదులకిలాగే ఫ్రాయిడ్ విధానాన్ని అనుసరించే న్యాయస్థానంలో తలిదండ్రులకి శిక్ష పడదు.

ఊహాజనిత సముదాయాలు

చిన్న కుటుంబం లాగే భావోద్రేకాలకి ప్రత్యామ్నాయం కల్పించకుండా సముదాయం కూడా మన ప్రపంచంలోంచి పూర్తిగా తొలగిపోలేకపోయింది. ఒకప్పుడు సముదాయం అందజేసిన భౌతిక అవసరాలలో చాలామటుకు ఈనాడు రాజ్యం, వ్యాపార సంస్థలూ తీరుస్తున్నాయి. కానీ అవి తెగలమధ్య సంబంధాలు కూడా నెలకొల్పవలసి ఉంటుంది.

వ్యాపార సంస్థలూ, రాజ్యమూ ఆ పనిచేసేందుకు 'ఊహాజనిత సముదాయాలను' పెంపొందిస్తున్నాయి. వాటిలో కొన్ని లక్షలమంది అపరిచితులుంటారు. వాటిని దేశం, వాణిజ్యానికి సరిపోయేలాగ మలుస్తారు. ఊహాజనిత సముదాయంలో ఒకరితో మరొకరికి నిజానికి పరిచయం ఉండదు, కానీ పరిచయం ఉన్నట్టు ఊహించుకుంటారు. ఇలాటి సముదాయాలు కొత్తగా కనుగొన్నవేమీ కావు. రాజ్యాలూ, సామ్రాజ్యాలూ, చర్చిలూ కొన్ని వేల సంవత్సరాలు ఊహాజనిత సముదాయాల్లాగే పనిచేశాయి. ప్రాచీన యుగపు చైనాలో కొన్ని లక్షలమంది తాము ఒకే కుటుంబానికి చెందినవారమనీ, సామ్రాట్టు తమ తండ్రి అనీ భావించేవారు. మధ్యయుగంలో కొన్ని లక్షలమంది శ్రద్ధాళువులు ఇస్లాం మతం తాలూకు గొప్ప సముదాయంలో తామందరూ సోదరులూ, సోదరీమణులని అనుకునేవారు. అయినప్పటికీ ఒకరితో ఒకరికి బాగా పరిచయమున్న కొన్ని డజన్లమంది మనుషులు సన్నిహితంగా మెలిగే సముదాయాలతో పోలిస్తే చరిత్రలో ఇలాటి ఊహాజనిత సముదాయాల స్థానం రెండోదే. మనుషులు సన్నిహితంగా మెలిగే సముదాయాలు సభ్యుల మనుగడకి, సంక్షేమానికీ ముఖ్యమైన భావోద్రేకాలకి సంబంధించిన అవసరాలని తీర్చేవి. గత రెండు శతాబ్దాలుగా, అలా సన్నిహితంగా మెలిగే సముదాయాలు క్షీణించిపోయాయి, భావోద్రేకాలకి సంబంధించిన ఆ శూన్యాన్ని భర్తీ చేసేందుకు ఊహాజనిత సముదాయాలు మాత్రమే మిగిలాయి.

ఇలాటి ఊహాజనిత సముదాయాలు తలెత్తడానికి రెండు అతిముఖ్యమైన ఉదాహరణలు, దేశమూ, వినియోగదారుల తెగ. రాజ్యం ఊహించే సముదాయం దేశం. వినియోగదారుల తెగ వ్యాపార సంస్థలు ఊహించే సముదాయం. ఇవి రెండూ ఊహాజనిత సముదాయాలే, ఎందుకంటే గతంలో గ్రామస్థులకు ఒకరితో ఒకరికి పరిచయం ఉన్నట్టుగా, ఈనాడు వ్యాపార సంస్థలతో సంబంధం ఉన్న వినియోగదారులందరికీ, దేశంలోని ప్రజలందరికీ నిజంగా ఒకరితో ఒకరికి పరిచయం ఉండటమనేది అసాధ్యం. ఏ ఒక్క జర్మన్‌కీ

జర్మనీలోని 800 లక్షలమందితో సన్నిహిత పరిచయం ఉండదు. అలాగే యూరోపియన్ వ్యాపార సంస్థలలోని 5 వేల మంది వినియోగదారులతోనూ పరిచయం ఉండదు (అది ముందు యూరోపియన్ కమ్యూనిటీగా రూపొంది, ఆ తరవాత యూరోపియన్ యూనియన్‌గా మారింది).

మనలాగే లక్షలమంది అపరిచితులు ఒకే సముదాయానికి చెందిన వారనీ, మనందరి గతమూ ఒకటేననీ, మనందరికీ కావలసినవి కూడా ఒకటేననీ, మనందరి భవిష్యత్తూ ఒకటేననీ మనం ఊహించుకునేందుకు వినిమయతత్వం, జాతీయవాదం అదనంగా సమయాన్ని వెచ్చిస్తాయి. ఇది అబద్ధం కాదు. ఇది ఊహ. డబ్బులాగా, పరిమిత భాద్యతగల లిమిటెడ్ లయబిలిటీ కంపెనీల్లాగా మానవ హక్కుల్లాగా, దేశాలూ, వినియోగ దారులూ పరస్పరం ఆత్మాశ్రయమైన వాస్తవాలు. అవి మన సామూహిక ఊహల్లో మాత్రమే ఉంటాయి. అయినా వాటి శక్తి అపారం. కొన్ని లక్షలమంది జర్మన్లు జర్మనీ దేశం ఉందని నమ్మినంత కాలం, జర్మన్ జాతీయ చిహ్నాలని చూడగానే వాళ్ళకి ఉత్సాహం ఉప్పొంగితే, జర్మన్ జాతీయ గాథలను మళ్ళీ మళ్ళీ చెప్పుకుంటూ ఉంటే, తమ దేశం కోసం డబ్బు, సమయం, అవయవాలూ త్యాగం చేసేందుకు సిద్ధంగా ఉంటే, జర్మనీ ఈ ప్రపంచంలోని శక్తివంతమైన దేశాలలో ఒకటిగా పేరు సంపాదించుకుంటుంది.

దేశం ఊహాజనితమైన తన స్వభావాన్ని దాచుకునేందుకు శాయశక్తులా ప్రయత్నిస్తుంది. చాలామటుకు అన్ని దేశాలూ తమ ఉనికి సహజమైనదనీ, శాశ్వతమైనదనీ, ఆదిమకాలంలో ఏనాడో జన్మభూమి మట్టినీ, జనం రక్తాన్నీ కలిపి సృష్టించబడిందనీ వాదిస్తాయి. అయినా అలాటి వాదనలు అతిశయోక్తులే. దేశాలు సుదూర గతకాలంలో కూడా ఉండేవి, కానీ రాజ్యం ప్రాముఖ్యం అంతగా లేకపోవటం వల్ల వాటి ప్రాముఖ్యం ఈనాటి కన్నా చాలా తక్కువగా ఉండేది. మధ్యయుగపు న్యూరెమ్ బర్గ్‌లో ఉండిన స్త్రీకి జెర్మనీ మీద కొంత దేశభక్తి ఉండేదేమో, కానీ అంతకన్నా తన కుటుంబం పట్లా, సముదాయం పట్లా ఎక్కువ విశ్వసపాత్రత ఉండేది. ఆమె అవసరాలన్నిటినీ పట్టించుకున్నది ఆ రెండే. ఇక ప్రాచీన దేశాల ప్రాముఖ్యం ఎంత ఉన్నప్పటికీ, వాటిలో ఒక్కటి కూడా నిలబడలేదు. ఈనాటి అధికశాతం దేశాలు గత కొన్ని శతాబ్దాలలో ఒకదానితో ఒకటి కలియటంవల్ల ఏర్పడినవే. పారిశ్రామిక విప్లవం తరవాతే ఈనాడు ఉనికిలో ఉన్న దేశాలు అభివృద్ధి చెందాయి.

మధ్యప్రాచ్యంలో దీనికి అనేక ఉదాహరణలు కనిపిస్తాయి. స్థానిక చరిత్రనీ, భూగోళ శాస్త్రాన్నీ, అర్థ వ్యవస్థనీ లెక్కచెయ్యకుండా ఫ్రెంచ్, బ్రిటిష్ దౌత్య కార్యనిర్వాహకులు ఇసుకలో అడ్డదిడ్డంగా గీసిన గీతాల ఫలితమే సిరియా, లెబనాన్, జోర్డన్, ఇరాక్ దేశాలు. ఈ దౌత్యవేత్తలు 1918లో కుర్దిస్తాన్, బాగ్దాద్, బాస్రా దేశస్థులు ఇక మీదట 'ఇరాకీలు'గా గుర్తించ బడాలని నిర్ణయించారు. ఇక సిరియా, లెబనాన్ దేశస్థులు ఎవరో నిర్ణయించింది ప్రధానంగా ఫ్రాన్స్‌కి చెందినవారు. సద్దాం హుసైన్, హాఫిజ్ అల్–అసద్ ఆంగ్లో ఫ్రెంచ్ తయారుచేసిన జాతీయ భావనని ప్రచారం చేసి, బలపరిచేందుకు శాయశక్తులా ప్రయత్నించారు. కానీ ఇరాక్, సిరియా శాశ్వతమైన దేశాలని నొక్కి వక్కాణిస్తూ వాళ్ళు ఇచ్చిన బ్రహ్మాండమైన ఉపన్యాసాలు వినేవాళ్ళకి బోలుగా వినిపించాయి.

దేశాలని గాలిలోంచి సృష్టించలేమని చెప్పక్కర్లేదనుకుంటా. ఇరాక్‌ని లేదా సిరియాని నిర్మించేందుకు కష్టపడి పనిచేసినవాళ్లు, నిజమైన చారిత్రిక, భౌగోళిక, సాంస్కృతిక ముడిసరుకుల్ని ఉపయోగించుకున్నారు. వాటిలో కొన్ని ఎన్నో శతాబ్దాల, సహస్రాబ్దాల కాలం నాటివి. సద్దాం హుసైన్ అబ్బాసిద్ ఖలీఫాలు పరిపాలించిన ప్రాంతాలనీ, బాబిలోనియా సామ్రాజ్యాన్నీ జోడించాడు. పగులుబారిన తన కవచానికి హమ్మురాబీ విభజన అని పేరు కూడా పెట్టాడు. అయినప్పటికీ ఇరాక్ అంతమాత్రాన ప్రాచీన దేశం అవదు. నా వంటింట్లో రెండు నెలలనుంచీ పడిఉన్న మైదా, నూనె, పంచదార కలిపి నేను కేక్ చేస్తే అది రెండు నెలల్రకితం చేసినదైపోదు కదా?

మనుషులు విశ్వాసం చూపించాలని జాతీయ సముదాయాలు సలిపిన పోరాటంలో అవి వినియోగదారుల తెగలతో పోటీ పడవలసి ఉంటుంది. ఒకరికొకరు సన్నిహితమైన పరిచయం లేనివాళ్లు, ఒకే రకమైన వినియోగపు అలవాట్లనీ, ఆసక్తినీ కలిగివుండటం చేత తరచు ఒకే వినియోగదారుల తెగకి చెందినవారమని అనుకుంటారు, తమని తాము ఆ రకంగానే నిర్వచించుకుంటారు. ఉదాహరణకి, మడోన్నా అభిమానులు ఒక వినియోగదారుల సముదాయం అవుతారు. వాళ్ళు తమని తాము ఎక్కువగా నిర్వచించుకునేది కొనుగోళ్లు చెయ్యటం ద్వారానే. మడోన్నా గాన సభలకి టికెట్లు, సీడీలూ, పోస్టర్లూ, షర్టులూ, సెల్ ఫోనుల్లో రింగ్ టోన్లూ కొని తామెవరైనదీ నిర్వచించుకుంటారు. మాంచెస్టర్ యునైటెడ్ (ఇంగ్లాండ్‌లోని ఒక ఫుట్ బాల్ క్లబ్), పర్యావరణవాదులూ కూడా ఇలాటి ఉదాహరణలే. నిజమే పర్యావరణం కోసం, మాంచెస్టర్ యునైటెడ్ కోసం ప్రాణాలర్పించాలని అనుకునే వాళ్లు ఎవరూ లేరు. కానీ ఈ రోజుల్లో యుద్ధభూమిలో కన్నా సూపర్ మార్కెట్లో ఎక్కువ మంది సమయం గడుపుతున్నారు. ఇక దేశంకన్నా సూపర్ మార్కెట్లో గడిపే వినియోగ దారుల తెగే ఎక్కువ బలమైనది.

యెడతెగని మొబైల్

గత రెండు శతాబ్దాలలోని విప్లవాలు ఎంతో వేగవంతమైన, సమూలమైన మార్పులను తీసుకొచ్చాయి. ఆ విధంగా సామాజిక వ్యవస్థలో అన్నిటికన్నా ప్రాథమిక లక్షణాలని అవి మార్చివేశాయి. సంప్రదాయబద్ధమైన సామాజిక వ్యవస్థ కఠినంగానూ, మార్పుకి లొంగనిది గానూ ఉండేది. 'వ్యవస్థ' అనే పదంలోనే నిలకడగా ఉంటూ కొనసాగటం అనే ధ్వని ఉంది. వేగంగా జరిగిన సామాజిక విప్లవాలు అసాధారణమైనవి. అధికశాతం సామాజిక పరివర్తనలు ఎన్నో చిన్న చిన్న అడుగులు ఒకటిగా పోగవడం వల్ల చోటుచేసుకున్నాయి. సామాజిక నిర్మాణం మార్పుకి లొంగనిదనీ, శాశ్వతమైనదనీ మానవులు భావించారు. వ్యవస్థలో ఉంటూ కుటుంబాలూ, సముదాయాలూ తమ స్థానాన్ని మార్చుకునేందుకు సంఘర్షించవచ్చు, కానీ వ్యవస్థ తాలూకు ప్రాథమిక నిర్మాణాన్ని మార్చవచ్చనే ఆలోచన ఎవరికీ తెలియనిది. యథాతథంగా ఉన్న పరిస్థితికి సర్దుకుపోయేందుకు జనం సిద్ధంగా ఉండేవారు, "ఎప్పుడూ ఇది ఇలాగే ఉంది, ఇకమీదట కూడా ఇలాగే ఉండబోతోంది", అనుకుని సమాధానపడేవారు.

గత రెండు శతాబ్దాలుగా మార్పు తాలూకు వేగం విపరీతంగా పెరిగిపోవటంవల్ల సామాజిక వ్యవస్థ గతిశీలమైన, వంగే గుణం గల స్వభావాన్ని సంతరించుకుంది. అది ప్రస్తుతం శాశ్వతంగా ప్రవహించే స్థితిలో ఉంది. మనం ఆధునిక విప్లవాల గురించి మాట్లాడేటప్పుడు 1789లో (ఫ్రెంచ్ విప్లవం), 1848లో (ఉదారవాద విప్లవం), 1917లో (రష్యా విప్లవం) లాంటి వాటి గురించి ఆలోచిస్తాం. కానీ వాస్తవానికి ఈరోజుల్లో ప్రతి సంవత్సరం ఒక విప్లవం లేస్తోంది. ఈరోజు తన మాటలు నమ్మని యుక్త వయసు పిల్లల్తో ఒక 30 ఏళ్ళ వ్యక్తి, "నా చిన్నతనంలో ప్రపంచం పూర్తిగా భిన్నంగా ఉండేది," అని చెప్పవచ్చు. ఉదాహరణకి, ఇంటర్నెట్ కేవలం 1990 ప్రారంభంలో ఎక్కువ వాడుకలోకి వచ్చింది, అంటే 20 ఏళ్ళు కూడా కాలేదన్నమాట. ఈ రోజు అది లేని ప్రపంచాన్ని ఊహించలేం.

అందుచేత ఆధునిక సమాజం లక్షణాలని నిర్వచించటం ఊసరవెల్లి రంగుని నిర్వచించినట్టే ఉంటుంది. మనం కచ్చితంగా చెప్పగల ఒకే ఒక లక్షణం ఆగకుండా సాగే మార్పు. జనం దీనికి అలవాటు పడిపోయారు. మనలో చాలామంది సామజిక వ్యవస్థ అంటే మార్పుకి లోనయేదనీ, మనకి కావలసినట్టు దాన్ని మెరుగుపరుచుకుని నిర్మించుకో వచ్చునీ అనుకుంటాం. ఆధునిక యుగానికి పూర్వం రాజులు సంప్రదాయబద్ధమైన వ్యవస్థని కాపాడతామనీ, లేదా వీలయితే వెనక్కి స్వర్ణయుగానికి తీసుకెళ్తామనీ వాగ్దానం చేసేవాళ్ళు. గత రెండు శతాబ్దాలలో రాజకీయాల వ్యవహారం ఎలా ఉందంటే, పాత ప్రపంచాన్ని ధ్వంసం చేసి దాని స్థానంలో అంతకన్నా మెరుగైన ప్రపంచాన్ని నిర్మిస్తామని అవి వాగ్దానం చేస్తున్నాయి. అన్నిటికన్నా సంప్రదాయవాద రాజకీయ పార్టీలు కూడా స్థితిని యథాతథంగా ఉంచుతామని అంటాయి. అందరూ సామాజిక సంస్కరణలు, ఆర్థిక సంస్కరణలూ చేస్తామంటారు, తరచు తామిచ్చిన మాటని నిలుపుకోగలుగుతారు.

భూమి పైపొర కదలటంవల్ల భూకంపాలూ, అగ్నిపర్వతాలనుంచి లావా ప్రవహించటం జరుగుతాయని భూగోళ శాస్త్రవేత్తలు ఎదురుచూసినట్టే, హఠాత్తుగా ఏర్పడే సామాజిక ఆందోళనలు రక్తం ప్రవాహాలు కట్టించే హింసకి దారితీస్తాయని మనం అనుకోవచ్చు. పాంటోమిడి, ఇరవయ్యో శతాబ్దం తాలూకు రాజకీయ చరిత్ర తరచు మరణాంతక యుద్ధాలు, సర్వనాశనం, విప్లవాల గురించి కథలు కథలుగా చెపుతుంది. కొత్త బూట్లు తొడుక్కున్న పిల్లవాడు నీటి గుంటలని దాటటానికి వాటిమీదనుంచి దూకుతూ నడిచినట్టు, ఒక రక్తపాతంనుంచి తరువాతి రక్తపాతానికి, మొదటి ప్రపంచయుద్ధంనుంచి రెండో ప్రపంచయుద్ధానికీ, అక్కణ్ణించి ప్రచ్ఛన్న యుద్ధానికి, ఆర్మేనియన్ మారణకాండ నుంచి యూదుల మారణకాండకీ, ఆ తరవాత ర్వాండాలో జరిగిన మారణకాండకీ, రోబెస్పియర్ నుంచి లెనిన్, లెనిన్ నుంచి హిట్లర్ వరకూ దూకుతున్నట్టు కనిపిస్తుంది ఆకాలపు చరిత్ర.

ఇందులో నిజం ఉంది, కానీ అందరికీ బాగా తెలిసిన ఈ విపత్తుల జాబితా మనని తప్పుదారి పట్టించేదిలా అనిపిస్తుంది. మనం నీటి గుంటలమీదే దృష్టి కేంద్రీకరించి వాటిని విడదీస్తున్న పొడినేలని మరిచిపోతున్నాం. ఆధునిక యుగం తుది దశలో ఎన్నడూ

జరగనంత హింస, భయంకరమైన సంఘటనలతోబాటు శాంతి, ప్రశాంతత కూడా కనిపిస్తాయి. ఫ్రెంచ్ విప్లవం గురించి రాస్తూ చార్ల్స్ డికెన్స్ ఇలా అంటాడు, "అది అత్యుత్తమమైన సమయం, అది అత్యంత అధ్వాన్నమయిన సమయం." ఇది కేవలం ఫ్రెంచ్ విప్లవానికి కాదు, ఆ విప్లవాన్ని ప్రకటించిన ఆ యుగం మొత్తానికి వర్తించే వాస్తవం.

ముఖ్యంగా రెండో ప్రపంచ యుద్ధం ముగిసి డెబ్బై సంవత్సరాలు గడిచిపోయిన తరవాత అది మరీ వాస్తవమని అనిపిస్తుంది. ఆ కాలావధిలో మానవజాతి మొదటిసారి తనని తాను పూర్తిగా నాశనం చేసుకునే ప్రమాదాన్ని ఎదుర్కొంది. అంతేకాక, నిజంగా అనేక యుద్ధాలనీ, మారణహోమాలనీ చవిచూసింది. అయినప్పటికీ ఆ దశాబ్దాలు మానవ చరిత్రలో చాలామటుకు అత్యంత శాంతియుతంగా గడిచాయని అనాలి. ఇది ఆశ్చర్యకరమైన విషయమే, ఎందుకంటే మునుపటి రోజుల్లో కన్నా ఈ దశాబ్దాలలోనే ఆర్థిక, సామాజిక, రాజకీయ మార్పులు విరివిగా జరిగాయి. చరిత్ర తాలూకు భూఫలకాలు అత్యధిక వేగంతో కదులుతున్నాయి, కానీ అగ్నిపర్వతాలు మాత్రం చాలావరకూ నిశ్శబ్దంగానే ఉన్నాయి. మృదువైన కొత్త వ్యవస్థ నిర్మాణంలో సమూలమైన మార్పులని ప్రారంభించటంలో సమర్థంగా ఉండటమే కాకుండా అవి హింసాత్మకమైన సంఘర్షణకి గురై కూలిపోకుండా నిలిపి ఉంచగలుగుతోంది.

మన యుగంలో శాంతి

మనం ఎంతో శాంతియుతమైన జీవితం గడుపుతున్నామనేదాన్ని ఎక్కువ మంది గ్రహించారు. వెయ్యేళ్ళ క్రితం మనలో ఎవరమూ జీవించిలేము. అందుకే ప్రపంచం ఎంత హింసతో నిండి ఉండేదనే విషయం మరిచిపోతాం. యుద్ధాలు అరుదైపోయిన కొద్దీ అవి మన దృష్టిని ఎక్కువగా ఆకట్టుకుంటాయి. ఈనాడు ఆఫ్ఘనిస్తాన్‌లోనూ, ఇరాక్‌లోనూ రగులుకుంటున్న యుద్ధాల గురించే జనం ఎక్కువగా ఆలోచిస్తారు తప్ప అధికశాతం బ్రెజిల్ వాసులూ, భారతీయులూ ఎంత శాంతిగా బతుకుతున్నారో ఆలోచించరు.

ఇంకా ముఖ్యమైన సంగతి, జనాభా మొత్తం బాధల కన్నా వ్యక్తుల బాధల్ని మనం ఎక్కువ సులభంగా పట్టించుకుంటాం. బృహత్ చరిత్ర ప్రక్రియలని అర్థం చేసుకోవాలంటే మనం మొత్తం జనాభా గణాంకాలని పరీక్షించాలి తప్ప వ్యక్తుల కథలని కాదు. 2000 సంవత్సరంలో యుద్ధాల వల్ల 3,10,000 మంది చనిపోయారు, హింసతో నిండిన నేరాలు మరో 5,20,000 మంది ప్రాణాలను బలిగొంది. ప్రతి ఒక్క మనిషీ ధ్వంసమైన ఒక ప్రపంచం, నాశనమైన ఒక కుటుంబం, స్నేహితులకీ, బంధువులకీ జీవితాంతం సలిపే గాయం. అయినప్పటికీ స్థూలదృష్టితో చూసినప్పుడు 8,30,000 మంది బాధితులు 2000లో మరణించిన 560 లక్షల మందిలో కేవలం 1.5 శాతం. ఆ ఏడాది 12,60,000 మంది కారు ప్రమాదాల్లో చనిపోయారు (మొత్తం మృత్యువు వాత పడిన వారిలో 2.25 శాతం) 8,15,000 మంది ఆత్మహత్య చేసుకున్నారు (1.45 శాతం).

2002 తాలూకు గణాంకాలు ఇంకా ఆశ్చర్యకరంగా ఉన్నాయి. చనిపోయిన 570 లక్షలమందిలో, లక్షా డెబ్బై రెండు వేలమంది మాత్రమే యుద్ధంలో చనిపోతే 5,69,000 మంది హింసాత్మకంగా నేరాలకు బలయ్యారు (మానవులు చేసిన నేరాలలో చనిపోయినవారి సంఖ్య 7,41,000). దీనికి విరుద్ధంగా 8,73,000 మంది ఆత్మహత్య చేసుకున్నారు. 9/11 దాడి తరువాతి ఏడాదిలో ఉగ్రవాదం, యుద్ధం గురించి ఎంత మాట్లాడినప్పటికీ, సగటు మనిషి ఉగ్రవాది చేతిలోనో, సైనికుడి చేతిలోనో, లేదా నల్లమందు అమ్మకందారు చేతిలోనో చనిపోయే అవకాశం కన్నా ఆత్మహత్య చేసుకునే అవకాశమే ఎక్కువగా కనిపించింది.

ప్రపంచంలోని చాలా ప్రాంతాలలో ఏ అర్ధరాత్రి వేళో పొరుగునున్న తెగవాళ్ళు తమ గ్రామాన్ని చుట్టుముట్టి అందరినీ ఊచకోత కోస్తారన్న భయం లేకుండా హాయిగా నిద్రపోతారు. డబ్బున్న బ్రిటిష్ ప్రజలు ప్రతిరోజూ షెర్ వుడ్ అడవి గుండా ప్రయాణం చేస్తారు, కానీ ఆకుపచ్చని బట్టలు వేసుకున్న దొంగలు దారికాచి తమ డబ్బు దోచుకుని బీదలకి పంచుతారన్న (మరీ మాట్లాడితే తమని హత్యచేసి ఆ డబ్బు వాళ్ళే తీసేసుకుంటారన్న) భయం వాళ్లకి ఉండదు. విద్యార్థులు అధ్యాపకుల బెత్తం దెబ్బలు భరించక్కర్లేదు, బిల్లులు చెల్లించలేక తలిదండ్రులు తమని బానిసలుగా అమ్మేస్తారని పిల్లలు భయపడక్కర్లేదు, తమ భర్తలు తమని కొట్టకుండా, బలవంతంగా ఇంట్లో బంధించకుండా చట్టం నిషేధిస్తుందని స్త్రీలకి తెలుసు. ప్రపంచవ్యాప్తంగా ఇలాంటి ఆకాంక్షలు తీరటం ఎక్కువయింది.

రాజ్యం అభివృద్ధి చెందటం వల్లే హింస చాలావరకు తగ్గిపోయింది. చరిత్ర గమనాన్ని చూస్తే చాలామటుకు స్థానిక కుటుంబ కలహాల వల్లా, సముదాయాల మధ్య వైరం వల్లా హింస జరిగినట్టు తెలుస్తుంది. (ఈనాటికీ స్థానిక నేరాలు అంతర్జాతీయ యుద్ధాల కన్నా ప్రాణాంతకమైనవీ, భయంకరమైనవీ అని గణాంకాలు సూచిస్తున్నాయి). మనం ఇంతకూ ముందు చెప్పుకున్నట్టు, తమ సముదాయాన్ని దాటి మరే ఇతర రాజకీయ సంస్థనీ ఎరగని మొదటి తరం వ్యవసాయదారులు భయంకరమైన హింసని అనుభవించారు. రాజ్యాలూ, సామ్రాజ్యాలూ బలపడ్డాక, అవి సముదాయాలని అదుపుచేశాయి, దానివల్ల హింస తగ్గుముఖం పట్టింది. మధ్యయుగపు యూరప్‌లో రాజ్యాల వికేంద్రీకరణ జరిగి నప్పుడు 1,00,000 మందిలో ఏటా 20-40 మంది హత్యకి గురయేవారు. ఈ మధ్య కొన్ని దశాబ్దాలుగా రాజ్యాలూ, వ్యాపార సంస్థలూ సర్వాధికారాలూ సంపాదించుకున్నాక సముదాయాలు మాయమయ్యాయి, హింస స్థాయి మరింత తగ్గిపోయింది. ఈనాడు ప్రపంచవ్యాప్తంగా ఏటా 1,00,000 మందిలో 9 మంది మాత్రమే హత్య చేయబడు తున్నారు. ఇలాంటి హత్యలు చాలావరకూ సోమాలియా, కొలంబియాలాంటి బలహీనమైన రాజ్యాల్లోనే జరుగుతున్నాయి. యూరప్‌లోని కేంద్రీకృత రాజ్యాల్లో 1,00,000 మందిలో ఏటా ఒక్కరు మాత్రమే హత్యకి గురవుతున్నారు.

తమ దేశ ప్రజలనే హత్య చేసేందుకు రాజ్యాలు తమ అధికారాన్ని వినియోగించే సందర్భాలు కచ్చితంగా ఉన్నాయి. అలాటివి మన జ్ఞాపకాల్లో రాక్షసరూపం దాల్చి మనని భయపెడతాయి. ఇరవయ్యో శతాబ్దంలో రాజ్యానికి చెందిన భద్రతాదళాలు తమ ప్రజలని

కొన్ని కోట్ల సంఖ్యలో కాకపోయినా లక్షల సంఖ్యలో హతమార్చాయి. అయినప్పటికీ స్థూలంగా చూస్తే రాజ్యాలు నడిపే న్యాయస్థానాలూ, పోలీసు బలగాలూ ప్రపంచవ్యాప్తంగా భద్రత స్థాయిని పెంచాయనే అనాలి. నియంతృత్వం అణచివేసే సందర్భాలు ఉన్నప్పటికీ, ఆధునిక యుగానికి పూర్వంలాగ కాకుండా, ఆధునిక యుగపు మానవుడు మరో వ్యక్తి చేతిలో చనిపోవటమనే అవకాశం తక్కువ. 1964లో బ్రెజిల్‌లో సైనిక నియంతృత్వం స్థాపించబడింది. 1985 దాకా అదే దేశాన్ని పరిపాలించింది. ఆ ఇరవై ఏళ్లలో, పరిపాలకులు ఎన్నో వేలమందిని హత మార్చారు. మరో కొన్ని వేలమందిని నిర్బంధంలో ఉంచి చిత్రహింసలు పెట్టారు. అయినప్పటికీ వావోరాని, ఆరావతే లేదా యానోమమోలో దట్టమైన అమెజాన్ అరణ్యంలో సైన్యం, పోలీసులూ, జైళ్ళూ లేకుండా నివసించే మూలవాసుల పరిస్థితితో పోలిస్తే, మరీ అధ్వాన్నమయిన ఏడాదిలో కూడా రియో డి జెనీరోలో నివసించే సగటు బ్రెజిలియన్ మనిషి చేతిలో చనిపోయే అవకాశం తక్కువే. ఆ మూలవాసుల్లో 4.5 శాతం పురుషులు ఆస్తి, స్త్రీలు, లేదా ఆత్మగౌరవం పేరిట ఎప్పుడో ఒకప్పుడు భయంకరమైన పోరాటాల్లో చని పోతారని మానవజాతి శాస్త్రానికి సంబంధించిన అధ్యయనాలు సూచించాయి.

సామ్రాజ్యవాద పదవీ విరమణ

1945 తరవాత రాజ్యంలో హింస పెరిగిందా లేక తరిగిందా అనేది చర్చనీయాంశం. అంతర్జాతీయంగా హింస ఎప్పుడూ లేనంతగా తగ్గిపోయిందనేది ఎవరూ కాదనలేరు. యూరోపియన్ సామ్రాజ్యాలు కూలిపోవటమే దీనికి స్పష్టంగా కనిపించే ఉదాహరణ. చరిత్ర నిండా సామ్రాజ్యాలు తిరుగుబాట్లని ఉక్కు పిడికిళ్లతో అణచివేయటమే కనిపిస్తుంది. కానీ తాను మునిగిపోయే తరుణం ఆసన్నమైనప్పుడు సామ్రాజ్యం తనని తానూ కాపాడు కునేందుకు యథాశక్తి ప్రయత్నించింది. ఆ ప్రయత్నం ఘోరమైన రక్తపాతంలో ముగిసింది. అది తుదిశ్వాస విడిచేముందు సామాన్యంగా అరాచకత, వారసత్వం కోసం యుద్ధాలూ చెలరేగుతాయి. 1945 తరవాత అధికశాతం సామ్రాజ్యాలు శాంతియుతంగా పదవీ విరమణ చేయటానికే సిద్ధమయ్యాయి. అవి పతనమయే ప్రక్రియ మామూలు కన్నా కొంచెం వేగంగా, ప్రశాంతంగా జరిగింది.

1945లో బ్రిటన్ భూప్రపంచంలో నాలుగో వంతు భాగాన్ని పరిపాలించింది. ముప్ఫయి సంవత్సరాల తరవాత అది కేవలం కొన్ని చిన్న ద్వీపాలని పరిపాలించింది. ఆ మధ్య గడిచిన దశాబ్దాలలో తన వలస రాజ్యాలలో చాలా రాజ్యాలనుంచి అది శాంతంగా, సక్రమంగా తప్పుకుంది. మలయా, కెన్యాలాంటి దేశాలలో తమ ఆయుధ బలంతో బ్రిటిష్ ప్రభువులు కొనసాగాలని ప్రయత్నించినప్పటికీ, చాలాచోట్ల సామ్రాజ్యాన్ని అంతం చేస్తున్నందుకు నిట్టూర్పు విడిచారు తప్ప కోపంతో విజృంభించలేదు. తమ అధికారాన్ని నిలుపుకునేందుకు కాకుండా, వీలైనంత సాఫీగా దాన్ని ఇంకొకరికి బదిలీ చేసేందుకే ప్రయత్నించారు. కనీసం అహింసవాదాన్ని ప్రచారం చేసినందుకు మహాత్మాగాంధీ మీద కురిపించే పొగడ్తలు నిజానికి బ్రిటిష్ సామ్రాజ్యానికి చెందుతాయి. అనేక సంవత్సరాలు

ఘోరంగా పోరాటాలు సలిపినప్పటికీ, బ్రిటిష్ రాజ్యం ముగిసిపోయే సమయంలో భారతీయులు ఢిల్లీ, కలకత్తా వీధుల్లో బ్రిటిష్ వారితో పోరాడవలసిన అవసరం రాలేదు. సామ్రాజ్యం విడిచిపెట్టిన స్థానాన్ని అనేక చిన్న చిన్న స్వతంత్ర రాజ్యాలు ఆక్రమించాయి. అప్పటినుంచీ వాటి మధ్య కచ్చితమైన సరిహద్దులున్నాయి, తమ పొరుగు రాజ్యాలతో చాలామటుకు శాంతియుతంగానే మనుగడ సాగిస్తున్నాయి. బ్రిటిష్ సామ్రాజ్యానికి ప్రమాదం రాబోతోందన్న భయం వేసినప్పుడు, దాని చేతిలో కొన్ని వేలమంది ప్రాణాలు కోల్పోయారు. రాజకీయాలకి సంబంధించి సున్నితంగా ఉన్న ప్రాంతాలలో బ్రిటిష్ సామ్రాజ్యం వెనక్కి తగ్గటం జాతిపరమైన సంఘర్షణలకు దారితీసి, కొన్ని వేలమంది చనిపోయారు (ముఖ్యంగా భారతదేశంలో). అయినా దీర్ఘకాలిక చరిత్రలో సగటు, బ్రిటిష్ వారు వెనక్కి వెళ్ళిపోవటం శాంతికీ, క్రమపద్ధతికీ గొప్ప ఉదాహరణగా నిలుస్తుంది. ఫ్రెంచ్ సామ్రాజ్యం ఇంతకన్నా మొండిగా ప్రవర్తించింది. అది పతనమైనప్పుడు, వెనుదిరిగిన రియర్ గార్డ్ సేనలు వియత్నాం, అల్జీరియా మీద ప్రవర్తించిన విధానంవల్ల కొన్ని లక్షల ప్రాణాలు పోయాయి. అయినప్పటికీ మిగిలిన ఆధిపత్య ప్రాంతాలనుంచి ఫ్రెంచి వారు కూడా త్వరగా, ప్రశాంతంగా వెనక్కి వెళ్లిపోయారు. వాళ్ళు వదిలివెళ్లిన ప్రాంతాలలో అల్లకల్లోలమూ, అరాచకతా లేకుండా పరిపాలన సక్రమంగానే కొనసాగింది.

1989లో బాల్కన్స్, కాకసస్, మధ్య ఆసియాలో జాతిపరమైన సంఘర్షణలు తలెత్తినప్పటికీ, సోవియట్ పతనం మరీ శాంతియుతంగా జరిగింది. ఇంతకూ ముందెన్నడూ అంత శక్తివంతమైన సామ్రాజ్యం అంత వేగంగా, అంత నిశ్శబ్దంగా మాయమవటం చూడలేదు. ఆఫ్ఘనిస్తాన్‌లో తప్ప, యుద్ధంలో సైన్యం ఓడిపోవటమనేది 1989 నాటి సోవియట్ సామ్రాజ్యంలో జరగలేదు, బైటినుంచి ఆక్రమణలు, తిరుగుబాట్లు, మార్టిన్ లూథర్ కింగ్ లాంటి హెచ్చు స్థాయి శాంతియుత నిరసన ఉద్యమాలూ జరగలేదు. సోవియట్ల దగ్గర అప్పటికీ కొన్ని లక్షలమంది సైనికులున్నారు, వేలకొద్దీ ట్యాంకులూ, విమానాలూ, అనేకమార్లు మానవజాతిని తుడిచిపెట్టేందుకు సరిపోయినన్ని అణ్వాయుధాలూ ఉన్నాయి. రెడ్ ఆర్మీ, ఇతర వార్సా పాక్ట్ అర్మీలూ విశ్వాసంతో ఆ దేశం పక్షానే ఉన్నాయి. చివరి సోవియట్ పాలకుడు, మిఖైల్ గొర్బచేవ్ ఆజ్ఞాపించి ఉంటే రెడ్ ఆర్మీ లొంగిపోయిన జనం మీద తుపాకులు పేల్చి ఉండేదే.

అయినా, సోవియట్ ఉన్నతవర్గం, సామ్యవాద ప్రభుత్వం తూర్పు యూరప్‌లోని (రోమానియా, సెర్బియా తప్ప) అధిక ప్రాంతాల్లో తమ సైనిక బలాలలో అతి చిన్న అంశాన్ని కూడా ఉపయోగించదలచలేదు. సామ్యవాదం దివాళా తీసిందని దాని సభ్యులు గ్రహించిన తరవాత, వాళ్ళు బలప్రయోగాన్ని త్యజించారు, తాము ఓడిపోయామని అంగీకరించారు, తమ సామాన్లు సర్దుకుని ఇళ్ళకి వెళ్లిపోయారు. రెండో ప్రపంచయుద్ధంలో ఆక్రమించిన ప్రాంతాలనే కాకుండా, ఇంకా పాతవైన జార్ కాలంలో ఆక్రమించిన బాల్టిక్, యూక్రైన్, కాకసస్ మధ్య ఆసియా లాంటి ప్రాంతాలని కూడా ఎటువంటి పోరాటమూ చెయ్యకుండా గోర్బచేవ్, ఆయన సహచరులూ వదిలివేశారు. గోర్బచేవ్ కూడా సెర్బియన్ నాయకుల్లా, లేక అల్జీరియాలో ఫ్రెంచివారిలా ప్రవర్తిస్తే ఏమై ఉండేదో ఊహిస్తే ఒళ్ళు జలదరిస్తుంది.

పాక్స్ ఆటోమికా

ఇలా వచ్చిన స్వతంత్ర దేశాలు యుద్ధంలో ఎంతమాత్రం ఆసక్తి కనబరచకపోవటం విశేషం. ఎక్కడో కొన్ని సందర్భాలలో తప్ప, 1945 తరవాత ఆక్రమించి స్వాధీనం చేసుకునే ఉద్దేశంతో ఏ రాజ్యమూ, మరో రాజ్యం మీద దాడి చెయ్యటం కనిపించదు. అనతికాలంగా ఇలాంటి ఆక్రమణలు రాజకీయ చరిత్ర తాలూకు ప్రాథమిక అవసరంగా ఉండేవి. గొప్ప సామ్రాజ్యాలన్నీ ఆ విధంగానే స్థాపించబడ్డాయి. అధికశాతం పరిపాలకులూ, ప్రజలూ కూడా అలాంటివి శాశ్వతమని అనుకున్నారు. కానీ రోమన్లూ, మంగోలులూ, ఓట్టోమాన్‌లూ జరిపిన ఆక్రమణల్లాంటివి ఈనాడు ప్రపంచంలో ఎక్కడా సాధ్యం కాలేవు. 1945 నుంచీ ఒక రాజ్యాన్ని ఐక్యరాజ్యసమితి స్వతంత్ర దేశమని ప్రకటించాక దాన్ని ఆక్రమించి ప్రపంచపటం నుంచి తొలగించిన దాఖలాలు లేవు. పరిమితమైన అంతర్జాతీయ యుద్ధాలు ఇప్పటికీ అప్పుడప్పుడూ జరుగుతూ ఉంటాయి, లక్షలమంది ఇంకా యుద్ధాలలో చనిపోతూనే ఉన్నారు, కానీ యుద్ధాలు ప్రస్తుతం ఒక ప్రమాణం కాదు.

అంతర్జాతీయ యుద్ధాలు మాయమవటం డబ్బున్న పాశ్చాత్య యూరప్ దేశాల ప్రజాస్వామ్యం తాలూకు విశిష్టత అని చాలామంది అనుకుంటారు. నిజానికి శాంతి ప్రపంచంలోని ఇతర ప్రాంతాల్లో నెలకొన్న తరవాతే యూరప్‌కి చేరింది. ఆ రకంగా చూస్తే, తీవ్రమైన యుద్ధాలు చివరిసారి జరిగింది దక్షిణ అమెరికా దేశాలైన పెరూ-ఈక్వడార్ మధ్య 1941లో, బొలివియా-పరాగ్వే మధ్య 1932-35 జరిగినవే. 1879-1884లో ఒక పక్క చిలీ, మరోపక్క పెరూ-బొలివియా మధ్య జరిగిన యుద్ధం తరవాత దక్షిణ అమెరికన్ దేశాల మధ్య అంత తీవ్రమైన యుద్ధాలు జరగలేదు.

అరబ్బుల ప్రపంచం శాంతియుతమైనదని మనం అరుదుగా అను కుంటాం. అయినప్పటికీ, అరబ్ దేశాలు స్వాతంత్ర్యం సాధించాక ఒకే ఒక దేశం మరో దేశం మీదికి పూర్తి స్థాయి ఆక్రమణకి సిద్ధమైంది (1990లో కువైట్ మీద ఇరాక్ సలిపిన దాడి). సరిహద్దు గురించిన చిన్నచిన్న కలహాలు అనేకం తలెత్తాయి (ఉదా : 1970లో సిరియాకీ జోర్డాన్‌కీ), ఎన్నో అంతర్యుద్ధాలు జరిగాయి (అల్జీరియా, యెమెన్, లిబియా), పెద్దెత్తున ప్రభుత్వాన్ని కూల్చివెయ్యటం, తిరుగుబాట్లు లాంటివి సంభవించాయి. అయినా, గల్ఫ్ యుద్ధం తప్ప, అరబ్ రాజ్యాల మధ్య పూర్తి స్థాయి అంతర్జాతీయ యుద్ధమేదీ జరగలేదు. మనం ముస్లిం ప్రపంచాన్ని మొత్తంగా లెక్కలోకి తీసుకున్నా, మరో ఒకే ఒక ఉదాహరణ కనిపిస్తుంది, ఇరాన్-ఇరాక్ యుద్ధం. టర్కీ-ఇరాన్ యుద్ధంగాని, పాకిస్తాన్-ఆఫ్ఘనిస్తాన్ యుద్ధంగాని, ఇండోనేషియా-మలేషియా యుద్ధంగాని కనబడదు.

ఆఫ్రికాలో పరిస్థితులు అంత సానుకూలంగా లేవు. అయినప్పటికీ అక్కడ కూడా అధికశాతం పోరాటాలు అంతర్యుద్ధాలు, లేక ప్రభుత్వాలని కూల్చివేసేందుకు జరిగినవి. 1960-70లలో ఆఫ్రికన్ రాజ్యాలు స్వాతంత్ర్యం సంపాదించుకోవడం వల్ల, అక్రమమని ఆశించి ఒకదాని మీద మరో దేశం దండెత్తి వెళ్ళటం జరగలేదు.

మునుపు కొన్ని సంవత్సరాలపాటు కాస్తో కూస్తో శాంతి ఉండేది, ఉదాహరణకి

1871–1914 మధ్య కాలాన్ని తీసుకుందాం, కానీ అవి ప్రతిసారీ ఏదో ఒక సమస్యతో అంతమయ్యాయి. కానీ ఈసారి తేడా ఉంది. నిజమైన శాంతి అంటే యుద్ధం లేకపోవటం కాదు. ప్రపంచంలో ఎప్పుడూ నిజమైన శాంతి నెలకొనలేదు. నిజమైన శాంతి అంటే యుద్ధం జరిగే అవకాశం ఉండదని అర్థం. 1871కీ 1914కీ మధ్య యూరోపియన్ యుద్ధం జరిగే అవకాశం ఎక్కువగా కనిపించింది. యుద్ధం జరగవచ్చన్న విషయం సైన్యాల ఆలోచనల్లోనూ, రాజకీయవేత్తల ఆలోచనల్లోనూ, సామాన్య ప్రజల మనసులని సమానంగా ఆక్రమించుకుంది. ఇలా రానున్న విపత్తును సూచించటం అనేది చరిత్రలో అన్ని కాలాల్లోనూ జరిగినదే. అంతర్జాతీయ రాజకీయాలకి సంబంధించిన ఒక కఠినమైన చట్టం ఇలా ఆదేశించింది, "పక్కపక్కన ఉండే ఏ రెండు దేశాలైనా ఒక ఏడాదిలో ఒక దానితో మరొకటి యుద్ధానికి కాలుదువ్వే అవకాశం ఉంటుంది." ఈ ఆటవిక న్యాయం 19వ శతాబ్దంలో యూరప్‌లో, మధ్యయుగపు యూరప్‌లో, చైనాలో, ప్రాచీన గ్రీస్ దేశంలోనూ అమలులో ఉండేది. క్రీ.పూ.450లో స్పార్టా, ఏథెన్స్‌లో శాంతి నెలకొని ఉన్నట్టయితే, క్రీ.పూ.449లో ఆ దేశాలు యుద్ధానికి తలపడి ఉండటానికి అనువైన నేపథ్యం సమకూరేది.

ఈనాడు మానవజాతి ఆటవిక న్యాయాన్ని భగ్నం చేసింది. ఇప్పుడు యుద్ధాలు లేకపోవటం మాత్రమే కాదు, ఆఖరికి నిజమైన శాంతి ఉంది. అధికశాతం దేశాలు ఒక ఏడాదిలో యుద్ధానికి దిగే సూచనలు కనిపించటం లేదు. పై ఏడాది జర్మనీ, ఫ్రాన్స్ మధ్య,

44-45. కాలిఫోర్నియాలో 'గోల్డ్ రష్' కాలంలో బంగారం గనుల్లో పనిచేసిన కూలీలు. శాన్‌ఫ్రాన్సిస్కో దగ్గర ఫేస్ బుక్ ప్రధాన కార్యాలయం. 1849లో కాలిఫోర్నియా బంగారం ఆధారంగా బోలెడంత ధనసంపత్తిని సంపాదించికుంది. ఈనాడు కాలిఫ్నోరియా సంపద మొత్తం సిలికాన్ ద్వారా సమకూరుతోంది. 1849లో నిజానికి బంగారం కాలిఫోర్నియా మట్టిలో నిక్షిప్తమై ఉండేది, కానీ సిలికాన్ వ్యాలీ అసలు సంపద హై-టెక్ ఉద్యోగుల తలకాయల్లో ఉంది.

లేదా చైనా, జపాన్ మధ్య, బ్రెజిల్, అర్జెంటినా మధ్య యుద్ధం జరగటానికి ఏది కారణ మౌతుంది? చిన్న చిన్న సరిహద్దు గొడవలేవైనా తలెత్తవచ్చు, కానీ నిజంగా ప్రపంచం సర్వనాశనం అయిపోయే పరిస్థితే వస్తే 2014లో బ్రెజిల్, అర్జెంటినా మధ్య పూర్తి స్థాయి యుద్ధం జరిగే అవకాశం ఉంటుంది. అటువంటి పరిస్థితే వస్తే, అర్జెంటినా సైన్యం ట్యాంకుల్లోనూ, ఇతర యుద్ధ వాహనాల్లోనూ రియో దేశం ద్వారాలను చుట్టుముట్టటం, ఆకాశంనుంచి బాంబుల వర్షం కురిపించే బ్రెజిల్ సేనలు బ్యూనోస్ ఐరిస్ పొరుగు ప్రాంతాలని ఛిద్రం చెయ్యటం జరిగే అవకాశం ఉంది. అటువంటి యుద్ధాలు వచ్చే ఏడాది ఏ రెండు దేశాలమధ్య అయినా, ఉదాహరణకి ఇజ్రాయెల్‌కీ సిరియాకీ, ఇథియోపియాకీ ఎరిట్రియాకీ, అమెరికాకీ, ఇరాన్‌కీ జరగవచ్చు. కానీ ఇవి నియమాన్ని నిరూపించే మినహాయింపులు మాత్రమే.

కానీ ఈ పరిస్థితి భవిష్యత్తులో మారిపోవచ్చు. వెనక్కి తిరిగి చూస్తే ఈనాటి ప్రపంచం నమ్మశక్యం కానంత అమాయకంగా కనిపించవచ్చు. అయినప్పటికీ చరిత్ర దృష్టికోణం నుంచి, మన అమాయకత్వం అబ్బురపరిచే విధంగా ఉందని అనిపిస్తుంది. ఇంతకు మునుపెన్నడూ ఇంత శాంతి జనం యుద్ధం గురించి ఊహించలేనంత శాంతి నెలకొనలేదు.

అధ్యయనకర్తలు ఈ సంతోషకరమైన ఫలితాన్ని వివరించేందుకు ఎన్నో పుస్తకాలూ, వ్యాసాలూ రాశారు. వాటన్నిటినీ చదవాలనుకుంటే మీ తలప్రాణం తోకకొస్తుంది. దీనికి

దోహదం చేసిన ఎన్నో కారణాలని వాళ్ళు ఆ రచనల్లో గుర్తించారు. అన్నిటికన్నా మొట్టమొదటి కారణం, యుద్ధం ధర విపరీతంగా పెరిగిపోవటం. అన్ని నోబెల్ శాంతి పురస్కారాలలోకీ అతిముఖ్యమైన పురస్కారం అణుబాంబును కనిపెట్టిన రాబర్ట్ అప్పెన్ హైమర్‌కీ అతనితో కలిసి పనిచేసిన బాంబు నిర్మాతలకి దక్కాలి. అణ్వాయుధాలని ప్రయోగించి అగ్రరాజ్యాల మధ్య జరిగే యుద్ధాలు సామూహిక ఆత్మహత్యలుగా మారాయి. ఆయుధాల బలంతో ప్రపంచాన్ని స్వాధీనం చేసుకోవటమనేది అసాధ్యమైపోయింది.

రెండో కారణం, యుద్ధానికి ఆయే ఖర్చు ఆకాశాన్నంటటమే కాకుండా దానివల్ల ఒనగూడే లాభం కూడా తగ్గిపోయింది. చరిత్రలో చాలా భాగం దేశాలు దోపిడీలు చేసి శత్రురాజ్యాలని తమలో కలిపివేసుకోవటమే కనిపిస్తుంది. అప్పట్లో సంపద అంటే పొలాలూ, పశువులూ, బానిసలూ, బంగారం. అందు చేత దాన్ని దోచుకోవటం, ఆక్రమించటం సులువుగా ఉండేది. ఈనాడు సంపద అంటే మానవ సంబంధమైన పెట్టుబడి, సంస్థాగత పరిజ్ఞానం. అందుకే సైనిక బలంతో దాన్ని ఎత్తుకుపోవటమో, ఆక్రమించటమో కష్టం.

కాలిఫోర్నియానే తీసుకుందాం. అక్కడి సంపదంతా బంగారం గనుల వల్లే పోగయింది. కానీ ఈనాడు అది సిలికాన్, సెల్లులాయిడ్–సిలికాన్ వ్యాలీ, హాలీవుడ్‌లోని సెల్యులాయిడ్ హిల్స్ ఆధారంగా నిలిచిఉంది. చైనా ఆయుధాలతో, శాన్‌ఫ్రాన్సిస్కో సముద్రతీరాన లక్షలమంది సైనికులతో దిగిపోయి, కాలిఫోర్నియా లోతట్టు ప్రాంతాలమీద విరుచుకుపడితే ఏమౌతుంది? వాళ్ళకి ఏమీ దొరకదు. సిలికాన్ వ్యాలీలో సిలికాన్ గనులు లేవు. ఆ సంపదంతా గూగుల్ ఇంజనీర్లు, హాలీవుడ్ సినిమాలకి సంభాషణలు రాసే రచయితలూ, దర్శకులూ, స్పెషల్ ఎఫెక్ట్స్ తయారుచేసే మంత్రగాళ్ళ మెదళ్లలోనూ ఉంటుంది. చైనీయుల ట్యాంకులు సన్ సెట్ బులెవార్డ్ చేరుకునే లోపల వాళ్ళందరూ బెంగుళూరుకో, ముంబైకో వెళ్లే విమానం ఎక్కేస్తారు. ప్రపంచంలో ఇంకా పూర్తి స్థాయి యుద్ధాలు జరగటం యాదృచ్ఛికమేమీ కాదు. పాత పద్ధతిలో సంపద వస్తురూపంలో ఉన్నచోట కువైట్ మీద ఇరాక్ చేసిన ఆక్రమణలాంటివి జరుగుతాయి. కువైట్‌లో ఉండే షేఖ్‌లు విదేశాలకి పారిపోగలిగారు, కానీ చమురుబావులు అక్కడే ఉండిపోయి శత్రువుల అధీనం అయ్యాయి.

ఒక పక్క యుద్ధం వల్ల పెద్దగా లాభం లేని పరిస్థితి నెలకొనేసరికి శాంతి ఎన్నడూ లేనంత లాభదాయకంగా మారింది. సాంప్రదాయ వ్యవసాయ ఆర్థిక విధానాల్లో దూర ప్రాంతాలలో వ్యాపారం చెయ్యటం, విదేశాల్లో డబ్బు మదుపు పెట్టటం అంత ముఖ్యంగా అనిపించేవి కావు. అందుకే యుద్ధానికి అయే ఖర్చులని తప్పించుకోవటం తప్ప శాంతివల్ల పెద్ద లాభాలు వచ్చేవి కావు. 1400లో ఇంగ్లాండూ, ఫ్రాన్స్ మధ్య శాంతి ఉండేదనుకుందాం, ఫ్రెంచ్‌వారు యుద్ధానికి సంబంధించిన పన్నులకోసం పెద్ద మొత్తాన్ని చెల్లించవలసిన అవసరమూ, తమ దేశాన్ని నాశనం చేసేందుకు ఆంగ్లేయులు చేసే దాడులవల్ల కష్టాల పాలయే అవసరమూ ఉండేది కాదు. కానీ దానివల్ల వాళ్ళ జేబులు మాత్రం నిండేవి కావు. ఆధునిక పెట్టుబడిదారీ ఆర్థిక వ్యవస్థలో, విదేశాల్లో వ్యాపారం చెయ్యటం, పెట్టుబడులు

పెట్టటం అతిముఖ్యమైపోయాయి. అందుచేత శాంతి అసాధారణమైన లాభాలు అందిస్తుంది. చైనా, అమెరికా మధ్య శాంతి నెలకొన్నంత కాలం చైనీయులు తమ వస్తువులను అమెరికాకి అమ్ముకోగలరు, వాల్ స్ట్రీట్‌లో వ్యాపారం చేసుకుని అమెరికా పెట్టుబడులను అందుకుంటూ ఉండగలరు.

చివరిగా ఒక ముఖ్యమైన విషయం, ప్రపంచ రాజకీయ సంస్కృతిలో అంతర్గతంగా పెద్ద మార్పు వచ్చింది. ఉదాహరణకి, హూణుల సేనాపతులు, వైకింగ్ కులీనులూ, అజ్టెక్ పురోహితులూలాంటి ప్రాచీన కాలపు ఉన్నతవర్గానికి చెందినవారు యుద్ధం అందరికీ మంచే చేస్తుందని అనుకున్నారు. ఇంకొందరు అది తప్పనిసరి అయినప్పటికీ చాలా చెడ్డదని అభిప్రాయపడ్డారు. దాన్ని మనకి సానుకూలంగా మార్చుకోవటం మంచిదని అను కున్నారు. చరిత్రలో మొట్టమొదటిసారి మనకాలంలో శాంతికాముకులైన ఉన్నతవర్గీయులు, అంటే రాజకీయవేత్తలూ, వ్యాపారవేత్తలూ, మేధావులూ, కళాకారులూ యుద్ధం చెడ్డదనీ, దాన్ని నివారించటం సాధ్యమనీ మనస్ఫూర్తిగా నమ్ముతున్నారు, మన యుగంలో ఇలాంటి వారిదే పైచేయిగా ఉంది. (గతంలో కూడా శాంతి కోరేవారు లేకపోలేదు. ఉదాహరణకి మొదటి తరం క్రైస్తవులు, కానీ వాళ్ళ చేతికి అధికారం వచ్చిన అరుదైన సందర్భాలలో, వాళ్ళు 'మరో చెంప చూపించటం' మరిచిపోయారు).

ఈ నాలుగు కారకాల మధ్యనా ఫలితాలని తెలిపే ఒక సానుకూలమైన మెలిక ఉంది. అణు మారణహోమం గురించిన భయం శాంతికాముకతని పెంపొందిస్తుంది; శాంతికాముకత వ్యాప్తి చెందినప్పుడు యుద్ధం తగ్గి వాణిజ్యం వర్ధిల్లుతుంది; ఇక వాణిజ్యం శాంతి వల్ల కలిగే లాభాలనీ, యుద్ధం తాలూకు ఖర్చులనీ పెంచుతుంది. కాలక్రమాన ఈ ఫలితాలని తెలియజేసే మెలిక యుద్ధానికి మరొక అడ్డంకిని సృష్టిస్తుంది. చివరికి అదే అన్నిటికన్నా ముఖ్యమైనదని రుజువయే అవకాశం ఉంది. అంతర్జాతీయ సంబంధాలు బిగుసుకోవడంవల్ల అధికశాతం దేశాలు తమ స్వేచ్ఛని కోల్పోతాయి, వాటిలో ఏదైనా ఒక దేశం ఒంటరిగా యుద్ధ జాగిలాలని ఉసికొల్పి వదిలిపెట్టే అవకాశం ఇందువల్ల తగ్గిపోతుంది. అధికశాతం దేశాలు పూర్తిస్థాయి యుద్ధానికి సిద్ధమవవు. దానికి కారణం, వాటికి ఇంకా స్వేచ్ఛ లేకపోవటమే. ఇజ్రాయెల్, ఇటలీ, మెక్సికో, లేక థాయిలాండ్‌లో ఉండే నాగరికులు స్వేచ్ఛగా ఉన్నామన్న భ్రమలో ఉండవచ్చు, ఆ ప్రభుత్వాలు ఆర్థిక, విదేశీ విధానాల విషయంలో స్వతంత్రంగా వ్యవహరించలేవు. అందుకే ఒంటరిగా పూర్తిస్థాయి యుద్ధాన్ని ప్రారంభించటం వాటికి సాధ్యం కాదు. 11వ అధ్యాయంలో వివరించినట్టు, మనం ఒక ప్రపంచ సామ్రాజ్యం రూపొందటం చూస్తున్నాం. మునుపటి సామ్రాజ్యాలలాగే ఇది కూడా తన సరిహద్దుల్లో శాంతి నెలకొల్పే ప్రయత్నం చేస్తుంది. ఆ సరిహద్దులు మొత్తం భూగోళాన్ని చుట్టి ఉంటాయి కాబట్టి, ప్రపంచ సామ్రాజ్యం ప్రపంచ శాంతిని బలపరుస్తుంది.

అయితే, ఆధునిక యుగం, మొదటి ప్రపంచ యుద్ధంలోని కందకాలలా, హిరోషిమా మీద పరుచుకున్న అణు మేఘంలా, హిట్లర్, స్టాలిన్ ఉన్మాదం సృష్టించిన నెత్తుటి ఏరుల్లా ,

గుడ్డిగా చేసే వధలకీ, యుద్ధానికి, అణచివేతకీ సంబంధించిందా? లేక ఇది దక్షిణ అమెరికాలో ఎన్నడూ తవ్వని కందకాలకీ, మాస్కో, న్యూయార్క్ మీద కమ్ముకోని అణు మేఘాలకీ, మహాత్మాగాంధీ, మార్టిన్ లూథర్ కింగ్ లాంటివారి శాంతమైన ముఖాలకి ప్రతీకగా నిలిచే శాంతి యుగమా?

దీనికి సమాధానం కాలమే చెప్పాలి. ఈ మధ్య కొన్నేళ్లుగా జరిగిన సంఘటనలు గతాన్ని గురించి మనకున్న అభిప్రాయాన్ని ఎంత వక్రంగా చూపిస్తాయో తెలుసుకుంటే మనం స్థిమితంగా ఆలోచించగలుగుతాం. ఈ అధ్యాయం 1945లోనో 1962లోనో రాసి ఉంటే, ఇంకా చాలా దిగులు కలిగించేది. దీన్ని 2012లో రాయటం జరిగింది కనుక, ఆధునిక చరిత్ర గురించి ఇది కొంతవరకూ ఉల్లాసాన్ని సంతరించుకుంది.

ఆశావాదులనీ, నిరాశావాదులనీ సంతృప్తి పరిచేందుకు, మనం స్వర్గ ద్వారాల ముందూ, నరక ద్వారాల ముందూ నిలబడి ఉన్నామనీ, కంగారుగా ఒకదాని ప్రవేశద్వారం, మరో దాని నడవ మధ్య కదులుతున్నామనీ అనుకోవలసి ఉంటుంది. మనం ఎక్కడ తేలుతామన్నది చరిత్ర ఇంకా నిశ్చయించలేదు. ఒకదాని తరవాత ఒకటిగా, యాదృచ్ఛికంగా జరిగే ఎటువంటి సంఘటనలైనా మనని ఏదో ఒక దిశగా దొర్లించుకుపోవచ్చు.

అధ్యాయం 19

ఆ తరవాత వాళ్ళు కలకాలం ఆనందంగా జీవించారు

గత 500 సంవత్సరాలలో వచ్చిన విప్లవాల పరంపర మనకి ఊపిరాడనివ్వలేదు. భూమి మొత్తం ఒకే ఒక పర్యావరణ, చారిత్రాత్మక గోళంగా ఒక్కటై పోయింది. ఆర్థిక అభివృద్ధి తీవ్రస్థాయికి చేరుకుంది. మునుపు కాల్పనిక కథల్లో కనిపించిన సంపద ఈనాడు మానవులు అనుభవించగలుగుతున్నారు. విజ్ఞానశాస్త్రం, పారిశ్రామిక విప్లవం మనిషికి మానవాతీతమైన శక్తినీ, దాదాపు అపరిమితమైన సామర్థ్యాన్నీ అందించాయి. సామాజిక వ్యవస్థ పూర్తిగా మారిపోయింది. రాజకీయాలూ, దైనందిన జీవితం, మానవ మనస్తత్వం కూడా మార్పు చెందాయి.

కానీ మనం ఇంకా ఆనందంగా ఉన్నామా? గత అయిదు శతాబ్దాలుగా మానవజాతి కూడబెట్టిన సంపద వల్ల మనకి కొత్తగా ఏమైనా సంతృప్తి కలిగిందా? ఎన్నటికీ తరగని శక్తి వనరులు కనుగొనటం వల్ల మన ముందు తరిగిపోని ఆహ్లాదపు నిధుల ద్వారాలు తెరుచుకున్నాయా? ఇంకా వెనక్కి వెళ్ళి జ్ఞానవిప్లవం నాటి ఒడిదుడుకులతో నిండిన 70 సహస్రాబ్దులు ఈ ప్రపంచాన్ని మరింత చక్కగా జీవించేందుకు అనువుగా మార్చాయా? 30,000 సంవత్సరాలకు పూర్వం షోవే గుహలో గోడమీద తన చేతి గుర్తు వేసిన స్త్రీ కన్నా, గాలిలేని చంద్రగ్రహం మీద తన కాలి గుర్తు వదిలిన నీల్ ఆర్మ్‌స్ట్రాంగ్ ఎక్కువ సంతోషంగా బతికాడా? అలా కానప్పుడు, మరి వ్యవసాయాన్నీ, నగరాలనీ, రాయటమనే నైపుణ్యాన్నీ, నాణేలనీ, సామ్రాజ్యాలనీ, విజ్ఞాన శాస్త్రాన్నీ, పరిశ్రమలన్నీ అభివృద్ధి చెయ్యటంలో అర్థమేముంది?

చరిత్రకారులు అరుదుగా ఇలాటి ప్రశ్నలు వేస్తారు. ఆహారసేకరణ చేసి జీవించిన తమ పూర్వీకుల కన్నా ఉరుక్, బాబిలోన్‌లోని నాగరికులు ఎక్కువ ఆనందంగా ఉండేవారా, ఇస్లాం మతం ఉనికిలోకొచ్చాక ఈజిప్ట్ ప్రజలు జీవితంలో ఎక్కువ సంతోషం అనుభవించారా, లేక ఆఫ్రికాలో యూరోపియన్ సామ్రాజ్యాలు పతనమయాక లెక్కలేనన్ని లక్షలమంది

జీవితాలమీద మంచి ప్రభావం పడిందా, అని వాళ్ళు అడగరు. అయినప్పటికీ చరిత్రకి సంబంధించి ఎవరైనా అడగవలసిన అతిముఖ్యమైన ప్రశ్నలు ఇవే. ప్రస్తుతం చెలామణీలో ఉన్న అధికశాతం భావజాలాలూ, రాజకీయ కార్యక్రమాలూ మనిషి ఆనందానికి నిజమైన మూలం ఏది అనే విషయంలో బలహీనమైన ఆలోచనలమీద ఆధార పడుతున్నాయి. మనం ఆనందంగా ఉండాలంటే రాజకీయ స్వీయ సంకల్పం అవసరమని జాతీయవాదులు నమ్ముతారు. శ్రామిక వర్గం నియంతృత్వంలో అందరూ పరమానందం అనుభవించగలుగు తారని సామ్యవాదులు నమ్మ బలుకుతారు. ఎక్కువమంది ఎక్కువ సంతోషంగా ఉండాలంటే స్వేచ్ఛావిపణి ఒక్కటే మార్గమనీ, ఆర్థిక అభివృద్ధి సృష్టించటం, భౌతిక అవసరాలు సమృద్ధిగా ఉండటం, జనానికి ఆత్మావలంబన, కష్టపడి పనిచేయటం నేర్పించటం అత్యవసరమనీ పెట్టుబడిదారీ వ్యవస్థ నొక్కివక్కాణిస్తుంది.

ఎవరైనా లోతైన పరిశోధన చేసి ఈ పరికల్పనలు తప్పని నిరూపిస్తే ఏమౌతుంది? ఆర్థిక అభివృద్ధి, ఆత్మావలంబనా మనకి ఎక్కువ ఆనందాన్నివ్వలేకపోతే, మరి పెట్టుబడిదారీ వ్యవస్థ వల్ల లాభమేముంటుంది? పెద్ద పెద్ద సామ్రాజ్యాల్లో నివసించిన ప్రజలు స్వతంత్ర రాజ్యాలలో ఉన్నవారికన్నా ఆనందంగా ఉండేవారని తేలితే ఏమౌతుంది? ఉదాహరణకి, ఘనా వాస్తవ్యులు తమ దేశంలోనే పుట్టి పెరిగిన నియంతల పరిపాలనలోకన్నా బ్రిటిష్ వలస పాలనలోనే ఎక్కువ సంతోషంగా ఉండి ఉంటే? అప్పుడు వలసపాలన నుంచి విముక్తి అనే ప్రక్రియ గురించీ, జాతీయ స్వీయ సంకల్పం గురించీ మనకి అది తెలియజేసే దేమిటి?

ఇవన్నీ కాల్పనిక సంభావ్యతలు, ఎందుకంటే ఇప్పటివరకూ చరిత్రకారులు ఇలాంటి ప్రశ్నలకి సమాధానం చెప్పటం మాట అటుంచి, వాటిని దాటవేస్తూ వచ్చారు. వాళ్ళు చరిత్రకి సంబంధించిన మిగిలిన అన్ని విషయాలనీ పరిశోధించారు - రాజకీయాలు, సమాజం, ఆర్థిక వ్యవస్థ, స్త్రీ-పురుషులు, రోగాలు, లైంగికత, ఆహారం, దుస్తులు - అయినా ఇవన్నీ మనిషి ఆనందంగా ఉండటం మీద ఎలాంటి ప్రభావం చూపుతాయని ప్రశ్నించేందుకు వాళ్ళు అరుదుగా ఆగి ఆలోచించారు.

ఆనందానికి సంబంధించిన దీర్ఘకాలిక చరిత్రని ఎవరూ అధ్యయనం చెయ్యక పోయినా, ప్రతి అధ్యయనకర్తకీ, సామాన్య మానవుడికీ దాన్ని గురించి అంతో ఇంతో అస్పష్టమైన అభిప్రాయం ఉంది. చరిత్ర ఆసాంతం చూస్తే మానవుడి సామర్థ్యం నిరంతరం పెరుగుతూనే ఉందనేది జనాభిప్రాయం. మనుషులు సాధారణంగా బాధలను తగ్గించు కునేందుకూ, ఆకాంక్షలను నిజం చేసుకునేందుకూ తమ సామర్థ్యాన్ని ఉపయోగించుకుంటారు కాబట్టి, మన పూర్వీకులకన్నా మనం ఎక్కువ ఆనందంగా ఉన్నామనీ, వాళ్ళు రాతి యుగంలో జీవించిన ఆటవికులకన్నా ఆనందంగా ఉండేవారనీ అనుకోవాల్సి ఉంటుంది.

కానీ ఈ పురోగతికి సంబంధించిన వివరణ నమ్మేట్టుగా లేదు. కొత్తగా సంపాదించుకున్న అర్హతలూ, ప్రవర్తనారీతులూ, నైపుణ్యాలూ జీవితాన్ని మెరుగుపరుస్తాయన్న హామీ ఉండదని మనం చూస్తున్నాం. వ్యవసాయ విప్లవం వచ్చాక మనుషులు పొలం దున్నటం నేర్చుకున్నారు, పర్యావరణాన్ని రూపొందించడంలో వాళ్ళకున్న సామూహిక

శక్తి పెరిగింది, కానీ అనేకమంది వ్యక్తులు దురదృష్టవంతులైపోయారు. తక్కువ పోషకాలున్న కొన్ని రకాల ఆహారాన్ని ఉత్పత్తి చేసేందుకు, ఆహారసేకరణ చేస్తూ బతికిన మనుషులకన్నా రైతులు ఎక్కువ శ్రమించవలసివచ్చింది. అలాగే వాళ్లు ఎక్కువగా రోగాల బారినపడేవారు, దోపిడీకి గురయేవారు. అదే విధంగా యూరోపియన్ సామ్రాజ్యాల విస్తరణ, ఆలోచనలని, సాంకేతికతని, పంటలని ప్రచారం చెయ్యటం ద్వారానూ, వాణిజ్యానికి కొత్త మార్గాలు సృష్టించటం ద్వారానూ మానవజాతి సామూహిక శక్తిని విపరీతంగా పెంచింది. కానీ లక్షలమంది ఆఫ్రికన్లకీ, అమెరికా మూలవాసులకీ, ఆస్ట్రేలియా ఆదివాసులకీ ఇది ఎంత మాత్రం శుభవార్త కాదు. మనిషికి అధికారాన్ని దుర్వినియోగపరిచే ప్రవృత్తి ఉందని రుజువైన తరవాత, మనుషులకి ఎంత ఎక్కువ పలుకుబడి ఉంటే అంత సంతోషంగా ఉంటారని నమ్మటం అమాయకత్వమే అవుతుంది.

ఈ అభిప్రాయాన్ని వ్యతిరేకించేవాళ్ళది పూర్తిగా భిన్నమైన దృష్టి. మనిషి సామర్థ్యానికి, ఆనందానికీ మధ్య ఒక విరుద్ధమైన సహసంబంధం ఉందని వాదిస్తారు. అధికారం భ్రష్టుపట్టిస్తుంది, మానవజాతికి అధికారం ఎక్కువ వశమైనప్పట్నుంచీ ఈ ప్రపంచాన్ని యాంత్రికంగా, భావరహితంగా తయారుచేసి, మనకి నిజంగా అవసరమైనవాటిని అందించకుండా చేస్తుందని అంటారు వాళ్ళు. పరిణామక్రమం మన మస్తిష్కాలని, శరీరాలనీ వేటాడి ఆహారసేకరణ చేసేందుకు అనువుగా మలిచింది. ముందు వ్యవసాయానికీ, ఆ తరవాత పరిశ్రమలకీ మన జీవితాలు అనువుగా మారే క్రమంలో మనకి సహజంగా ఉండే అభిరుచులనీ, ప్రవృత్తులనీ పూర్తిగా ప్రకటించలేని శాపగ్రస్తులమయాం. ఈ మార్పులు మనసు లోతుల్లో ఉన్న తీవ్రమైన ఆకాంక్షల్ని తృప్తిపరచలేవు. ఒక మామత్ ఏనుగుని వేటాడటంలో సఫలమైన ఆటవికుల సమూహం అనుభవించే అమితోత్సాహమూ, పరిపూర్ణమైన ఆనందమూ, నగరాలలో సౌకర్యంగా జీవించే మధ్యవర్గం ఎన్నటికీ అనుభవించలేదు. ప్రతి ఆవిష్కరణా మనకీ, స్వర్గంలోని నందనవనానికీ మధ్య మరో మైలు దూరాన్ని పెంచుతూ ఉంటుంది.

ముఖ్యంగా మన పూర్వీకులతో పోలిస్తే మన ఇంద్రియాల లోకం దిగజారిపోయిందని కాల్పనికులు నొక్కివక్కాణిస్తారు. ప్రాచీనకాలపు ఆటవికులు వర్తమానంలో జీవించారు. ప్రతి ధ్వనినీ, రుచినీ, వాసననీ ఇట్టే గ్రహించగలిగేవారు. వాళ్ళ మనుగడ దానిమీదే ఆధారపడి ఉండేది. కానీ దానికి వ్యతిరేకంగా మన స్పందనలలో భయంకరమైన అస్పష్టత చోటుచేసుకుంది. మనం సూపర్ మార్కెట్‌కి వెళ్లి తినేందుకు వెయ్యి వేర్వేరు పదార్థాలు ఎంచుకోగలం. కానీ మనం దేన్నీ ఎంచుకున్నా, దాన్ని టీవీ ముందు కూర్చుని గబగబా తింటాం, రుచి మీద ధ్యాస పెట్టం. విహారయాత్రలకు వెయ్యి అద్భుతమైన ప్రదేశాలకి వెళ్ళగలం. కానీ ఎక్కడికెళ్లినా మనం ఆ ప్రదేశాన్ని చూసి ఆనందించటం మానేసి, బహుశా మన స్మార్ట్ ఫోన్‌తో ఆడుకుంటూ ఉండిపోతాం. మునుపు ఎప్పుడూ లేనంతగా మనకిప్పుడు ఎంచుకునేందుకు చాలా ఉన్నాయి, కానీ మనం దేనిమీదైనా దృష్టి పెట్టే సామర్థ్యాన్ని కోల్పోయాక ఈ ఎంపిక వల్ల లాభమేమిటి?

అయినా ప్రతి ఆవిష్కరణ కిందా ఒక నల్లని నీడని చూసే ఈ రొమాంటిక్

మొండితనం, పురోగతి తప్పనిసరి అని మొండిగా నమ్మటంలాంటిదే. మనలో ఉన్న ఆటవికునితో మన సంబంధం తెగిపోయినట్టుంది. కానీ స్థితి మరీ అంత అధ్వాన్నంగా లేదు. ఉదాహరణకి, గత రెండు శతాబ్దాలుగా ఆధునిక ఔషధాలు పిల్లల మరణాలని 33 శాతం నుంచి 5 శాతం కన్నా కిందికి దించాయి. మరి మామూలుగా అయితే చనిపోయి ఉండే ఆ పిల్లల జీవితాల్లోనే కాకుండా వాళ్ళ కుటుంబాలకీ, స్నేహితులకీ కూడా ఈ మార్పు ఎనలేని ఆనందాన్ని అందించలేదని ఎవరైనా అనగలరా?

కాస్త భిన్నంగా ఉండే ఆలోచన మధ్యే మార్గాన్ని అవలంబిస్తుంది. శాస్త్రీయ విప్లవం వచ్చే వరకూ అధికారానికి, ఆనందానికీ మధ్య స్పష్టమైన సహసంబంధం ఉండేది కాదు. పూర్వీకులైన ఆటవికులకన్నా మధ్యయుగపు రైతులు దుర్భరమైన జీవితం గడిపి ఉండ వచ్చు. కానీ గత కొన్ని శతాబ్దాల్లో మానవులు తమ సామర్థ్యాన్ని తెలివిగా ఉపయోగించు కోవటం నేర్చుకున్నారు. ఆధునిక వైద్యం సాధించిన విజయాలు దీనికి ఒక ఉదాహరణ మాత్రమే. ఇంతకుమునుపు ఎవరూ సాధించని ఎన్నో విజయాలలో, హింస బాగా తగ్గిపోవటం, అంతర్జాతీయ యుద్ధాలు పూర్తిగా కనుమరుగవటం, పెద్దెత్తున సంభవించే కరువు కాటకాలు తొలగిపోవటంలాంటివి కొన్ని వున్నాయి.

కానీ ఇది కూడా విషయాన్నీ తేలిగ్గా తీసిపారెయ్యటమే అవుతుంది. ముందు, అది తన ఆశావాదంతో కూడిన అంచనాని కొన్నేళ్ల ఆధారంగా తెలియజేస్తుంది. 1850కి పూర్వం అధికశాతం మనుషులు ఆధునిక వైద్యం వల్ల దక్కే ఫలితాలని ఎక్కువగా అనుభవించలేదు. ఇక పిల్లల మరణాల సంఖ్య బాగా తగ్గిపోవటమనేది ఇరవయ్యో శతాబ్దంలో జరిగింది. ఇరవయ్యో శతాబ్దం మధ్య వరకూ అన్నిచోట్లా కరువు కాటకాలు మానవాళిని పట్టి పీడిస్తూనే ఉండేవి. 1958-1961 మధ్య కమ్యూనిస్ట్ చైనా గొప్ప పురోగతి (గ్రేట్ లీప్ ఫార్వర్డ్) సాధించినప్పుడు, కోటి నుంచి అయిదు కోట్ల వరకూ మనుషులు ఆకలి చావులకి గురయ్యారు. అణుబాంబులు ద్వారా సర్వనాశన మవుతుందన్న భయంవల్ల, అంతర్జాతీయ యుద్ధాలు అరుదుగా జరిగినది 1945 తరవాతే. అందుచేత గత కొన్ని దశాబ్దాలు మానవాళికి స్వర్ణయుగమే అయినప్పటికీ, చరిత్ర గమనంలో అది మౌలికమైన మార్పులకి ప్రాతినిధ్యం వహిస్తుందా లేక అశాశ్వతాన్ని సూచించే క్షణికమైన చిన్న సుడిగుండమా అని ఇప్పుడే చెప్పలేం. పాశ్చాత్య దేశాలకి చెందిన ఇరవయ్యో శతాబ్దపు మధ్య వర్గీయుడి దృష్టితో ఆధునికతని నిర్ణయించాలన్న ప్రలోభం మనకి మరీ ఎక్కువగా ఉంటుంది. కానీ పంతొమ్మిదో శతాబ్దంలో బతికిన వెల్ష్ బొగ్గుగని కార్మికుడినీ, చైనాలోని నల్లమందు వ్యసనపరుణ్ణీ, టాస్మానియాలోని మూలవాసినీ మర్చిపోకూడదు. ట్రుగానినీ, హోమర్ సిమ్‌సన్ కన్నా తక్కువ ప్రాముఖ్యం కలవాడు కాదు.

ఇక రెండో విషయం, గత అర్ధ శతాబ్దంలో మనం చూసిన స్వర్ణయుగం బహుశా భవిష్యత్తులో వినాశనానికి విత్తులు నాటిందని తెలుస్తుందేమో. గత కొన్ని దశాబ్దాలుగా, మనం మన భూమిమీది పర్యావరణ సమతౌల్యాన్ని లెక్కలేనన్ని కొత్త రకాలుగా పాడు చేస్తున్నాం, అవి భయంకరమైన పరిణామాలని సృష్టించేట్టు తోస్తోంది. మనం నిర్లక్ష్యంగా వినియోగాన్ని విపరీతంగా పెంచేస్తూ మానవ శ్రేయస్సు తాలూకు పునాదులని ధ్వంసం చేస్తున్నామన్న దానికి రుజువులు కనిపిస్తున్నాయి.

చివరిగా, మిగిలిన జంతువులన్నిటికీ పట్టిన గతిని పూర్తిగా నిర్లక్ష్యం చేస్తేనే ఆధునిక సేపియన్లు సాధించిన సాఫల్యాలకి మనని మనం అభినందించుకోగలుగుతాం. మనని కరువు నుంచీ, రోగాలనుంచీ కాపాడేందుకు భౌతిక సంపదలో అధికభాగం, ప్రయోగశాలల్లో కోతులనీ, పాలకేంద్రాల్లో ఆవులనీ, కన్వేయర్ బెల్టులమీద కోళ్లనీ బలిగొనడంవల్లే పోగు చెయ్యగలిగాం. గత రెండు శతాబ్దాలుగా పారిశ్రామిక దోపిడీ ఆధిపత్యంలో కొన్ని వేల కోట్ల ప్రాణులని క్రూరంగా హింసించారు. అలాటి క్రూరత్వం మన భూప్రపంచం చరిత్రలో మునుపెన్నడూ జరగలేదు. జంతువుల హక్కులకోసం పోరాడేవాళ్లు చెప్పేదాంట్లో కేవలం పది శాతం నిజమని ఒప్పుకున్నా, ఆధునిక పారిశ్రామిక వ్యవసాయం చరిత్రలోకెల్లా అతిపెద్ద అపరాధమని అనాలి. ప్రపంచం తాలూకు ఆనందాన్ని విలువ కట్టేప్పుడు, కేవలం ఉన్నత వర్గాల, యూరోపియన్ల, లేదా పురుషుల ఆనందాన్ని మాత్రమే లెక్కవెయ్యటం పొరపాటు. బహుశా మానవుల ఆనందాన్ని గురించి మాత్రమే ఆలోచించటం కూడా తప్పేనేమో.

ఆనందాన్ని అంచనా వెయ్యటం

ఇంతవరకూ మనం ఆనందాన్ని గురించి అది ఆరోగ్యం, మితాహారం, సంపదలాంటి భౌతిక అంశాలకి సంబంధించిన వస్తువుల్లా మాట్లాడాం. ఎవరైనా ఎక్కువ డబ్బున్నవారూ, మంచి ఆరోగ్యవంతులూ అయితే వాళ్ళు ఎక్కువ ఆనందంగా ఉంటారు. కానీ నిజంగా అది అంత స్పష్టంగా కనిపించే విషయమా? వేల సంవత్సరాలుగా తత్వవేత్తలూ, మతాచార్యులూ, కవులూ అనందం తాలూకు స్వభావం గురించి దీర్ఘంగా ఆలోచిస్తూనే ఉన్నారు. భౌతిక పరిస్థితులలాగే సామాజిక, నైతిక, ఆధ్యాత్మిక కారకాలు కూడా మన ఆనందం మీద తీవ్రమైన ప్రభావం చూపుతాయని వాళ్ళు నిర్ణయించారు. ఎంతో సమృద్ధివంతమైన జీవితం గడుపుతున్నప్పటికీ, ఆధునిక ధనిక సమాజాల్లో ఉండేవాళ్ళు వేర్పాటుకి గురై, నిరర్థకమైన జీవితం గడుపుతున్నట్టనిపించి బాధపడతారేమో బహుశా మన పూర్వీకులకు ఇంత సమృద్ధికరమైన జీవితం లేనప్పటికీ, సముదాయం, మతం, ప్రకృతితో విడదీయలేని బంధం వల్ల వాళ్ళు ఎక్కువ సంతృప్తికరమైన జీవితం గడిపి ఉండవచ్చేమో?

ఈ మధ్య కొన్ని దశాబ్దాలలో, మనుషులకి ఆనందాన్నిచ్చేది నిజంగా ఏమిటని తెలుసుకునేందుకు, దాన్నొక సవాలుగా భావించి, మనస్తత్వ శాస్త్రజ్ఞులూ, జీవశాస్త్రవేత్తలూ శాస్త్రీయ అధ్యయనాలని చేపట్టారు. అది డబ్బా, కుటుంబమా, జన్యువులా, లేక సుగుణమా? కొలవవలసినదాన్ని నిర్వచించటం మొదటి మెట్టు. ఆనందానికి సామాన్యంగా అందరూ అంగీకరించే నిర్వచనం, 'వ్యక్తిపరమైన శ్రేయస్సు' ఈ దృష్టితో చూస్తే నాలో నేను అనుభవించేది ఆనందం. అది తాత్కాలికంగా కలిగే సంతోషం కావచ్చు, నా జీవితం కొనసాగే రీతి గురించి నా మనసులో చాలాకాలం నిలిచిఉండే సంతృప్తి కావచ్చు. అది లోపలెక్కడో అనిపించే విషయమైతే, దాన్ని బైటినుంచి కొలవటం ఎలా సాధ్యం? వాళ్ళకి ఎలాంటి భావనలు కలుగుతున్నాయని అవతలివారిని అడిగి తెలుసుకోవటం ఒక పద్ధతి.

అందుకనే మనస్తత్వవేత్తలూ, జీవశాస్త్రజ్ఞులూ వాళ్లకి కొన్ని ప్రశ్నలున్న పత్రాలిచ్చి, వాటిని నింపని, ఆ తరవాత ఫలితాలని లెక్కకడతారు.

వ్యక్తిపరమైన శ్రేయస్సుని అంచనా వేసే ఒక ప్రశ్నాపత్రం తాము ప్రశ్నిస్తున్నవాళ్ళని కింది ప్రశ్నలకి సమాధానాల విషయంలో తమ అంగీకారాన్ని అంచనా వేసి, 0 నుండి 10 దాకా మార్కులు వెయ్యమని అడుగుతుంది – 'నేను జీవిస్తున్న పద్ధతి నాకు సంతోషాన్ని కలగజేస్తోంది,' 'జీవితం నాకొక వరంలా అనిపిస్తుంది,' 'భవిష్యత్తు గురించి నేను ఆశాభావంతో ఉన్నాను,' 'జీవితం బాగా సాగుతోంది.' పరిశోధకుడు తరవాత అన్ని సమాధానాలనీ కూడిక చేసి, ఇంటర్వ్యూ ఇచ్చిన వ్యక్తి శ్రేయస్సు తాలూకు సామాన్య స్థాయిని అంచనా వేస్తాడు.

ఆనందానికి విభిన్న వస్తుపరమైన కారకాలకీ గల సహసంబంధాన్ని తెలుసుకునేందుకు ఇలాంటి ప్రశ్నాపత్రాలని ఉపయోగిస్తారు. ఒక అధ్యయనంలో ఏడాదికి 1,00,000 డాలర్లు సంపాదించే వెయ్యిమందినీ, 50,000 డాలర్లు సంపాదించే మరో వెయ్యిమందినీ పోలుస్తారనుకుందాం. మొదటి వెయ్యిమంది సగటు వ్యక్తిపరమైన శ్రేయస్సు స్థాయి 8.7 ఉందనీ, రెండో వెయ్యిమందిదీ 7.3 ఉందనీ అధ్యయనాలు కనుగొన్నట్టయితే, పరిశోధకులు డబ్బుకీ, ఆనందానికీ సహసంబంధం ఉందని అనుకోవటం సబబే. దీన్ని అందరికీ అర్థమయే భాషలో చెప్పాలంటే, డబ్బు ఆనందాన్నిస్తుంది. ప్రజాస్వామ్య ప్రభుత్వంలో నివసించేవాళ్ళు నియంతృత్వ పాలనలో కన్నా ఆనందంగా జీవిస్తున్నారా, అలాగే పెళ్లికానివాళ్ళు, విడాకులు తీసుకున్నవాళ్ళు, జీవిత వితంతువులు/విధురుల కన్నా పెళ్ళైనవాళ్లు ఆనందంగా జీవిస్తున్నారా అని తెలుసుకునేందుకు ఇదే పద్ధతిని ఉపయోగించవచ్చు.

దీన్ని ఆధారం చేసుకుని చరిత్రకారులు గతంలో ఉండిన సంపదనీ, రాజకీయ స్వేచ్ఛనీ, విడాకుల స్థాయినీ పరీక్షించగలుగుతారు. ప్రజాస్వామ్యంలో జీవించేవారు ఎక్కువ ఆనందంగా ఉన్నట్టయితే, విడాకులు పుచ్చుకున్నవారికన్నా వివాహబంధం సవ్యంగా ఉన్నవారు సంతోషంగా బతుకున్నట్టయితే గత కొన్ని దశకాలుగా కొనసాగుతున్న ప్రజాస్వామ్య వ్యవస్థ మానవాళి ఆనందంగా ఉండేందుకు దోహదం చేసిందని ఏ చరిత్రకారుడైనా వాదించవచ్చు. కానీ పెరిగిపోతున్న విడాకుల స్థాయి దీనికి వ్యతిరేకమైన ధోరణి వైపు సూచిస్తోంది.

ఇలా ఆలోచించటంలో దోషాలు లేకపోలేదు. కానీ ఇందులోని లోటు పాట్లని ఎత్తిచూపించే ముందు, అసలు కనుగొన్న విషయాల గురించి ఆలోచించటం మేలు.

ఒక ఆసక్తికరమైన నిర్ణయం, డబ్బు నిజంగానే ఆనందాన్ని వెంట తెస్తుందన్నది. కానీ అది కొంతవరకే, ఆ హద్దుని దాటాక అది తన ప్రాముఖ్యాన్ని కోల్పోతుంది. ఆర్థిక వ్యవస్థలో అట్టడుగు మెట్టుమీదే ఉండిపోయిన వాళ్లకి ఎక్కువ డబ్బుంటే ఎక్కువ ఆనందం. మీరు అమెరికాలో ఉండే విడాకులు తీసుకున్న తల్లి అయి, ఇల్లు శుభ్రం చేస్తూ ఏడాదికి 12,000 డాలర్లు సంపాదిస్తూ, హఠాత్తుగా 5,00,000 డాలర్లు లాటరీలో గెలుచుకుంటే, బహుశా

చాలాకాలం వరకూ మీరు వ్యక్తిగతంగా శ్రేయస్కరంగా ఉన్న ఒక గొప్ప భావన కలగవచ్చు. మరింత అప్పుల్లో కూరుకుపోకుండా మీ పిల్లలకి మంచి ఆహారం, బట్టలూ సమకూర్చగలుగుతారు. కానీ అదే మీరు ఒక పైస్థాయి కార్యనిర్వాహకుడై, ఏడాదికి 2,50,000 డాలర్లు సంపాదిస్తూ, లాటరీలో పది లక్షలు గెలుచుకుంటే, లేదా మీ కంపెనీ బోర్డు మీ జీతం రెండింతలు చేస్తామని నిశ్చయిస్తే, బహుశా కొన్ని వారాల కన్నా ఎక్కువకాలం మీరు ఉత్సాహంతో ఉబ్బితబ్బిబ్బవరు. అనుభవాలని ఆధారం చేసుకుని కనుగొన్నదాన్నిబట్టి, దీనివల్ల మీకు పెద్ద తేడా ఏమీ రాదు, ఇది చాలాకాలం వరకూ నిలిచే ఆనందం కాదు. మీరు అత్యాధునికమైన, అన్ని హంగులూ ఉన్న కారు కొంటారు, పెద్ద బంగాళాలోకి మారిపోతారు, కాలిఫోర్నియా కాబర్నే బదులు శాటావ్ పెట్రుస్ తాగుతారు. కానీ చాలా త్వరగా అదంతా మామూలు విషయంలా, అందులో ప్రత్యేకత ఏమీ లేనట్టు అనిపించటం మొదలవుతుంది.

కనుగొన్న మరో ఆసక్తికరమైన విషయం, అనారోగ్యం కొంత కాలం వరకూ ఆనందాన్ని తగ్గిస్తుందని. కానీ ఆ మనిషి ఆరోగ్య పరిస్థితి అలా క్షీణిస్తూ పోతే, లేదా అతని శరీరాన్ని నీరసపెట్టేంత బాధతో ఆతను విలవిలలాడుతూ ఉన్నట్టయితే అది అతనికి దీర్ఘకాలం వరకూ దుఃఖాన్నే కలగజేస్తుంది. మధుమేహంలాంటి దీర్ఘకాలిక వ్యాధులతో బాధపడేవాళ్లు సామాన్యంగా కొంతకాలం నిరాశకి లోనవుతారు. ఆ వ్యాధి ముదరకుండా అలాగే ఉంటే వాళ్ళు ఆ కొత్త స్థితికి సర్దుకుపోయి, ఆరోగ్యవంతుల స్థాయిలో తమ ఆనందాన్ని అంచనా వేస్తారు. లూసీ, ల్యాక్ మధ్యవర్గానికి చెందిన కవలలని అనుకుందాం, వాళ్లిద్దరూ వ్యక్తిపరమైన శ్రేయస్సుకి సంబంధించిన అధ్య యనంలో పాలుపంచుకునేందుకు సిద్ధమవుతారు. మనస్తత్వశాస్త్ర ప్రయోగశాల నుంచి వెనక్కి వెళ్లేప్పుడు, లూసీ కారుని ఒక బస్సు ఢీకొంటుంది. ఆ ప్రమాదంలో లూసీ శరీరంలోని ఎన్నో ఎముకలు విరిగిపోతాయి, ఒక కాలు శాశ్వతంగా కుంటిదైపోతుంది. నజ్జు నజ్జయినా ఆ కారులోంచి ఆమెని రక్షణా సిబ్బంది బైటికి తీసే సమయంలో ఫోన్ మోగుతుంది. తను జాక్ పాట్‌లో కోటి డాలర్లు గెలుచుకున్నానని ల్యాక్ ఆనందం పట్టలేక గట్టిగా అరిచి చెపుతాడు. రెండేళ్ల తరవాత ఆమె కుంటుతూ నడుస్తూ ఉంటే అతను చాలా ధనవంతుడవుతాడు. కానీ రెండోసారి వాళ్ళని అధ్యయనం చేసే మనస్తత్వవేత్త వచ్చినప్పుడు, ఆ దురదృష్టమైన రోజున ఇచ్చిన సమాధానాలే వాళ్లిద్దరూ ఈసారి కూడా ఇచ్చే అవకాశముంది.

డబ్బు, ఆరోగ్యం కన్నా కుటుంబం, సముదాయం మన ఆనందం మీద ఎక్కువ ప్రభావం చూపిస్తున్నట్టు తోస్తుంది. కుటుంబ సంబంధాలు పటిష్ఠంగా ఉన్నప్పుడూ, సముదాయాలు ఐకమత్యంతో ఉన్నప్పుడూ మనుషులు విశేషంగా ఆనందాన్ని అనుభవిస్తారు. అదే విచ్ఛిన్నమైన కుటుంబ సంబంధాలున్నవాళ్లు, సముదాయాలతో ఐకమత్యంగా జీవించటం చేతకాని (అలా జీవించాలని ప్రయత్నించని) వాళ్ళు ఆనందంగా ఉండే అవకాశం తక్కువ. వివాహం అతిముఖ్యమైనది. వివాహ సంబంధాలు సవ్యంగా ఉన్న కుటుంబాలకీ, వ్యక్తిపరమైన శ్రేయస్సుకీ సహసంబంధం ఉందని, అలాగే వివాహ బంధం చెడిపోయినప్పుడు తీవ్రమైన మనస్తాపానికి గురవుతారని పరిశోధనలు మళ్ళీ మళ్ళీ

రుజువు చేశాయి. ఆర్థిక పరిస్థితీ, చివరికి ఆరోగ్యం సవ్యంగా ఉన్నా కూడా మనిషి మానసిక ఆనందానికి సంబంధించిన ఈ విషయం వాస్తవమేనని తేలింది. అంగవైకల్యంతో బాధపడే ఒక పేద మనిషి చుట్టూ ప్రేమించే జీవిత భాగస్వామీ, ఆత్మీయంగా ఉండే కుటుంబమూ, స్నేహంతో నిండిన సముదాయమూ ఉన్నట్టయితే, ఎవరూ లేని కోటీశ్వరుడి కన్నా ఆ మనిషి ఆనందంగా ఉన్నట్టు లెక్క. కానీ ఒక షరతు, ఆ మనిషి తీవ్రమైన పేదరికంతోనూ, రోజురోజుకీ బలహీనపరిచే బాధాకరమైన రోగంతోనూ తీసుకుంటూ ఉండకూడదు.

గత రెండు శతాబ్దాలుగా పెద్దెత్తున మెరుగయిన భౌతిక పరిస్థితులు, కుటుంబం, సముదాయంలో సంబంధాలు కూలిపోవటంవల్ల రద్దయిపోయాయని అనిపిస్తుంది. అభివృద్ధి సాధించిన దేశాలలో ప్రజలు దాదాపు తమ అవసరాలన్నిటికీ రాజ్యం మీదా, వ్యాపార వ్యవస్థ మీదా ఆధారపడతారు : తిండి, నీడ, విద్య, ఆరోగ్యం, రక్షణ. అందుచేత బంధువులూ, నిజమైన మిత్రులూ లేకుండానే జీవించటం సాధ్యమైంది. నగరాల్లోని ఎత్తైన కట్టడాల్లో నివసించే స్త్రీ ఎక్కడికెళ్లినా ఆమె చుట్టూ కొన్ని వేలమంది ఉంటారు. అయినా పక్క అపార్ట్‌మెంట్‌కి ఆమె ఎన్నడూ వెళ్లి ఉండకపోవచ్చు. ఉద్యోగం చేసే చోట తన సహోద్యోగుల గురించి ఆమెకి చాలా తక్కువ తెలిసిఉండవచ్చు. ఆమె స్నేహితులు కూడా పబ్‌లలో కలుసుకునే పరిచితులు మాత్రమేనేమో. ఈనాటి స్నేహాలు మాట్లాడుకోవటం, కలిసి సరదాగా గడపటాన్ని మించి ఇంకేమీ కావు. మనం పబ్‌లో ఒక స్నేహితుణ్ని కలుసుకుంటాం, అతనికి ఫోన్ చేస్తాం, లేదా ఈమెయిల్ పంపిస్తాం, అది కూడా ఆరోజు ఆఫీసులో జరిగిన విషయానికి మీకొచ్చిన కోపాన్ని వెళ్లగక్కేందుకు, లేదా ఈమధ్య జరిగిన రాజకీయ కుంభకోణం గురించి అభిప్రాయాలు పంచుకునేందుకు. అయినా కేవలం మాట్లాడటం ద్వారా ఎవరి గురించైనా మీరు ఎంత బాగా తెలుసుకోగలుగుతారు?

ఇలాంటి పబ్ మిత్రులకీ రాతియుగంలో నివసించినవాళ్ళ స్నేహాలకీ తేడా ఉంది. రాతియుగపు మనుషులు తమ మనుగడ కోసం ఒకరి మీద మరొకరు ఆధారపడేవాళ్లు. మానవులు సన్నిహిత సంబంధాలున్న సముదాయాలలో జీవిస్తూ, మామత్‌ని వేటాడేందుకు స్నేహితులతో కలిసి వెళ్ళేవాళ్ళు. దూర ప్రయాణాలనీ, కష్టంగా గడిచే చలికాలన్నీ కలిసికట్టుగా తట్టుకుని ప్రాణాలు నిలుపుకునేవాళ్ళు. ఎవరికైనా జబ్బుచేస్తే మిగిలినవాళ్లు శుశ్రూష చేసేవాళ్ళు, లేమివల్ల ఎవరికైనా ఆహారం తక్కువైనప్పుడు, తమ దగ్గరున్న ఆఖరి మెతుకుని పంచుకునేవాళ్లు. ఈనాటి జంటలకన్నా ఆ రోజుల్లో స్నేహితులకి ఒకరి గురించి మరొకరికి బాగా తెలుసు. మదించిన ఏనుగు తనమీద దాడి చేస్తే తన భార్య ఎలా ప్రవర్తిస్తుందో ఎంతమంది భర్తలు చెప్పగలరు? భద్రత లేని అలాటి తెగల అల్లికల స్థానంలో ఆధునిక ఆర్థిక వ్యవస్థ, దాదుల్లా మనని చూసుకునే రాజ్యాలూ రావటం మనకి విపరీతమైన లాభాన్ని చేకూర్చాయి. కానీ లోతైన సన్నిహిత సంబంధాల నాణ్యత దెబ్బతిని ఉండే అవకాశం కనిపిస్తోంది.

కానీ ఆనందం అనేది ఆరోగ్యం, సంపద, చివరికి సముదాయం మీద కూడా ఆధారపడి ఉండదన్నది మనకి తెలియవచ్చిన అతిముఖ్యమైన విషయం. అది ఆధారపడేది

వస్తుపరమైన పరిస్థితులకీ, వ్యక్తిపరమైన ఆకాంక్షలకీ మధ్య ఉండే సహసంబంధం మీద. మీకు ఒక ఎడ్లబండి కావాలనిపించిందనుకోండి, ఎడ్లబండి దొరగ్గానే మీరు తృప్తిపడతారు. మీకు ఒక సరికొత్త ఫెరారీ కారు కావాలనిపించి, సెకండ్ హ్యాండ్ (పాత) ఫియట్ కారుతో సరిపెట్టుకోవాల్సి వస్తే మీకు లోటుగా ఉన్నట్టనిపిస్తుంది. అందుకే కారు ప్రమాదంలో ఒళ్ళు హూనమయినా, లాటరీలో డబ్బులు గెలుచుకున్నా, కొంతకాలానికి మనుషుల ఆనందం మీద వాటి ప్రభావం ఒకే రకంగా ఉంటుంది. పరిస్థితులు మెరుగైనప్పుడు, ఆకాంక్షలు ఉప్పొంగుతాయి, అందుచేత వస్తుపరమైన పరిస్థితుల్లో నాటకీయమైన మంచి మార్పులు వచ్చినా మనం అసంతృప్తికి లోనవుతాం. పరిస్థితులు క్షీణించినప్పుడు, ఆకాంక్షలు వడిలిపోతాయి, ఫలితంగా తీవ్రమైన అనారోగ్యం ఉన్నా మీరు మునుపు ఉన్నంత ఆనందంగానూ ఉండే అవకాశం ఉంది.

దీన్ని తెలుసుకునేందుకు మనస్తత్వవేత్తల గుంపు, వాళ్ళ ప్రశ్నాపత్రాలూ అక్కర్లేదని మీరనవచ్చు. ఇంకా ఎక్కువ కావాలన్న కోరికతో తహతహలాడే బదులు ఉన్నదానితో సంతృప్తిపడటమే ఎక్కువ ముఖ్యమని ప్రవక్తలూ, కవులూ, తత్వవేత్తలూ కొన్ని వేల సంవత్సరాల క్రితమే గ్రహించారు. అయినా ఆ ప్రాచీనులు తెలుసుకున్న వాస్తవాలని ఆధునిక పరిశోధకులు బోలెడన్ని సంఖ్యలతోనూ, చార్టులతోనూ ధ్రువపరిస్తే మనకి బాగున్నట్టనిపిస్తుంది.

ఆనందం తాలూకు చరిత్రని అర్థం చేసుకోవటంలో మానవుల ఆకాంక్షలు చూపించే విస్తృత ప్రభావం చాలా ముఖ్యమైనది. ఆనందం సంపద, ఆరోగ్యం, సామాజిక సంబంధాలులాంటి వస్తుపరమైన పరిస్థితుల మీద మాత్రమే ఆధారపడితే, దాని చరిత్రని శోధించటం కొంతవరకూ సులభమయేది. కానీ అది వ్యక్తిపరమైన ఆకాంక్షలమీద ఆధారపడి ఉన్నదని తెలుసుకున్నాక, చరిత్రకారుల పని ఇంకా కష్టమౌతుంది. ఈనాడు మన దగ్గర మత్తు మందులు, నొప్పిని నివారించే మందులూ, బోలెడన్ని ఉన్నాయి. కానీ మనం జీవితం హాయిగా, సంతోషంగా గడిచిపోవాలని ఎదురుచూడటంవల్లా, అసౌకర్యాన్ని భరించే శక్తి లేకపోవటంవల్లా, అవి ఎంత హెచ్చు స్థాయికి చేరుకున్నాయంటే, మన పూర్వీకులు ఎన్నడూ అనుభవించి ఎరుగనంత బాధని మనం అనుభవిస్తున్నాం.

ఇలాంటి ఆలోచనా విధానాన్ని అంగీకరించటం కష్టం. మన మనసు లోతుల్లో తిష్ఠ వేసిన అవాస్తవిక తర్కమే అసలు సమస్య. ప్రస్తుతం ఇతరులు ఎంత ఆనందంగా ఉన్నారో, లేదా గతంలో ఎంత ఆనందంగా గడిపారో మనం ఊహించేందుకు ప్రయత్నిస్తే, వాళ్ళ స్థానంలో మనని తప్పకుండా ఊహించుకుంటాం. కానీ అది నిష్ప్రయోజనం, ఎందుకంటే మన కోరికలని అది ఇతరుల భౌతిక పరిస్థితుల్లో అతికిస్తుంది. ఆధునిక ధనిక సమాజాల్లో ప్రతిరోజూ స్నానం చేసి బట్టలు మార్చుకోవటమనేది ఒక అలవాటు. మధ్య యుగంలో రైతులు నెలల తరబడి స్నానం చేసేవారు కాదు, ఇక బట్టలు మార్చుకునే ప్రశ్నే లేదు. మురికిగా, ఒళ్ళంతా దుర్వాసన వేస్తూ అలా బతకటమనే ఆలోచన కూడా మనకి అసహ్యం వేస్తుంది. అయినా మధ్యయుగపు రైతులకి అదేమీ ఇబ్బంది అనిపించినట్టు లేదు. ఉతకని చొక్కా స్పర్శకీ, వాసనకీ వాళ్ళు అలవాటు పడ్డారు. మార్చుకునేందుకు బట్టలు

కావాలనిపించినా అవి దొరకకపోవటం కాదు వాళ్ళ సమస్య, వాళ్ళకి కావలసింది వాళ్ళ దగ్గరుంది. దుస్తులకి సంబంధించినంత వరకూ వాళ్ళు తృప్తిగానే బతికారు.

ఆలోచిస్తే ఇదేమీ ఆశ్చర్యమనిపించదు. ఎంతైనా మన చింపాంజీ సోదరులు అరుదుగా స్నానం చేస్తాయి, బట్టలు ఎప్పుడూ మార్చుకోవు. మనం పెంచుకునే కుక్కలూ, పిల్లులూ ప్రతిరోజూ స్నానం చెయ్యవనీ, వాటి 'కోట్లు' మార్చుకోవనీ మనం వాటిని అసహ్యించుకోము. అవి ఎలా ఉన్నా వాటిని నిమురుతాం, కావలించుకుంటాం, ముద్దుపెట్టుకుంటాం. కుటుంబాలలో చిన్నపిల్లలు దబ్బున తరచు స్నానం చేసేందుకు ఇష్టపడరు, అందరూ చాలా ఆకర్షణీయమైన అలవాటనుకునే స్నానం చెయ్యటాన్ని వాళ్ళు అలవరచు కునేందుకు కొన్నేళ్లపాటు విద్యాభ్యాసం చెయ్యటం, తలిదండ్రులు నేర్పే క్రమశిక్షణా అవసరమవుతాయి. ఇదంతా ఆకాంక్షకు సంబంధించిన విషయం.

ఆకాంక్షల్ని బట్టి ఆనందాన్ని నిర్ణయించటం జరిగితే, మన సమాజం తాలూకు రెండు స్తంభాలు – ప్రసార మాధ్యమాలూ, ప్రకటనల పరిశ్రమ – బహుశా తెలీకుండానే ప్రపంచంలోని సంతృప్తి తాలూకు వనరులని క్షీణింపజేస్తున్నాయేమో. 5000 సంవత్సరాల క్రితం మీరొక గ్రామంలో నివసించే పద్దెనిమిదేళ్ల యువకుడై ఉంటే, మీరు అందంగా ఉన్నారనే అనుకుని వుంటారు. కారణం, మీ ఊళ్ళో మరో యాభైమంది పురుషులు మాత్రమే ఉండేవారు, వాళ్లలో ముసలివాళ్ళూ, గాయాల మచ్చలున్నవాళ్లూ, చర్మం

46. ఈజిప్ట్ విప్లవం, 2011. నైలునదీలోయలో మునుపు పరిపాలించిన వాళ్ళ కాలంలో ఎన్నడూ లేనంత సురక్షితంగా ఎక్కువకాలం అతని పరిపాలనలో జీవించినప్పటికీ, ఈజిప్ట్ ప్రజలు ముబారక్ పాలనకి ఎదురుతిరిగారు.

ముడతలు పెద్దవాళ్ళూ, చిన్నపిల్లలూ ఉండి ఉంటారు. కానీ అదే మీరు ఈనాటి యుక్త వయసున్న కుర్రవాడయితే, మీకు అసంతృప్తి కలిగే అవకాశం చాలా ఎక్కువ. స్కూల్లో ఉండే మిగతా పిల్లలు అందవికారంగా ఉన్నప్పటికీ, మిమ్మల్ని మీరు వాళ్ళతో కాక, మీరు రోజూ టీవీలో, ఫేస్‌బుక్‌లో, బ్రహ్మాండమైన పోస్టర్లలో చూసే సినిమా స్టార్‌లతో, క్రీడాకారులతో, సూపర్ మోడల్స్‌తో పోల్చుకుంటారు.

అందుకే బడుగుదేశాల తీవ్రమైన అసంతృప్తికి పేదరికం, అనారోగ్యం, లంచగొండి తనం, రాజకీయ దోపిడీ మాత్రమే కారణాలు కాక, అగ్రదేశాల ప్రమాణాలు వాళ్ళకి తెలియటమే అలాంటి అసంతృప్తికి కారణమేమో? రెండో రామ్‌సెస్, క్లియోపాత్రాల పరిపాలనలోకన్నా హోస్నీ ముబారక్ పరిపాలనలో సగటు ఈజిప్షియన్ ఆకలికీ, మహమ్మారికీ, హింసకీ గురై ప్రాణాలు పోగొట్టుకునే అవకాశం తక్కువ. అధికశాతం ఈజిప్ట్ వాసుల భౌతిక పరిస్థితి ఇంత బాగా ఎన్నడూ లేదు. 2011లో వాళ్ళు తమ అదృష్టానికి అల్లాని ప్రశంసిస్తూ వీధుల్లో నాట్యం చేశారని మీరనుకోవచ్చు. కానీ దానికి వ్యతిరేకంగా, ముబారక్‌ని పదవిలోంచి తొలగించేందుకు వాళ్ళు క్రోధంతో విరుచుకపడ్డారు. ఫారోల పరిపాలనలో జీవించిన తమ పూర్వీకులతో వాళ్ళు తమని తాము పోల్చుకోలేదు, సమకాలీన ధనిక పాశ్చాత్య దేశాలతో పోల్చుకున్నారు.

విషయం ఇదే అయితే, అమరత్వం కూడా అసంతృప్తికి దారి తియ్య వచ్చు. విజ్ఞానశాస్త్రం అన్ని వ్యాధులకీ మందులూ, వార్ధక్యాన్ని నివారించేందుకు చికిత్సలూ, మనుషులని నిరవధికంగా యౌవనంలో ఉంచే పునరుత్పత్తి వైద్యమూ కనుగొంటే, బహుశా తక్షణం ఎన్నడూ కనీవినీ ఎరుగనంత ఆగ్రహం, ఆదుర్దా మహమ్మారిలా చుట్టుముట్టే అవకాశం ఉంటుందేమో.

డబ్బు తగినంత లేక ఇలాంటి అద్భుతమైన చికిత్సలు చేయించుకోలేనివాళ్ళు - వీళ్ళే అధికసంఖ్యాకులు - కోపంతో మతి పోగొట్టుకుంటారు. చరిత్ర ఆసాంతం పేదలూ, అణచివేతకు గురైనవారూ, కనీసం మృత్యువు అందరినీ సమానంగా చూస్తుందనీ, ధనికులూ, పేదలూ కూడా ఏదో ఒకనాడు చనిపోతారన్న ఆలోచనతో ఓదార్పు పొందేవారు. తాము చనిపోతామనీ, ధనవంతులు ఎప్పటికీ అందంగా, వయసు మీరకుండా యౌవనాన్ని అనుభవిస్తూ ఉండిపోతారన్న ఆలోచన పేదలకి ఇబ్బందిగా అనిపిస్తుంది.

కానీ ఈ కొత్త వైద్యాన్ని కొనుక్కోగల అల్పసంఖ్యాకుల చిన్న సమూహం కూడా సంతోషంతో ఉబ్బితబ్బిబ్బవదు. వాళ్ళకి ఆదుర్దా పడేందుకు చాలా విషయాలుంటాయి. కొత్త వైద్య విధానాలు వయసుని పెంచి యౌవనాన్ని ఎక్కువకాలం కొనసాగేట్టు చేసి నప్పటికీ, అవి శవాలపై ప్రాణం పోయలేవు. నేనూ, నా భార్యా, పిల్లలూ శాశ్వతంగా బతికే ఉంటామన్న ఆలోచన ఎంత భయంగొలుపుతుంది? కానీ ఏ ట్రక్కో మమ్మల్ని ఢీకొనకుండా, ఉగ్రవాదుల బాంబులు మా శరీరాల్ని తునాతునకలు చెయ్యకుండా ఉంటేనే అది సాధ్యం! మృత్యువు లేని మనుషులు చిన్న పాటి అపాయం కలగవచ్చన్న ఆలోచనకే విముఖత్వం చూపిస్తారు. ఇక జీవిత భాగస్వామిని, పిల్లలని, సన్నిహిత మిత్రులని కోల్పోవటమనే వేదన భరించరానిది.

రసాయనికమైన ఆనందం

సామాజిక శాస్త్రవేత్తలు వ్యక్తిపరమైన శ్రేయస్సుకి సంబంధించిన ప్రశ్నాపత్రాలు ఇచ్చి, సంపద, రాజకీయ స్వేచ్ఛలాంటి సామాజిక-ఆర్థిక అంశాలతో ఆ ఫలితాల సహసంబంధాన్ని తెలుసుకుంటారు. జీవ శాస్త్రజ్ఞులు కూడా అవే ప్రశ్నాపత్రాలని ఉపయోగిస్తారు కానీ వాటికి జనం ఇచ్చే సమాధానాల్ని జీవ రసాయన అంశాలతోనూ, జన్యుపరమైన అంశాలతోనూ జోడించి చూస్తారు. వాళ్ళు కనుగొనే ఫలితాలు విస్మయం కలిగిస్తాయి.

లక్షల సంవత్సరాలుగా జరిగిన పరిణామక్రమం జీవరసాయన సంవిధానాలకి రూపమిచ్చిందనీ, మన మానసిక, భావోద్రేకాల ప్రపంచాన్ని అవి శాసిస్తాయనీ జీవ శాస్త్రజ్ఞులు అంటారు. మిగిలిన అన్ని మానసికస్థితుల్లాగే, మన వ్యక్తిపరమైన శ్రేయస్సు, జీతం, సామాజిక సంబంధాలు, రాజకీయ హక్కులులాంటి బాహ్య ప్రమాణాల ద్వారా నిర్ణయించబడదు. నిజానికి దాన్ని నిర్ణయించేది, సంక్లిష్టమైన నాడీవ్యవస్థ, నాడీకణాలు, ఆ కణాల మధ్య ఉండే సంధులు, సెరోటోనిన్, డోపమైన్, ఆక్సిటోసిన్ లాంటి విభిన్న జీవరసాయన పదార్థాలు.

లాటరీ గెలుచుకుని, ఇల్లు కట్టుకుని, ప్రమోషన్ తెచ్చుకుని, చివరికి నిజమైన ప్రేమ సంపాదించుకుని కూడా ఎవరూ ఆనందాన్ని పొందలేరు. జనానికి ఆనందాన్నిచ్చేది ఒక్కటంటే ఒక్కటే విషయం, తమ శరీరాల్లో కలిగే సుఖానుభూతులు. ఎవరైనా లాటరీ గెలుచుకున్నాననో, నిజమైన ప్రేమ దొరికిందనో ఆనందంతో గంతులు వేస్తే, అది డబ్బు దొరికిందనీ, ప్రేమికుడిని సంపాదించుకున్నాననీ ఆనందంతో చూపించే ప్రతిక్రియ కాదు. తన శరీరంలోని రక్తప్రవాహంలో మత్తెక్కించేట్టు ఉప్పొంగే రకరకాల హార్మోన్లకీ, మెదడులో వేర్వేరు భాగాల మధ్య మెరిసే విద్యుత్సంకేతాల సంక్షోభానికీ ఆమె ప్రతిస్పందిస్తోంది.

మనం ఈ భూమ్మీద స్వర్గం సృష్టించాలని ఎంతగా ఆశించినప్పటికీ, దురదృష్టవశాత్తూ మన లోపలి జీవరసాయన వ్యవస్థ మన ఆనందం తాలూకు స్థాయిని ఒకే రకంగా ఉండేందుకు నిర్మించబడినట్టు అనిపిస్తుంది. ఆనందానికి సహజమైన ఎంపిక అంటూ ఏదీ లేదు. తలిదండ్రులు ఆదుర్దా పరులైతే, వాళ్ళ జన్యువులు తరువాతి తరానికి అందుతాయి కాబట్టి ఆనందంగా ఉండే ఒక సన్యాసి జన్యుక్రమం లుప్తమైపోతుంది. పరిణామక్రమంలో ఆనందం, విషాదం తాలూకు పాత్ర మనుగడనీ, పునరుత్పత్తినీ ప్రోత్సహించటం, నిరుత్సాహ పరచటం వరకే పరిమితం. పరిణామక్రమం మనని మరీ ఆనందంగానూ, విషాదంగానూ ఉండటానికి వీలు లేనట్టు సృష్టించటంలో బహుశా ఆశ్చర్యమేమీ లేదేమో. మనకి తాత్కాలికమైన సంతోషం కలిగినప్పుడు ఉబ్బిపోతాం, కానీ ఆ అనుభూతి శాశ్వతంగా నిలిచిపోదు. ఎప్పుడో ఒకప్పుడు అది తగ్గిపోయి దాని స్థానంలో బాధాకరమైన అనుభూతులు తలెత్తుతాయి.

ఉదాహరణకి, గర్భధారణకు సిద్ధంగా ఉన్న ఆడ ప్రాణితో జతగూడే మగప్రాణి తన జన్యువులను పునరుత్పత్తికి అందించటానికి, పరిణామక్రమం పురస్కారంగా ఆ మగప్రాణికి

సుఖానుభూతులని కలిగిస్తుంది. లైంగికత వెంట అలాంటి సుఖమే లేకపోతే, ఏ మగప్రాణీ ఆసక్తి కనబరచదు. అదే సమయంలో ఈ సుఖానుభూతులు త్వరగా తగ్గిపోయేలా కూడా పరిణామక్రమం జాగ్రత్త తీసుకుంది. కామభావప్రాప్తి చరమస్థాయికి చేరుకున్నాక శాశ్వతంగా అలాగే ఉండిపోతే, తిండిమీద ఆసక్తి పూర్తిగా కోల్పోయిన మగప్రాణి ఆకలి చావుకి గుర్రై, ఇంక వేరే ఆడప్రాణి కోసం వెతకటం మానేస్తుంది.

కొంతమంది అధ్యయనకర్తలు మానవ జీవరసాయన ప్రక్రియని ఎయిర్ కండిషనింగ్ వ్యవస్థతో పోలుస్తారు. ఉష్ణోగ్రతలు విపరీతంగా పెరిగినా మంచు తుఫాను వచ్చినా అది లోపలి ఉష్ణోగ్రతని ఒకేలా ఉంచుతుంది. సంఘటనలు తాత్కాలికంగా ఉష్ణోగ్రతలో మార్పు తెచ్చినా ఎయిర్‌కండిషనింగ్ వ్యవస్థ దాన్ని ప్రతిసారీ ఒకే చోటికి చేరుస్తుంది.

కొన్ని ఎయిర్‌కండిషనర్లు 25 డిగ్రీల సెల్సియస్‌కి సెట్ చేసి ఉంటాయి. మరికొన్ని 20 డిగ్రీలకి సెట్ చేసి ఉంటాయి. ఆనందంగా ఉండటమనే స్థితికి సంబంధించిన వ్యవస్థ కూడా మనిషికీ, మనిషికీ మారుతుంది. 1 నుంచి 10 వరకూ ఉండే కొలబద్దని తీసుకుంటే, కొంతమంది ఆనందంగా ఉండే జీవరసాయన వ్యవస్థని వెంటపెట్టుకుని పుడతారు. వాళ్ళ మనస్థితిలో వచ్చే మార్పు 6–10 మధ్య ఊగిసలాడుతూ ఉంటుంది, కాలక్రమాన అది 8 దగ్గర నిలిచిపోతుంది. అటువంటి స్త్రీ, పరిచయమైనా వాళ్ళెవరూ లేని పెద్ద నగరంలో ఉన్నా, షేర్ మార్కెట్ దెబ్బతిని తన దగ్గరున్న డబ్బంతా పోగొట్టుకున్నా, వైద్య పరీక్షల్లో తనకి మధుమేహం ఉన్నదని తెలిసినా ఆనందంగానే ఉంటుంది. ఇంకొంత మందిని జీవరసాయన వ్యవస్థ శాపగ్రస్తులని చేస్తుంది. వాళ్ళు ఎప్పుడూ 3–7 మధ్య దిగులుగా, నిరాశగా ఊగిసలాడుతూ 5 దగ్గర నిలిచిపోతారు. అటువంటి స్త్రీ సన్నిహితంగా మెలిగే సముదాయంలో ఉన్నా, లాటరీలో లక్షలు గెలుచుకున్నా, ఒలింపిక్ క్రీడాకారుల కున్నంత మంచి ఆరోగ్యం ఉన్నా ఎప్పుడూ నిరాశ, నిస్పృహలతో దిగులుగా ఉంటుంది. ఇలా దిగులుగా ఉండే మన నేస్తం ఉదయం 5 కోట్ల డాలర్లు, గెలుచుకుని, మిట్టమధ్యాన్నం ఎయిడ్స్‌కీ, కాన్సర్‌కీ కొత్త వైద్యం కనిపెట్టి, మధ్యాన్నం ఇజ్రాయెల్‌కీ పాలస్తీనాకీ మధ్య సంధి కుదిర్చి, ఎన్నో ఏళ్ళక్రితం ఇంట్లోంచి మాయమైన తన పిల్లవాడు సాయంకాలం ఇంటికి వచ్చేసినా కూడా 7 స్థాయి కన్నా ఎక్కువ ఆనందాన్ని అనుభవించటం ఆమెకి సాధ్యం కాదు. ఏం జరిగినా ఆమె మెదడు ఆనందాతిరేకంతో ఉప్పొంగేట్టు నిర్మించబడక పోవటమే దీనికి కారణం.

ఒక్క క్షణం మీ కుటుంబం, స్నేహితుల గురించి ఆలోచించండి. మీకు తెలిసిన కొందరు, వాళ్ళ జీవితంలో ఎటువంటి పరిస్థితిలు నెలకొన్నా ఎక్కువ సంతోషంగా ఉండే రకం. మరికొందరు ఎప్పుడూ, ప్రపంచం వాళ్ళకి ఎన్ని రకాల కానుకలు సమర్పించినా అసంతృప్తితోనే బాధపడుతూ ఉండే రకం. మనం ఉద్యోగం మారితేనో, పెళ్లి చేసుకుంటేనో, రాస్తున్న నవల పూర్తిచేస్తేనో, కొత్త కారు కొంటేనో, ఇంటిమీద అప్పు తీరిస్తేనో, ప్రపంచాన్ని జయించినంత ఆనందం కలుగుతుందని అనుకుంటాం. కానీ, మనం కోరుకున్నది దొరికాక, మనం ఎక్కువ ఆనందం అనుభవిస్తున్నామని అనిపించదు. కార్లు కొనటం, నవల రాయటం లాంటివి మన జీవరసాయన వ్యవస్థని మార్చలేవు. అవి అరక్షణంసేపు

దాన్ని ఉలికిపాటుకు గురిచెయ్యగలవేమో, కానీ అది తక్షణం మళ్ళీ మామూలు స్థితికి వచ్చేస్తుంది.

ఉదాహరణకి, అవివాహితుల కన్నా వివాహితులు సంతోషంగా ఉంటారన్న మనస్తత్వ, సామాజిక శాస్త్రాలు కనుగొన్న ఫలితంతో దీన్ని ఎలా సరిచూడగలం? ముందుగా, కనుగొన్న ఈ విషయాలన్నీ ఒకదానితో మరొకటి సహసంబంధం కలవి, కార్య–కారణం సంబంధం కొందరు పరిశోధకులు అనుకున్నదానికి పూర్తి భిన్నంగా ఉండవచ్చు. వివాహితులు అవివాహితులకన్నా, విడాకులు పుచ్చుకున్నవారికన్నా ఆనందంగా ఉన్నారన్న మాట నిజమే, కానీ అంతమాత్రాన వివాహం ఆనందాన్నిస్తుందని అనలేము. ఇంకా సరిగ్గా చెప్పాలంటే, సెరోటోనిన్, డోపమినేఒక్సీటోసిన్ వివాహం జరగటానికి, కొనసాగటానికి కారణమని అనలేము. సంతోషంగా ఉండే జీవ రసాయన వ్యవస్థ వెంటపెట్టుకుని పుట్టినవాళ్ళు సామాన్యంగా ఆనందంగా, సంతృప్తిగా జీవిస్తారు. అలాంటివాళ్ళు ఎక్కువ ఆకర్షణీయమైన జీవిత భాగస్వాములవుతారు. వాళ్ళకి వివాహం ఆయే అవకాశం ఎక్కువ. వాళ్ళు విడాకులు తీసుకునే అవకాశం కూడా తక్కువే, ఎందుకంటే, అసంతృప్తితోనూ, నిరాశతోనూ బతికే జీవితభాగస్వామితో కన్నా, సంతోషంగా, సంతృప్తితో బతికే జీవితభాగస్వామితో కలిసి జీవించటం ఎక్కువ సులభం. ఈ కారణంగా, సగటు అవివాహితులు కన్నా వివాహితులు ఎక్కువ సంతోషంగా ఉంటారన్నది వాస్తవం. నిస్పృహ కలిగించే జీవరసాయనం ఉన్న స్త్రీ భర్తని సంపాదించుకుంటే ఆనందంగా ఉండగలుగుతుంది చెప్పలేం.

అంతేకాక, జీవశాస్త్రజ్ఞుల్లో చాలామందికి పిడివాదం ఉండదు. ఆనందం ముఖ్యంగా జీవరసాయనాల మీద ఆధారపడి ఉంటుందనే అంటారు వాళ్ళు, కానీ మనస్తత్వానికి, సమాజానికీ సంబంధించిన అంశాలకి కూడా చోటుంటుందని వాళ్ళు అంగీకరిస్తారు. ముందుగా నిర్ణయించిన హద్దుల్లోపల మన మానసిక ఎయిర్ కండిషనింగ్ వ్యవస్థకి కాస్త అటూ ఇటూ కదిలే స్వేచ్ఛ ఉంటుంది. భావోద్రేకాలకి సంబంధించిన పైస్థాయినీ, కింది స్థాయినీ అధిగమించటం దాదాపు అసాధ్యమే, కానీ వివాహమూ, విడాకులూ ఈ రెంటి మధ్య ఉండే స్థలం మీద తమ ప్రభావాన్ని చూపించగలవు. ఆనందం తాలూకు సగటు స్థాయి, 5తో పుట్టినవాళ్ళు ఎన్నడూ ఒళ్ళుమరచి వీధుల్లో నాట్యం చెయ్యరు. కానీ చక్కటి వివాహబంధం అప్పుడప్పుడూ స్త్రీని 7 స్థాయి వరకూ తీసుకుపోవాలి, స్థాయి 3కి సంబంధించిన నిరాశని నివారించగలగాలి.

ఆనందం గురించి జీవశాస్త్రం వెలిబుచ్చే అభిప్రాయాలని మనం అంగీకరిస్తే, చరిత్రకి చాలా తక్కువ ప్రాముఖ్యం ఉన్నట్టు లెక్క, ఎందుకంటే చాలామటుకు చారిత్రిక సంఘటనల ప్రభావం మన జీవరసాయన వ్యవస్థ మీద ఎంతమాత్రం లేదు. చరిత్ర సెరోటోనిన్ స్రావాన్ని విడుదల చేసేందుకు బాహ్య ఉద్దీపనలని మార్చెయ్యగలదు, కానీ అది స్రవించే సెరోటోనిన్ స్థాయిని మార్చలేదు, అందుకే అది మనుషులకి ఎక్కువ ఆనందాన్ని ఇవ్వలేదు.

మధ్యయుగంలో నివసించిన ఒక రైతుని ఆధునిక పారిస్‌లోని ఒక బ్యాంకర్‌తో పోల్చండి. రైతు నివసించిన మట్టి గుడిసెలో చలి తగ్గించేందుకు వెచ్చదనం లేదు, ఆ ఊళ్లోని పందులకొట్టం ఎదురుగా అతని గుడిసె ఉండేది. కానీ బ్యాంకర్ ఇల్లు అద్భుతమైన ఒక పెంట్ హౌస్ (పై అంతస్తులో డాబా మీద ఉండే ఇల్లు) ఇంట్లో అన్ని అధునాతన పరికరాలూ ఉన్నాయి, అతని ఇంట్లోంచి చూస్తే షాంజెలీజే (పారిస్‌లో ఒక విశాలమైన వీధి) కనిపిస్తుంది. సహజంగానే బ్యాంకర్ రైతుకన్నా చాలా ఆనందంగా ఉండి ఉంటాడని మనకి అనిపిస్తుంది. అయినప్పటికీ, మట్టి గుడిసెలూ, పెంట్‌హౌస్‌లూ, షాంజెలీజేలూ మన మనస్థితిని నిర్ణయించవు. సెరోటోనిన్ ఆ పని చేస్తుంది. మధ్యయుగపు రైతు తన మట్టి గుడిసె కట్టటం ముగించాక అతని మెదడులోని నాడీకణాలు సెరొటోయిన్‌ని స్రవింపజేసి, దాన్ని పైస్థాయి x కి తీసుకువెళ్లాయి. 2013లో బ్యాంకర్ తన పెంట్‌హౌస్‌ని సొంతం చేసుకునేందుకు ఆఖరి విడత చెల్లించాక, అతని మెదడులోని నాడీ కణాలు కూడా అదే మోతాదులో సెరోటోనిన్‌ని స్రవింపజేసి, x స్థాయికి చేర్చాయి. మట్టి గుడిసె కన్నా పెంట్‌హౌస్ ఎక్కువ సౌకర్యంగా ఉంటుందన్న విషయం మెదడు పట్టించుకోదు. ఆ సమయానికి కావలసినది సెరోటోనిన్ స్థాయి x కి చేరుకోవటమే. ఫలితంగా, మధ్యయుగంలో జీవించిన తన తాత ముత్తాతల కన్నా బ్యాంకర్ ఒక్క పిసరు కూడా ఎక్కువ ఆనందాన్ని అనుభవించలేదు.

ఇది కేవలం వ్యక్తిగత జీవితాలకి మాత్రమే కాదు, గొప్ప సామూహిక సంఘటనలకు కూడా వర్తిస్తుంది. ఉదాహరణకి ఫ్రెంచ్ విప్లవాన్ని తీసుకోండి. విప్లవకారులు పనుల్లో తలమునకలుగా ఉన్నారు : రాజుని హతమార్చారు, రైతులకి భూములన్నీ ఇచ్చేశారు, మానవ హక్కులని ప్రకటించారు, ఉన్నతవర్గం అనుభవించే సుఖ సౌకర్యాలని నిషేధించారు, మొత్తం యూరప్ మీదికి యుద్ధానికి వెళ్లారు. కానీ ఈ పనుల్లో ఏదీ కూడా ఫ్రెంచ్ జీవరసాయన వ్యవస్థలో మార్పు తీసుకురాలేదు. విప్లవం తీసుకొచ్చిన రాజకీయ, సామాజిక, భావజాల, ఆర్థిక తిరుగుబాటుల వల్ల ఫ్రెంచ్ ప్రజల ఆనందం మీద పడిన ప్రభావం నామమాత్రంగానే కనిపించింది. జన్యు లాటరీలో ఆనందంతో నిండిన జీవరసాయన వ్యవస్థ గెలుచుకున్నవాళ్ళు విప్లవం రాకముందు ఎంత ఆనందంగా ఉండేవారో, అది వచ్చాక కూడా అంతే ఆనందంగా ఉన్నారు. దిగులుతో నిండిన జీవరసాయన వ్యవస్థ గలవాళ్ళు 16వ లూయిస్, మారీ ఏంటోనియేట్ గురించి ఎంత ద్వేషంతో మాట్లాడారో, రాబ్ స్పియర్, నెపోలియన్ గురించీ అంతే ద్వేషం కనబరిచారు.

అలాగయితే, ఫ్రెంచ్ విప్లవం వల్ల జరిగిన మంచి ఏముంది? జనం ఇంకా ఆనందాన్ని అనుభవించకపోతే, ఆ అల్లకల్లోలం, భయం, రక్తపాతం, యుద్ధం అంతా ఎందుకు జరిగినట్టు? జీవశాస్త్రజ్ఞులు బాస్టీల్ కోట మీద దాడిచేసి ఉండేవారు కాదు. ఫలానా రాజకీయ విప్లవం, లేదా సమాజ సంస్కరణ వాళ్ళకి ఇంకా ఆనందాన్నిస్తుందని జనం అనుకుంటారు, కానీ మళ్ళీ మళ్ళీ వాళ్ళ జీవరసాయన వ్యవస్థ వాళ్ళని మోసం చేస్తూనే ఉంటుంది.

ఒకే ఒక చారిత్రాత్మక మార్పుకి నిజమైన ప్రాముఖ్యత ఉందని అనాలి. ఈరోజు మన ఆనందానికి అవసరమైన కీలకం జీవరసాయన వ్యవస్థ చేతుల్లో ఉన్నదని గ్రహించాక, మనం రాజకీయాలకీ, సమాజ సంస్కరణలకీ, ప్రభుత్వాన్ని పడగొట్టేందుకు కుట్రలకీ, భావజాలాలకీ కాలాన్ని వృథాచెయ్యటం మానుకుని, దానికి బదులు మనకి నిజంగా ఆనందాన్నిచ్చే విషయాలమీద దృష్టి కేంద్రీకరించాలి : మన జీవరసాయన వ్యవస్థని మనకి అనుకూలంగా మార్చుకోవాలి. మన మస్తిష్కం తాలూకు రసాయనిక వ్యవస్థని అర్థం చేసుకునేందుకు కోట్లకొద్దీ డబ్బు మదుపు పెట్టి, సరైన వైద్యాన్ని కనుగొంటే, ఇంతకూ ముందు ఎన్నడూ లేనంతగా మనుషులకి ఆనందాన్ని అందివ్వవచ్చు. దీనికి ఎటువంటి విప్లవాలూ అక్కర్లేదు. ఉదాహరణకి ప్రాజాక్ ప్రభుత్వాలని మార్చలేదు, కానీ సెరోటోనిన్ స్థాయిని పెంచి మనుషులు నిరాశతో కుంగి పోకుండా సాయం చేస్తుంది.

నవయుగపు నినాదం కన్నా చక్కగా జీవరసాయనవాదాన్ని పట్టుకోగలదేదీ లేదు: 'సంతోషం లోపలినుంచి ప్రారంభమౌతుంది'. డబ్బు, సామజిక హోదా, ప్లాస్టిక్ సర్జరీ, అందమైన ఇళ్లూ, అధికారం చెలాయించగల పదవులూ – వీటిలో ఏ ఒక్కటీ మీకు ఆనందాన్నివ్వలేదు. నిలకడగా ఉండే ఆనందం దక్కాలంటే సెరోటోనిన్, డోపమైన్, ఆక్సిటోసిన్ మాత్రమే మార్గం.

అంతటా సర్వనాశనం నెలకొన్న ఒక ఊహాస్థలం గురించి ఆల్డస్ హాక్స్లీ రాసిన, 'బ్రేవ్ న్యూ వరల్డ్' అనే నవల 1932లో ప్రచురించబడింది. అప్పుడు ఆర్థికమాంద్యం చరమస్థాయికి చేరుకుంది. ఆనందం అత్యంత విలువైనదిగా పరిగణించే కాలం అది. మానసిక రోగాలకు పనికివచ్చే మందులు రాజకీయాలకి పునాదిలాంటి పోలీసు వ్యవస్థనీ, ఎన్నికలనీ పక్కకు నెట్టేసిన రోజులు. వాళ్ళ ఉత్పత్తి సామర్థ్యానికీ, నైపుణ్యానికీ హాని కలిగించకుండా వాళ్ళని ఆనందంగా ఉంచేందుకు ప్రతిరోజూ, ప్రతి వ్యక్తీ 'సోమ' అనే కృత్రిమ ఔషధాన్ని కొంత మోతాదులో తీసుకుంటాడు. ప్రపంచాన్నంతా ఒకే రాజ్యం పరిపాలిస్తూ ఉంటుంది. దానికి జనం యుద్ధాలు, విప్లవాలు, సమ్మెలూ, ప్రదర్శనలూ చేస్తారన్న భయం ఉండదు, ఎందుకంటే అవి ఎలాటివైనా ఉన్న పరిస్థితులు ప్రజలకి అపారమైన ఆనందాన్నిస్తున్నాయి. జార్జ్ ఆర్వెల్ 1984లో కన్నా భవిష్యత్తు గురించి హాక్స్లీ దృష్టికోణం ఎక్కువ ఇబ్బందిపెడుతుంది. అధికశాతం పాఠకులకు హాక్స్లీ చూపించిన ప్రపంచం రాక్షసంగా తోస్తుంది, కానీ అలా ఎందుకనిపిస్తుందో స్పష్టంగా చెప్పటం కష్టం. అందరూ నిరంతరం ఆనందంగా ఉంటారు – అందులో తప్పేముంది?

జీవితానికి అర్థం

హాక్స్లీ చిత్రించిన ఈ కలవరపెట్టే ప్రపంచం ఆనందం సుఖానికి సమానమన్న జీవశాస్త్ర అభిప్రాయం మీద ఆధారపడింది. ఆనందంగా ఉండటమంటే శారీరిక సుఖం అనుభూతి చెందటం కన్నా తక్కువా కాదు ఎక్కువా కాదు. ఈ అనుభూతుల మోతాదునీ, కాలావధినీ జీవరసాయన వ్యవస్థ నియంత్రిస్తుంది కాబట్టి, మనుషులు ఎక్కువసేపు, హద్దుమీరిన ఆనందాన్ని అనుభవించాలంటే జీవరసాయన వ్యవస్థని మనకి అనుకూలంగా మార్చుకోవాలి.

కానీ ఆనందానికి చెప్పే ఆ నిర్వచనాన్ని కొందరు అధ్యయనకర్తలు సవాలు చేస్తారు. అర్థశాస్త్రంలో చేసిన కృషికి నోబెల్ బహుమతి పొందిన డేనియల్ కాన్‌మన్ ఒక ప్రసిద్ధ అధ్యయనంలో, కొందరిని ఒక మామూలు పనిదినం గురించి వివరించమని అడిగాడు. ఆ తరవాత ఒక్కొక్కరు అందించిన సమాచారాన్ని బట్టి ప్రతి వ్యక్తీ తాను చేసే పనిని ఎప్పుడు సంతోషంగా చేశాడో, ఎప్పుడు అయిష్టంగా చేశాడో అంచనా వేశాడు. అధిక శాతం మనుషులు తమ జీవితాలని చూసే పద్ధతిలో రకరకాల విరుద్ధమైన అభిప్రాయాలున్నట్టు అయన కనిపెట్టాడు. ఒక పిల్లవాణ్ణి పెంచే పనినే తీసుకుందాం. ఆ పిల్లవాణ్ణి పెంచే సమయంలో కొన్ని క్షణాలు సంతోషంగానూ, కొన్ని క్షణాలు వెట్టిచాకిరీ లాగానూ అనిపించటం కాన్‌మన్ గమనించాడు. ఆ క్షణాలన్నిటినీ కలిపి చూస్తే ఆ పిల్లవాణ్ని పెంచటం ఎంతమాత్రం ఆనందకరమైన పని కాదని తేలింది. ఆ పనిలో ఎక్కువభాగం డైపర్లు మార్చటం, గిన్నెలు తోమటం, పిల్లవాడి అరుపులూ, కేకలూ భరించటం లాంటివే. అలాటివి భరించటం ఎవరికీ ఇష్టముండదు.అయినా అధికశాతం తలిదండ్రులు తమకి ఎక్కువ ఆనందం కలిగించేది తమ పిల్లలేనని అంటారు. అంటే, జనానికి తమకి ఏది మంచో తెలీదని అనుకోవాలా?

అది ఒక ఎంపిక. ఇంకొకటి, అయిష్టమైన క్షణాలకన్నా సంతోషకరమైన క్షణాలు అధికంగా ఉంటే అది ఆనందం అనిపించుకోదని ఈ తెలుసుకున్న విషయాలు నిరూపిస్తాయి. నిజానికి ఒక మనిషి తన జీవితాన్ని సంపూర్ణంగా చూసి అది సార్థకమైనదీ, విలువైనదీ అనుకోవటంలోనే అసలైన ఆనందం ఉంది. ఆనందానికి ఒక ముఖ్యమైన గుర్తించగల నైతిక అంశం ఉంది. మన విలువలే మనం చూసే దృష్టిలో తేడాలకి కారణం. 'ఒక పసి నియంతకి బానిసలం,' అని అనుకుంటున్నామా, లేక 'ఒక కొత్త జీవితాన్ని ప్రేమతో సాకుతున్నామా,' అనేది మన దృష్టిని బట్టి ఉంటుంది. నీత్షే చెప్పినట్టు, ఎందుకు బతకాలి అనే ప్రశ్నకి మీ దగ్గర సమాధానం ఉన్నట్టయితే, మీరు దేన్నైనా, ఎలాగైనా భరించగలుగుతారు. ఎన్నో కష్టాలు చుట్టుముట్టినా సార్థకమైన జీవితం చాలా సంతృప్తి నివ్వగలదు. మరోవైపు మీరు ఎన్ని సుఖ సౌకర్యాలు అనుభవిస్తున్నా, మీ జీవితానికి అర్థం లేకపోతే, అది ఒక పెద్ద అగ్నిపరీక్షే అవుతుంది.

అన్ని యుగాల్లోనూ, అన్ని సంస్కృతులకు చెందిన మనుషులూ ఆనందాన్నీ, బాధనీ ఒకే రకంగా అనుభవించినప్పటికీ, తమ అనుభవాలకు వాళ్ళు అర్థం చెప్పుకున్న తీరులో బహుశా చాలా విస్తృతమైన తేడా ఉంది. అలాగయితే, ఆనందం తాలూకు చరిత్ర జీవశాస్త్రజ్ఞులు ఊహించినదానికన్నా చాలా అల్లకల్లోలంగా ఉండి ఉండాలి. ఈ నిర్ణయం ఆధునికతని సమర్థించేది కాకపోవచ్చు. ప్రతి నిమిషాన్నీ అంచనా వేస్తూ, మధ్యయుగపు మనుషులు జీవితాన్ని కష్టంగా గడిపారు. కానీ మరణించిన తరవాత తమకి శాశ్వతానందం లభిస్తుందని వాళ్ళు నమ్మారు. మతాన్ని నమ్మని ఆధునికుల కన్నా వాళ్లకి తమ జీవితాలు అర్థవంతంగానూ, విలువైనవిగానూ కనిపించి ఉండవచ్చు. ఆధునికులు చివరికి తమ జీవితాలు పూర్తిగా అర్థం లేనివిలా, విస్మరించ వలసినవిలా కనిపిస్తాయని అనుకునే ఆస్కారం ఉంది. వ్యక్తిపరమైన శ్రేయస్సుకి సంబంధించిన ప్రశ్నాపత్రంలో, "మొత్తం మీద

జీవితం మీకు సంతృప్తికరంగా గడుస్తోందా?” అనే ప్రశ్నకి, మధ్యయుగంలో జీవించిన వాళ్ళు చాలా హెచ్చు మార్కులే తెచ్చుకుని ఉండేవాళ్ళు.

అయితే మధ్యయుగపు మన పూర్వీకులు మరణానంతర జీవితమనే భ్రమని సామూహికంగా నమ్మటం వల్లే ఆనందంగా ఉండేవారా? అవును. ఎవరూ వాళ్ళ ఊహలని ఛిద్రం చెయ్యనంతకాలం అలా ఎందుకుండకూడదు? పూర్తిగా శాస్త్రీయ దృష్టితో చూస్తే మనం చెప్పగలిగింది మానవ జీవితానికి బొత్తిగా ఎటువంటి అర్థమూ లేదనే. ఎటువంటి లక్ష్యమూ, ప్రయోజనమూ లేకుండా పరిణామక్రమం గుడ్డిగా చేసిన ప్రక్రియ ఫలితమే మానవులు. మనం చేసే పనులు ఏదో అలౌకికమైన విశ్వ ప్రణాళికలో భాగం కాదు. రేపు ఉదయం భూగోళం బద్దలయినా, బహుశా ఈ విశ్వం తాను చేసే పనులని ఎప్పటిలా కొనసాగిస్తూనే ఉంటుంది. ప్రస్తుతం ఉన్న పరిస్థితిలో మనం చెప్పగలిగింది, మానవుల వ్యక్తిపరమైన విషయాలను ఎవరూ తలుచుకోరు. అందుచేత మనుషులు తమ జీవితాలకి ఎటువంటి అర్థం ఉందని అనుకున్నా అది భ్రమే. ఆధునిక యుగంలో మానవతావాదులూ, జాతీయవాదులూ, పెట్టుబడిదారులూ జీవితానికి ఆపాదించే అర్థాలూ, మధ్యయుగపు మనుషులు మరోలోకం గురించి ఊహిస్తూ తమ జీవితాలకి చెప్పుకున్న అర్థాలూ, రెండూ ఒకే రకమైన భ్రమలని అనాలి. మానవుల జ్ఞాన భాండారాన్ని పెంచుతాను కాబట్టి నా జీవితం సార్థకమని ఒక శాస్త్రవేత్త అనవచ్చు, తన మాతృభూమిని రక్షించేందుకు పోరాడతాను కాబట్టి నా జీవితం సార్థకమని ఒక సైనికుడు అనవచ్చు, ఒక పారిశ్రామికవేత్త కొత్త కంపెనీ నిర్మించటంలో జీవితం తాలూకు అర్థాన్ని చూడవచ్చు. కానీ మధ్యయుగంలో జీవించిన తమ ప్రతిరూపాలకన్నా వీళ్ళు తక్కువ భ్రమలో జీవించటం లేదు. పూర్వకాలం మనుషులు పవిత్ర గ్రంథాలు చదవటం, మతం పేరిట యుద్ధాలలో పాల్గొనటం, కొత్త క్రైస్తవుల ఉపాసనాగృహం నిర్మించటం తమ జీవితాలకి అర్థం చేకూరుస్తాయనుకునేవాళ్ళు.

వ్యక్తులు భ్రమలో పడి ఏ విషయాలు జీవితానికి సార్థకత కలగజేస్తాయని అనుకుంటున్నారో, అవి వాడుకలో ఉన్న సామూహిక భ్రమలతో ఏకమవటమే బహుశా ఆనందమేమో. నా వ్యక్తిగత కథనం నా చుట్టూ ఉండేవాళ్ల కథనాలతో సరితూగితే నా జీవితానికి అర్థం ఉన్నదని నన్ను నేను ఒప్పించుకోగలను, అలా ఒప్పించుకోవటం వల్ల ఆనందం అనుభవించగలను.

ఇది చాలా నిస్పృహ కలిగించే నిర్ణయం. నిజంగా ఆనందం పొందాలంటే మనం భ్రమలో పడాలా?

నిన్ను నువ్వు తెలుసుకో

ఆహ్లాదకరమైన అనుభూతులు కలగటం మీదే ఆనందం ఆధారపడి ఉంటే, మనం మన జీవరసాయన వ్యవస్థని పునర్నిర్మించుకోవలసి ఉంటుంది. జీవితం సార్థకమన్న భావన మీద ఆనందం ఆధారపడి ఉంటే, ఆనందంగా ఉండేందుకు మనం ఇంకా నేర్పుగా మరిన్ని భ్రమలు కల్పించుకోవలసి ఉంటుంది. మరి మూడో ప్రత్యామ్నాయమేమైనా ఉందా?

పైన చెప్పిన రెండు దృష్టికోణాలూ ఆనందం ఒక రకమైన వ్యక్తిగత భావన (సంతోషకరమైనదీ, లేదా అర్థవంతమైనదీ) అనే అభిప్రాయాన్ని వ్యక్తం చేస్తున్నాయి. ఒక వ్యక్తి ఆనందంగా ఉన్నాడా లేదా అని నిర్ణయించాలంటే, అతనికి ఎలా అనిపిస్తోందని అడగాలి. మనలో చాలామందికి అది సరైన ప్రశ్నే అనిపిస్తుంది, ఎందుకంటే మన యుగంలో అన్నిటికన్నా ఎక్కువ ప్రభావం చూపించే మతం ఉదారవాదం. ఉదారవాదం వ్యక్తి భావాలకి పవిత్రత ఆపాదిస్తుంది. ఈ భావాలని అధికారానికి మూలాలుగా అది చూస్తుంది. ఏది మంచి, ఏది చెడు, ఏది అందమైనది ఏది అందవికారమైనది, ఏది ఉచితం, ఏది అనుచితం, ఇవన్నీ మనలో ప్రతి ఒక్కరి భావాలమీదా ఆధారపడి ఉంటాయి.

ఉదారవాద రాజకీయాలు ఓటరుకి అన్నీ తెలుసుననే ఆలోచనని ఆధారం చేసుకుంటాయి. మనకి ఏది మంచిదో చెప్పేందుకు ఎవరూ మనమీద పెత్తనం చెయ్యక్కర్లేదు. వినియోగదారు చెప్పిందే ఎప్పుడూ నిజమన్న దానిమీద ఉదారవాద ఆర్థిక వ్యవస్థ ఆధారపడింది. అందం చూసేవాళ్ల కళ్ళలోనే ఉంటుందని అంటుంది ఉదారవాద కళ. ఉదారవాద పాఠశాలల్లోనూ, కాలేజీల్లోనూ పిల్లలని సొంతంగా ఆలోచించమని ప్రోత్సహిస్తారు. ప్రకటనలు 'ఇలా చెయ్యండి అంతే!' అంటూ ప్రోద్బలం చేస్తాయి. సాహసాలతో నిండిన సినిమాలూ, రంగస్థల నాటకాలూ, టీవీ సీరియల్సూ, నవలలూ, ఆకట్టుకునే పాప్ గీతాలూ మనకి నిరంతరం బోధిస్తూ ఉంటాయి : 'మీపట్ల మీరు నిజాయితీగా ఉండండి,' 'మీలోని గొంతు చెప్పే మాటలు వినండి,' 'మీ అంతరాత్మని అనుసరించండి.' జ్యాఁ జాక్ రూసో ఈ దృష్టికోణాన్ని అందరికన్నా చక్కగా మన ముందుంచాడు : 'నేను మంచి అని భావించింది, మంచి. నేను చెడు అనుకున్నది, చెడు.'

పసితనం నుంచీ ఇలాంటి నినాదాలు వింటూ పెరిగిన పిల్లలు ఆనందం వ్యక్తిగత భావన అనీ, ప్రతి వ్యక్తికీ తానూ ఆనందంగా ఉన్నదీ, బాధలో ఉన్నదీ తెలిసినంతగా మరెవ్వరికీ తెలీదనీ నమ్మే అవకాశం ఉంది. అయినా ఈ దృష్టి విశేషంగా ఉదారవాదానికి చెందినది. చరిత్ర నిండా మంచితనానికీ, అందానికీ, సముచితంగా ఉండటమంటే ఏమిటి, అనే విషయాలకీ వస్తుపరమైన కొలమానాలున్నాయని అధికశాతం మతాలూ, భావజాలాలూ ఉటంకించిన సందర్భాలున్నాయి. సామాన్య మానవుడి భావాలమీదా, ఇష్టాయిష్టాలమీదా వాళ్లకి నమ్మకం లేదు. డెల్ఫీలో అపోలో ఆలయం ముందు యాత్రీకులకు స్వాగతం పలికే శిలాశాసనం మీద, 'నిన్ను నువ్వు తెలుసుకో!' అని రాసి ఉంటుంది. సగటు మానవుడికి తన గురించి తనకి తెలీదు, అందుచేత నిజమైన ఆనందం అంటే ఏమిటో వాళ్లకి తెలియక పోవచ్చు, అని అది సూత్రప్రాయంగా తెలియజేస్తుంది. బహుశా ఫ్రాయిడ్ దీన్ని అంగీకరిస్తాడేమో.*

* తమ ఆనందాన్ని సరిగ్గా నిర్ధారించే సామర్థ్యం గలవారి మీద వ్యక్తిపరమైన శ్రేయస్సుకి సంబంధించిన మనస్తత్వశాస్త్ర అధ్యయనాలు ఆధారపడతాయి, కానీ మనుషులకి నిజంగా తమ గురించి తెలియదనీ, తమని తాము నాశనం చేసుకునే ప్రవర్తన నుంచి రక్షణ పొందేందుకు వాళ్ళు వృత్తినిపుణుల సాయం తీసుకోవాలనీ, మనోవ్యాధి చికిత్సకులు అభిప్రాయపడతారు.

అదే విధంగా క్రైస్తవ మతాన్ని ఆచరించే సైద్ధాంతికులు కూడా దీనికి అంగీకరిస్తారు. జనాన్ని అడిగితే వాళ్లలో ఎక్కువమంది దేవుణ్ణి ప్రార్థించటం కన్నా మైథునమే తమకి ఎక్కువ ఇష్టమని చెపుతారని సెయింట్ పాల్‌కీ, సెయింట్ అగస్టీన్‌కీ బాగా తెలుసు. అయితే మైథునం జరపటమే ఆనందానికి దారితీసే ముఖ్యమైన మార్గమా? పాల్, అగస్టీన్ దృష్టిలో అది నిజం కాదు. మానవులు స్వభావరీత్యా పాపులనీ, సైతాను వాళ్ళని సులభంగా ప్రలోభానికి గురిచెయ్యగలడనీ అది నిరూపిస్తుంది. క్రైస్తవ మతం దృష్టిలో, మనుషులు అత్యధికసంఖ్యలో మాదకద్రవ్యాల వ్యసనం ఉన్నవాళ్ళకన్నా భిన్నమేమీ కాదు. మాదకద్రవ్యాలు వాడేవారి మధ్య తిరుగుతూ ఆనందం గురించి అధ్యయనం చేసే ఒక మనస్తత్వవేత్తని ఊహించండి. వాళ్ళ పేర్లన్నీ జాబితాలోకి ఎక్కించి, ఆనందం గురించి అడిగినప్పుడు ప్రతి ఒక్క వ్యక్తీ మాదకద్రవ్యం ఇంజక్షన్ తీసుకున్నప్పుడే తాను ఆనందంగా ఉంటానని చెపుతాడు. మరయితే ఆ మనస్తత్వవేత్త ఆనందానికి అతిముఖ్యమైనది మాదకద్రవ్యాలేనని ప్రకటిస్తాడా?

మనోభావాల్ని నమ్మకూడదన్నది కేవలం క్రైస్తవానికి పరిమితమైన ఆలోచన కాదు. కనీసం, భావాల విలువ విషయం వచ్చినప్పుడు డార్విన్, డాకిన్స్ సైతం సెయింట్ పాల్‌తోనూ, సెయింట్ అగస్టీన్‌తోనూ ఏకీభవిస్తారేమో. సంవర్ధపూరితమైన జన్యువు సిద్ధాంతం ప్రకారం, ఇతర జీవుల్లాగే, సహజమైన ఎంపిక మనుషులు కూడా తమ జన్యువుల పునరుత్పత్తికి ఏది మంచిదో దాన్నే ఎంచుకునేట్టు చేస్తుంది. అది వ్యక్తిగతంగా వాళ్లకి చెడు చేసినా సరే. అధికశాతం మగజీవులు, ప్రశాంతమైన ఆనందాన్ని అనుభవించకుండా శ్రమ చేస్తూ, ఆందోళనపడుతూ, పోటీ చేస్తూ, పోరాడుతూ తమ జీవితాలు గడుపుతాయి. వాటి డీఎన్ఏ తన స్వార్థ ప్రయోజనం కోసం వాటిని నేర్పుగా ఉపయోగించుకుంటుంది. సైతాను లాగే డీఎన్ఏ కూడా తాత్కాలిక సుఖాలతో మనుషులని ఆకట్టుకుని తన అధీనంలో ఉంచుకుంటుంది.

ఉదారవాదంలాగ కాకుండా అధికశాతం మతాలూ, తత్వశాస్త్రాలూ ఆనందం గురించి చాలా భిన్నమైన దృక్పథాన్ని ప్రకటిస్తాయి. ముఖ్యంగా బౌద్ధుల దృక్పథం ఆసక్తికరమైనది. మారే ఇతర మతాలకన్నా బౌద్ధమతం ఆనందం గురించిన ప్రశ్నకి ఎక్కువ ప్రాముఖ్యం ఇచ్చింది. 2,500 సంవత్సరాలపాటు బౌద్ధులు పద్ధతి ప్రకారం ఆనందం తాలూకు సారాన్నీ, కారణాలనీ అధ్యయనం చేశారు. అందుకే శాస్త్రజ్ఞులకు వాళ్ళ తత్వజ్ఞానంలోనూ, ధ్యాన సంప్రదాయంలోనూ ఆసక్తి పెరుగుతోంది. ఆనందం గురించి జీవశాస్త్రానికున్న మూలపరిజ్ఞానంతో బౌద్ధమతం ఏకీభవిస్తుంది. అంటే బాహ్యప్రపంచంలో జరిగే సంఘటనల వల్ల కాకుండా, ఒక వ్యక్తి శరీరంలో జరిగే ప్రక్రియల ఫలితమే ఆనందం. కానీ ఈ దృష్టికోణంతో ప్రారంభించినప్పటికీ బౌద్ధమతం చాలా విభిన్నమైన నిర్ణయానికి వస్తుంది.

బౌద్ధమతానుసారం, ఎక్కువమంది ఆహ్లాదకరమైన భావాలతో ఆనందాన్ని ముడిపెడతారు. బాధపడటం అసంతృప్తికరమైన భావాలవల్ల జరుగుతుందని అనుకుంటారు. అందుకే మనుషులు తమ భావాలకి అంత ప్రాముఖ్యం ఆపాదిస్తారు, ఇంకా సంతోషంగా

ఉండాలన్న కోరిక తీవ్రమౌతుంది, బాధలని నివారించాలనుకుంటారు. మనం జీవితంలో ఎల్లప్పుడూ చేసే పనులు, అది కాలు గోక్కోవటం కావచ్చు, కుర్చీలో అటూ ఇటూ సర్దుకోవడం కావచ్చు, ప్రపంచయుద్ధాలలో పోరాడటం కావచ్చు, అన్నీ ఆహ్లాదకరమైన భావాలు కలగాలనే చేస్తాం.

మన భావాలన్నీ, సముద్రంలో అలలలాగా క్షణం క్షణం మారిపోతూ, అశాశ్వతమైన స్పందనలవటమే అసలు సమస్య, అంటుంది బౌద్ధమతం. అయిదు నిమిషాల క్రితం నేను సంతోషంగా, జీవితానికి ప్రయోజనం ఉందన్న భావనతో ఉన్నాను, ప్రస్తుతం ఆ భావాలూ ఎటో పోయాయి, ఈ క్షణాన నాకు విచారంగా, నిరాశగా అనిపించే అవకాశం ఉంది. అందుచేత సంతోషకరమైన భావాలూ కావాలనుకుంటే, నేను వాటిని నిరంతరం వెంటాడుతూ, మరోవైపు అసంతృప్తిని తరిమేస్తూ ఉండాలి. నేను ఒకవేళ ఆ పనిలో సాఫల్యం సాధించినా, నేను పడే ప్రయాసకి శాశ్వతమైన ఫలితం ఎన్నటికీ అందకపోయినా, వెంటనే మొదటికి వచ్చి మళ్ళీ మొదలెట్టాలి.

ఇటువంటి క్షణికమైన బహుమతులను అందుకోవటం ఎందుకంత ముఖ్యం? దొరికిన మరుక్షణం మాయమయే దేన్నైనా సాధించేందుకు ఎందుకంత సంఘర్షణ చెయ్యటం? బౌద్ధమతం దృష్టిలో దుఃఖానికి మూలకారణం బాధ, విచారం, చివరికి అర్థం లేకపోవటం కూడా కాదు. అశాశ్వతమైన ఈ భావాల వెంట అర్థంలేని, అంతులేని పరిగెత్తటమే దుఃఖానికి అసలు కారణం. అలా చెయ్యటం వల్ల మనం ఎప్పుడూ ఒత్తిడిలో, కలతచెందుతూ, అసంతృప్తిగా ఉంటాం. ఇలా వెంటాడటం వల్ల మనసు ఎప్పటికీ అసంతృప్తిగానే ఉంటుంది. ఆ సంతోషం మాయమైపోతుందేమో అనే భయం వల్ల, సంతోషంగా ఉన్నప్పుడు కూడా దానికి తృప్తి ఉండదు. ఆ సంతోషం నిలకడగా ఉండాలనీ, ఇంకా తీవ్రంగా మారాలనే కోరుతూ ఉంటుంది.

ఏదైనా ఒక విషయానికి క్షణికమైన సంతోషం అనుభవించినప్పుడు మనుషులు దుఃఖాన్ని తప్పించుకోలేరు. తమ భావాలన్నీ అశాశ్వతమైనవేనని అర్థం చేసుకున్నప్పుడే, వాటిపట్ల తీవ్రమైన కోరిక లేకుండా ఉంటేనే దాన్ని తప్పించుకోవటం సాధ్యం. బౌద్ధులు చేసే ధ్యానానికి లక్ష్యం ఇదే. మీరు మీ శరీరాన్నీ, మనసునీ జాగ్రత్తగా గమనించాలి, మీలో తలెత్తి మాయమయి భావాలకి సాక్షులుగా ఉండాలి, వాటివెంట పరిగెత్తటం ఎంత అర్థం లేని పనో గ్రహించాలి. ఆ వెంటాడటం ఆగిపోగానే, మనసులోని ఒత్తిడి బాగా తగ్గిపోయి, అది నిర్మలంగా, సంతృప్తిగా ఉంటుంది. అన్ని రకాలభావాలూ మనసులోకి వస్తూ పోతూ ఉంటాయి – సంతోషం, కోపం, విసుగు, కామ భావన – కానీ ఏవైనా భావాలు నిలిచి ఉండాలని మీరు గట్టిగా కోరుకుంటే, వాటిని యథాతథంగా అంగీకరించాల్సి ఉంటుంది. మీరు వర్తమాన క్షణంలో జీవిస్తారు, అలా జరిగితే బావుండేది అని ఊహాగానాలు చెయ్యకుండా అప్పుడు మీరు వర్తమాన క్షణంలో జీవిస్తారు.

దీనివల్ల కలిగే ప్రశాంతి గాఢమైనదంటే, ఎప్పుడూ వెర్రిగా సుఖాల కోసం అర్రులు చాచే వాళ్ళు దీన్ని ఊహించటం కూడా అసంభవం. ఒక మనిషి దశాబ్దాల తరబడి సముద్రతీరాన నిలబడి, 'మంచి' అలల్ని కౌగలించుకునేందుకూ, అవి మళ్ళీ విరిగిపడి

పోకుండా పట్టుకునేందుకూ ప్రయత్నిస్తూ, అదే సమయంలో 'చెడ్డ' అలలు తన దగ్గరకి రాకుండా వెనక్కి నెట్టేందుకు ప్రయత్నించటం లాంటిదే ఇదీనూ. ఈ ఫలితాన్నివ్వని ప్రయత్నం చేస్తూ పగలనక రాత్రనక వెర్రివాడిలా అతను సముద్రతీరాన్నే నిలబడి ఉంటాడు. చివరికి అతను ఇసుకలో కూర్చుని అలలు వాటి ఇష్టప్రకారం వస్తూ పోతూ ఉండటం చూస్తూ ఉండిపోతాడు. ఎంత శాంతి!

ఈ ఆలోచన ఆధునిక ఉదారవాద సంస్కృతికి అర్థం కాదు. పాశ్చాత్య నవయుగ ఉద్యమాలు బౌద్ధుల దృష్టిని ఎదుర్కొన్నప్పుడు, వాళ్ళు వాటిని ఉదారవాద భాషలోకి అనువదించి వాటిని తలకిందులు చేశారు. నవయుగానికి చెందిన మతవిధానాలు తరచూ ఇలా వాదిస్తాయి : "ఆనందం లోపల్నుంచి మొదలవుతుంది." జీవ శాస్త్రజ్ఞులు సరిగా ఇదే మాట అంటారు, కానీ బుద్ధుడు చెప్పినదానికి ఇది కాస్త విరుద్ధమైనదే.

ఆనందానికీ, బాహ్య పరిస్థితులకీ ఎటువంటి సంబంధమూ లేదని బుద్ధుడు కూడా జీవశాస్త్రజ్ఞులతోనూ, నవయుగ ఉద్యమాలతోనూ ఏకీభవించాడు. కానీ అయన చెప్పిన అతిముఖ్యమైన, ఇంకా లోతైన విషయం, మన మనోభావాలకీ, నిజమైన ఆనందానికి సంబంధం లేదని. నిజమే, మన భావాలకి మనం ఎక్కువ ప్రాధాన్యం ఇచ్చినకొద్దీ మనకి వాటిమీద కోరిక పెరుగుతుంది, దానివల్ల ఎక్కువ దుఃఖం కలుగుతుంది. బాహ్య విజయాలనే కాకుండా, మనోభావాల్ని కూడా పట్టుకునేందుకు వాటి వెంటపడవద్దని బుద్ధుడు సలహా ఇచ్చాడు.

క్లుప్తంగా చెప్పాలంటే, వ్యక్తిపరమైన శ్రేయస్సుని అధ్యయనం చేసే ప్రశ్నాపత్రాలు, మన వ్యక్తిగత మనోభావాలని బట్టి మన శ్రేయస్సుని గుర్తిస్తాయి. ఆనందాన్ని కోరుతూ చేసే ప్రయత్నాలని మనం ఏ భావోద్రేకాల వెంట పరిగెత్తుతున్నామో వాటి స్థితిని బట్టి గుర్తిస్తాయి. దీనికి వ్యతిరేకంగా, ఎన్నో సాంప్రదాయ తత్వశాస్త్రాలూ, బౌద్ధం లాంటి మతాలూ, నిన్ను నువ్వు తెలుసుకోవటమే ఆనందానికి కీలకమైన మార్గమని అంటాయి. అంటే నువ్వెవరు, నిజంగా నువ్వేమిటి అని తెలుసుకోవటం. అధికశాతం జనం తమని తాము తమ భావాలని బట్టి, ఆలోచనలను బట్టి, ఇష్టాఇష్టాలను బట్టి గుర్తిస్తారు. కోపం వచ్చినప్పుడు, 'నేను కోపంగా ఉన్నాను, ఇది నా కోపం,' అనుకుంటారు. దీని ఫలితంగా వాళ్ళు కొన్ని రకాల భావాలను తప్పించుకుంటూ, కొన్నిటిని వెతుకుతూ జీవితాన్ని గడిపేస్తారు. తమ మనోభావాలు తాము కాదని వాళ్ళు ఎన్నటికీ గ్రహించరు. కొన్ని రకాల భావాలవెంట పరుగులు పెట్టటంవల్ల వాళ్లకి చివరికి దుఃఖం వాళ్ళని ఉచ్చులో బిగిస్తుంది.

ఇదే నిజమయితే మనం ఇంతవరకూ ఆనందం చరిత్ర గురించి తెలుసుకున్నదంతా తప్పుదోవ పట్టించేదే. బహుశా జనం ఆశలు నెరవేరటం, వాళ్ళకి ఆహ్లాదకరమైన మనోభావాలు కలగటం అంత ముఖ్యం కాదేమో. మనుషులకి వాళ్ళ గురించిన నిజం తెలుసా అనేదే అసలు ప్రశ్న. ప్రాచీన ఆటవికులు కన్నా, మధ్యయుగపు రైతులకన్నా ఈనాడు జనం దీన్ని బాగా అర్థం చేసుకోగలరనటానికి రుజువులేమున్నాయి?

అధ్యయనకర్తలు కొన్నేళ్ల క్రితం మాత్రమే ఆనందం గురించి అధ్యయనాలు ప్రారంభించారు. కానీ మనమింకా ప్రారంభదశలో ఊహలకి రూపమిస్తూ, సరైన పరిశోధనా రీతులను వెతుకుతూనే ఉన్నాం. ఇంకా ప్రారంభం కూడా కానీ చర్చని మొండి నిర్ణయాలతో పాటించటం సరైన పద్ధతి కాదు. వీలైనన్ని ఎక్కువ అభిప్రాయాలని తెలుసుకుని, సరైన ప్రశ్నలు వెయ్యటమే అన్నిటికన్నా ముఖ్యం.

అధికశాతం చరిత్ర గ్రంథాలు గొప్ప మేధావుల అభిప్రాయాల మీద, యోధుల ధైర్యసాహసాల మీద, సన్యాసుల ఔదార్యం మీద, కళాకారుల సృజనశక్తి మీద దృష్టి కేంద్రీకరిస్తాయి. సామాజిక నిర్మాణాల అల్లికని గురించీ, దాని నిర్మాణ రహస్యాలని వెల్లడి చెయ్యటం గురించీ, సామ్రాజ్యాలు ఏర్పడటం, పతనమవటం గురించీ, సాంకేతిక పరిజ్ఞానం ఆవిష్కరణ, వ్యాప్తి గురించీ ఆ గ్రంథాలు చెప్పవలసింది చాలా ఉంది. అయినప్పటికీ ఇవన్నీ ఆనందం, బాధల మీద ఎలాంటి ప్రభావం చూపాయో అవి చెప్పవు. చరిత్రని అర్థం చేసుకోవటంలో ఇది మనకి అన్నిటికన్నా పెద్ద అడ్డు. దాన్ని తొలగించే ప్రయత్నం మొదలుపెడితే మంచిది.

అధ్యాయం 20

హోమోసేపియన్స్ పరిసమాప్తి

ఈ పుస్తకం చరిత్రని తరువాతి సోపానంగా భౌతికశాస్త్రం నుంచి రసాయనశాస్త్రానికీ, ఆ తరవాత జీవశాస్త్రానికీ అవిచ్ఛిన్నంగా కొనసాగించటంతో ప్రారంభమైంది. అన్ని జీవులనూ శాసించే భౌతిక శక్తులూ, రసాయన ప్రతిక్రియలూ, సహజ ఎంపిక ప్రక్రియలూ సేపియన్లకి కూడా వర్తిస్తాయి. సహజ ఎంపిక హోమోసేపియన్లకి ఆడుకునేందుకు ఇతర జీవులకన్నా ఎక్కువ విశాలమైన మైదానాన్ని ఇచ్చి ఉండవచ్చు, అయినప్పటికీ ఆ మైదానానికి కూడా కొన్ని హద్దులున్నాయి. ఇందులోని అంతరార్థమేమిటంటే, సేపియన్లు ఎంత ప్రయత్నించినా, ఎంత సాధించినా, జీవశాస్త్రం నిర్ణయించిన హద్దుల్ని దాటి పోలేదు.

కానీ ఇరవైఒకటో శతాబ్దం ప్రారంభంలో ఇది నిజం కాదని తేలింది: హోమో సేపియన్లు ఆ హద్దుల్ని అధిగమిస్తున్నారు. ప్రస్తుతం సహజ ఎంపిక నియమాలని భగ్నం చేసి, వాటి స్థానంలో తెలివైన కల్పనలని రూపొందించటం ప్రారంభమైంది.

సుమారు 400 కోట్ల నుంచీ ఈ భూగోళం మీది ప్రతి జీవీ సహజ ఎంపికకి లోబడి పరిణామం సాధించింది. ఒక్క జీవిని కూడా తెలివైన సృష్టికర్త సృజించలేదు. ఉదాహరణకి జిరాఫీకి పొడుగాటి మెడ ఉండటానికి కారణం ఎవరో గొప్ప మేధావి కావాలని దాన్ని ఆలా తయారుచెయ్యటం కాదు. ప్రాచీనకాలంలో జీవించిన జిరాఫీల మధ్య పోటీవల్లే అది అలా పొడుగ్గా తయారైంది. మొట్టమొదటి జిరాఫీలలో పొడుగాటి మెడ ఉన్నవి ఎక్కువ ఆహారాన్ని అందుకోగలిగాయి. ఫలితంగా పొట్టి మెడలున్న జిరాఫీల కన్నా వాటికి ఎక్కువ పిల్లలు పుట్టాయి. "పొడుగాటి మెడలున్న జిరాఫీలు చిటారుకొమ్మలమీదున్న ఆకులని నమలగలవు. పదండి, వాటి మెడలని పొడుగ్గా సాగదీద్దాం," అని ఎవరూ, జిరాఫీలైతే అసలే అనలేదు. డార్విన్ సిద్ధాంతంలోని సొగసు ఏమిటంటే, ఇంతకీ జిరాఫీలకి పొడుగాటి మెడలు ఎలా వచ్చాయని వివరించేందుకు అది తెలివైన సృజనశీలిగా మారవలసిన అవసరం లేదు.

కొన్ని కోట్ల సంవత్సరాల పాటు, తెలివైన సృజన అవసరమని కూడా ఎవరూ

అనుకోలేదు. అసలు వస్తువులని సృజించే తెలివితేటలు అప్పట్లో లేనే లేవు. కొంతకాలం క్రితం వరకూ అసలు జీవులంటూ ఉంటే అవి కేవలం సూక్ష్మజీవులు, అవి అద్భుతమైన నైపుణ్యాన్ని ప్రదర్శించగలవు. ఒక జాతికి చెందిన సూక్ష్మజీవి జన్యు సంకేతాలని పూర్తిగా భిన్నమైన జాతినుంచి తన కణాలలోకి చేర్చుకుని, ఏంటీబయోటిక్స్‌ని నిరోధించటంలాంటి కొత్త సామర్థ్యాన్ని వృద్ధి చేసుకోగలదు. అయినప్పటికీ, మనకి తెలిసినంతలో సూక్ష్మజీవులకు స్పృహ ఉండదు, జీవితంలో లక్ష్యాలుండవు, ముందుగా ప్రణాళిక వేసుకునే సామర్థ్యం ఉండదు.

ఏదో ఒక దశలో జిరాఫీలూ, డాల్ఫిన్‌లూ, చింపాంజీలూ, నియాం దర్తాల్‌లూ పరిణామక్రమంలో స్పృహ అనే లక్షణాన్ని పొంది, ముందుగా ప్రణాళిక వేసుకోవటం అనే సామర్థ్యం సంతరించుకున్నాయి. ఆకలి వేసినప్పుడల్లా, దాన్ని అందుకుని తినేంత బాగా బలిసి, నెమ్మదిగా నడిచే కోళ్ల గురించి ఒక నియాండర్తాల్ కలలు కన్నప్పటికీ, ఆ కలలని నిజం చేసుకునే మార్గం అతనికి తెలీలేదు. సహజ ఎంపిక ద్వారా తనకి పట్టుబడే పక్షులని వేటాడి తినటమే అతనికి చేతనయింది.

వ్యవసాయ విప్లవం వచ్చినప్పుడు 10,000 సంవత్సరాల క్రితం ఈ పాత విధానంలో మొట్టమొదటిసారి మార్పు వచ్చింది. బాగా బలిసి, నెమ్మదిగా నడిచే కోళ్ల గురించి కలలు కన్న సేపియన్లు, అన్నిటికన్నా బలిసిన కోడి పెట్టని నెమ్మదిగా నడిచే పుంజుతో జత కట్టిస్తే వాటి పిల్లలు బాగా బలిసి, నెమ్మదిగా నడుస్తాయని కనిపెట్టారు. ఆ పిల్లలని ఒకదానితో మరొకటి జత కట్టేలా చేస్తే ఇక పుట్టే పిల్లలన్నీ లావుగానూ, నెమ్మదిగా నడిచేవిగానూ ఉంటాయని నిర్ధారణ అయింది. ప్రకృతికి తెలియని కోళ్ల జాతి అది, దాన్ని సృష్టించింది దేవుడు కాదు, తెలివైన మానవుడు.

అయినా, సర్వశక్తిమంతుడైన దైవంతో పోలిస్తే హోమోసేపియన్ల సృజనా నైపుణ్యం పరిమితమైనది. సహజ ఎంపిక ప్రక్రియలని దాటుకుంటూ, వేగవంతం చేసేందుకు సేపియన్లు పక్షుల పెంపకంలో మార్పులూ, చేర్పులూ చేసి ఉండవచ్చు, కానీ అడవి కోళ్ల జన్యు సమీకరణలో లేని పూర్తి కొత్త లక్షణాలని ఆవిష్కరించలేకపోయారు. ఒక విధంగా చూస్తే, హోమోసేపియన్లకీ, కోళ్ళకీ ఉన్న సంబంధం, తరచు వాటంతట అవే ప్రకృతిలో తలెత్తే ఎన్నో ఇతర సహజీవన సంబంధాల లాంటిదేనని అనాలి. తేనెటీగలు ఫలదీకరణకు పువ్వులను ఎంపిక చేసుకునే విధానంలో, కాంతివంతమైన రంగులున్న పూలు ఎక్కువగా ఉత్పత్తి అయినట్టే, సేపియన్లు కోళ్ళమీద విచిత్రమైన ఎంపిక తాలూకు ఒత్తిడిని కలగజేశారు. అందువల్ల బలిసి, నెమ్మదిగా నడిచే కోళ్లు అధికసంఖ్యలో ఉత్పత్తి అయ్యాయి.

ఈనాడు 400 కోట్ల సంవత్సరాలనుంచీ వస్తున్న సహజ ఎంపిక అనే విధానం పూర్తి భిన్నమైన సవాళ్లని ఎదుర్కొంటోంది. ప్రపంచవ్యాప్తంగా ప్రయోగశాలల్లో, శాస్త్రజ్ఞులు ప్రాణులను తయారుచేస్తున్నారు. శిక్షకి గురవుతామని భయం లేకుండా, జీవికి గల మౌలిక లక్షణాలని కూడా లెక్కచెయ్యకుండా వాళ్ళు సహజ ఎంపిక నియమాలను భగ్నం చేస్తున్నారు. బ్రెజిల్‌కి చెందిన ఎడుఆర్డో కాట్జ్ అనే బయో-కళాకారుడు 2000 సంవత్సరంలో కొత్తరకం కళని సృష్టించాలని అనుకున్నాడు : పచ్చగా మెరిసే ఒక కుందేలు. తాను చెప్పిన

వివరాలను అనుసరించి ప్రకాశించే ఒక కుందేలుని తయారుచెయ్యవలసిందని అతను ఒక ఫ్రెంచ్ ప్రయోగశాలని కోరాడు. దానికి అయే ఖర్చు తనే భరిస్తానని కూడా చెప్పాడు. ఫ్రెంచ్ శాస్త్రజ్ఞులు ఒక మామూలు తెల్ల కుందేలు భ్రూణాన్ని తీసుకుని, మెరిసే పచ్చటి జెల్లీ చేపలోని జన్యువుని తీసి కుందేలు డీఎన్ఏలో దాన్ని ప్రవేశపెట్టారు. అద్భుతం! పచ్చగా మెరిసే కుందేలు మీకోసం, మహాశయా. కాట్జ్ దానికి ఆల్బా అని పేరు పెట్టాడు.

సహజ ఎంపిక నియమాల ద్వారా ఆల్బా అస్తిత్వాన్ని వివరించటం అసాధ్యం. అది తెలివైన రూపకల్పన ఫలితం. రాబోయే మార్పులని కూడా అది సూచిస్తోంది. ఆల్బా సూచించే సంభావ్యతలని పూర్తిగా నిజం చెయ్యగలిగితే, ఈ లోపల మానవజాతి తనని తానూ పూర్తిగా సర్వనాశనం చేసుకోకుండా ఉంటే, శాస్త్రీయ విప్లవం కేవలం చారిత్రాత్మక విప్లవంగా మిగిలిపోకుండా ఇంకా చాలా గొప్పదని నిరూపించుకోవచ్చు. ఈ భూమ్మీద మొట్టమొదట జీవం కనబడిన తరవాత, ఇదే అతిముఖ్యమైన జీవశాస్త్ర విప్లవంగా మారవచ్చు. 400 కోట్ల సంవత్సరాల సహజ ఎంపిక తరవాత, ఆల్బా ఒక విశ్వయుగం ఉషోదయంలో నిలబడి ఉంది. ఈ యుగంలో జీవితాన్ని తెలివైన రూపకల్పన శాసిస్తుంది. ఇది జరిగితే, అంతవరకూ జరిగిన మొత్తం మానవ చరిత్రని వెనక్కి తిరిగి చూసుకుంటే, జీవితమనే ఆటని విప్లవాత్మకంగా మార్చిన ప్రయోగాల ప్రక్రియ లాగానూ, నేర్చుకునే ప్రక్రియ లాగానూ దాన్ని మళ్ళీ నిర్వచించవలసి ఉంటుంది. ఇలాంటి ప్రక్రియని అర్థం చేసుకోవాలంటే సహస్రాబ్దాల మానవ దృష్టికోణం సరిపోదు, దానికి కొన్ని కోట్ల సంవత్సరాల విశ్వదృష్టి అవసరం.

డార్విన్ పరిణామక్రమాన్ని పాఠశాలల్లో నేర్పటాన్ని వ్యతిరేకించే తెలివైన రూపకల్పన ఉద్యమంతో ప్రపంచవ్యాప్తంగా జీవశాస్త్రజ్ఞులు పోరాడుతున్నారు. జీవశాస్త్రం ఇంత సంక్లిష్టంగా ఉన్నదంటే దాన్ని సృష్టించిన సృష్టికర్త జీవశాస్త్రానికి సంబంధించిన అన్ని వివరాలనూ ముందే అలోచించి ఉండాలి అనేది రుజువవుతోంది, అంటారు ఉద్యమకారులు. జీవశాస్త్రజ్ఞులు గతం గురించి చెప్పేది నిజం, కానీ విచిత్రమేమిటంటే, తెలివైన రూపకల్పనకి అనుకూలంగా వాదించేవాళ్ళు బహుశా భవిష్యత్తు గురించి నిజమే చెప్తుతూ ఉండవచ్చు.

ఇది రాస్తున్న సమయంలో సహజ ఎంపిక స్థానాన్ని తెలివైన రూపకల్పన ఆక్రమించేందుకు మూడు మార్గాలున్నాయనిపిస్తోంది : జీవశాస్త్ర పునర్నిర్మాణం (బయోలాజికల్ ఇంజనీరింగ్) ద్వారా, సైబర్గ్ నిర్మాణం (సేంద్రీయ భాగాలని సేంద్రీయేతర భాగాలతో కలిపే జీవాలే సైబర్గ్లు) ద్వారా, లేదా ప్రాణం లేని జీవాల నిర్మాణం ద్వారా.

చిట్టెలుకలూ, పురుషుల గురించి

జీవశాస్త్ర పునర్నిర్మాణం అంటే జీవశాస్త్ర స్థాయిలో మనిషి బుద్ధిపూర్వకంగా జోక్యం కలిగించుకోవటమే అవుతుంది. (ఉదా : ఒక జన్యువుని చొప్పించటం). ఒక జీవి ఆకారాన్నీ, సామర్థ్యాన్నీ, అవసరాలనీ, కోరికలనీ మార్చటమే దాని ధ్యేయం. ముందే

అనుకున్న ఒక సాంస్కృతిక ఉద్దేశాన్ని నిజం చేసేందుకు ఎడుఆర్డో కాట్జ్ కళాభిరుచి కోసం చేసిన యత్నం లాంటిది జరుగుతుంది.

అసలు జీవశాస్త్ర నిర్మాణం అనేది కొత్తేమీ కాదు. మనుషులు తమనీ ఇతర జీవాలనీ కొత్తగా రూపుదిద్దేందుకు కొన్ని వేల సంవత్సరాలుగా దీన్ని ఉపయోగిస్తున్నారు. పుంస్త్వ నాశనం దీనికి ఒక చిన్న ఉదాహరణ. సుమారు 10,000 సంవత్సరాలుగా మానవులు ఆబోతులకి పుంస్త్వనాశనం చేసి ఎద్దులని సృష్టిస్తూ ఉన్నారు. ఎద్దులు ఆబోతులకన్నా సౌమ్యమైనవి, అందుకని నాగలి లాగేందుకు వాటికి తర్ఫీదు ఇవ్వటం సులభం. మానవులు యువకులకు కూడా పుంస్త్వనాశనం చేసి తారస్థాయిలో పాడేవాళ్ళనీ, సుల్తాన్ అంతఃపురంలో అలాంటివాళ్ళు ఉంటే రాజవంశపు స్త్రీలు సురక్షితంగా ఉంటారని కొజ్జాలనీ తయారుచేసేవాళ్ళు.

కానీ జీవులు ఎలా ప్రవర్తిస్తాయనేది కణాల నుంచీ అణువుల స్థాయి దాకా ఈమధ్య మనం తెలుసుకున్న విషయాలు ఇంతకూ ముందు ఊహకు కూడా అందని సంభావ్యతలకి ద్వారాలు తెరిచాయి. ఉదాహరణకి, ఈనాడు మనం కేవలం ఒక పురుషుడి పుంసత్వాన్ని నాశనం చెయ్యటమే కాకుండా శస్త్రచికిత్స ద్వారానూ, హార్మోనుల సాయంతోనూ అతన్ని ఒక స్త్రీగా కూడా మార్చగలం. అంతే కాదు, 1996లో ఈ కింది చిత్రం వార్తాపత్రికల్లోనూ,

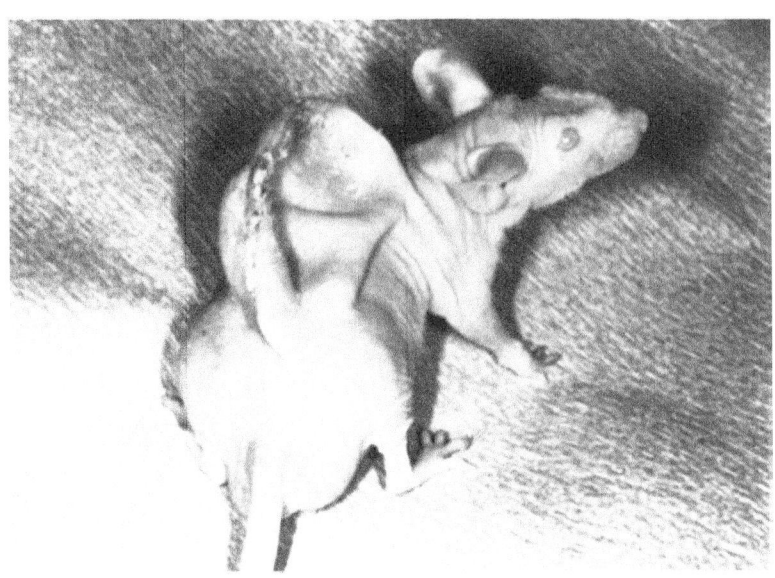

47. పశువుల మృదులాస్థి కణాలతో శాస్త్రజ్ఞులు ఒక చిట్టెలుక వీపు మీద ఒక "చెవి" పెరిగేట్టు చేశారు. స్టాడెల్ గుహలోని నరసింహుడికి ఇది భయంకరమైన ప్రతిధ్వనిలా ఉంది. ముప్ఫయి వేల సంవత్సరాల క్రితమే జంతుజాతులని మేళవించటంలో మానవులకి ఆసక్తి కలిగి అలాటిది ఊహించ గలిగారు. ఈనాడు వాళ్ళు నిజంగా అలాటి ఊహాజంతువులని తయారుచెయ్యగలరు.

టెలివిజన్‌లోనూ వచ్చినప్పుడు అది ఎంత ఆశ్చర్యాన్నీ, అసహ్యాన్నీ, దిగ్భ్రాంతినీ కలిగించి ఉంటుందో ఆలోచించండి :

లేదు, ఇది ఫోటోషాప్ సాయంతో తీసిన ఫోటో కాదు. ఇది నిజమైన చిట్టెలుక ఫోటో. దాని వీపుమీద పశువుల మృదులాస్థి కణాలతో చేసిన చెవిని శాస్త్రజ్ఞులు చొప్పించారు. కొత్త కణజాలం ఎదుగుదలకి శాస్త్రజ్ఞులు అదుపు చేసి, ఈ సందర్భంలో అది మనిషి చెవిలా కనిపించేట్టు తయారుచేశారు. ఈ ప్రక్రియ సాయంతో శాస్త్రజ్ఞులు త్వరలో కృత్రిమ చెవులని తయారుచెయ్యగలరేమో. ఆ తరవాత వాటిని మనుషుల తలలో చొప్పించటం సాధ్యమవవచ్చు.

జన్యు పునర్నిర్మాణం సాయంతో ఇంకా ఎన్నో గొప్ప అద్భుతాలు చెయ్యటం సాధ్యమౌతుంది. అందుకే అది బోలెడన్ని నైతిక, రాజకీయ, భావజాల సంబంధమైన ప్రశ్నలకి తావిస్తుంది. మనిషి దేవుడి పాత్రని అన్యాయంగా ఆక్రమించుకోవడం తప్పని కేవలం ఏకేశ్వరవాదులే కాదు, శాస్త్రజ్ఞులు ప్రకృతి చెయ్యవలసిన పనులు చేపడుతున్నారని చాలామంది పక్కా నాస్తికులు కూడా విస్తుపోతూ అభ్యంతరం తెలియజేస్తున్నారు. జన్యు పునర్నిర్మాణ ప్రయోగాలలో జంతువులని హింసించటం, వ్యవసాయ భూముల్లో జంతువుల అవసరాలనీ, ఇష్టాలనీ ఏమాత్రం పట్టించుకోకుండా రకరకాలుగా మార్పులు చేసి బాధపెట్టటాన్ని జంతువుల హక్కులని పరిరక్షించే ఉద్యమకారులు ఖండిస్తున్నారు. జన్యు పునర్నిర్మాణం అద్భుతమైన మానవుడిని సృష్టిస్తే మనందరినీ వాళ్ళు దాసులలా చూస్తారేమోనని మానవహక్కుల కోసం పోరాడేవాళ్లు భయపడుతున్నారు. జీవ నియంతృత్వం చోటుచేసుకుని భయం అంటే ఏమిటో తెలియని సైనికులనీ, విధేయులైన సేవకులనీ పెద్ద సంఖ్యలో సృష్టిస్తారని జెరెమియాలాంటి నిరాశావాదులు భవిష్యత్తులో జరగబోయే సర్వనాశనాన్ని సూచిస్తారు. అవకాశాలు మరీ ఎక్కువగా కనిపిస్తున్నాయని, అవి మరీ త్వరగా తోసుకొస్తున్నాయనీ, మనకున్న నైపుణ్యాన్ని వివేకంతోనూ, దూరదృష్టితోనూ ఉపయోగించుకునే సామర్థ్యాన్ని జన్యు మార్పులు చేసే సామర్థ్యం అధిగమిస్తోందనీ ప్రస్తుతం అందరూ అనుకుంటున్నారు.

తత్ఫలితంగా మనం ప్రస్తుతం జన్యు పునర్నిర్మాణానికి గల శక్తిలో ఒక అతి చిన్న భాగాన్ని మాత్రమే ఉపయోగించుకుంటున్నాం. రాజకీయ సమర్ధన లేని బలహీన జీవాలనే మనం ఈ పునర్నిర్మాణానికి వాడుకుంటున్నాము – మొక్కలు, శిలీంధ్రాలు, బ్యాక్టీరియా, క్రిమి కీటకాలు. ఉదాహరణకి, ఈ.కోలి అనే ఒక బ్యాక్టీరియా మన పేగుల్లో మనతో సహజీవనం చేస్తుంది (అది పేగుల్లోంచి బైటికివచ్చి ప్రాణాంతకమైన రోగాలకి కారణమైనప్పుడు ప్రధాన వార్తల్లో చోటుచేసుకుంటుంది). ఆ బ్యాక్టీరియాని జన్యు పునర్నిర్మాణం ద్వారా జీవ ఇంధనం (బయో ఫ్యూయెల్) ఉత్పత్తి చేసేట్టు తయారుచేశారు. ఈ.కోలి కాక ఇతర అనేక జాతుల శిలీంధ్రాలని ఇన్సులిన్‌లాంటి మందుల తయారీకి అనువుగా మార్పు చేసి, మధుమేహానికి అవసరమైన చికిత్సకి అయ్యే ఖర్చుని తగ్గించారు. ఆర్కిటిక్ చేపలోని ఒక జన్యువుని తీసుకుని దాన్ని బంగాళాదుంపలోకి చొప్పించారు, దానివల్ల ఆ మొక్కలు గడ్డకట్టిన మంచుని తట్టుకునే శక్తి సంపాదించుకున్నాయి.

కొన్ని క్షీరదాలని కూడా జన్యు ఇంజనీరింగ్‌కి గురిచేశారు. ఆవుల పొదుగులకి మస్టైటిస్ అనే పొదుగు వాపు వ్యాధి సోకటం వల్ల పాల పరిశ్రమ ప్రతి ఏడాదీ కొన్ని కోట్ల డాలర్లు నష్టపోతూ ఉంటుంది. ప్రస్తుతం శాస్త్రజ్ఞులు జన్యు ఇంజనీరింగ్ ద్వారా ఆవుల్ని తయారుచేసేందుకు ప్రయోగాలు చేస్తున్నారు. అలాటి ఆవుల పాలలో ఉండే లైసోస్టాఫిన్ అనే జీవరసాయనం, ఆ వ్యాధికి కారణమైన బ్యాక్టీరియా మీద దాడిచేస్తుంది. పోర్క్‌లోనూ, హామ్‌లోనూ అనారోగ్యకరమైన కొవ్వు పదార్థాలున్నాయని జనం వాటిని తినటం మానెయ్యటం వల్ల పంది మాంసం పరిశ్రమ దెబ్బతింది, అమ్మకాలు తగ్గిపోయాయి. కానీ ఒక క్రిమి నుంచి తీసిన జన్యు పదార్థాన్ని పందుల శరీరంలోకి ఎక్కించే ప్రయోగం వల్ల లాభం ఉంటుందని పరిశోధనలను కొనసాగిస్తున్నారు. ఆ కొత్త జన్యువు ప్రభావం వల్ల పందుల శరీరంలోని ఒమేగా 6 కొవ్వు ఆమ్లాలు (ఫ్యాటీ యాసిడ్స్) దాని ఆరోగ్యకరమైన దాయాది ఒమేగా 3 కి మారుతాయి.

తరువాతి తరంలో జరగబోయే జన్యు పునర్నిర్మాణం ద్వారా మంచి కొవ్వు పదార్థం ఉన్న పందులని తయారుచేయటం సులభమైన పనిలా కనిపిస్తుంది. జన్యుశాస్త్రజ్ఞులు క్రిముల ఆయుష్షును ఆరింతలు పెంచటమే కాకుండా, ఎలుకలలో మెరుగైన జ్ఞాపకశక్తినీ, నేర్చుకునే సామర్థ్యాన్నీ పెంచి మేధావి ఎలుకలను తయారుచేశారు. వోల్ అనే ఎలుకజాతి జంతువు ఎలుక కన్నా చిన్నదిగా, బొద్దుగా ఉంటుంది. అధికశాతం వోల్ ఎలుకలు స్వేచ్ఛగా మైథునం జరుపుతాయి. కానీ వీటిలో ఒక జాతిలో మాత్రం మగ, ఆడ వోల్‌లు జీవితాంతం కలిసి ఉంటాయి. ఇలా ఒకే జీవితభాగస్వామితో కలిసి ఉండే ఎలుకల జన్యువులను విడదీశామని జన్యుశాస్త్రజ్ఞులు అంటున్నారు. ఈ జన్యువుని స్త్రీలోలుడైన పురుషుడి శరీరంలో ప్రవేశపెట్టటం వల్ల అతను భార్యపట్ల ప్రేమగా, విశ్వాసంగా ప్రవర్తించినట్టయితే, ఎలుకల (మానవుల) వ్యక్తిగతమైన సామర్థ్యాలలోనూ, సామజిక నిర్మాణంలోనూ జెనెటిక్ ఇంజనీరింగ్ ద్వారా మార్పులూ చేర్పులూ చెయ్యటమనేది అట్టే దూరంలో లేదు.

నియాండర్తాల్‌ల పునరాగమనం

జన్యుశాస్త్రవేత్తలు జీవించి ఉన్న వంశాలను మాత్రమే మార్చాలని అనుకోరు. అంతరించి పోయిన ప్రాణులను కూడా మళ్ళీ బతికించాలని ప్రయత్నిస్తారు. జురాసిక్ పార్క్ సినిమాలో రాక్షస బల్లులను చూపించినట్టు మాత్రమే కాదు. రష్యా, జపాన్, కొరియా దేశాలనుంచి కొందరు శాస్త్రజ్ఞులు ఒక జట్టుగా ఏర్పడి ఈమధ్యనే సైబీరియాలోని మంచులో గడ్డకట్టిన ప్రాచీన కాలానికి చెందిన మామత్ ఏనుగు జన్యుకణాల సమూహాన్ని ఒక రేఖాచిత్రంగా తయారుచేశారు. ఇక ఈనాటి ఒక ఏనుగు శరీరంనుంచి ఫలదీకరణం చెందిన అండంలో ఉండే కణాన్ని తీసి ఆ ఏనుగు తాలూకు డీఎన్ఎ స్థానంలో మామత్ డీఎన్ఎని అమర్చి దాన్ని పునర్నిర్మించేందుకు, ఆ తరవాత దాన్ని ఒక ఏనుగు గర్భాశయంలో నాటేందుకూ ప్రణాళిక వేస్తున్నారు. 22 నెలల తరవాత మళ్ళీ మొట్టమొదటి మామత్ ఏనుగు 5,000 సంవత్సరాల తరవాత ఇప్పుడు పుడుతుందని వాళ్ళు ఆశిస్తున్నారు.

కానీ మామత్ వరకూ వెళ్లి ఆగిపోవటమెందుకు? నియాండర్తాల్ జీనోమ్ ప్రాజెక్ట్ పూర్తయ్యాక, పునర్నిర్మించిన నియాండర్తాల్ డీఎన్ఏని సేపియన్స్ అండంలో ప్రవేశపెట్టి 30,000 సంవత్సరాల తరవాత నియాండర్తాల్ శిశువుని సృష్టించగలుగుతామని హార్వర్డ్ యూనివర్సిటీకి చెందిన ప్రొఫెసర్ జార్జ్ చర్చ్ ఈ మధ్యనే సూచించాడు. కేవలం 300 లక్షల డాలర్ల వ్యయంతో తానీ పని చేయగలనని అన్నాడు చర్చ్. ఇతరులకు పిల్లలను కనే స్త్రీలు (సరోగేట్ మదర్స్) చాలామంది ఈ పని చేస్తామని ముందుకొచ్చారు.

అసలు మనకిప్పుడు నియాండర్తాల్‌లతో పనేముంది? ప్రాణాలతో ఉన్న నియాండర్తాల్‌లని అధ్యయనం చెయ్యగలిగితే, హోమోసేపియన్ల మూలాల గురించీ, ప్రత్యేకత గురించీ ఎంతో కాలంగా మనని వేధిస్తున్న ప్రశ్నలలో కొన్నిటికైనా సమాధానాలు దొరుకుతాయని కొందరు అంటున్నారు. నియాండర్తాల్ మెదడునీ, హోమోసేపియన్ల మెదడునీ పోల్చి, వాటి నిర్మాణంలో ఎక్కడెక్కడ తేడాలున్నాయో కనిపెట్టి వాటి రేఖా చిత్రాలు తయారుచెయ్యగలిగితే, మనం అనుభూతి చెందే స్పృహ ఉత్పన్నం అయేందుకు దోహదం చేసిన జీవ సంబంధమైన మార్పులేమిటో గుర్తించగలుగుతామేమో. దీనికి ఒక నైతిక సంబంధమైన కారణం కూడా ఉంది - నియాండర్తాల్‌లు అంతరించిపోవటానికి కారణం హోమోసేపియన్లే అయితే, వాళ్ళని పునర్జీవితులని చెయ్యటం మన నైతిక కర్తవ్యం. అయినా కొందరు నియాండర్తాల్‌లు మన చుట్టుపక్కల ఉండటం మంచిదే. ఇద్దరు సేపియన్లు చేసే పని ఒక నియాండర్తాల్ చేత చేయించుకుని, చాలామంది పారిశ్రామికవేత్తలు అతనికి అదే జీతం ఇవ్వటానికి సంతోషంగా సిద్ధమవుతారు.

కానీ నియాండర్తాల్‌ల దాకా వచ్చి ఆగిపోవటం దేనికి? దేవుడి డ్రాయింగ్ బోర్డు దాకా వెనక్కి వెళ్లి, ఇంకా మెరుగైన సేపియన్లని రూపొందించవచ్చుగా? హోమోసేపియన్లకున్న సామర్థ్యాలూ, అవసరాలూ, కోరికలూ జన్యుపరమైన అంశాల మీద ఆధారపడ్డాయి. ఇక సేపియన్ల జన్యు కణం వోల్‌లకన్నా, చిట్టెలుకలకన్నా సంక్లిష్టమైనమేమీ కావు (చిట్టెలుక జన్యు కణంలో 250 కోట్ల న్యూక్లియో బేసిస్ ఉంటాయి, సేపియన్ల జన్యుకణంలో అవి 290 కోట్లు ఉంటాయి - అంటే సేపియన్ల జన్యుకణం కేవలం 14 శాతం పెద్దది). కొన్ని దశాబ్దాల సామాన్యమైన కాలావధిలో, జన్యు ఇంజనీరింగ్, బయో ఇంజనీరింగ్, మన శరీర వ్యవస్థలో, రోగనిరోధక వ్యవస్థలో, ఆయుషులోనే కాక మేధస్సు, భావోద్రేకాలకి సంబంధించిన సామర్థ్యంలో కూడా దీర్ఘకాలికంగా కొనసాగే పెనుమార్పులు చెయ్యగలుగుతాయేమో. జన్యు ఇంజనీరింగ్ మేధావి చిట్టెలుకలని తయారుచెయ్యగలిగితే, మేధావి మానవులనెందుకు తయారుచెయ్యకూడదు? ఒకే జీవితభాగస్వామికి కట్టుబడి ఉండే వోల్‌లని తయారుచెయ్యగలిగితే, మానవులని కూడా అలా పూర్తి భిన్నంగా ఉండేటట్టు తయారుచెయ్యవచ్చుగా?

హోమోసేపియన్లని ఏ ప్రత్యేకతా లేని వానరజాతి నుంచి ప్రపంచాధిపతులుగా మార్చిన జ్ఞాన విప్లవానికి సేపియన్ మెదడు దేహధర్మాన్ని గాని, పరిమాణాన్ని గాని, ఆకారాన్ని గాని మార్చే అవసరం లేకపోయింది. మెదడు అంతర్భాగం నిర్మాణంలో కొన్ని చిన్న చిన్న మార్పులు మాత్రం చెయ్యవలసి వచ్చింది, అంతే. బహుశా మరో చిన్న మార్పు

జరిగితే రెండో జ్ఞాన విప్లవాన్ని రగిలించేందుకు అది సరిపోవచ్చు. అలాగే పూర్తిగా కొత్త రకమైన చేతనని సృష్టించి, హోమోసేపియన్లని పూర్తి భిన్నమైన ప్రాణులుగా తయారు చేయటం సాధ్యం కావచ్చు.

దీన్ని సాధించేందుకు అవసరమైన నిశిత బుద్ధి మనకి ఇంకా లేదన్నది వాస్తవమే, కానీ మానవాతీతులైన మనుషులని పుట్టించేందుకు కావలసిన సాంకేతిక పరిజ్ఞానాన్ని సంపాదించుకునే మార్గంలో మనం అధిగమించలేని అడ్డంకులేవీ లేనట్టే అనిపిస్తుంది. మానవుల మీద జరిగే పరిశోధనలకు అభ్యంతరం తెలిపేవి, వాటి వేగాన్ని తగ్గించేవీ ముఖ్యంగా రాజకీయ, నైతిక అవరోధాలే. నైతిక వాదనలు ఎంత నమ్మకం కలిగించేవని అనిపించినా, తరువాతి మెట్టుని అవి ఎంతకాలం అడ్డుకోగలవో చెప్పలేం, ముఖ్యంగా మనుషుల ఆయుష్షుని నిరవధికంగా పొడిగించేందుకూ, నయం కాని వ్యాధుల్ని జయించేందుకూ, జ్ఞానానికీ, భావోద్రేకాలకీ సంబంధించిన సామర్థ్యాన్ని పెంపొందించేందుకూ సాధ్యం అవుతుందన్నది నిజమయే అవకాశం ఉన్నప్పుడు.

ఉదాహరణకి, అల్జైయిమర్స్ వ్యాధిని నయం చేసేందుకు చికిత్స కనిపెట్టి, దాన్ని ఆరోగ్యంగా ఉండే మనుషుల జ్ఞాపకశక్తిని నాటకీయంగా పెంచేందుకు ఉపయోగించామనుకోండి, అప్పుడేమౌతుంది? ఎవరైనా దానికి సంబంధించిన పరిశోధనలను ఆపగలరా? ఇక చికిత్సని అభివృద్ధి చేశాక, ఎటువంటి చట్టమైనా దాన్ని అల్జైయిమర్స్ రోగులకే పరిమితం చేసి, ఆరోగ్యంగా ఉన్నవాళ్లు దాన్ని తమ జ్ఞాపకశక్తిని అసాధారణంగా పెంచుకునేందుకు ఉపయోగించుకోకుండా అడ్డుకోగలరా?

బయో ఇంజనీరింగ్ నిజంగా నియాండర్తాల్‌లని పునర్జీవితులని చెయ్యగలదా అనేది సందేహమే, కానీ అది హోమోసేపియన్లని పరిసమాప్తి చేస్తుందనేది మాత్రం తథ్యం. మన జన్యువులని సరిదిద్దినంత మాత్రాన మనం చనిపోము. కానీ హోమోసేపియన్లని మార్చే ప్రయత్నంలో ఇంత సమయాన్ని వృథా చెయ్యటం వల్ల చివరికి మనం హోమోసేపియన్లుగా మిగలమేమో.

బయోనిక్ జీవితం

జీవితానికి సంబంధించిన నియమాలని మార్చెయ్యగల మరో సాంకేతిక వ్యవస్థ ఉంది, అదే సైబార్గ్ ఇంజనీరింగ్. సేంద్రీయ భాగాలనీ, అసేంద్రీయ భాగాలనీ కలిపే జీవులే సైబార్గ్‌లు. ఉదాహరణకి ఒక మనిషి బయోనిక్ చేతులున్న ఒక మనిషి. ఒక రకంగా చూస్తే ఈనాడు దాదాపు మనమందరం బయోనిక్ ప్రాణులమే. మన ఇంద్రియాలు చెయ్యవలసిన పనులన్నిటికీ కృత్రిమమైన సాధనాలు సాయం చేస్తున్నాయి – కళ్ళజోళ్లూ, పేస్ మేకర్లూ, ఆర్థోటిక్స్ (అస్థిపంజరంలోని ఎముకలకు కృత్రిమ ఆధారం కల్పించే వైద్య పరికరాలు), చివరికి కంప్యూటర్లూ, సెల్‌ఫోన్ల దాకా (ఇవి మన మెదడు సంగ్రహించి ఉంచుకోవాల్సిన వివరాలనూ, వాటిని ఉపయోగించుకునే భారాన్నీ కొంతవరకూ తగ్గిస్తాయి). అసలుసిసలు సైబార్గ్‌లుగా మారేందుకు ఒక్క అడుగు దూరంలో ఉన్నాం. మన శరీరాలనుంచి

విడదీసేందుకు సాధ్యం కాని, మన సామర్థ్యాన్ని మార్చివేసే రూపురేఖలు, కోరికలు, వ్యక్తిత్వాలు, గుర్తింపులూ సంతరించుకునేందుకు సిద్ధంగా ఉన్నాం.

డిఫెన్స్ అడ్వాన్స్‌డ్ రీసర్చ్ ప్రాజెక్ట్ అనే అమెరికన్ సైన్య పరిశోధన ఏజెన్సీ కీటకాల నుంచి సైబార్గ్‌లను సృష్టిస్తోంది. ఒక ఈగ లేదా బొద్దింక శరీరంలో ఎలక్ట్రానిక్ చిప్‌లనీ, డిటెక్టర్లనీ, ప్రోసెస్సర్లనీ ప్రవేశపెట్టాలనీ, ఒక మనిషిగాని, ఆటోమేటిక్ ఆపరేటర్‌గాని రిమోట్ సాయంతో ఆ కీటకం కదలికల్ని నియంత్రించి, ఆ సమాచారాన్ని అందించేందుకు దోహదం చేయాలనీ ఆలోచించింది. అలాటి ఒక ఈగ శత్రువు ముఖ్య కార్యాలయం గోడ మీద వాలి కూర్చోవచ్చు, అతినిగూఢమైన సంభాషణలను రహస్యంగా వినవచ్చు, దాన్ని ఏ సాలెపురుగో ఈలోపల పట్టుకోకపోతే, శత్రువు కుట్ర ఏమిటో తూచ తప్పకుండా మనకి కబురు పెట్టవచ్చు. 2006లో అమెరికా నేవల్ అండర్ సీ వార్ ఫేర్ సెంటర్ సైబార్గ్ సొరచేపలని తయారుచేద్దామనుకుంటున్నామని చెపుతూ, 'ఎం యూ డబ్ల్యూ సి చేప శరీరానికి వేలాడే ఒక పరికరాన్ని తయారుచేస్తున్నాం. చేప శరీరంలో ప్రవేశపెట్టిన ఆ నాడీ నాట్లు లక్ష్యం ఆ జంతువు ప్రవర్తనని నియంత్రించటమే,' అని ఆ సెంటర్ ప్రకటించింది. సొరచేపలకి సహజంగా అయస్కాంతాలని గుర్తించే సామర్థ్యం ఉంది, అది మనిషి తయారుచేసే ఇతర డిటెక్టర్ల కన్నా చాలా మెరుగైనది, సబ్‌మెరీన్లూ, మందుపాతరలూ సముద్రం అడుగున సృష్టించే విద్యుదయస్కాంత క్షేత్రాలని ఆ సొరచేపలు సాయంతో కనిపెట్టవచ్చని వాళ్ళు ఆశిస్తున్నారు.

సేపియన్లని కూడా సైబార్గ్‌లుగా మారుస్తున్నారు. అత్యాధునిక వినికిడి యంత్రాలని (హియరింగ్ ఎయిడ్స్) అప్పుడప్పుడూ 'బయోనిక్ చెవులు' అంటూ ఉంటారు. ఈ పరికరం చెవి బైటి భాగంలో ధ్వనిని గ్రహించే ఒక మైక్రోఫోన్‌ని ప్రవేశపెట్టడం ద్వారా నిర్మించ బడింది. అది ధ్వనులని వడగట్టి, మనిషి గొంతును గుర్తించి, దాన్ని విద్యుత్ సంకేతాలలోకి తర్జుమా చేస్తుంది. అప్పుడు ఆ సంకేతాలు తిన్నగా కేంద్రీయ శ్రవణనాడికి చేరి, అక్కడి నుంచి మెదడుకి చేరతాయి.

రెటీనా ఇంప్లాంట్ అనే జర్మన్ కంపెనీ నేత్రపటలానికి సంబంధించిన ఒక ఒక కృత్రిమ అవయవాన్ని తయారుచేసేందుకు ప్రభుత్వం ఆర్థిక సహాయం అందిస్తోంది. ఆ కృత్రిమ అవయవం అంధులకు పాక్షికంగా దృష్టిని ప్రసాదించగలదు. దీనికి రోగి కంట్లో ఒక చిన్న మైక్రోచిప్‌ని ప్రవేశపెట్టాలి. ఫోటోసెల్స్ కంటిమీద పడే వెలుగుని గ్రహించి దాన్ని విద్యుత్ శక్తిగా మారుస్తాయి. అప్పుడది రెటీనాలో చెక్కుచెదరకుండా ఉన్న నాడీకణాలని ప్రేరేపిస్తాయి. ఈ కణాలలో నరాల స్పందనలు మీదికి ప్రేరణ అందిస్తాయి, అక్కడ అవి దృష్టిగా తర్జుమా చేయబడతాయి. ప్రస్తుతం ఈ సాంకేతిక పరిజ్ఞానం రోగులు తమ చుట్టుపక్కల ఉన్న వాటిని అర్థం చేసుకునేందుకూ, అక్షరాలు గుర్తించేందుకూ, ముఖాలు గుర్తు పట్టేందుకు సైతం సహాయం చేస్తోంది.

2001లో జరిగిన ప్రమాదంలో జెస్సీ సల్లివాన్ అనే ఒక అమెరికన్ ఎలక్ట్రీషియన్ భుజాలవరకూ రెండు చేతులూ పోగొట్టుకున్నాడు. ఈనాడు అతను రెండు బయోనిక్ చేతులని ఉపయోగించి పనులు చేస్తాడు. అతనికి సాయం చేసిన సంస్థ పేరు రీహాబిలిటేషన్

48. జెస్సీ సల్లివాన్,క్లాడియా మిషెల్ చేతులు పట్టుకుని ఉన్నారు. ఆలోచనల ద్వారా చేతులని కదిలించగలగటం వాళ్ళ బయోనిక్ చేతుల్లోని అద్భుతమైన విశేషం.

ఇనిస్టిట్యూట్ ఆఫ్ షికాగో. జెస్సీ చేతులకున్న ప్రత్యేకత, అవి కేవలం ఆలోచనల ద్వారా పనిచెయ్యగలవు. జెస్సీ మెదడునుంచి వెలువడే నాడీ సంకేతాలు మైక్రో కంప్యూటర్ల సాయంతో విద్యుత్ ఆదేశాలుగా మార్పుచెందినప్పుడు అతని చేతులు కదులుతాయి. తన చేతిని పైకెత్తాలనుకున్నప్పుడు అందరూ ఏం చేస్తారో, జెస్సీ కూడా అదే చేస్తాడు, అప్పుడతని చెయ్యి పైకి లేస్తుంది సేంద్రీయ చేతులతో పోలిస్తే ఈ చేతులు పరిమితమైన పనులనే చేయగలవు, కానీ జెస్సీ మామూలుగా చేసే రోజువారీ పనులకి ఈ చేతులు సరిపోతాయి. క్లాడియా మిషెల్ అనే అమెరికన్ సైనికురాలికి కూడా ఈమధ్యనే ఇలాంటి బయోనిక్ చెయ్యి అమర్చారు. మోటార్ సైకిల్ ప్రమాదంలో ఆమె తన చేతిని కోల్పోయింది. మనం కోరుకున్నప్పుడు కదిలే చేతులే కాక, సంకేతాలని మెదడుకి అందించే, చేతులు తొలగించిన వారికి స్పర్శజ్ఞానం అందించగల బయోనిక్ చేతులని కూడా తయారుచెయ్యవచ్చని శాస్త్రజ్ఞుల నమ్మకం.

ప్రస్తుతం ఈ బయోనిక్ చేతులు మనకి పుట్టుకతో వచ్చిన చేతులకి ఒక అతిసామాన్యమైన నకళ్లు, కానీ వాటిని అంతులేనంతగా అభివృద్ధి చెయ్యటానికి ఆస్కారం ఉంది. ఉదాహరణకి, బయోనిక్ చేతులని పుట్టుకతో వచ్చిన చేతుల కన్నా చాలా బలంగా తయారుచేయవచ్చు. బాక్సింగ్ ఛాంపియన్ సైతం ఆ చేతులముందు బలహీనుడిలా కనిపిస్తాడు. అంతే కాక, బయోనిక్ చేతులని కొన్నేళ్ళకొకసారి మారుస్తూ ఉండవచ్చు, లేదా శరీరం నుంచి విడదీసి దూరం నుంచే పనిచేసేట్టు చూడవచ్చు.

నార్త్ కెరోలినాలోని డ్యూక్ యూనివర్సిటీలో ఉండే శాస్త్రజ్ఞులు కొన్ని రీసస్ కోతుల

మెదళ్లలో ఎలెక్ట్రోడ్‌లు అమర్చి ఈ మధ్యనే దీన్ని చేసి చూపించారు. ఎలెక్ట్రోడ్‌లు మెదడు నుంచి సంకేతాలు అందుకుని, బైట ఉండే పరికరాలకి వాటిని చేరవేస్తాయి. కేవలం ఆలోచనల ద్వారా బయోనిక్ చేతులనీ, కాళ్ళనీ నియంత్రించేందుకు ఆ కోతులకి శిక్షణ ఇచ్చారు. ఆరోరా అనే ఒక కోతి, తనకి సహజంగా ఉన్న చేతులని కదిలిస్తూ, అదే సమయంలో తన నుంచి విడదీసిన బయోనిక్ చేతిని కూడా నియంత్రించటం నేర్చుకుంది. ఒక హిందూ దేవతలా ఆరోరాకి ఇప్పుడు మూడు చేతులున్నాయి. అంతే కాదు, దాని చేతులని వేర్వేరు గదుల్లో, మరీ మాట్లాడితే వేరే ఊళ్లలో కూడా ఉంచవచ్చు. అది నార్త్ కెరోలినాలోని ప్రయోగశాలలో కూర్చొని ఒక చేత్తో వీపుని, మరో చేత్తో తలనీ గోక్కుంటూ, అదే సమయంలో మూడో చేత్తో న్యూయార్క్‌లో ఉన్న ఒక అరటిపండుని దొంగిలించగలదు (దొంగిలించిన ఆ పండుని తింటామనేది మాత్రం ఇంకా ఒక కల మాత్రమే). ఇదోయా అనే మరో రీసస్ కోతి నార్త్ కెరోలినాలో తన కుర్చీలోనే కూర్చుని, జపాన్‌లోని క్యోటో నగరంలో ఉన్న తన రెండు బయోనిక్ కాళ్ళని ఆలోచనతో నియంత్రించి, 2008లో ప్రపంచ ప్రసిద్ధి సంపాదించుకుంది. ఆ కాళ్ళు ఇయోదా శరీరం బరువుకి 20 రెట్లు.

లాక్డ్ – ఇన్ సిండ్రోమ్ అనే స్థితిలో మనిషి తన శరీరంలో దాదాపు ఏ భాగాన్నీ కూడా కదిలించలేక పోతాడు, కానీ అతని మెదడు మాత్రం చక్కగా పనిచేస్తూ ఉంటుంది. ఈ వ్యాధితో బాధపడే రోగులు ఇంతవరకూ కళ్ళతో చేసే చిన్న చిన్న కదలికల ద్వారా బైటి ప్రపంచంతో సంభాషించటం వీలవుతోంది. కానీ, కొందరు రోగుల మెదళ్లలో మెదడు-సంకేతాలని-గ్రహించే ఎలెక్ట్రోడ్లని అమర్చారు. అటువంటి సంకేతాలని కేవలం కదలికల్ని మాత్రమే కాక, మాటలని కూడా అర్థం చేసుకునేందుకు ఉపయోగించే ప్రయత్నాలు జరుగుతున్నాయి. ఆ ప్రయోగాలు ఫలితాలనిస్తే, ఆ రోగులు బైటి ప్రపంచంతో మాట్లాడ గలుగుతారు. చివరికి ఈ సాంకేతిక పరిజ్ఞానాన్ని మనం ఇతరుల ఆలోచనలను చదవటానికి ఉపయోగించుకోగలుగుతామేమో.

కానీ ఇంకా ప్రయోగస్థాయిలో ఉన్న అన్ని ప్రణాళికలలోకీ, అత్యంత విప్లవాత్మకమైనది సూటిగా రెండువైపులా పనిచేసే మెదడు-కంప్యూటర్ ఇంటర్ఫేస్ (సమన్వయం) తయారుచేసే ప్రయత్నం. ఆ ఇంటర్ఫేస్ కంప్యూటర్ ద్వారా మనిషి మెదడులోని విద్యుత్ సంకేతాలని చదివి ప్రసారం చేస్తూ, మెదడు చదవగల సంకేతాలని కూడా అదే సమయంలో ప్రసారం చేస్తుంది. అటువంటి ఇంటర్ఫేస్‌లని ఉపయోగించి మెదడుని ఇంటర్నెట్‌కి తిన్నగా జోడిస్తే, లేదా ఎన్నో మస్తిష్కాలని ఒకదానితో మరొకటి జోడించి ఒక రకమైన అంతరమస్తిష్కజాలాన్ని (ఇంటర్-బ్రెయిన్-నెట్) సృష్టిస్తే ఏమౌతుంది? మెదడుని సామూహిక స్మృతి బ్యాంకుతో సూటిగా జోడిస్తే, అప్పుడిక మానవుల జ్ఞాపకశక్తి, స్పృహ, గుర్తింపు – వీటి మాటేమిటి? అలాంటి పరిస్థితిలో, ఉదాహరణకి ఒక సైబార్గ్ మరొకదాన్ని జ్ఞాపకాలని తిరిగి పొందగలదేమో. వాటిని గురించి వినటం, ఎవరి ఆత్మకథలోనైనా వాటిని చదవటం, వాటిని ఊహించటం కాదు, అవి తన జ్ఞాపకాలే అయినట్టు గుర్తుతెచ్చుకోవటం. మెదళ్ళు సామూహికంగా తయారైతే ఇక 'నేను' అనే భావనలూ, స్త్రీ-పురుష అస్తిత్వాలూ ఏమౌతాయి? మీ కల మీ మెదడులో కాక, ఎక్కడో సామూహికంగా నిలువచేసి ఉన్నప్పుడు మీ కలని ఎలా నిజం చేసుకోగలరు?

ఇటువంటి సైబార్గ్‌లో ఇక మానవ లక్షణాలుండవు సరి కదా జీవికి ఉండే లక్షణాలు కూడా ఉండవు. అది పూర్తి భిన్నంగా ఉంటుంది. మూలతః అది మరో రకమైన ప్రాణి అవటంతో దానివల్ల ఒనగూడే తాత్విక, మానసిక, రాజకీయ పరిణామాలు మనకి అంతుపట్టకుండా పోతాయి.

మరో జీవితం

జీవన నియమాలని మార్చే మూడో మార్గం, పూర్తిగా అసేంద్రీయ ప్రాణులని తయారు చేయటం. మనకి తెలిసిన ఉదాహరణలు స్వతంత్రంగా పరిణామం చెందే కంప్యూటర్ ప్రోగ్రాములూ, కంప్యూటర్ వైరస్‌లూ.

మెషిన్‌లర్నింగ్‌లో ఈమధ్య వచ్చిన పురోగమనం, కంప్యూటర్ ప్రోగ్రాంలు వాటంతట అవే పరిణామం చెందే వీలు కల్పించింది. ప్రోగ్రాంని ముందుగా మనుషులే తయారు చేసినప్పటికీ, పోను పోను అది కొత్త సమాచారాన్ని తనంతట తానే సంపాదించుకోగలదు, కొత్త నైపుణ్యాలు స్వయంగా నేర్చుకోగలదు, తనని సృష్టించిన మనుషుల అంతర్దృష్టిని అధిగమించగలదు. దానిని తయారుచేసినవాళ్లు కలలో కూడా ఊహించని దిశల్లో ఆ కంప్యూటర్ ప్రోగ్రాం పరిణతి చెందగలదు.

అటువంటి కంప్యూటర్ ప్రోగ్రాం చదరంగం ఆడటం, కార్లు నడపటం, రోగనిర్ధారణ చెయ్యటం, షేర్ మార్కెట్‌లో డబ్బు మదుపు పెట్టటం లాంటివి నేర్చుకోగలదు. ఈ అన్ని రంగాలలోనూ పాతకాలం నాటి మనుషులకన్నా అవి ఇంకా బాగా పనిచేసే అవకాశం ఉంది, కానీ అవి ఒకదానితో మరొకటి పోటీ పడవలసివస్తుంది. ఆ విధంగా అవి పరిణామ క్రమానికి సంబంధించిన కొత్త రకం ఒత్తిళ్ళని ఎదుర్కొంటాయి. షేర్ మార్కెట్‌లో వెయ్యి కంప్యూటర్ ప్రోగ్రాములు డబ్బు మదుపు పెడితే, ఒక్కొక్కటీ వేర్వేరు యుక్తులు ప్రయోగిస్తూ ఎత్తుకి పైఎత్తు వెయ్యాలని ప్రయత్నిస్తే, కొన్ని దివాళా తీస్తాయి, మరికొన్ని కోటీశ్వరులై పోతాయి. ఈ ప్రక్రియలో అవి సృష్టించే అసాధారణమైన నైపుణ్యాలతో మనుషులు పోటీ చెయ్యలేరు సరికదా, వాటిని అర్థం చేసుకోవటం కూడా వాళ్లకి సాధ్యం కాదు. సేపియన్లు వాల్ స్ట్రీట్ గురించి చింపాంజీలకి వివరించలేనట్టే, అలాంటి ప్రోగ్రాం డబ్బు మదుపు పెట్టటంలో ఉండే తన వ్యూహాన్ని సేపియన్లకి వివరించలేదు. చివరికి మనలో చాలామంది అలాంటి ప్రోగ్రాములు తయారుచేసే పనిలో ఉంటామేమో. డబ్బు ఎక్కడ మదుపుపెట్టాలనే విషయాన్నే కాక, ఫలానా ఉద్యోగానికి ఎవరిని ఎంపికచేయాలి, ఎవరిదగ్గర తాకట్టు పెట్టాలి, ఎవరిని జైలుకి పంపాలి అనేవి కూడా ఆ ప్రోగ్రాములు నిర్ణయిస్తాయి.

ఇవి జీవించి ఉన్న ప్రాణులా? 'బతికున్న ప్రాణులు' అని మీరు వేటినంటారనే దానిమీద అది ఆధారపడి ఉంటుంది. వాటిని కచ్చితంగా ఒక కొత్త పరిణామక్రమం ప్రక్రియే తయారుచేసింది. అది జీవుల పరిణామక్రమాన్ని సంబంధించిన నియమాలని, పరిమితులనీ లెక్కచెయ్యని స్వతంత్ర సృష్టి.

మరో రకమైన సంభావ్యతని ఊహించండి – మీ మెదడుని చేతిలో ఇమిడే ఒక హార్డ్‌డ్రైవ్‌లో దాచిపెట్టుకుని, తరవాత దాన్ని మీ లాప్‌టాప్‌లో చూసుకోగలరనుకోండి. మీ లాప్‌టాప్ సరిగ్గా సేపియన్లలా ఆలోచించగలదా, అనుభూతులను పొందగలదా? అలా గయితే, అది మీరేనా లేక మరెవరైనానా? కంప్యూటర్ ప్రోగ్రామర్లు కంప్యూటర్ కోడ్‌లతో, నేను అనే భావనతో, స్పృహతో, జ్ఞాపకశక్తితో పూర్తిగా కొత్తదైన డిజిటల్ మెదడుని సృష్టించగలిగితేనో? ఆ ప్రోగ్రాంని మీ కంప్యూటర్లో వేసి చూసుకుంటే అది ఒక వ్యక్తి అవుతుందా? దాన్ని తొలగిస్తే మీమీద హత్యా నేరం ఆరోపించవచ్చా?

ఇలాటి ప్రశ్నలకి మనకి త్వరలో సమాధానాలు దొరకవచ్చు. మానవ మస్తిష్క ప్రణాళిక (ద హ్యూమన్ బ్రెయిన్ ప్రాజెక్ట్) 2005లో స్థాపించబడింది. కంప్యూటర్‌లో సంపూర్ణమైన మానవ మస్తిష్కాన్ని సృష్టించాలని ఆశిస్తోంది. మెదడులోని నాడుల అల్లికలని కంప్యూటర్లోని ఎలక్ట్రానిక్ సర్క్యూట్లు అనుసరిస్తాయి. అవసరమైన నిధులు అందినట్టయితే ఒకటి రెండు దశాబ్దాల లోపల కంప్యూటర్‌లో మనిషిలా మాట్లాడే, ప్రవర్తించే కృత్రిమ మానవ మస్తిష్కాన్ని తయారుచెయ్యగలమని ఆ ప్రణాళిక నిర్దేశకుడు అంటున్నాడు. అది విజయాన్ని సాధించినట్టయితే, సంవత్సరాలపాటు కర్బన మిశ్రణాలలో చక్కర్లు కొడుతూ ఉండిపోయిన జీవం హఠాత్తుగా అతివిస్తృతమైన అసేంద్రీయ పరిధిలోకి చేరుకుంటుంది. మన ఊహలకి అతీతమైన ఆకారాన్ని సంతరించుకుంటుంది. ఈనాటి డిజిటల్ కంప్యూటర్‌ని పోలిన విధంగా మన పనిచేస్తుందన్న విషయాన్నీ అందరు అధ్యయనకర్తలూ ఒప్పుకోరు. అలా కానప్పుడు ఈనాటి కంప్యూటర్లు మెదడుని అనుసరించలేవు. అయినప్పటికీ, ఒకసారి ప్రయత్నించి చూడకుండానే దీన్ని కాదనటం మూర్ఖత్వమే అవుతుంది. 2013లో యూరోపియన్ యూనియన్ నుంచి ఈ ప్రణాళికకు 100 కోట్ల యూరోలు అందాయి.

అద్వితీయం

ప్రస్తుతం ఈ కొత్త అవకాశాల్లో కేవలం లేశమాత్రం సాధించగలిగారు. అయినా 2013కి చేరేసరికి ఈ ప్రపంచం, మానవ సంస్కృతి జీవశాస్త్రం బంధాలనుంచి విముక్తి పొందిన ప్రపంచంగా కనిపిస్తుంది. మన చుట్టూ ఉన్న ప్రపంచాన్నే కాక, మన శరీరాల్లో, మనస్సులో ఉండే ప్రపంచాన్ని కూడా అత్యంత వేగవంతంగా మార్చుకునే ప్రయత్నాలు జరుగు తున్నాయి. నిరంతరం మరిన్ని తృప్తిగా జరిగిపోతున్న కార్యకలాపాలు వాటి పరిధినుంచి బైటికి రప్పించబడుతున్నాయి. లాయర్లు గోప్యత, గుర్తింపు అనే విషయాల గురించి పునరాలోచన చెయ్యవలసి వస్తోంది. ప్రభుత్వాలు ఆరోగ్యసంరక్షణ, సమానత్వం లాంటి విషయాల గురించి మళ్ళీ ఆలోచించవలసిన అవసరం కనబడుతోంది. క్రీడాసంఘాలూ, విద్యాసంస్థలూ పక్షపాతం లేకుండా ప్రవర్తించటాన్ని, విజయాలని పునర్‌నిర్వచించాలి. పెన్షన్ నిధులు, కార్మిక వ్యాపారం 60 అంటే ఈ కొత్త 30 అని అర్థం ఇచ్చే కొత్త ప్రపంచానికి సర్దుకుపోవాలి. బయో ఇంజనీరింగ్, సైబార్గ్‌లు, అసేంద్రీయ జీవాలు లాంటి చిక్కు ప్రశ్నలతో ఎలా వ్యవహరించాలో వీళ్ళందరూ నేర్చుకోవాలి.

మొదటి మానవ జన్యువులోని వివరాలను రేఖాచిత్రంగా తయారుచేసేందుకు 15 సంవత్సరాలు పట్టింది, 300 కోట్ల డాలర్లు ఖర్చుచేయవలసి వచ్చింది. ఈ రోజు ఎవరి డీఎన్ఎనైనా కొన్ని వారాలలో, కొన్ని వందల డాలర్ల ఖర్చుతో రేఖాచిత్రంగా రూపొందించ వచ్చు. వ్యక్తిని బట్టి వైద్యం చేసే, అంటే డీఎన్ఎకి సరిపోయే మందులు ఇవ్వటం అనే యుగం ప్రారంభమైంది. మీ ఫ్యామిలీ డాక్టర్, మీరు గుండెపోటు గురించి ఎక్కువ ఆందోళనపడవలసిన అవసరం లేదనీ, మీ కాలేయానికి కాన్సర్ సోకే ప్రమాదం మాత్రం చాలా ఎక్కువగా కనిపిస్తోందనీ, త్వరలో మీకు కచ్చితంగా చెప్పగలుగుతుంది. 92 శాతం జనానికి పనిచేసే ఒక మందు బాగా ప్రచారంలో ఉన్నప్పటికీ అది మీకు పనికిరాదని, చాలామంది ప్రాణాలకి ముప్పు తెచ్చే మరో మాత్ర మీకు చక్కగా పనిచేస్తుందని, మీరు ఆ మందే తీసుకోవాలనీ నిర్ణయించగలుగుతుంది. దాదాపు సమగ్రమైన మందులకు మనని తీసుకెళ్లే మార్గం మన ముందుంది.

అయినా, వైద్య విజ్ఞానం మెరుగయిన కొద్దీ, నైతికతకు సంబంధించిన కొత్త సమస్యలు తలెత్తుతాయి. అది డీఎన్ఎకి సంబంధించిన విషయం కనుక, వ్యక్తి డీఎన్ఎని బట్టి చికిత్స చెయ్యటమనే చికాకుపెట్టే సమస్యతో నైతికవాదులూ, న్యాయశాస్త్ర నిపుణులూ సతమతమౌతున్నారు. బీమా కంపెనీలు మన డీఎన్ఎ స్కాన్‌లని అడిగి, మనకి జన్యుపరమైన నిర్లక్ష్య వైఖరి ఉందని తెలిస్తే, బీమా ప్రీమియం రేటు పెంచుతారా? ఉద్యోగానికి దరఖాస్తు పెట్టుకున్నప్పుడు మన బయోడేటా (సీవీ) బదులు డీఎన్ఎని ఫ్యాక్స్ చెయ్యాలా? ఒక అభ్యర్థి డీఎన్ఎ మెరుగ్గా కనిపిస్తోందని సంస్థ యజమాని అతన్ని ఎంపిక చేస్తాడా? లేక అలాటి సందర్భాలలో 'జన్యు వివక్ష' చూపిస్తున్నారని మనం వాళ్ళమీద కేసు వెయ్యవచ్చా? ఒక కొత్త ప్రాణినిగాని, అవయవాన్నిగాని తయారుచేసే కంపెనీ వాటి డీఎన్ఎ అనుక్రమం మీద సర్వహక్కులూ తనవే అనగలదా? ఒక కోడిపెట్ట నాదని ఎవరైనా అనవచ్చు, కానీ మొత్తం కోడిజాతి మీద నాదే హక్కని ఎవరైనా అనగలరా?

అమరత్వం కోసం, మానవాతీతులని సృష్టించగల మన సామర్థ్యాలకోసం వెతకటం వెనక ఉన్న నైతిక, సామాజిక, రాజకీయ పరమైన చిక్కుల ముందు ఇటువంటి సందిగ్ధావస్థలు మరుగుజ్జుల్లా అనిపిస్తాయి. మానవత్వం ఉన్న సమాజం తన సభ్యులందరికీ న్యాయంగా వైద్య సౌకర్యాలు అందించాలనీ, వీలైనంతవరకూ వాళ్ళ ఆరోగ్యం బాగుండేట్టు చూడాలనీ, ద యూనివర్సల్ డిక్లరేషన్ ఆఫ్ హ్యూమన్ రైట్స్ (మానవహక్కుల సార్వత్రిక ప్రకటన), ప్రపంచవ్యాప్తంగా జరుగుతున్న ప్రభుత్వ వైద్య కార్యక్రమాలూ, జాతీయ ఆరోగ్య బీమా కార్యక్రమాలూ, ప్రపంచమంతటా ఉన్న జాతీయ రాజ్యాంగాలూ అంగీకరిస్తాయి. ముఖ్యంగా రోగాలని నివారించేందుకూ, నయం చేసేందుకూ ఉపయోగ పడినంతకాలం వైద్యం సవ్యంగా కొనసాగింది. కానీ వైద్యం మానవ సామర్థ్యాన్ని పెంచటంలో మాత్రమే నిమగ్నమైపోతే ఏమౌతుంది? అందరు మనుషులకే అలాటి హెచ్చు స్థాయి సామర్థ్యాలు అందుబాటులో కొస్తాయా, లేక ఒక కొత్త మానవాతీత ఉన్నత వర్గం తయారౌతుందా?

మౌలికంగా మానవులందరూ సమానమేనని చరిత్రలో మొట్టమొదటి సారి

గ్రహించినందుకు ఈమధ్య ఆధునిక యుగం గర్విస్తోంది. అయినప్పటికీ, అది అన్నిటికన్నా అసమమైన సమాజాలని సృష్టించడానికి సిద్ధంగా ఉందనిపిస్తుంది. చరిత్ర ఆసాంతం చూస్తే ఉన్నతవర్గాలు తాము అందరికన్నా తెలివైనవాళ్లమని, బలమైనవాళ్లమని, నిమ్నవర్గం కన్నా అన్నివిధాలా మెరుగైన వాళ్లమని చెప్పుకోవటం కనిపిస్తుంది. వాళ్ళు సామాన్యంగా భ్రమలో ఉండి ఇలాటి మాటలు మాట్లాడతారు. ఒక పేద రైతుకి పుట్టిన బిడ్డకి యువరాజు కున్నంత తెలివితేటలూ ఉండవచ్చు. కొత్త వైద్య సదుపాయాలతో, ఉన్నతవర్గాల డంబాలు త్వరలో వస్తుపరమైన వాస్తవంగా మారే అవకాశం ఉంది.

ఇది సైన్స్ ఫిక్షన్ (విజ్ఞాన శాస్త్రానికి సంబంధించిన కట్టుకథలు) కాదు. అధికశాతం సైన్స్ ఫిక్షన్ కథల్లో సేపియన్ల, అంటే మనలాంటి మనుషుల ప్రపంచం వర్ణనని బట్టి వాళ్ళు ఉన్నతస్థాయి సాంకేతిక పరిజ్ఞానంతో కాంతి వేగంతో ఎగిరే వ్యోమనౌకలనీ, లేజర్ తుపాకులనీ ఉపయోగిస్తారు. ఈ ఇతివృత్తాలకి సంబంధించిన నైతిక, రాజకీయ చిక్కు సమస్యలను మన ప్రపంచంలోనుంచే తీసుకుని, భవిష్యత్తుకి సంబంధించిన నేపథ్యంలో మన భావోద్రేకాల, సామాజిక ఒత్తిళ్లకు పునఃసృష్టి చేస్తారు. కానీ భవిష్యత్తులో మన సాంకేతిక వ్యవస్థ చెయ్యవలసిన అసలు పని హోమోసేపియన్లని మార్చివేయటం. ఆ మార్పు కేవలం మన వాహనాలకీ, ఆయుధాలకీ పరిమితం కాకుండా భావోద్రేకాలకీ, కోరికలకీ కూడా వర్తించాలి. శాశ్వతంగా యౌవన దశలో ఉండే ఒక సైబార్గ్‌ని ఊహించండి. అతనికి సంతానం ఉండదు, లైంగికత ఉండదు, ఇతరులతో తన ఆలోచనలను తిన్నగా పంచుకోగలడు, దృష్టి కేంద్రీకరించటంలో, జ్ఞాపకం ఉంచుకోవటంలో మనకన్నా వెయ్యిరెట్లు సామర్థ్యం గలవాడు, ఎప్పుడూ అతనికి కోపంగాని, విచారంగాని కలగదు, మన ఊహకందని భావోద్రేకాలూ, కోరికలూ అతనికి ఉంటాయి. ఇతనితో పోలిస్తే వ్యోమనౌక ఎందుకు పనికొస్తుంది?

సైన్స్ ఫిక్షన్ అరుదుగా అలాంటి భవిష్యత్తుని వర్ణిస్తుంది. ఎందుకంటే కచ్చితమైన వర్ణన అర్థం చేసుకోవటానికి సాధ్యం కాదు. ఒక సూపర్ సైబార్గ్ గురించి సినిమా తీయటం అనేది నెదర్లాండ్స్ ప్రేక్షకులకోసం హామ్లెట్ చిత్రాన్ని నిర్మించటంలాంటిది అయినా, భవిషత్తులో ఈ ప్రపంచహాన్ని ఏలే నాయకులు మనకన్నా చాలా భిన్నంగా ఉంటారేమో. మనకీ, నెదర్లాండ్‌లో ఉండే మనుషులకీ అంత తేడా లేదు. కనీసం మనం, నెదర్లాండ్ ప్రజలూ మానవులం, మన వారసులు దేవతల్లా ఉండబోతున్నారు.

భౌతిక శాస్త్రవేత్తలు 'బిగ్ బాంగ్'ని అత్యంత అద్వితీయమైన సంఘటనగా నిర్వచిస్తారు. మనకి తెలిసిన ప్రకృతి నియమాలేవీ లేని ఒక స్థితి అది. అప్పుడు కాలం కూడా లేదు. అందుచేత 'బిగ్ బాంగ్'కి 'పూర్వం' ఏదైనా ఉండేదని అనటం అర్థంలేని మాట. మనం త్వరలో మరొక అద్వితీయమైన స్థితికి చేరుకోబోతున్నాం. మన ప్రపంచంలో అర్థవంతంగా కనిపించే అన్ని భావనలూ - నేను, మీరు, పురుషులు, స్త్రీలు, ప్రేమ, ద్వేషం - అన్నీ అసంబద్ధమైనవయిపోతాయి. ఆ పరిస్థితిని దాటి జరిగేవన్నీ మనకి అర్థం లేనట్టు కనిపిస్తాయి.

ఫ్రాంకెన్ స్టీన్ భవిష్యవాణి

1818లో మేరీ షెల్లీ ఫ్రాంకెన్‌స్టీన్ అనే పుస్తకాన్ని ప్రచురించింది. ఒక శాస్త్రవేత్త ఉన్నతుడైన ప్రాణిని సృష్టించాలని ప్రయత్నిస్తాడు, కానీ దానికి బదులు ఒక భీకరాకారం గల జంతువుని సృష్టిస్తాడు, ఇది ఆ పుస్తకంలోని ఇతివృత్తం. గత రెండు శతాబ్దాలుగా ఈ కథని చాలా మంది లెక్కలేనన్ని రకాలుగా మళ్ళీ మళ్ళీ చెపుతూనే ఉన్నారు. మన కొత్త శాస్త్రీయ పురాణాల్లో ఇది ముఖ్యమైన కథావస్తువు అయింది. మొదటిసారి చదివినప్పుడు, మనం దేవుడి పాత్ర పోషించి జీవితాన్ని పునర్నిర్మించేందుకు ప్రయత్నిస్తే మనం కఠినంగా శిక్షించబడతామని ఈ కథ చెపుతోందనిపిస్తుంది. కానీ ఈ కథకి ఇంకా లోతైన అర్థం ఉంది.

ఫ్రాంకెన్‌స్టీన్ కల్పిత గాథ హోమోసేపియన్లకి వాళ్ళ చివరి రోజులు దగ్గరపడ్డాయని హెచ్చరిస్తుంది. అణు విస్ఫోటనమో, ఏదైనా పర్యావరణ విపత్తో ముందుగా మానవజాతిని రూపుమాపకపోయినట్టయితే, సాంకేతిక పరిజ్ఞానం పురోగతి వేగం త్వరలో హోమో సేపియన్లని తొలగించి ఆ స్థానంలో పూర్తిగా భిన్నమైన ప్రాణులని నిర్మిస్తుంది. ఆ ప్రాణులకి భిన్నమైన శరీర నిర్మాణం ఉండటంతో బాటు, జ్ఞానానికి, భావోద్రేకాలకీ సంబంధించిన ప్రపంచం కూడా చాలా భిన్నంగా ఉంటుంది. ఈ విషయమే సేపియన్లని విపరీతంగా కలవరపెడుతుంది. భవిష్యత్తులో మనలాంటి మనుషులే అతివేగంగా వెళ్ళే వ్యోమనౌకల్లో గ్రహాంతర ప్రయాణాలు చేస్తారని అనుకోవటం మనకి నచ్చుతుంది. మనకున్న భావోద్రేకాలూ, గుర్తింపులూ ఉన్న ప్రాణులు భవిషత్తులో ఇక ఉండే అవకాశం లేదనీ, మన స్థానాన్ని అపరిచితమైన ప్రాణులు ఆక్రమిస్తాయనీ, వాటిముందు మన సామర్థ్యాలు ఎందుకూ పనికిరావన్న విషయాన్ని తలుచుకోవడం కూడా మనకి ఇష్టం ఉండదు.

డా. ఫ్రాంకెన్‌స్టీన్ భయంకరమైన జంతువులని మాత్రమే సృష్టించగలడనీ, లోకాన్ని రక్షించటం కోసం మనం వాటిని హతమార్చవలసి ఉంటుందన్న కల్పనతో మనం ఉపశమనం పొందాలని చూస్తాం. ఆ కథని మనం ఆ రకంగా చెప్పాలనుకుంటాం, ఎందుకంటే దానివల్ల మనమే సృష్టిలో అన్నిటికన్నా ఉత్తమమైన ప్రాణులమని, మనకన్నా మెరుగైనది న భూతో న భవిష్యతి అని అనుకోవాలన్నది మన ఉద్దేశం. మనని తీర్చిదిద్దేందుకు ప్రయత్నించేది ఏదైనా సరే తప్పక విఫలమవవలసిందే. మానవుడి అంతశ్శక్తిని ఏదీ తాకలేదు.

శాస్త్రజ్ఞులు శరీరాలతోబాటు అంతశ్శక్తులని కూడా మార్చివెయ్యగలరన్న సత్యాన్నీ, భవిష్యత్తులో డా. ఫ్రాంకెన్‌స్టీన్లు మనకన్నా నిజంగానే ఉత్తమమైన ప్రాణులని సృష్టించగలరనీ, మనం నియాండర్తాల్‌లవైపు చూసినంత జాలిగా అవి మనవైపు చూస్తాయన్న వాస్తవాన్ని జీర్ణించుకోవటం మనకి చాలా కష్టం.

ఈనాటి ఫ్రాంకెన్‌స్టీన్‌లు ఈ భవిష్యవాణిని నిజం చేస్తారా లేదా అని నిక్కచ్చిగా చెప్పలేం. భవిష్యత్తు గురించి ఎవరికీ తెలీదు. ఇంతకూ ముందు కొన్ని పుటల్లో రాసిన విషయాలు పూర్తిగా వాస్తవరూపం దాల్చితే ఆశ్చర్యకరమైన సంగతే అనుకోవాలి. అనుకోని అవాంతరాలు

అడ్డుకోవటం వల్ల దగ్గరలో ఉన్న సంఘటన ఎన్నటికీ జరగకపోవచ్చనీ, అలాగే అనుకోని సంఘటనలు మన చుట్టుపక్కల జరగవచ్చనీ చరిత్ర మనకి నేర్పుతుంది. 1940లలో అణుయుగం ప్రారంభమైనప్పుడు, 2000 సంవత్సరంలో అణుప్రపంచం ఎలా ఉండ బోతోందన్న దాన్ని గురించి చాలామంది ఊహాగానాలు చేశారు. స్పుత్నిక్, అపోలో 11 ప్రపంచం ఊహాశక్తిని రగిలించినప్పుడు, ఆ శతాబ్దం ముగిసే వేళకి మనుషులు అంగారక గ్రహం మీదా, ప్లూటో మీదా అంతరిక్ష వలస ప్రాంతాల్లో నివసిస్తారని అందరూ అనుకో సాగారు. ఈ ఊహల్లో ఏవీ నిజం కాలేదు. మరోవైపు ఇంటర్నెట్ లాంటిది వస్తుందని ఎవరూ ఊహించలేదు.

అందుచేత, మీమీద కేసు వేసే డిజిటల్ ప్రాణుల దావాలకి వ్యతిరేకంగా మీకు నష్టపరిహారం చెల్లిస్తాయనుకుని తొందరపడి బీమా కంపెనీల పాలసీలు కొనేయకండి. పైన చెప్పిన కల్పనలూ – లేదా పీడకలలూ – కేవలం మీ ఊహా శక్తిని ప్రేరేపించటానికే. చరిత్ర తరువాతి దశలో సాంకేతికమైన, వ్యవస్థలకు సంబంధించిన పరివర్తనలే కాక మానవ స్పృహలోనూ, గుర్తింపులోనూ మౌలికమైన మార్పులు చోటుచేసుకోబోతున్నాయన్న విషయం గురించి మనం నిజంగా లోతుగా ఆలోచించాలి. ఈ పరివర్తనలు ఎంత మౌలికంగా ఉంటాయంటే, 'మానవ' అనే పదాన్నే ప్రశ్నించేందుకు పూనుకుంటాయి. మనకి ఇంకా ఎంత వ్యవధి ఉంది? నిజంగా ఎవరికీ తెలీదు. ముందే చెప్పినట్టు, 2050 సంవత్సరానికి కొందరు మానవులు మృత్యుంజయులైపోతారు. మార్పుల విషయంలో మరీ తీవ్రవాదాన్ని అనుసరించనివాళ్ళు వచ్చే శతాబ్దం, లేదా సహస్రాబ్ది వరకూ మార్పులు అంతగా జరగవని అంటారు. అయినప్పటికీ 70,000 సంవత్సరాల సేపియన్ల చరిత్ర దృష్టికోణం నుంచి చూసినప్పుడు, కొన్ని శతాబ్దాల కాలం ఏపాటిది?

సేపియన్ల చరిత్ర మీద తెర పడితే, ఆ జాతి చివరి తరం వాళ్ళలో ఒకరిమైన మనం ఒక ఆఖరి ప్రశ్నకి సమాధానం ఇచ్చేందుకు తీరిక చేసుకోవాలి : మనం ఎలా తయారవా లనుకుంటున్నాం? ఒక్కోసారి మానవ వృద్ధికి సంబంధించిన ప్రశ్న (హ్యూమన్ ఎనాన్స్‌మెంట్ క్వశ్చన్) అని పిలువబడే ఈ ప్రశ్న రాజకీయవేత్తలూ, తత్వవేత్తలూ, అధ్యయనకర్తలూ, సామాన్య ప్రజలూ ప్రస్తుతం తలమునకలుగా ఉన్న చర్చలని అర్థంలేనివిగా కనిపింప జేస్తుంది. ఎంతైనా హోమోసేపియన్లతోబాటే ఈనాటి మతాలూ, భావజాలాలూ, దేశాలూ, వర్గాల మధ్య జరిగే చర్చలన్నీ హోమోసేపియన్లతో బాటే మాయమవుతాయి. మన వారసులలో మరో రకమయిన స్థాయి స్పృహ ఉండి (లేదా బహుశా స్పృహని అధిగమించి మనం ఊహించలేని ఇంకేదైనా లక్షణం ఉంటే), వాళ్ళకి క్రైస్తవం మీద కానీ, ఇస్లాం మీద కానీ ఆసక్తి ఉంటుందన్నది, వాళ్ళ సామాజిక వ్యవస్థ సామ్యవాద, లేదా పెట్టుబడిదారీ ధోరణిని అనుసరిస్తుందన్నది, వాళ్ళు స్త్రీ పురుషులుగా ఉంటారన్నది సందేహమే.

అయినప్పటికీ, ఈ దేవతలా మొదటి తరం మానవ రూపకల్పన ద్వారా నిర్మించ బడిన సాంస్కృతిక యోచనలనే అనుసరిస్తుంది కాబట్టి ఈ మహత్తరమైన చారిత్రిక చర్చలు ముఖ్యమైనవి. వాళ్ళు పెట్టుబడిదారీ, ఇస్లాం, లేదా స్త్రీవాదానికి ప్రతిరూపంగా సృష్టించబడతారా? ఈ ప్రశ్నకి సమాధానం వాళ్ళని పూర్తి భిన్నమైన దిశల్లోకి మొగ్గేట్టు చేస్తుందేమో.

ఎక్కువమంది దీన్ని గురించి ఆలోచించేందుకు ఇష్టపడరు. బయో ఎథిక్స్ (జీవ నైతికత) రంగం కూడా మరో రకమైన ప్రశ్న అడగటానికే ఇష్టపడుతుంది, "ఎటువంటి పని నిషిద్ధమైనది?" జీవించి ఉన్న మనుషుల మీద, గర్భవిచ్ఛిత్తి తరవాత బైటపడ్డ పిండాల మీద, మూలకణాల మీద, జన్యు ప్రయోగాలు చెయ్యటం ఆమోదించదగినదేనా? గొఱ్ఱెలను క్లోన్ (ఒకే రీతి ప్రాణిని తయారుచెయ్యటం) చెయ్యటం నైతికత అనిపించు కుంటుందా? చింపాంజీలని? మరి మనుషుల మాటేమిటి? ఇవన్నీ ముఖ్యమైన ప్రశ్నలు. హోమోసేపియన్లని విభిన్నమైన ప్రాణిగా ఉన్నతీకరించేందుకు జరుగుతున్న శాస్త్రీయ ప్రణాళికలు మనం కేవలం బ్రేక్ వేసినంతమాత్రాన ఆగిపోతాయనుకోవటం అమాయకత్వమే అవుతుంది. ఎందుకంటే ఈ ప్రణాళికలన్నీ అమరత్వాన్ని సాధించేందుకు చేస్తున్న వెతుకులాటలో విడదీయలేని భాగంగా కలిసిపోయి ఉన్నాయి. ఆ ప్రణాళిక పేరే గిల్గమెష్ ప్రాజెక్ట్. జన్యుకణాలని ఎందుకు అధ్యయనం చేస్తారో, మెదడుని కంప్యూటర్‌కి ఎందుకు జోడిస్తారో, లేదా కంప్యూటర్ లోపల మెదడుని సృష్టించేందుకు ఎందుకు ప్రయత్నిస్తారో శాస్త్రవేత్తలని అడగండి. పదికి తొమ్మిదిసార్లు మీకు ఒకే రకమైన సమాధానం వస్తుంది : వ్యాధులకు చికిత్స చేసి, మనిషి ప్రాణాలు కాపాడేందుకు చేస్తున్నాం. మానసిక వ్యాధుల్ని నయం చెయ్యటం కన్నా, కంప్యూటర్ లోపల మెదడుని సృష్టించటం ఇంకా ఎక్కువ నాటకీయంగా తోచినప్పటికీ, వాళ్ళు సాధారణంగా సమర్థించుకునేందుకు ఇలాటి సమాధానమే ఇస్తారు, ఎందుకంటే ఆ తరవాత వాళ్ళతో ఎవరూ వాదించలేరు. అందుకే గిల్గమెష్ ప్రణాళిక విజ్ఞానశాస్త్రానికి నాయకత్వం వహిస్తుంది. గిల్గమెష్‌ని ఆపటం సాధ్యం కాదు కానక, డా. ఫ్రాంకెన్‌స్టీన్‌ని ఆపటం కూడా అసాధ్యమే.

మనం చెయ్యగలిగింది వాళ్ళు ముందుకి పోతున్న దిశ మీద మన ప్రభావం పడేట్టు చూడటం ఒక్కటే. కానీ, మన కోరికలని కూడా త్వరలో మార్చుకునేందుకు సాధ్యమౌతుంది కాబట్టి, 'మనం ఎలా తయారవాలను కుంటున్నాం,' అనేది కాదు మన ముందున్న అసలు ప్రశ్న, 'మనం కావాలని కోరుకునేది ఏమిటి?' ఈ ప్రశ్న విని భయపడని వాళ్ళు, బహుశా దీన్ని గురించి లోతుగా ఆలోచించలేదు.

ముగింపు

దేవుడుగా మారిపోయిన ప్రాణి

డెబ్బైవేల సంవత్సరాల క్రిందట, హోమోసేపియన్లు ఆఫ్రికాలో ఒక మూలజీవితం గడుపుతూ ఎటువంటి ప్రాముఖ్యమూ లేని ఒక జంతువు. ఆ తరువాతి సహస్రాబ్ది కాలంలో అది భూప్రపంచం మీద సంపూర్ణ ఆధిపత్యం సంపాదించుకుని పర్యావరణానికి భయంకరమైన విపత్తుగా తయారైంది. ఈనాడు అది దేవుడుగా మారేందుకు సిద్ధంగా ఉంది. శాశ్వతమైన యౌవనాన్నే కాకుండా సృష్టించటం, నాశనం చెయ్యటం అనే దైవీక సామర్థ్యాలను కూడా సంతరించుకుంది.

దురదృష్టవశాత్తూ ఇంతవరకూ ఈ భూమ్మీద సేపియన్ల ఆధిపత్యం సాధించినది చూసి మనం గర్వపడేందుకు ఏమీ లేదు. మన చుట్టూ ఉన్న పరిసరాల్ని స్వాధీనం చేసుకున్నాం, ఆహారోత్పత్తిని పెంచాం, నగరాలని నిర్మించాం, సామ్రాజ్యాలని స్థాపించాం, సుదూర తీరాలకి వ్యాపారాన్ని విస్తరించాం. కానీ ప్రపంచంలో ఉన్న బాధలని తగ్గించామా? ఎన్నిసార్లు చూసినా మానవుల శక్తిలో బ్రహ్మాండమైన వృద్ధి జరిగినప్పటికీ, వ్యక్తిగా సేపియన్ల సంక్షేమం మెరుగవలేదు సరికదా, వీటివల్ల ఇతర ప్రాణులు తీవ్రమైన వేదన అనుభవించవలసి వచ్చింది.

గత కొన్ని దశాబ్దాలలో మానవుల పరిస్థితికి సంబంధించినంతవరకూ చివరికి మనం నిజమైన ప్రగతి సాధించామనే అనాలి, కరువు కాటకాలు, మహమ్మారులు, యుద్ధాలు తగ్గిపోయాయి. అయినప్పటికీ మునుపెన్నడూ లేనంతగా ఇతర జంతువుల పరిస్థితి అతివేగంగా క్షీణదశకి చేరుకుంటోంది, ఇక మానవుల స్థితిలో కనిపించే అభివృద్ధి మరీ ఈ మధ్యకాలంలో జరుగుతోంది, అది ఎన్నాళ్లుంటుందో కచ్చితంగా చెప్పలేనంత బలహీనంగా ఉంది.

అంతేకాక, మానవులకి ఎన్నో విస్మయపరిచే పనులు చెయ్యగల సామర్థ్యం ఉన్నప్పటికీ, మనకి మన లక్ష్యాల గురించి స్పష్టమైన అవగాహన లేదు, ఎప్పుడూ ఏదో అసంతృప్తితో బాధపడుతూనే ఉంటాము. తెప్పలనుంచి పెద్ద పడవలు, ఆవిరితో నడిచే నావలూ, స్పేస్ షటిల్ల వరకూ ఎదిగాం, కానీ మనం ఎక్కడికెళ్తున్నామో ఎవరికీ తెలీదు.

మునుపు ఎప్పుడూ లేనంత శక్తి మనకి ప్రస్తుతం ఉంది, కానీ అంత శక్తినీ, అధికారాన్నీ ఏం చేసుకోవాలో తెలీదు. ఇంకా ఘోరమేమిటంటే మానవులు మునుపటికన్నా చాలా బాధ్యతారహితంగా తయారయ్యారు. స్వయంభూ దేవతలమైన మనకి తోడున్నది కేవలం భౌతికశాస్త్ర నియమాలు. మనం ఎవరికీ జవాబు చెప్పుకోనక్కర్లేదు. మనం నిరంతరం తోటి ప్రాణులనీ, చుట్టూ ఉన్న పర్యావరణ వ్యవస్థనీ సర్వనాశనం చేస్తూ, మన సుఖం, సౌకర్యం, వినోదం గురించే ఆలోచిస్తున్నాం, అయినా మనకి ఏనాడూ సంతృప్తి అనేది దొరకటం లేదు. సంతృప్తి లేని, బాధ్యత లేని, తమకి ఏం కావాలో తెలియని దేవతల కన్నా ప్రమాదకరమైనది ఏదైనా ఉందా?

కృతజ్ఞతలు

సలహాలిచ్చి సహాయం చేసినందుకు సరాయి అహోనీ, డోరిట్ అహరొనోవ్, ఏమోస్ అవిజార్, జిఫ్రియా బార్జిలయి, నోఆ బెనింగా, టిర్జా ఐసన్‌బర్గ్, అమిర్ ఫిన్క్, బెంజమిన్ జెడ్ కెడార్, యోసి మోరే, ఇయాల్ మిల్లర్, ష్మయెల్ రాస్నర్, రామీ రాథాల్ట్, ఓఫర్ స్టెనిట్జ్, మైకల్ షెన్‌కర్, గై జాస్లవ్స్కితో బాటు జెరూసలెమ్ హీబ్రూ యూనివర్సిటీలో వరల్డ్ హిస్టరీ ప్రోగ్రామ్‌లో పాల్గొన్న అందరు అధ్యాపకులకి, విద్యార్థులకు.

విస్తృతమైన దృష్టిని అలవరచుకోమని నాకు నేర్పిన జారెడ్ డైమండ్‌కి; కథ రాయమని నన్ను ప్రేరేపించిన డియేగో హోల్స్ టిన్‌కి; ఈ కథ గురించి అందరికి తెలియజేసేందుకు సహాయం చేసి డెబొరా హారిస్‌కి.